ആദിമ ഇന്ത്യക്കാർ

ആദിമ ഇന്ത്യക്കാർ

നമ്മുടെ പൂർവികരുടെ കഥ
നാം എവിടെനിന്നുവന്നുവെന്ന കഥ

ടോണി ജോസഫ്

വിവർത്തനം: പ്രസന്ന കെ വർമ്മ

MANJUL

മഞ്ജുൾ പബ്ലിഷിങ് ഹൗസ്

First published in India by

MANJUL

Manjul Publishing House

Corporate and Editorial Office

•2nd Floor, Usha Preet Complex, 42 Malviya Nagar, Bhopal 462 003 - India

Sales and Marketing Office

•C-16, Sector 3, Noida, Uttar Pradesh 201301 - India
Website: www.manjulindia.com

Distribution Centres

Ahmedabad, Bengaluru, Kochi, Kolkata, Chennai,
Hyderabad, Mumbai, New Delhi, Pune

English edition first published by Juggernaut Books

Malayalam language translation of *Early Indians* by *Tony Joseph*

This edition first published in 2020
Seventh impression 2026

ISBN 978-93-90085-42-2

Translation by Prasanna K Varma

Printed and bound in India by Repro India Limited

The international boundaries on the maps of India are neither purported to be correct nor authentic by Survey of India directives.

എന്റെ മാതാപിതാക്കൾക്ക്, അവർ നൽകിയതിനെല്ലാം
എന്റെ ഭാര്യയ്ക്ക്, ഈ പുസ്തകം സാദ്ധ്യമാക്കിയതിന്
എന്റെ മകൾക്ക്, ഇതെഴുതുവാൻ കാരണമായതിന്

ഉള്ളടക്കം

ഇന്ത്യൻ പ്രാഗ് ചരിത്രത്തിൽ ആധുനികമനുഷ്യന്റെ രംഗപ്രവേശം - സമയപ്പട്ടികയുടെ ചുരുക്കം

- 3,00,000 വർഷങ്ങൾക്കുമുൻപ്: ആധുനികമനുഷ്യൻ അഥവാ ഹോമോ സാപിയൻസിന്റെ ലഭ്യമായതിൽവെച്ച് ഏറ്റവും പുരാതനമായ അവശിഷ്ടങ്ങളുടെ കാലഘട്ടം–മൊറോക്കോയിലെ സാഫി നഗരത്തിൽനിന്ന് അൻപതു കിലോമീറ്റർ അകലെയുള്ള ജെബെൽ ഇർഹൂദ് ഗുഹയിൽനിന്നാണ് ഇവ ലഭിച്ചത്.

- 1,80,000 വർഷങ്ങൾക്കുമുൻപ്: ആഫ്രിക്കയുടെ പുറത്തുനിന്നു ലഭിച്ച ഏറ്റവും പുരാതനമായ മനുഷ്യ ഫോസിലിന്റെ കാലഘട്ടം–വടക്കൻ ഇസ്രായേലിലെ മിസിലിയയിലുള്ള ഒരു ശിലാഗൃഹത്തിൽ നിന്നാണ് ഇത് ലഭിച്ചത്.

- 70,000 വർഷങ്ങൾക്കുമുൻപ്: വിജയകരമായ ഏറ്റവും ആദ്യത്തെ ആഫ്രിക്കൻ ബഹിർഗമന കുടിയേറ്റം (Out of Africa migration, OoA) ഇക്കാലത്താണ് നടന്നതെന്ന് ജനിതകശാസ്ത്രജ്ഞർ കണക്കാക്കുന്നു. ഈ കുടിയേറ്റത്തെ 'വിജയകര'മെന്ന് വിശേഷിപ്പിക്കുവാൻ കാരണം ഈ കുടിയേറ്റക്കാരാണ് ഇന്ന് ലോകത്തുള്ള ആഫ്രിക്കക്കാരല്ലാത്ത എല്ലാ ജനസമൂഹങ്ങളുടെയും പൂർവികർ എന്നതാണ്. (അതിനുമുൻപ് ആഫ്രിക്കയിൽനിന്ന് പുറത്തുകടന്നിട്ടുള്ള ആധുനികമനുഷ്യർ ഇന്ന് കാണാവുന്ന വംശപരമ്പരകളൊന്നും ഭൂമിയിൽ അവശേഷിപ്പിച്ചിട്ടില്ല.) 70,000 വർഷങ്ങൾക്കുമുൻപ് നടന്ന ആഫ്രിക്കൻ ബഹിർഗമനത്തിലെ കുടിയേറ്റക്കാർ തെക്കൻ വഴിയാവണം, അതായത് ചെങ്കടലിന്റെ തെക്കേ മുനമ്പിലുള്ള ബാബ് എൽ മാൻഡബ് വഴിയാവണം ആഫ്രിക്കയിൽനിന്ന് (കൃത്യമായി ഇന്നത്തെ എറിത്രിയയിൽനിന്നും ഡ്ജിബൂട്ടിയിൽനിന്നും) ഏഷ്യയിലേക്ക് (ഇന്നത്തെ യെമെൻ) എത്തിയത്.

- 65,000 വർഷങ്ങൾക്കുമുൻപ്: OoA കുടിയേറ്റക്കാർ ഇന്ത്യയിലെത്തുകയും പ്രാചീനമനുഷ്യരുടെ ഊർജ്ജസ്വലമായ ഒരു സംഘത്തെ കണ്ടുമുട്ടുകയും ചെയ്യുന്നു. അവർ ചിലപ്പോൾ ഉൾപ്രദേശത്തുകൂടിയുള്ള സബ് ഹിമാലയൻ മാർഗ്ഗവും തീരദേശമാർഗ്ഗവും രണ്ടും സ്വീകരിച്ചുകാണണം; അങ്ങനെ അവർ ഇന്ത്യയുടെ മദ്ധ്യഭാഗവും തെക്കേ ഇന്ത്യയും അടക്കിവാണിരുന്ന ഹോമോ ജീവജാതിയിലെ മറ്റംഗങ്ങളിൽനിന്ന് ഒഴിഞ്ഞുമാറിക്കാണണം. ഇന്ത്യൻ ഉപ

ഭൂഖണ്ഡത്തിൽനിന്ന് പിന്നീടവർ തെക്കു കിഴക്കേ ഏഷ്യയിലേക്കും പൂർവേഷ്യയിലേക്കും ആസ്ട്രേലിയയിലേക്കും പോയിട്ടുണ്ടാവണം.

▪ 60,000–40,000 വർഷങ്ങൾക്കുമുൻപ്: ഈ കാലഘട്ടത്തിൽ OoA കുടിയേറ്റക്കാരുടെ പിൻഗാമികൾ മദ്ധ്യേഷ്യയിലും യൂറോപ്പിലും നിറയുന്നുണ്ട്.

▪ 40,000 വർഷങ്ങൾക്കുമുൻപ്: നിയാണ്ടർത്താലുകൾക്ക് യൂറോപ്പിൽ വംശനാശം സംഭവിക്കുന്നു. തെക്കുപടിഞ്ഞാറൻ യൂറോപ്പിലെ ഐബീരിയൻ ഉപദ്വീപായിരുന്നു (ഇന്നത്തെ പോർച്ചുഗലും സ്പെയിനും) അവരുടെ അവസാനത്തെ അഭയസ്ഥാനവും താവളവും.

▪ 45,000-20,000 വർഷങ്ങൾക്കുമുൻപ്: ആഫ്രിക്കൻ ബഹിർഗമന കുടിയേറ്റക്കാരുടെ ഇന്ത്യൻ ഉപഭൂഖണ്ഡത്തിലെ പിൻഗാമികൾ മൈക്രോലിത്തിക് സാങ്കേതികവിദ്യ ഉപയോഗിച്ചുതുടങ്ങുന്നു. അവരുടെ സംഖ്യ ഇന്ത്യയുടെ മദ്ധ്യഭാഗത്തും കിഴക്കുഭാഗത്തും നാടകീയമായി വർദ്ധിക്കുന്നു. 'മനുഷ്യവർഗ്ഗത്തിന്റെ ഒട്ടുമിക്ക പങ്കും' ജീവിക്കുന്നത് ദക്ഷിണേഷ്യയിൽ ആണെന്നുവരുന്നു. ഇന്ത്യയുടെ മദ്ധ്യഭാഗത്തും ദക്ഷിണേന്ത്യയിലും മറ്റു ഹോമോ ജീവജാതികൾ കാലങ്ങളായി ജീവിച്ചുപോന്നിരുന്ന സങ്കേതങ്ങളിലെല്ലാം ആധുനികമനുഷ്യർ താമസമുറപ്പിക്കുന്നു.

▪ 16,000 വർഷങ്ങൾക്കുമുൻപ് (14,000 BCE): സൈബീരിയയ്ക്കും അലാസ്കയ്ക്കും ഇടയിലുള്ള ബെറിഞ്ചിയ എന്ന ഭൗമസേതു കടന്ന് ആധുനികമനുഷ്യർ ഒടുവിൽ അമേരിക്കയിലും എത്തുന്നു.

▪ 7000 BCE: ബലൂചിസ്ഥാനിലെ ബൊലാൻ മലനിരകളുടെ അടിവാരത്തിൽ ഇന്ന് മെഹർഗഡ് എന്നറിയപ്പെടുന്ന ഗ്രാമത്തിൽ ഒരു പുതിയ കാർഷികസങ്കേതം ഉണ്ടാകുന്നു; ഒടുവിൽ അത് വളർന്നാണ് അക്കാലത്തെ സിന്ധുനദിയ്ക്കും മദ്ധ്യധരണ്യാഴിക്കും ഇടയിലുള്ള ഏറ്റവും വിപുലമായ മനുഷ്യാവാസകേന്ദ്രമായി മാറിയത്.

▪ 7000-3000 BCE: സാഗ്രോസ് പ്രവിശ്യയിൽനിന്ന് ദക്ഷിണേഷ്യയിലേക്കു കുടിയേറിയ ഇറാനിയൻ കർഷകർ ആദ്യത്തെ ഇന്ത്യക്കാരുടെ പിൻഗാമികളുമായി ഈ കാലഘട്ടത്തിലെപ്പോഴോ ആണ് കലരുന്നത്. 4700 BCEക്കും 3000 BCEക്കും ഇടയിലാണ് ഈ സങ്കലനം നടന്നതെന്നാണ് ജനിതകശാസ്ത്രജ്ഞർ കണക്കാക്കുന്നത്.

▪ 7000–2600 BCE: മെഹർഗഡ് സങ്കേതത്തിൽ ബാർലിയും ഗോതമ്പും കൃഷി ചെയ്തതിന്റെയും വളർത്തുമൃഗങ്ങളെ അധികമായി ഉപയോഗിച്ചതിന്റെയും തെളിവുകൾ ലഭിക്കുന്നു. 2600 BCEക്കും 2000 BCEക്കും ഇടയിലെപ്പോഴോ ഇവിടം ഉപേക്ഷിക്കപ്പെട്ടു. അക്കാലമായപ്പോഴേക്കും ഇന്ത്യയുടെ വടക്കുപടിഞ്ഞാറൻ ഭാഗങ്ങളിലും സിന്ധുനദീതടം, ഘഗ്ഗർ-ഹക്ര തടം എന്നിവിടങ്ങളിലും ഗുജറാത്തിലും കാർഷികസങ്കേതങ്ങൾ ധാരാളമായി വ്യാപിച്ചു.

▪ 7000 BCE: ഈ കാലമായപ്പോഴേക്കും നെൽകൃഷി ചെയ്തതിന്റെയും സഞ്ചാരസ്വഭാവമില്ലാതെ ഒരിടത്ത് പാർപ്പുറപ്പിച്ചതിന്റെയും തെളിവുകൾ

ഗംഗാതടത്തിന്റെ മുകൾഭാഗത്ത് ഉത്തർപ്രദേശിലെ സംത് കബീർ നഗറിൽ സ്ഥിതിചെയ്യുന്ന ലഹുരദേവയിൽനിന്ന് ലഭിച്ചിട്ടുണ്ട്. കാട്ടുനെല്ല് കൊയ്തെടുക്കുന്നതിൽനിന്ന് വളർത്തുനെല്ല് കൃഷിചെയ്യുന്നതിലേയ്ക്കുള്ള മാറ്റത്തിന്റെ സമയപ്പട്ടിക ഇതുവരെയും കൃത്യമായി അറിയില്ലെങ്കിലും ഒരേ കാലഘട്ടത്തിൽ തന്നെ ദക്ഷിണേഷ്യയിൽ ചിലയിടങ്ങളിലൊക്കെ കാർഷികപരീക്ഷണങ്ങൾ നടന്നിരുന്നുവെന്നും മെഹർഗഡ് ഒറ്റപ്പെട്ട സംഭവമല്ലെന്നും ലഹുരദേവ സൂചിപ്പിയ്ക്കുന്നുണ്ട്, തീർച്ച.

■ 5500-2600 BCE: ഹാരപ്പൻ സംസ്കരത്തിന്റെ ആദ്യഘട്ടം; ഇക്കാലത്ത് ആദ്യകാല കാർഷികസങ്കേതങ്ങൾ സ്വന്തം ശൈലീഭേദങ്ങളുള്ള പട്ടണങ്ങളായി വികസിച്ചു. ഇന്ത്യയിലെ കാലിബംഗനും രാഖിഗഢിയും പാകിസ്ഥാനിലെ ബാനാവലിയും റഹ്മാൻദെരിയും ഉദാഹരണങ്ങളാണ്.

■ 3700-1500 BCE: ഇന്ത്യയിൽ പല സ്ഥലങ്ങളിലും ആദ്യകാല കർഷകവൃത്തിയുടെ ലക്ഷണങ്ങൾ കണ്ടുതുടങ്ങുന്നു—കിഴക്കൻ രാജസ്ഥാനിലും ദക്ഷിണേന്ത്യയിലും മദ്ധ്യഭാരതത്തിലെ വിന്ധ്യാ പ്രവിശ്യയിലും കിഴക്കൻ ഇന്ത്യയിലും കശ്മീരിലെ സ്വാത് താഴ്വരയിലും ഇത് കാണുന്നുണ്ട്.

■ 2600-1900 BCE: സമ്പൂർണ്ണ ഹാരപ്പൻ കാലഘട്ടം; പുതിയ പല സങ്കേതങ്ങളും നിർമ്മിക്കപ്പെട്ടു അല്ലെങ്കിൽ പുനർനിർമ്മിക്കപ്പെട്ടു, നിലവിലുണ്ടായിരുന്ന സങ്കേതങ്ങൾ പലതും ഉപേക്ഷിക്കപ്പെട്ടു. എല്ലായിടത്തും ക്രമീകരണത്തിന്റെ തോത് ഉയർന്നു—പൊതുവായ ലിപി, മുദ്രകൾ, ചിത്രങ്ങൾ, തൂക്കങ്ങൾ ഇവയെല്ലാം ഉപയോഗിച്ചുതുടങ്ങി. ആദിമ ഹാരപ്പൻകാലഘട്ടത്തിൽനിന്ന് സമ്പൂർണ്ണ ഹാരപ്പൻ കാലഘട്ടത്തിലേക്കുള്ള പരിവർത്തനം നാലോ അഞ്ചോ തലമുറകളിലൂടെയാണ് നടന്നത്, അഥവാ 100 മുതൽ 150 വർഷങ്ങൾ കൊണ്ട്.

■ 2300-1700 BCE: ബാക്ട്രിയ–മാർജിയാന പുരാവസ്തുസമുച്ചയത്തിന്റെ (BMAC) കാലഘട്ടം; ഓക്സസ് നദിയെ (അമു ദാര്യ എന്നും ഇതിനു പേരുണ്ട്) ആശ്രയിച്ചുള്ള ഒരു സംസ്കാരമാണിത്. ഇന്നത്തെ അഫ്ഗാനിസ്ഥാന്റെ വടക്കുഭാഗം തെക്കൻ ഉസ്ബെക്കിസ്ഥാൻ, പടിഞ്ഞാറൻ തജിക്കിസ്ഥാൻ എല്ലാം ഇതിൽപ്പെടും. ഹാരപ്പൻ സംസ്കാരവുമായി BMACക്കു വളരെയടുത്ത വാണിജ്യ, സാംസ്കാരിക ബന്ധങ്ങളുണ്ടായിരുന്നു.

■ 2100 BCE: കസാഖ് സ്റ്റെപ്പിൽ (Steppe) നിന്നുള്ള ഇടയരുടെ തെക്കോട്ടുള്ള ഒരു കുടിയേറ്റം, ഇന്ന് തുർക്ക്മെനിസ്ഥാൻ, ഉസ്ബെക്കിസ്ഥാൻ, തജിക്കിസ്ഥാൻ എന്നെല്ലാമറിയപ്പെടുന്ന മദ്ധ്യേഷ്യൻ പ്രവിശ്യയുടെ തെക്കുഭാഗത്തേക്ക് ഉണ്ടാകുന്നു. കുടിയേറ്റക്കാർ BMAC യിലും സ്വാധീനം ചെലുത്തുന്നുണ്ട്. എങ്കിലും ഒട്ടുമിക്കവാറും BMACയെ ഒഴിവാക്കി സഞ്ചരിച്ച് BCE രണ്ടാം സഹസ്രാബ്ദം പൂർണ്ണമായും ദക്ഷിണേഷ്യയിലേക്ക് നീങ്ങിക്കൊണ്ടിരിക്കുന്നു. അവരുടെ കുടിയേറ്റത്തിന്റെ ക്രമമാണ് താഴെ. (2000—1000 BCE)

■ 2000 BCE: ചൈനയിൽനിന്ന് ഉത്ഭവിച്ച രണ്ടു പ്രധാന കുടിയേറ്റശൃംഖലകൾ—കാർഷികവിപ്ലവത്തിനും അതിനെത്തുടർന്നുള്ള ജനസംഖ്യാവർദ്ധനവിനും ശേഷം—തെക്കുകിഴക്കൻ ഏഷ്യയെ രൂപാന്തരപ്പെടുത്തു

ന്നു. അതിൽ ആദ്യത്തേത് ആസ്ട്രോ ഏഷ്യാറ്റിക് ഭാഷകളും പുതിയ സസ്യങ്ങളും പുതിയൊരു ജനുസ്സ് നെല്ലും 2000 BCEക്കുശേഷം ഇന്ത്യയിലേക്ക് കൊണ്ടുവരുന്നു.

- 2000–1000 BCE: മദ്ധ്യേഷ്യയിൽനിന്ന് ദക്ഷിണേഷ്യയിലേക്ക് സ്റ്റെപ്പ് ഇടയരുടെ നിരവധി കുടിയേറ്റങ്ങൾ ഇൻഡോ യൂറോപ്പ്യൻ ഭാഷകളും പുതിയ മത, സാംസ്കാരിക സമ്പ്രദായങ്ങളും കൊണ്ടുവരുന്നു.

- 1900–1300 BCE: ഹാരപ്പൻ സംസ്കാരത്തിന്റെ അന്ത്യഘട്ടം; ഹാരപ്പൻസംസ്കാരം അധഃപതനത്തിനു പുറകേ ക്രമേണ അപ്രത്യക്ഷമാകുന്നു. അതിന്റെ അടിസ്ഥാനകാരണങ്ങളിലൊന്ന് പശ്ചിമേഷ്യയിലെയും ഈജിപ്തിലെയും ചൈനയിലെയും സംസ്കാരങ്ങളെ ഗ്രഹിച്ച ഒരു നീണ്ട വരൾച്ചയുടെ അനന്തരഫലങ്ങളാണ്.

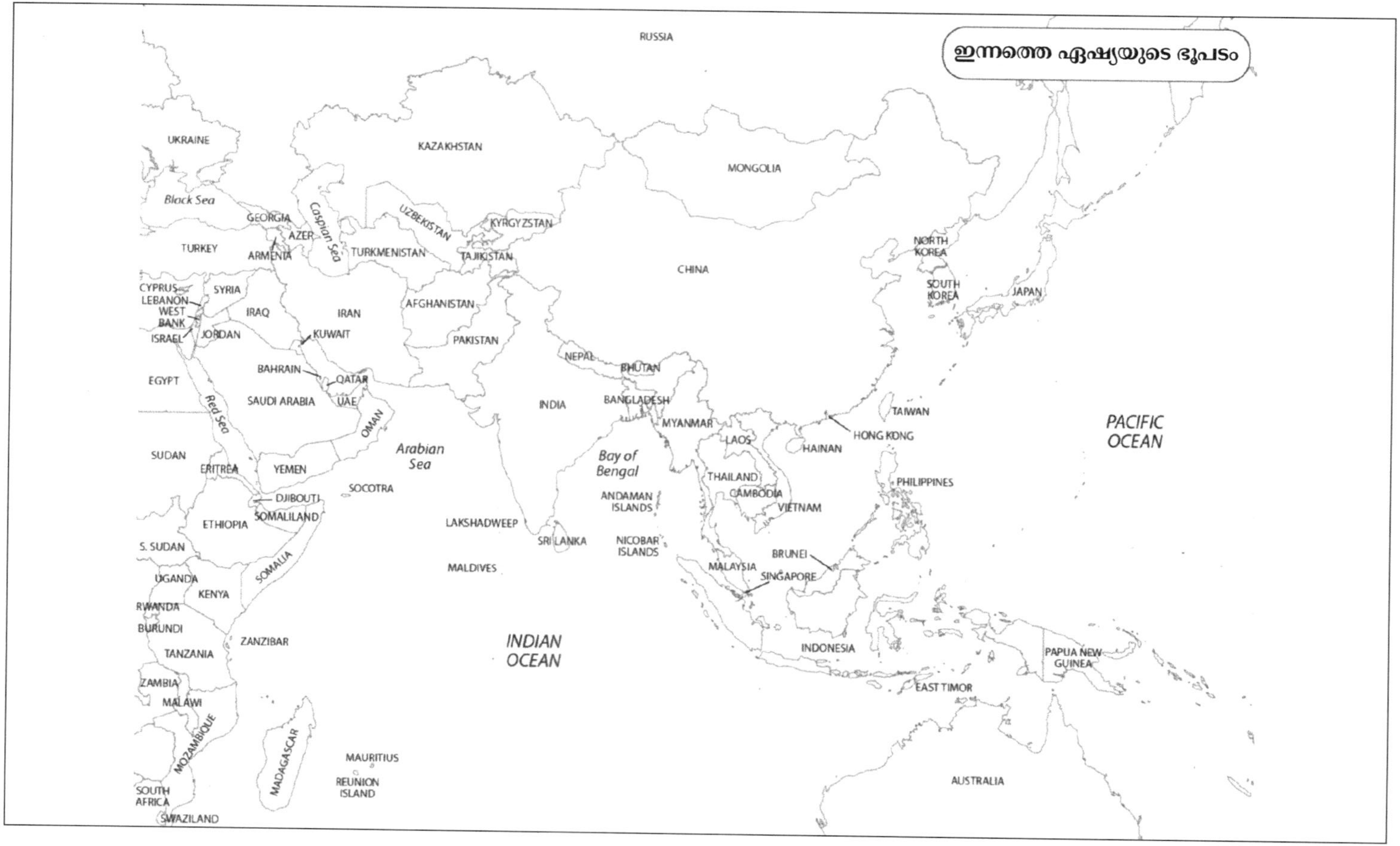
ഇന്നത്തെ ഏഷ്യയുടെ ഭൂപടം
RUSSIA
UKRAINE
KAZAKHSTAN
MONGOLIA
Black Sea
GEORGIA
AZER
Caspian Sea
UZBEKISTAN
KYRGYZSTAN
TURKEY
ARMENIA
TURKMENISTAN
TAJIKISTAN
CHINA
NORTH KOREA
SOUTH KOREA
JAPAN
CYPRUS
LEBANON
WEST BANK
ISRAEL
SYRIA
IRAQ
IRAN
AFGHANISTAN
JORDAN
KUWAIT
PAKISTAN
NEPAL
BHUTAN
EGYPT
BAHRAIN
QATAR
UAE
SAUDI ARABIA
Red Sea
INDIA
BANGLADESH
MYANMAR
TAIWAN
HONG KONG
PACIFIC OCEAN
OMAN
LAOS
HAINAN
SUDAN
Arabian Sea
Bay of Bengal
ERITREA
YEMEN
THAILAND
PHILIPPINES
SOCOTRA
ANDAMAN ISLANDS
CAMBODIA
VIETNAM
DJIBOUTI
SOMALILAND
ETHIOPIA
LAKSHADWEEP
SRI LANKA
NICOBAR ISLANDS
S. SUDAN
BRUNEI
MALAYSIA
SINGAPORE
MALDIVES
SOMALIA
UGANDA
KENYA
RWANDA
BURUNDI
ZANZIBAR
INDIAN OCEAN
INDONESIA
TANZANIA
PAPUA NEW GUINEA
EAST TIMOR
ZAMBIA
MALAWI
MOZAMBIQUE
MADAGASCAR
MAURITIUS
REUNION ISLAND
AUSTRALIA
SOUTH AFRICA
SWAZILAND

ആമുഖം

നാം ഇന്ത്യക്കാരായിത്തീർന്നതെങ്ങനെ

കഴിഞ്ഞ 65,000 വർഷങ്ങളിൽ ആഫ്രിക്കയിൽനിന്നും പശ്ചിമേഷ്യയിൽനിന്നും പൂർവേഷ്യയിൽനിന്നും മദ്ധ്യേഷ്യയിൽനിന്നും വന്നു ഈ നാട് അവരുടേതാക്കിയ നമ്മുടെ പൂർവികരുടെ കഥ; ആദിമ ഇന്ത്യക്കാരുടെ കഥ.

'ചലിക്കുന്നേയില്ലെന്നു തോന്നുമ്പോഴും നാം എത്ര വേഗത്തിലാണ് ചലിച്ചുകൊണ്ടിരിക്കുന്നതെന്ന് എപ്പോഴെങ്കിലും നിങ്ങൾ പക്ഷേ ചിന്തിച്ചിട്ടുണ്ടോ?'

— പ്രൊഫസർ ആൻഡ്രൂ ഫ്രാക്നോയ്, ജ്യോതിശ്ശാസ്ത്രജ്ഞൻ.

സംഗതികൾ പലപ്പോഴും കാണുന്നപോലെയല്ല. വായനാമുറിയിലെ പ്രിയപ്പെട്ട കസേരയിലിരുന്നാവാം നിങ്ങൾ ഈ വാക്യം വായിക്കുന്നത്, വിശ്രമിക്കുകയാണെന്ന തോന്നലോടെ. എന്നാൽ യഥാർത്ഥത്തിൽ അതല്ല സംഭവിക്കുന്നത്; കാരണം നിങ്ങൾകൂടി ഭാഗമായ ക്ഷീരപഥം ശൂന്യാകാശത്തിലൂടെ മണിക്കൂറിൽ 21 ലക്ഷം കിലോമീറ്റർ വേഗത്തിൽ സഞ്ചരിച്ചുകൊണ്ടിരിക്കുകയാണ്. ഭൂമി സ്വന്തം അച്ചുതണ്ടിൽ തിരിയുന്നതിന്റെയോ (ഭൂമദ്ധ്യരേഖയോടടുക്കുമ്പോൾ മണിക്കൂറിൽ 1600 കിലോമീറ്റർ വേഗതയിലും ധ്രുവങ്ങളിൽ നിശ്ചലമായും) ഭൂമി സൂര്യനുചുറ്റും പ്രദക്ഷിണം വെക്കുന്നതിന്റെയോ (മണിക്കൂറിൽ 107,000 കിലോമീറ്റർ വേഗതയിൽ) സൂര്യൻ ക്ഷീരപഥത്തെ ചുറ്റി സഞ്ചരിക്കുന്നതിന്റെയോ (മണിക്കൂറിൽ 792,000 കിലോമീറ്റർ വേഗതയിൽ) അനന്തരഫലങ്ങൾ കണക്കാക്കാതെയാണ് ഇതെന്ന് ഓർമ്മിക്കണം.[1]

---

1 ആൻഡ്രൂ ഫ്രാക്നോയ്, *യൂണിവേഴ്സ് ഇൻ ദി ക്ലാസ്സ്റൂം* എന്ന കൃതിയിലെ 'ഹൌ ഫാസ്റ്റ് ആർ യു മൂവിങ് വെൻ സിറ്റിംഗ് സ്റ്റിൽ' എന്ന ഭാഗം (അസ്ട്രോണോമിക്കൽ സൊസൈറ്റി ഓഫ് ദി പസഫിക്, 2007).

മേലെയുള്ള ഖണ്ഡിക വായിച്ചുതീർക്കാനെടുത്ത ഏകദേശം ഇരുപതു സെക്കൻഡു കൊണ്ട് ആയിരക്കണക്കിനു കിലോമീറ്ററുകൾ നിങ്ങൾ സഞ്ചരിച്ചുകാണണം അപ്പോൾ! നിങ്ങൾപോലും അറിയാതെ!

ഒന്നിനുപിറകേ ഒന്നായിവന്ന് ഈ അനുമാനങ്ങളിലേക്ക് എത്തിച്ചേരുവാൻ സഹായിച്ച ഓരോ കണ്ടുപിടിത്തവും ചില മനുഷ്യരിൽ ഉളവാക്കിയത് എത്ര ചെറിയവരാണു നാം എന്ന തോന്നലാണ്; വിവേകശാലികളായ മറ്റു ചിലർക്കാകട്ടെ, നാമെല്ലാം ഭാഗഭാക്കുകളായ ആ മഹാപ്രപഞ്ചത്തിന്റെ വലിപ്പത്തേയും ഗാംഭീര്യത്തെയുംകുറിച്ച് ആദ്യമേ ഉണ്ടായിരുന്ന അമ്പരപ്പിന് അത് ആഴംകൂട്ടുകയും ചെയ്തു.

Smithsonian National Museum of Natural History / Wikimedia Commons

ഹോമോ ഇറക്റ്റസ് (ആഫ്രിക്കയുടെയും ഏഷ്യയുടെയും ചില ഭാഗങ്ങളിൽ ഏകദേശം 1.89 ദശലക്ഷം വർഷങ്ങൾക്കും 1,43,000 വർഷങ്ങൾക്കും ഇടയിൽ ജീവിച്ചിരുന്നു)

പ്രാപഞ്ചികമായ അർത്ഥത്തിൽ മാത്രമല്ല, ജീവശാസ്ത്രപരമായ അർത്ഥത്തിലും ഇത് സത്യം തന്നെയാണ്. അരനൂറ്റാണ്ടുമുൻപ് ഡാർവിൻ പരിണാമസിദ്ധാന്തം രൂപീകരിക്കുകയും ഇന്നു ജീവിച്ചിരിക്കുന്നതിൽ നമ്മുടെ ഏറ്റവും അടുത്ത ബന്ധുക്കൾ ചിമ്പാൻസികളാണെന്നു പ്രഖ്യാപിച്ച് മനുഷ്യരാശിയെ ഞെട്ടിക്കുകയും ചെയ്തതിനുശേഷം ഉണ്ടായിട്ടുള്ള ഓരോ കണ്ടുപിടിത്തവും

Smithsonian National Museum of Natural History / Wikimedia Commons

ഹോമോ ഹെയ്ഡൽബെർഗെൻസിസ് (ആഫ്രിക്കയുടെയും ഏഷ്യയുടെയും യൂറോപ്പിന്റെയും ചില ഭാഗങ്ങളിൽ ഏകദേശം 7,00,000 വർഷങ്ങൾക്കും 2,00,000 വർഷങ്ങൾക്കും ഇടയിൽ ജീവിച്ചിരുന്നു)

Smithsonian National Museum of Natural History / Wikimedia Commons

ഹോമോ നിയാണ്ടർതലൻസിസ് (യൂറോപ്പിന്റെയും ഏഷ്യയുടെ തെക്കുപടിഞ്ഞാറൻ ഭാഗങ്ങളിലും മദ്ധ്യഭാഗത്തും ഏകദേശം 4,00,000 വർഷങ്ങൾക്കും 40,000 വർഷങ്ങൾക്കും ഇടയിൽ ജീവിച്ചിരുന്നു)

നാം സ്വയം കല്പിച്ചുനല്കിയിരുന്ന പ്രത്യേകപദവികളെ തവിടുപൊടിയാക്കിയിട്ടേയുള്ളൂ. ആധുനിക മനുഷ്യർ അഥവാ ഹോമോ സാപിയൻസ്[2] എന്ന നാം രംഗപ്രവേശം ചെയ്തതോടെ അതുവരെ ഉണ്ടായിരുന്ന ഉപകരണങ്ങൾക്കും ആയുധങ്ങൾക്കും പെട്ടെന്ന് ഗണ്യമായ പുരോഗതിയുണ്ടായി എന്നും കലാപാടവവും അമൂർത്തചിന്തകളും പൂത്തുലഞ്ഞു എന്നുമൊക്കെയാണ് നമ്മുടെ ധാരണ. അതെല്ലാം വെറും പൊങ്ങച്ചമാണെന്നും നാം നിർമ്മിച്ച ഉപകരണങ്ങളും പരിണാമവഴിയിൽ നമ്മുടെ ഏറ്റവും അടുത്തുനിൽക്കുന്ന ബന്ധുക്കൾ–ഹോമോ ഇറക്റ്റസ്, ഹോമോ നിയാണ്ടർതാലൻസിസ്, ഡെനിസോവൻസ്–നിർമ്മിച്ചിരുന്നവയും തമ്മിൽ പലപ്പോഴും തിരിച്ചറിയാൻ തന്നെ വിഷമമാണെന്നും പരിണാമചരിത്രത്തിൽ അങ്ങനെയൊരു നിർണായകമുഹൂർത്തമൊന്നും ഉണ്ടായിട്ടില്ലെന്നും ഇന്നു നമുക്കറിയാം. ഹോമോ വർഗ്ഗത്തിലെ വംശനാശം സംഭവിച്ച ആ അംഗങ്ങൾക്കെല്ലാംതന്നെ (ഹോമോ കുടുംബത്തിൽ ഇന്ന് അവശേഷിക്കുന്ന ഒരേയൊരു അംഗം ഹോമോ സാപിയൻസ് ആണ്) നമ്മുടെ തലച്ചോറിന്റെ അതേ വലിപ്പത്തിലുള്ള തലച്ചോറുകൾതന്നെയായിരുന്നു ഉണ്ടായിരുന്നത്.

ഹോമോ സാപിയൻസുമായി ഇണചേരുവാനും പ്രത്യുത്പാദനശേഷിയുള്ളവരായി വളർന്നേക്കാവുന്ന സന്തതികൾക്ക് ജന്മം നൽകുവാനും പോലും സാധിക്കുംവിധം ജനിതകപരമായി അടുപ്പമുള്ളവരായിരുന്നു അവരെന്ന് കഴിഞ്ഞ ദശാബ്ദത്തിൽ നമുക്ക് മനസ്സിലായിട്ടുണ്ട്. ആഫ്രിക്കക്കാരൊഴികെ ഇന്നുള്ള എല്ലാ ഹോമോ സാപിയൻസും അവരുടെ ഡിഎൻഎയിൽ രണ്ടുശതമാനം നിയാണ്ടർതാൽ ജീനുകൾ കൊണ്ടുനടക്കുന്നവരാണ് എന്നതാണ് മേല്പറഞ്ഞതിന്റെ തെളിവ്. നമ്മളിൽ ചിലർ–മെലനേഷ്യക്കാർ, പാപ്പുവക്കാർ, ആസ്ട്രേലിയയിലെ ആദിമവർഗ്ഗക്കാർ തുടങ്ങിയവർ–3 മുതൽ 6 ശതമാനം വരെ ഡെനിസോവൻ ഡിഎൻഎയും ഉള്ളവരാണ്. തലമുറകളിലൂടെയുള്ള ഈ ജനിതകകൈമാറ്റം കാരണമായി അവരെ നമ്മുടെ പൂർവികർ എന്നു വിളിക്കുന്നതിൽ തെറ്റൊന്നുമില്ലെങ്കിലും ഹോമോ സാപിയൻസുമായി ചില കളിതമാശകളിലേർപ്പെട്ട പരിണാമഗതിയിലെ ഏതാനും ബന്ധുക്കൾ എന്ന രീതിയിൽ കാണുന്നതാവും കുറച്ചുകൂടി ഉചിതം. ജീവശാസ്ത്രപരമായി നോക്കിയാൽ പടിപടിയായി സംഭവിച്ച പരിണാമനൈരന്തര്യത്തിന്റെ ഒരു ഘടകം മാത്രമാണ് നാം; ചിമ്പാൻസികളും 96 ശതമാനം ഡിഎൻഎ ഹോമോ സാപിയൻസുമായി പങ്കുവെക്കുന്നവരാണ്. ഹോമോ സാപിയൻസിന്റെ ആവിർഭാവവും നാടകീയമായ ഒരൊറ്റ അദ്ധ്യായമല്ല. ഒന്നിലധികം തുടക്കങ്ങളും, ഹോമോ കുടുംബത്തിലെ കുറ്റിയറ്റുപോയ മറ്റു പല അംഗങ്ങളുമായി നടന്ന

2 ഈ പുസ്തകത്തിൽ ആധുനിക മനുഷ്യർ എന്ന വാക്കും ഹോമോ സാപിയൻസ് എന്ന വാക്കും ഒരേ അർത്ഥത്തിലാണ് ഉപയോഗിച്ചിരിക്കുന്നത്. എന്നാൽ മനുഷ്യർ എന്ന വാക്ക് ഹോമോ ജീവജാതിയിലെ ഏതൊരു അംഗത്തെയും സൂചിപ്പിക്കുന്നതാണ് –ഹോമോ ഹാബിലിസ്, ഹോമോ ഇറക്ടസ്, ഹോമോ നിയാണ്ടർതലൻസിസ് എല്ലാം. പ്രാചീനമനുഷ്യർ എന്നതുകൊണ്ട് അർത്ഥമാക്കുന്നത് ഹോമോ വർഗ്ഗത്തിൽ വംശനാശം സംഭവിച്ച അംഗങ്ങളാണ്–ഉദാ: ഹോമോ ഹാബിലിസ്, ഹോമോ ഇറക്റ്റസ്, ഹോമോ നിയാണ്ടർതലൻസിസ്. എങ്കിലും ഹോളോസീൻ കാലഘട്ടത്തിൽ 'മനുഷ്യർ' എന്നാൽ ആധുനികമനുഷ്യർ മാത്രമാണ് കാരണം അക്കാലമായപ്പോഴേക്കും പ്രാചീനമനുഷ്യർക്ക് വംശനാശം സംഭവിച്ചുകഴിഞ്ഞു എന്നാണ് വിശ്വസിക്കപ്പെടുന്നത്.

കൂടിച്ചേരലുകളും ഒക്കെയുള്ള വേഗതകുറഞ്ഞ ഒരു പ്രക്രിയയായിരുന്നു അത്. അംഗീകരിക്കാൻ കഴിഞ്ഞാൽത്തന്നെ സൗകര്യപൂർവം മറന്നുകളയാവുന്ന ഒരു സത്യം മാത്രമാണതെന്നു ചിന്താശക്തി കുറഞ്ഞവർക്ക് തോന്നിയേക്കാം. ബാക്കിയുള്ളവർക്കാകട്ടെ ചുറ്റുമുള്ള ജീവിതത്തെ അറിഞ്ഞാസ്വദിക്കുവാനും എല്ലാ ജീവനെയും ഇഴയടുപ്പത്തോടെ കൂട്ടിയോജിപ്പിക്കുന്ന ഏകത്വത്തെ ആശ്ചര്യത്തോടെ നോക്കിക്കാണുവാനും പുതിയൊരു കാരണംകൂടിയാവുന്നു അത്.

പ്രപഞ്ചഘടനാവിജ്ഞാനീയത്തിനും (cosmology) ജീവശാസ്ത്രത്തിനും ബാധകമായതൊക്കെ നമ്മുടെ ചരിത്രത്തിനും ബാധകമാണ്. ഹോമോ സാപിയൻസിന്റെ ഹ്രസ്വമായ ചരിത്രത്തിൽ ഉടനീളം (ഭൂമിയിൽ ജീവൻ ആവിർഭവിച്ചിട്ട് 3.8 ശതകോടി വർഷങ്ങളായതിൽ വെറും 300,000 വർഷങ്ങൾ മാത്രം) ഓരോ ഗോത്രവും സമൂഹവും രാജ്യവും സാമ്രാജ്യവും രാഷ്ട്രവും മറ്റുള്ളവരെക്കാൾ മേലെയാണ് എന്ന് സ്വയം കരുതിപ്പോന്നിട്ടുണ്ട്. ചിലർ ഏതോ പ്രത്യേക ദൈവത്തിന്റെ മക്കളാണെന്നും മറ്റുചിലർ ദൈവത്താൽ തെരഞ്ഞെടുക്കപ്പെട്ടവരാണെന്നും ഇനിയും ചിലർ മറ്റുള്ളവരെയെല്ലാം അടക്കിഭരിക്കുവാൻ ദൈവത്താൽ ആജ്ഞാപിക്കപ്പെട്ടവരാണെന്നും സ്വയം വിശേഷിപ്പിച്ചു. തങ്ങൾ പാർക്കുന്ന ഭൂപ്രദേശമാണ് സകലതിന്റെയും മദ്ധ്യബിന്ദു എന്നും മനുഷ്യർ കരുതിയിരുന്നു–നോർസ് പുരാണത്തിൽ പരാമർശിക്കുന്ന 'മിഡ് ഗാർഡ്' (ഉൾക്കെട്ട്, Middle Enclosure), ചൈനയിലെ മദ്ധ്യരാജ്യം (Middle Kingdom) ഇവ ഉദാഹരണങ്ങൾ. ഇത്തരം ആശയങ്ങൾക്കുമേൽ കെട്ടിയുയർത്തിയ പതിനെട്ടാം നൂറ്റാണ്ടിലെയും പത്തൊൻപതാം നൂറ്റാണ്ടിലെയും ദേശീയതാബോധങ്ങൾ മറ്റു രാഷ്ട്രങ്ങളേക്കാൾ തങ്ങൾ മുന്തിയവരാണെന്നും 'അനാദികാലം' മുതൽ നിലനിന്നുപോന്നവരാണെന്നും പുതിയതായി രൂപംകൊണ്ട 'രാഷ്ട്ര'ങ്ങളിലെ പൗരന്മാരെ വിശ്വസിപ്പിച്ചു. സത്യത്തിൽ, നമ്മുടെ ചരിത്രം മനസ്സിലാക്കുവാൻ ശ്രമിക്കുമ്പോഴൊക്കെത്തന്നെ കേൾക്കേണ്ടിവരുന്ന ഒന്നാണ് 'അനാദികാലം മുതൽ' എന്ന പ്രയോഗം.

തീർച്ചയായും ഈ വിശ്വാസങ്ങളിൽ ഒന്നുപോലും സത്യമല്ല. ഒരു മനുഷ്യസമൂഹവും മറ്റൊന്നിനേക്കാൾ ഒന്നുകൊണ്ടും പ്രത്യേകതയുള്ളതല്ല. ആരും ദൈവപുത്രരോ, ദൈവത്താൽ തെരഞ്ഞെടുക്കപ്പെട്ടവരോ അല്ല–അഥവാ എല്ലാവരും അങ്ങനെയാണ്. നമ്മളാരും വസിക്കുന്നത് ഭൂമിയുടെ മദ്ധ്യബിന്ദുവിലോ അരികുകളിലോ അല്ല, ഭൂഗോളത്തിന്റെ ഉപരിതലത്തിലാണ്. ഇന്ന് നാം കാണുന്ന രാഷ്ട്രങ്ങളൊന്നും ഏതാനും നൂറ്റാണ്ടുകളിലധികം പഴക്കമുള്ളവയല്ല; നാമെല്ലാവരും–ജനിതകപരമായും സാംസ്കാരികമായും ചരിത്രപരമായും–നാം സങ്കല്പിക്കുന്നതിനേക്കാൾ അടുത്ത ബന്ധമുള്ളവരാണുതാനും. ഈ 'അനാദികാലം' തന്നെ കൂടുതൽ മെച്ചപ്പെട്ട രീതിയിൽ കണ്ടെത്തുകയും കാലം കണക്കാക്കുകയും പരിശോധിക്കുകയും മനസ്സിലാക്കുകയും ചെയ്യാനാവുമത്രേ. അങ്ങനെ ചെയ്യുമ്പോൾ നമ്മുടെ സമൂഹത്തെക്കുറിച്ചും സംസ്കാരത്തെക്കുറിച്ചുമെല്ലാം കൂടുതൽ നന്നായി അറിയുവാനും എന്തെല്ലാമാണ് അവയെ ഇപ്പോൾകാണുന്ന രൂപത്തിലേക്ക് കൊണ്ടെത്തിച്ചത് എന്നു മനസ്സിലാക്കുവാനും നമുക്ക് സാധിക്കുന്നു.

ഇത് ചിലരെ വിഷമിപ്പിച്ചേക്കുമോ? സംശയമുണ്ടോ നിങ്ങൾക്ക്! കുട്ടിക്കാലത്ത് നിങ്ങളെ വിസ്മയിപ്പിച്ച മായാജാലക്കാരന്റെ രഹസ്യങ്ങൾ ആരെങ്കിലും പറഞ്ഞുതരുംപോലെയാണത്. മാന്ത്രികന്റെ രഹസ്യങ്ങൾ മനസ്സിലാക്കുന്നതോടെ ഒന്നുകിൽ നിങ്ങൾക്ക് സ്വന്തം നിഷ്കളങ്കതയും മായാജാലത്തിന്റെ വശ്യതയും നഷ്ടപ്പെട്ടതിൽ വിലപിക്കാം, അല്ലെങ്കിൽ പുതിയതായി നേടിയ അറിവിലും അത് പലകാര്യങ്ങളിലും കൊണ്ടുവരുന്ന വ്യക്തതയിലും തുറന്നുതരുന്ന സാദ്ധ്യതകളിലും ആനന്ദിക്കാം. പ്രിയപ്പെട്ട വായനക്കാരാ, നിങ്ങൾ രണ്ടാമത്തെ തരത്തിൽപ്പെട്ട വ്യക്തിയാണെന്നാണ് ഈ പുസ്തകം അനുമാനിക്കുന്നത്.

ഇനിവരുന്ന അദ്ധ്യായങ്ങളിൽ നാം ഉത്തരം കണ്ടെത്താൻ ശ്രമിക്കുന്ന ചോദ്യങ്ങളിൽ ചിലത് ഇവയാണ്—ആധുനിക മനുഷ്യർ അഥവാ ഹോമോ സാപിയൻസ് ആദ്യം ഇന്ത്യയിൽ എത്തിയത് എങ്ങനെയാണ്? അവർ നമുക്കായി എന്തൊക്കെ തെളിവുകളാണ് വിട്ടുപോയത്? ഇന്ന് ആരൊക്കെയാണ് അവരുടെ പിൻഗാമികൾ? നമ്മുടെ ഈ ഭൂവിഭാഗത്തിലേക്ക് അവർക്കു ശേഷം മറ്റാരൊക്കെയാണ് കുടിയേറ്റക്കാരായി വന്നുചേർന്നത്? എന്നാണ് എങ്ങനെയാണ് നമ്മൾ കൃഷിയും അക്കാലത്തെ ഏറ്റവും വിപുലമായ സംസ്കാരത്തിന്റെ നിർമ്മാണവും ആരംഭിച്ചത്? എപ്പോഴാണ് എവിടെയാണ് ആ സംസ്കാരത്തിന്റെ അധഃപതനം ആരംഭിച്ചത്? പിന്നീട് എന്താണ് സംഭവിച്ചത്?

ഈ പുസ്തകം ചരിത്രാതീതകാലത്തെക്കുറിച്ചാണ്; ചരിത്രാതീതകാലം ചരിത്രത്തിനു മുൻപുള്ള കാലമാണ്. എഴുത്ത് തുടങ്ങുമ്പോഴാണ് ചരിത്രവും തുടങ്ങുന്നത്. അതിൽ സ്ഥലങ്ങളും വ്യക്തികളും സ്വന്തം പേരുകളിലും ചിലപ്പോഴൊക്കെ പരിചിതമായ കഥകളിലും നമുക്കുമുന്നിൽ ജീവസ്സോടെ തെളിയുന്നു. ചരിത്രാതീതകാലത്താകട്ടെ എഴുതപ്പെട്ട രേഖകളൊന്നുമില്ല; അതുകൊണ്ടുതന്നെ നമുക്ക് വ്യക്തിനാമങ്ങളോ സ്ഥലനാമങ്ങളോ വ്യക്തികളുടെ കഥകളോ വ്യക്തമായി അറിയുവാൻ സാധിക്കുന്നില്ല. എന്നാൽ മറ്റുതരത്തിലുള്ള തെളിവുകൾ ഉപയോഗിച്ച് അന്ന് എങ്ങനെയുള്ള ജീവിതരീതികളാണുണ്ടായിരുന്നത് എന്ന് ഒരളവുവരെ കണ്ടെത്താൻ സാധിക്കും. ചരിത്രാതീതകാലത്തിന്റെ തെളിവുകൾ ലഭിക്കുന്നത് ഫോസിലുകളിൽനിന്നും പ്രാചീന മനുഷ്യാവാസകേന്ദ്രങ്ങളിൽ നടത്തുന്ന ഉത്ഖനനത്തിൽനിന്നും പൗരാണികകാലത്തെ മനുഷ്യർ നിർമ്മിച്ച പണിയായുധങ്ങൾപോലുള്ള വസ്തുക്കളിൽനിന്നും അതിലെല്ലാമുപരി വർത്തമാനകാലത്തെയും പ്രാചീനകാലത്തെയും വ്യക്തികളുടെ ഡിഎൻഎ പരിശോധനയിൽനിന്നുമൊക്കെയാണ്.

എവിടെയാണ് ഇന്ത്യയുടെ പ്രാഗ്ചരിത്രം (prehistory) അവസാനിക്കുകയും ചരിത്രം ആരംഭിക്കുകയും ചെയ്യുന്നത്? ഇതൊരു കുഴപ്പംപിടിച്ച ചോദ്യമാണ്, കാരണം 2600 BCE ക്കും 1900 BCEക്കും ഇടയിലുള്ള കാലഘട്ടത്തിൽ വികാസംപ്രാപിച്ച ഹാരപ്പൻ സംസ്കാരത്തിൽനിന്നുള്ള മുദ്രകളും ഫലകങ്ങളും നമുക്ക് രേഖകളായുണ്ട്; അതിനാൽ അവിടെയാണ് നമ്മുടെ പ്രാഗ്ചരിത്രം അവസാനിക്കുന്നതെന്നും ചരിത്രം ആരംഭിക്കുന്നതെന്നും പറയാം. പക്ഷേ ഹാരപ്പൻ ലിപി ഇതുവരെ വായിച്ചെടുക്കാൻ കഴിഞ്ഞിട്ടില്ലാത്തതിനാൽ ആ രേഖകളിൽ എന്താണ് എഴുതിയിരിക്കുന്നത് എന്നതിനെക്കുറിച്ച് നമുക്ക്

ഒന്നുമേ അറിയില്ല. അതുകൊണ്ട് ആ കാലഘട്ടം ചരിത്രത്തിനു പുറത്തും പ്രാഗ്ചരിത്രത്തിന് അകത്തുമാണ്. എങ്കിലും അതേ കാലത്ത് നിലനിന്നിരുന്ന പശ്ചിമേഷ്യയിലെ മെസൊപ്പൊട്ടേമിയൻ സംസ്കാരത്തിൽ നിന്നുലഭിച്ച സമകാലീനരേഖകളിൽ ഹാരപ്പൻ സംസ്കാരത്തെക്കുറിച്ച് പരാമർശങ്ങളുള്ളതിനാൽ വീണ്ടും അത് ചരിത്രത്തിന്റെ സീമക്കകത്തേക്ക് മാറുന്നു.

ഈ അവ്യക്തതയാണ് ചില ചരിത്രകാരന്മാരെ പ്രാഗ്ചരിത്രത്തിനും ചരിത്രത്തിനും ഇടക്കുള്ള കാലഘട്ടത്തെ 'ആദിമചരിത്രം' അഥവാ 'പ്രോട്ടോ-ഹിസ്റ്ററി' എന്നു വിശേഷിപ്പിക്കുവാൻ പ്രേരിപ്പിച്ചത്. ഈ പുസ്തകത്തിൽ നമുക്ക് ഹാരപ്പൻ സംസ്കാരത്തിന്റെ വാലറ്റത്തുനിന്നു തുടങ്ങി ഏതാനും നൂറ്റാണ്ടുകൾകൂടി പരിശോധിക്കാം–ബാക്കി ഒരുപക്ഷേ മറ്റൊരു പുസ്തകത്തിനായി തത്കാലം മാറ്റിവെക്കാം.

എന്തുകൊണ്ട് ഈ പുസ്തകം ഇപ്പോൾ?

ഈ പുസ്തകം മുൻപ് എഴുതപ്പെടാതെ പോയതിനും ഇപ്പോൾ മാത്രം എഴുതപ്പെട്ടതിനും ഒരു കാരണമുണ്ട്. കഴിഞ്ഞ അഞ്ചുകൊല്ലത്തോളമായി ആഴത്തിലുള്ള ചരിത്രത്തെക്കുറിച്ചുള്ള നമ്മുടെ അറിവിന് നാടകീയമായ ചില മാറ്റങ്ങൾ വന്നിട്ടുണ്ട് എന്നതാണ് അത്. ആയിരമോ പതിനായിരമോ വർഷങ്ങൾക്കപ്പുറം ജീവിച്ചിരുന്ന വ്യക്തികളിൽനിന്ന് വേർതിരിച്ചെടുത്ത ഡിഎൻഎ പരിശോധിച്ചതിന്റെ അടിസ്ഥാനത്തിൽ നമ്മുടെ ചരിത്രാതീതകാലത്തിന്റെ വൻ ഖണ്ഡങ്ങൾ നാം ഇത് ചർച്ചചെയ്തുകൊണ്ടിരിക്കെത്തന്നെ തിരുത്തിയെഴുതപ്പെട്ടുകൊണ്ടിരിക്കുന്നുണ്ട്. നമ്മൾ തൊണ്ടതൊടാതെ വിഴുങ്ങിയിരുന്ന പല 'സത്യ'ങ്ങളും ഇന്ന് തെറ്റാണെന്ന് തെളിഞ്ഞുകഴിഞ്ഞു; ചരിത്രകാരന്മാരെയും പുരാവസ്തുഗവേഷകരെയും നരവംശശാസ്ത്രജ്ഞരെയും തമ്മിലടിപ്പിച്ചുകൊണ്ട് മേലും കീഴുമില്ലാതെ തൂങ്ങിയാടിയിരുന്ന പല സമസ്യകൾക്കും ഇന്ന് പുതിയ, വിശ്വാസയോഗ്യമായ ഉത്തരങ്ങൾ കിട്ടിക്കഴിഞ്ഞു–പ്രാചീന ഫോസിലുകളിൽനിന്ന് ഡിഎൻഎ വിജയകരമായി വേർതിരിച്ചെടുത്ത് അവ വീണ്ടും സീക്വെൻസിങ് വഴി ചേരുംപടി ചേർത്തുവെച്ച് മനുഷ്യരെ കൂട്ടിയിണക്കുന്നതെന്താണ് അല്ലെങ്കിൽ വെവ്വേറെയാക്കുന്നതെന്താണ് എന്നു കണ്ടെത്തുന്ന ജനിതകശാസ്ത്രജ്ഞരോടാണ് ഇതിനുള്ള നന്ദി പറയേണ്ടത്. ഇന്നു കാണുന്ന രീതിയിൽ സാങ്കേതികവിദ്യ വികസിച്ചിട്ടില്ലായിരുന്നെങ്കിൽ ശാസ്ത്രജ്ഞർക്ക് പലതും കണ്ടെത്താനാവില്ലായിരുന്നു. അവരുടെ കണ്ടുപിടിത്തങ്ങൾ ഇല്ലായിരുന്നെങ്കിൽ നമ്മുടെ പ്രാഗ്ചരിത്രം പഴയപോലെ അവ്യക്തമായും തർക്കവിഷയമായും തുടർന്നേനെ–ഈ പുസ്തകം എഴുതപ്പെടാതെയും.

കാര്യങ്ങൾ മുന്നോട്ടുപോകുന്ന വേഗതയുടെ തോത് മനസ്സിലാക്കണമെങ്കിൽ ഇങ്ങനെ ചെയ്തുനോക്കൂ: ആറുവർഷം മുൻപ് ഈ പുസ്തകം എഴുതുവാൻ തുടങ്ങിയകാലത്ത് ഹാരപ്പൻ സംസ്കാരത്തിൽ ജീവിച്ചിരുന്ന മനുഷ്യർ ആരാണെന്നും അവരുടെ പിൻഗാമികൾ എവിടെപ്പോയിമറഞ്ഞു എന്നും നമുക്ക് അറിയില്ലായിരുന്നു; ഇന്ന് അതറിയാം. 65,000 വർഷം മുൻപ് ആഫ്രിക്കയിൽനിന്ന് പുറത്തേക്കുകടന്ന ആദിമ കുടിയേറ്റക്കാരോട് (Out of Africa migrants) നമ്മുടെ വംശപൈതൃകം എത്രത്തോളം കടപ്പെട്ടിരിക്കുന്നു എന്നതും ആറുവർഷം മുൻപ് അറിയില്ലായിരുന്നു; ഇന്ന് അതും അറിയാം. ജാതിവ്യവസ്ഥ ആരംഭിച്ചതെന്നാണ് എന്ന് ആറുവർഷം മുൻപ് അറിയില്ലായിരുന്നെങ്കിലും സാമാന്യം നല്ല ജനിതക കൃത്യതയോടെ ഇന്നു നമുക്ക് ആ കാലഘട്ടത്തിലേക്ക് വിരൽചൂണ്ടാം. ഇന്ത്യയെ സംബന്ധിച്ചു മാത്രമല്ല, പ്രാഗ്ചരിത്രത്തെക്കുറിച്ച് ഒട്ടാകെയുമുള്ള അറിവുകൾ മെച്ചപ്പെട്ടുവരുന്നതിന്റെ ഏതാനും ഉദാഹരണങ്ങൾ മാത്രമാണിവ.

ലോകത്തിന്റെ മറ്റു ഭാഗങ്ങളിലും പ്രാചീന ഡിഎൻഎ മൂലം പ്രാഗ്ചരിത്രത്തെക്കുറിച്ചുള്ള മനുഷ്യന്റെ അറിവുകളിൽ മാറ്റം വന്നിട്ടുണ്ട്. അങ്ങനെ മാറ്റം വന്നവയുടെ ഒരു ചെറിയ പട്ടിക ഇതാ: കഴിഞ്ഞ 10,000 വർഷങ്ങൾക്കുള്ളിൽ യൂറോപ്യൻ ജനതയുടെ വലിയപങ്കും ഒരുപ്രാവശ്യമല്ല, രണ്ടുപ്രാവശ്യം പുനഃസ്ഥാപിക്കപ്പെട്ടിട്ടുണ്ട്. ആദ്യം 9000 വർഷം മുൻപ് പശ്ചിമേഷ്യയിൽ നിന്നുള്ള കർഷകരുടെ കൂട്ടമായുള്ള ഒരു കുടിയേറ്റം യൂറോപ്പിൽ ഉണ്ടായിരുന്ന വേട്ടക്കാരും ഭക്ഷ്യസമ്പാദകരുമായ ജനതയുമായി കൂടിക്കലരുകയോ അവരെ പുറന്തള്ളുകയോ ചെയ്തു. പിന്നീട് 5000 വർഷം മുൻപ് യൂറേഷ്യൻ സ്റ്റെപ്പിൽ നിന്ന് കൂട്ടത്തോടെ കുടിയേറിയവർ അന്നവിടെയുണ്ടായിരുന്ന യൂറോപ്യൻ കർഷകരുമായി കൂടിക്കലരുകയോ അവരെ പുറന്തള്ളുകയോ ചെയ്തു. യൂറോപ്യരുടെ വരവിനു മുൻപ് അമേരിക്കയിലുണ്ടായിരുന്ന തദ്ദേശീയരാകട്ടെ തങ്ങളുടെ വംശപൈതൃകം കടംവാങ്ങിയത് ഏഷ്യയിൽനിന്നുള്ള മൂന്നു കുടിയേറ്റങ്ങളിൽനിന്നാണ്, അല്ലാതെ ഒരൊറ്റ കുടിയേറ്റത്തിൽനിന്നല്ല എന്ന് നമുക്കിന്ന് അറിയാം. ചൈനയിലെ കാർഷികകേന്ദ്രങ്ങളിൽ ജീവിച്ചിരുന്നവരുടെ രണ്ടോ അതിലധികമോ വ്യാപനങ്ങളെത്തുടർന്ന് എത്തിച്ചേർന്നവരിൽനിന്നുള്ളതാണ് പൂർവേഷ്യയിലുള്ളവരുടെ വംശപൈതൃകമെന്ന് നമുക്കറിയാം. ആധുനികമനുഷ്യർ നിയാണ്ടർതാലുകളുമായി ഇണചേർന്ന് സന്തതികളെ സൃഷ്ടിച്ചിരുന്നു എന്ന് 2010ൽ നാം മനസ്സിലാക്കി; നമ്മുടെ പൂർവികർ ഡെനിസോവനുകളുമായും (പ്രാചീന ഡിഎൻഎ ക്രമീകരണം അഥവാ സീക്വെൻസിങ് കൊണ്ടു മാത്രം തിരിച്ചറിയാൻ സാധിച്ച ഹോമോ കുടുംബത്തിലെ ഒരു അംഗം) ഇണചേർന്ന് പ്രത്യുത്പാദനം നടത്തിയിരുന്നു എന്ന് 2014ലും മനസ്സിലാക്കി.

ആറുവർഷം മുൻപ് ഈ യാത്രക്കായി കച്ചകെട്ടിയപ്പോൾ ഞാൻ പ്രവേശിക്കാൻ ഭാവിക്കുന്ന പ്രാഗ്ചരിത്രം എന്ന ഭൂമിക പുത്തൻ അറിവുകളുടെ ഒരു വിസ്ഫോടനത്തിന് ഒരുങ്ങുകയാണെന്ന് ഞാൻ അറിഞ്ഞിരുന്നില്ല. അത് ഓർക്കാപ്പുറത്ത് സംഭവിച്ചതാണ്. തുടക്കത്തിൽ എന്നെ ആകർഷിച്ചിരുന്നത് ഹാരപ്പൻ സംസ്കാരവും അന്നുവരേക്കും ഉത്തരം കിട്ടാത്ത ചില ചോദ്യങ്ങളുമാണ്; അക്കാലത്തെ ഏറ്റവും ബൃഹത്തായ ഒരു സംസ്കാരം നിർമ്മിച്ച ആ മനുഷ്യർ ആരായിരുന്നു? അവർ എവിടെപ്പോയിമറഞ്ഞു? ഗുജറാത്തിലെ ധോളാവീരയും ലോതാലും ഹരിയാനയിലെ രാഖിഗഢിയും ഞാൻ സന്ദർശിച്ചു; ആ സന്ദർശനങ്ങൾ എന്നെ നയിച്ചത് ഇന്ത്യക്കകത്തും പുറത്തുമുള്ള പ്രശസ്തരായ ചരിത്രകാരന്മാരുമായും പുരാവസ്തുഗവേഷകരുമായും ലിപിശാസ്ത്രജ്ഞരുമായും (epigraphists) ഭാഷാപണ്ഡിതരുമായും

ജനിതകശാസ്ത്രജ്ഞരുമായുമുള്ള നിരവധി അഭിമുഖങ്ങളിലേക്കും ഇമെയിൽ ചർച്ചകളിലേക്കുമാണ്—ന്യൂ ഡൽഹിയിൽ റൊമീല ഥാപ്പറും ബി.ബി.ലാലും; ന്യൂ യോർക്കിൽ ഷെൽഡൺ പോളക്ക്; ഹാർവാർഡിൽ മൈക്കിൾ വിറ്റ്സെൽ, ഡേവിഡ് റൈക്ക്, വാഗീഷ് നരസിംഹൻ; ചെന്നൈയിൽ ഐരാവതം മഹാദേവൻ; യുകെയിലെ ഹാഡർസ്ഫീൽഡിൽ മാർട്ടിൻ ബി. റിച്ചാർഡ്സ്; സ്റ്റാൻഫോർഡിൽ പീറ്റർ അണ്ടർഹിൽ; പൂനെയിൽ എം.കെ. ധവാലികർ, വി.എൻ. മിശ്ര, വസന്ത് ഷിൻഡെ, കെ. പദയ്യ; മുംബൈയിൽ ഷെറീൻ രത്നഗർ; ധാർവാഡിൽ രവി കോറിസെറ്റർ; കൊൽക്കൊത്തയിൽ പാർത്ഥ മജുൻദാർ; ഹൈദരാബാദിൽ കെ. തങ്കരാജ്; വാരണാസിയിൽ ലാൽജി സിംഗ്; ലക്നൗവിൽ നീരജ് റായ്; ജർമനിയിലെ ജെനയിൽ മൈക്കിൾ പെട്രാഗ്ലിയ... പട്ടിക വളരെ നീണ്ടതാണ്.

ഇവരെല്ലാവരും ഒരേ അഭിപ്രായക്കാരായിരുന്നില്ല; ഓരോ സംവാദവും എന്റെ ചില ചോദ്യങ്ങൾക്ക് ഉത്തരം നൽകിയിരുന്നെങ്കിലും അവ വീണ്ടും പല ചോദ്യങ്ങളും ഉയർത്തിക്കൊണ്ടേയിരുന്നു—ഹാരപ്പൻ സംസ്കാരത്തെക്കുറിച്ചു മാത്രമല്ല, അതിനുമുമ്പുള്ള കാലഘട്ടത്തെക്കുറിച്ചും. ഹാരപ്പയിലെ മനുഷ്യർ ആരായിരുന്നു എന്ന എന്റെ ചോദ്യം ഞാൻ അറിയാതെതന്നെ നാം ഇന്ത്യക്കാരായതെങ്ങനെ എന്നായി രൂപാന്തരപ്പെട്ടിരുന്നു.

ഏറ്റവും പ്രധാനപ്പെട്ട വെളിപ്പെടുത്തലുകൾ സംഭവിക്കുന്നത് ജനതാ ജനിതകശാസ്ത്രത്തിൽനിന്നാണ് (population genetics) എന്ന് ഈ പാതയിലെവിടെയോവെച്ച് വ്യക്തമായിരുന്നു. ഇത് എന്നെ തെക്കൻ ഏഷ്യയിലെ ജനവിന്യാസത്തെക്കുറിച്ചുള്ള പോപ്പുലേഷൻ ജനറ്റിക്സ് ലേഖനങ്ങൾ തിരയുന്നതിലേക്കും—അവ ഡസൻ കണക്കിനു ലഭ്യമായിരുന്നു—പലപ്പോഴും അതെഴുതിയവരുമായുള്ള കണ്ടുമുട്ടലുകളിലേക്കും സംഭാഷണങ്ങളിലേക്കും കൊണ്ടെത്തിച്ചു. ഹൈദരാബാദിലെ സെന്റർ ഫോർ സെല്ലുലാർ ആൻഡ് മോളിക്യൂലാർ ബയോളജിയിലെ (CCMB) കെ. തങ്കരാജിനെയും CCMBയുടെ മുൻ മേധാവിയും പിന്നീട് വാരാണസിയിലെ ബനാറസ് ഹിന്ദു സർവകലാശാലയുടെ വൈസ് ചാൻസലറുമായിരുന്ന ലാൽജി സിംഗിനേയും ഞാൻ കണ്ടുമുട്ടി. അത് 2015ലായിരുന്നു; ഞാൻ നടത്തിയ ഗവേഷണങ്ങളുടെയും സംവാദങ്ങളുടെയും അടിസ്ഥാനത്തിൽ ഹാരപ്പൻ സംസ്കാരത്തെയും 'ആര്യൻ കുടിയേറ്റ'ത്തെയും[3] പറ്റിയുള്ള എന്റെ ആദ്യത്തെ ലേഖനം പ്രസിദ്ധീകരിക്കാനുള്ള തയ്യാറെടുപ്പിലായിരുന്നു ഞാൻ. പക്ഷേ ഒരു പ്രശ്നം. 2009ൽ സിംഗും

---

3 'ആര്യൻ കുടിയേറ്റം' എന്നതുകൊണ്ട് സംസ്കൃതത്തിന്റെ ഒരു ആദിമരൂപം ഉൾപ്പടെയുള്ള ഇൻഡോ യൂറോപ്യൻ ഭാഷകൾ ഇന്ത്യയിലേക്കു കൊണ്ടുവന്നത് ഏകദേശം 2000BCEക്കു ശേഷം യൂറേഷ്യൻ സ്റ്റെപ്പുകളിൽ (Steppe) നിന്നുള്ളവരും സ്വയം ആര്യന്മാർ എന്ന് വിശേഷിപ്പിച്ചിരുന്നവരും ആയ കുടിയേറ്റക്കാരാണ് എന്ന സിദ്ധാന്തത്തെയാണ് പരാമർശിക്കുന്നത്. ഒരേ ഭാഷാഗണം സംസാരിക്കുന്ന ഒരുകൂട്ടം ആൾക്കാർ സ്വയം വിവരിക്കുവാൻ ഉപയോഗിച്ചിട്ടുള്ള വാക്കാണ് 'ആര്യന്മാർ' എന്നത്. ഈ പുസ്തകത്തിൽ 'ആര്യൻ കുടിയേറ്റം' എന്ന് ഉപയോഗിച്ചിട്ടുള്ളതെല്ലാം 'ആര്യന്മാർ എന്നു സ്വയം വിശേഷിപ്പിക്കുന്നവരും ഇൻഡോ യൂറോപ്യൻ ഭാഷ സംസാരിക്കുന്നവരുമായ ആൾക്കാരുടെ കുടിയേറ്റം' എന്നതിന്റെ സംക്ഷിപ്തരൂപമായിട്ടാണ്. എവിടെയൊക്കെ 'ആര്യൻ' എന്ന വാക്ക് ഉപയോഗിച്ചിട്ടുണ്ടോ അവിടെയെല്ലാം 'ആര്യന്മാർ എന്നു സ്വയം വിശേഷിപ്പിച്ചിരുന്നവർ' എന്നു വായിക്കുക.

തങ്കരാജും ലോകത്തിന്റെ മറ്റു ഭാഗങ്ങളിലുള്ള ചില ശാസ്ത്രജ്ഞരും ചേർന്നു പ്രസിദ്ധീകരിച്ച[4] പ്രബന്ധത്തിൽ എഴുതിയിരുന്നതും അവർ എന്നോടു നേരിട്ടു പറഞ്ഞതും തമ്മിൽ ചേരാതിരുന്നതുകൊണ്ട് എനിക്ക് എന്റെ ലേഖനം മുഴുവ നാക്കാനായില്ല. അതുകൊണ്ട് ലേഖനം തത്കാലം പ്രസിദ്ധപ്പെടുത്തേണ്ടെന്നും പോപ്പുലേഷൻ ജനറ്റിക്സിനെക്കുറിച്ച് കുറച്ചുകൂടി ആഴത്തിൽ മനസ്സിലാ ക്കിയശേഷം മാത്രം അതിനെക്കുറിച്ചെഴുതാമെന്നും ഞാൻ തീരുമാനിച്ചു. രണ്ടു വർഷത്തിനുശേഷം 2017ൽ യുകെയിലെ ഹഡർസ് ഫീൽഡ് സർവക ലാശാലയിലെ പ്രൊഫസർ മാർട്ടിൻ ബി. റിച്ചാർഡ്സും സംഘവും ചേർന്നു തയ്യാറാക്കിയ 'ഇന്ത്യൻ ഉപഭൂഖണ്ഡത്തിന്റെ ജനിതകകാലഗണന തികച്ചും ലിംഗപരമായ വിവേചനമുള്ള വ്യാപനങ്ങളിലേക്ക് വിരൽചൂണ്ടുന്നു' (A Genetic Chronology of the Indian Subcontinent Points to Heavily Sex-biased Dispersals) എന്ന പ്രബന്ധം ഞാൻ കാണുവാനിടയായി.[5] ഈ പ്രബന്ധം വീണ്ടും വീണ്ടും വായിക്കവേ കാര്യങ്ങൾ മെല്ലെ അതാതിന്റെ സ്ഥാനങ്ങളിൽ വീണുതുടങ്ങി. അവസാനം വിഷയം എനിക്കു വഴങ്ങിത്തുടങ്ങി; പരസ്പരബന്ധമില്ലായ്മ എവിടെയാണെന്ന് എനിക്ക് കൃത്യമായി ചൂണ്ടിക്കാണിക്കുവാൻ കഴിഞ്ഞു.

2015ൽ ഈ ശാസ്ത്രജ്ഞരെ കണ്ടപ്പോൾ അവർ ഒരു പുതിയ നിഗമനത്തെ ക്കുറിച്ച് എന്നോട് സംസാരിച്ചിരുന്നത് അവരുടെ 2009ലെ പ്രബന്ധത്തിൽ ഉണ്ടായിരുന്നില്ല എന്നതാണ് ചിന്താക്കുഴപ്പം സൃഷ്ടിച്ചിരുന്നത്. കഴിഞ്ഞ 40,000 വർഷങ്ങൾക്കുള്ളിൽ ഇന്ത്യയിലേക്ക് വലിയ തോതിലുള്ള കുടിയേറ്റ ങ്ങളൊന്നുംതന്നെ ഉണ്ടായിട്ടില്ല എന്നതായിരുന്നു ആ നിഗമനം. പരമ്പരാഗത ഉത്തരേന്ത്യൻ എന്നർത്ഥം വരുന്ന ആൻസെസ്ട്രൽ നോർത്ത് ഇന്ത്യൻ (ANI) പരമ്പരാഗത തെന്നിന്ത്യൻ എന്നർത്ഥം വരുന്ന ആൻസെസ്ട്രൽ സൗത്ത് ഇന്ത്യൻ (ASI) എന്നീ സാങ്കേതികനാമങ്ങളിൽ അറിയപ്പെടുന്ന, യഥാക്രമം ഉത്തരേന്ത്യയിലും ദക്ഷിണേന്ത്യയിലും കാണപ്പെടുന്ന വളരെ പ്രാചീനമായ രണ്ട് ജനതകളാണ് ഇവിടെയുള്ളതെന്നും ഈ രണ്ടു ജനതകളുടെയും കൂടിക്കലരലുകളിൽനിന്നാണ് ഇന്ന് കാണുന്ന ജനങ്ങളെല്ലാം ഉണ്ടായിട്ടുള്ള തെന്നും കൂടി അവർ പറഞ്ഞിരുന്നു.

എന്നാൽ 2009ൽ ഹാർവാഡ് മെഡിക്കൽ സ്കൂളിലെ ശാസ്ത്രജ്ഞരുമായി ചേർന്ന് ലാൽജി സിംഗും തങ്കരാജും പ്രസിദ്ധീകരിച്ച പ്രബന്ധത്തിൽ ('ഇന്ത്യൻ ജനതാചരിത്രത്തിന്റെ പുനർനിർമ്മാണം' അഥവാ 'Reconstructing Indian Population History' എന്നു പേര്) 40,000 വർഷത്തിനുള്ളിൽ ഇന്ത്യ യിലേക്ക് വലിയ കുടിയേറ്റങ്ങളൊന്നും ഉണ്ടായിട്ടില്ലെന്ന അവകാശവാദ മൊന്നും കണ്ടിരുന്നില്ല. ASIയിൽനിന്ന് വ്യത്യസ്തമായി ANI പടിഞ്ഞാറൻ യൂറേഷ്യക്കാരുമായി (പശ്ചിമേഷ്യക്കാർ, യൂറോപ്പ്യൻമാർ, മദ്ധ്യേഷ്യക്കാർ, കൗകാസസ് പ്രദേശത്തെ മനുഷ്യർ) ബന്ധമുള്ളവരാണെന്ന് ലേഖനത്തിൽ വ്യക്തമായി പറയുന്നുണ്ട്. ആര്യന്മാർ എന്ന് സ്വയം വിളിക്കുന്ന ഇൻഡോ–

---

4 ഡേവിഡ് റെയ്ക്ക് മുതൽപേർ, 'റീകൺസ്ട്രക്റ്റിങ് ഇന്ത്യൻ പോപ്പുലേഷൻ ഹിസ്റ്ററി', *നേച്ചർ* 461: 489-94 (സെപ്റ്റംബർ 2009).

5 മറീന സിൽവ മുതൽപേർ, 'എ ജനറ്റിക് ക്രോണോളജി...', *BMC എവൊല്യൂഷനറി ബയോളജി* (2017).

യൂറോപ്യൻ ഭാഷ സംസാരിക്കുന്നവർ കഴിഞ്ഞ 4000 വർഷങ്ങൾക്കുള്ളിൽ ഹാരപ്പൻ സംസ്കാരത്തിന്റെ ശിഥിലീകരണം തുടങ്ങിയതിനു ശേഷമാണ് ഇന്ത്യയിലേക്ക് കുടിയേറിയതെന്ന സിദ്ധാന്തത്തിന് ഇത് ശക്തമായ പിന്തുണയാകുമായിരുന്നു. 'ആര്യൻ കുടിയേറ്റം' എന്നത് രാഷ്ട്രീയരംഗത്തെ ഒരു ചൂടപ്പമായിട്ട് ദശാബ്ദങ്ങളായി; ഏറ്റവും പുരാതനമായ ഇന്ത്യൻ സംസ്കാരത്തിന്റെ ഭാഗമല്ല 'ആര്യൻ'മാരെന്നും അവർ ഇന്ത്യയിലേക്ക് വൈകിമാത്രം കുടിയേറിയവരാണെന്നുമുള്ള വാദം പലർക്കും അരോചകമാണ്. അതിനും പുറമേയാണ് ഹാരപ്പൻ സംസ്കാരത്തിന്റെ പ്രശ്നം: ഇന്ത്യയിൽ മായ്ക്കാനാവാത്ത മുദ്ര പതിപ്പിച്ച മഹത്തായ ഈ സംസ്കാരം 'ആര്യൻ കുടിയേറ്റ'ത്തിനു മുൻപുണ്ടായതാണെങ്കിൽ, ഭാരതീയ സംസ്കാരത്തിന്റെ അടിസ്ഥാനശിലകളാണ് 'ആര്യന്മാരും' സംസ്കൃതഭാഷയും വേദങ്ങളും എന്ന വലതുപക്ഷനിലപാടിന്റെ വേരറുക്കുകയാണ് അത് ചെയ്യുന്നത്. (കൂടാതെ രണ്ടാം അദ്ധ്യായത്തിലെ 90-ാം പേജിൽ 'രണ്ടാമത്തെ രീതി: സമ്പൂർണ്ണ ജീനോം ഡാറ്റ' എന്ന ഭാഗം വായിക്കുക).

മാർട്ടിൻ ബി. റിച്ചാർഡ്സുമായി ചേർന്നു രചിച്ച പ്രബന്ധം പ്രസിദ്ധീകരിച്ചത് 2017 മാർച്ച് 23നാണ്; ഞാൻ അത് കണ്ടത് ഒരാഴ്ചക്കുശേഷവും. പിന്നീടുള്ള രണ്ടുമാസം പല കാലഘട്ടങ്ങളിൽ രചിക്കപ്പെട്ട, ഇന്ത്യൻ ജനതയുടെ രൂപീകരണം സംബന്ധിച്ചുള്ള, ദുർഗ്രഹമായ ജനറ്റിക്സ് ലേഖനങ്ങൾ വീണ്ടും വീണ്ടും ഞാൻ വായിച്ചുകൊണ്ടേയിരുന്നു; അവയിൽ ഓരോന്നും രചിക്കപ്പെട്ട കാലത്ത് പോപ്പുലേഷൻ ജനറ്റിക്സ് എത്ര വികാസം പ്രാപിച്ചിരുന്നു എന്നതുമായി അവയിലെ പരസ്പരബന്ധമില്ലാത്ത കണ്ടെത്തലുകളെ ചേർത്തുവെക്കുവാൻ ശ്രമിച്ചുകൊണ്ടിരുന്നു; അവയുടെ രചയിതാക്കളുമായി–പലപ്പോഴും അവർ സ്വന്തം മേഖലയിലെ അഗ്രഗണ്യരും വഴിത്തിരിവുകളായിത്തീർന്ന പല കണ്ടുപിടിത്തങ്ങളും നടത്തിയവരുമായിരുന്നു–ബന്ധപ്പെട്ടുകൊണ്ടിരുന്നു; ഞാൻ എത്തിച്ചേർന്നുകൊണ്ടിരുന്ന അനുമാനങ്ങളെ ആവർത്തിച്ചു പരിശോധിച്ചുകൊണ്ടിരുന്നു; കൂടുതൽ കൂടുതൽ പ്രബന്ധങ്ങൾ വായിച്ചുകൊണ്ടിരുന്നു.

'എങ്ങനെയാണ് ജനിതകശാസ്ത്രം ആര്യൻ കുടിയേറ്റ തർക്കത്തിനു തീർപ്പുണ്ടാക്കുന്നത്' ('How Genetics Is Settling the Aryan Migration Debate') എന്ന എന്റെ ലേഖനം 2017 ജൂൺ 17നു *ഹിന്ദു* പത്രം പ്രസിദ്ധീകരിച്ചു. ആര്യന്മാർ എന്ന് സ്വയം വിശേഷിപ്പിക്കുന്ന ഇൻഡോ–യൂറോപ്യൻ ഭാഷ സംസാരിക്കുന്നവർ മദ്ധ്യേഷ്യയിൽനിന്ന് ഇന്ത്യയിലേക്ക് 4000 വർഷം മുൻപ് കുടിയേറിയവരാണെന്ന സിദ്ധാന്തത്തെ ഡിഎൻഎ തെളിവുകൾ എങ്ങനെയാണ് പിന്തുണക്കുന്നതെന്ന് ആ ലേഖനത്തിൽ ഞാൻ വിശദീകരിച്ചിരുന്നു. ലോകത്തെമ്പാടുമുള്ള തൊണ്ണൂറ്റിരണ്ടു ശാസ്ത്രജ്ഞർ ഒത്തുചേർന്നു 2018 മാർച്ചിൽ രചിക്കുകയും ജീവശാസ്ത്രത്തിന്റെ പ്രീപ്രിന്റ് സെർവർ ആയ ബയോ ആർക്കൈവിൽ (bioRxiv) പോസ്റ്റ് ചെയ്യുകയും ചെയ്ത 'ദക്ഷിണ, മദ്ധ്യ ഏഷ്യയിലെ ജീനോമികഘടന' (The Genomic Formation of South and Central Asia)എന്ന സുപ്രധാനമായ പ്രബന്ധം ആ ലേഖനത്തിലെ പ്രസ്താവനകളെ സ്ഥിരീകരിക്കുന്നതാണ്. ആ പഠനത്തിന്റെ സഹ ഡയറക്ടർമാരിൽ

രണ്ടുപേരായിരുന്നു റെയ്ക്കും തങ്കരാജും. ഉപയോഗിച്ച അളവുകോലുകളുടെ വലിപ്പവും അത് പ്രാചീന ഡിഎൻഎയെ അടിസ്ഥാനപ്പെടുത്തിയാണെന്നുള്ളതും പ്രസ്തുത പഠനഫലങ്ങളെ കൂടുതൽ ജീവസ്സുറ്റതും കുടിയേറ്റങ്ങളുടെ കാലഗണനകളെ കൂടുതൽ കൃത്യതയുള്ളതുമാക്കുന്നുണ്ട്.

ഏറ്റവും ഔദ്യോഗികമായ സാഹചര്യങ്ങളിലും ഗവേഷണഫലങ്ങളെ വ്യാഖ്യാനിക്കുമ്പോൾ വ്യക്തിപരമായ ഇഷ്ടാനിഷ്ടങ്ങൾ സ്വാധീനം ചെലുത്തുമെന്നാണ് ഈ പുസ്തകരചനയുടെ അനുഭവങ്ങൾ എന്നെ പഠിപ്പിച്ചത്. പലപ്പോഴും അത് പക്ഷപാതമായിക്കൊള്ളണമെന്നില്ല, മറിച്ച് സത്യം വിനാശകരമായ പാർശ്വഫലങ്ങൾ ഉണ്ടാക്കുമെന്നും അത് സൂക്ഷിച്ചു കൈകാര്യം ചെയ്യണമെന്നുമുള്ള ആത്മാർത്ഥമായ വിശ്വാസമാകാം. സ്റ്റെപ്പ് (Steppe) കുടിയേറ്റങ്ങളുടെ യാഥാർഥ്യങ്ങൾ ഭാഷാപരമായും പ്രാദേശികമായുമുള്ള പഴയ വേർതിരിവുകളെ വീണ്ടും ചൂടുപിടിപ്പിച്ചേക്കാം എന്ന ആശങ്കയും മദ്ധ്യകാലഘട്ടത്തിലെ അക്രമങ്ങളുടെ വിശദവിവരങ്ങൾ മതവിഭാഗങ്ങൾക്കിടയിൽ ശത്രുത ഉളവാക്കിയേക്കാമെന്ന അരനൂറ്റാണ്ടു മുൻപത്തെ ചില ഇന്ത്യൻ ചരിത്രകാരന്മാരുടെ ഭയവും ഇതിന് ഉദാഹരണങ്ങളാണ്. എന്നാൽ യഥാർത്ഥത്തിൽ സത്യം മറച്ചുപിടിക്കുന്നത് വിഭാഗീയതകളുടെ മുറിവുകൾ ഉണക്കുന്നില്ല. അടിത്തട്ടിലെ തീ കൂടുതൽ ഊർജ്ജത്തോടെ ആളിക്കത്തിക്കുവാനേ അത് ഉതകൂ. കൂടാതെ, ഏതെങ്കിലുമൊരു സത്യം മറച്ചുപിടിക്കുന്നതിന്റെ അനന്തരഫലങ്ങൾ കൃത്യമായി പ്രവചിക്കുവാൻ ഒരു ശാസ്ത്രജ്ഞനോ എഴുത്തുകാരനോ കഴിയുകയുമില്ല: സോദ്ദേശ്യങ്ങളല്ലാത്ത അനന്തരഫലങ്ങളാലാണ് ചരിത്രത്തിന്റെ അധികപങ്കും നിർമ്മിക്കപ്പെട്ടിരിക്കുന്നത്. അതിനാൽ സത്യത്തെ സംസാരിക്കുവാൻ അനുവദിക്കുകയും അതോടൊപ്പം അവയിൽനിന്ന് ആധാരമില്ലാത്ത നിഗമനങ്ങളൊന്നും ഉരുത്തിരിയുന്നില്ലെന്ന് ഉറപ്പുവരുത്തുകയുമാണ് ഏതൊരു ശാസ്ത്രജ്ഞനും ഏതൊരു എഴുത്തുകാരനും സ്വീകരിക്കാവുന്ന യുക്തിസഹമായ നിലപാട്.

BCE രണ്ടാം സഹസ്രാബ്ദത്തിൽ ഇൻഡോ യൂറോപ്യൻ ഭാഷകൾ സംസാരിക്കുന്നവരുടെ ഒരു വൻ കുടിയേറ്റം തെക്കൻ ഏഷ്യയിലേക്ക് ഉണ്ടായിട്ടുണ്ടെന്നത് സത്യമാണ് (ഇതിനെക്കുറിച്ച് നാലാം അദ്ധ്യായത്തിൽ കൂടുതൽ വായിക്കാം); ഇന്ത്യയിൽ ഇന്നുള്ള ജനങ്ങളെല്ലാം അവരുടെ ജീനുകൾ സ്വീകരിച്ചത് ഇന്ത്യയിലേക്കുണ്ടായ അനേകം കുടിയേറ്റങ്ങളിൽനിന്നാണെന്നതും സത്യമാണ്: ‘അനാദികാലം’ മുതൽ നിലനിൽക്കുന്ന ഒരു ‘വിശുദ്ധ’ സമൂഹമോ വർഗ്ഗമോ ജാതിയോ ഇല്ല. പല ജനതകളും തമ്മിൽ ഇടകലർന്നതിന്റെ തോത് പല പ്രദേശങ്ങളിലും പല സമൂഹങ്ങളിലും തീർച്ചയായും പലതാണ്. അതിനാൽ ഒന്നിലധികം കുടിയേറ്റങ്ങളുടെയും സഹസ്രാബ്ദങ്ങളിലൂടെ ജനതകൾക്കിടയിൽ സംഭവിച്ച വൻ തോതിലുള്ള മിശ്രണത്തിന്റെയും യാഥാർഥ്യങ്ങളോടു ചേർത്തുവെച്ചുവേണം ഇൻഡോ യൂറോപ്യൻ കുടിയേറ്റങ്ങളുടെ സത്യം പറയുവാൻ. വ്യത്യസ്തമായ കുടിയേറ്റ ചരിത്രങ്ങളുള്ള പല ജനതകളേയും കൂട്ടിച്ചേർത്തുവെച്ചാണ് നാം ഇന്ന് അനന്യമായ ഒരു ഇന്ത്യൻ സംസ്കൃതിയായിട്ടുള്ളത്; അതിന്റെ ആവേഗങ്ങളും സംസ്കാരവും

പാരമ്പര്യവും ആചാരങ്ങളും എല്ലാം ഒന്നിലധികം സ്രോതസ്സുകളിൽനിന്ന് ഉത്ഭവിച്ചവയാണ്–ഒറ്റ സ്രോതസ്സിൽ നിന്നല്ല.

ഇനി വരുന്ന താളുകളിൽ പ്രാചീന ഡിഎൻഎ സാദ്ധ്യമാക്കിയ പുതിയ കണ്ടുപിടിത്തങ്ങളും അതോടൊപ്പം പുരാവസ്തുഗവേഷകരും നരവംശശാസ്ത്രജ്ഞരും ലിപിശാസ്ത്രജ്ഞരും ഭാഷാപണ്ഡിതരും പാലിയോശാസ്ത്രജ്ഞരും (ഭൗമശാസ്ത്ര ചരിത്ര പണ്ഡിതർ) ചരിത്രകാരന്മാരും നടത്തിയ ആകർഷണീയമായ കണ്ടുപിടിത്തങ്ങളും ഉപയോഗിച്ച് നമ്മുടെ പ്രാചീനഭൂതകാലത്തിന്റെ അടരുകൾ ഒന്നൊന്നായി വിടർത്താം. മനംകവരുന്ന കഥയാണത്; അപൂർവമായി മാത്രം പറഞ്ഞുകേൾക്കാറുള്ളതും. എന്റെ കൂടെ വരൂ.

1

ആദ്യത്തെ ഇന്ത്യക്കാർ

ആഫ്രിക്കയിൽനിന്നുള്ള കുടിയേറ്റക്കാരുടെ ഒരു കൂട്ടം എങ്ങനെയാണ് ഇന്ത്യയിലേക്ക് എത്തിച്ചേർന്നത്, പരിണാമപാതയിലെ ബന്ധുക്കളെയും പലതരം പാരിസ്ഥിതിക പ്രശ്നങ്ങളെയും എങ്ങനെയാണ് കൈകാര്യം ചെയ്തത്, പുതിയ സാങ്കേതികവിദ്യകൾ എങ്ങനെയാണ് കൈവശമാക്കിയ ത്, ഈ നാട് എങ്ങനെയാണ് അവരുടേതാക്കിയത്, കൂടാതെ എങ്ങനെയാ ണ് അവർ ഭൂമിയിലെത്തന്നെ ഏറ്റവും വലുപ്പമേറിയ ആധുനികജനതയായി പരിണമിച്ചത് എന്നും.

ഇന്ത്യയിലെ ആദ്യത്തെ ആധുനികമനുഷ്യരുടെ ജീവിതം കഴിയുന്നത്ര അടു ത്തുകാണണമെന്ന് നിങ്ങൾക്ക് ആഗ്രഹമുണ്ടോ? അതിന് ഏറ്റവും യോജിച്ച സ്ഥലങ്ങളിലൊന്ന് മധ്യപ്രദേശിന്റെ തലസ്ഥാനമായ ഭോപ്പാലിൽനിന്ന് ഏകദേശം നാല്പത്തഞ്ചു കിലോമീറ്റർ അകലെ റായ്സൻ ജില്ലയിലുള്ള ഭീംബേട്ക്കയാണ്. ഏഴു മലകളിലായി പരന്നുകിടക്കുന്ന അതിമനോഹരമായ ഒരു ഭൂവിഭാഗമാണിത്; തലയെടുപ്പിലും ഗാംഭീര്യത്തിലും ഇരുപത്തൊന്നാംനൂ റ്റാണ്ടിലെ ഏതു മനുഷ്യനിർമ്മിതഭവനത്തെയും വെല്ലുന്ന പ്രകൃതിദത്തമായ പാറയിടുക്കുകളും ഗുഹകളും ഇവിടെ ധാരാളമായുണ്ട്. ഒരുകാലത്തും വറ്റാത്ത ഉറവകളും നിറയെ മത്സ്യങ്ങളുള്ള അരുവികളും പുഴകളുമുണ്ട്; പഴങ്ങളും കിഴങ്ങുകളും വേരുകളും സമൃദ്ധമായുണ്ട്; മാനുകളും കാട്ടുപ ന്നികളും മുയലുകളുമുണ്ട്; പോരാത്തതിന് ഉപകരണങ്ങളും ആയുധങ്ങളും ഇഷ്ടംപോലെ ഉണ്ടാക്കിയെടുക്കുവാൻ വേണ്ടതിലധികം വെള്ളാരംകല്ലുപാ റകളും. ആരാണ് വരുന്നതെന്ന് താമസക്കാർക്ക് ഉയർന്നകുന്നുകളിൽനിന്ന് കാണുവാനുംകഴിയും: ഇരയോ അതോ ഇരപിടുത്തക്കാരനോ, നീൽഗായ് മാനോ അതോ പുള്ളിപ്പുലിയോ എന്ന് മുൻകൂട്ടി അറിയാം.

ആദിമമനുഷ്യരുടെ ലോകത്ത് ആരെയും മോഹിപ്പിക്കുന്ന ഒരു ആഡംബര വിശ്രമസങ്കേതത്തിനു തുല്യമായിരുന്നിരിക്കണം ഇവിടം. ഏകദേശം 100,000 വർഷങ്ങൾക്കു മുൻപ് ആദ്യത്തെ താമസക്കാർ വാസമുറപ്പിച്ചതിനുശേഷം ഈ പ്രദേശം അധികകാലം ഒഴിഞ്ഞുകിടക്കുവാൻ ഇടവന്നിട്ടില്ല; ഇവിടെ കേറിക്കൂടുവാൻ ശ്രമിക്കുന്നവരുടെ നീണ്ട വെയ്റ്റിംഗ് ലിസ്റ്റ് സങ്കൽപ്പിക്കുവാൻ വിഷമവുമില്ല. അത്രയ്ക്ക് പ്രിയപ്പെട്ട ഒരിടമായിരുന്നു ഇത്–പിന്നീടു വന്ന സഹസ്രാബ്ദങ്ങളിൽ ഹോമോ വർഗ്ഗത്തിലെ ഏതെങ്കിലുമൊരു ജീവജാതി, നമ്മുടെ പൂർവികരായ ഹോമോ സാപിയൻസ് അടക്കം, ഇവിടെ താമസിക്കുകയും വേട്ടയാടുകയും ചിത്രം വരക്കുകയും ജീവിതം ആഘോഷിക്കുകയും ചെയ്തുകൊണ്ടേയിരുന്നു. അതെ, ശിലാഗൃഹങ്ങൾക്കകം നിറയെ ചിത്രങ്ങളാണ്, കൊട്ടിനൊപ്പം നൃത്തംചെയ്യുന്ന മനുഷ്യരുടെ ചിത്രങ്ങളും അതിൽപ്പെടും. ചിത്രങ്ങളുടെ കാലം കൃത്യമായി രേഖപ്പെടുത്തുവാൻ കഴിഞ്ഞിട്ടില്ല. അതുകൊണ്ടുതന്നെ അവയിൽ എല്ലാമല്ലെങ്കിലും അധികപങ്കും കഴിഞ്ഞ ഏതാനും സഹസ്രാബ്ദങ്ങൾക്കുള്ളിൽ വരച്ചവയാകാൻ സാദ്ധ്യതയുണ്ട്; പതിനായിരക്കണക്കിനു വർഷങ്ങൾ പഴക്കമുള്ളവയാകണമെന്നില്ല. എങ്കിലും ഹോമോ വർഗ്ഗത്തിലെ അംഗങ്ങളുടെ–അവർ ലോകത്തിന്റെ ഏതുഭാഗത്തുള്ളവരായാലും ശരി–കലാവാസനയുടെ ആദ്യത്തെ സാക്ഷ്യപത്രങ്ങളാണ് ഇവിടെ കാണുന്ന ഏതാനും പെട്രോഗ്ലിഫുകൾ (petroglyphs), അഥവാ കല്ലിലെ കൊത്തുവേലകളും അടയാളങ്ങളും. ചില കപ്യൂളുകളും (ചെറിയ കപ്പുകൾ പോലെയുള്ള കുഴികൾ, cupules) അതിനടുത്ത് ചില വരകളുമാണ് മേൽപ്പറഞ്ഞ പെട്രോഗ്ലിഫുകൾ.

Tony Joseph

ഭീം ബേട്ക്കയിലെ ഒരു ശിലാഗൃഹം

ഭീം ബേദ്ക്കയിലെ ഒരു ശിലാഗൃഹത്തിന്റെ ചുമരിൽ കൃത്യമായി ഒരു കപ്പിന്റെ ആകൃതിയിൽ നിർമ്മിച്ചിട്ടുള്ള കുഴി. ലോകത്തെവിടെയുമുള്ള ഹോമോ ജീവജാതിയിലെ അംഗങ്ങളുടെ കലാസൃഷ്ടിയുടെ ആദ്യത്തെ സാക്ഷ്യം ഇതാകുവാൻ സാദ്ധ്യതയുണ്ട്.

എന്നിരിയ്ക്കിലും ആദ്യത്തെ ആധുനികമനുഷ്യൻ എന്നാണ് ഭീംബേദ്ക്കയിൽ കാലുകുത്തിയത് എന്ന് നമുക്ക് കൃത്യമായി പറയുവാൻ കഴിയുമോ? വേണ്ട, ഇന്ത്യയിൽ എന്നാണ് കാലുകുത്തിയതെന്ന് പറയുവാൻകഴിയുമോ? ഉത്തരം കുറച്ചു സങ്കീർണ്ണമാണ്. 'ഇന്ത്യയിലെ ആദ്യത്തെ ആധുനികമനുഷ്യൻ' എന്നു പറയുമ്പോൾ എന്താണ് നാം അർത്ഥമാക്കുന്നതെന്ന് ആദ്യം നിർവചിക്കേണ്ടിയിരിക്കുന്നു. ഇന്ത്യയിൽ ആദ്യമായി കാലുകുത്തിയ, ഹോമോ സാപിയൻസ് വർഗ്ഗത്തിൽപ്പെട്ട ഒരു വ്യക്തി എന്നാണ് ഈ പ്രയോഗത്തിന്റെ സാങ്കേതികമായ അർത്ഥം. എന്നാൽ 'ഇന്ത്യയിലെ ആദ്യത്തെ ആധുനികമനുഷ്യൻ' എന്നു നാം പറയുമ്പോൾ ഇന്ത്യയിൽ ഇന്നുള്ളവരുടെയെല്ലാം ഋജുവും ആദിമവുമായ മുൻതലമുറ എന്നാണ് പലപ്പോഴും ഉദ്ദേശിക്കാറ്. ഇവ രണ്ടും തമ്മിൽ ഒരു വ്യത്യാസമുണ്ടെന്ന് അറിഞ്ഞിരിക്കുക പ്രധാനമാണ്.

ഉദാഹരണമായി, 80,000 കൊല്ലങ്ങൾക്കുമുൻപ് ഭീംബേദ്ക്കയിൽ ഉണ്ടായിരുന്ന ഒരു മുപ്പതംഗ സംഘമായിരുന്നു ഇന്ത്യയിലെ ആദ്യത്തെ ഹോമോ സാപിയൻസ് എന്നു കരുതുക. ഒരു വലിയ ദുരന്തം–74,000 വർഷങ്ങൾക്കു മുൻപ് ഇന്തോനേഷ്യയിലെ സുമാത്രയിൽ സംഭവിച്ചതും കിഴക്കൻ ഏഷ്യ മുതൽ കിഴക്കൻ ആഫ്രിക്ക വരെയുള്ള എല്ലാ പ്രദേശങ്ങളെയും ബാധിച്ചതുമായ തോബാ മഹാഗ്നിപർവ്വതസ്ഫോടനം പോലെ–

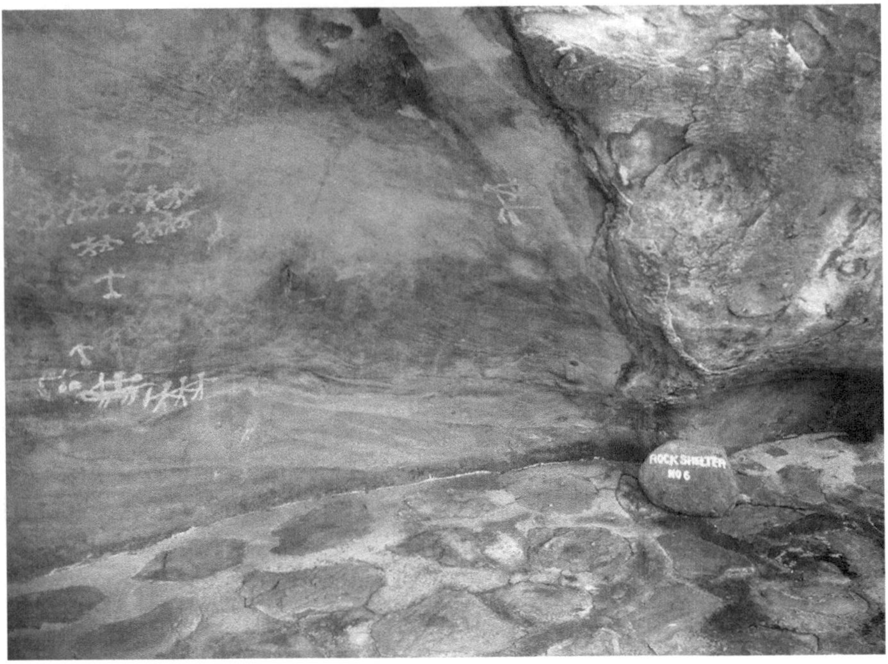

Tony Joseph

ഭീം ബേദ്ക്കയിലെ ശിലാഗൃഹത്തിന്റെ ചുമരിൽ കാണുന്ന ചിത്രങ്ങൾ. ഏതാനും സഹസ്രാബ്ദങ്ങൾ പഴക്കമുണ്ടാകണം.

നേരിട്ടോ അല്ലാതെയോ ആധുനികമനുഷ്യരുടെ ഈ ആദ്യസംഘത്തിലെ എല്ലാവരെയും ഒന്നൊഴിയാതെ കൊന്നൊടുക്കുകയും ഇന്ത്യൻ ഉപഭൂഖണ്ഡത്തിൽ ബാക്കിയാരും ഇല്ലാതാവുകയും ചെയ്തു എന്നുകൂടി സങ്കൽപ്പിക്കുക.[1] അതിനുശേഷം 50,000 വർഷം മുൻപ് രണ്ടാമതൊരു സംഘം ആധുനികമനുഷ്യർ ഭീംബേദ്ക്കയിൽ വിജയകരമായി പാർപ്പുറപ്പിച്ച് ഇന്നും ഇന്ത്യയിൽ കാണപ്പെടുന്ന ഒരു പിൻതലമുറയ്ക്ക് ജന്മം നൽകിയെന്നു കരുതുക. 'ഇന്ത്യയിലെ ആദ്യത്തെ ആധുനികമനുഷ്യർ' എന്നു പറയുമ്പോൾ രണ്ടാമത്തെ സംഘത്തെയാണോ നാം ഉദ്ദേശിക്കുന്നത്? ഇത് വാഗർത്ഥശാസ്ത്രത്തിന്റെ (semantics) കാര്യമാണെന്നു തോന്നാം, ഒരുതരത്തിൽ അങ്ങനെയാണുതാനും. എങ്കിലും ആദിമ ഇന്ത്യക്കാരുടെ ചരിത്രം മനസ്സിലാക്കുവാൻ വേണ്ടി പുരാവസ്തുപരമായതോ മറ്റുതരത്തിലുള്ളതോ ആയ തെളിവുകൾ വ്യാഖ്യാനിക്കുമ്പോൾ അർത്ഥവത്തായ വിവക്ഷകൾ ഇവയ്ക്ക് ഉണ്ടാകുന്നുണ്ട്.

ആധുനികമനുഷ്യർ ആദ്യമായി ഇന്ത്യയിൽ എത്തിയതെന്നാണെന്ന് ഇവിടുത്തെ പുരാവസ്തുഗവേഷകരോടു ചോദിച്ചാൽ അവരിൽ ചിലരെങ്കിലും 1,20,000 വർഷങ്ങൾക്കു മുൻപുള്ള ഒരു കാലമെന്ന ഉത്തരം തരാനിടയുണ്ട്. എന്നാൽ ഒരു പോപ്പുലേഷൻ ജനിറ്റിസിസ്റ്റിനോടാണ് (വ്യത്യസ്ത ജനവിഭാ

1 ഇതൊരു സാങ്കല്പിക സംഭവഗതിയാണ്. ഈയിടെ നടന്ന ഗവേഷണങ്ങളിൽ തെളിഞ്ഞത് അഗ്നിപർവ്വതസ്ഫോടനം മൂലം ഈ പ്രദേശത്തെ ജീവലോകത്തിനുമേലുണ്ടായ ആഘാതങ്ങൾക്ക് പണ്ടു കരുതിയിരുന്നത്ര കടുപ്പമില്ലെന്നാണ്.

ഗങ്ങൾ തമ്മിലും ഒരേ വിഭാഗത്തിന്റെ തന്നെയുള്ളിലും ഉള്ള ജനിതകവ്യത്യാസങ്ങൾ പഠിക്കുന്ന ശാസ്ത്രശാഖയാണ് പോപ്പുലേഷൻ ജനറ്റിക്സ്) ചോദിക്കുന്നതെങ്കിൽ ഏകദേശം 65,000 വർഷങ്ങൾക്കകം എന്നായിരിക്കും ഉത്തരം. രണ്ടു ശാസ്ത്രശാഖകളും തമ്മിൽ എവിടെയും കൂട്ടിമുട്ടില്ലെന്നു തോന്നുമെങ്കിലും ഇവ അത്രയ്ക്കു പരസ്പരവിരുദ്ധങ്ങളല്ല. ഇന്ത്യയിലെ ആദ്യത്തെ ആധുനികമനുഷ്യർ എന്നതുകൊണ്ട് ജനിതകശാസ്ത്രജ്ഞർ അർത്ഥമാക്കുന്നത് ഇവിടെ പിൻതലമുറകളെ അവശേഷിപ്പിച്ചുപോയ ആദ്യത്തെ സംഘം ആധുനികമനുഷ്യരെയാണ്. എന്നാൽ, ഇന്ത്യയിലെ ആദ്യത്തെ ആധുനികമനുഷ്യർ എന്നു പറയുകകൊണ്ട് പുരാവസ്തുശാസ്ത്രജ്ഞർ ഉദ്ദേശിക്കുന്നത് ഇവിടെ പുരാവസ്തുപരമായ തെളിവുകൾ അവശേഷിപ്പിച്ചുപോയ ആദ്യത്തെ സംഘം ആധുനികമനുഷ്യരെയാണ്; അവരുടെ പിൻതലമുറകൾ ഇന്നുണ്ടോ ഇല്ലയോ എന്നത് പ്രസക്തമല്ല.[2]

നാം വേറെ എവിടെനിന്നെങ്കിലും വന്നവരായേതീരൂ എന്നുണ്ടോ?

ആധുനികമനുഷ്യർ ഇന്ത്യയിലേക്ക് മറ്റെവിടെനിന്നെങ്കിലും വന്നവരാണ് എന്നുതന്നെ നാം എപ്പോഴും സങ്കൽപ്പിക്കുന്നത് എന്തുകൊണ്ടാണ് ? അവർ ഇവിടെത്തന്നെ ഉണ്ടായവരായിക്കൂടാ എന്നുണ്ടോ? ഏതാനും ദശാബ്ദങ്ങൾ മുൻപുവരെ ഈ ചോദ്യത്തിനു പ്രസക്തിയുണ്ടായിരുന്നു; കാരണം, 1.9 ദശലക്ഷം വർഷങ്ങൾക്കുമുൻപ് യൂറേഷ്യയിൽ എല്ലായിടത്തും വ്യാപിച്ചിരുന്നതും ഹോമോ വർഗ്ഗത്തിലെ പ്രാചീനമോ കുറ്റിയറ്റതോ ആയ ഏതെങ്കിലും അംഗങ്ങളിൽനിന്ന്—ഉദാഹരണം ഹോമോ ഇറക്റ്റസ്—ആധുനികമനുഷ്യർ ലോകത്തിന്റെ പല ഭാഗങ്ങളിൽ വെവ്വേറെയായി പരിണാമം പ്രാപിച്ചുവന്നവരാണെന്ന സിദ്ധാന്തം അക്കാലം വരെ പ്രചാരത്തിലുണ്ടായിരുന്നു, ആധുനികമനുഷ്യരുടെ ഉത്ഭവം ആഫ്രിക്കയിൽനിന്ന് ആണെന്ന് 1871ൽ തന്നെ ചാൾസ് ഡാർവിൻ അഭിപ്രായപ്പെട്ടിരുന്നു എന്നിരിക്കിലും. വളരെ വ്യത്യസ്തമായ രീതികളിൽ പരിണാമപ്പെട്ട ജനവിഭാഗങ്ങൾ പിന്നീട് കൂടിക്കലർന്നത്, നമ്മെ ഒരൊറ്റ ജീവജാതിയായി നിലനിൽക്കുവാനും വെവ്വേറെ ഭൂഖണ്ഡങ്ങളിൽ വെവ്വേറെ ജീവജാതികളായി വേർപിരിഞ്ഞു പോകാതിരിക്കുവാനും സഹായിച്ചു എന്നാണ് ഈ സിദ്ധാന്തം അവകാശപ്പെടുന്നത്.

ഈ സിദ്ധാന്തം ഇപ്പോൾ ചവറ്റുകൊട്ടയിൽ വീണിരിക്കുകയാണ്. ഗൗരവബുദ്ധിയുള്ള ഒരു ശാസ്ത്രജ്ഞനും ഒരിടത്തും ഇത് ഒരു സാദ്ധ്യതയായി കണക്കാക്കുന്നതേയില്ല (വിശ്വാസികളുടെ ഒറ്റപ്പെട്ട ചില സംഘങ്ങൾ, പ്രത്യേകിച്ചും ചൈനയിൽ, ഇപ്പോഴും ബാക്കിയുണ്ട്; അടുത്തകാലം വരെയെങ്കിലും അവർ അടിയുറച്ചു വിശ്വസിച്ചിരുന്നത് പ്രാചീനമനുഷ്യരിൽനിന്ന് സ്വതന്ത്രവും തദ്ദേശീയവുമായ പരിണാമങ്ങളിലൂടെയാണ് ചൈനീസ് ജനത രൂ

2 എങ്കിലും എല്ലാ പുരാവസ്തുശാസ്ത്രജ്ഞരും ഈ വേർതിരിക്കലിനെ അനുകൂലിക്കുന്നില്ല. 'വ്യാപനത്തെ വിജയിച്ചത് പരാജയപ്പെട്ടത് എന്ന് വേർതിരിക്കുന്ന ആശയത്തെ സൂക്ഷ്മമായി പരിശോധിച്ചുകൊണ്ടിരിക്കുന്നേയുള്ളു', പുരാവസ്തുശാസ്ത്രജ്ഞനായ രവി കോറിസെറ്റർ പറയുന്നു. 'എല്ലാ വ്യാപനങ്ങളും വിജയകരം തന്നെയാണ്' എന്നും അദ്ദേഹം കൂട്ടിച്ചേർക്കുന്നുണ്ട്.

പംകൊണ്ടതെന്നാണ്). ഈ സിദ്ധാന്തം ഉപയോഗശൂന്യമായതിന്റെ കാരണങ്ങൾ പുരാവസ്തുശാസ്ത്രപരവും ജനിതകപരവുമാണ്. ആഫ്രിക്കയിലെ ഫോസിൽ രേഖകൾ നമ്മുടെ ഏറ്റവുമടുത്ത ബന്ധുക്കളുടെ അവശിഷ്ടങ്ങൾകൊണ്ട് സമ്പന്നമാണ്–സഹെലന്ത്രോപ്പസ് ചാഡെൻസിസ് 7 ദശലക്ഷം വർഷങ്ങൾക്കു മുൻപ്, ആർഡിപിത്തിക്കസ് റാമിഡസ് 4 ദശലക്ഷം വർഷങ്ങൾക്കു മുൻപ്, കെനിയന്ത്രോപ്പസ് പ്ലാറ്റിയോപ്പ്സ് 3.5 ദശലക്ഷം വർഷങ്ങൾക്കു മുൻപ്, ഹോമോ ഹാബിലിസ് 2.4 ദശലക്ഷം വർഷങ്ങൾക്കു മുൻപ്, ഹോമോ ഹൈഡൽബെർഗെൻസിസ് 700,000 മുതൽ 200,000 വർഷങ്ങൾക്കു മുൻപ്. ലോകത്തിന്റെ മറ്റ് ഒരുഭാഗവുമില്ല ഇക്കാര്യത്തിൽ ആഫ്രിക്കയോടു കിടപിടിക്കുവാൻ. എന്നാൽ പല ഭൂഖണ്ഡങ്ങളിലായി മനുഷ്യർക്ക് പല ഉത്ഭവചരിത്രങ്ങളുണ്ട് എന്ന വാദഗതിയുടെ ശവപ്പെട്ടിയിൽ അവസാനത്തെ ആണിയടിച്ചത് ജനിതകശാസ്ത്രമാണ്. ആഫ്രിക്കക്കു പുറത്തുള്ള ആധുനികമനുഷ്യരെല്ലാം ആഫ്രിക്കയിൽനിന്നു പുറത്തുകടന്ന (ഔട്ട് ഓഫ് ആഫ്രിക്ക അഥവാ OoA) കുടിയേറ്റക്കാരുടെ ഒരൊറ്റ സമൂഹത്തിന്റെ മാത്രം പിന്മുറക്കാരാണെന്ന് ഡിഎൻഎ തെളിവുകൾ വ്യക്തമായി സ്ഥാപിക്കുന്നുണ്ട്. ഏകദേശം 70,000 വർഷങ്ങൾക്കിപ്പുറം അവർ ഏഷ്യയിലേക്ക് നീങ്ങുകയും പിന്നീട് ലോകത്തിന്റെ നാനാഭാഗങ്ങളിലേക്കും പരക്കുകയും ചെയ്തു; അവർ യാത്രയിലെവിടെയോവെച്ച് തങ്ങളുടെ ജനിതകബന്ധുക്കളായ ഹോമോ നിയാണ്ടർത്താലിനിസിന്റെ സ്ഥാനത്ത് ചിലപ്പോൾ സ്വയം പ്രതിഷ്ഠിച്ചിട്ടുമുണ്ടാവാം. ഏറ്റവും പുതിയ കണ്ടുപിടുത്തങ്ങളെല്ലാംതന്നെ ആധുനികമനുഷ്യരുടെ ആഫ്രിക്കൻ ഉത്ഭവകഥയെ വീണ്ടും ഉറപ്പിച്ചിട്ടേയുള്ളൂ. ഈയടുത്ത്, 2017 ജൂൺമാസത്തിൽപ്പോലും മൊറോക്കോയിലെ സാഫി നഗരത്തിൽനിന്ന് കഷ്ടിച്ച് അൻപതുകിലോമീറ്റർ അകലെയുള്ള ജെബെൽ ഇർഹൂദിലെ ഒരു ഗുഹയിൽനിന്ന് വളരെ പഴക്കമുള്ള ഒരു തലയോട്ടി കണ്ടെത്തിയതായി വാർത്തകളുണ്ടായിരുന്നു; ഹോമോ സാപിയൻ വർഗ്ഗത്തിൽ പെട്ടതെന്ന് തിരിച്ചറിഞ്ഞ ആ തലയോട്ടിയ്ക്ക് 300,000 വർഷം പ്രായമുണ്ടെന്നാണ് കണക്കാക്കപ്പെട്ടത്.

ജെബെൽ ഇർഹൂദിലെ തലയോട്ടിഫോസിലിന്റെ കാലവും വർഗ്ഗവും ഗണിച്ചെടുക്കുംവരെ ആധുനികമനുഷ്യന്റേതായി കണ്ടെത്തിയ ഏറ്റവും പഴയ ഫോസിലുകൾ എത്തിയോപ്യയിലെ ഓമോ കിബിഷിലെ ഉത്ഖനനപ്രദേശത്തുനിന്നു ലഭിച്ച രണ്ടു തലയോട്ടികളുടെ മേൽഭാഗങ്ങളായിരുന്നു–195,000 വർഷമായിരുന്നു അവയുടെ പ്രായം. ജെബെൽ ഇർഹൂദിലെ കണ്ടെത്തൽ ആധുനികമനുഷ്യന്റെ ഉത്ഭവത്തെ ഏകദേശം 100,000 വർഷം പുറകോട്ടു കൊണ്ടുപോകുന്നുണ്ട്; നാം എവിടെനിന്നാണ് വന്നതെന്ന കാര്യത്തിൽ എന്തെങ്കിലും സംശയങ്ങൾ ബാക്കിയുണ്ടായിരുന്നെങ്കിൽ അവയെ അത് ഇല്ലാതാക്കുന്നുമുണ്ട്. ജെബെൽ ഇർഹൂദിലെ തലയോട്ടിയുടെ മുഖഭാഗങ്ങൾ നമ്മുടേതിനോടു സദൃശമാണ് എങ്കിലും തലയുടെ പിൻഭാഗം പ്രാചീന മനുഷ്യരുടേതുപോലെ നീണ്ടാണിരിക്കുന്നത്. അതിന്റെ പല്ലുകളും 'വളരെ വലുത്' ആണ്. ഇതെല്ലാം സൂചിപ്പിക്കുന്നത് ആധുനികമനുഷ്യൻ പെട്ടെന്നൊരുദിവസം മുഴുവനായി രൂപപ്പെട്ട് അവതരിച്ചതല്ലെന്നും 300,000 വർ

ഷങ്ങൾക്കു മുൻപെങ്കിലും തുടങ്ങിവെച്ചതും തുടർന്നുകൊണ്ടിരിക്കുന്നതുമായ ഒരു സൃഷ്ടിയാണെന്നുമാണ്.

ജനിതകശാസ്ത്രത്തിന്റെ യുക്തി

ആധുനികമനുഷ്യൻ ആഫ്രിക്കയിൽ ആണ് പിറന്നതെന്ന് നിങ്ങൾ അംഗീകരിച്ചുവെങ്കിൽപ്പോലും ആഫ്രിക്കയിലെയല്ലാത്ത ജനസമൂഹങ്ങളെല്ലാം 70,000 വർഷങ്ങൾക്കുള്ളിൽ നടന്ന ഒരൊറ്റ 'ആഫ്രിക്കൻ ബഹിർഗമന' (OoA) കുടിയേറ്റത്തിന്റെ പിൻതുടർച്ചക്കാരാണെന്ന് ജനിതകശാസ്ത്രജ്ഞർ പറഞ്ഞാൽ അതെങ്ങനെ വിശ്വസിയ്ക്കും? അവരുടെ വാദഗതികളെ പിൻതുടരണമെങ്കിൽ കുറച്ചു ജനിതകശാസ്ത്രം അറിഞ്ഞിരിക്കണം. ഇതിനു മുൻപ് ജനിതകശാസ്ത്രത്തെ തീരെ ശ്രദ്ധിച്ചിട്ടില്ലാത്തവർക്ക് അത് കുറച്ചു സങ്കീർണ്ണമായി തോന്നാനിടയുണ്ട്; എങ്കിലും കുറച്ചു നിമിഷങ്ങൾ അതിനെ കൂടുതലറിയുവാനായി മാറ്റിവെയ്ക്കുന്നത് നല്ലകാര്യമാണ്. ഇവിടെ വിവരിയ്ക്കുന്ന ശാസ്ത്രത്തിന്റെ പ്രവർത്തനരീതികൾ മുഴുവനായി മനസ്സിലായില്ലെങ്കിൽപ്പോലും കഥാഗതിയെ പിൻതുടരുവാൻ സാധിയ്ക്കുമെന്നതിനാൽ ഇതിലുള്ള വിശദീകരണങ്ങളെല്ലാം വ്യക്തമായില്ലെന്നുവന്നാലും പരിഭ്രമിയ്ക്കേണ്ട കാര്യമില്ല. ഇതിലെ പദാവലികളുമായി പരിചയം വന്നുകഴിഞ്ഞാൽ മടങ്ങി വന്ന് ഈ ഭാഗങ്ങൾ വീണ്ടും വായിയ്ക്കാം. എന്നാൽ നമുക്കു തുടങ്ങാം?

മനുഷ്യന് ആവശ്യമുള്ള ജനിതക കോഡുകളിൽ ഒട്ടുമിക്കവയും നമ്മുടെ കോശങ്ങൾക്കുള്ളിലെ ന്യൂക്ലിയസിനുള്ളിൽ അടക്കം ചെയ്തിരിക്കുന്ന ഇരുപത്തിമൂന്നു ജോഡി ക്രോമോസോമുകളിൽത്തന്നെയുണ്ട്. ഇതിൽപ്പെടാത്തത് മൈറ്റോകോൺഡ്രിയൽ ഡിഎൻഎ അഥവാ എംടി ഡിഎൻഎ ആണ് (mtDNA); അത് കോശത്തിലെ ന്യൂക്ലിയസിനു പുറത്താണ് സ്ഥിതിചെയ്യുന്നത്. ഓരോരുത്തർക്കും അവനവന്റെ എംടി ഡിഎൻഎ ലഭിക്കുന്നത് സ്വന്തം അമ്മയിൽനിന്നാണ് (അച്ഛന്റെ ശരീരത്തിലും അച്ഛന്റെ അമ്മയിൽനിന്നു ലഭിച്ച എംടി ഡിഎൻഎ ഉണ്ടെങ്കിലും അത് സ്വന്തം ആൺകുട്ടികളിലേക്കോ പെൺകുട്ടികളിലേക്കോ കൈമാറുന്നില്ല). ഇരുപത്തിമൂന്നു ക്രോമോസോമുകളും എംടി ഡിഎൻഎയും ചേർന്നതാണ് ഒരു വ്യക്തിയുടെ ജീനോം.

എംടി ഡിഎൻഎയിൽനിന്നു വ്യത്യസ്തമായി കോശത്തിന്റെ ന്യൂക്ലിയസിലുള്ള ഇരുപത്തിമൂന്നു ജോഡി ക്രോമോസോമുകളിൽ ഓരോന്നിന്റെയും പകുതി അമ്മയിൽനിന്നും പകുതി അച്ഛനിൽനിന്നുമാണ് ലഭിക്കുക. ഓരോ ജോഡിക്കുമുള്ളിലെ ഈരണ്ടു ക്രോമോസോമുകൾ ഒരുപോലെയുള്ളതായിരിക്കും; അവയിൽ ഒരേ കോഡുകൾ ഒരേ സ്ഥാനങ്ങളിൽ ആണുണ്ടാവുക. എങ്കിലും അവ തമ്മിൽ സാമ്യമുള്ളവയേ ആകുന്നുള്ളൂ, ഒന്ന് ഒന്നിന്റെ പ്രതിച്ഛായയാകുന്നില്ല. മാതാപിതാക്കൾ സമ്മാനിച്ച ക്രോമോസോമുകൾ തമ്മിലുള്ള വ്യത്യാസം സാധാരണയായി ഏകദേശം 0.1 ശതമാനം വരും. രണ്ടു വ്യക്തികളുടെ ജീനോം തമ്മിലുള്ള വ്യത്യാസവും ശരാശരി ഇത്രതന്നെയാണ്. ഈ വ്യത്യാസം ഉണ്ടാകുന്നത് മ്യൂട്ടേഷൻ അഥവാ ഉൾപരിവർത്തനം (mutation) കൊണ്ടാണ്; അധികമായും കോശവിഭജനം നടക്കുന്ന സമയത്തുണ്ടാകുന്ന ക്ര

മമില്ലാത്ത ഭ്രംശങ്ങൾ ആണിത്–ഇവ ജീവജാലങ്ങളിൽ പ്രത്യുത്പാദനത്തിന്റെ അനിവാര്യഘടകമാണ്. ഈ ഉൾപരിവർത്തനങ്ങൾ അഥവാ മ്യൂട്ടേഷനുകൾ തലമുറകളിലൂടെ സംക്രമിക്കുന്നു–തുലനം ചെയ്തുനോക്കുമ്പോൾ ഉപദ്രവ കാരികളല്ലെന്നുകണ്ട് പ്രകൃതിനിർദ്ധാരണപ്രക്രിയ (natural selection) ഇവയെ നുള്ളിക്കളഞ്ഞില്ലെങ്കിൽ മാത്രം.

നാലേ നാലു രാസവസ്തുക്കൾ അക്ഷരങ്ങളാക്കി എഴുതിയ ജനിതക കോഡ് എന്ന് ജീനോമിനെ കരുതാം–എ (അഡിനൈൻ), സി (സൈറ്റോസിൻ), ജി (ഗുവാനൈൻ), പിന്നെ ടി (തൈമിൻ). അങ്ങനെയാണെങ്കിൽ ഓരോ ജീനോമിലും മൂന്നു ബില്യൺ വ്യക്തിഗത അക്ഷരങ്ങൾ കാണും.[3] രണ്ടു വ്യക്തികളുടെ ജീനോമുകൾ തമ്മിൽ 0.1 ശതമാനം വ്യത്യാസം ഉണ്ടെന്നു പറയുമ്പോൾ അതിനർത്ഥം രണ്ടു ജീനോമുകളും തമ്മിൽ മൂന്നു ദശലക്ഷം വ്യത്യാസങ്ങളുണ്ടെന്നാണ്. തൊട്ടുമുൻപുള്ള തലമുറകളിൽ പൊതുവായ പൂർവികരുള്ള രണ്ടു വ്യക്തികളുടെ ജീനോമുകളാണ് നോക്കുന്നതെങ്കിൽ വ്യത്യാസങ്ങൾ കുറഞ്ഞിരിക്കും (രണ്ടു വ്യക്തികൾ തമ്മിൽ എത്ര അടുപ്പം അല്ലെങ്കിൽ അകലം ഉണ്ടെന്നതു കണക്കാക്കുവാൻ ജനിതക വ്യത്യാസങ്ങൾ അളവുകോലായി ഉപയോഗിക്കാമെന്നും ഇത് അർത്ഥമാക്കുന്നുണ്ട്).

ഓരോ വ്യക്തിയ്ക്കും മാതാപിതാക്കളിൽനിന്നു കൈവന്ന ഇരുപത്തിമൂന്നു ജോഡി ക്രോമോസോമുകൾ ഉണ്ടെന്നിരിക്കിലും സ്വന്തം മക്കൾക്ക് ഇരുപത്തിമൂന്നു ക്രോമോസോമുകളേ ഓരോരുത്തരും കൈമാറുന്നുള്ളൂ എന്നത് പ്രത്യേകം ശ്രദ്ധിക്കണം (ഇരുപത്തിമൂന്നു ജോഡി ക്രോമോസോമുകളല്ല). ഇതെങ്ങനെയാണ് സംഭവിക്കുന്നത്? ഈ പ്രക്രിയയ്ക്ക് ജനിതകശാസ്ത്രത്തിൽ പുനർമിശ്രണം (Recombination) എന്നാണ് പേര്. അതായത് അമ്മയും അച്ഛനും അവരുടെ മാതാപിതാക്കളിൽനിന്ന് കൈമാറിക്കിട്ടിയ ഇരുപത്തിമൂന്നു ജോഡി ക്രോമോസോമുകളെ ക്രമരഹിതമായി കലർത്തുകയും വിഭജിക്കുകയും ചെയ്ത് അതിൽനിന്ന് ഇരുപത്തിമൂന്നു ക്രോമോസോമുകളുടെ അടുക്കുമാത്രം കുഞ്ഞിനു സമ്മാനിക്കുന്നു. സ്വന്തം മാതാപിതാക്കളിൽനിന്നു ലഭിച്ച ജനിതകം പൂർണ്ണമായും അച്ഛനോ അമ്മയോ സന്തതികൾക്ക് നൽകുന്നില്ല എന്നും പറയാം. അവർ രണ്ടുപേരും ഇരുപത്തിമൂന്നു ക്രോമോസോം വീതം മാത്രം നൽകുമ്പോൾ കുഞ്ഞിന് ഇരുപത്തിമൂന്നു ജോഡി ക്രോമോസോമുകളുടെ പൂർണ്ണമായ ഒരു സെറ്റ് ഉണ്ടാകുന്നു.

എന്നാൽ ഈ നിയമത്തിന് ഒരു അപവാദവുമുണ്ട്: ഇരുപത്തിമൂന്നാമത്തെ ക്രോമോസോം ജോഡി, അഥവാ ലിംഗനിർണയം നടത്തുന്ന സെക്സ് ക്രോമോസോമുകൾ ആണത്. ഒരു വ്യക്തി പുരുഷനാണോ സ്ത്രീയാണോ ആകേണ്ടതെന്നു തീരുമാനിക്കുന്നത് സെക്സ് ക്രോമോസോമുകളാണ്. XX

3 നാഷണൽ ഹ്യൂമൻ ജീനോം ഇൻസ്റ്റിട്യൂട്ട് പറയുന്നത് 'ഒരു കോശത്തിൽ ഡിഎൻഎയുടെ ഇരിപ്പിടമായ ഭാഗമാണ് ക്രോമോസോം. ഡിഎൻഎ തികച്ചും ലളിതമായ ഒന്നാണ്. നാല് അടിസ്ഥാനഘടകങ്ങൾ–എ, സി, ടി, ജി–കൂടിച്ചേർന്ന ഒരു പോളിമർ ആണ് അത് എങ്കിലും ഒന്നുകഴിഞ്ഞ് ഒന്നായിവരുന്ന ഈ അടിസ്ഥാനഘടകങ്ങളുടെ വിന്യാസക്രമങ്ങൾകൊണ്ട് വിപുലമായ സങ്കീർണ്ണത അതിൽ ഉണ്ടാകുന്നുണ്ട്' എന്നാണ്. ഉയരം, കണ്ണിന്റെ നിറം മുതലായ കണ്ടറിയാൻ കഴിയുന്ന സ്വഭാവങ്ങൾ തീരുമാനിക്കുന്ന ഡിഎൻഎയുടെ ഖണ്ഡങ്ങൾ, അഥവാ കോഡുകളുടെ ശൃംഖലകളാണ് ജീനുകൾ.

ഇനത്തിൽപ്പെട്ട ക്രോമോസോം ജോഡിയാണ് ഉള്ളതെങ്കിൽ സ്ത്രീയും XY ഇനത്തിൽപ്പെട്ട ക്രോമോസോം ജോഡിയാണ് ഉള്ളതെങ്കിൽ പുരുഷനും ആയിരിക്കും. ഒരു കൂട്ടം സങ്കീർണ്ണകാരണങ്ങളാൽ പുരുഷന്റെ സെക്സ് ക്രോമോസോമിൽ അടങ്ങിയിട്ടുള്ള Y ഘടകം അച്ഛനിൽനിന്ന് നേരിട്ട് പുനർമിശ്രണം ഇല്ലാതെ ലഭിക്കുന്നതാണ്. അതായത്, തന്റെ സെക്സ് ക്രോമോസോമിൽ ഒരു പുരുഷൻ വഹിക്കുന്ന Y ക്രോമോസോം സഹസ്രാബ്ദങ്ങൾക്കു മുൻപുള്ള പിതൃപരമ്പരയുടെ അനന്യസംഭാവനയാണ്.

അങ്ങനെയാവുമ്പോൾ Y ക്രോമോസോം–Y ഡിഎൻഎ എന്നും ഇത് അറിയപ്പെടുന്നുണ്ട്–സഹസ്രാബ്ദങ്ങൾ പഴക്കമുള്ള മാതൃപരമ്പരയിലൂടെ മാത്രം കൈമാറിവന്ന എംടി ഡിഎൻഎയുടെ പ്രതിച്ഛായയാണെന്ന് ഒരു പരിധിവരെ പറയുവാൻ കഴിയും. നിങ്ങളുടെ അച്ഛൻ, അച്ഛന്റെ അച്ഛൻ,അദ്ദേഹത്തിന്റെ അച്ഛൻ എന്നുതുടങ്ങിയ ശൃംഖലയിലൂടെയാണ് Y ക്രോമോസോം ലഭിച്ചതെങ്കിൽ എംടി ഡിഎൻഎ കൈമാറിവന്നത് നിങ്ങളുടെ അമ്മ, അമ്മയുടെ അമ്മ, അവരുടെ അമ്മ എന്നിങ്ങനെയുള്ള ശൃംഖലവഴിയാണ്. സ്ത്രീകൾക്കും പുരുഷന്മാർക്കും എംടി ഡിഎൻഎ ഉണ്ടെങ്കിലും പുരുഷന്മാർക്കു മാത്രമേ Y ക്രോമോസോം ഉള്ളൂ എന്ന വസ്തുതയിലാണ് സമാന്തരത ഇല്ലാതാവുന്നത്. സ്ത്രീകളുടെ സെക്സ് ക്രോമോസോം XX ഇനത്തിൽപ്പെട്ടതായതുകൊണ്ട് അവർക്ക് Y ക്രോമോസോം ഇല്ലതന്നെ. ക്രമമില്ലായ്മ എന്ന തോന്നലുണ്ടാക്കുന്നുണ്ടെങ്കിലും ഇതിന് കാരണവുമുണ്ട്. ഓരോ കോശത്തിലും എംടി ഡിഎൻഎ വളരെ നിർണ്ണായകമായ ഒരു ധർമ്മം നിർവഹിക്കുന്നുണ്ട്–ആഹാരത്തിൽനിന്നു ലഭിക്കുന്ന രാസോർജ്ജം കോശത്തിന് ഉപയുക്തമാകുന്ന രൂപത്തിലേക്കു മാറ്റിയെടുക്കുവാനുള്ള കോഡ് ഇതിലാണുള്ളത്. എംടി ഡിഎൻഎയെ 'കോശത്തിന്റെ ഊർജ്ജസംഭരണി' എന്നു വിളിക്കുന്നതിൽ അത്ഭുതമില്ല. വളച്ചുകെട്ടില്ലാതെ പറഞ്ഞാൽ, എംടി ഡിഎൻഎ ഇല്ലാതെ ഒരു പുരുഷനും ജീവിക്കാനാവില്ല, Y ക്രോമോസോം ഇല്ലാതെ ഏതു സ്ത്രീയും ജീവിക്കുകയും ചെയ്യും.

Y ക്രോമോസോമിന്റെയും എംടി ഡിഎൻഎയുടെയും ഈ സ്വഭാവം–അവ പുനർമിശ്രണം ഇല്ലാതെ കൈമാറ്റം ചെയ്യപ്പെടുന്നു എന്നതും ഒരു വ്യക്തിയുടെ പിതൃപരമ്പരയെയും മാതൃപരമ്പരയെയും പിൻതുടർന്നു കണ്ടെത്തുന്നു എന്നതും–നമ്മെ വളരെയധികം സഹായിച്ചിട്ടുണ്ട്, പ്രത്യേകിച്ചും പോപ്പുലേഷൻ ജനറ്റിക്സിന്റെ ശൈശവദശയിൽ വ്യക്തികളുടെയും സമൂഹങ്ങളുടെയും കുടിയേറ്റചരിത്രങ്ങൾ മനസ്സിലാക്കുവാൻ ശ്രമിക്കുന്ന കാലത്ത്. മ്യൂട്ടേഷനുകൾ അഥവാ തലമുറകളിലൂടെ പകർത്തപ്പെടുന്ന വ്യതിചലനങ്ങൾ ആണ് അത് സംഭാവ്യമാക്കിയത് എന്നു നാം മുൻപ് ചർച്ച ചെയ്തുവല്ലോ. ഒരു വ്യക്തിയുടെ എംടി ഡിഎൻഎ അയാളുടെ അമ്മയുടേതിൽനിന്നും അമ്മമ്മയുടേതിൽനിന്നും യാതൊരു വ്യത്യാസവുമില്ലാത്തതാണെങ്കിൽ, അതുപോലെ ഒരു പുരുഷന്റെ Y ക്രോമോസോം അയാളുടെ അച്ഛന്റേതിൽനിന്നും അച്ഛച്ഛന്റെതിൽനിന്നും യാതൊരു വ്യത്യാസവുമില്ലാത്തതാണെങ്കിൽ, ആരുടെയും Y ക്രോമോസോമോ എംടി ഡിഎൻഎയോ പരിശോധിക്കുന്നതിൽനിന്ന് പ്രത്യേകിച്ചൊരു അറിവോ ഉൾക്കാഴ്ചയോ ലഭിക്കുവാനില്ല. എന്നാൽ കാലക്രമേണ

ശേഖരിക്കപ്പെടുന്ന മ്യൂട്ടേഷനുകളിലാണ് ഒരു വ്യക്തിയുടെ Y ക്രോമോസോം അല്ലെങ്കിൽ എംടി ഡിഎൻഎ അയാളുടെ മാതൃപരമ്പരയിൽ മാത്രം അല്ലെങ്കിൽ പിതൃപരമ്പരയിൽ മാത്രം സംഭവിച്ചിട്ടുള്ളതിന്റെയെല്ലാം ജനിതക ജീവചരിത്രം സൂക്ഷിച്ചുവെച്ചിരിക്കുന്നത്.

ഉദാഹരണമായി അമ്മയുടെ അമ്മമ്മയ്ക്ക് PCX എന്ന ഒരു മ്യൂട്ടേഷൻ തന്റെ എംടി ഡിഎൻഎയിൽ ഉണ്ടായി എന്നു കരുതുക; ആ മ്യൂട്ടേഷൻ അവർ തന്റെ പെണ്മക്കൾക്കും പെണ്മക്കൾക്കു പിറന്ന പെണ്മക്കൾക്കുമെല്ലാം സമ്മാനിച്ചിട്ടുണ്ടാവും. നിങ്ങൾ ഒരു പ്രത്യേക പ്രദേശത്ത് ജനിതക പരിശോധന നടത്തുമ്പോൾ പലരുടെയും എംടി ഡിഎൻഎയിൽ PCX കണ്ടെത്തിയാൽ ആ പ്രത്യേക മ്യൂട്ടേഷൻ ഉള്ള വ്യക്തികളുടെ ഒരു ജനിതകവൃക്ഷം വരച്ചുണ്ടാക്കുവാൻ സാധിക്കും—മാത്രമല്ല അതിനുശേഷം ഏതെങ്കിലുമൊക്കെ മ്യൂട്ടേഷനുകൾ ഉണ്ടായിട്ടുണ്ടെങ്കിൽ അവയുടെയും. അതായത്, ഒരു വ്യക്തിയുടെ എംടി ഡിഎൻഎയെയോ Y ക്രോമോസോമിനെയോ ആധാരമാക്കി അയാളുടെ പിതൃപരമ്പര അല്ലെങ്കിൽ മാതൃപരമ്പര കണ്ടെത്തുവാൻ സാധിക്കും. ലോകമെങ്ങുമുള്ളവരുടെ Y ക്രോമോസോമിന്റെയും എംടി ഡിഎൻഎയുടെയും ജനിതകവിവരങ്ങൾ ഇന്നു ലഭ്യമാവുകകൊണ്ട് ഒരേ തരത്തിൽപ്പെട്ട മ്യൂട്ടേഷനുകളുള്ള അല്ലെങ്കിൽ ഒരേ ഗണത്തിൽപ്പെട്ട മനുഷ്യർ

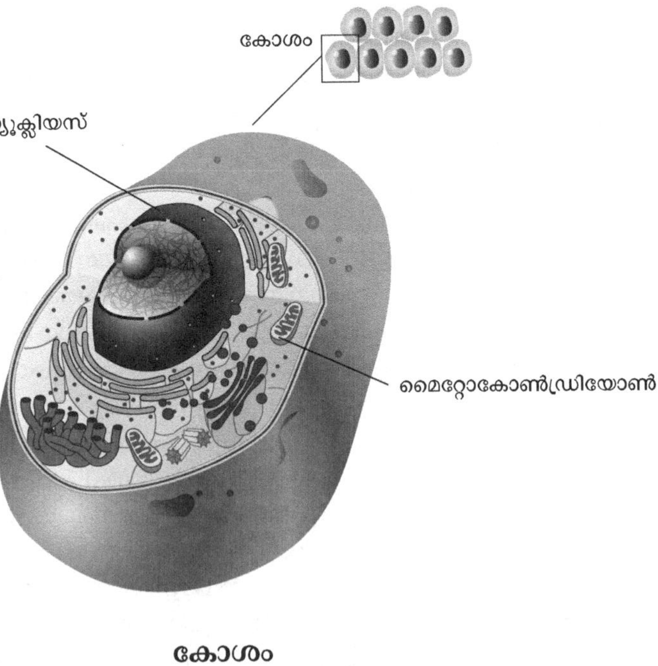

കോശം

കടപ്പാട്: നാഷണൽ ഹ്യൂമൻ ജീനോം റീസേർച്ച് ഇൻസ്റ്റിട്യൂട്ട്, ബെഥേസ്ഡ

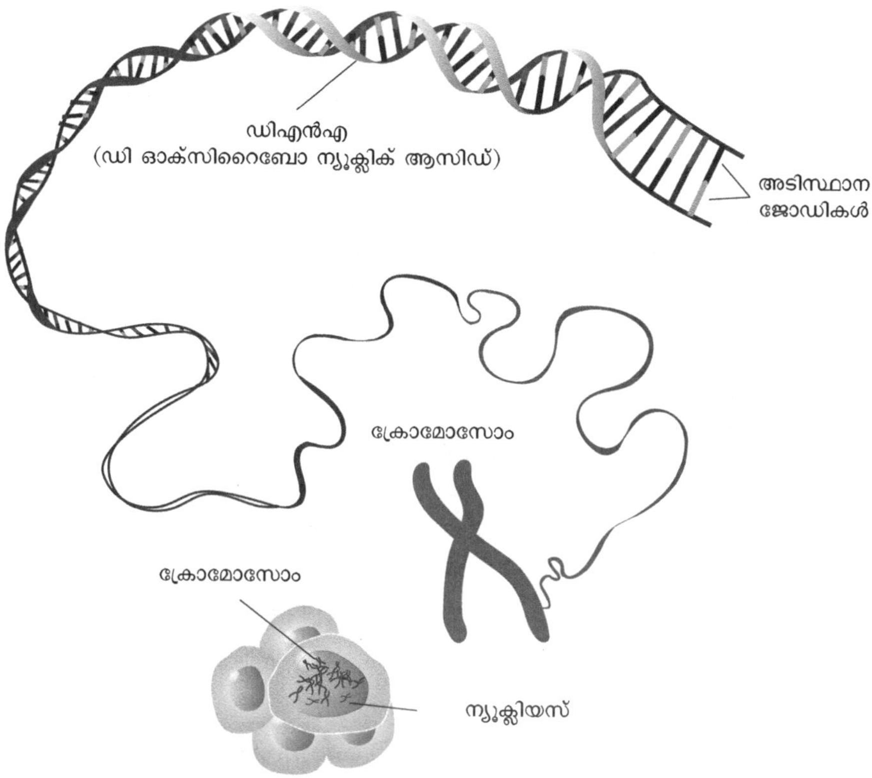

ക്രോമോസോം

കടപ്പാട്: നാഷണൽ ഹ്യുമൻ ജീനോം റീസേർച്ച് ഇൻസ്റ്റിട്യൂട്ട്, ബെഥേസ്ഡ

ലോകത്തിന്റെ ഏതുഭാഗത്താണ് കൂടുതലായി ഉള്ളതെന്ന് മനസ്സിലാക്കുവാൻ കഴിയും.

അതുകൊണ്ട് എല്ലാം ആയില്ല. മ്യൂട്ടേഷനുകൾക്ക് ഒരു പ്രത്യേക ക്രമം ഉണ്ടെന്ന് ശാസ്ത്രജ്ഞർ പണ്ടേ കണ്ടെത്തിയിട്ടുണ്ട്. ഇത് ശാസ്ത്രീയം എന്ന് വളരെ കൃത്യമായി പറയാനാവില്ല; എങ്കിലും മുഴുവൻ ജീനോമിന്റെയും, Y ക്രോമോസോം, എംടി ഡിഎൻഎ മുതലായ പ്രത്യേക ജീനോം ഭാഗങ്ങളുടെയും മ്യൂട്ടേഷൻ നിരക്കുകളുടെ ഏകദേശക്കണക്കുകൾ അവർ കണ്ടെത്തിയിട്ടുണ്ട്.

എംടി ഡിഎൻഎയിലും Y ക്രോമോസോമിലും പ്രതിഫലിച്ചുകാണുന്ന മ്യൂട്ടേഷൻ ചരിത്രങ്ങൾ ജനിതക കുടുംബവൃക്ഷങ്ങൾ രചിക്കുവാൻ നമ്മെ സഹായിക്കുന്നതുപോലെ, ഒരു കുടുംബവൃക്ഷത്തിലെ രണ്ടു ശാഖകൾ അല്ലെങ്കിൽ ഉപശാഖകൾ വേർപിരിഞ്ഞത് ഏകദേശം എത്രകാലം മുൻപാണെന്നു കണക്കാക്കുവാൻ മ്യൂട്ടേഷൻ നിരക്കുകൾ സഹായകമാണ്.

വിശദമായ ജനിതകപഠനങ്ങൾക്കുശേഷം പോപ്പുലേഷൻ ജനിതകശാസ്ത്രജ്ഞർ വിരചിച്ച എംടി ഡിഎൻഎയുടെയും Y ക്രോമോസോമിന്റെയും

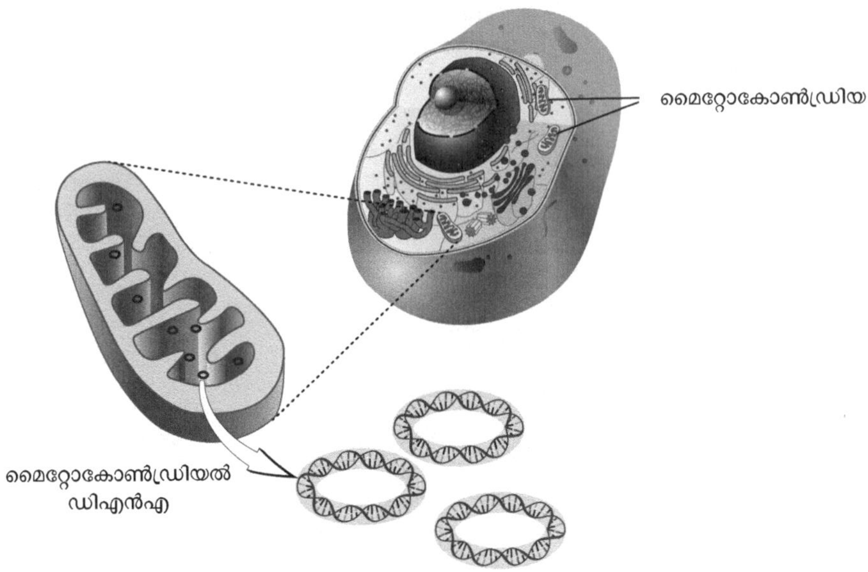

മൈറ്റോകോൺഡ്രിയൽ ഡിഎൻഎ

കടപ്പാട്: നാഷണൽ ഹ്യുമൻ ജീനോം റീസേർച്ച് ഇൻസ്റ്റിട്യൂട്ട്, ബെഥേസ്ഡ

ആഗോള കുടുംബവൃക്ഷശാഖകൾക്ക് അവർ പേരുകളും നൽകിയിട്ടുണ്ട്. ശാഖ എന്നതിന് പോപ്പുലേഷൻ ജനിതകശാസ്ത്രത്തിൽ തത്തുല്യനാമം ഹാപ്ലോഗ്രൂപ്പ് (haplogroup) എന്നാണ്–ഗ്രീക്ക് ഭാഷയിൽ ഹാപ്ലോ എന്നാൽ ഒറ്റ എന്നാണ് അർത്ഥം; അതായത് ഹാപ്ലോഗ്രൂപ്പ് എന്നാൽ ഒറ്റക്കൂട്ടം.[4] മൂലശാഖയെ മാക്രോ-ഹാപ്ലോഗ്രൂപ്പ് (macro-haplogroup) എന്നും ഉപശാഖകളെ സബ്ഹാപ്ലോഗ്രൂപ്പ് (subhaplogroup) അഥവാ ക്ലെയ്ഡ്സ് (clades) എന്നും വിളിയ്ക്കുന്നു. എംടി ഡിഎൻഎയുടെ ജനിതകവൃക്ഷത്തിലെ ഏറ്റവും പ്രാചീനമായ ചില ശാഖകൾ L0, L1, L2, M7 എന്നീ ഹാപ്ലോഗ്രൂപ്പുകളാണ്; ഏറ്റവും പഴയ ചില Y ക്രോമോസോം ശാഖകൾ A, B, CT, D ഇവയാണ്. അങ്ങനെ, ഒരു വ്യക്തിയുടെ എംടി ഡിഎൻഎ ഹാപ്ലോഗ്രൂപ്പും Y ക്രോമോസോം ഹാപ്ലോഗ്രൂപ്പും തിരിച്ചറിയുകവഴി ആ വ്യക്തിയുടെ പ്രാചീനമായ മാതൃപരമ്പരയും പിതൃപരമ്പരയും സാമാന്യമായി ഗണിക്കുവാനാകും; ഒപ്പം മറ്റു പരമ്പരകൾ ഈ വ്യക്തിയുടേതിൽനിന്ന് എത്ര അകലെയാണ് അല്ലെങ്കിൽ അടുത്താണ് എന്ന വസ്തുതയും മനസ്സിലാക്കാം. രണ്ടുപേർ ഒരേ എംടി ഡിഎൻഎ ഹാപ്ലോഗ്രൂപ്പിൽ പെട്ടവരാണെങ്കിൽ അതിനർത്ഥം ആ ഹാപ്ലോഗ്രൂപ്പ് ഉണ്ടായകാലത്ത് അവർക്ക്

4 Y ക്രോമോസോം, എംടി ഡിഎൻഎ ഇവ ഹാപ്ലോയ്ഡ് ആണെന്ന സത്യത്തെയാണ് ഇത് പരാമർശിക്കുന്നത്–അവ മാതാപിതാക്കളിൽ ഒരാളിൽനിന്നുമാത്രം ലഭിക്കുന്നതും മറ്റേയാളുടെ ഡിഎൻഎയുമായി കലരാത്തതും ആണ്. ഡൈപ്ലോയ്ഡ്–മാതാപിതാക്കളിൽ രണ്ടുപേരിൽനിന്നും ലഭിക്കുന്നത്–ആയ മറ്റു ക്രോമോസോമുകളിൽനിന്ന് ഇത് വ്യത്യസ്തമാണ്.

പൊതുവായ ഒരു പൂർവിക ഉണ്ടായിരുന്നു എന്നാണ്. രണ്ടു പുരുഷന്മാർ ഒരേ Y ക്രോമോസോം ഹാപ്ലോഗ്രൂപ്പിൽ പെട്ടവരാണെങ്കിൽ അതിനർത്ഥം ആ ഹാപ്ലോഗ്രൂപ്പ് ഉണ്ടായകാലത്ത് അവർക്ക് പൊതുവായ ഒരു പൂർവികൻ ഉണ്ടായിരുന്നു എന്നാണ്.

ഇവിടെ ഒരു മുന്നറിയിപ്പിന്റെ ആവശ്യമുണ്ട്. നിങ്ങൾ വഹിക്കുന്ന Y ക്രോമോസോം അല്ലെങ്കിൽ എംടി ഡിഎൻഎ നിങ്ങളുടെ മുഴുവൻ ജീനോമിന്റെയും ഇരുപത്തിമൂന്നിൽ ഒരു ഭാഗത്തിനേക്കാൾ കുറഞ്ഞ ഒരു അംശം മാത്രമാണ്. അതുകൊണ്ടുതന്നെ നിങ്ങളുടെ Y ക്രോമോസോം അല്ലെങ്കിൽ എംടി ഡിഎൻഎ കണക്കാക്കുന്നതിലൂടെ നിങ്ങളുടെ സമ്പൂർണ്ണ ജനിതക രൂപരേഖയൊന്നും ലഭിക്കുന്നില്ല: നിങ്ങളുടെ പൂർണ്ണമായ പിതൃപരമ്പരയോ പൂർണ്ണമായ മാതൃപരമ്പരയോ മാത്രമേ അത് പറഞ്ഞുതരുന്നുള്ളൂ. അതാകട്ടെ നിങ്ങളുടെ പൂർവികരെന്നു നിങ്ങൾക്ക് നിയമപരമായി വിളിക്കാവുന്നവരുടെ ഒരു ചെറിയ വിഭാഗം മാത്രമേ ആകുന്നുള്ളു താനും. ഉദാഹരണമായി, Y ക്രോമോസോം അല്ലെങ്കിൽ എംടി ഡിഎൻഎ പരമ്പരകൾ മാത്രം നിങ്ങൾ കണക്കിലെടുക്കുകയാണെങ്കിൽ അമ്മയുടെ അച്ഛനെയും, അച്ഛന്റെ അമ്മയെയും, അച്ഛന്റെ അമ്മയുടെ അച്ഛനെയുമെല്ലാം നിങ്ങൾ പടിയടച്ചു പുറത്താക്കേണ്ടിവരും. പത്തു തലമുറ പുറകോട്ടുപോവുകയാണെങ്കിൽ നിങ്ങൾ പൂർവികർ എന്നുവിളിക്കേണ്ട 1024 പേരുണ്ടാകേണ്ടതാണ്; പക്ഷേ നിങ്ങളുടെ എംടി ഡിഎൻഎയും Y ക്രോമോസോമും അവരിൽ പത്തുപേരുമായി മാത്രമേ ബന്ധപ്പെട്ടിരിക്കുകയുള്ളൂ. പതിനഞ്ചു തലമുറ പുറകോട്ടുപോയാൽ നിങ്ങളുടെ പൂർവികരുടെ എണ്ണം ഭീമമായി വർദ്ധിച്ച് 32,768 ആകും; പക്ഷേ അതിൽ പതിനഞ്ചുപേരുമായി മാത്രമേ നിങ്ങളുടെ എംടി ഡിഎൻഎയ്ക്കും Y ക്രോമോസോമിനും ബന്ധമുണ്ടാകുള്ളൂ! ഇത്തരത്തിലുള്ള കണക്കുകൾ ചിലപ്പോൾ വിചിത്രഫലങ്ങളാണ് നൽകുക.

ഉദാഹരണമായി തികച്ചും ചൈനീസ് വംശപൈതൃകമുള്ള ഒരു വ്യക്തിയുടെ Y ക്രോമോസോം ഇന്ത്യയിൽ മാത്രം നിലവിലുള്ള ഒരു ഹാപ്ലോഗ്രൂപ്പിൽ പെട്ടതാകുവാൻ സാദ്ധ്യതയുണ്ട്. അതിന് ഇത്രമാത്രമേ സംഭവിക്കേണ്ടതുള്ളൂ: ഒരു ഇന്ത്യക്കാരന് ഒരു പത്തു നൂറ്റാണ്ടിനു മുൻപ് ചൈനയിൽ ഒരു മകനുണ്ടാവുക, ഓരോ തലമുറയിലും ഒരു മകനെങ്കിലുമുള്ള ഒരു പരമ്പര അവനിൽനിന്ന് ഉണ്ടാവുക, അവരെല്ലാംതന്നെ ചൈനയിൽ ജീവിക്കുകയും ചൈനക്കാരായ സ്ത്രീകളെ വിവാഹം കഴിക്കുകയും ചെയ്യുക. ഇന്ന് ഈ പരമ്പരയിലെ ഒരു പുരുഷന്റെ—ആ ഇന്ത്യക്കാരന്റെ മകന്റെ മകന്റെ മകന്റെ... Y ക്രോമോസോം ഇപ്പോഴും ഇന്ത്യക്കാരന്റേതാവും. എങ്കിലും പ്രായോഗിക തലങ്ങളിലെല്ലാംതന്നെ അയാളുടെ വംശപൈതൃകം ചൈനീസ് തന്നെയായിരിക്കുകയും ചെയ്യും, കാരണം അയാളെ ഇന്ത്യയുമായി ബന്ധിപ്പിക്കുന്നത് നൂറ്റാണ്ടുകൾ പഴകിയ, വളരെ ലോലമായ ഒരു കണ്ണിമാത്രമാണ്.

എംടി ഡിഎൻഎയും Y ക്രോമോസോമും വ്യക്തികളുടെയോ സംഘങ്ങളുടെയോ സമൂഹസഞ്ചാരങ്ങൾ അല്ലെങ്കിൽ ചരിത്രങ്ങൾ മനസ്സിലാക്കുന്നതിൽ സഹായിക്കുന്നുണ്ടെങ്കിലും ഒരു വ്യക്തിയുടെയോ ജനതയുടെയോ പൂർണ്ണമായ ജനിതക രൂപരേഖയോ മറ്റു ജനതകളുമായി ഉള്ള ബന്ധമോ

മനസ്സിലാക്കുവാൻ അവ പര്യാപ്തമാകുന്നില്ല. അതിനു നമുക്ക് മുഴുവൻ ജീനോമിന്റെയും അനുക്രമം (sequencing) ആവശ്യമുണ്ട്; ഒരു വ്യക്തിയുടെ മുഴുവൻ ജീനോമും–Y ക്രോമോസോമും എംടി ഡിഎൻഎയും മാത്രമല്ല– പഠനവിധേയമാക്കേണ്ടതുണ്ട്. സെക്സ് ക്രോമോസോം അല്ലാതെയുള്ള മറ്റ് ഇരുപത്തിരണ്ടു ക്രോമോസോമുകളിൽ പുനർമിശ്രണം–ജീനുകളുടെ സ്ഥാനഭ്രംശവും വിഭജനവും–നടക്കുന്നതുകൊണ്ട് അവ ഉപയോഗിച്ച് ജനിത കവൃക്ഷങ്ങൾ രചിക്കുക അസാദ്ധ്യമാണ്. എന്നാൽ മുഴുവൻ ജീനോമിന്റെയും അനുക്രമം ഗണിക്കുകവഴി (ജീനോം സീക്വെൻസിങ്) വ്യത്യസ്ത ജനസമൂഹ ങ്ങൾ തമ്മിലുള്ള അടുപ്പം കണ്ടെത്തുവാൻ വ്യക്തമായും സാധിക്കും. പണ്ട് സമ്പൂർണ്ണമായ ജീനോം സീക്വെൻസിങ് ധാരാളം പണച്ചെലവുള്ളതും സമയമെടുക്കുന്നതുമായ പ്രക്രിയയായിരുന്നു. എന്നാൽ ഇപ്പോൾ സാങ്കേതി കവിദ്യ പുരോഗമിച്ചുവരുന്നതുകൊണ്ട് ജനിതകപഠനങ്ങളിൽ അത് കൂടുതൽ സാധാരണമായി ഉപയോഗിക്കുന്നുണ്ട്.

'ആഫ്രിക്കൻ ബഹിർഗമന'ത്തിന്റെ കാലഗണന

ജനിതകശാസ്ത്രത്തിന്റെ അടിസ്ഥാനപരമായ പ്രവർത്തനരീതികളെ നമ്മൾ കടന്നുപോന്നുകഴിഞ്ഞു; ഇനി നമുക്ക് അടുത്ത ചോദ്യത്തിലേക്കു കടക്കാം: ആഫ്രിക്കക്കു പുറത്തുള്ള എല്ലാ ആധുനികമനുഷ്യരും ആ ഭൂഖണ്ഡ ത്തിൽനിന്ന് മറ്റിടങ്ങളിലേക്കു കുടിയേറിയ ഒരൊറ്റ സംഘത്തിൽനിന്നാണ് ഉണ്ടായിട്ടുള്ളതെന്ന് ജനിതകശാസ്ത്രജ്ഞർ പറയുന്നത് എന്തുകൊണ്ടാണ്? പ്രസ്തുത കുടിയേറ്റത്തിന്റെ കാലഘട്ടം 70,000 വർഷങ്ങൾക്കുള്ളിൽ ആണെന്ന് അവർ എങ്ങനെയാണ് സ്ഥാപിക്കുന്നത്? കാരണം വളരെ ഋജുവാണ്. ആഫ്രിക്കക്കു പുറത്ത് ലോകത്തെവിടെയുമുള്ളവരുടെ എംടി ഡിഎൻഎ പരിശോധിച്ചാൽ അവരെല്ലാവരുംതന്നെ ആഫ്രിക്കയിൽനിന്ന് ആരംഭിച്ച ഒരു പ്രാചീനപരമ്പരയിലെ, L3 എന്ന ഒരൊറ്റ ഹാപ്ലോഗ്രൂപ്പിന്റെ, പിൻഗാമികളാ ണെന്നു കാണുവാൻകഴിയും. ഇതിനർത്ഥം എന്താണെന്ന് ചിന്തിച്ചുനോക്കുക: ആഫ്രിക്കക്കു പുറത്തുള്ള മനുഷ്യരെല്ലാംതന്നെ ഒരൊറ്റ ആഫ്രിക്കൻ സ്ത്രീയിൽ നിന്നുണ്ടായ L3 എന്ന എംടി ഡിഎൻഎ ഹാപ്ലോഗ്രൂപ്പിന്റെ പരമ്പരകളാണ്! ആഫ്രിക്കയിൽ L3 യെക്കാൾ പഴക്കമുള്ള പതിനഞ്ചോളം പരമ്പരകളുണ്ട്; L0, L1, L1a, L1c ഇവയൊക്കെ അതിൽപ്പെട്ടവയാണ്. എങ്കിലും ലോകത്തിന്റെ മറ്റുഭാഗങ്ങളിലെല്ലാം വ്യാപിച്ച ഗ്രൂപ്പിന്റെ ഭാഗങ്ങളല്ല ഇവയൊന്നും. L3 എന്ന ഹാപ്ലോഗ്രൂപ്പിന് തൊട്ടുതാഴെ ഇന്ന് രണ്ടു പിൻപരമ്പരകൾ അഥവാ സബ്ഹാപ്ലോഗ്രൂപ്പുകൾ ഉണ്ട്–M എന്നും N എന്നുമാണ് അവയുടെ പേരുകൾ. അതിൽത്തന്നെ N നു സ്വന്തമായി R എന്നൊരു സബ്ഹാപ്ലോഗ്രൂപ്പും ഉണ്ട്. അതിനാൽ ആഫ്രിക്കക്കു പുറത്ത് ലോകത്തെമ്പാടുമുള്ള മാനവസമൂഹ ങ്ങളെല്ലാം M, N അല്ലെങ്കിൽ R എന്നിവയുടെ പരമ്പരകളാണ്. തെക്കൻ ഏഷ്യയിൽ ഈ മൂന്നു ഹാപ്ലോഗ്രൂപ്പുകളും ഉണ്ടെന്നിരിക്കേ യൂറോപ്പിൽ N ഉം R ഉം മാത്രമേയുള്ളൂ, M ഇല്ല.

Y ക്രോമോസോം പരമ്പര പരിശോധിച്ചാലും ചിത്രത്തിൽ വലിയ മാ റ്റങ്ങളുണ്ടാവില്ല. ആഫ്രിക്കയിൽനിന്നുള്ള മൂന്നു ഹാപ്ലോഗ്രൂപ്പുകളാണ്

ലോകത്തിന്റെ മറ്റുഭാഗങ്ങളിലേക്ക് പടർന്നത്–C, D പിന്നെ F. ഇതുമൂന്നും CT എന്ന ഹാപ്ലോഗ്രൂപ്പിൽനിന്നാണ് ഉരുത്തിരിഞ്ഞത്. ഇതിനർത്ഥം ആഫ്രിക്കക്കു പുറത്തുള്ള മനുഷ്യരെല്ലാംതന്നെ CT എന്ന Y ക്രോമോസോം ഹാപ്ലോഗ്രൂപ്പിന്റെ സ്രഷ്ടാവായ ഒരൊറ്റ പുരുഷന്റെ പിൻഗാമികളാണെന്നാണ്. ആഫ്രിക്കയിലെ ആധുനികമനുഷ്യരുടെ ഒരു ഉപവിഭാഗം മാത്രമേ ലോകത്തിന്റെ മറ്റിടങ്ങളിലേക്ക് വ്യാപിച്ചിട്ടുള്ളൂ എന്നതാണ് ഈ വസ്തുതകളിൽനിന്ന് തെളിയുന്നത്. രണ്ടാമതായി, കുടിയേറ്റക്കാരായ എല്ലാ എംടി ഡിഎൻഎ ഹാപ്ലോഗ്രൂപ്പുകളും L3 യിൽനിന്നാണ് ഉണ്ടായതെന്ന വസ്തുത സൂചിപ്പിക്കുന്നത് കുടിയേറ്റം ഒരൊറ്റ സംഭവമായിരുന്നു, ഒന്നിലധികം സംഭവങ്ങളല്ല എന്നാണ്. കാരണം, ഒന്നിലധികം കുടിയേറ്റങ്ങൾ നടന്നിട്ടുണ്ടെങ്കിൽ ഇന്നു ലോകത്തുള്ള വിവിധ മനുഷ്യസമൂഹങ്ങളുടെ വംശപൈതൃകങ്ങൾ L3 യിൽനിന്നു മാത്രമല്ലാതെ, ഒന്നിലധികം എംടി ഡിഎൻഎ ഹാപ്ലോഗ്രൂപ്പുകളിൽനിന്ന് സ്വീകരിച്ചവയാകണം. കുടിയേറ്റങ്ങൾ ഒന്നിലധികമുണ്ടായിട്ടും അവയിൽനിന്നെല്ലാം L3 പരമ്പര മാത്രമുണ്ടാകാനുള്ള സാദ്ധ്യത വളരെ വളരെച്ചെറുതാണ്.

അപ്പോൾപ്പിന്നെ എങ്ങനെയാണ് ഈ കുടിയേറ്റത്തിന്റെ കാലഘട്ടം 70,000 വർഷങ്ങൾക്കുള്ളിൽ ആണെന്ന് നാം അനുമാനിക്കുന്നത്? അതിനും വളച്ചുകെട്ടലുകൾ ആവശ്യമില്ല. മ്യൂട്ടേഷൻ നിരക്കുകളും വർത്തമാനകാലത്തെ ജീനോം വിവരശേഖരവും ഉപയോഗിച്ച് പ്രത്യേക ഹാപ്ലോഗ്രൂപ്പുകളുടെ ഉത്ഭവകാലം കണക്കാക്കുവാൻ ജനിതകശാസ്ത്രജ്ഞർക്ക് സാധിക്കും. L3 ഉണ്ടായത് ഏകദേശം 70,000 വർഷങ്ങൾക്കു മുൻപാണെന്ന നിഗമനത്തിൽ അവരെത്തിയിട്ടുണ്ട്. അതുപോലെ N പരമ്പര 61,000 വർഷങ്ങൾക്കുമുമ്പും M പരമ്പര 48,000 വർഷങ്ങൾക്കു മുൻപുമാണ് ആരംഭിച്ചതെന്നും അവർ കണ്ടെത്തിയിട്ടുണ്ട്. അതുകൊണ്ട് 'ആഫ്രിക്കൻ ബഹിർഗമനം' നടന്നത് 61,000 വർഷങ്ങൾക്കിപ്പുറം ആകാനിടയില്ല (ആണെങ്കിൽ ആഫ്രിക്കയിൽ N പരമ്പര ഇന്നും കണ്ടേനെ; അവിടെ അത് കാണുന്നില്ല). 70,000 വർഷങ്ങൾക്കുമപ്പുറം ആകാനും ഇടയില്ല—അങ്ങനെയാണെങ്കിൽ ആഫ്രിക്കയിൽ L3 പരമ്പര ഉണ്ടാകുവാനേ ഇടയില്ല; പക്ഷേ അത് അവിടെയുണ്ടുതാനും.[5]

കുടിയേറ്റത്തിന്റെ കാലഘട്ടം കൃത്യമായി എടുത്തുകാട്ടുന്ന, കുറ്റമറ്റ ഒരു വാദഗതിയാണ് ഇത് എന്നു തോന്നാം; എന്നാൽ ഈ ഏകദേശക്കണക്കുകളുടെ ആധാരം നാം പരിശോധിച്ചുകൊണ്ടിരിക്കുന്ന ഹാപ്ലോഗ്രൂപ്പുകളുടെ 'ശരാശരി' പ്രായങ്ങളാണ്. ഓരോ ഗണനത്തിന്റെയും യഥാർത്ഥ മൂല്യം അപ്പുറത്തേക്കോ ഇപ്പുറത്തേക്കോ ആയിരത്തോളം വർഷങ്ങൾ മാറാൻ സാദ്ധ്യതയുണ്ട്. അതുകൊണ്ട് 'ആഫ്രിക്കൻ ബഹിർഗമനം' നടന്നത് ഏകദേശം 50,000 കൊല്ലങ്ങൾക്കിപ്പുറമല്ല എന്നും ഏകദേശം 80,000 കൊല്ലങ്ങൾക്കപ്പുറവുമല്ല എന്നും പറയുന്നതാണ് യുക്തി. ജനിതകപരിഗണനകൾക്കുപരി ഈ നീണ്ട കാലയളവിനുള്ളിലുണ്ടായ ചില പ്രത്യേക കാലാവസ്ഥകളെക്കൂടി

5 ഇന്ന് ആഫ്രിക്കയിൽ N, M ഇവയുടെ നേരിയ സാന്നിദ്ധ്യമുണ്ട് എങ്കിലും അത് ആഫ്രിക്കൻ ബഹിർഗമനത്തിനു ശേഷം യൂറേഷ്യയിൽനിന്ന് തിരിച്ചുണ്ടായിട്ടുള്ള കുടിയേറ്റങ്ങളുടെ ഫലമാവാമെന്ന് കരുതപ്പെടുന്നു.

പരിഗണിക്കുമ്പോൾ ഏറെക്കുറെ 50,000 വർഷങ്ങൾക്കും 60,000 വർഷങ്ങൾക്കും ഇടയിൽ എന്നൊരു കാലഗണനയിലാണ് നമ്മൾ എത്തിച്ചേരുന്നത്.

അനുയോജ്യമായ കാലാവസ്ഥ

ഏകദേശം 57,000 വർഷങ്ങൾക്കും ഏകദേശം 71,000 വർഷങ്ങൾക്കും ഇടയ്ക്കുള്ള കാലഘട്ടം ഹിമാനിയുഗം ആയിരുന്നു എന്നതാണ് ഇതിനു കാരണം; കടുത്തശൈത്യവും വരൾച്ചയും ഉള്ള കാലാവസ്ഥയായിരുന്നതുകൊണ്ട് ഭൂഖണ്ഡങ്ങൾ താണ്ടി സഞ്ചരിക്കുവാൻ ആരും ശ്രമിച്ചുകാണില്ല. ഹിമാനിയുഗത്തിൽ വലുപ്പമേറിയ ജലശേഖരങ്ങൾ മഞ്ഞുപാളികളായി കിടന്നിരുന്നു; അന്തരീക്ഷത്തിൽ തണുപ്പു കൂടുതലായിരുന്നതുകൊണ്ട് കടലിൽനിന്ന് ജലം ആവിയാകുവാനുള്ള സാദ്ധ്യത കുറവായിരുന്നു. അതുകൊണ്ട് മഴ കുറഞ്ഞും വരൾച്ച കൂടിയുമിരുന്നു.

ചൂടും നനവും കൂടുതലുള്ള കാലത്താണ് മൃഗങ്ങൾ പുതിയ മേച്ചിൽപ്പുറങ്ങളിലേക്ക് അധികവും വ്യാപരിക്കാറ്; ജലാശയങ്ങൾ ഇല്ലാതിരുന്ന ഇടങ്ങളിൽ അക്കാലത്ത് പുതിയവ രൂപംകൊള്ളുകയും മരുഭൂമികൾ പച്ചപ്പുൽമേടുകളായി മാറുകയും ചെയ്യുന്നത് അത്തരം കാലാവസ്ഥകളിലാണല്ലോ. പശുക്കൾ, ആടുകൾ, ചെമ്മരിയാടുകൾ, മാനുകൾ തുടങ്ങിയ സസ്യഭുക്കുകൾ ഈ പുതിയ പ്രദേശങ്ങളിലേക്ക് ഭക്ഷ്യസമൃദ്ധിയും സുരക്ഷിതത്വവും തേടി നീങ്ങിത്തുടങ്ങും. അധികം വൈകാതെ ഹോമോ സാപിയൻസ് അടക്കമുള്ള ഇരപിടിയന്മാരും ആഹാരത്തിന്റെ സുലഭതകൊണ്ട് ഈ കൂട്ടങ്ങളെ പിൻതുടർന്നെത്തും. സുപ്രധാനമായ ഒരു കുടിയേറ്റത്തിന്റെ കാലഗണന നടത്തുവാനാണ് നിങ്ങൾ ശ്രമിക്കുന്നതെങ്കിൽ കാലാവസ്ഥാചക്രങ്ങളെക്കൂടി കണക്കിലെടുക്കുന്നത് നന്നായിരിക്കും—വിമർശനപരമായി നോക്കിയാൽ മറ്റെല്ലാക്കാര്യങ്ങളിലും എന്നപോലെ ഇതിലും അപവാദങ്ങളുണ്ടെന്നിരിക്കിലും. ഭൂഖണ്ഡങ്ങളെയും പ്രവിശ്യകളെയും വേർതിരിക്കുന്ന തടാകങ്ങളെയും കടലുകളെയും വറ്റിച്ചു വലുപ്പം കുറയ്ക്കുകയും അവ മുറിച്ചുകടക്കൽ എളുപ്പമാക്കുകയും ചെയ്യുന്ന വരണ്ടുതണുത്ത കാലാവസ്ഥ ചില കുടിയേറ്റങ്ങളെയെങ്കിലും തീർച്ചയായും സഹായിച്ചിട്ടുണ്ടാവണം.

ആഴക്കടലിലെ എക്കൽപാളികൾ തുരന്നെടുത്ത് അതിൽ പല ആഴങ്ങളിലായി അടങ്ങിയിട്ടുള്ള ഓക്സിജൻ ഐസോട്ടോപ്പുകൾ പരിശോധിക്കുകവഴി ആഗോള കാലാവസ്ഥാ വ്യതിയാനങ്ങളുടെ കാലനിർണ്ണയം നടത്തുവാനുള്ള മാർഗ്ഗം 1960, 1970 കാലഘട്ടത്തിലെ ഭൗമശാസ്ത്രജ്ഞർ കണ്ടെത്തിയിരുന്നു. ഓക്സിജൻ-18ന്റെ ആധിക്യം തണുത്തുറഞ്ഞ ശൈത്യകാലഘട്ടങ്ങളെയാണ് സൂചിപ്പിക്കുന്നത്; ഓക്സിജൻ-18ന്റെ കുറവ് ചൂടും നനവും കൂടുതലുള്ള കാലഘട്ടങ്ങളെയും സൂചിപ്പിക്കുന്നു. ഇതിനെ ആധാരമാക്കി, കഴിഞ്ഞുപോയ ദശലക്ഷക്കണക്കിനു വർഷങ്ങളിലെ ഭൂമിയുടെ കാലാവസ്ഥാചരിത്രത്തെ നമുക്ക് മറൈൻ ഐസോട്ടോപ്പ് ഘട്ടങ്ങൾ (Marine Isotope Stages അഥവാ MIS) എന്ന സമയവിഭാഗങ്ങളായി തിരിക്കാം. ഇന്നു നമ്മൾ ജീവിക്കുന്നത് MIS 1 എന്ന ഊഷ്മളവും ആർദ്രതരവുമായ സമയവിഭാഗത്തിലാണ്—ഏകദേശം 14,000 കൊല്ലങ്ങൾക്കു മുൻപ് ആരംഭിച്ച MIS 1 ഇന്നും തുടരുകയാണ്.

ഒറ്റസംഖ്യയുള്ള MIS ഘട്ടങ്ങളെല്ലാം ചൂടും നനവും കൂടിയവയാണ്; ഇരട്ടസംഖ്യയുള്ള MIS ഘട്ടങ്ങളാകട്ടെ വരണ്ടു തണുത്ത ഹിമാനിയുഗങ്ങളെയാണ് സൂചിപ്പിക്കുന്നത്.

മറൈൻ ഐസോട്ടോപ് സ്റ്റേജുകൾ (MIS)	ആരംഭകാലം ('000 വർഷം മുൻപ്)
MIS 1	14
MIS 2	29
MIS 3	57
MIS 4	71
MIS 5	130
MIS 6	191
MIS 7	243
MIS 8	300
MIS 9	337
MIS 10	374
MIS 11	424
MIS 12	478
MIS 13	528
MIS 14	563
MIS 15	621
MIS 16	676
MIS 17	712
MIS 18	761
MIS 19	790
MIS 20	814
MIS 21	866

2.614 ദശലക്ഷം വർഷങ്ങൾക്കുമുൻപ് ആരംഭിച്ച പട്ടിക MIS 104വരെ നീളുന്നു.

57,000 വർഷങ്ങൾക്കു മുൻപ് കാലാവസ്ഥയിൽ മാറ്റമുണ്ടായി എന്നും, ഭൂമി കൂടുതൽ ഊഷ്മാവും ആർദ്രതയും ഉള്ളതായി എന്നും, വടക്കേ ആഫ്രിക്കയിലെയും അറേബ്യൻ ഉപദ്വീപിലെയും മരുപ്രദേശങ്ങൾ ഹരിത സമൃദ്ധിയുള്ള പുൽമേടുകളായി മാറി എന്നും, സബ് സഹാറൻ (സഹാറാ മരുഭൂമിക്കു തെക്കുള്ള പ്രദേശങ്ങൾ) അഭയസ്ഥാനങ്ങളിൽ കഴിഞ്ഞിരുന്ന നമ്മുടെ പൂർവികരടക്കമുള്ള മാംസഭുക്കുകൾക്കും സസ്യഭുക്കുകൾക്കും ഈ

പുൽമേടുകൾ സ്വാഗതമോതി എന്നും നാം മനസ്സിലാക്കുന്നത് ഇത്തരം MIS വിവരസഞ്ചയത്തിൽനിന്നാണ്. അതിനുമുൻപുള്ള കാലഘട്ടം—71,000 വർഷങ്ങൾക്കും 57,000 വർഷങ്ങൾക്കും ഇടയിൽ—MIS 4 എന്ന ഹിമയുഗമായിരുന്നു. അക്കാലത്ത് പച്ചപ്പും പുൽപ്പരപ്പും അതോടൊപ്പം സസ്യഭുക്കുകളും മാംസഭുക്കുകളുമെല്ലാം ചെറിയ വിസ്തീർണ്ണങ്ങളിൽ ഒതുങ്ങുകയും മരുഭൂമികൾ വീണ്ടും മരുഭൂമികളാവുകയും ചെയ്തു. അതിനും മുൻപുള്ള കാലഘട്ടം—71,000 വർഷങ്ങൾക്കും 13,00,00 വർഷങ്ങൾക്കും ഇടയിൽ—ഊഷ്മളമായിരുന്നു എങ്കിലും അത് OoAയുടെ സാമാന്യമായ ജനിതകവ്യാപ്തിയുടെ ഒട്ടുമിക്കവാറും പുറത്താണ്. അതിനാൽ, OoA കുടിയേറ്റം സംഭവിച്ചത് ഊഷ്മളവും ആർദ്രവുമായ ഒരു കാലഘട്ടത്തിലാണെങ്കിൽ അത് ഏറെക്കുറെ 60,000 വർഷങ്ങൾക്കും 50,000 വർഷങ്ങൾക്കും ഇടയിലാണ് എന്ന് നമുക്ക് പറയുവാൻ സാധിക്കും.

യുക്തി സുഗമമായി ഒഴുകുന്നുണ്ടെങ്കിലും, ആരോഗ്യകരമെന്നു തോന്നിക്കുന്ന ഒരു സാമാന്യകാലഗണനയുടെ സീമ നിശ്ചയിച്ചിട്ടുണ്ടെങ്കിലും, കൃത്യമായ കാലം കണക്കാക്കുന്ന വിഷയം വരുമ്പോൾ അത് ദ്രവസ്വഭാവത്തിൽ ഉറപ്പില്ലാതെയാണ് കാണപ്പെടുന്നതെന്നും മാറ്റങ്ങൾക്ക് അതിൽ ധാരാളം ഇടം കരുതിയിട്ടുണ്ടെന്നും ഇത്രസമയംകൊണ്ട് നിങ്ങൾ ശ്രദ്ധിച്ചു കാണും. പുരാവസ്തുശാസ്ത്രത്തിലെയും ജനിതകശാസ്ത്രത്തിലെയും പുത്തൻ കണ്ടുപിടുത്തങ്ങൾ അവയെ സാമാന്യമായ സീമയ്ക്കുള്ളിൽ അങ്ങോട്ടോ ഇങ്ങോട്ടോ നീക്കിയേക്കാം; ജനിതകശാസ്ത്രജ്ഞർ കൂടുതൽ പുതുമയുള്ളതും കൂടുതൽ ഖരസ്വഭാവമുള്ളതുമായ വിവരങ്ങളുമായി സമരസപ്പെടുകയും ചെയ്തേക്കാം.

ഏഷ്യയുടെ പടിവാതിൽക്കൽ

ഇതുവരെ നമ്മൾ പരിശോധിച്ചിരുന്നത് OoA കുടിയേറ്റക്കഥയുടെ ജനിതകപരവും കാലാവസ്ഥാപരവുമായ വശങ്ങളാണ്. എന്നാൽ പുരാവസ്തുശാസ്ത്രത്തിലേക്കെത്തുമ്പോൾ നേരത്തേ വിശദീകരിച്ചിട്ടുള്ള കാരണങ്ങൾ കൊണ്ട് കാര്യങ്ങൾക്കുമേൽ ഒരു പുതിയ വെളിച്ചം വീഴുന്നുണ്ട്: പിൻതലമുറകളെ അവശേഷിപ്പിച്ചുപോയവരിലാണ് ജനിതകശാസ്ത്രത്തിന്റെ ശ്രദ്ധ, പുരാവസ്തുശാസ്ത്രമാകട്ടെ പിൻതലമുറകളൊന്നും ബാക്കിയില്ലെങ്കിലും പുരാവസ്തുപരമായ തെളിവുകൾ അവശേഷിപ്പിച്ചുപോയവരെയാണ് ശ്രദ്ധിക്കുന്നത് (പിൻതലമുറകൾ ഉള്ളവരോ ഇല്ലാത്തവരോ ആയ മനുഷ്യരുടെ പ്രാചീന ഡിഎൻഎ [ancient DNA] പുരാവസ്തുശാസ്ത്രജ്ഞരുടെയും ജനിതകശാസ്ത്രജ്ഞരുടെയും കൈകളിലേക്ക് കൂടുതലായി എത്തിത്തുടങ്ങുമ്പോൾ രണ്ടു ശാസ്ത്രശാഖകളും തമ്മിലുള്ള ഈ അഭിപ്രായവ്യത്യാസം അധികം വൈകാതെ അപ്രത്യക്ഷമായേക്കാം).

ഉദാഹരണമായി, വടക്കൻ ഇസ്രായേലിലെ മിസ്‌ലിയയിൽ നിന്നു കണ്ടെത്തിയ ആധുനികമനുഷ്യന്റെ മുകൾവരിയിലെ പല്ലുകൾക്ക് 180,000 വർഷം പഴക്കമുണ്ടെന്ന് പുരാവസ്തുശാസ്ത്രജ്ഞർ 2018 ജനുവരിയിൽ പ്രഖ്യാപിച്ചതോടെ ആഫ്രിക്കക്കു പുറത്തുനിന്ന് കണ്ടെത്തിയിട്ടുള്ള ഏറ്റവും പഴയ

മനുഷ്യാവശിഷ്ടമായി അത്. അതിപ്രാചീനവും വംശനാശം സംഭവിച്ചതുമായ ഹോമോ ജീവജാതിയിലെ അംഗങ്ങൾ സഹസ്രാബ്ദങ്ങളോളം ഉപയോഗിച്ചു പോന്നിരുന്ന ശിലാസങ്കേതങ്ങളാണ് മിസ്‌ലിയയിൽ കണ്ടുവരുന്നത്–നമ്മുടെ ഭീംബേദ്ക്കയുടെ പഴക്കമേറിയ ഒരു പാഠഭേദം. മിസ്‌ലിയയിൽ നിന്ന് ഇതു ലഭിക്കുംമുൻപ് ആഫ്രിക്കക്കു പുറത്തുനിന്നു ലഭിച്ച ഏറ്റവും പഴക്കംചെന്ന മനുഷ്യാവശിഷ്ടം 80,000 വർഷങ്ങൾക്കും 120,000 വർഷങ്ങൾക്കും ഇടയിൽ പ്രായമുള്ളതായിരുന്നു; ഇവയും ഇസ്രായേലിൽ മിസ്‌ലിയയ്ക്ക് അടുത്തുള്ള സ്ഖുൽ, ക്യാഫ്സെ എന്നീ ഗുഹകളിൽനിന്നായിരുന്നു ലഭിച്ചത്. ആഫ്രിക്കൻബഹിർഗമനത്തിന്റേതെന്നു കണക്കാക്കപ്പെട്ട കാലഘട്ടത്തിനും വളരെ മുൻപാണ് മേൽപ്പറഞ്ഞ കാലഘട്ടമെല്ലാം–50,000 വർഷങ്ങൾക്കും 60,000 വർഷങ്ങൾക്കും ഇടയിൽ.

ലിവാന്റിൽ (ഇന്നത്തെ സിറിയ, ജോർദാൻ, ലെബനൻ, ഇസ്രായേൽ) മാത്രമല്ല അത്രയും പഴക്കമുള്ള ആധുനികമനുഷ്യന്റെ അവശിഷ്ടങ്ങൾ പൊന്തിവന്നിട്ടുള്ളത്. പുരാവസ്തുഗവേഷകരുടെ ഒരു സംഘം 2018 ഏപ്രിലിൽ വടക്കുകിഴക്കേ സൗദി അറേബ്യയിലെ ചരിത്രാതീതകാല തടാകമായ അൽ വുസ്തയിൽ ആധുനികമനുഷ്യന്റെ 88,000 പഴക്കമുള്ള ഒരു വിരലിന്റെ ഫോസിൽ കണ്ടെത്തിയതായി പ്രഖ്യാപിച്ചിരുന്നു. ഇന്ന് ഈ പ്രദേശം ഒരു മരുഭൂമിയാണെങ്കിലും 88,000 വർഷങ്ങൾക്കു മുൻപ് നൂറുകണക്കിനു ശുദ്ധജലതടാകങ്ങളുള്ള, ജലസമൃദ്ധമായ, കൊതിപ്പിക്കുന്ന ഒരിടമായിരുന്നിരിക്കാം ഇത്. 'അറേബ്യയിൽ ഞങ്ങൾ 10,000 പ്രാചീനതടാകങ്ങൾ കണ്ടെത്തിയിട്ടുണ്ട്. അതിൽ 200 എണ്ണം ഞങ്ങൾ സന്ദർശിച്ചിരുന്നതിൽ, 80 ശതമാനവും പുരാവസ്തുപരമായ തെളിവുകൾ സൂക്ഷിക്കുന്നവയാണ്', എന്ന് നാഷണൽ ജ്യോഗ്രഫിക്കിനു നൽകിയ ഒരു അഭിമുഖത്തിൽ കണ്ടുപിടിത്തം നടത്തിയ സംഘത്തിന്റെ തലവനായ മൈക്കിൾ പെട്രാഗ്ലിയ (മാക്സ് പ്ലാങ്ക് ഇൻസ്റ്റിട്യൂട്ട്, ജർമനി) പറയുകയുണ്ടായി.

300,000 വർഷങ്ങൾക്കു മുൻപാണ് ആധുനികമനുഷ്യർ ആഫ്രിക്കയിൽ ജന്മംകൊണ്ടുതുടങ്ങിയതെന്ന് ഇന്നു നമ്മുടെ കയ്യിലുള്ള തെളിവുകൾ കൊണ്ട് വ്യക്തമാകുന്നുണ്ട്. 180,000 വർഷങ്ങൾക്കു മുൻപെങ്കിലും ലിവാന്റിലേക്കുള്ള അവരുടെ സഞ്ചാരങ്ങൾ ആരംഭിച്ചുകാണണം; 88,000 വർഷങ്ങൾക്കു മുൻപ് അറേബ്യയിലേക്കുള്ള കുടിയേറ്റവും ഉണ്ടായിക്കാണണം. ചോദ്യം അപ്പോഴും ബാക്കിയാണ്: 18,00,00 വർഷങ്ങൾക്കുമുമ്പും 88,000 വർഷങ്ങൾക്കു മുൻപും തന്നെ ആധുനികമനുഷ്യർ ഏഷ്യയുടെ കവാടങ്ങൾ തുറന്നുപ്രവേശിച്ചു കഴിഞ്ഞിരുന്നു എങ്കിലും എന്തുകൊണ്ട് ഈ ആദ്യകാല കുടിയേറ്റങ്ങൾ ലോകമെമ്പാടും പിൻതലമുറകളെ സൃഷ്ടിച്ചുകൊണ്ട് വിജയം കണ്ടില്ല? 60,000 വർഷം മുൻപുള്ള കാലംവരെ അതിനായി അവർക്കു കാത്തിരിക്കേണ്ടിവന്നത് എന്തുകൊണ്ടാണ്? പ്രത്യേകിച്ചും പരിണാമപാതയിൽ നമ്മുടെ ബന്ധുക്കളായ ഹോമോ ഇറക്റ്റസ് ഇരുപതുലക്ഷം കൊല്ലങ്ങൾക്കു മുൻപുതന്നെ ആഫ്രിക്കയിൽനിന്നു പുറത്തുകടക്കുകയും തെക്കു കിഴക്കൻ ഏഷ്യവരെ വ്യാപിക്കുകയും ചെയ്തുവെന്ന വസ്തുത കണക്കിലെടുക്കുമ്പോൾ?[6] ഹോമോ

6 രണ്ടു ദശലക്ഷം വർഷങ്ങൾക്കു മുൻപുവരെ ചെങ്കടൽ ഉണ്ടായിരുന്നില്ല. മൃഗങ്ങൾക്ക്

ജീവജാതിയിലെ മറ്റംഗങ്ങളും ഹോമോ സാപിയൻസിനേക്കാൾ വളരെക്കാലം മുൻപുതന്നെ ആഫ്രിക്കയിൽനിന്ന് പുറത്തേക്കു സഞ്ചരിക്കുകയും നിയാണ്ടർ താലുകൾ ഡെനിസോവനുകൾ തുടങ്ങിയ പിൻതലമുറകളെ അവശേഷിപ്പിച്ചു പോവുകയും ചെയ്തിട്ടുണ്ടാവണം. അപ്പോൾ മനുഷ്യവർഗ്ഗത്തിലെ ആദ്യത്തെ സാഹസസഞ്ചാരികളുടെ വഴിമുടക്കിയത് എന്തായിരിക്കാം?

ഈ ചോദ്യത്തിന് രണ്ട് ഉത്തരങ്ങൾ ഉണ്ട്. ആദ്യത്തേത് തീർച്ചയായും കാലാവസ്ഥാചക്രങ്ങളാണ്; രണ്ടാമത്തേത് നിയാണ്ടർതാലുകളും. ആഫ്രിക്കയിൽ നിന്ന് ഏഷ്യയിലേക്കുള്ള മാർഗ്ഗം തുറന്നുകിട്ടുകയും അടയുകയും ചെയ്യുന്നത് തണുത്ത ഹിമാനിയുഗത്തിലൂടെയാണോ ഊഷ്മളമായ ശൈത്യാനന്തരയുഗത്തിലൂടെയാണോ (interglacial period) ഭൂമി കടന്നുപോകുന്നത് എന്നതിനെ അനുസരിച്ചാവും. നിയാണ്ടർതാലുകളുടെ സാന്നിദ്ധ്യമാണ് കുറച്ചുകൂടി സാംഗത്യമുള്ള രണ്ടാമത്തെ ഉത്തരം. ലിവാന്റിലേക്കു കടന്നുകയറിയ മനുഷ്യർ നിയാണ്ടർതാലുകളെ തീർച്ചയായും കണ്ടുമുട്ടിയിട്ടുണ്ടാവണം—അക്കാലമായപ്പോഴേക്കും നിയാണ്ടർതാലുകൾ യൂറേഷ്യയിലെ ജീവജാതികളിൽവെച്ച് മേൽക്കയ്യുള്ളവരായി മാറിക്കഴിഞ്ഞിരുന്നല്ലോ. ആധുനികമനുഷ്യർ ലിവാന്റിൽ എത്തിച്ചേർന്ന കാലഘട്ടത്തിൽ നിയാണ്ടർതാലുകളും അവിടെയുണ്ടായിരുന്നു എന്നതിന് പുരാവസ്തുശാസ്ത്രപരമായ തെളിവുകൾ വേണ്ടത്രയുണ്ട്.

120,000 വർഷം പഴക്കമുള്ള നിയാണ്ടർതാൽ അവശിഷ്ടങ്ങൾ ഇസ്രായേലിലെ സ്ഖുളിനടുത്തുള്ള തബൂൺ ഗുഹയിൽനിന്ന് കണ്ടെടുത്തിട്ടുണ്ട്; ആധുനികമനുഷ്യർ അവിടെയുണ്ടായിരുന്നതും ഇതേ കാലഘട്ടത്തിലാണ്. സ്ഖുൾ- ക്യാഫ്സെ ഗുഹകളിൽനിന്ന് അധികം അകലെയല്ലാതെ സ്ഥിതിചെയ്യുന്ന കെബാറ ഗുഹയിൽനിന്നും 61,000 വർഷങ്ങൾക്കും 48,000 വർഷങ്ങൾക്കും ഇടയ്ക്കു പഴക്കമുള്ള അവശിഷ്ടങ്ങൾ ലഭിച്ചിട്ടുണ്ട്. യൂറോപ്പിലെ തണുപ്പുകൂടുതലുള്ള കാലാവസ്ഥയുമായി നന്നായി പൊരുത്തപ്പെട്ടുകഴിഞ്ഞ നിയാണ്ടർതാലുകളെ പുറംതള്ളിക്കൊണ്ട് ലിവാന്റിൽനിന്ന് യൂറേഷ്യയിലേക്ക് മുന്നേറുവാൻ ആധുനികമനുഷ്യർക്ക് എളുപ്പമായിരുന്നില്ല എന്നുവരാൻ നല്ല സാദ്ധ്യതയുണ്ട്. സഹസ്രാബ്ദങ്ങൾക്കിപ്പുറം നമ്മുടെ പൂർവികർ യൂറോപ്പിൽ നിയാണ്ടർതാലുകളെ അതിജീവിക്കുകതന്നെ ചെയ്തു. എങ്കിലും ആദ്യത്തെ കൂട്ടിമുട്ടലുകൾ നമുക്ക് അനുകൂലമായിരുന്നില്ല എന്നത് ശ്രദ്ധേയമാണ്.

യൂറേഷ്യയിലേക്കു കടക്കുവാൻ ആധുനികമനുഷ്യർ നടത്തിയ ആദ്യശ്രമങ്ങൾക്ക് എന്തുസംഭവിച്ചു എന്നത് ശരിയായി മനസ്സിലാക്കുവാൻ ഭൂമിശാസ്ത്രത്തെക്കുറിച്ചും കാലാവസ്ഥയെക്കുറിച്ചും അറിയാതെ സാധിക്കുകയില്ല. ആഫ്രിക്കയിൽനിന്നു പുറത്തുകടന്ന ആധുനികമനുഷ്യർക്കു തെരഞ്ഞെടുക്കുവാൻ

ആഫ്രിക്കയിൽനിന്ന് ഏഷ്യയിലേക്കും ഏഷ്യയിൽനിന്ന് ആഫ്രിക്കയിലേക്കും ഇന്ന് ചെങ്കടൽകൊണ്ട് വിഭജിക്കപ്പെട്ടുകിടക്കുന്ന പ്രദേശത്തുകൂടി നടന്നുപോകാമായിരുന്നു. ആഫ്രിക്കയിൽനിന്ന് ഈ വഴി ഏഷ്യയിലേക്കു കടന്ന അവസാനത്തെ സസ്തനികളിൽ ഒന്ന് ഹോമോ ഇറക്റ്റസ് ആകുവാൻ സാദ്ധ്യതയുണ്ട്. ആഫ്രിക്കൻ പാളിയും അറേബ്യൻ പാളിയും തമ്മിൽ അകന്നുപോയപ്പോഴുണ്ടായ ചെങ്കടൽ പിളർപ്പ് (Red Sea Rift) മൂലമാണ് ചെങ്കടൽ ഉണ്ടായത്. ഏകദേശം രണ്ടു ദശലക്ഷം വർഷങ്ങൾക്കു മുൻപാണ് പിളർപ്പ് ആരംഭിച്ചത്; അന്നുമുതൽ ഓരോ വർഷവും പതിനഞ്ചു മില്ലിമീറ്റർ എന്ന തോതിൽ ആഫ്രിക്ക അറേബ്യയിൽനിന്ന് അകന്നുനീങ്ങിക്കൊണ്ടിരിക്കുകയാണ്. പിളർപ്പിന് വീതി കൂടിക്കൊണ്ടേയിരിക്കുന്നുണ്ട്.

യൂറേഷ്യയിലേക്കുള്ള നാലു വഴികളാവണം ഉണ്ടായിരുന്നത്–വടക്കു പടിഞ്ഞാറൻ ആഫ്രിക്കയിലെ മൊറോക്കോയിൽനിന്ന് ജിബ്രാൾട്ടർ കടലിടുക്കുവഴി സ്പെയിനിലേക്ക്; ട്യുണീഷ്യയിൽനിന്ന് സിസിലിയിലേക്ക്; ഈജിപ്തിൽനിന്ന് സിനായ് ഉപദ്വീപിലേക്കും അവിടെനിന്ന് ലിവാന്റിലേക്കും; കിഴക്കൻ ആഫ്രിക്കയിലെ എറിത്രിയയിൽനിന്ന് ചെങ്കടലിന്റെ തെക്കേ മുനമ്പിലുള്ള ബാബ് എൽ മാൻഡെബ് കടന്ന് യെമെനിലേക്കും സൗദി അറേബ്യയിലേക്കും. ഈ നാലു സാദ്ധ്യതകളിൽ ഒന്നാമത്തെയും രണ്ടാമത്തെയും പാതകൾ ഉപയോഗിച്ചതിന് തെളിവുകളൊന്നുമില്ല. എന്നാൽ മൂന്നാമത്തെയും നാലാമത്തെയും വഴികൾ ഉപയോഗിച്ചതിന്റെ തെളിവുകൾ ധാരാളമുണ്ടു താനും–കാലാവസ്ഥ അനുകൂലമാവുകയും വഴി തുറന്നുകിടക്കുകയും ചെയ്ത സമയത്തൊക്കെ ഈ മാർഗ്ഗം ഉപയോഗിച്ചതിന്റെ തെളിവുകൾ.

പാലിയോശാസ്ത്രജ്ഞർ പ്ളൈസ്റ്റസീൻ (Pleistocene) എന്നു വിളിച്ചുപോരുന്ന കാലഘട്ടത്തിന്റെ (2.58 ദശലക്ഷം വർഷങ്ങൾക്കും 11,700 വർഷങ്ങൾക്കും ഇടയിൽ) അധികപങ്കും അതിശൈത്യമായിരുന്നു. സഹാറയും സിനായിയും അക്കാലത്ത് മരുഭൂമികളായിരുന്നു എന്നതുകൊണ്ട് ഈജിപ്തിൽനിന്ന് ലിവാന്റിലേക്കുള്ള വഴി സുഗമമായിരിക്കില്ല. എന്നാൽ ഭാഗ്യവശാൽ രണ്ടു ഹിമയുഗങ്ങൾക്കിടയിൽ ശൈത്യാനന്തരയുഗങ്ങൾ അഥവാ ഇന്റർഗ്ലേഷ്യൽ യുഗങ്ങളും (ഇവ ഒറ്റസംഖ്യ വരുന്ന MIS ഘട്ടങ്ങളാണെന്ന് നാം മുൻപ് മനസ്സിലാക്കിയല്ലോ) ഉണ്ടായിരുന്നു. അവ ചൂടു കൂടിയ കാലഘട്ടങ്ങളായിരുന്നു; നനവുള്ള കാലാവസ്ഥയാവുകകൊണ്ട് മരുഭൂമികളിൽ പച്ചപ്പുണ്ടാവുകയും അതുവഴിയുള്ള യാത്രകൾ സുഗമമാവുകയും ചെയ്തു. ഈ കാലഘട്ടങ്ങളിൽ ആഫ്രിക്കയ്ക്കും യൂറേഷ്യക്കും ഇടയിലുള്ള കുടിയേറ്റങ്ങൾ മനുഷ്യർക്കും മൃഗങ്ങൾക്കും എളുപ്പമായിത്തീർന്നിട്ടുണ്ടാവാം. 243,000 വർഷങ്ങൾക്കും 191,000 വർഷങ്ങൾക്കും ഇടയിലുള്ളത് താരതമ്യേന ചൂടുകൂടിയ ഒരു ശൈത്യാനന്തരയുഗം (MIS 7) ആയിരുന്നു; അതുപോലെ 130,000 വർഷങ്ങൾക്കും 71,000 വർഷങ്ങൾക്കും ഇടയിലുള്ളതും (MIS 5). അടുത്തിടെ കണ്ടുകിട്ടിയ മിസ്‌ലിയ ഫോസിൽ (180,000 വർഷം പഴക്കം) ആദ്യത്തെ കാലഘട്ടത്തിന്റെ ഗണനക്കുള്ളിലാണ് ഏകദേശം പെടുക; ഇസ്രായേലിലെ സ്ഖുൾ–ക്യാഫ്സെ ഫോസിൽ (80,000–120,000 വർഷം പഴക്കം) രണ്ടാമത്തെ ഘട്ടത്തിലാണ് പെടുക.

ചൂടുകൂടിയ ശൈത്യാനന്തരയുഗങ്ങൾ അവസാനിക്കുകയും കാലാവസ്ഥ വീണ്ടും തണുക്കുകയും ചെയ്യുമ്പോൾ യൂറേഷ്യയുടെ മദ്ധ്യഭാഗത്തോ വടക്കുഭാഗത്തോ താമസമുറപ്പിച്ചുകഴിഞ്ഞിരുന്ന നിയാണ്ടർതാലുകൾ തെക്കേ യൂറേഷ്യയുടെ ലേശമെങ്കിലും ചൂടുകൂടിയ പ്രദേശങ്ങളിലേക്ക് സംഘങ്ങളായി നീങ്ങിയത് അവിടെ പുതിയതായി വന്നുചേർന്ന ഹോമോ സാപിയൻസിന് സമ്മർദ്ദം സമ്മാനിച്ചിട്ടുണ്ടാവാം. ആഫ്രിക്കയിൽനിന്ന് പുറത്തുകടന്ന് ലിവാന്റിലൂടെ ലോകത്തിന്റെ മറ്റു ഭാഗങ്ങളിലേക്ക് അധിനിവേശം നടത്തുവാനുള്ള ആധുനികമനുഷ്യരുടെ ആദ്യശ്രമങ്ങൾക്ക് കുഴിതോണ്ടിയത് കാലാവസ്ഥാചക്രങ്ങളും നിയാണ്ടർതാലുകളുടെ സാന്നിദ്ധ്യവും ചേർന്നാണെന്നു പറയാം.

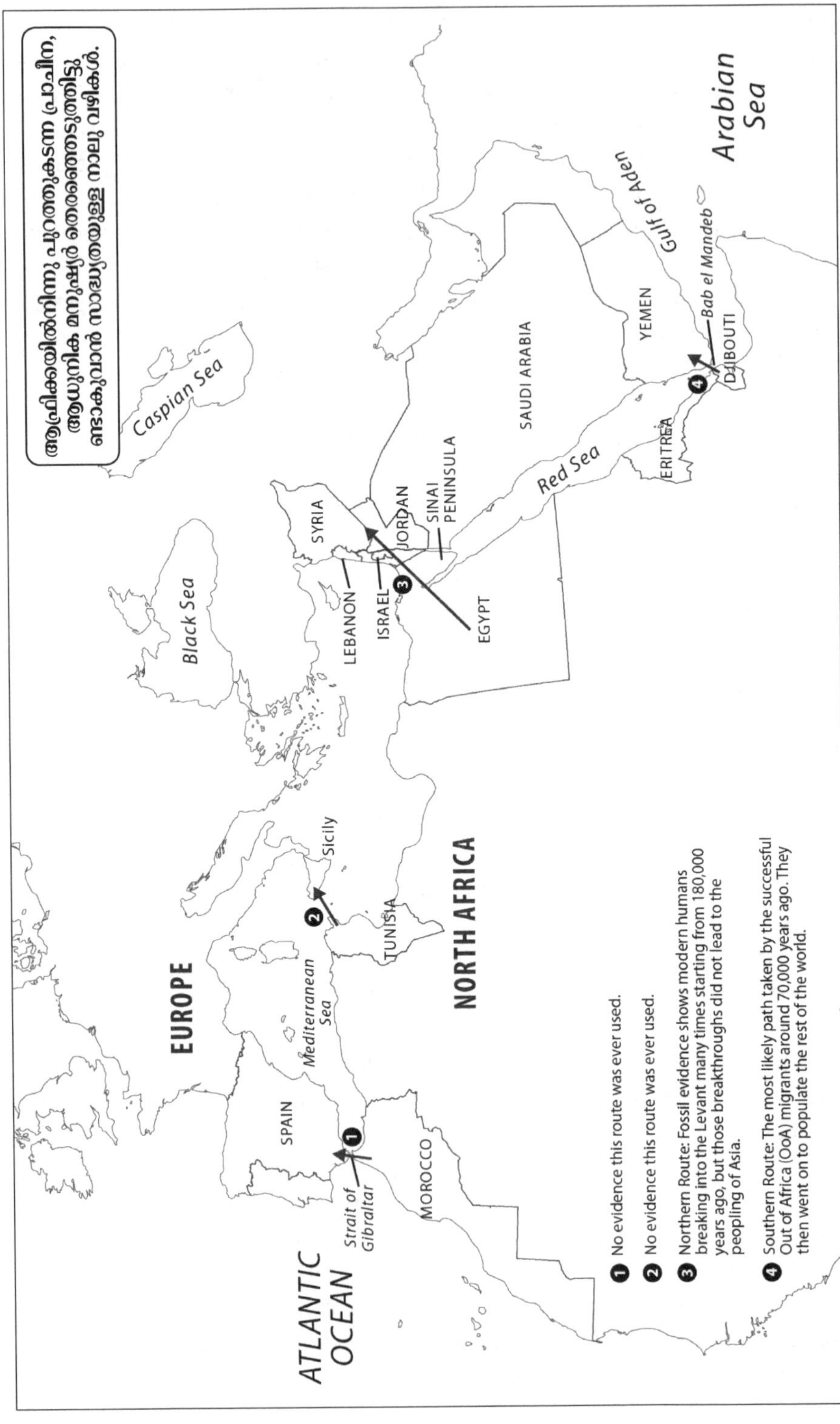

ആഫ്രിക്കയിൽനിന്നു പുറത്തുകടന്ന പ്രാചീന, ആധുനിക മനുഷ്യർ തെരഞ്ഞെടുത്തിട്ടുണ്ടാകുവാൻ സാധ്യതയുള്ള നാലു വഴികൾ.

1. No evidence this route was ever used.
2. No evidence this route was ever used.
3. Northern Route: Fossil evidence shows modern humans breaking into the Levant many times starting from 180,000 years ago, but those breakthroughs did not lead to the peopling of Asia.
4. Southern Route: The most likely path taken by the successful Out of Africa (OoA) migrants around 70,000 years ago. They then went on to populate the rest of the world.

സംഭവിച്ചത് എന്താണെന്നു വിശദീകരിക്കുവാൻ ആധുനികകാലത്തെ ഭൂമിശാസ്ത്രപരമായ വിവരണങ്ങളാണ് നാം ഉപയോഗിക്കുന്നതെങ്കിലും നമ്മുടെ പൂർവികർ ഒരു ഭൂഖണ്ഡത്തിൽനിന്ന് മറ്റൊന്നിലേക്ക് നീങ്ങുകയാണെന്ന് ചിന്തിച്ചുപോലും കാണില്ല. കാലാവസ്ഥാസ്വഭാവങ്ങൾ മാറുകയും അതോടൊപ്പം അവർ ആശ്രയിച്ചിരുന്ന സസ്യങ്ങളുടെയും ജീവിവർഗ്ഗങ്ങളുടെയും പ്രാദേശികമായ വിന്യാസങ്ങൾക്കും മാറ്റംവരികയും ചെയ്തതനുസരിച്ച് തങ്ങളുടെ ചലനങ്ങളുടെ പരിധി കൂട്ടുകയോ കുറയ്ക്കുകയോ മാത്രമാണ് അവർ ചെയ്തിരുന്നത്. വരണ്ടുതണുത്ത കാലഘട്ടങ്ങൾ അവരുടെ സഞ്ചാര സീമകൾ ചുരുക്കിയിട്ടുണ്ടാവണം; ഊഷ്മളവും ആർദ്രവുമായ കാലഘട്ടങ്ങൾ അവർ ആഹാരത്തിനായി വേട്ടയാടിയിരുന്ന മൃഗങ്ങളെയും ഒപ്പം അവരെയും പുതിയ മേച്ചിൽപ്പുറങ്ങളിലേക്ക് ക്ഷണിച്ചിട്ടുമുണ്ടാവണം.

ആധുനികമനുഷ്യരുടെ ലിവാന്റിലെ ആദ്യതലമുറകൾക്ക് സിനായിയും സഹാറയും വീണ്ടും മരുഭൂമികളാകുന്നതിനു മുൻപ് തിരിച്ച് ആഫ്രിക്കയിലേക്കു മടങ്ങുവാൻ സാധിച്ചോ എന്നു നമുക്കറിയില്ല. അതോ ഹിമക്കാറ്റുകൾ വീശിത്തുടങ്ങിയപ്പോൾ വികസിച്ചുകൊണ്ടിരുന്ന മരുഭൂമികളാൽ അവർ ആഫ്രിക്കയിൽനിന്ന് ഒറ്റപ്പെട്ടുപോവുകയും അതേസമയം തെക്കോട്ടു സഞ്ചരിച്ചുകൊണ്ടിരുന്ന നിയാണ്ടർതാലുകളാൽ വളയപ്പെടുകയും ചെയ്ത് ക്ഷയിച്ചില്ലാതാവുകയും ചെയ്തോ? ലിവാന്റിൽ ആധുനികമനുഷ്യന്റെ സാന്നിദ്ധ്യം വെളിവാക്കുന്ന ആദ്യകാല തെളിവുകൾക്കുശേഷം അടുത്ത തെളിവിനായി നമുക്ക് 30,000 വർഷത്തിലധികം—50,000 വർഷങ്ങൾക്കു മുൻപുള്ള കാലഘട്ടം വരെ—കാത്തിരിക്കേണ്ടിവന്നു എന്നു മാത്രമേ നമുക്കറിയൂ.

കണ്ണീർക്കവാടത്തിലൂടെ

ഈജിപ്തിൽനിന്നു ലിവാന്റിലേക്കുള്ള മാർഗ്ഗത്തിൽ—ഈജിപ്തിൽനിന്ന് ഏഷ്യയിലേക്കുള്ള വടക്കൻ വഴി (Northern Route) എന്നാണ് ഇത് പൊതുവേ അറിയപ്പെടുന്നത്—ഇങ്ങനെയൊക്കെ സംഭവിച്ചുകൊണ്ടിരിക്കുമ്പോൾ തെക്കൻ വഴിയിലും (Southern Route) സംഭവപരമ്പരകൾ അരങ്ങേറുന്നുണ്ടായിരുന്നു; എറിത്രിയയിൽനിന്ന് ചെങ്കടലിന്റെ മുനമ്പിലുള്ള ബാബ് എൽ മാൻഡബിലൂടെ യെമെനിലേക്കും സൗദി അറേബ്യയിലേക്കും പോകുന്ന വഴിയാണ് ഇത്. (ബാബ് എൽ മാൻഡബ് എന്ന വാക്കിന്റെ അർത്ഥം കണ്ണീർക്കവാടം എന്നാണ്. ഏഷ്യയെയും ആഫ്രിക്കയെയും വെവ്വേറെയാക്കി പിളർത്തിയ ഭൂകമ്പത്തിൽ മുങ്ങിമരിച്ചവരുടെ കരച്ചിലിനോടാണ് ഒരു ഐതിഹ്യം ഈ പേരിനെ കൂട്ടിയിണക്കുന്നത്; ഈ ഭാഗത്തുള്ള കടലിൽ പാറക്കൂട്ടങ്ങൾ ധാരാളമായി ഉള്ളതുകൊണ്ട് അതു മുറിച്ചുകടക്കുവാൻ ശ്രമിക്കുന്ന യാത്രക്കാർക്കുള്ള മുന്നറിയിപ്പു മാത്രമാണ് ഈ പേരെന്നാണ് മറ്റൊരു ഐതിഹ്യം പറയുന്നത്.)

കടലുകളൊന്നും മുറിച്ചുകടക്കേണ്ടതില്ലാത്ത വടക്കൻ വഴിയിൽനിന്നു വ്യത്യസ്തമായി തെക്കൻ വഴി ബാബ് എൽ മാൻഡബിൽ എത്തുമ്പോൾ ചെങ്കടൽ താണ്ടിപ്പോകണം—ഇന്നത്തെ കണക്കിൽ ഇത് ഒരു മുപ്പതു കിലോമീറ്റർ ദൂരം വരും. എന്നാൽ ഹിമയുഗങ്ങളിൽ കാലാവസ്ഥ വരണ്ടുതണുത്തതാകുമ്പോൾ

കടൽ പുറകോട്ടുമാറുകയും ചെങ്കടലിനു കുറുകെയുള്ള ദൂരം മൂന്നിലൊന്നായി ചുരുങ്ങുകയും ചെയ്യും. കടൽ മുറിച്ചുകടക്കുന്നത് അപ്പോൾ കുറച്ചുകൂടി എളുപ്പമാകും. അക്കാലത്തുള്ള ആധുനികമനുഷ്യർക്ക് തോണി നിർമ്മിക്കുവാൻ അറിയുമായിരുന്നു എന്നതിന് പുരാവസ്തുശാസ്ത്രപരമായ തെളിവുകളൊന്നുമില്ല; എങ്കിലും അവരതു ചെയ്തിരിക്കാൻ സാദ്ധ്യതയുണ്ട്. കാരണം ആയിരക്കണക്കിനു വർഷങ്ങൾ അവർ കടൽപ്പുറത്ത് മീൻ,കക്കകൾ തുടങ്ങിയ സമുദ്രോത്പന്നങ്ങളെ ആശ്രയിച്ചു ജീവിച്ചവരാണ് എന്നതിനു തെളിവുകളുണ്ട്. അത്തരമൊരു ജീവിതശൈലിക്ക് സ്വാഭാവികവും ശോഭനവുമായ ഒരു ചേർപ്പാകുമല്ലോ തോണികൾ.

അതെന്തെങ്കിലുമാകട്ടെ, ആധുനികമനുഷ്യർക്ക് ലിവാന്റിലെ വാസം ദുഷ്കരമാക്കിയ വരണ്ടുതണുത്ത ഹിമയുഗങ്ങൾ തെക്കൻ വഴിയിലൂടെ നീങ്ങിയവരോട് കുറച്ചുകൂടി ദയകാണിച്ചിട്ടുണ്ട് എന്നു മാത്രം നമുക്കറിയാം. ചെങ്കടൽ താണ്ടുന്നത് എളുപ്പമാക്കിയതുകൊണ്ടു മാത്രമല്ല, അറേബ്യയിലേക്ക് കടന്നുകഴിഞ്ഞപ്പോൾ ഹിമയുഗങ്ങളുടെ വരൾച്ചകൾക്കു പകരമായി മൺസൂൺ മഴയും അവർക്കു ലഭിച്ചുകാണണം—കുറഞ്ഞപക്ഷം കടലോര പ്രദേശങ്ങളിലെങ്കിലും. (ഹിമാലയനിരകൾ ഉണ്ടെന്നതിന്റെ പാർശ്വഫലമാണ് മൺസൂൺ മഴ. ഇന്ത്യൻ ടെക്ടോണിക് പാളി യൂറേഷ്യൻ പാളിയിലേക്കു തള്ളിക്കയറുകവഴി ഏകദേശം അൻപതു ദശലക്ഷം വർഷങ്ങൾക്കു മുൻപാണ് ഈ പർവ്വതനിരകൾ രൂപംകൊണ്ടുതുടങ്ങിയത്.)

അതിനാൽ, ഏറ്റവും ശൈത്യമേറിയ കാലഘട്ടങ്ങളിൽപ്പോലും ബാബ് എൽ മാൻഡബിൽനിന്ന് ഏഷ്യയിലേക്കു കടക്കുവാൻ ആധുനികമനുഷ്യർക്കു സാധിച്ചിരുന്നു എന്ന് ചില പുരാവസ്തുഗവേഷകർ അനുമാനിക്കുന്നുണ്ട്. 50,000 വർഷങ്ങൾക്കും 60,000 വർഷങ്ങൾക്കും ഇടയിലുള്ള സമയജാലകമാണ് OoA യുടേത് എന്ന കാലാവസ്ഥയെ ആധാരമാക്കിയുള്ള വിശ്വാസം അത്ര ശുഭോദർക്കമല്ല എന്ന് അധികംവൈകാതെ നമുക്ക് കാണുവാൻ കഴിയും. യഥാർത്ഥത്തിൽ, ആഫ്രിക്കയിൽനിന്നുണ്ടായ കുടിയേറ്റത്തിന്റെ കാലഘട്ടം അതിലും കുറേക്കൂടി പുറകോട്ടുതള്ളുവാൻ ചില പുരാവസ്തുഗവേഷകർ ശ്രമിക്കുന്നുണ്ട്. മൈക്കിൾ പെട്രാഗ്ലിയ അവരിലൊരാളാണ്. തന്റെ വിശ്വാസങ്ങളെ 'പാലിയോഡെസേർട്ട്സ്' (Palaeodeserts) എന്ന മഹത്തായ ഒരു ഗവേഷണപദ്ധതികൊണ്ട് പിന്താങ്ങുവാൻ 2012ൽ അദ്ദേഹം തീരുമാനിച്ചു. സൗദി അറേബ്യ കേന്ദ്രീകരിച്ചുള്ള ഈ ഗവേഷണപദ്ധതി ആഫ്രിക്കയും യൂറേഷ്യയുടെ മറ്റുഭാഗങ്ങളും തമ്മിലുള്ള ബന്ധങ്ങൾ അനാവരണം ചെയ്യുവാൻ ഉദ്ദേശിച്ചുള്ളതാണ്. ഈ പദ്ധതിയുടെ കീഴിലാണ് സൗദി അറേബ്യയിലെ ചരിത്രാതീത തടാകമായ അൽ വുസ്തയിൽനിന്ന് 88,000 വർഷം പഴക്കമുള്ള വിരലിന്റെ ഫോസിൽ കണ്ടെത്തിയത്. പെട്രാഗ്ലിയ *നേച്ചർഏഷ്യ*യ്ക്കു നൽകിയ ഒരു അഭിമുഖത്തിൽ ഇത്തരം കണ്ടുപിടുത്തങ്ങളെക്കുറിച്ച് ഇങ്ങനെ പറയുന്നു, 'ഫോസിലുകൾ കണ്ടെത്തുന്നതാണ് എന്നെ ഏറ്റവും വിസ്മയിപ്പിക്കുന്നത്. അറേബ്യയിലേക്കു കുടിയേറിയത് എന്തൊക്കെത്തരം മൃഗങ്ങളാണെന്നതിനെക്കുറിച്ച് അവയ്ക്ക് ചിലതൊക്കെ പറയാനുണ്ട്. ആനകളുടെ ഫോസിലുകൾ ലഭിച്ചിട്ടുണ്ട്; ആഫ്രിക്കൻ ആനകളെക്കാൾ വളരെ

വലുപ്പമുള്ള ഭീമൻ ജന്തുക്കളാണിവ. ആശ്ചര്യം തന്നെ, ഹിപ്പോകളെയും കിട്ടിയിട്ടുണ്ട്. ഈ കണ്ടുപിടുത്തങ്ങളിൽനിന്ന് അക്കാലം എത്ര നനവുള്ള തായിരുന്നു എന്നു മനസ്സിലാക്കാം. തികച്ചും വരണ്ടതും തണുത്തതുമായ അവസ്ഥകളിൽ ഹിപ്പോകൾ അതിജീവിക്കുകയില്ല, അവ അതിജീവിക്കണ മെങ്കിൽ പരിതസ്ഥിതി പച്ചപ്പുള്ളതുതന്നെയാവണം.'

പിന്നീട് ലോകമൊട്ടാകെ പരന്ന വിജയകരമായ കുടിയേറ്റക്കാരിൽ ഒരാളായിരിക്കുമോ അൽ വുസ്തയിൽ കണ്ടെത്തിയ വിരലിന്റെ ഉടമസ്ഥൻ? ഒരി ക്കലുമല്ല, കാരണം 88,000 വർഷങ്ങൾക്കു മുൻപ് എന്നു കാലഗണന ചെയ്യപ്പെട്ട അത് ജനിതകശാസ്ത്രജ്ഞർ സാദ്ധ്യമെന്നു കല്പിച്ചിട്ടുള്ള OoA കുടിയേറ്റത്തിന്റെ പരിധിക്കും മുൻപാണ്. അപ്പോൾ ഇത് ലിവാന്റിൽ നാശം നേരിട്ട സംഘങ്ങ ളെപ്പോലെ കുറ്റിയറ്റുപോയ ഒരു സംഘത്തിൽപ്പെട്ടയാളാവണം. അല്ലെങ്കിൽ കുറച്ചുകൂടി വിപ്ലവാത്മകമായ ഒരു ആശയം നിർദ്ദേശിക്കാം–കാലാവസ്ഥ മാറിയപ്പോൾ ഈ വ്യക്തി ഉൾപ്പെട്ട സംഘത്തിന്റെ ഒരു ഉപവിഭാഗം അറേബ്യൻ ഉൾപ്രദേശങ്ങളുടെ വരൾച്ചയിൽനിന്ന് രക്ഷനേടുവാൻ തെക്കൻ ഏഷ്യയിലേക്കു എത്തിച്ചേർന്നിട്ടുണ്ടാവാം; ചിലപ്പോൾ അവിടെനിന്ന് ആയിരത്താണ്ടുകൾ കൊണ്ട് തെക്കുകിഴക്കൻ ഏഷ്യയിലേക്കും ആസ്ട്രേലിയയിലേക്കും പോലും കടന്നിട്ടുണ്ടാവാം; എങ്കിലും പല കാരണങ്ങൾകൊണ്ട്–ഇരുപതുലക്ഷം വർഷങ്ങൾക്കു മുൻപുണ്ടായ ഏറ്റവും അക്രമാസക്തമായ മഹാഗ്നിപർവ്വ തസ്ഫോടനമായ ടോബാ ആവണം മുഖ്യകാരണം–ഇന്നുള്ള ജനതയിൽ ജനിതകബാക്കിയൊന്നും അവശേഷിപ്പിക്കാതെ അവരെല്ലാവരുംതന്നെ ഇല്ലാതായിട്ടുമുണ്ടാവാം.

അറേബ്യൻ മരുഭൂമികളിൽ പെട്രാഗ്ലിയയുടെ കണ്ടുപിടിത്തങ്ങൾ തെളിയിക്കുന്നത് തെക്കൻ വഴി തികച്ചും പ്രയോഗികമായതായിരുന്നു എന്നാണ്. ആഫ്രിക്കൻബഹിർഗമനത്തിന്റെ സമയം മുതൽ ലോകം മുഴുവൻ ജനനിബിഡമാക്കിക്കൊണ്ടിരിക്കുന്ന ആധുനികമനുഷ്യർ തെരഞ്ഞെടുത്ത മാർഗ്ഗം ഇതുതന്നെയാവും എന്നത് ഏറെക്കുറെ തീർച്ചയാണ്.[7]

ആധുനികമനുഷ്യന്റെ ആദ്യ കുടിയേറ്റചരിത്രത്തിന്റെ അറേബ്യൻ അദ്ധ്യായം മറ്റൊരു കാരണംകൊണ്ടുകൂടി സുപ്രധാനമാണ്. ആധുനികമനുഷ്യരും നിയാണ്ടർതാലുകളും ആദ്യമായി കണ്ടുമുട്ടിയതും ഇണചേർന്നതും ആഫ്രിക്കൻ അല്ലാത്ത എല്ലാ ആധുനികമനുഷ്യരുടെയും ജീനോമുകളിൽ

---

7 ഏകദേശം 60,000 വർഷങ്ങൾക്കു മുൻപ് ഹോമോ സാപിയൻസ് ലിവാന്റിലേക്ക് കുടി യേറുകയും നിയാണ്ടർതാലുകളുമായി കൂടിക്കലർന്ന് ഇന്നു നമുക്കുള്ള ജനിതകക്കൂട്ട് ഉണ്ടാക്കുകയും ചെയ്തു എന്നത് എന്തുകൊണ്ട് സംഭാവ്യമല്ല? ലോകത്ത് ആധുനിക മനുഷ്യന്റെ വാസം ഉണ്ടായതിന്റെ തെളിവുകളുടെ ക്രമം ഈ ആശയത്തെ പിന്താങ്ങു ന്നില്ല. യൂറോപ്പിൽ ആധുനികമനുഷ്യന്റെ ഏറ്റവും ആദ്യത്തെ തെളിവുകളുടെ പഴക്കം 45,000 വർഷമാണ്; അവർ ആസ്ട്രേലിയയിൽ എത്തിയതിന്റെ തെളിവുകൾക്ക് 60,000 വർഷമെങ്കിലും പഴക്കം ഉണ്ടുതാനും. ഇതിൽനിന്ന് മനസ്സിലാക്കാവുന്നത് ആഫ്രിക്കൻ ബഹിർഗമനം തെക്കൻ വഴിയിലൂടെയാണ് നടന്നിട്ടുള്ളതെന്നും ആദ്യം അറേബ്യയിലും പിന്നീട് ദക്ഷിണേഷ്യയിലും അതുകഴിഞ്ഞ് തെക്കുകിഴക്കൻ ഏഷ്യയിലും അവിടെനിന്ന് ആസ്ട്രേലിയയിലേക്കും പോയിട്ടുണ്ടെന്നുമാണ്. വടക്കൻ വഴിയിലൂടെയാണ് ലോകത്ത് ജനവാസം പടർന്നതെങ്കിൽ ഏഷ്യയിലോ ആസ്ട്രേലിയയിലോ കാണും മുൻപ് ആധുനി കമനുഷ്യന്റെ സാന്നിദ്ധ്യത്തിന്റെ തെളിവുകൾ യൂറോപ്പിൽ കാണേണ്ടതാണ്.

ഇന്നും കണ്ടെത്താൻ സാധിക്കുന്ന ഒരു ജനിതകതന്തു അവശേഷിപ്പിച്ചു പോയതും എല്ലാം ഇവിടെവെച്ചാവാനാണ് ഏറ്റവും സാദ്ധ്യത. ആഫ്രിക്കൻ അല്ലാത്ത മനുഷ്യരെല്ലാവരും രണ്ടു ശതമാനം നിയാണ്ടർതാൽ ജീനോം വഹിക്കുന്നവരാണ്.

ഈ മിശ്രസംയോഗം (interbreeding) വിവിധ പ്രദേശങ്ങളിൽ വീണ്ടും വീണ്ടും സംഭവിക്കാതിരുന്നത് എന്താണെന്നതിന് പ്രത്യേകിച്ചൊരു കാരണവും കാണുന്നില്ല. ആദ്യത്തെ കുടിയേറ്റക്കാർ ആഫ്രിക്കയിൽനിന്നു പുറത്തുകടന്നു താമസമില്ലാതെ, കൂട്ടംപിരിഞ്ഞ് പല വഴി പോകുന്നതിനു മുൻപായി ഒരു മിശ്രണമെങ്കിലും നടന്നിട്ടുണ്ടാവണം എന്ന് അനുമാനിക്കുകയാണ് സരളമായ മാർഗ്ഗം; ആഫ്രിക്കക്കാർ അല്ലാത്തവർക്കെല്ലാം ഒരേ അളവ് നിയാണ്ടർതാൽ ഡിഎൻഎ ഉണ്ടെന്നതിന് അതാണ് ഏറ്റവും എളുപ്പമായ വിശദീകരണവും.

മനുഷ്യരിൽ നിയാണ്ടർതാൽ ജീനുകൾ ഉണ്ടെന്ന് 2010ൽ ആദ്യമായി പ്രഖ്യാപിക്കപ്പെട്ടപ്പോൾ ലോകം നടുങ്ങിപ്പോയി; കാരണം, നിയാണ്ടർതാലുകൾ നമ്മെക്കാൾ താഴ്ന്നവരാണെന്നും നമ്മോടു ചേർന്ന് പ്രത്യുത്പാദനം നടത്തുവാൻ കഴിയാത്ത മറ്റൊരു ജീവജാതി തന്നെയാണെന്നുമായിരുന്നു അന്നുവരെ വിശ്വസിക്കപ്പെട്ടിരുന്നത്. നാം നിയാണ്ടർതാലുകളുമായി മാത്രമല്ല ഡെനിസോവനുകളുമായും കലർന്നിട്ടുണ്ടെന്നും കഥ അതുകൊണ്ടും മുഴുവനാകുന്നില്ലെന്നും ഇന്നു നമുക്ക് തീർച്ചയായും അറിയാം. ആഫ്രിക്കയിലും മറ്റിടങ്ങളിലും നടക്കുന്ന ഗവേഷണങ്ങൾ വെളിച്ചംവീശുന്നത് ആധുനികമനുഷ്യരും നമ്മുടെ ജനിതകകുടുംബത്തിലെ ബന്ധുക്കളും—ഇന്നും തിരിച്ചറിഞ്ഞിട്ടില്ലാത്തവർ പോലും—തമ്മിൽ കൂടുതൽ മിശ്രസംയോഗങ്ങൾ നടന്നിട്ടുണ്ടാവാനുള്ള സാധ്യതകളിലേക്കാണ്.

കഥ ആഫ്രിക്കയിൽനിന്ന് ഏഷ്യയിലേക്ക് നമ്മൾ എത്തിച്ച സ്ഥിതിക്ക് ലോകത്തിന്റെ മറ്റൊരു ഭാഗത്തുനിന്നുള്ള ചില തെളിവുകൾ നിരത്തുവാനുള്ള സമയമായെന്നു തോന്നുന്നു; എന്നാണ് ആഫ്രിക്കൻ ബഹിർഗമനം നടന്നതെന്നും അതിനുശേഷം എന്തു സംഭവിച്ചിട്ടുണ്ടാവാം എന്നും ഈ തെളിവുകൾ ഉപയോഗിച്ച് കുറച്ചുകൂടി വ്യക്തമായി കാണുവാൻ കഴിയും. ലോകത്തിന്റെ മറ്റൊരുഭാഗം എന്നു വിശേഷിപ്പിച്ചത് ആസ്ട്രേലിയയെ ആണ്—ആദ്യത്തെ കുടിയേറ്റക്കാരെക്കുറിച്ചുള്ള ഏതൊരു കഥയിലെയും നിർണ്ണായകമായ ഒരു ഘടകം അതാണ്. ആസ്ട്രേലിയയിലെ ക്വീൻസ്ലാൻഡ് യൂണിവേഴ്സിറ്റിയിലെ പുരാവസ്തുശാസ്ത്രജ്ഞനായ ക്രിസ് ക്ലാർക്സൺ നയിച്ച ഒരു സംഘം ശാസ്ത്രജ്ഞർ 2018 ജൂണിൽ സ്ഥാപിച്ചത് 59,300 വർഷങ്ങൾക്കും 70,700 വർഷങ്ങൾക്കും ഇടയിൽ—ഒരു മദ്ധ്യബിന്ദുവെടുക്കുകയാണെങ്കിൽ 65,000 വർഷങ്ങൾക്കു മുൻപ്—പ്രസ്തുത ഭൂഖണ്ഡത്തിൽ മനുഷ്യവാസം ഉണ്ടായിരുന്നു എന്നാണ്.

ആസ്ട്രേലിയയുടെ വടക്കൻ പ്രവിശ്യയിലെ മജെദ്ബബീബിലുള്ള ഒരു ഗുഹയിൽനിന്ന് ആധുനികമനുഷ്യർ ഉപയോഗിച്ചിരുന്ന ചില വസ്തുക്കൾ (ഇടികല്ല്, കുഴ, കൽകോടാലി, നിറംപൂശുവാനുള്ള സാമഗ്രികൾ തുടങ്ങിയവ) കണ്ടെത്തിയതിന്റെ പഴക്കം കൃത്യമായി മനസ്സിലാക്കിയതിൽനിന്നാണ് ശാസ്ത്രജ്ഞർ ഈ നിഗമനത്തിലെത്തിയത്. ആസ്ട്രേലിയയിൽ ഹോമോ

സാപിയൻസ് അല്ലാതെ ഹോമോ വർഗ്ഗത്തിലെ മറ്റ് അംഗങ്ങളൊന്നും താമസമുറപ്പിച്ചിരുന്നില്ല എന്നതുകൊണ്ട് ഇവയെല്ലാം നമ്മുടെ ജീവജാതിയുടെതന്നെ കൈവേലകളാണെന്ന് ഉറപ്പിക്കാം. 2018 ജൂലൈയിൽ സിഡ്നിയിലെ മക്കയർ യൂണിവേഴ്സിറ്റിയിലെ കീര വെസ്റ്റ് വേ നയിച്ച മറ്റൊരു പഠനം ഇന്തോനേഷ്യയിലെ സുമാത്ര ദ്വീപിലുള്ള ലിഡാ ഏയ്ജർ ഗുഹയിൽനിന്ന് ഒരു നൂറ്റാണ്ടുമുമ്പ് കണ്ടെത്തിയ രണ്ടു പല്ലുകൾ 63,000 വർഷങ്ങൾക്കും 73,000 വർഷങ്ങൾക്കും ഇടയ്ക്ക് പഴക്കമുള്ളതാണെന്നും അവ ആധുനികമനുഷ്യരുടേതാണെന്നും പ്രഖ്യാപിക്കുകയുണ്ടായി. ഈ രണ്ടു പഠനങ്ങളും ചേർന്ന് തെക്കു കിഴക്കൻ ഏഷ്യയിലെയും ആസ്ട്രേലിയയിലെയും ആധുനികമനുഷ്യന്റെ അധിവാസസമയം 15,000 മുതൽ 20,000 വർഷം വരെ പുറകോട്ടു തള്ളുന്നുണ്ട്; കൂടാതെ ആഫ്രിക്കൻബഹിർഗമനത്തിന്റെ കാലഗണനയിലും കുടിയേറ്റത്തിന്റെ രീതികളിലും കടുത്ത നിയന്ത്രണങ്ങൾ അടിച്ചേൽപ്പിക്കുന്നുണ്ട്.

ഈ രണ്ടു പഠനങ്ങളുടെയും സമയക്കണക്കുകളിൽനിന്ന് ഏറ്റവും താഴെയുള്ളത് എടുക്കുകയാണെങ്കിൽപ്പോലും കുറഞ്ഞത് 63,000 വർഷങ്ങൾക്കു മുൻപെങ്കിലും ആധുനികമനുഷ്യർ തെക്കുകിഴക്കൻ ഏഷ്യയിൽ എത്തിയിട്ടുണ്ടെന്ന കാര്യം വ്യക്തമാണ്. 50,000 വർഷങ്ങൾക്കും 60,000 വർഷങ്ങൾക്കും ഇടയ്ക്കുള്ള അംഗീകരിക്കപ്പെട്ട സമയസീമയിൽനിന്ന് ആഫ്രിക്കൻബഹിർഗമനം പുറത്തുപോകുമെന്നാണ് ഇതുകൊണ്ടുവരുന്നത്. ഊരാക്കുടുക്കഴിക്കുവാൻ രണ്ടു മാർഗ്ഗങ്ങളേയുള്ളൂ. ഒന്നുകിൽ, മജെദ്ബബീബിലും ലിഡാ ഏയ്ജർ ഗുഹകളിലും ഫോസിലുകളും ഉപകരണങ്ങളും അവശേഷിപ്പിച്ചുപോയവർ ആഫ്രിക്കയിൽനിന്ന് നേരത്തേതന്നെ പുറത്തുകടക്കുകയും ജനിതകപരമ്പരകളെ അവശേഷിപ്പിക്കുവാൻ കഴിയാതെപോയവരുമായ ഒരുകൂട്ടം കുടിയേറ്റക്കാരാണ്; അല്ലെങ്കിൽ പണ്ടു വിശ്വസിച്ചിരുന്നതിലും മുൻപാണ് ആഫ്രിക്കൻബഹിർഗമനം ഉണ്ടായത്, ആധുനികമനുഷ്യർ അറേബ്യയിലേക്ക് കടൽകടന്നത് വരണ്ടുതണുത്ത ഹിമയുഗത്തിലാണ് അല്ലാതെ ഊഷ്മളവും ആർദ്രവുമായ ശൈത്യാനന്തരയുഗത്തിലല്ല എന്നാണ് ഇതുകൊണ്ട് അർത്ഥം വരുന്നതെങ്കിൽപ്പോലും. ആഫ്രിക്കൻബഹിർഗമനത്തിന്റെ കാലഘട്ടത്തെ, ജനിതകസാദ്ധ്യതയുടെ കേവലസീമയായ 80,000 വർഷങ്ങൾക്കു മുൻപ് എന്ന കാലഘട്ടവുമായി ഇത് കൂടുതൽ അടുപ്പിക്കുന്നുണ്ട്. ഈ വഴി എവിടം വരെ പോകുമെന്ന് നമുക്കു പരിശോധിക്കാം.

ഏഷ്യയിലൂടെയുള്ള ഓട്ടമത്സരം

വേട്ടക്കാരുടെയും ഭക്ഷ്യസമ്പാദകരുടെയും ഒരു സംഘത്തിന് യെമെനിൽനിന്ന് (എന്നു സങ്കൽപിക്കുക) ആസ്ട്രേലിയയിലേക്ക് നടന്നെത്തുവാൻ എത്രകാലം വേണ്ടിവരും? അവർ ആസ്ട്രേലിയയിൽ എത്തണം എന്ന ഉദ്ദേശ്യത്തോടെയല്ലാതെ വേട്ടയാടിയും ഭക്ഷ്യസമ്പാദനം നടത്തിയും തിന്നും നിലനിൽപ്പിനായി പൊരുതിയും മാത്രം നീങ്ങിക്കൊണ്ടിരിക്കുകയായിരുന്നു എന്ന വസ്തുതകൂടി കണക്കിലെടുക്കുമ്പോൾ? ഉത്തരം അത്ര എളുപ്പമല്ല. പുരാവസ്തുശാസ്ത്രപരമായ തെളിവുകളിൽനിന്ന് നമുക്കറിയാൻ സാധിച്ചിട്ടുള്ള

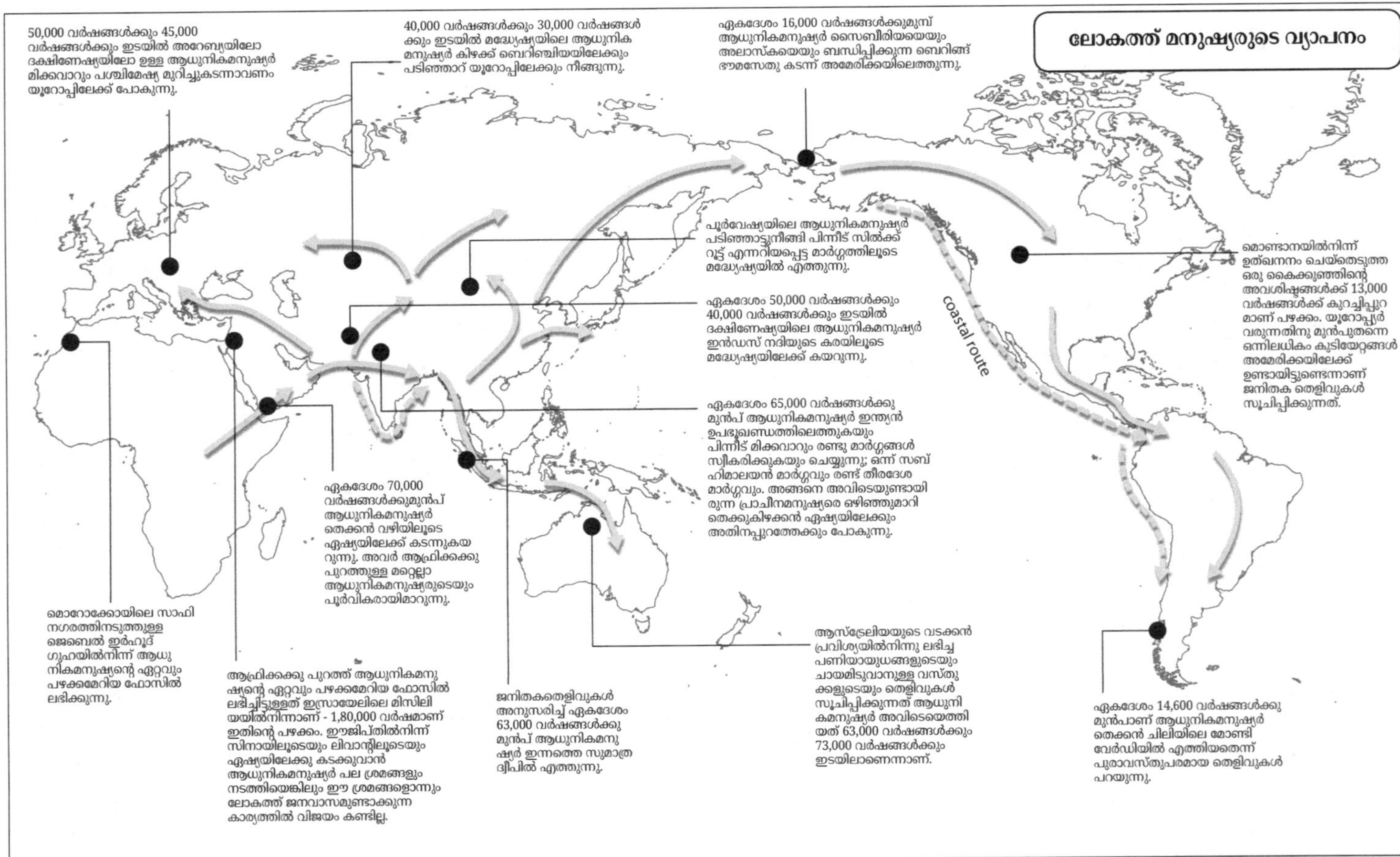

കടപ്പാട്: സ്റ്റീഫൻ ഓപ്പൺഹെയ്മർ, 'ഔട്ട് ഓഫ് ആഫ്രിക്ക, ദി പീപ്പിങ് ഓഫ് കോണ്ടിനെന്റ്സ് ആൻഡ് ഐലൻഡ്സ്: ട്രേസിങ് യൂണിപാരന്റൽ ജീൻസ് എക്രോസ് ദി മാപ്', ഫിലസോഫിക്കൽ ട്രാൻസാക്ഷൻസ് ഓഫ് ദി റോയൽ സൊസൈറ്റി ബി, ദി റോയൽ സൊസൈറ്റി പബ്ലിഷിങ്, 2012

ഒരു കാര്യം അമേരിക്കയിലെ ആദ്യ കുടിയേറ്റക്കാർ (ഏകദേശം 16,000 വർഷങ്ങൾക്കു മുൻപ്) അലാസ്കയിൽനിന്ന് തെക്കേ അമേരിക്കയുടെ മുനമ്പിലെത്തുവാൻ രണ്ടു സഹസ്രാബ്ദങ്ങൾ മാത്രമേ എടുത്തുള്ളൂ എന്നതാണ്– ഏകദേശം 21,000 കിലോമീറ്ററാണ് അത്. അമേരിക്കയുടെ പടിഞ്ഞാറൻ കടൽത്തീരത്തുകൂടിയാവണം അവർ നീങ്ങിയത്. തീരദേശമാർഗ്ഗങ്ങളുടെ സവിശേഷത അത് കുടിയേറ്റപ്രക്രിയയ്ക്ക് രണ്ടുവിധത്തിൽ വേഗതയും ലാളിത്യവും സമ്മാനിക്കുന്നുണ്ടെന്നതാണ്: ഒന്ന്, അത് വേട്ടക്കാരും ഭക്ഷ്യ സമ്പാദകരും ആയ കുടിയേറ്റക്കാരെ തങ്ങളുടെ ജീവിതരീതികൾ ഇടക്കിടെ നാടകീയമായി മാറ്റിമറിക്കുവാൻ നിർബന്ധിക്കുന്നില്ല. അതുകൊണ്ട് അവർക്ക് വേഗം മുന്നേറാനാകുന്നു. രണ്ട്, തീരദേശമാർഗ്ഗം അവരുടെ കുടിയേറ്റത്തിന് കരുതിക്കൂട്ടിയല്ലെങ്കിലും ഒരു ദിശാബോധം നൽകുന്നുണ്ട്. ആശ്ചര്യങ്ങളും അനിശ്ചിതത്വങ്ങളും കറങ്ങിത്തിരിയലുകളും ഉള്ള ഉൾപ്രദേശപാതകളിൽ നിന്ന് വ്യത്യസ്തമായി അത് അവരെ നിർദ്ദാക്ഷിണ്യം മുന്നോട്ടു തള്ളിക്കൊണ്ടേയിരിക്കുന്നു.

നമുക്ക് വിഷയത്തിലേക്കു തിരിച്ചുവരാം. തീരദേശമാർഗ്ഗം എടുക്കുകയാണെങ്കിൽ അറേബ്യൻ ഉപദ്വീപിലെ യെമെനിൽനിന്ന് (എന്നു സങ്കൽപ്പിക്കുക) ആസ്ട്രേലിയയിലേക്കുള്ള ദൂരം അലാസ്കയിൽനിന്ന് അർജന്റീനയുടെ തെക്കേ മുനമ്പുവരെയുള്ളതിൽനിന്ന് അത്ര കൂടുതലല്ല. ഇരട്ടി സമയം എടുത്തുവെന്നു കരുതുകയാണെങ്കിൽപ്പോലും ഈ ദൂരം ഏകദേശം 4000 അല്ലെങ്കിൽ 5000 വർഷങ്ങൾകൊണ്ട് താണ്ടാൻ സാധിക്കും–അതായത്, അമേരിക്കയിലേക്കുള്ള ആദ്യത്തെ കുടിയേറ്റക്കാരെപ്പോലെ ഇവരും തീരദേശമാർഗ്ഗമാണ് സ്വീകരിച്ചത് എന്ന് അനുമാനിക്കുകയാണെങ്കിൽ. ഇനി ആസ്ട്രേലിയയിലെ ആധുനിക മനുഷ്യന്റെ ഫോസിൽ തെളിവിന്റെ മധ്യബിന്ദുവായ 65,000 വർഷങ്ങൾ മുൻപ് എന്ന കാലഘട്ടം എടുക്കുക. അവിടെനിന്ന് ആരംഭിക്കുകയാണെങ്കിൽ ആഫ്രിക്കയിൽനിന്നുള്ള 'വാക്കത്തോൺ' ഏകദേശം 70,000 വർഷങ്ങൾക്കു മുൻപാവും ആരംഭിച്ചിട്ടുണ്ടാവുക, അത് ജനിതക ഗണനകളുടെ ഗോൾവലയത്തിനകത്തു തന്നെയാവും താനും–ഹിമയുഗത്തിലാണ് ചെങ്കടൽ കടന്ന് അറേബ്യൻ ഉപദ്വീപിലേക്ക് കുടിയേറ്റമുണ്ടായത് എന്നാവും എന്നുമാത്രം.[8]

---

8 ഇവിടെ നിർണ്ണായകമായ അഭ്യൂഹം കുടിയേറ്റക്കാർ കടൽത്തീരത്തെ ആശ്രയിച്ചു കഴിയുന്നവരാണ് എന്നതാണ്; കടൽവിഭവങ്ങൾ ഉപയോഗിച്ച് ജീവിക്കുവാനുള്ള അവരുടെ കഴിവാണ് പ്രധാനമായും അവരുടെ ജീവിതത്തിന്റെ ആധാരം എന്നതാണ്. ഇത് യാഥാർഥ്യത്തോടടുത്തുനിൽക്കുന്ന ഒരു അഭ്യൂഹമാണോ? സാദ്ധ്യതയുണ്ടെന്നാണ് പുരാവസ്തുശാസ്ത്രം പറയുന്നത്. ആധുനികമനുഷ്യർ കടൽത്തീരത്ത് ഉപജീവനമാർഗ്ഗങ്ങൾ കണ്ടെത്തുന്നവരാണെന്നതിനുള്ള തെളിവുകൾ 1,25,000 വർഷങ്ങൾക്കു മുൻപുതന്നെ ആഫ്രിക്കയിൽനിന്ന് ലഭിച്ചിട്ടുണ്ട്; മത്സ്യവും കക്കകളും പിടിച്ച് ജീവിച്ചിരുന്നു അവർ. അതിന്റെ തെളിവുകൾ കണ്ടെത്തുവാൻ എളുപ്പമാണ്: പൊളിച്ചെടുത്ത കക്കത്തോടുകളുടെ (shell middens) കൂമ്പാരങ്ങൾ ധാരാളമായുണ്ട്. കക്കത്തോടുകൾ തെളിവായി ഏറ്റവും ആദ്യം ലഭിച്ചത് ചെങ്കടലിന്റെ തൊട്ടപ്പുറത്ത് അറേബ്യൻ ഉപദ്വീപിലെ എറിത്രിയൻ തീരത്തുള്ള അബ്ദുർ എന്ന ഉത്ഖനനകേന്ദ്രത്തിൽനിന്നാണ്. അവിടെനിന്ന് ശരീരവലുപ്പം കൂടുതലുള്ള സസ്തനികളുടെ ശേഷിപ്പുകളും കണ്ടെത്തിയിട്ടുണ്ട്–കടൽവിഭവങ്ങൾ മാത്രമല്ല അവർ ഭക്ഷിച്ചിരുന്നതെന്നതാണ് ഇതിൽനിന്ന് മനസ്സിലാക്കേണ്ടത്. ആഫ്രിക്കയിൽ മറ്റു പലയിടങ്ങളിൽനിന്നും കക്കത്തോടുകളുടെ ആദ്യകാല തെളിവുകൾ ലഭിച്ചിട്ടുണ്ട്–ദക്ഷിണ

ഇതിനെക്കുറിച്ച് ജനിതകശാസ്ത്രത്തിന് എന്താണു പറയാനുള്ളത്? തീരപ്രദേശങ്ങളിൽ ജീവിച്ചിരുന്ന ആധുനികമനുഷ്യർ ദ്രുതഗതിയിൽ ചിതറി തെക്കൻ വഴി ഉപയോഗിച്ച് ആഫ്രിക്കയിൽനിന്ന് പുറത്തുകടന്ന് യെമെനിൽനിന്ന് ഏറെക്കുറെ 5000 വർഷങ്ങൾകൊണ്ട് ആസ്ട്രേലിയയിൽ എത്തിച്ചേർന്നു എന്ന ആശയത്തോട് അത് യോജിക്കുന്നുണ്ടോ? തീർച്ചയായും എന്നാണ് ഉത്തരം. അങ്ങനെ അതിവേഗം പരക്കുന്നതിനോട് ജനിതകപരമായ തെളിവുകൾ പൊരുത്തപ്പെടുന്നുണ്ടെന്നു മാത്രമല്ല, ദ്രുതഗതിയിലുള്ള വ്യാപനം അത് ആവശ്യപ്പെടുന്നുമുണ്ട്. കാരണം, വ്യാപനം പതുക്കെയാവുകയും അതിനിടയിൽ പല വിശ്രമവേളകൾ ഉണ്ടാവുകയും ചെയ്തിരുന്നെങ്കിൽ ജനിതകവൃക്ഷത്തിൽ 'കൂടുകൾ' കാണപ്പെട്ടേനെ; അവ കാണുന്നുമില്ല. സൈദ്ധാന്തികമായ ഒരു ഉദാഹരണം എടുക്കാം: M എന്ന ഹാപ്ലോഗ്രൂപ്പ് ഇന്ത്യയിലേക്ക് കുടിയേറിയെന്നും അവിടെ ഏതാനും സഹസ്രാബ്ദങ്ങൾ പാർത്തു എന്നും കരുതുക. അങ്ങനെയാവുമ്പോൾ ഉൾപരിവർത്തനങ്ങളുടെ ഫലമായി M എന്ന ഹാപ്ലോഗ്രൂപ്പിന്റെ ഏതാനും ഉപഹാപ്ലോഗ്രൂപ്പുകൾ ഉണ്ടായിട്ടുണ്ടാവും; ഇന്ത്യയിൽനിന്ന് പിന്നീടൊരു കുടിയേറ്റം—മ്യാന്മറിലേക്കാവാം—ഉണ്ടാകുമ്പോൾ ഈ ഉപ ഹാപ്ലോഗ്രൂപ്പുകളും അതിലുണ്ടാവും. പ്രസ്തുത ഉപഹാപ്ലോഗ്രൂപ്പുകൾ ഏതാനും സഹസ്രാബ്ദങ്ങൾ മ്യാന്മറിൽ തങ്ങിയിട്ട് അവിടെനിന്ന് തായ്ലാൻഡിലേക്ക് നീങ്ങി എന്നു കരുതുക. പുതിയ ലക്ഷ്യത്തിലേക്കുള്ള കുടിയേറ്റസംഘത്തിൽ നിരവധി പുതിയ ഉപ ഹാപ്ലോഗ്രൂപ്പുകൾ നമുക്കു കണ്ടെത്താനാവും. അങ്ങനെ ക്രമാനുഗതങ്ങളായി വരുന്ന ലക്ഷ്യസ്ഥാനങ്ങളിൽ ക്രമാനുഗതങ്ങളായ ഉപ ഹാപ്ലോഗ്രൂപ്പുകൾ ഉണ്ടായിരിക്കും. അത്തരമൊരു വ്യാപനത്തിന്റെ ജനിതകപരിണാമവൃക്ഷം (phylogenetic tree) വരയ്ക്കുകയാണെങ്കിൽ ഓരോ ഉപ ഹാപ്ലോഗ്രൂപ്പും മറ്റൊന്നിന്റെ കൂട്ടിനകത്തും അത് വേറൊന്നിന്റെ കൂട്ടിനകത്തും ആയിട്ടാണ് ദേശങ്ങൾ താണ്ടുംതോറും കാണപ്പെടുക. എന്നാൽ ഇവിടെ യഥാർത്ഥത്തിൽ കാണുന്നത് അതല്ല. ആസ്ട്രേലിയയിലേക്ക് M മാത്രം, കൂടുതൽ ഉൾപരിവർത്തനങ്ങൾക്ക് ഇടകൊടുക്കാതെ വ്യാപിച്ചിരിക്കുന്നതായാണ് കാണുന്നത്. ഓരോ പ്രദേശത്തിലും M എന്ന ഹാപ്ലോഗ്രൂപ്പിന്റെ നേരെ കീഴിലുള്ള ഉപ ഹാപ്ലോഗ്രൂപ്പുകളാണ് കാണുന്നത്. ചുരുക്കിപ്പറഞ്ഞാൽ, ആഫ്രിക്കയിൽനിന്നുള്ള പ്രയാണം ആരംഭിച്ചതുമുതൽ ആസ്ട്രേലിയയിലേക്ക് എത്തുംവരെ ദ്രുതഗതിയിലുള്ള വ്യാപനമാണ് നടന്നതെന്ന ആശയത്തെയാണ് ജനിതകശാസ്ത്രം പിന്താങ്ങുന്നത്.

ആഫ്രിക്കയിലെ ക്ലാസീസ് നദീമുഖം ഇതിനൊരുദാഹരണമാണ്. എങ്കിലും അബ്ദുർ ഉത്ഖനനകേന്ദ്രത്തിൽനിന്നുള്ള കണ്ടെത്തൽ വലിയ ആവേശമുണർത്തുകയുണ്ടായി, കാരണം തെക്കൻ വഴിയോട് വളരെയടുത്താണത്.

പൊതുവേ കരയിൽ വേട്ടക്കാരും ഭക്ഷ്യസമ്പാദകരുമായി ജീവിച്ചിരുന്ന ആധുനികമനുഷ്യർ തണുപ്പും വരൾച്ചയും ആഫ്രിക്കയുടെ ഭൂപ്രദേശങ്ങളിൽ പലതിനെയും മരുഭൂമികളാക്കിയ ഏതെങ്കിലുമൊരു ഹിമയുഗത്തിലാവണം കടൽവിഭവങ്ങളിലേക്ക് തിരിഞ്ഞത്. പക്ഷേ ഈ ഹിമയുഗങ്ങളിൽ കടൽനിരപ്പ് ഇന്നുള്ളതിനേക്കാൾ നന്നേ കുറവായിരുന്നിരിക്കണം; ആധുനികമനുഷ്യരുടെ തീരദേശത്തെ ആവാസകേന്ദ്രങ്ങളുടെ തെളിവുകൾ അധികവും ഇന്ന് കടലിനടിയിൽ ആയിരിക്കണം.

അത്തരമൊരു അതിവേഗ കുടിയേറ്റമാണ് ഏകദേശം 70,000 വർഷങ്ങൾക്കും 60,000 വർഷങ്ങൾക്കും ഇടയ്ക്കുള്ള കാലഘട്ടത്തിൽ ഏഷ്യയിൽ മനുഷ്യവാസമുണ്ടാക്കിയത് എന്നാണെങ്കിൽ അത് ഉറപ്പാക്കുവാൻ ആവശ്യമായ മനുഷ്യ ഫോസിലുകൾ–അക്കാലത്തുനിന്നുള്ളത്–ദക്ഷിണേഷ്യയിൽനിന്ന് ലഭിച്ചിട്ടില്ല. ആ പ്രദേശത്തുനിന്ന് നമുക്കു ലഭിച്ചിട്ടുള്ള ഫോസിലുകൾ അതിലും വളരെ പ്രായം കുറഞ്ഞവയാണ്. ദക്ഷിണേഷ്യയിൽനിന്നു ലഭിച്ചിട്ടുള്ളവയിൽവെച്ച് ഏറ്റവും പഴക്കമേറിയ ഫോസിൽ ശ്രീലങ്കയിലെ കാലൂത്തര ജില്ലയിലുള്ള ഫാഹിയാൻ ഗുഹകളിൽനിന്നാണ്; ഏകദേശം 35,000 വർഷമാണ് അതിന്റെ പഴക്കം. ആധുനികമനുഷ്യന്റെ ഫോസിലുകൾ ശ്രീലങ്കയിലെ തന്നെ ബട്ടദോംബലേന ഗുഹകളിൽനിന്നു വേറെയും ലഭിച്ചിട്ടുണ്ട്; അവയുടെ പഴക്കം ഏകദേശം 28,000 വർഷങ്ങളാണ്. ഈ കണ്ടുപിടുത്തങ്ങൾ നിസ്സംശയം തെളിയിച്ചത് ആഫ്രിക്കയിൽനിന്നുള്ള കുടിയേറ്റക്കാർ ഇന്ത്യയുടെ തീരദേശങ്ങളിലും ഉഷ്ണമേഖലാദ്വീപായ ശ്രീലങ്കയിൽപ്പോലും സസുഖം വാണിരുന്നു എന്നാണ്. ഈ ഭാഗങ്ങളിൽനിന്നുള്ള ഫോസിലുകളോടൊപ്പം മൈക്രോലിത്തിക് (ചെറുകല്ലുകൾ കൊണ്ടുള്ള) ഉപകരണങ്ങളും കണ്ടെത്തിയിട്ടുണ്ട്. ഈ ഉപകരണങ്ങൾ അമ്പുകളുടെയും കുന്തങ്ങളുടെയും മുനകളായി ഉപയോഗിച്ചിരുന്നവയാവാം. ഇത്തരം മൈക്രോലിത്തിക് ഉപകരണങ്ങൾ ആധുനികമനുഷ്യരാണ് ധാരാളമായി ഉപയോഗിച്ചിരുന്നത്; അല്ലാതെ ഹോമോ ജീവജാതിയിലെ പ്രാചീനമായ അല്ലെങ്കിൽ വംശനാശം സംഭവിച്ച മറ്റംഗങ്ങളല്ല.

എന്നാൽ ആധുനികമനുഷ്യർ ഇന്ത്യയുടെ പടിഞ്ഞാറൻ തീരപ്രദേശത്തുകൂടി താഴേക്കു സഞ്ചരിക്കുകയും അവിടെനിന്ന് കിഴക്കൻ തീരപ്രദേശം വഴി മുകളിലേക്കു സഞ്ചരിക്കുകയും പിന്നീട് അവിടെനിന്ന് തെക്കുകിഴക്കൻ ഏഷ്യയിലേക്കു നീങ്ങുകയും അതിനുശേഷം ചൈനയിലേക്കും ജപ്പാനിലേക്കും ആസ്ട്രേലിയയിലേക്കും കടക്കുകയുമാണ് ചെയ്തതെങ്കിൽ എന്തുകൊണ്ടാണ് ഇന്ത്യയുടെ തീരപ്രദേശങ്ങളിൽ ഫോസിലുകളോ പ്രാചീനമായ കക്കക്കൂമ്പാരങ്ങളോ (shell midden) അല്ലെങ്കിൽ കല്ലുകൊണ്ടുള്ള പണിയായുധങ്ങളോ ഇല്ലാതെപോയത്? 71,000 വർഷങ്ങൾക്കും 57,000 വർഷങ്ങൾക്കും ഇടയിലുള്ള കാലഘട്ടം ഹിമയുഗമായിരുന്നു (MIS 4) എന്നതും അന്ന് കടൽനിരപ്പ് ഇന്നത്തേതിലും താഴെയായിരുന്നു എന്നതുമാവാം ഒരു കാരണം. ആദ്യത്തെ കുടിയേറ്റക്കാർ നീങ്ങിയിരുന്നത് ഇന്നു കടലിനടിയിലായിപ്പോയ പ്രദേശങ്ങളിലൂടെയാവാം; അതുകൊണ്ട് കടൽത്തീരത്തുനിന്ന് നമുക്ക് തെളിവുകൾ ലഭിക്കുവാനുള്ള സാദ്ധ്യത മങ്ങിയിട്ടുണ്ടാവാം. മനുഷ്യർ ഉൾപ്രദേശങ്ങളിലേക്കു നീങ്ങിയശേഷമുള്ള തെളിവുകളേ–ഫാ ഹിയാനിൽനിന്നുള്ളവ പോലെ–നമുക്ക് ലഭ്യമായിട്ടുള്ളൂ എന്നുവരാം. അങ്ങനെയുള്ള സഞ്ചാരങ്ങൾക്ക് കൂടുതൽ സമയമെടുക്കും എന്നതുകൊണ്ട് ദക്ഷിണേഷ്യയിൽ ആധുനികമനുഷ്യന്റെ സാന്നിദ്ധ്യത്തിന്റെ ആദ്യകാല തെളിവുകൾക്ക് ആദ്യത്തെ കുടിയേറ്റത്തിനേക്കാൾ വളരെ പ്രായം കുറവാകാം.

എല്ലാ പുരാവസ്തുശാസ്ത്രജ്ഞരും ജനിതകശാസ്ത്രജ്ഞരും തീരദേശ കുടിയേറ്റപാത എന്ന ആശയത്തിന്റെ വക്താക്കളല്ല. കർണാടക് യൂണിവേഴ്സിറ്റിയിലെ രവി കോറിസെറ്ററും ജനിതകശാസ്ത്രജ്ഞനായ സ്റ്റീഫൻ ഓപ്പൻഹെയ്മറും ഓക്സ്ഫോർഡ് യൂണിവേഴ്സിറ്റിയിലെ പുരാവസ്തുശാസ്ത്രജ്ഞനായ മൈക്കൽ ഹസ്‌ലാമും ഈയടുത്തകാലത്ത് ഒരു പ്രബന്ധത്തിൽ,[9] കടൽനിരപ്പു താഴുമ്പോൾ കടലോരപ്രദേശം (continental shelf) എത്ര വെളിപ്പെടുമെന്ന് തീരുമാനിക്കുന്നത് കടൽത്തീരത്തിന്റെ ചെരിവാണ് എന്നു വാദിക്കുകയുണ്ടായി. കടൽ പിൻവലിയുമ്പോൾ തീരെ ചെരിവുകുറഞ്ഞ കടലോരപ്രദേശം വളരെയധികം പുതിയ കരഭാഗങ്ങളെ—ചിലപ്പോൾ പത്തിലധികം കിലോമീറ്ററുകൾ വീതിയിൽപ്പോലും—പുറത്തുകൊണ്ടുവരും; എന്നാൽ കുത്തനെ ചെരിഞ്ഞുകിടക്കുന്ന കടലോരപ്രദേശം അത്രയധികം പുതിയ കരഭാഗങ്ങളെ വെളിപ്പെടുത്തുന്നില്ല. ഈ ശാസ്ത്രജ്ഞരുടെ അഭിപ്രായത്തിൽ ഇന്ത്യയുടെ കടലോരപ്രദേശം പ്രത്യേകിച്ചും പടിഞ്ഞാറൻ തീരത്ത് അധികവും കുത്തനെ ചെരിഞ്ഞാണ് കിടക്കുന്നത്; അതുകൊണ്ട് ആദ്യത്തെ ഇന്ത്യക്കാർ പിന്നീട് കടലിനടിയിലായ പ്രദേശത്തുകൂടിയാണ് നടന്നിരുന്നതെന്ന് പറയുവാനാവില്ല. ആധുനികമനുഷ്യർ വഴി തെരഞ്ഞെടുക്കുന്ന കാര്യത്തിൽ അവസരവാദികളായിരുന്നു എന്നതാണ് തീരദേശകുടിയേറ്റപാതയിൽ തെളിവുകൾ ഇല്ലാതെപോയതിനു കാരണം എന്നാണ് അവർ പറയുന്നത്; അവർ ചിലപ്പോൾ തീരദേശപാതയിലൂടെയും ചിലപ്പോൾ ഉൾപ്രദേശങ്ങളിലൂടെയും ആണ് സഞ്ചരിച്ചിരുന്നത്. കൂടുതൽ പഴക്കമേറിയ മനുഷ്യ ഫോസിലുകൾ ഏതെങ്കിലും ലഭിച്ചാലേ ഈ തർക്കങ്ങൾക്ക് ഒരു അവസാനമാകൂ.

ഇന്ത്യയിലേക്ക് ആദ്യം കുടിയേറിയ ആധുനികമനുഷ്യരുടെ കാലഘട്ടം ഏകദേശം 65,000 വർഷങ്ങൾക്കു മുൻപാണ് (നാം നേരത്തേ ചർച്ചചെയ്തതുപോലെ ആസ്ട്രേലിയയിൽനിന്നും തെക്കു കിഴക്കൻ ഏഷ്യയിൽനിന്നും ലഭിച്ചിട്ടുള്ള ഫോസിലുകളുടെ അടിസ്ഥാനത്തിൽ അവർ ആഫ്രിക്ക വിട്ടത് ഏകദേശം 70,000 വർഷങ്ങൾക്കു മുൻപാണെന്ന് തെളിഞ്ഞതിനാൽ) എന്നു നമ്മൾ കണക്കാക്കിയ സ്ഥിതിയ്ക്ക്, ലോകത്തിന്റെ മറ്റുഭാഗങ്ങളിൽ മനുഷ്യവാസമുണ്ടായത് എങ്ങനെയാണെന്നതിനെക്കുറിച്ച് ബാക്കിയായ ചില ചോദ്യങ്ങളിലേക്ക് കഥ തുടരും മുൻപ് നമുക്കൊന്നു കടക്കാം. നമ്മൾ ഇതുവരെ സംസാരിച്ചത് ആഫ്രിക്കൻബഹിർഗമനക്കാർ അറേബ്യൻ ഉപദ്വീപിലൂടെ ദക്ഷിണേഷ്യയിലേക്കു നീങ്ങുകയും അവിടെനിന്ന് കിഴക്കൻ ഏഷ്യയിലേക്കും ആസ്ട്രേലിയയിലേക്കും കടക്കുകയും ചെയ്തതിനെക്കുറിച്ചാണല്ലോ. അപ്പോൾ യൂറോപ്പിന്റെയും മദ്ധ്യേഷ്യയുടേയും കാര്യമോ? ആ പ്രദേശങ്ങളിൽ എന്നാണ് മനുഷ്യവാസം ആരംഭിച്ചത്? യൂറോപ്പിലെ മനുഷ്യവാസത്തിന്റെ ഏറ്റവും പഴയ തെളിവിന് ഏകദേശം 45,000 വർഷമാണ് പ്രായം (ഇതിലെ

---

9 രവി കോറിസെറ്റർ മുതൽപേർ, 'ഔട്ട് ഓഫ് ആഫ്രിക്ക, ഇന്റു സൗത്ത് ഏഷ്യ: എ റിവ്യൂ ഓഫ് ആർക്കിയോളജിക്കൽ ആൻഡ് ജെനെറ്റിക് എവിഡൻസ് ഫോർ ദി ഡിസ്പെർസൽ ഓഫ് ഹോമോ സാപിയൻസ് ഇന്റു ദി ഇന്ത്യൻ സബ്കോണ്ടിനന്റ്', രവി കോറിസെറ്റർ എഡിറ്റ് ചെയ്ത *ബിയോണ്ട് സ്റ്റോൺസ് ആൻഡ് മോർ സ്റ്റോൺസ്* എന്ന പുസ്തകത്തിൽ നിന്ന് (ദി മിഥിക് സൊസൈറ്റി, 2017)

വിരോധാഭാസം ശ്രദ്ധിക്കാതെ പോകരുത്: 65,000 വർഷങ്ങൾക്കുമുൻപ് ആദ്യ കുടിയേറ്റക്കാർ, അതായത് ആദിവാസികൾ ആസ്ട്രേലിയയിൽ എത്തുമ്പോൾ യൂറോപ്യർ ഉണ്ടായിട്ടുകൂടിയില്ല).

യൂറോപ്പിൽ മനുഷ്യവാസം ഉണ്ടാകുവാനുണ്ടായ ഈ കാലതാമസം– ആഫ്രിക്കൻബഹിർഗമനത്തിനും ആധുനികമനുഷ്യന്റെ യൂറോപ്പിലെ ആദ്യത്തെ തെളിവിനും ഇടയിലുള്ള വിടവ് ഏകദേശം 25,000 വർഷമാണ്– സൂചിപ്പിക്കുന്നത് കാലാവസ്ഥ കുറച്ച് ഊഷ്മളമാകുംവരെ അറേബ്യൻ ഉപദ്വീപിൽനിന്ന് യൂറോപ്പിലേക്കുള്ള വഴി തുറന്നിരുന്നില്ല എന്നതാണ്. ഹിമയുഗത്തിൽ അറേബ്യൻ ഉപദ്വീപിൽനിന്ന് യൂറോപ്പിലേക്കുള്ള വഴിയിൽ രണ്ടു പ്രധാന തടസ്സങ്ങളാണ് ഉണ്ടായിക്കാണുക. ഒന്ന്, അറേബ്യൻ ഉപദ്വീപിന്റെ തെക്കുഭാഗത്തിന്റെ മൂന്നിലൊരുഭാഗം വരുന്ന ലോകത്തിലെ ഏറ്റവും വലിയ തുടർ മരുഭൂമിയായ റബ് അൽ ഖാലി അഥവാ 'ശൂന്യസ്ഥലം' (Empty Quarter). രണ്ട്, അത്രതന്നെ ദുസ്തരമായ ഇറാനിലെ സാഗ്രോസ്, ടോറസ് പർവ്വതനിരകൾ. അതുകൊണ്ട് ആദ്യത്തെ കുടിയേറ്റക്കാർ ദക്ഷിണേഷ്യക്കുശേഷം വസിക്കുവാൻ തെരഞ്ഞെടുത്ത പ്രദേശം യൂറോപ്പാവാനല്ല, മദ്ധ്യേഷ്യയാവാനാണ് സാദ്ധ്യത എന്നു പറഞ്ഞുകൊണ്ട് നേരത്തേ പരാമർശിച്ച പ്രബന്ധം കോറിസെറ്ററും മറ്റു ശാസ്ത്രജ്ഞരും ഉപസംഹരിക്കുന്നു. അവർ മിക്കവാറും ഇന്നത്തെ പാകിസ്ഥാനിൽനിന്ന് താഴേക്കു നടന്ന് ഇൻഡസിന്റെ തീരത്തുകൂടി മേൽപ്പോട്ടു കയറി മദ്ധ്യേഷ്യയിലേക്ക് കടന്നിട്ടുണ്ടാവണം. പിന്നീട്, ഏകദേശം 57,000 വർഷങ്ങൾക്കു മുൻപ് കാലാവസ്ഥ ഊഷ്മളമായപ്പോൾ ആഫ്രിക്കൻബഹിർഗമനത്തിലെ അംഗങ്ങളിൽ അന്നും അറേബ്യൻ ഉപദ്വീപിലോ ദക്ഷിണേഷ്യയോടടുത്തോതന്നെ താമസിച്ചിരുന്ന ചിലർ പടിഞ്ഞാട്ടുനീങ്ങി സാഗ്രോസ് പർവ്വതനിരകൾ കടന്ന് ടർക്കിയിലേക്കും സിറിയയിലേക്കും ഇസ്രായേലിലേക്കും പിന്നെ യൂറോപ്പിലേക്കും സഞ്ചരിച്ചു കാണണം. അതിനുശേഷം 30,000 വർഷങ്ങൾക്കു മുൻപ് മദ്ധ്യേഷ്യയിൽനിന്ന് യൂറോപ്പിലേക്കുള്ള രണ്ടാം കുടിയേറ്റവും നടന്നിട്ടുണ്ടാവണം.

ചില മദ്ധ്യേഷ്യൻ സംഘങ്ങൾ യൂറോപ്പിലേക്കു നീങ്ങിക്കൊണ്ടിരുന്ന അതേ സമയത്തോടടുപ്പിച്ചു തന്നെ മറ്റുചിലർ ബെറിഞ്ചിയയ്ക്കടുത്തുള്ള പ്രദേശങ്ങളിലേക്ക് കുടിയേറിയിട്ടുണ്ടാവണം. ഈ പ്രദേശം കടുത്ത ശൈത്യകാലത്ത് അലാസ്കയ്ക്കും സൈബീരിയയ്ക്കും ഇടയിലുള്ള ഒരു ഭൗമസേതുവായി പ്രവർത്തിച്ചിട്ടുണ്ടാവാം; ഇതേ പ്രദേശം തന്നെ 16,000 വർഷങ്ങൾക്കുമുൻപ് അമേരിക്കയിലേക്കുള്ള ആദ്യ കുടിയേറ്റത്തിന്റെ അണിയറയായും പ്രവർത്തിച്ചിട്ടുണ്ടാവാം. ഏഷ്യയിൽനിന്ന് അമേരിക്കയിലേക്കുള്ള ഈ കുടിയേറ്റത്തിനു മുൻപ് പൂർവേഷ്യയിലെ ആദ്യകാലനിവാസികളിൽ ചിലർ സൈബീരിയയിലേക്കും ബെറിഞ്ചിയ പോലെയുള്ള പരിസരപ്രദേശങ്ങളിലേക്കും നീങ്ങുകയും അവിടെയുള്ളവരുമായി ഇടകലരുകയും ചെയ്തിരുന്നു. അതുകൊണ്ട് അമേരിക്കയിലേക്കുള്ള കുടിയേറ്റക്കാരിൽ മദ്ധ്യേഷ്യൻ മാത്രമല്ല പൂർവേഷ്യൻ ജനിതകപൈതൃകം കൂടി ഉണ്ടായിരുന്നിരിക്കണം. ഇതോടെ ആഫ്രിക്കൻബഹിർഗമനത്തിന്റേയും അതിനെത്തുടർന്നുണ്ടായ മറ്റു കുടിയേറ്റങ്ങൾകൊണ്ട് ലോകം നിറഞ്ഞതിന്റെയും ഒരു രേഖാചരിത്രം ഇവിടെ പൂർണ്ണമാകുന്നു.

ജംബുദ്വീപത്തിന്റെ ദക്ഷിണദളം

പല സംസ്കൃതികളിലെയും പ്രപഞ്ചഘടനാവിവരണങ്ങളിൽ പ്രപഞ്ചത്തിന്റെ കേന്ദ്രബിന്ദു അവരുടെ വാസസ്ഥലം തന്നെയായിചിത്രീകരിച്ചുകാണാറുണ്ട്. ബുദ്ധമതത്തിനും ജൈനമതത്തിനും ഹിന്ദുമതത്തിനും പൊതുവായുള്ള നമ്മുടെ പ്രപഞ്ചഘടനാശാസ്ത്രത്തിലെയും ചില ആശയങ്ങളെങ്കിലും അത്തരത്തിലുള്ളവയാണ്. (ദക്ഷിണേഷ്യയിലേക്ക് പിന്നീടുവന്ന കുടിയേറ്റക്കാരിൽ ആരെങ്കിലുമായിരിക്കണം ഈ പ്രപഞ്ചഘടനാശാസ്ത്രത്തിന്റെ സ്രഷ്ടാക്കൾ അല്ലെങ്കിൽ പ്രചാരകർ; അത് നമുക്ക് മറ്റൊരവസരത്തിലേക്ക് തത്കാലം മാറ്റിവെക്കാം.) ജംബുദ്വീപം എന്നറിയപ്പെടുന്ന നമ്മുടെ ലോകം, ഈ പ്രപഞ്ചഘടനാശാസ്ത്രത്തിന്റെ വർണ്ണനകളിൽ സമുദ്രവും ഭൂമിയും മാറിമാറിവരുന്ന ഏഴു വലയങ്ങളാൽ ചുറ്റപ്പെട്ട് സ്ഥിതിചെയ്യുന്നു. ഏറ്റവും ഉള്ളിലുള്ള വലയം തുടങ്ങി പുറത്തേക്കുള്ള സമുദ്രങ്ങൾ ആദ്യം ലവണജലം, പിന്നെ മുന്തിരിച്ചാറ്, നെയ്യ്, തൈര്, പാല് ഒടുവിൽ ശുദ്ധജലം ഇങ്ങനെയാണ്. ജംബുദ്വീപത്തിന്റെ മദ്ധ്യത്തിലുള്ള ഉയർന്ന ഭാഗത്ത് ദേവന്മാർ വസിക്കുന്ന മേരുപർവതം തലയുയർത്തി നിൽക്കുന്നു. മറ്റുചില ചിത്രീകരണങ്ങളിൽ ജംബുദ്വീപം നാല് വിശാലമായ പ്രവിശ്യകളാക്കിയാണ് തിരിച്ചിരിക്കുന്നത്; മേരുപർവതം മദ്ധ്യഭാഗത്ത് കാമ്പുപോലെ ഉയർന്നുനിൽക്കുന്നതിന്റെ ചുറ്റുമായി നാലു താമരയിതളുകൾ പോലെയാണ് ഇവയെ വിന്യസിച്ചിരിക്കുന്നത്. ഇതിന്റെ തെക്കോട്ടുള്ള ഇതളാണ് ഭാരതവർഷം.

ആധുനികമനുഷ്യരുടെ ആദ്യസംഘം—ഇരുപതോ ഇരുപത്തഞ്ചോപേർ അടങ്ങുന്ന കൂട്ടങ്ങളായി നൂറ്റിച്ചിലാനം പേരിൽ കൂടുതൽ ഉണ്ടാകുവാനിടയില്ല—നൂറുകണക്കിന് ചിലപ്പോൾ ആയിരക്കണക്കിനു വർഷങ്ങൾകൊണ്ട് അങ്ങുദൂരെ അറേബ്യൻ ഉപദ്വീപിൽനിന്ന് ഇന്ത്യയിലേക്ക് നടന്നെത്തിയപ്പോൾ അവർണ്ണനീയമായ ഒന്നിനെ വിശദീകരിക്കുവാൻ ശ്രമിക്കുന്ന ഒരു പ്രപഞ്ചഘടനാശാസ്ത്രം സ്വന്തമായി ഉണ്ടായിരുന്നുവോ? കോടിക്കണക്കിനു വരുന്ന പിൻഗാമികൾ ജന്മദേശമെന്നു വരുംകാലങ്ങളിൽ വിശേഷിപ്പിക്കുവാൻപോകുന്ന ഒരിടത്തേക്കാണ് തങ്ങൾ പ്രവേശിക്കുന്നതെന്ന് എന്തെങ്കിലുമൊരു തോന്നൽ അവർക്കുണ്ടായിരുന്നുവോ? ഇത്തരം ചോദ്യങ്ങൾക്ക് ഉത്തരം കിട്ടിയെന്നുവരില്ല എങ്കിലും ഭൗതികമായ തെളിവുകളും സാങ്കേതികവിദ്യയുംകൊണ്ട് ഉത്തരം കണ്ടുപിടിക്കാനാവുന്ന മറ്റു ചില ചോദ്യങ്ങളുമുണ്ട്. ചില ചോദ്യങ്ങൾ ഇതാ: അവർ ഇന്ത്യയിലേക്കു പ്രവേശിച്ചപ്പോൾ അത് മറ്റാരുമായും അവർക്ക് പങ്കുവെക്കേണ്ടി വന്നില്ല—ആസ്ട്രേലിയയിലെയും അമേരിക്കയിലെയും ആദ്യത്തെ ആധുനികമനുഷ്യരെപ്പോലെ—എന്നുണ്ടോ, അതോ ഹോമോ കുടുംബത്തിലെ മറ്റംഗങ്ങളുമായി ലിവാന്റിലും അറേബ്യയിലെയുംപോലെ അവർക്ക് മത്സരിക്കേണ്ടിവന്നോ? അവർ തമ്മിൽ കലഹിച്ചുകാണുമോ? അതോ അവർ ഒരുമിച്ചു നൃത്തം തുടർന്നോ? നമ്മുടെ മുൻഗാമികൾ അവരെ വംശനാശത്തിലേക്കു നയിച്ചോ? അവർ ഏറ്റവുംപുതിയ സാങ്കേതികവിദ്യയുമായാണോ—അമ്പും വില്ലും കുന്തങ്ങളും—വന്നത്, അതോ കോടാലികൾ, ചുരണ്ടികൾ, വായ്ത്തലയായി ഉപയോഗിക്കാവുന്ന കൂർത്ത ചീളുകൾ തുടങ്ങിയ മദ്ധ്യ പാലിയോലിത്തിക് യുഗത്തിലെ കല്ലുപകരണങ്ങളും കൊണ്ടാണോ വന്നത്?

പിന്നെ, അവരെ കണ്ടാൽ എങ്ങനെയിരുന്നിരിക്കും? ഇന്നു നമ്മുടെയിട യിൽ അവരുടെ നേരെ പിന്മുറക്കാരുണ്ടോ? അവർ അവശേഷിപ്പിച്ചുപോയ സന്താനപരമ്പര എത്ര വലുതായിരുന്നു? അവരെ ഇന്ന് എവിടെയാണ് കണ്ടെത്താനാവുക?

ഏറ്റവും സ്പഷ്ടമായ ചോദ്യത്തിലേക്ക് ആദ്യം കടക്കാം. കണ്ടാൽ അവർ എങ്ങനെയിരുന്നിരിക്കും? ആൻഡമാൻ ദ്വീപുകളിലെ ഓങ്കെ ഗോത്രക്കാർ ആദിമമായ ആഫ്രിക്കൻബഹിർഗമനക്കാരുടെ പിൻഗാമികളാണെന്നും അവർ മറ്റു സംഘങ്ങളുമായി അധികം കലർന്നിട്ടില്ലെന്നും നമുക്കറിയാവുന്നതാണ്. അതുകൊണ്ടുമാത്രം ആദ്യത്തെ ഇന്ത്യക്കാരുടെ രൂപം അവരുടേതുപോലെ യാണെന്ന് പറയാമോ? കുറച്ചു കടന്ന ചിന്തയാവും അത്.

ഓങ്കെ ഗോത്രത്തിൽ ഇന്നുള്ളവർക്ക് ആദ്യകുടിയേറ്റക്കാരുമായി നമ്മെപ്പോ ലെതന്നെ അകന്ന ബന്ധമേ കാലഗണനപ്രകാരം ഉള്ളൂ. എടുത്തുപറയേണ്ട ആവശ്യംപോലും ഇല്ലാത്തത്ര പ്രകടമായ വസ്തുതയാണത്. എന്നാൽ നമ്മുടെ മനസ്സ് നമ്മെ എത്രയാണ് കളിപ്പിക്കുന്നതെന്നു ചിന്തിച്ചാൽ അത്ഭുതം തോന്നും. ഉദാഹരണമായി, ആദിമകാലത്തെ ആധുനികമനുഷ്യരെക്കുറിച്ച്–300,000 വർഷങ്ങൾക്കു മുൻപ് ജീവിച്ചിരുന്നവർ എന്നോ മറ്റോ–ചിന്തിക്കുമ്പോൾ നമ്മുടെ മനസ്സിൽ തെളിയുന്ന ചിത്രം ഇന്നത്തെ ആഫ്രിക്കക്കാരോട് സാ മ്യമുള്ളതാവാൻ സാദ്ധ്യതയുണ്ട്. പക്ഷേ ഈ ആശയം അത്ര ശരിയല്ല. ഏറ്റവും ആദ്യമുണ്ടായ ആധുനികമനുഷ്യരിൽനിന്ന് ഇന്നുള്ള ആഫ്രിക്ക ക്കാരും നമ്മെപ്പോലെതന്നെ അകലെയാണ്; അവരും മനുഷ്യരാശിയിലെ മറ്റംഗങ്ങളെപ്പോലെതന്നെ ഉൾപരിവർത്തനങ്ങളിലൂടെയും മാറ്റങ്ങളിലൂടെയും കടന്നുവന്നവരാണ്. ആദിമകാലത്തെ ആധുനികമനുഷ്യരോട് നമ്മെക്കാൾ അടുപ്പമൊന്നും അവർക്കില്ല. ബാഹ്യചർമ്മത്തിന്റെ നിറം, തലമുടിയുടെ സ്വഭാവം, കണ്ണിന്റെ ചെരിവ് ഇവയെല്ലാം മാറ്റിയെഴുതുവാനുള്ള കഴിവ് ഉൾപരി വർത്തനങ്ങൾക്കുണ്ട്–ഉയർന്ന ഭൂപ്രദേശങ്ങളിൽ അതിജീവനത്തിനുള്ള കഴിവ് (ഉദാ: ടിബറ്റുകാർ), അധികസമയം വെള്ളത്തിനടിയിൽ ചെലവഴിക്കുവാനുള്ള കഴിവ് (ഉദാ: തെക്കുകിഴക്കൻ ഏഷ്യയിലെ ബജാവു ഗോത്രക്കാർ) തുടങ്ങിയ മറ്റുപല കഴിവുകളും അവ സമ്മാനിക്കുന്നുണ്ട്.

അതുപോലെ, ഓങ്കെ വർഗ്ഗത്തിന്റെ കാര്യത്തിലും 65,000 അല്ലെങ്കിൽ 60,000 വർഷങ്ങൾ എന്നത് ഉൾപരിവർത്തനങ്ങൾക്ക് അവയുടെ പണിചെയ്യുവാൻ മതിയായ കാലയളവുതന്നെയാണ്; 'വ്യതിയാന'ത്തിന്റെയും (drift) തെരഞ്ഞെ ടുക്കൽ പ്രക്രിയയുടെയും (selection) സമ്മർദ്ദങ്ങൾ ജനിതകശേഖരത്തിലെ നെല്ലും പതിരും വേർതിരിച്ചിട്ടുമുണ്ടാവും. എന്താണ് വ്യതിയാനവും തെര ഞ്ഞെടുക്കൽ പ്രക്രിയയും? ജനിതക വ്യതിയാനം അഥവാ ജനറ്റിക് ഡ്രിഫ്റ്റ് എന്നത് ചെറിയ, ഒറ്റപ്പെട്ട സമൂഹങ്ങളിൽ കാലക്രമേണ ജനിതകവൈവിദ്ധ്യം കുറഞ്ഞുവരുന്ന പ്രക്രിയയ്ക്ക് ജനിതകശാസ്ത്രജ്ഞർ നൽകിയിട്ടുള്ള പേരാണ്. വളരെ ലളിതമായ പ്രമാണമാണ് ഇത്. ഓരോ തലമുറയിലും ഒരു പ്രത്യേക ജനിതകസവിശേഷത ഉള്ള അവസാനത്തെയാൾ പിൻഗാമികളില്ലാതെ മരിച്ചുപോകുന്നു. ഒരു വലിയ സമൂഹത്തിൽ ഏതെങ്കിലുമൊരു പ്രത്യേക ജനിതകസവിശേഷതയുള്ള വ്യക്തികൾ കുറഞ്ഞുകുറഞ്ഞ് ഒരൊറ്റവ്യക്തി

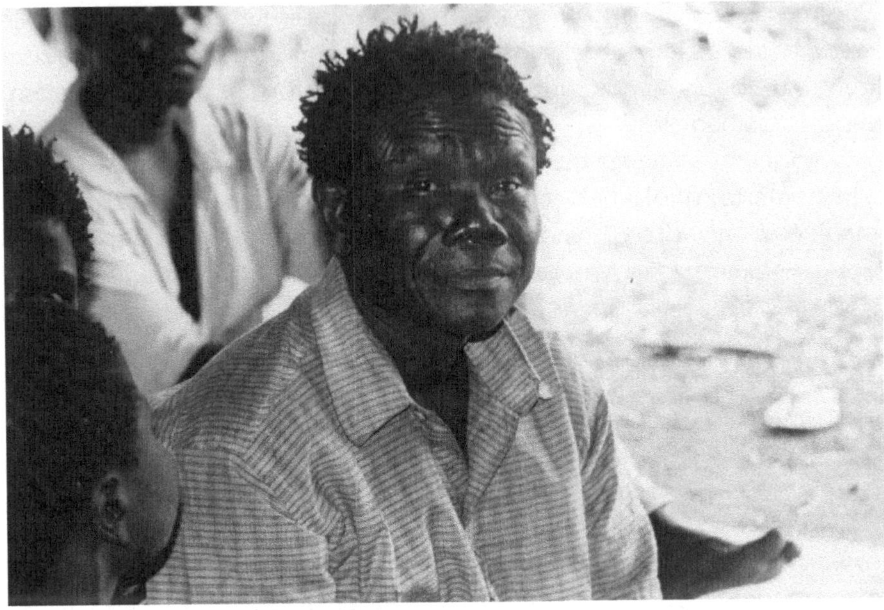

Vishvajit Pandya / MCT / Getty Images

ഇന്ത്യയിലെ ലിറ്റിൽ ആൻഡമാൻ ദ്വീപിലെ
ഓങ്കെ ഗോത്രവർഗ്ഗത്തിലെ ഒരു അംഗം

മാത്രം ബാക്കിയാകുവാനുള്ള സാദ്ധ്യത താരതമ്യേന കുറവായിരിക്കും, അതുകൊണ്ട് 'വ്യതിയാന'ത്തിന്റെ പ്രഭാവവും അത്ര അനുഭവപ്പെടില്ല. ചെറിയ സമൂഹങ്ങളാണ് കാലക്രമേണ വൈവിദ്ധ്യം നഷ്ടപ്പെട്ട് കൂടുതൽ സജാതീയമാവുക എന്നും പറയാം–അവ ഏകസ്വഭാവമുള്ള ജനിതക ക്രമത്തിലേക്ക് 'വ്യതിചലിക്കുന്നു'. അങ്ങനെ, വ്യതിയാനം കൊണ്ടുമാത്രം ഒരു ചെറിയ സമൂഹം മുൻപത്തേതിൽനിന്നും വളരെ വ്യത്യസ്തമായ രൂപം കൈക്കൊള്ളാറുണ്ട്.

'തെരഞ്ഞെടുക്കൽ പ്രക്രിയ' എന്ന വാക്ക്, നേരേ മറിച്ച്, പരിണാമത്തിന്റെ ആത്യന്തികമായ പ്രക്രിയയെയാണ് സൂചിപ്പിക്കുന്നത്–ഭൗതികമായ ചുറ്റുപാടുകളോ സാമൂഹികമായ ചുറ്റുപാടുകളോ ലൈംഗികമായ അഭിരുചികളോ ചില സ്വഭാവങ്ങൾക്ക് അല്ലെങ്കിൽ ഉൾപരിവർത്തനങ്ങൾക്ക് കൂടുതൽ വിജയം സമ്മാനിക്കുകയും മറ്റുചിലതിന് കുറവ് വിജയം സമ്മാനിക്കുകയും ചെയ്യുകവഴി ഒരു സമൂഹത്തിന്റെ പരിണാമത്തെ വാർത്തെടുക്കുന്ന പ്രക്രിയയാണ് അത്. ഇതെല്ലാം ചേരുമ്പോൾ–ഉൾപരിവർത്തനം, വ്യതിയാനം, തെരഞ്ഞെടുക്കൽ പ്രക്രിയ–ഇന്നത്തെ ഓങ്കെ ഗോത്രക്കാരുടെ രൂപം ആദ്യത്തെ ഇന്ത്യക്കാരിൽനിന്ന് തികച്ചും വ്യത്യസ്തമായിരിക്കുവാനുള്ള സാദ്ധ്യത വളരെ വലുതാണ്. (ദൂരംകൊണ്ടോ മറ്റു ഭൂമിശാസ്ത്രപരമായ മതിലുകൾകൊണ്ടോ വേർപെട്ടുപോയ വ്യത്യസ്ത ജനസമൂഹങ്ങൾ കാലക്രമേണ ജനിതകപരമായി വെവ്വേറെ സ്വഭാവമുള്ളവരാകുന്നതിന്റെ

പിന്നിലും ഇതേ പ്രവർത്തനങ്ങൾ–ഉൾപരിവർത്തനം, വ്യതിയാനം, തെരഞ്ഞെടുക്കൽ പ്രക്രിയ–തന്നെയാണ്.)

ആദ്യത്തെ കുടിയേറ്റക്കാരുടെ മുഖങ്ങൾ പുനർനിർമ്മിക്കുവാൻ നമ്മെ സഹായിക്കുന്ന, 650,000 വർഷം പ്രായമുള്ള, കേടുപാടുകളില്ലാത്ത ഏതെങ്കിലും അസ്ഥികൂടം ലഭിക്കുംവരെ അത്രതന്നെ മെച്ചപ്പെട്ടതല്ലാത്ത ഒരേയൊരു വഴിയേ നമുക്കു മുന്നിലുള്ളൂ: മറ്റു പ്രദേശങ്ങളിൽനിന്നു ലഭിച്ചിട്ടുള്ള ആധുനികമനുഷ്യരുടെ പ്രാചീനമായ അസ്ഥികൂടങ്ങൾ പരിശോധിക്കുക. കുറേക്കൂടി പഴക്കമേറിയതാണെങ്കിലും–80,000 വർഷങ്ങൾക്കും 120,000 വർഷങ്ങൾക്കും ഇടയ്ക്ക്–ഇസ്രായേലിലെ സ്ഖുൾ ഗുഹയിൽനിന്ന് കിട്ടിയ ഒരെണ്ണമുണ്ട്. ആധുനികമനുഷ്യരിലെ ഒരു സ്ത്രീയുടെയാണ് ആ അസ്ഥികൂടം. അതിനെ ആധാരമാക്കി പുനർനിർമ്മിച്ച മുഖം നമുക്ക് എളുപ്പത്തിൽ തിരിച്ചറിയാവുന്ന ഒന്നാണ്; വ്യക്തമായ ചില വ്യത്യാസങ്ങളോടെയാണെങ്കിലും. (ഇന്റർനെറ്റിൽ 'മൈറ്റോകോൺഡ്രിയൽ ഈവ്' എന്ന ചിത്രം തിരഞ്ഞുനോക്കൂ.) ആഫ്രിക്കയുടെ വിവിധഭാഗങ്ങളിലും ലിവാന്റിലും 80,000 വർഷം മുൻപ് ഉണ്ടായിരുന്ന ആധുനികമനുഷ്യർ തമ്മിൽ എത്ര വ്യത്യാസമുണ്ടായിരുന്നു എന്നതിനെക്കുറിച്ച് നമുക്ക് ഒരുപിടിയുമില്ലെന്നു തീർച്ച. അറേബ്യൻ ഉപദ്വീപിലേക്കു നീങ്ങിയ മനുഷ്യർ (ക്രമേണ ദക്ഷിണേഷ്യയിലേക്ക് എത്തിയവർ) ലിവാന്റിലേക്കു കടന്നുകയറിയ മനുഷ്യരിൽനിന്ന് രൂപത്തിൽ തികച്ചും വ്യത്യസ്തരായിരുന്നു എന്നും വരാം. എങ്കിലും ഇപ്പോൾ നമുക്ക് ഇതിൽക്കൂടുതലൊന്നും ചെയ്യാനില്ല.

അത്രയുംതന്നെ പ്രാധാന്യമുള്ള മറ്റൊരു ചോദ്യമുണ്ട്; ആധുനികമനുഷ്യർ ഇന്ത്യൻ ഉപഭൂഖണ്ഡത്തിന്റെ പല ഭാഗങ്ങളിലായി പാർപ്പുറപ്പിച്ചതിൽ ഇതിന്റെ മാറ്റൊലികളുണ്ട്–ഇന്ത്യയിലേക്ക് നടന്നെത്തിയപ്പോൾ മുൻപേതന്നെ ഇവിടെയുണ്ടായിരുന്ന ഹോമോ ജീവജാതിയിലെ ഇന്നു വംശനാശംവന്ന അംഗങ്ങളുമായി ഇവർ കൂട്ടിമുട്ടിയോ? നിശ്ശങ്കം പറയാം, ഉവ്വ്. ആധുനികമനുഷ്യർ ഉപഭൂഖണ്ഡത്തിലെത്തുന്ന കാലത്ത് ഇവിടെ ഹോമോ ജീവജാതിയിലെ ഇന്നു നാമാവശേഷരായ അംഗങ്ങൾ ഉണ്ടായിരുന്നു എന്നതിന് ധാരാളം ഫോസിൽ തെളിവുകളുണ്ട് എന്നല്ല ഇതിനർത്ഥം; അത്തരം തെളിവുകൾ ഇല്ലെന്നുതന്നെ പറയാം. (കുറ്റിയറ്റുപോയ മനുഷ്യന്റേതായി നമുക്കു ലഭിച്ചിട്ടുള്ള ഒരേയൊരു ഫോസിൽ സാക്ഷ്യം നർമ്മദാനദിയുടെ തീരത്തുള്ള ഹാഥ്നോരയിൽനിന്നു കിട്ടിയ ഏകദേശം 250,000 വർഷം പഴക്കമുള്ള ഒരു തലയോടാണ്, അതിനെക്കുറിച്ച് നമുക്ക് രണ്ടാം അദ്ധ്യായത്തിൽ ചർച്ചചെയ്യാം.) പകരം, നമുക്കു ലഭിച്ചിട്ടുള്ളത് പല കാലഘട്ടത്തിൽനിന്നുള്ളവയും പല ശൈലികളിലുള്ളവയുമായ–ലോവർ പാലിയോലിത്തിക് മുതൽ മദ്ധ്യ പാലിയോലിത്തിക്, മൈക്രോലിത്തിക് വരെ–നിരവധി കൽ പണിയായുധങ്ങളാണ്. നമ്മുടെ പൂർവികർ ഇന്ത്യയിലെത്തിയപ്പോൾ ഈ നാട് അവർക്ക് സ്വാഗതമോതിക്കൊണ്ട് ഒഴിഞ്ഞുകിടക്കുകയായിരുന്നില്ല എന്നുതന്നെയാണ് അവ വ്യക്തമായി പറയുന്നത്.

പാലിയോലിത്തിക് എന്ന വാക്കിന് പഴയ കല്ലുകൾ എന്നേ അർത്ഥമുള്ളൂ; മൈക്രോലിത്തിക് എന്നാൽ ചെറിയ കല്ലുകൾ എന്നും. വംശനാശം സംഭവിച്ച

മനുഷ്യരും ആധുനികമനുഷ്യരും ലോവർ പാലിയോലിത്തിക് കാലഘട്ടത്തിൽ നിർമ്മിച്ചിരുന്നത് ഏറ്റവും പഴയ ശൈലിയിലുള്ള കൽ പണിയായുധങ്ങളാണ്–വെട്ടിമുറിക്കുവാനും, പിളർത്തിയെടുക്കുവാനും ഉള്ള ആയുധങ്ങൾ, കോടാലികൾ ഇവയെല്ലാം വലിയ കല്ലുകളുടെ ഭാഗങ്ങൾ കൊത്തിക്കളഞ്ഞ് നിർമ്മിച്ചവയാണ്. വലുപ്പവും ഭാരവും കൂടിയ ഇവയുടെ നിർമ്മിതിയെ അക്യൂലിയൻ (Acheulian) ശൈലി എന്നാണ് വിശേഷിപ്പിക്കാറുള്ളത്. മദ്ധ്യ പാലിയോലിത്തിക് കാലഘട്ടത്തിൽ പണിയായുധങ്ങളുടെ ശൈലി മാറുന്നുണ്ട്. ഒരു വലിയ കല്ലിൽനിന്ന് നിരവധി വ്യത്യസ്തമായ ചീളുകൾ ചെത്തിക്കളഞ്ഞ് ഒരു 'ഉൾക്കാമ്പ്' (core) നിർമ്മിതി എങ്ങനെ സൃഷ്ടിക്കാമെന്ന് മനുഷ്യർ ഇക്കാലത്താണ് പഠിച്ചത്. അതിനുശേഷം ഉൾക്കാമ്പിൽനിന്ന് ചെത്തിമാറ്റിയ ചീളുകളിൽനിന്ന് അവർ ചുരണ്ടികളും കൂർമുനകളുമൊക്കെ നിർമ്മിക്കുകയും അങ്ങനെ പണിയായുധങ്ങളുടെ ഗുണനിലവാരം മെച്ചപ്പെടുത്തുകയും അവ ഉണ്ടാക്കുവാനുള്ള സമയവും അദ്ധ്വാനവും ലാഭിക്കുകയും ചെയ്തു.[10]

ലോവർ പാലിയോലിത്തിക് പണിയായുധങ്ങളുമായി താരതമ്യപ്പെടുത്തുമ്പോൾ മദ്ധ്യ പാലിയോലിത്തിക് പണിയായുധങ്ങൾക്ക് വലുപ്പം കുറവാണ്; അതിലും ചെറിയവയാണ് മൈക്രോലിത്തിക് പണിയായുധങ്ങൾ. അവയിൽ ചിലതിന് ഒരു സെന്റീമീറ്ററിൽ താഴെയാണ് വലുപ്പം. ഇവ പലപ്പോഴും വായ്ത്തലകളോ കൂർമുനകളോ അവയുടെ രൂപഭേദങ്ങളോ ആയിരുന്നു; അവ എല്ലിൻകഷ്ണങ്ങളിലോ കമ്പുകളിലോ പിടിപ്പിച്ച് കത്തികളായും അമ്പുകളായും കുന്തമുനകളായും ഉപയോഗിച്ചിരുന്നു.

മൈക്രോലിത്തിക് പണിയായുധങ്ങൾ ആധുനികമനുഷ്യനുമായി ഏറ്റവും ഇണങ്ങിനില്ക്കുന്നവയാണെങ്കിലും പാലിയോലിത്തിക് അല്ലെങ്കിൽ മദ്ധ്യ പാലിയോലിത്തിക് പണിയായുധങ്ങൾ അങ്ങനെയല്ല. കുറ്റിയറ്റുപോയവരോ ആധുനികരോ ആയ ഏതൊരുമനുഷ്യനും അവ ഉണ്ടാക്കാവുന്നതേയുള്ളൂ എന്നതുകൊണ്ട് ഇവ കണ്ടു മാത്രം ഹോമോ ജീവജാതിയിലെ ഏതംഗമാണ് നിർമ്മിച്ചതെന്ന് ഉറപ്പിച്ചുപറയുവാൻ നമുക്ക് സാധിക്കില്ല. മറ്റൊരുവിധത്തിൽ പറഞ്ഞാൽ, മാനവചരിത്രത്തിലുടനീളം ആധുനികമനുഷ്യരും അവരുടെ വംശനാശം സംഭവിച്ച ബന്ധുക്കളും ഉണ്ടാക്കിയിട്ടുള്ള പണിയായുധങ്ങൾ ഒട്ടുമിക്കതും ഒരേ രീതിയിൽ ഉള്ളവയാണ്, ചില പ്രാദേശികമായ ഭേദങ്ങൾ കണ്ടേക്കാമെന്നുമാത്രം. പണിയായുധങ്ങളെ ലോവർ പാലിയോലിത്തിക്,

---

10 അക്യൂലിയൻ ശൈലിയിലുള്ള പണിയായുധനിർമ്മാണശൈലിയിൽ മുഷ്ടിയുടെയോ കുറച്ചുകൂടിയോ വലുപ്പമുള്ള ഒരു കല്ല് മറ്റൊരു കല്ലുപയോഗിച്ച് പരുവപ്പെടുത്തിയെടുക്കുകയാണ് ചെയ്യുന്നത്. ഏതാനും ചീളുകൾ ചെത്തിക്കളഞ്ഞ് ബാക്കിവന്ന കാമ്പ് വക്കുകൾ കൂർത്ത ഒരു പണിയായുധമാക്കി മാറ്റുന്നു. ഇത് വെട്ടിമുറിക്കുവാനോ ഇടിയ്ക്കുവാനോ മുറിയ്ക്കുവാനോ ഉപയോഗിക്കും. അക്യൂലിയൻ പണിയായുധങ്ങളെ പലപ്പോഴും 'ദ്വിമുഖങ്ങൾ' (bifaces) എന്ന് വിശേഷിപ്പിക്കാറുണ്ട്; രണ്ടു വശങ്ങളിലും ഒരുപോലെ പണിതെടുത്തത് എന്നാണ് ഇതിന്റെ അർത്ഥം. ഇതിൽ കാമ്പുതന്നെയാണ് പണിയായുധമാകുന്നത്, ചീളുകൾ ഉപയോഗശൂന്യമായി മാറ്റിക്കളയുന്നു. മദ്ധ്യ പാലിയോലിത്തിക് പണിയായുധ നിർമ്മാണരീതിയിൽ വക്കുകൾക്ക് മൂർച്ചയുള്ള ഒന്നിൽക്കൂടുതൽ ചീളുകൾ സുഗമമായി ചെത്തിയെടുക്കാവുന്ന തരത്തിലാണ് കാമ്പുകൾ ആദ്യം നിർമ്മിക്കുക. ഇവിടെ പണിയായുധങ്ങളായി ഉപയോഗിക്കുന്നത് ചീളുകളെയാണ്; ചീളുകൾ എല്ലാം ചെത്തിയെടുത്തശേഷം കാമ്പ് ഉപേക്ഷിക്കുകയാണ് ചെയ്യുക.

മദ്ധ്യ പാലിയോലിത്തിക്, മൈക്രോലിത്തിക് എന്നിങ്ങനെ ക്രമീകരിക്കുന്നത് സാമാന്യമായി അവ ഏതു സമ്പ്രദായത്തിൽപ്പെട്ടവയാണെന്നതിനെ അടിസ്ഥാനപ്പെടുത്തിയാണ്, അല്ലാതെ പ്രായത്തെയല്ല.

ഇന്ത്യയിൽ പാലിയോലിത്തിക് പണിയായുധങ്ങളുടെ ഏറ്റവും പഴക്കമേറിയ തെളിവുകൾ ലഭിച്ചിട്ടുള്ളത് തമിഴ്നാട്ടിലെ ആറ്റിറമ്പാക്കത്തുനിന്നാണ്. ചെന്നൈയിൽനിന്ന് അറുപത്തൊൻപതു കിലോമീറ്റർ ദൂരെയുള്ള ഈ പ്രദേശത്തുനിന്നു ലഭിച്ച പണിയായുധങ്ങൾക്ക് 1.5 ദശലക്ഷം വർഷത്തോളം (അതായത് ആധുനികമനുഷ്യർ ഉണ്ടായതിന് 1.2 ദശലക്ഷം വർഷങ്ങൾക്കു മുൻപ്) പഴക്കമുണ്ട്. വടക്കൻ കർണാടകയിലെ ഹുൻസ്ഗി–ബൈച്ബാൽ താഴ്വര (ഏകദേശം1.2 ദശലക്ഷം വർഷം പഴക്കം), മദ്ധ്യപ്രദേശിലെ മിഡിൽ സോൺ താഴ്വര, ഹിമാലയൻ പർവ്വതനിരകളുടെ ബാഹ്യഭാഗത്തുള്ള ശിവാലിക് മലനിരകൾ–ആധുനികമനുഷ്യർ ഈ പ്രദേശങ്ങളിൽ കാലുകുത്തുംമുൻപ്, അഥവാ അവർ ഉണ്ടാകുന്നതിനും മുൻപുള്ള പ്രാചീനമനുഷ്യരുടെ വിശാലമായ സാന്നിദ്ധ്യത്തിന്റെ തെളിവുകൾ ഇന്ത്യൻ ഉപഭൂഖണ്ഡത്തിലെങ്ങും ചിതറിക്കിടക്കുകയാണ്. നർമ്മദയിൽനിന്നു കണ്ടെടുത്ത അതേ ജീവജാതിയിൽപ്പെട്ടവരായിരുന്നോ–ഹോമോ ഹെയ്ഡൽബെർജൻസിസ് അല്ലെങ്കിൽ ഹോമോ ഇറക്റ്റസ്–ഇവരെല്ലാവരും? അതോ നിയാണ്ടർതാലുകളും ഉണ്ടായിരുന്നോ? അല്ലെങ്കിൽ ഇതുവരെയും അറിഞ്ഞിട്ടില്ലാത്ത ഒരു പ്രാചീനമനുഷ്യജാതി? തീരെ അസാദ്ധ്യമൊന്നുമല്ല അത്. പ്രാചീനമനുഷ്യരുടെ എല്ലാ വകഭേദങ്ങളെയും നമ്മൾ തിരിച്ചറിഞ്ഞുകാണണം എന്നില്ല–നമ്മുടെ പൂർവികർ ലോകമെമ്പാടും പരന്നുകൊണ്ടിരിക്കുന്ന കാലത്ത് അവരുടെ സമകാലീനരായിരുന്നവരെപ്പോലും തിരിച്ചറിയാതെയുണ്ടെന്നും വരാം.

ഡെനിസോവൻസിനെ തന്നെ ഉദാഹരണമായി എടുക്കാം. തെക്കൻ സൈബീരിയയിലെ അൽത്തായ് പർവ്വതനിരകളിലെ ഡെനിസോവ ഗുഹകളിൽനിന്ന് ഏകദേശം ഒരു പതിറ്റാണ്ടുമുൻപ് മാത്രമാണ് പ്രായപൂർത്തിയാവാത്ത ഒരു വ്യക്തിയുടെ പ്രാചീനമായ ഒരു വിരലും ഏതാനും പല്ലുകളും കണ്ടെടുത്തതും പിന്നീട് പ്രസ്തുത വിരലെല്ലിന്റെ ഡിഎൻഎ ക്രമം വായിച്ചെടുത്തതും. ഇത് ആധുനികമനുഷ്യരിൽനിന്നും നിയാണ്ടർതാലുകളിൽനിന്നും തികച്ചും വ്യത്യസ്തമായ ഒരു ജീവജാതിയാണെന്ന് ഡിഎൻഎ പരിശോധനയിലൂടെ തെളിഞ്ഞത് എല്ലാവരെയും ആശ്ചര്യഭരിതരാക്കി. ഫോസിലിന്റെ കാലം കണക്കാക്കിയത് 50,000 വർഷങ്ങൾക്കും 30,000 വർഷങ്ങൾക്കും ഇടക്കാണെന്നാണ്. ഈ കണ്ടുപിടുത്തതിനു മുൻപ് അത്തരമൊരു ജീവജാതി നിലനിന്നിരുന്നു എന്നതിന്റെ സൂചനപോലും ഇല്ലായിരുന്നു; സത്യത്തിൽ ഡെനിസോവനുകൾക്ക് കൃത്യമായ ജീവജാതിനാമം ഇനിയും നൽകിക്കഴിഞ്ഞിട്ടുപോലുമില്ല.

അപ്പോൾ, ചുരുക്കിപ്പറഞ്ഞാൽ, ദക്ഷിണേഷ്യയിൽ പ്രാചീനമനുഷ്യർ ധാരാളമായി ഉണ്ടായിരുന്നുവെങ്കിലും അവർ ആരൊക്കെയായിരുന്നു എന്ന് കൃത്യമായി നമുക്കറിയില്ല. എന്നിരുന്നാലും, ലോകത്തിലാദ്യമായി സ്വന്തം പണിയായുധങ്ങളുടെ സാങ്കേതികമികവ് പാരമ്പര്യത്തിൽനിന്ന് അത്യാധുനികതയിലേക്ക് മാറ്റിയെഴുതുവാൻ മിടുക്കുകാണിച്ചവരാണ് അവരെന്ന്

നമുക്കറിയാം. ലോവർ പാലിയോലിത്തിക് പണിയായുധങ്ങളിൽനിന്ന് മദ്ധ്യ പാലിയോലിത്തിക് പണിയായുധങ്ങളിലേക്ക് ഏകദേശം 385,000 വർഷങ്ങൾക്കു മുൻപ് ഇവർ പുരോഗമിച്ചതിന് ആറ്റിറമ്പാക്കത്ത് തെളിവുകളുണ്ട്. ഇത് വെളിച്ചത്തുകൊണ്ടുവന്നത് പുരാവസ്തുഗവേഷകയായ ശാന്തി പാപ്പുവും സംഘവും ചെയ്ത നീണ്ടകാലത്തെ കഠിനപരിശ്രമങ്ങളാണ്; ഈ പ്രദേശത്ത് മദ്ധ്യ പാലിയോലിത്തിക് പണിയായുധങ്ങൾ 385,000 വർഷങ്ങൾക്കുമുൻപ് ഉണ്ടായിരുന്നു എന്ന അവരുടെ കണ്ടുപിടുത്തം പ്രസിദ്ധീകരിച്ചുവന്നത് ഈയടുത്ത് 2018 ജനുവരിയിലാണ്.

ലോവർ പാലിയോലിത്തിക്കിൽ നിന്ന് മദ്ധ്യ പാലിയോലിത്തിക് പണിയായുധനിർമ്മാണത്തിലേക്കുള്ള മാറ്റം ആശയങ്ങളിൽ ഉണ്ടായ ഒരു വൻകുതിപ്പായിരുന്നു. കാരണം, മദ്ധ്യ പാലിയോലിത്തിക് ശൈലിയിലുള്ള പണിയായുധങ്ങൾ നിർമ്മിക്കുവാൻ തുടങ്ങുമ്പോൾ നിങ്ങൾക്ക് പല പല ഘട്ടങ്ങൾക്കപ്പുറത്തേക്ക്, നിങ്ങൾക്കാവശ്യമുള്ള പണിയായുധത്തിന്റെ രൂപം മനസ്സിൽക്കണ്ടുകൊണ്ട് ചിന്തിക്കേണ്ടിവരും; പിന്നീട് നിങ്ങൾക്കാവശ്യമുള്ള മൂർച്ചയേറിയ പണിയായുധങ്ങൾ കൃത്യമായി ഏതാനും തട്ടലുകളും മുട്ടലുകളും കൊണ്ട് രാകിയെടുത്ത് കല്ലിന്റെ ഉൾക്കാമ്പ് പ്രത്യേകരീതിയിൽ രൂപപ്പെടുത്തിയെടുക്കണം. മദ്ധ്യ പാലിയോലിത്തിക് കാലഘട്ടത്തിലെ ഒരു പണിയായുധ നിർമ്മാതാവിന് ഒരു അക്യൂലിയൻ ശൈലിക്കാരനെ ഇടിച്ചുതാഴ്ത്തണമെങ്കിൽ സംശയിക്കാതെ സത്യസന്ധമായി പറയാം: അത് ഏതു മണ്ടനും ചെയ്യാവുന്നതേയുള്ളൂ. (ഏതു മണ്ടനും എന്ന ഗണത്തിൽ നമ്മൾ പെടില്ല, തീർച്ച; കാരണം ഇന്ന് കല്ലുകൊത്തൽ ഒരു പ്രത്യേക കഴിവാണ്. വിദഗ്ധനായ ഒരു കല്ലുകൊത്തുകാരൻ ആകണമെങ്കിൽ നല്ല പരിശീലനം ആവശ്യമുണ്ട്.)

നമ്മുടെ ബന്ധുക്കൾക്കെതിരെ

പ്രാചീനമനുഷ്യർ വാണിരുന്ന പ്രദേശങ്ങളിലേക്ക് ആധുനികമനുഷ്യർക്ക് കടന്നുകയറുവാൻ വിഷമമായിരുന്നു എന്ന വസ്തുത മനുഷ്യർ ലിവാന്റിലേക്കു കുടിയേറിയതിന്റെ ആദ്യകാലചരിത്രങ്ങളിൽനിന്ന് നമുക്കു മനസ്സിലാക്കാം. അതുകൊണ്ട്, ഇന്ത്യയുടെ പടിവാതിൽക്കൽ എത്തിയ നമ്മുടെ പൂർവികരും ലിവാന്റിൽ സംഭവിച്ചതുപോലെ തടയപ്പെട്ടുകാണണം എന്നു കരുതുന്നതാണ് യുക്തി. മുൻപു പരാമർശിച്ച പ്രബന്ധത്തിൽ കോറിസെറ്ററും ഓപ്പൻഹെയ്മറും ഹസ്‌ലാമും ചേർന്ന് ആധുനികമനുഷ്യർ ഈ സാഹചര്യത്തോട് എങ്ങനെ പ്രതികരിച്ചുകാണുമെന്നതിന്റെ ഒരു പുതിയ മാതൃക 'ഘട്ടങ്ങളായുള്ള ഇന്ത്യൻ വ്യാപനം' (Indian Staged Dispersal) എന്ന പേരിൽ നിർദ്ദേശിക്കുന്നുണ്ട്. പൊതുവായി പറഞ്ഞാൽ നമ്മുടെ പൂർവികർ ഇന്ത്യൻ ഉപഭൂഖണ്ഡത്തിന്റെ പല ഭാഗങ്ങളിൽ പല സമയത്തായാണ് എത്തിയതെന്നും ഒറ്റയടിക്ക് എല്ലായിടത്തും വ്യാപിച്ചില്ലെന്നുമാണ് അത് അർത്ഥമാക്കുന്നത്. അവരെല്ലാവരും ഒരൊറ്റ ആഫ്രിക്കൻബഹിർഗമനത്തിന്റെ ഭാഗംതന്നെയാണെങ്കിലും ഇന്ത്യയുടെ വ്യത്യസ്തപ്രദേശങ്ങളിൽ വ്യത്യസ്ത കാലഘട്ടങ്ങളിലാണ് അവർ എത്തിച്ചേർന്നത്; ഭൂമിയുടെ പല ഭാഗങ്ങളിൽ പല സമയത്ത് എത്തിച്ചേർന്നതുപോലെതന്നെ.

ശാസ്ത്രജ്ഞരുടെ ആദ്യത്തെ അനുമാനം പ്രാചീനമനുഷ്യർക്ക് ഇന്ത്യയുടെ പെനിൻസുലാർ (വിന്ധ്യപർവ്വതത്തിന്റെ തെക്കുഭാഗം) പ്രദേശങ്ങളിലാണ് വടക്കേ ഇന്ത്യയെ അപേക്ഷിച്ച് ശക്തമായ സംഖ്യാബലം ഉണ്ടായിരുന്നത് എന്നതാണ്. ആറ്റിറമ്പാക്കത്തും ഹുൻസ്ഗി–ബൈചബാൽ താഴ്വരയിലും, മിഡിൽസോൺ താഴ്വരയിലും, ഭിംബേദ്ക്കയിലും നിന്നും മറ്റും ലഭിച്ചിട്ടുള്ള പുരാവസ്തുസാക്ഷ്യങ്ങളെല്ലാം വിന്ധ്യപർവ്വതത്തിന്റെ തെക്കുഭാഗത്തുള്ളവയാണ് എന്നതുകൊണ്ട് ഈ നിരീക്ഷണം തികച്ചും സാധുതയുള്ളതാണുതാനും. അതിനാൽ ആധുനികമനുഷ്യർ ഇന്ത്യൻ ഉപഭൂഖണ്ഡത്തിലേക്ക് കടക്കുവാൻ തെരഞ്ഞെടുത്തത് ഹിമാലയൻ പർവ്വതനിരകളുടെ അനുബന്ധമായ ശിവാലിക് പർവ്വതങ്ങളിലൂടെയുള്ള മാർഗ്ഗമാവണം എന്ന് ശാസ്ത്രജ്ഞർ കരുതുന്നു; അവർ പെനിൻസുലാർ ഭൂവിഭാഗങ്ങൾ ഒഴിവാക്കിക്കാണണം. അവിടെനിന്ന് അവർ മ്യാൻമറിലേക്കും പിന്നെ തെക്കുകിഴക്കൻ ഏഷ്യയിലേക്കും തുടർന്ന് ആസ്ട്രേലിയ, പൂർവേഷ്യ, ചൈന എന്നിവിടങ്ങളിലേക്കും വ്യാപിച്ചുകാണണം. ആദ്യത്തെ ഇന്ത്യക്കാർ എല്ലാവരും ശിവാലിക് മലനിരകളിലൂടെയുള്ള (സബ് ഹിമാലയൻ) മാർഗ്ഗം തന്നെ തെരഞ്ഞെടുത്തു എന്നു പറയുവാൻ തീർച്ചയായും കാരണങ്ങളൊന്നുമില്ല. ചിലർ തീരദേശമാർഗ്ഗവും ഉപയോഗിച്ചിട്ടുണ്ടാവാം; ഉപഭൂഖണ്ഡത്തിന്റെ മദ്ധ്യഭാഗത്തും ഉൾപ്രദേശങ്ങളിലും വസിച്ചിരുന്ന കുഴപ്പക്കാരായ പ്രാചീനമനുഷ്യരുടെ മുൻപിൽചെന്നുചാടാതെ നീങ്ങുവാൻ ആ വഴി സഹായകമായിക്കാണും. അമേരിക്കയിലെ ആദ്യ കുടിയേറ്റക്കാർ അവിടെയെത്തിയപ്പോൾ അവരും ചെയ്തത് അതുതന്നെയാണെന്ന് ഇന്നു നമുക്കറിയാം–വ്യത്യസ്ത മാർഗ്ഗങ്ങൾ സ്വീകരിച്ച അവർ ആയിരത്താണ്ടുകളോളം അന്യോന്യം വേർപെട്ടു ജീവിച്ചു. രണ്ടായാലും ആദ്യത്തെ ഇന്ത്യക്കാർ മുൻപിവിടെ ഉണ്ടായിരുന്ന പ്രാചീനമനുഷ്യരുടെ ഊർജ്ജസ്വലമായ സമൂഹത്തോട് ഉടനടി നേരിട്ട് ഏറ്റുമുട്ടാതെ കഴിച്ചുകൂട്ടിയിട്ടുണ്ടാവണം. കുടിയേറ്റക്കാർ ഈ വഴി പോയി, ആ വഴി പോയി, ഇവിടെയെത്തി, അവിടെയെത്തി എന്നൊക്കെ പറയുമ്പോൾ അവർ പാർത്തുവന്നിരുന്ന സ്ഥലത്തുനിന്ന് ഒന്നടങ്കം ഒഴിഞ്ഞുപോയി മറ്റൊരിടത്ത് താമസമുറപ്പിച്ചു എന്നല്ല സൂചിപ്പിക്കുന്നത്. അവരും അവരുടെ പിൻഗാമികളും സ്വന്തം സീമകൾ വികസിപ്പിച്ചുകൊണ്ടേയിരുന്നു എന്നും വസിച്ചുപോന്നിരുന്ന പ്രദേശത്തുനിന്ന് കുടിയൊഴിയാതെതന്നെ പുതിയ പുതിയ ഭൂവിഭാഗങ്ങളിലേക്ക് വ്യാപിച്ചുകൊണ്ടിരുന്നു എന്നുമാണ്.

കാലംകൊണ്ട് ആധുനികമനുഷ്യർ ഉപഭൂഖണ്ഡത്തിലെങ്ങും തങ്ങളുടെ കാൽപ്പാടുകൾ പതിപ്പിച്ചിട്ടുണ്ടാവാം; തെക്കോട്ടുനീങ്ങി അവിടെയുണ്ടായിരുന്ന പ്രാചീനമനുഷ്യരെ സ്ഥാനഭ്രഷ്ടരാക്കുകയോ വംശനാശത്തിലേക്കു നയിക്കുകയോ പോലും ചെയ്തിട്ടുണ്ടാവാം. മൈക്രോലിത്തിക് പണിയായുധങ്ങൾ ഇന്ത്യൻ പുരാവസ്തുരേഖകളിൽ പെട്ടെന്ന് പ്രത്യക്ഷപ്പെട്ടത് ഇതെല്ലാം എന്നു സംഭവിച്ചു എന്നതിന്റെയും എങ്ങനെ സംഭവിച്ചു എന്നതിന്റെയും സൂചനകളാകാൻ ഇടയുണ്ട്. വ്യത്യസ്ത ജീവജാതികളിൽപ്പെട്ട മനുഷ്യവർഗ്ഗത്തെ തിരിച്ചറിയുവാൻ കല്ലുകൊണ്ടുള്ള പണിയായുധങ്ങൾ ആത്യന്തികമായി സഹായിക്കുകയില്ലെങ്കിലും മൈക്രോലിത്തിക് പണിയായുധങ്ങൾ ഇതിനൊ

രപവാദമാണ്. ഇന്ത്യയിലും മറ്റെല്ലായിടങ്ങളിലും അവ ബന്ധപ്പെട്ടിരിക്കുന്നത് കൂടുതലും ആധുനികമനുഷ്യരോടാണ്, പ്രാചീനമനുഷ്യരോടല്ല. ഇന്ത്യൻ ഉപഭൂഖണ്ഡത്തിലാകട്ടെ മൈക്രോലിത്തിക് പണിയായുധങ്ങൾ ആദ്യമായി കാണുന്നത് ഏകദേശം 45,000 വർഷങ്ങൾക്കു മുൻപാണ്. അതിനുശേഷം അവയിലുണ്ടായിട്ടുള്ള തുടർച്ചയുടെയും വ്യാപ്തിയുടെയും അളവ്– ഇന്ത്യൻ ഉപഭൂഖണ്ഡത്തിൽ മാത്രമല്ല–അത്ഭുതാവഹമാണ്. ശ്രീലങ്കയിൽ മൈക്രോലിത്തിക് പണിയായുധങ്ങൾ പ്രത്യക്ഷപ്പെടുന്നത് ഏകദേശം 38,000 വർഷങ്ങൾക്കുമുൻപാണ്; അന്നുതുടങ്ങി കഷ്ടിച്ച് 3000 വർഷം മുൻപുള്ള കാലഘട്ടംവരെ, ഇരുമ്പ് അതിന്റെ സാന്നിദ്ധ്യം അറിയിച്ചുതുടങ്ങുന്നതിന്റെ അടുത്തുവരെ, അവ ഇന്ത്യയിലും ശ്രീലങ്കയിലും ഉപയോഗത്തിൽ തുടരുകതന്നെചെയ്തു.

ദക്ഷിണേഷ്യയിൽ ഏറ്റവും പഴക്കമേറിയ മൈക്രോലിത്തിക് പണിയായുധങ്ങൾ ലഭിച്ചിട്ടുള്ളത് മദ്ധ്യപ്രദേശിലെ മെഹ്താഖേരിയിൽനിന്നാണ്–45,000 വർഷമാണ് ഇവയുടെ പ്രായം. 45,000 വർഷങ്ങൾക്കും 3400 വർഷങ്ങൾക്കും ഇടയ്ക്ക് പഴക്കമുള്ള മൈക്രോലിതുകൾ ലഭിച്ചിട്ടുള്ള മദ്ധ്യപ്രദേശിലെ നിമാർ പ്രവിശ്യയിലെ എട്ടു പുരാവസ്തുഖനനപ്രദേശങ്ങളിൽ ഒന്നാണ് മെഹ്താഖേരി. ഇവിടെനിന്നു കണ്ടെത്തിയ ആദ്യകാല മൈക്രോലിതുകളുടെ കാലഘട്ടവും സ്ഥാനവും ചില ആദ്യത്തെ ഇന്ത്യക്കാരുടെ ഏതാനും പരമ്പരകളുടെ വികാസത്തിന്റെ (ജനസംഖ്യയിലുള്ള വർദ്ധനവിന്റെ) കാലഘട്ടത്തോടും സ്ഥാനത്തോടും കൃത്യമായി യോജിക്കുന്നുണ്ട് എന്നത് കൗതുകാവഹമാണ്. ഇന്ത്യൻ ഉപഭൂഖണ്ഡത്തിലെ ജനിതക ക്രമവിവരങ്ങൾ പ്രതിപാദിക്കുന്ന 2017ലെ പ്രബന്ധത്തിൽ–മുൻപു പരാമർശിക്കപ്പെട്ട- പറയുന്നത് 45,000 വർഷങ്ങൾക്കും 35,000 വർഷങ്ങൾക്കും ഇടയ്ക്ക് M എന്ന എംടി ഡിഎൻഎ ഹാപ്ലോഗ്രൂപ്പിന്റെ ഒരു പ്രധാന വികാസം മദ്ധ്യഭാരതത്തിൽ നടന്നിട്ടുണ്ട് എന്നാണ്.[11] ഈ കാലഘട്ടത്തിന്റെ അവസാനത്തോടടുത്ത് കാലാവസ്ഥ മെല്ലെ മോശമാകുവാൻ തുടങ്ങുകയും ലോകം MIS 2 എന്ന ഹിമയുഗത്തിന്റെ പൂർണ്ണമായ ശൈത്യാവസ്ഥയോടടുക്കുകയും ചെയ്തു.

നിരവധി കാര്യങ്ങളാണ് ഒരേസമയം നടക്കുന്നത്: കാലാവസ്ഥ മെല്ലെ വരണ്ടുണങ്ങുകയും അത് എല്ലാ ജീവസമൂഹത്തിലും സമ്മർദ്ദങ്ങൾ സൃഷ്ടിക്കുകയും ചെയ്തു; ആധുനികമനുഷ്യർ മൈക്രോലിത്തിക് പണിയായുധങ്ങളെ കൂടുതലായി ആശ്രയിച്ചുതുടങ്ങി; അവരുടെ സമൂഹം വികസിക്കുകയും പുതിയ പ്രദേശങ്ങളിലേക്ക് പടരുകയും ചെയ്യാൻതുടങ്ങി. ഈ സംഭവങ്ങളുടെയെല്ലാം അരങ്ങായിരുന്ന മദ്ധ്യഭാരതമാകട്ടെ പ്രാചീനമനുഷ്യരുടെ ഏറ്റവും പ്രിയപ്പെട്ട താവളവുമായിരുന്നു.

താമസസ്ഥലങ്ങൾ കൂടുതൽ വരണ്ടതും ഉണങ്ങിയതും ആയിമാറുന്നതിനോട് ആധുനികമനുഷ്യർ പ്രതികരിച്ചത് പുതിയ സാങ്കേതികവിദ്യയെ കൂടുതലായി ആശ്രയിച്ചുകൊണ്ടായിരിക്കുമോ? പുത്തൻ സാങ്കേതികവിദ്യയുടെ

---

11 മറീന സിൽവ മുതൽപേർ, 'എ ജനറ്റിക് ക്രോണോളജി ഫോർ ദി ഇന്ത്യൻ സബ് കോണ്ടിനെന്റ് പോയിന്റ്സ് റ്റു ഹെവിലി സെക്സ് ബയസ്ഡ് ഡിസ്പെർസൽസ്', *BMC എവല്യൂഷനറി ബയോളജി* (2017).

സഹായത്താൽ കുന്തങ്ങൾ, അമ്പുകൾ തുടങ്ങിയ ആയുധങ്ങളുണ്ടാക്കി ആഹാരത്തിന്റെയും മറ്റു സ്രോതസ്സുകളുടെയും അവകാശം പങ്കുവെക്കുന്നവരെ വേട്ടയിൽ പിൻതള്ളുവാൻ അവർ ശ്രമിച്ചുകാണുമോ? വാസയോഗ്യമായിരുന്നെങ്കിലും പ്രാചീനമനുഷ്യരുടെ സാന്നിദ്ധ്യം ഉണ്ടായിരുന്നതുകൊണ്ട് ഇതുവരെ പരിഗണിക്കുവാൻ സാധിക്കാതെപോയ പ്രദേശങ്ങളിലേക്കുകൂടി പിന്നീട് അവർ നീങ്ങിയിട്ടുണ്ടാവുമോ? വാസ്തവത്തിൽ നടന്നത് അതാണെങ്കിൽ അവരുടെ ദൗത്യങ്ങളിലെല്ലാം അവർ വിജയിച്ചു എന്നുതന്നെ പറയാം; ആ വിജയങ്ങൾ അവരുടെ ജനസംഖ്യ വർദ്ധിപ്പിക്കുകയും ചെയ്തു.

പുരാവസ്തുശാസ്ത്രമേഖലയിലെ ചില പ്രമുഖവ്യക്തികൾ 2009ൽ നടത്തിയ ഒരു പഠനത്തിൽ, -'ജനസംഖ്യാവർദ്ധനവും പരിസ്ഥിതിയുടെ നാശവും ദക്ഷിണേഷ്യയിൽ 35,000 വർഷം മുൻപുണ്ടായ മൈക്രോലിത്തിക് നവനിർമ്മിതികളുമായി ഒത്തുപോകുന്നു'[12]- ഇങ്ങനെ പറയുന്നുണ്ട്: 'ഏകദേശം 45,000 വർഷങ്ങൾക്കും 20,000 വർഷങ്ങൾക്കും ഇടക്കുള്ള കാലഘട്ടത്തിൽ മനുഷ്യരാശിയുടെ അധികപങ്കും ദക്ഷിണേഷ്യയിലാണ് പാർത്തിരുന്നത് എന്ന് അനുമാനിക്കപ്പെടുന്നു. മറ്റെങ്ങും സമാന്തരതകളില്ലാത്ത ഒരു ജനസംഖ്യാവികാസത്തെയാണ് ഈ തെളിവുകൾ പ്രതിഫലിപ്പിക്കുന്നത്'.

ആറ്റിറമ്പാക്കത്തെ പ്രാചീനമനുഷ്യർ 385,000 വർഷങ്ങൾക്കുമുൻപ് മദ്ധ്യപാലിയോലിത്തിക് പണിയായുധങ്ങൾ ഉണ്ടാക്കുകവഴി സാങ്കേതികതയുടെ നൂതനലോകത്തേക്ക് കാലെടുത്തുവെച്ചതുപോലെ, മദ്ധ്യഭാരതത്തിലെ ആധുനികമനുഷ്യർ 45,000 വർഷങ്ങൾക്കുമുൻപ് മൈക്രോലിത്തിക് ഉപകരണങ്ങളും ആയുധങ്ങളും ഉണ്ടാക്കിക്കൊണ്ട് സാങ്കേതികമികവിന്റെ മുൻനിരക്കാരെന്ന പദവിക്ക് ഒരിക്കൽക്കൂടി അവകാശികളായി. എന്നിരുന്നാലും, മേഹ്തഖേരിയിൽനിന്നു ലഭിച്ച ഏറ്റവും പ്രാചീനമായ മൈക്രോലിതുകൾ ഏകദേശം 45,000 വർഷം പഴക്കമുള്ളതാണെങ്കിലും ഉപഭൂഖണ്ഡത്തിന്റെ പല പ്രവിശ്യകളിൽ സാങ്കേതികവിദ്യ എത്തിച്ചേർന്നത് പല കാലഘട്ടത്തിലാവണം. വാസ്തവത്തിൽ, അത് മഹാരാഷ്ട്രയിലെ പത്നെ, ആന്ധ്രാപ്രദേശിലെ ജ്വാലാപുരം, ശ്രീലങ്കയിലെ ബട്ടഡോംബലേന, ഫാ ഹിയാൻ മുതലായ നിർണ്ണായകകേന്ദ്രങ്ങളിൽ എത്തുന്നത് 35,000 വർഷങ്ങൾക്കു മുൻപുമാത്രമാണ്.

അങ്ങനെ, നമുക്കറിയാവുന്ന കാര്യങ്ങളെ അടിസ്ഥാനപ്പെടുത്തി നിർമ്മിച്ചെടുത്ത ഒരു തിരക്കഥ ഇതാ: ഏകദേശം 65,000 വർഷങ്ങൾക്കുമുൻപ് ആധുനികമനുഷ്യർ ഇന്ത്യയിലെത്തുന്നു; എത്രയോ ആയിരം വർഷങ്ങളായി ഇവിടെ പാർപ്പുറപ്പിച്ചിരുന്ന പ്രാചീനമനുഷ്യരുടെ സാന്നിദ്ധ്യം അവർക്ക് ഇരുട്ടടി സമ്മാനിക്കുന്നു. പിന്നീട് അവർ ക്രമാനുഗതവും അവസരവാദപരവുമായ രീതിയിൽ നീങ്ങിത്തുടങ്ങുന്നു; ചിലർ വടക്കേ ഇന്ത്യയിലെ സബ് ഹിമാലയൻ അഥവാ ശിവാലിക് മലനിരകളിലൂടെ പടിഞ്ഞാറുനിന്ന് കിഴക്കോട്ടും മറ്റുചിലർ വടക്കുനിന്നു തെക്കോട്ട് തീരദേശപാത വഴിയും. 35,000 വർഷങ്ങൾക്കുമുൻപ് കാലാവസ്ഥ ഗുരുതരമായി തണുക്കുവാൻ

12 മൈക്കിൾ പെട്രാഗ്ലിയ മുതൽപേർ, 'പോപ്പുലേഷൻ ഇൻക്രീസ് ആൻഡ് എൻവയൺമെന്റൽ ഡിറ്റീരിയോരേഷൻ കറസ്പോണ്ട് വിത്ത് മൈക്രോലിത്തിക് ഇന്നോവേഷൻസ് ഇൻ സൗത്ത് ഏഷ്യ ca. 35,000 ഇയേഴ്സ് എഗോ', *PNAS* (ജൂലായ് 2009).

തുടങ്ങിയപ്പോഴേക്കും ആധുനികമനുഷ്യർ ഇരയെ വേട്ടയാടി പിടിക്കുവാനും എതിരാളികളെ പിൻതള്ളുവാനും പര്യാപ്തമായ കൂടുതൽ മെച്ചപ്പെട്ട സാങ്കേതികവിദ്യകൾ കയ്യാളിക്കഴിഞ്ഞിരുന്നു. വിജയങ്ങൾക്കുമേൽ വിജയം കൊയ്ത് അതിവേഗം വികസിച്ചുകൊണ്ടിരുന്ന ആധുനികമനുഷ്യസമൂഹം അവരുടെ സീമകൾ നീക്കിവരക്കുവാനും പെനിൻസുലാർ പ്രവിശ്യയുടെ അന്തരാളങ്ങളിലേക്ക് പ്രവേശിക്കുവാനും അങ്ങനെ പ്രാചീനമനുഷ്യർക്ക് വംശനാശം സംഭവിക്കുംവരെ അവരെ പ്രാദേശികമായ അഭയസ്ഥാനങ്ങളിൽ–ജ്വാലാപുരം പോലെയോ ചിലപ്പോൾ ഭിംബേദ്ക്ക പോലെയോ ഉള്ള–ഒതുങ്ങുവാൻ നിർബന്ധിതരാക്കുകയും ചെയ്യുന്നു.

ഇതെങ്ങനെ സംഭവിച്ചു എന്നത് മനസ്സിലാക്കുവാൻ പറ്റിയ സ്ഥലമാണ് ജ്വാലാപുരം. കുർണൂൽ ജില്ലയിലെ ജുരേറു നദീതടത്തിൽ സ്ഥിതിചെയ്യുന്ന ജ്വാലാപുരത്തിന്റെ പ്രസക്തി, അവിടുത്തെ നദീതടം 74,000 വർഷങ്ങൾക്കുമുൻപു നടന്ന ടോബാ മഹാഗ്നിപർവ്വതസ്ഫോടനത്തിന്റെ ചാരത്തിന്റെ അടരുകൾ സൂക്ഷിക്കുന്നുണ്ടെന്നതാണ്. സുമാത്രയിലെ ദ്വീപിൽ അഗ്നിപർവതസ്ഫോടനം ഉണ്ടായപ്പോൾ ദശലക്ഷക്കണക്കിനു ടൺ ചാരം തെക്കുകിഴക്കൻ ഏഷ്യയിലും ദക്ഷിണേഷ്യയിലുമൊട്ടാകെ ചിതറിവീണിരുന്നു; അത് അവിടങ്ങളിലെ ജീവലോകത്തിനുമേൽ സമ്മർദ്ദംചെലുത്തുകയും ചെയ്തിരുന്നു.

ജ്വാലാപുരത്തിന്റെ പുരാവസ്തുമൂല്യം കണ്ടെത്തിയത് പ്രൊഫസർ കോറിസെറ്ററാണ്. അദ്ദേഹവും പ്രൊഫസർ പെട്രാഗ്ലിയയും നയിച്ച ഒരു സംഘമാണ് ഒരു പതിറ്റാണ്ടുമുൻപ് ഇവിടെ ഉത്ഖനനം നടത്തിയത്. ചാരത്തിന്റെ പാളിയുടെ കീഴിൽ, മണ്ണിന്റെ ഏറ്റവും അടിയിലുള്ള അടരിൽ അവർ കണ്ടെത്തിയത് വളരെ ശ്രദ്ധയർഹിക്കുന്ന ചിലതാണ്: ഏകദേശം 77,000 വർഷം പഴക്കമുള്ളതും ആധുനികമനുഷ്യർ നിർമ്മിച്ചതെന്ന് അവർ വിശ്വസിക്കുന്നതുമായ മദ്ധ്യ പാലിയോലിത്തിക് പണിയായുധങ്ങൾ. അതേ പണിയായുധനിർമ്മാണവിദ്യയുടെ തുടർച്ചയായ വേറെ ചിലത് അവർ ചാരത്തിന്റെ പാളിയ്ക്കു മുകളിലുള്ള മണ്ണിന്റെ അടരിൽനിന്നും കണ്ടെടുത്തിരുന്നുവെങ്കിലും അവയുടെ പഴക്കം 45,000 വർഷങ്ങൾക്കും 35,000 വർഷങ്ങൾക്കും ഇടയ്ക്കാണ്. ഈ കണ്ടുപിടുത്തങ്ങൾ ആകെയൊരു കോളിളക്കമുണ്ടാക്കി, കാരണം ആഫ്രിക്കൻബഹിർഗമനം നടന്നത് ഏകദേശം 70,000 വർഷങ്ങൾക്കുമുൻപു മാത്രമാണ് എന്ന ഭാഷ്യത്തെ അത് നേരിട്ട് വെല്ലുവിളിക്കുകയായിരുന്നു. ഈ പണിയായുധങ്ങൾ ആധുനികമനുഷ്യർ നിർമ്മിച്ചതാണെന്ന സിദ്ധാന്തത്തിൽ പെട്രാഗ്ലിയ ഉറച്ചുനിൽക്കുന്നുണ്ടെങ്കിലും കോറിസെറ്ററും ഓപ്പൻഹെയ്മറും ഹസ്‌ലാമും ചേർന്ന് 2017ൽ പ്രസിദ്ധീകരിച്ച പ്രബന്ധത്തിൽ ഈ ഉത്പന്നങ്ങൾ 'പ്രാചീന ഹോമിനിൻസ് നിർമ്മിച്ചവയാവാനാണ് കൂടുതൽ സാദ്ധ്യത' എന്നാണ് പറയുന്നത്.

അതിലും രസകരമായ സംഗതി, കോറിസെറ്ററും പെട്രാഗ്ലിയയും ജുരേറു നദീതടത്തിൽ ഏകദേശം 38,000 വർഷങ്ങൾക്കു മുൻപുമുതൽ ഏതാനും സഹസ്രാബ്ദങ്ങൾ മുൻപുവരെ നിലനിന്ന മൈക്രോലിതുകളും കണ്ടെത്തിയിട്ടുണ്ട് എന്നതാണ്. ഈ മൈക്രോലിതുകളെക്കുറിച്ച് കോറിസെറ്ററും

ഓപ്പൻഹെയ്മറും ഹസ്‌ലാമും പറയുന്നു, 'ജുരേറു പുരാവസ്തുക്കളുടെ രേഖ നമുക്കുതരുന്നത് 40,000 വർഷങ്ങൾക്കും 35,000 വർഷങ്ങൾക്കും ഇടയ്ക്ക് ആധുനികമനുഷ്യർ ഈ പ്രദേശത്തേക്കു കുടിയേറിയതിന്റെ ഏറ്റവും ലുബ്ധമായ വിശദീകരണമാണ്'.

ഈ വ്യാഖ്യാനം കൃത്യമാണെങ്കിൽ, ഏകദേശം 35,000 വർഷങ്ങൾക്കും 40,000 വർഷങ്ങൾക്കും ഇടയ്ക്ക് ഹോമോ സാപിയൻസ് ജുരേറു നദീതടത്തിലേക്ക് പ്രവേശിക്കുമ്പോൾ അവിടം പ്രാചീനമനുഷ്യരുടെ താവളമായിരുന്നു എങ്കിൽ, ഈ നദീതടം ആധുനികമനുഷ്യരും (മൈക്രോലിത് സാങ്കേതികവിദ്യ കയ്യാളിയവർ) അവരുടെ പ്രാചീനരായ ബന്ധുക്കളും (അപ്പോഴും മദ്ധ്യ പാലിയോലിത്തിക് പണിയായുധങ്ങൾ കൊണ്ടുനടന്നിരുന്നവർ) തമ്മിലുള്ള ഏറ്റുമുട്ടലിന്റെ ഏറ്റവും പ്രധാനപ്പെട്ട ഭൂമികകളിൽ ഒന്നാവാൻ സാദ്ധ്യതയുണ്ട്. ഏറ്റുമുട്ടലുകൾ നടന്ന അവസാനത്തെ ഇടങ്ങളിൽ ഒന്നായിരുന്നോ അതെന്ന് നമ്മൾ ഒരിക്കലും അറിഞ്ഞുവെന്നുവരില്ല.

ജ്വാലാപുരത്തിന്റെ തുറന്ന ഭൂമിയിലേക്ക് അടുക്കുമ്പോൾ ടോബാ അഗ്നിപർവ്വതസ്ഫോടനത്തിന്റെ ചാരം ചാക്കുകളിലാക്കി വണ്ടികളിൽ നിറയ്ക്കുന്നവരെ നിങ്ങൾക്ക് കാണുവാൻ കഴിയും–ഡിറ്റർജന്റ് ആയിട്ടോ പിച്ചളപ്പാത്രങ്ങൾ മിനുക്കുവാനുള്ള പൊടിയായിട്ടോ വിൽക്കുവാനാണത്. 2018 ആദ്യം ഞാൻ അവിടം സന്ദർശിച്ചപ്പോൾ ഖനനത്തിൽ ഏർപ്പെട്ടവർ കുഴിച്ച വലിയ കിടങ്ങുകൾ കണ്ടിരുന്നു. കിടങ്ങുകളുടെ ചുമരുകളിൽ ഏതാനും മീറ്ററുകൾ താഴെയായി ചാരത്തിന്റെ വീതിയുള്ള വെള്ളവരകൾ കാണാം–മഹാസ്ഫോടനത്തിന്റെ ബാക്കിയാണത്. അഗ്നിപർവതം പൊട്ടിത്തെറിച്ചപ്പോൾ ഈ നദീതടത്തിൽ ഏകദേശം അഞ്ചു സെന്റിമീറ്റർ കനത്തിലേ ചാരം വീണിരുന്നുള്ളു എങ്കിലും ഇന്നു കാണുന്ന വരകൾക്ക് സെന്റിമീറ്ററല്ല, ഇഞ്ചുകളോളം വീതിയുണ്ട്. ഒന്നാമത്തെ ചാരമഴയ്ക്കുശേഷം കുറേക്കാലത്തേക്ക് കാലവർഷങ്ങളും അരുവികളും ജുരേറു നദിയും ഇവിടേക്ക് ചാരം എത്തിച്ചുകൊണ്ടേയിരുന്നതാണ് ഇതിനു കാരണം.

നദീതടത്തിൽ നിൽക്കുമ്പോൾ ഏകദേശം 38,000 വർഷങ്ങൾക്കുമുൻപ് ഈ മണ്ണിൽ അരങ്ങേറിയിട്ടുണ്ടാവാൻ സാദ്ധ്യതയുള്ള നാടകീയരംഗങ്ങൾ, പ്രാചീനമനുഷ്യരുടെ അവസാനത്തെ അഭയസ്ഥാനങ്ങളിലൊന്നായ ഇവിടേയ്ക്ക് ഇന്ത്യയിലെ ആദ്യത്തെ ആധുനികമനുഷ്യർ കടന്നുകയറുന്നതിന്റെ ചിത്രങ്ങൾ, സങ്കല്പിക്കാതിരിക്കുവാനാകില്ല. ഇന്ത്യയുടെ അധിനിവേശം സമ്പൂർണ്ണമാക്കുവാൻ ആധുനികമനുഷ്യർക്ക് എത്രകാലം വേണ്ടിവന്നുകാണും? ഈ നാട്ടിലെ അവസാനത്തെ പ്രാചീനമനുഷ്യൻ എന്നാവാം ചരിത്രത്തിന്റെ താളുകളിലേക്ക് മറഞ്ഞത്? ഇതെല്ലാം ശാസ്ത്രം ഇനിയും അനാവരണം ചെയ്യാനിരിക്കുന്ന രഹസ്യങ്ങളാണ്. എങ്കിലും ദക്ഷിണേഷ്യയിൽ അവർക്ക് എത്ര അകലേക്ക് എത്തുവാൻ സാധിച്ചു (ഏകദേശം 38,000 വർഷങ്ങൾക്കുമുൻപ് ശ്രീലങ്കയുടെ തെക്കുപടിഞ്ഞാറൻ പ്രദേശം വരെ) എന്നതിൽ നിന്നും, നമ്മുടെ പ്രാചീനരായ ബന്ധുവർഗ്ഗം വളരെക്കാലമായി പാർപ്പുറപ്പിച്ചിരുന്ന താവളങ്ങളിലേക്ക് ഏതളവുവരെ അവർക്ക് കടന്നുകയറുവാൻ സാധിച്ചു (ഏകദേശം 35,000 വർഷങ്ങൾക്കുമുൻപ് ജ്വാലാപുരം) എന്നതിൽനി

ന്നും നമുക്ക് ന്യായമായും അനുമാനിക്കാവുന്നത്, അക്കാലമായപ്പോഴേക്കും കഷ്ടിച്ച് 30,000 വർഷങ്ങൾക്കുമുൻപ് കുടിയേറിപ്പാർത്ത നാടിന്റെ യഥാർത്ഥ യജമാനന്മാർ ആയിക്കഴിഞ്ഞിരുന്നു നമ്മുടെ പൂർവികർ എന്നതാണ്.

ആദ്യത്തെ ഇന്ത്യക്കാരെ കാണണോ? കണ്ണാടി നോക്കൂ!

ഇത് നമ്മെ അടുത്ത ചോദ്യങ്ങളിലേക്ക് കൊണ്ടെത്തിക്കുന്നു: അവരുടെ പിൻഗാമികൾ ഇന്നെവിടെയാണ്? അവരെത്രപേരുണ്ട്, എവിടെയാണ് അവരെ കണ്ടെത്താനാവുക? ഇന്നു ജീവിച്ചിരിപ്പുള്ളവരിൽ അവരുടെ ഏറ്റവും അടുത്ത, നേർപരമ്പരയിലുള്ള, മറ്റു സമൂഹങ്ങളുമായി അധികം കലർന്നിട്ടില്ലാത്ത പിൻഗാമികളെ കാണണമെങ്കിൽ നിങ്ങൾ ലിറ്റിൽ ആൻഡമാനിലെ ഓങ്കെ വർഗ്ഗക്കാരെ സമീപിക്കുക. ആയിരത്തിതൊള്ളായിരാമാണ്ടിൽ 670 അംഗങ്ങളുണ്ടായിരുന്ന ഓങ്കെ ഗോത്രത്തിൽ ഇന്ന് നൂറ്റിൽചില്ലാനം പേരേ ബാക്കിയുള്ളൂ. അവരുടെ മാതൃപരമ്പരയുടെ ഹാപ്ലോഗ്രൂപ്പ് M ആണ്; പിതൃപരമ്പരയുടെ ഹാപ്ലോഗ്രൂപ്പ് Dയും. 2011ൽ അവർക്കിടയിൽ ഒരു കുഞ്ഞുപിറന്നപ്പോൾ ഗോത്രത്തിലെ അംഗസംഖ്യ 101 ആയെന്നത് വലിയ വാർത്തയായിരുന്നു.

എന്നാൽ വാസ്തവത്തിൽ നിങ്ങൾക്ക് ആദ്യത്തെ ഇന്ത്യക്കാരുടെ പരമ്പരയെ കാണണമെങ്കിൽ കണ്ണാടിയിലൊന്നു നോക്കിയാൽ മതിയാവും, അല്ലെങ്കിൽ നിങ്ങളുടെ വീട്ടിലോ ഓഫീസിലോ ചുറ്റുമൊന്നു കണ്ണോടിച്ചാൽ മതിയാവും. മറ്റു പല പ്രവിശ്യകളിലും–യൂറോപ്പ്, ആസ്ട്രേലിയ, അമേരിക്ക തുടങ്ങിയ–അവിടുത്തെ ആദിമ നിവാസികളുടെ പരമ്പര വളരെക്കുറച്ചുപേരിലേക്ക് ചുരുങ്ങിയെങ്കിലും ആദ്യത്തെ ഇന്ത്യക്കാരുടെ ജനിതകപരമ്പരയാണ് ഇന്നത്തെ ഇന്ത്യൻ ജനതയുടെ അടിസ്ഥാനവും മൂലാധാരവും.

സത്യത്തിൽ, നമ്മുടെ ജീനോം അധിഷ്ഠിത (genome-wide) വംശപൈതൃകത്തിന്റെ പകുതിയിലധികവും, മൂന്നിൽ രണ്ടുഭാഗത്തിനു താഴെയും ആദ്യത്തെ ഇന്ത്യക്കാരിൽനിന്നാണ്. സ്ത്രീകൾക്കും പുരുഷന്മാർക്കും ബാധകമായ ഈ ജീനോം അധിഷ്ഠിത സംഖ്യയാണ് ഇന്ത്യക്കാരുടെ ജനിതകഘടന അളക്കുവാനുള്ള ഏറ്റവും അനുയോജ്യമായ മാർഗ്ഗം; എങ്കിലും വ്യത്യസ്തമായ ഉൾക്കാഴ്ചകൾ നൽകുന്ന മറ്റുചില മാർഗ്ഗങ്ങളും നിലവിലുണ്ട്. ഉദാഹരണമായി, നിങ്ങൾ എംടി ഡിഎൻഎ പരമ്പരകൾ പരിശോധിക്കുകയാണെങ്കിൽ 70 ശതമാനത്തിനും 90 ശതമാനത്തിനും ഇടയ്ക്കാണ് ആദ്യത്തെ ഇന്ത്യക്കാരുടെ പിൻഗാമികളുടെ എണ്ണം എന്നുകാണാനാവും–M പരമ്പരയാണ് ഏറ്റവും കൂടുതൽ. എന്നാൽ നിങ്ങൾ പരിശോധിക്കുന്നത് Y ക്രോമോസോം പരമ്പരയാണെങ്കിൽ ചിത്രം മറ്റൊന്നാവും: ആദ്യത്തെ ഇന്ത്യക്കാരുടെ പിൻഗാമികൾ 10 ശതമാനത്തിനും 40 ശതമാനത്തിനും ഇടയ്ക്കുള്ള ഹാപ്ലോഗ്രൂപ്പുകളേയുള്ളൂ, അതും നിങ്ങൾ ഏത് ജനസമൂഹത്തെയാണ് പരിശോധിക്കുന്നത് എന്നനുസരിച്ചാവും താനും. (സ്ത്രീയിൽനിന്നും പുരുഷനിൽനിന്നുമുള്ള പാരമ്പര്യങ്ങളിൽ കാണുന്ന ഭീമമായ ഈ വ്യത്യാസം പിന്നീടുണ്ടായിട്ടുള്ള കുടിയേറ്റങ്ങളുടെ കഥാസംഗ്രഹമാണ്; അത് നമുക്ക് നാലാം അദ്ധ്യായത്തിൽ കാണാം.)

ഈയവസരത്തിൽ നിങ്ങൾക്ക് താളുകൾ പുറകോട്ടുമറിച്ച് എംടി ഡിഎൻഎ പരമ്പരയെക്കുറിച്ചും Y ക്രോമോസോം പരമ്പരയെക്കുറിച്ചും പ്രതിപാദിക്കുന്ന 21 മുതൽ 27 വരെയുള്ള പേജുകൾ ഒന്നുകൂടി വായിക്കാവുന്നതാണ്. അല്ലെങ്കിൽ ഒരു സംക്ഷിപ്തരൂപം ഇതാ: എംടി ഡിഎൻഎ അമ്മയിൽനിന്ന് മകളിലേക്ക് ഒരു അനുസ്യൂതശൃംഖലയായി പകർന്നുകൊടുക്കുന്നതാണ്, അതുപോലെ Y ക്രോമോസോം അച്ഛനിൽനിന്ന് മകനിലേക്കും. ശതമാനക്കണക്കിൽ 70നും 90നും ഇടയ്ക്കുള്ളവരുടെ എംടി ഡിഎൻഎ പരമ്പര ആദ്യത്തെ ഇന്ത്യക്കാരിൽനിന്ന് ഉത്ഭവിച്ചതാണെന്നു നാം പറയുമ്പോൾ അതിനർത്ഥം 70 ശതമാനത്തിനും 90 ശതമാനത്തിനും ഇടയിലുള്ള ഏതൊരു സ്ത്രീയുടെയും അമ്മമാർ വഴി പുറകോട്ടുപോയാൽ നിങ്ങൾ ചെന്നെത്തുക 65,000 വർഷങ്ങൾക്കുമുൻപ് ഇന്ത്യയിലെത്തിയ ഒരു ആഫ്രിക്കൻബഹിർഗമന വനിതയിലായിരിക്കും. അതുപോലെ, ശതമാനക്കണക്കിൽ 10നും 40നും ഇടയ്ക്കുള്ളവരുടെ Y ക്രോമോസോം പരമ്പര ആദ്യത്തെ ഇന്ത്യക്കാരുടേതാണെന്ന് പറയുന്നതിന്റെ അർത്ഥം, ഇന്ത്യയിലെ പുരുഷന്മാരിൽ 10 ശതമാനത്തിനും 40 ശതമാനത്തിനും ഇടയിലുള്ള ഏതൊരാളുടെയും അച്ഛൻവഴി പുറകോട്ട് കാലങ്ങൾ താണ്ടിച്ചെന്നാൽ എത്തുക ആദ്യത്തെ ആഫ്രിക്കൻബഹിർഗമനക്കാർക്കിടയിലെ ഒരു പുരുഷനിലായിരിക്കും.

അപ്പോൾ ഇതാ ഒരു ചോദ്യം: നാം ഇന്ത്യക്കാരുടെയെല്ലാം ഏറ്റവും മികച്ച പ്രതിരൂപമായി ഒരാളെ തെരഞ്ഞെടുക്കണമെങ്കിൽ അതാരായിരിക്കണം എന്നാണ് നിങ്ങൾക്കു തോന്നുന്നത്? മാതൃകാപരമായി അതൊരു ഗോത്ര

Subhendu Sarkar / LightRocket / Getty Images

ഒഡീഷയിലെ കൊരാപുട്ടിലുള്ള ബോണ്ടാ ഗോത്രവർഗ്ഗക്കാരിയായ ഒരു സ്ത്രീ. ബോണ്ടാ ഗോത്രക്കാരുടെ സംസാരഭാഷ ആസ്ട്രോ ഏഷ്യാറ്റിക് ഭാഷയായ റെമോ ആണ്.

Joerg Boethbling / Alamy Stock Photo

ഛത്തീസ്ഗഡിലെ ബസ്തറിലുള്ള ഗോണ്ട് ഗോത്രവർഗ്ഗത്തിലെ ഒരു സ്ത്രീ. ഗോണ്ട് ഗോത്രക്കാർ ദ്രാവിഡഭാഷയായ ഗോണ്ടി ആണ് സംസാരിക്കുന്നത്.

വർഗ്ഗവനിതയായിരിക്കണം, കാരണം, ഇന്ത്യയിൽ ഇന്ന് ഏറ്റവും ആഴത്തിൽ വേരുപിടിച്ചിട്ടുള്ളതും ഏറ്റവും വ്യാപകമായതുമായ M2 എന്ന എംടിഡിഎൻഎ പരമ്പരയുണ്ടാകുവാൻ ഏറ്റവും കൂടുതൽ സാദ്ധ്യത അവളിലാണ്. ജനിതകപരമായി അവളാണ് നമ്മുടെ മുഴുവൻ ചരിത്രത്തെയും, പ്രത്യേകിച്ചൊന്നും വിട്ടുകളയാതെ പ്രതിനിധീകരിക്കുന്നവൾ. ഏറ്റവും കൂടുതൽ ഇന്ത്യക്കാരുമായി–സമൂഹത്തിന്റെ ഏതു പടവിലുള്ളവരും ആകട്ടെ, ഏതു ഭാഷക്കാരുമാകട്ടെ, ഏതു പ്രദേശത്തും വസിച്ചോട്ടെ കാരണം നാമെല്ലാം കുടിയേറിവന്നവരാണ്, നാമെല്ലാംകൂടിക്കലർന്നവരാണ്–ഏറ്റവുമധികം പങ്കിടുന്നത് അവളാണ്. അവൾ തുടക്കം മുതൽ ഇവിടെയുണ്ട്. 4500 വർഷങ്ങൾക്കു മുൻപ്, നമ്മെ ഇന്നുകാണുന്നവരാക്കി രൂപപ്പെടുത്തിയെടുത്ത ഒരു കാലഘട്ടത്തിൽ, മോഹൻജൊദാരോയിലെ 'നർത്തകി'യായതും (കവർചിത്രം) അവൾ തന്നെയായിരുന്നിരിക്കണം.

പക്ഷേ, സിന്ധുനദീതടത്തിലും ഘഗർ-ഹാക്ര നദീദ്വയത്തിലും നിലനിന്നിരുന്ന മോഹൻജൊദാരോ, ഹാരപ്പ, ധോളാവീര, രാഖിഗഡി മുതലായ നഗരങ്ങളുടെയും പട്ടണങ്ങളുടെയും നാഗരികസംസ്കാരത്തിലേക്കു കടക്കുന്നതിനുമുൻപ് നാമെങ്ങനെയാണ് വേട്ടക്കാരും ഭക്ഷ്യസമ്പാദകരുമായ ഒരു ജനതയിൽനിന്ന് കർഷകരായതെന്നും അതേതു കാലഘട്ടത്തിലാണെന്നും എന്തുകൊണ്ടാണെന്നും അറിഞ്ഞിരിക്കേണ്ടതുണ്ട്.

2

ആദ്യത്തെ കർഷകർ

ആദ്യത്തെ ഇന്ത്യക്കാരും ഇറാനിലെ സാഗ്രോസിയൻ ഇടയരും ചേർന്ന് ഇന്ത്യയുടെ വടക്കുപടിഞ്ഞാറൻ പ്രവിശ്യയിൽ കാട്ടുതീപോലെ പടർന്ന ഒരു കാർഷികവിപ്ലവത്തിന്റെ ആദ്യബീജങ്ങൾ പാകിയതിലൂടെ ലോകത്തിലെ ഏറ്റവും വലുപ്പമേറിയ ആദിമസംസ്കാരങ്ങളിലൊന്നിന്റെ പിറവിക്ക് അത്യന്താപേക്ഷിതമായ സാഹചര്യങ്ങൾ സൃഷ്ടിച്ചതെങ്ങനെയെന്നു നോക്കാം.

ഇന്നത്തെ ഇന്ത്യയിലെ ജനസമൂഹത്തിന്റെ ഘടന മനസ്സിലാക്കുന്നതിന് ഒരു എളുപ്പവഴി അതിനെ ആദ്യത്തെ ഇന്ത്യക്കാർ എന്ന ബേസ് ഉള്ള ഒരു പിസ്സയായി സങ്കല്പിക്കുകയാണ്. പിസ്സയുടെ മേൽപ്പാളിയുടെ ചിലഭാഗങ്ങൾ കട്ടികുറഞ്ഞതാവാം, ചില ഭാഗങ്ങൾ കട്ടികൂടിയതാവാം; പക്ഷേ എല്ലാ പാളികൾക്കും ബേസ് കൂടിയേതീരൂ–ബേസ് ഇല്ലാതെ പിസ്സയില്ല. പിന്നെ വരുന്നത് പിസ്സയിൽ എല്ലാഭാഗത്തും പുരണ്ടിരിക്കുന്ന സോസ് ആണ്. പിന്നെ ചീസ്, അതിനിമുകളിൽ ടോപ്പിംഗ്സ്–അത് പിന്നീട് പല കാലങ്ങളിലായി ഉപഭൂഖണ്ഡത്തിലേക്ക് വന്നുകയറിയവരാണ്. പിസ്സ കഷ്ണങ്ങളാക്കുമ്പോൾ ചീസും ടോപ്പിംഗ്സും എല്ലാ കഷ്ണത്തിലും ഒരുപോലെ കിട്ടിയെന്നുവരില്ല. ചില കഷ്ണങ്ങളിൽ തക്കാളിനുറുങ്ങുകൾ കൂടുതൽ കിട്ടും, ചിലതിൽ കാപ്സിക്കം ആവും കൂടുതൽ, മറ്റുചിലതിൽ ധാരാളം കൂൺ ഉണ്ടായിരിക്കും. ഈ ഇന്ത്യൻ പിസ്സയിൽ നിങ്ങൾക്ക് ലഭിച്ചേക്കാവുന്ന സോസും ചീസും ഒന്നും സവിശേഷമായതല്ല; ലോകത്തിന്റെ മറ്റുഭാഗങ്ങളിലും ഇതെല്ലാമുണ്ട്–ചിലത് പശ്ചിമേഷ്യയിൽ, ചിലത് തെക്കുകിഴക്കൻ ഏഷ്യയിൽ, ചിലത് യൂറോപ്പിലും മദ്ധ്യേഷ്യയിലും. എന്നാൽ പിസ്സയുടെ ബേസ് ഇന്ത്യയിൽ മാത്രമുള്ളതാണ്–ലോകത്തു മറ്റൊരിടത്തും നിങ്ങൾക്ക് അതുപോലൊന്ന് കണ്ടെത്താനാവില്ല. ഇത്രയും വൈവിദ്ധ്യമുള്ള ഒരു പിസ്സ ആഫ്രിക്കയിലൊഴിച്ച് മറ്റൊരിടത്തും ലഭിക്കുകയുമില്ല.

എന്താണ് ഇന്ത്യയിലെ ഈ സവിശേഷതയ്ക്ക്, ഇത്രയും വൈവിദ്ധ്യത്തിന് കാരണമാകുന്നത്? അതുതന്നെയാണ് ഈ പുസ്തകം പറയുന്ന കഥ. ആഫ്രിക്ക കഴിഞ്ഞാൽ ദക്ഷിണേഷ്യയാണ് ആധുനികമനുഷ്യരുടെ വലിയൊരു സമൂഹം ഏറ്റവും കൂടുതൽ കാലം വസിച്ചിട്ടുള്ള പ്രദേശം എന്നതാണ് ഈ ജനിതകവൈവിദ്ധ്യത്തിന്റെ ഒരു പ്രധാനകാരണം. ഈ വസ്തുത തന്നെ വൈവിദ്ധ്യത്തിന്റെ സൃഷ്ടിക്കു കാരണമാകുന്നുണ്ട്—ഓരോ തലമുറ കഴിയുംതോറും, ഒരു വ്യക്തിയുടെ ജീനോം ഓരോ പ്രാവശ്യം പകർത്തപ്പെടുമ്പോഴും ഉൾപരിവർത്തനങ്ങൾ അഥവാ മ്യൂട്ടേഷനുകൾ സംഭവിക്കുവാൻ സാദ്ധ്യതയുണ്ട്. കാലക്രമേണ ഈ വ്യത്യാസങ്ങൾ കൂടിക്കൂടിവരും. ജനസംഖ്യ വർദ്ധിക്കുംതോറും പുതിയ ഉൾപരിവർത്തനങ്ങളുടെ എണ്ണവും കൂടിവരും. ആയിരക്കണക്കിനു വർഷങ്ങളായി ഇന്ത്യയിലാണ് ആധുനികമനുഷ്യരുടെ ഏറ്റവും വലിയ സമൂഹങ്ങളിലൊന്നുള്ളത് എന്ന് കഴിഞ്ഞ അദ്ധ്യായത്തിൽ നാം കണ്ടിരുന്നുവല്ലോ. പക്ഷേ അത് വൈവിദ്ധ്യത്തിന്റെ കാരണങ്ങളിൽ ഒന്നുമാത്രമേ ആകുന്നുള്ളൂ. കുടിയേറ്റങ്ങളാണ് മറ്റൊരു സുപ്രധാന കാരണം.

ഇന്നു നാം എങ്ങനെയാണ് ഇവിടെവരെ എത്തിയതെന്ന് തുടക്കം മുതൽ മനസ്സിലാക്കുവാൻ ഒന്നു ശ്രമിച്ചുനോക്കാം. 65,000 വർഷങ്ങൾക്കുമുൻപ് ആദ്യത്തെ ഇന്ത്യക്കാർ ഈ ഉപഭൂഖണ്ഡത്തിൽ കാലുകുത്തിയതിനുശേഷമുണ്ടായ, ഇന്ത്യയുടെ ജനസംഖ്യാഘടനയെ ഉടച്ചുവാർത്ത ആദ്യത്തെ പ്രധാന കുടിയേറ്റമാണ് ഈ അദ്ധ്യായത്തിന്റെ വിഷയം.

കണ്ടതിന്റെയെല്ലാം ഉടമകൾ

കഴിഞ്ഞ അദ്ധ്യായത്തിൽനിന്ന് നാം പുറത്തുകടക്കുമ്പോൾ ആദ്യത്തെ ഇന്ത്യക്കാർ അവർ കുടിയേറിയ നാടിന്റെ ഉടമസ്ഥരായിക്കഴിഞ്ഞിരുന്നു; പ്രാചീനമനുഷ്യരെ വംശനാശത്തിലെത്തിക്കുകയും ചെയ്തിരുന്നു. അല്ലെങ്കിൽ അവരെ അതിജീവിക്കുകയെങ്കിലും ചെയ്തിരുന്നു. ഇന്ത്യയിലെ പ്രാചീനമനുഷ്യർ കൃത്യമായി എപ്പോഴാണ് കുറ്റിയറ്റുപോയത്? വസ്തുതാപരമായ അറിവുകളൊന്നും ഈ വിഷയത്തിൽ നമുക്കില്ല. അവർ ഏതു ജീവജാതിയിലുള്ളവരായിരുന്നു എന്നുപോലും നമുക്ക് സത്യത്തിൽ അറിയില്ല—ഹോമോ ഇറക്റ്റസ് ആയിരുന്നോ, ഹോമോ ഹെയ്ഡൽബെർജൻസിസ് ആയിരുന്നോ, ഹോമോ നിയാണ്ടർതലൻസിസ് ആയിരുന്നോ അതോ ഇനിയും തിരിച്ചറിയപ്പെടാത്ത ഏതെങ്കിലും ജീവജാതിയായിരുന്നുവോ; അറിയില്ല.

ദക്ഷിണേഷ്യയിൽനിന്ന് പ്രാചീനമനുഷ്യന്റേതായ ഒരേയൊരു ഫോസിൽ മാത്രമേ കണ്ടുകിട്ടിയിട്ടുള്ളൂ—1982ൽ മദ്ധ്യപ്രദേശിലെ നർമ്മദാനദീതടത്തിലുള്ള ഹാഥ്നോരയിൽനിന്ന് ലഭിച്ച ഏകദേശം 250,000 വർഷം പഴക്കമുള്ളതും ഏറെക്കുറെ പൂർണ്ണവും ആയ ഒരു തലയോടാണത്. ആദ്യം അത് ഹോമോ ഇറക്റ്റസിന്റേതാണെന്ന് അനുമാനിക്കപ്പെട്ടു, പിന്നീട് ഹോമോ സാപ്പിയന്റെ തന്നെ ഒരു 'പ്രാചീന'വിഭാഗത്തിൽ പെട്ടതാണെന്നായി, അതിനുശേഷം ഹോമോ ഹെയ്ഡൽബെർജൻസിസിന്റേത് ആണെന്നായി; ഇപ്പോഴും തർക്കം അവസാനിച്ചിട്ടില്ല. അങ്ങനെയിരിക്കേ, എന്നാണ് ഈ പ്രാചീനമനുഷ്യർക്ക്

ഉപഭൂഖണ്ഡത്തിൽ വംശനാശം സംഭവിച്ചതെന്നും നമുക്കറിയില്ല എന്നതിൽ അത്ഭുതപ്പെടുവാനൊന്നുമില്ല.

എങ്കിലും യൂറോപ്പിൽ നിയാണ്ടർതാലുകൾക്ക് വംശനാശം സംഭവിച്ചത് ഏകദേശം 40,000 വർഷങ്ങൾക്കുമുൻപാണ് എന്നു നമുക്കറിയാം. അവരുടെ അവസാനത്തെ അഭയസ്ഥാനവും താവളവും തെക്കുപടിഞ്ഞാറൻ യൂറോപ്പിലെ ഐബീരിയൻ ഉപദ്വീപായിരുന്നു. ആധുനികമനുഷ്യർ യൂറോപ്പിലെത്തിയത് 45,000 വർഷങ്ങൾക്കു മുൻപാണെന്നതുകൊണ്ട് നിയാണ്ടർതാലുകളുമായി ഏതാനും സഹസ്രാബ്ദങ്ങൾ അവർക്ക് സഹവസിക്കേണ്ടിവന്നുകാണണം. ആധുനികമനുഷ്യർ യൂറോപ്പിൽ നിയാണ്ടർതാലുകളുമായി ഇടപഴകിയതിന്റെ സ്വഭാവം എന്താണെന്നത് തർക്കവിഷയമാണ് എങ്കിലും ആധുനികമനുഷ്യർ യൂറോപ്പിലെത്തി അധികം താമസിയാതെ നിയാണ്ടർതാലുകൾക്ക് എല്ലായിടത്തുനിന്നും പിൻവാങ്ങേണ്ടിവന്നു എന്നു പറയുവാൻ സംശയിക്കേണ്ടതില്ല. പുതിയ കൂട്ടരുമായുള്ള ഏറ്റുമുട്ടലുകളോ അവർ കൂടെക്കൊണ്ടുവന്ന പുതിയ രോഗങ്ങളോ മറ്റനേകം കാരണങ്ങളോ ഇതിനുപിന്നിൽ ഉണ്ടാകാം.

ഇന്ത്യയിൽ, നാം ഒന്നാം അദ്ധ്യായത്തിൽ കണ്ടതുപോലെ, ഏകദേശം 35,000 വർഷങ്ങൾക്കുമുൻപാകണം പ്രാചീന ഹോമോ ജീവജാതികൾക്ക് വംശനാശം സംഭവിച്ചത്; അന്നുമുതൽ ഹോമോ സാപിയൻസ് അവർ കണ്ടെത്തിയ ഭൂമിയുടെയെല്ലാം ഉടമകളുമായിട്ടുണ്ടാവണം. അതുകൊണ്ട് ഇന്ത്യയിലെ ആധുനികമനുഷ്യർക്ക് സ്വയം വ്യാപിപ്പിക്കുവാനും ഉപഭൂഖണ്ഡത്തിന്റെ തെക്കും വടക്കും കിഴക്കും പടിഞ്ഞാറുമുള്ള വാസയോഗ്യമായ സ്ഥലങ്ങളിലെല്ലാം തങ്ങളുടെ സാന്നിദ്ധ്യം അറിയിക്കുവാനും ധാരാളം സമയം ലഭിച്ചു. 'ഇന്ത്യൻപിസ്സ'യ്ക്ക് ദക്ഷിണേഷ്യയിലെങ്ങും വ്യാപിച്ചുകിടക്കുന്ന ഒരു ബേസ് ഉണ്ടായതിന്റെ വിശദീകരണം ഇതാണ്.

എങ്കിലും ഈ ബേസ് എന്തുകൊണ്ടാണ് അനന്യമായിരിക്കുന്നത്? എന്തുകൊണ്ടെന്നാൽ ആദ്യത്തെ ഇന്ത്യക്കാരുടെ വംശപൈതൃകം കൊണ്ടാണ് ഈ ബേസ് നിർമ്മിച്ചിരിക്കുന്നത്, അഥവാ ഇന്ത്യൻ ജനസമൂഹങ്ങളിൽ 50 മുതൽ 65 ശതമാനം വരെയുള്ളവരുടെ വംശപൈതൃകം ഇതാണ്. ആദ്യത്തെ ഇന്ത്യക്കാരുടെ ഈ വംശപൈതൃകത്തിന് ഇന്ന് ഉപഭൂഖണ്ഡത്തിനു പുറത്ത് അടുത്ത ബന്ധുക്കളൊന്നുമില്ല. അതിന്റെ ഏറ്റവും അടുത്ത ബന്ധുക്കൾ ഒരുകാലത്ത് ഇന്ത്യ വിട്ട് തെക്കുകിഴക്കൻ ഏഷ്യയിലേക്ക് കുടിയേറി; അവിടെനിന്ന് ഏഷ്യയുടെ മറ്റുഭാഗങ്ങളിലേക്കും ആസ്ട്രേലിയയിലേക്കും നീങ്ങി. എന്നാൽ ആ വേർപാട് സംഭവിച്ചത് ഏകദേശം 65,000 വർഷങ്ങൾക്കുമുൻപാണ്–അവരെ ഇനിയും അടുത്ത ബന്ധുക്കളെന്നു വിളിക്കുന്നത് കുറച്ചു കടന്നകയ്യാവും. കാരണം, വേർപിരിഞ്ഞുപോയ ജനസമൂഹങ്ങൾ നീണ്ടകാലംകൊണ്ട് വ്യത്യസ്ത മാർഗ്ഗങ്ങളിലൂടെ വ്യത്യസ്തമായ പരിണാമങ്ങൾക്ക് പാത്രമാകാറുണ്ട്. അതുകൊണ്ടാണ് ഇന്ത്യൻ പിസ്സയുടെ ബേസ് ഒരേസമയം അനന്യമായും ഇവിടെ സർവവ്യാപിയായും വർത്തിക്കുന്നത്–രാജ്യത്തെ പ്രവിശ്യകളിൽ ഒട്ടുമുക്കാലും എല്ലാ ഭാഷാസമൂഹങ്ങളും എല്ലാ ജാതിക്കാരും ഗോത്രങ്ങളും ആദ്യത്തെ ഇന്ത്യക്കാരുടെ ജനിതകമുദ്ര പേറുന്നവരാണെന്ന് ശാസ്ത്രപഠനങ്ങൾ ആവർത്തിച്ചു തെളിയിച്ചിട്ടുണ്ട്. അതുകൊണ്ടുതന്നെയാണ്

ആദ്യത്തെ ഇന്ത്യക്കാരെ ഇന്ത്യൻ ജനസമൂഹത്തിന്റെ അടിസ്ഥാനം അഥവാ ബേസ് എന്നു വിശേഷിപ്പിക്കുന്നതിൽ കൃത്യതയുണ്ടെന്ന് പറയുന്നതും.

പിന്നെ എന്തുകൊണ്ടാണ് വടക്കുപടിഞ്ഞാറൻ പ്രദേശങ്ങൾ പോലെയുള്ള ചിലയിടങ്ങളിൽ ബേസ് കട്ടികുറഞ്ഞതായും തെക്കൻ പ്രദേശങ്ങൾ പോലെയുള്ള ചിലയിടങ്ങളിൽ കട്ടികൂടിയും കാണപ്പെടുന്നത്? ഇതിന്റെ കാരണമായി പറയാവുന്നത് പുറമേനിന്ന് ഇന്ത്യയിലേക്ക് പിന്നീടുണ്ടായ കുടിയേറ്റങ്ങളാണ്; അവ പല അളവുകളിൽ ആദ്യത്തെ ഇന്ത്യക്കാരെ സ്ഥാനഭ്രഷ്ടരാക്കുകയോ അവരുടെ സ്ഥാനം അപഹരിക്കുകയോ അവരുമായി ഇടചേരുകയോ ചെയ്തിട്ടുണ്ട്. ഒഴുക്കനായി പറഞ്ഞാൽ വടക്കുപടിഞ്ഞാറൻ അല്ലെങ്കിൽ വടക്കുകിഴക്കൻ പ്രദേശങ്ങളിലൂടെയാണ് പുതിയ കുടിയേറ്റക്കാർ കടന്നുകയറിയത് എന്നതുകൊണ്ട് ആ ഭാഗങ്ങളിൽ ആദ്യത്തെ ഇന്ത്യക്കാരുടെ ബേസ് മദ്ധ്യഭാരതത്തിൽ അല്ലെങ്കിൽ പെനിൻസുലാർ ഇന്ത്യയിലേതിനേക്കാൾ കട്ടികുറഞ്ഞാണ് കാണപ്പെടുന്നത്.

പിന്നീടുവന്ന ഈ കുടിയേറ്റക്കാർ ആരൊക്കെയാണ്? എന്നാണ് അവർ വന്നത്? ഇതിനുത്തരം പറയണമെങ്കിൽ നമുക്ക് പാലിയോക്ലൈമറ്റ് അഥവാ പ്രാചീനകാലത്തെ കാലാവസ്ഥയെ ഒന്നു പരിശോധിക്കേണ്ടിവരും. നമ്മൾ മുൻപുകണ്ടതുപോലെ, ഉപഭൂഖണ്ഡത്തിൽനിന്നുള്ള ഏറ്റവും പഴക്കമേറിയ മൈക്രോലിത് സാക്ഷ്യത്തിന്റെ പ്രായം ഏകദേശം 45,000 വർഷമാണ്. 35,000 വർഷം മുൻപുള്ള കാലഘട്ടമായപ്പോഴേക്കും അവ എല്ലായിടത്തും വ്യാപിച്ചു കഴിഞ്ഞിരുന്നു. ലോകം 29,000 വർഷങ്ങൾ മുൻപുമുതൽ 14,000 വർഷങ്ങൾ മുൻപുവരെ നീണ്ടുനിന്ന ഒരു ഹിമയുഗത്തിലേക്കു പതിക്കുന്നതിന്റെ ഭാഗമായി കാലാവസ്ഥ മോശമായിത്തുടങ്ങിയിരുന്നു. ഈ ഹിമയുഗത്തിന്റെ അന്ത്യത്തിന് വെടിപ്പും നാടകീയതയുമൊന്നും ഉണ്ടായിരുന്നില്ല: ഈ ശൈത്യകാലഘട്ടത്തിന്റെ അന്ത്യത്തിൽ ക്രമേണ ഉയർന്നുതുടങ്ങിയ ഊഷ്മാവ് ഇടയ്ക്കുവച്ച് വീണ്ടും താഴോട്ടു പതിച്ചു. 1300 വർഷം—12,900 വർഷങ്ങൾക്കും 11,700 വർഷങ്ങൾക്കും ഇടയ്ക്ക്—നീണ്ടുനിന്ന മറ്റൊരു കൊടുംശൈത്യമായിരുന്നു അത്; യങ്ങർ ഡ്രയാസ് (Younger Dryas) എന്നറിയപ്പെടുന്ന ഈ കാലഘട്ടത്തിൽ ആഗോളകാലാവസ്ഥ വീണ്ടും വരണ്ടുണങ്ങിയതായി. യങ്ങർ ഡ്രയാസും അവസാനിച്ചപ്പോൾ മാത്രമാണ് ഊഷ്മളവും ആർദ്രവും ഹരിതസമൃദ്ധവുമായ ഒരു നീണ്ട കാലഘട്ടത്തിലേക്ക് ഭൂമി പ്രവേശിച്ചത്. 11,700 വർഷങ്ങൾക്കുമുൻപ് ആരംഭിച്ച ആ കാലഘട്ടത്തിന് ഹോളോസീൻ എന്നാണ് പേര്—നമ്മൾ ഇന്നും ഹോളോസീനിൽ തന്നെയാണ്.

ഇതുപോലുള്ള കാലാവസ്ഥാ കോളിളക്കങ്ങളുടെ ഘട്ടങ്ങളിലാണ് പലപ്പോഴും മാനവചരിത്രത്തിലെ നാടകീയസംഭവങ്ങൾ അരങ്ങേറാറുള്ളത്; മുന്നോട്ടുനീങ്ങണമെങ്കിൽ നമ്മുടെ വർഗ്ഗത്തിന് ഒന്നുകിൽ ഭയം (അവശ്യവസ്തുക്കളുടെ ദൗർലഭ്യം) അല്ലെങ്കിൽ അത്യാർത്തി (സുലഭതയുടെ വാഗ്ദാനം) ആവശ്യമാണ് എന്നാണ് ഇത് ഒരുവട്ടംകൂടി തെളിയിക്കുന്നത്. ഉദാഹരണമായി, ഏകദേശം 16,000 വർഷങ്ങൾക്കുമുൻപ്, ഹിമയുഗം ക്രമേണ അവസാനിച്ചുകൊണ്ടിരിക്കുമ്പോഴാണ് ഏഷ്യക്കാർ ആദ്യമായി ബെറിഞ്ചിയയിലൂടെ—

ഇപ്പോഴത്തെ റഷ്യയും അലാസ്കയും ഉള്ള ഭാഗത്ത് രണ്ടു ഭൂഖണ്ഡങ്ങളെയും ബന്ധിപ്പിച്ചിരുന്ന ഭൗമസേതു–അമേരിക്കയിലേക്ക് കുടിയേറ്റം നടത്തിയത്.

അങ്ങനെ ഹോളോസീനിന്റെ ആദ്യകാലത്ത്, പടിഞ്ഞാറൻ ഏഷ്യയിലെ 'ഉർവ്വരേന്ദുകല'യിലും (Fertile Crescent)–ഇന്നത്തെ ഇറാഖ്, ഇറാൻ, പിന്നെ ലിവാന്റും–ദക്ഷിണേഷ്യയിലും ഈജിപ്തിലും പിൽക്കാലചൈനയിലും തുടങ്ങിയും ഒടുങ്ങിയും പല പരീക്ഷണങ്ങളും നടന്നുകൊണ്ടിരുന്നു. ഈ പരീക്ഷണങ്ങൾ ഒടുവിൽ മനുഷ്യരാശിയെ ലോകത്തെല്ലായിടത്തും കാർഷിക വൃത്തിയിലേക്ക് കൊണ്ടെത്തിക്കുകതന്നെ ചെയ്തു. എല്ലാ പരീക്ഷണങ്ങളും വിജയിച്ചിരുന്നില്ല; വിജയിച്ചവയെല്ലാം നീണ്ടുനിന്നില്ല; പരാജയപ്പെട്ടതോ വിജയിച്ചിട്ടും നിലനിൽക്കാതെപോയതോ ആയ പരീക്ഷണങ്ങളെല്ലാം ഇന്ന് പുരാവസ്തുരേഖകളിൽനിന്ന് കണ്ടെടുക്കുവാൻ സാധിച്ചുവെന്നു വരില്ല. എങ്കിലും ഒടുവിൽ കാർഷികവൃത്തി ഉർവരേന്ദുകലയിലും ഇന്ത്യ, ഈജിപ്ത്, ചൈന എന്നിവിടങ്ങളിലും 4000–5000 വർഷങ്ങളുടെ ഒരു പരിവർത്തനഘട്ടത്തിലൂടെ–9700 BCEക്കും 5000 BCEക്കും ഇടയിൽ- കൃത്യമായി വിജയംകണ്ടപ്പോൾ, മനുഷ്യസമൂഹം മുൻപൊരിക്കലും കണ്ടിട്ടില്ലാത്ത തരത്തിലുള്ള ഒരു ചിന്നിച്ചിതറലാണ് സംഭവിച്ചത്. യൂറോപ്പിലെയും മദ്ധ്യേഷ്യയിലേയും ദക്ഷിണേഷ്യയിലെയും ചൈനയിലെയും പൂർവേഷ്യയിലെയും ലോകജനസംഖ്യാഘടന മാറ്റിമറിച്ച വൻ കുടിയേറ്റങ്ങളാണ് അത് സൃഷ്ടിച്ചത്.

മെഹർഗഡിലെ മഹാത്ഭുതം

ദക്ഷിണേഷ്യയിലെ കാർഷിക പരീക്ഷണങ്ങളുടെയെല്ലാം കേന്ദ്രബിന്ദു ഇന്നത്തെ പാകിസ്ഥാനിലെ ബലൂചിസ്ഥാനിലുള്ള ബോലാൻ ചുരത്തിന്റെ അടിവാരത്തിൽ സ്ഥിതിചെയ്യുന്ന മെഹർഗഡ് എന്ന ഗ്രാമമാണ്. ഇവിടം കഷ്ടിച്ച് 4400 വർഷങ്ങളോളം, ഏകദേശം 7000 BCE മുതൽ 2600 BCE വരെ, ജനവാസകേന്ദ്രമായിരുന്നു. മൂർദ്ധന്യദശയിൽ 200 ഹെക്ടറോളം വ്യാപിച്ചിരുന്ന അത് സിന്ധുനദീതടത്തിന്റെയും മെഡിറ്ററേനിയൻ സംസ്കാരത്തിന്റെയും ഇടക്കുള്ള ഭൂപ്രദേശത്തെ ഏറ്റവും വലിപ്പമേറിയ ജനവാസകേന്ദ്രങ്ങളിൽ ഒന്നായിരുന്നു.

1976ലാണ് പാകിസ്ഥാനിലെ പുരാവസ്തുവിഭാഗവുമായി സഹകരിച്ചു പ്രവർത്തിച്ചിരുന്ന ഒരു ഫ്രഞ്ച് ഉത്ഖനനസംഘം മെഹർഗഡിലെ പുരാവസ്തുശേഖരം കണ്ടെത്തിയത്. ദക്ഷിണേഷ്യയിൽ കാർഷികവൃത്തി ആരംഭിച്ചതും വ്യാപിച്ചതും എങ്ങനെയാണെന്നതിനെക്കുറിച്ചുള്ള നമ്മുടെ അറിവുകളെ നാടകീയമായി മാറ്റിമറിച്ചുകളഞ്ഞ ഒരു കണ്ടെത്തലായിരുന്നു അത്. പിന്നീടുവന്ന ഹാരപ്പൻ സംസ്കാരത്തിന്റെ അടിത്തറ കെട്ടിയത് മെഹർഗഡ് ആണ്. മെഹർഗഡിൽനിന്ന് ഖനനം ചെയ്തെടുത്ത കൂനകളിൽ ഒൻപതു മീറ്റർ വരെ ആഴത്തിലുള്ളതും 7000 BCE മുതൽക്കുള്ള കാലഘട്ടത്തെ പ്രതിനിധാനം ചെയ്യുന്നതുമായ സംസ്കാര ശേഖരങ്ങളാണ് (മനുഷ്യർ ഉപയോഗിച്ചിരുന്നതും നിർമ്മിച്ചിരുന്നതും രൂപഭേദം വരുത്തിയവയുമായ വസ്തുക്കളുടെ ഭൗതികാവശിഷ്ടങ്ങൾ) ഉണ്ടായിരുന്നത്. നൂറായിരക്കണക്കിനു വർഷങ്ങൾ മനുഷ്യർ ഒരേ താവളത്തിൽത്തന്നെ തങ്ങുമ്പോൾ പാഴ്വസ്തുക്കളുടെയും ചപ്പുചവ

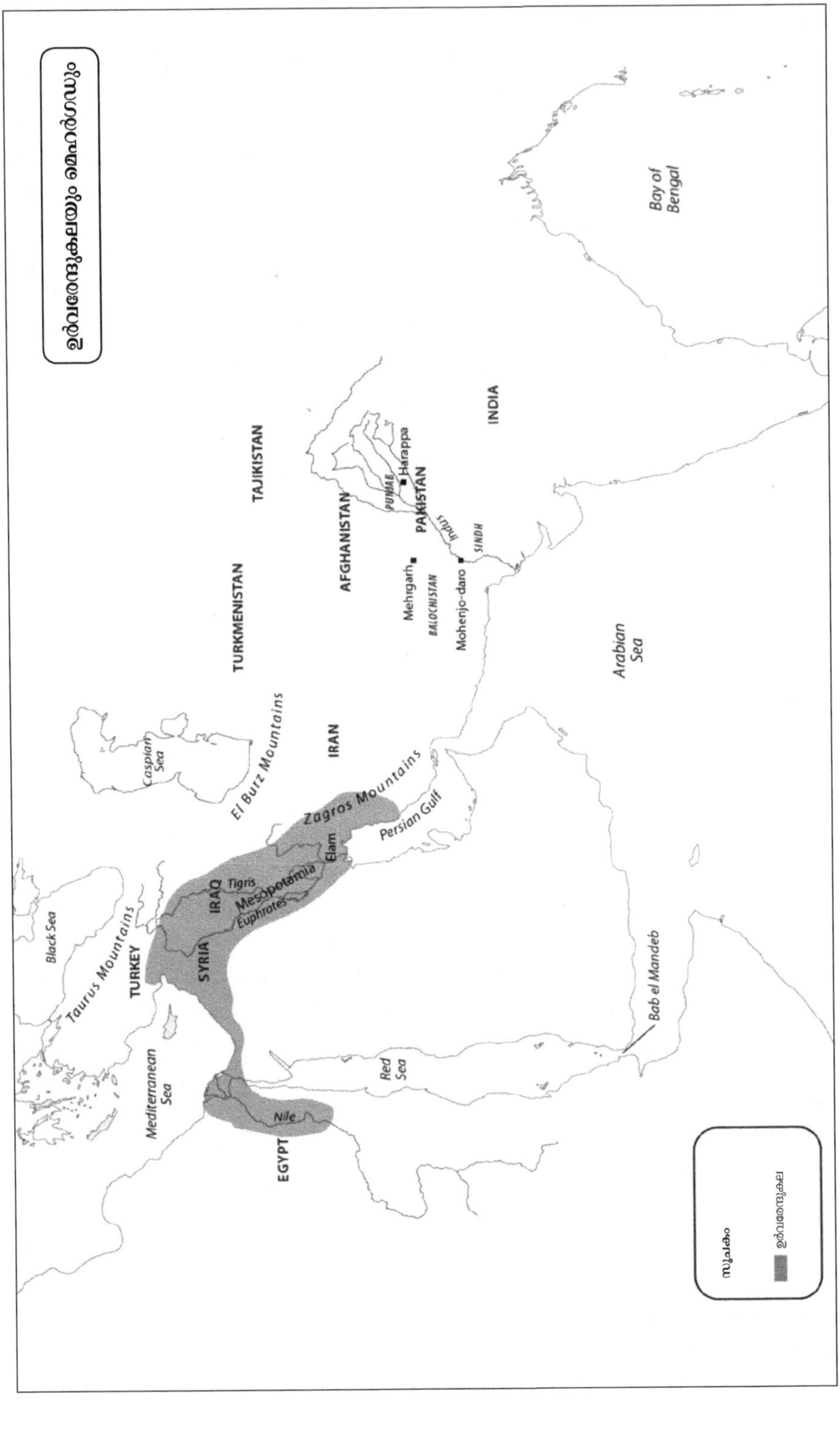
ഉർവരേന്ദുകലയും മെഹർഗഢും
TAJIKISTAN
TURKMENISTAN
AFGHANISTAN
PAKISTAN
INDIA
IRAN
IRAQ
SYRIA
TURKEY
EGYPT
Harappa
PUNJAB
Indus
SINDH
Mehrgarh
BALOCHISTAN
Mohenjo-daro
Bay of Bengal
Arabian Sea
Caspian Sea
El Burz Mountains
Zagros Mountains
Persian Gulf
Elam
Tigris
Mesopotamia
Euphrates
Black Sea
Taurus Mountains
Mediterranean Sea
Nile
Red Sea
Bab el Mandeb
സൂചകം
ഉർവരേന്ദുകല

റുകളുടെയും ശേഖരംകൊണ്ട്–പ്രത്യേകിച്ചും ഇഷ്ടികയുടെ–തറ ഉയർന്ന് കൂനകളുണ്ടാകുന്നു. അതുകൊണ്ട് ഇത്തരം ശേഖരങ്ങളുടെ ഘനം അതേ സാഹചര്യങ്ങളിലുള്ള താവളങ്ങളുമായി താരതമ്യപ്പെടുത്തിനോക്കുമ്പോൾ ലഭിക്കുന്നത് ഒരു താവളം എത്രകാലം ഉപയോഗിച്ചിരുന്നു എന്നതിന്റെ സൂചകമാണ്.

ഏറ്റവും അടിത്തട്ടിലുള്ള അടരിൽനിന്ന് ഗവേഷകർക്കു ലഭിച്ചത് ഇവയൊക്കെയാണ്–ചെറുതും ദീർഘചതുരാകൃതിയിലുള്ളതും ഒന്നിലധികം മുറികളുള്ളതുമായ, ചെളിക്കട്ടകൾകൊണ്ട് നിർമ്മിച്ച വീടുകളുടെ അവശിഷ്ടങ്ങൾ, അവയിൽ ചിലത് കലവറകളായിട്ടാവണം ഉപയോഗിച്ചിരുന്നത്; കൊയ്ത്തിന് ഉപയോഗിച്ചിരിക്കാവുന്ന അരിവാളുകൾ, മരപ്പിടിയിൽ മൈക്രോലിതുകൾ പിടിപ്പിച്ചത്; മണ്ണിലും ചെളികൊണ്ടു നിർമ്മിച്ച ഇഷ്ടികക്കട്ടകളിലും ബാർലിയുടെയും ഗോതമ്പിന്റെയും അവശിഷ്ടങ്ങൾ; കലമാൻ, നിൽഗായ് മാൻ, കൃഷ്ണമൃഗം, കാട്ടുപന്നി, പോത്ത് തുടങ്ങിയ മൃഗങ്ങളെ വേട്ടയാടുകയും ഭക്ഷിക്കുകയും ചെയ്തിരുന്നതിന്റെ സൂചകങ്ങളായ ഭക്ഷ്യാവശിഷ്ടങ്ങൾ; തദ്ദേശീയവർഗ്ഗമായ പൂഞ്ഞയുള്ള ഇനം 'സെബു' കന്നുകാലികളെയും (Bos indicus) ആടുകളെപ്പോലും മെരുക്കിവളർത്തിയിരുന്നതിന്റെ ലക്ഷണങ്ങൾ.

ഫ്രഞ്ച് സംഘത്തിന്റെ നേതാവായ ഴോങ് ഫ്രാങ്കോയ് ഴോറിജ് (Jean-Francois Jarrige) ഖനനത്തിന്റെ 'അസെറാമിക്' (aceramic) അഥവാ പിഞ്ഞാണപ്പാത്രങ്ങൾ ഇല്ലാതിരുന്ന ആദ്യഘട്ടങ്ങളിലെ കണ്ടെത്തലുകളെ ഇങ്ങനെ വിവരിക്കുന്നു: 'ഖനനം ചെയ്തെടുത്ത കെട്ടിടങ്ങളെല്ലാംതന്നെ ഒന്നിലധികം മുറികളുള്ള നിർമ്മിതികളാണ്. നാലുതരം മാതൃകകൾ രേഖപ്പെടുത്തിയിട്ടുണ്ട്: രണ്ടു മുറികളുള്ളവ, നാലു മുറികളുള്ളവ, ആറു മുറികളുള്ളവ, പത്തുമുറികളുള്ളവ എന്നിങ്ങനെ. ഈ കെട്ടിടങ്ങളുടെ ചുമരുകളിലധികവും ഉണ്ടാക്കിയിരിക്കുന്നത് കൈകൊണ്ടു നിർമ്മിച്ച ചെളിക്കട്ടകൾ രണ്ടുവരിയായി നെടുകേ അടുക്കിയാണ്. വീതികുറഞ്ഞു നീളം കൂടിയ ഈ ഇഷ്ടികകളുടെ അളവ് 62 X 12 X 8 സെന്റിമീറ്ററാണ്; പൊതുവേ അവയുടെ മുകൾവശത്ത് ഇഷ്ടികയുണ്ടാക്കുന്നയാളുടെ തള്ളവിരൽകൊണ്ട് ഒരു മീൻമുള്ളു മാതൃക ഉണ്ടാക്കിയിട്ടുണ്ടാവും–ഉറപ്പിക്കുവാനുപയോഗിക്കുന്ന ചെളിക്കുഴമ്പിൽ അവ നന്നായി പിടിച്ചിരിക്കുവാൻ വേണ്ടിയാണ് അങ്ങനെ ചെയ്യുന്നത്'[1]. (ചെളിക്കുഴമ്പ് അഥവാ മഡ് മോർട്ടാർ കെട്ടിടം പണിയുവാൻ ഉപയോഗിക്കുന്ന കട്ടകളെ ചേർത്തുവെക്കുവാൻ ഉപയോഗിക്കുന്ന മിശ്രിതമാണ്–ഇവിടെ ഇഷ്ടികകളെ. ഇഷ്ടികയുണ്ടാക്കുന്നയാളുടെ തള്ളവിരൽപ്പാടുകൾ അതിന്റെ പ്രതലത്തിന്റെ മിനുസം ഇല്ലാതാക്കുകയും ഇഷ്ടികകളെ ചെളിക്കുഴമ്പുകൊണ്ട് ചേർത്തൊട്ടിച്ചുവെക്കുന്നതിന് എളുപ്പമാവുകയും ചെയ്യുന്നു.) മറ്റൊരിടത്ത് ഴോറിജ് ഇഷ്ടികകളെ 'സിഗാർ രൂപത്തിലുള്ളവ' എന്ന് വർണ്ണിക്കുന്നുണ്ട്. ആറുമുറികളുള്ള കെട്ടിടങ്ങളിൽ, മറ്റു ചില കെട്ടിടങ്ങളിൽ ഉണ്ടായിരുന്നതിൽനിന്നു വ്യത്യസ്തമായി നെരിപ്പോടുകളോ ഗാർഹികജീവിതത്തിന്റെ ശ്രദ്ധേയമായ എന്തെങ്കിലും ലക്ഷണങ്ങളോ ഇല്ലെന്ന് ഴോറിജിന്റെ സംഘം നിരീക്ഷിക്കുകയുണ്ടായി.

1 ഴാങ് ഫ്രാങ്കോയ് ഴോറിജ്, 'മെഹർഗഡ് നിയോലിത്തിക്', *പ്രാഗ്ധരാ* 18 (2006)

വലുപ്പമേറിയ ഈ കെട്ടിടങ്ങൾ ധാന്യക്കലവറകളോ മറ്റെന്തെങ്കിലും സൂക്ഷിച്ചിരുന്ന സ്ഥലമോ ആകാമെന്നാണ് ഇത് സൂചിപ്പിക്കുന്നത്.

'കളിമൺവീടുകളുടെ ചുമരുകൾ അകത്തും പുറത്തും 2 സെന്റിമീറ്റർ കനത്തിൽ കളിമൺകുഴമ്പുകൊണ്ട് തേച്ചിരുന്നു. ചില വീടുകളുടെ പുറംചുമരുകളുടെ തേപ്പിന് ചുവന്ന നിറം നൽകിയിരുന്നുവെന്നതിനും ചിത്രപ്പണികൾ കൊണ്ട് ഭംഗിപിടിപ്പിക്കുകപോലും ചെയ്തിരുന്നു എന്നതിനും തെളിവുകളുണ്ട്.ലെവൽ 1ൽനിന്നു (ഖനനത്തിന്റെ ആദ്യത്തെ ലെവൽ, ഏകദേശം 7000 വർഷം പഴക്കം) ലഭിച്ച ഇടിഞ്ഞുപോയ ഒരു ചുമരിന്റെ ഭാഗത്തിന് ചെമ്മണ്ണുനിറമായിരുന്നു. മേൽ ലെവലുകളിലും ഏതാനും ചുമരുകളിൽ ഇതേ ചുവപ്പുനിറത്തിന്റെ അവശേഷിപ്പുകൾ ഉണ്ട്. പുറംചുമരുകളിലെ തേപ്പ് അടർന്നുവീണതിന്റെ കഷ്ണങ്ങളിൽ പലതിലും ചുവന്ന നിറത്തിൽ V ആകൃതിയിലുള്ള മുദ്രകൾ കാണുന്നുണ്ട്; ഒന്നിൽ ചുവന്ന വരകളും ചുവപ്പും കറുപ്പും കുത്തുകളും ചേർന്ന കുറച്ചുകൂടി സങ്കീർണ്ണമായ ജ്യാമിതീയചിത്രവും കാണുന്നുണ്ട്. മണ്ണുനിറച്ച് ഇടിച്ചുപരത്തിയ തറകളിൽ ചിലതിലും ചെമ്മൺ നിറം പൂശിക്കാണുന്നുണ്ട്. കെട്ടിടാവശിഷ്ടങ്ങളിൽ മേൽക്കൂരയുടെ കഷ്ണങ്ങളും കണ്ടെടുത്തിട്ടുണ്ട്. ഉമിത്തീയിൽ നീറ്റിയെടുത്ത മണ്ണുകൊണ്ടുണ്ടാക്കിയ അവയിൽ നാരുള്ള തണ്ടുകളുടെയോ മുളകളുടെയോ രൂപം പതിഞ്ഞിട്ടുണ്ട്.'

ചെറിയ കെട്ടിടങ്ങളിലെ മുറികളിൽ പലതിലും നെരിപ്പോടുണ്ടായിരുന്നതിന്റെ ലക്ഷണങ്ങളുണ്ട്; വീടുകൾക്കിടയ്ക്കുള്ള തുറസ്സിൽ വൃത്താകൃതിയിലുള്ള തീക്കുണ്ഡങ്ങൾ പലയിടത്തും കണ്ടെത്തിയിട്ടുണ്ട്. തീക്കുണ്ഡങ്ങളുടെ വ്യാസം നാല്പതു സെന്റിമീറ്ററിനും അറുപതു സെന്റിമീറ്ററിനും ഇടയ്ക്കാണ്, ആഴം പരമാവധി നാല്പത്തഞ്ചു സെന്റിമീറ്ററും. തീക്കുണ്ഡങ്ങളിൽ പലതിലും വല്ലാതെ കരിഞ്ഞ് വിണ്ടുപോയ വെള്ളാരംകല്ലുകളും ഒരെണ്ണത്തിൽ അണ്ഡാകൃതിയിലുള്ള കളിമൺ പന്തുകളും കാണുന്നുണ്ട് എന്നതാണ് ഏറ്റവും കൗതുകമുണർത്തുന്നത്. അവയുടെ ഉപയോഗം എന്തായിരുന്നു എന്ന് ഊഹിക്കുവാൻ വിഷമമില്ല—കാരണം ഇന്നും ബലൂചിസ്ഥാനിൽ റൊട്ടി ചുടുന്നത് ചൂടുപിടിപ്പിച്ച കല്ലുകൾക്കുമേലെയാണ്.

മെഹർഗഢിലെ സസ്യശേഖരത്തിൽ (തദ്ദേശവാസികൾ ഉപയോഗത്തിനായി തെരഞ്ഞെടുത്തിരുന്ന സസ്യങ്ങളുടെ ശേഖരം, ഖനനസ്ഥലത്തുനിന്നു കിട്ടിയ പുരാവസ്തുക്കളിൽനിന്ന് മനസ്സിലാക്കിയത്) ഏറ്റവും മുഖ്യമായത് 'ആറുനിരയുള്ള നഗ്നബാർലി' എന്ന ഒരിനം ബാർലിയായിരുന്നു (നഗ്നം എന്നാൽ പുറംതോടില്ലാത്തത്, ആറുനിര എന്നതുകൊണ്ട് സൂചിപ്പിക്കുന്നത് കതിരുകൾ അടുക്കിയിരിക്കുന്ന ചെറുകാമ്പുകളുടെ എണ്ണം) ഖനനത്തിൽ രേഖപ്പെടുത്തിയിട്ടുള്ള വിത്തുകളുടെയും മുദ്രിതമായ ചിത്രങ്ങളുടെയും 90 ശതമാനവും ഈ ബാർലി തന്നെയാണ്. പക്ഷേ മെഹർഗഢ് നിവാസികൾ കാട്ടു ബാർലി ശേഖരിക്കുകമാത്രമാണോ ചെയ്തിരുന്നത് അതോ അവർ കൃഷിചെയ്തിരുന്നോ? കണ്ടുപിടിക്കുവാൻ വഴിയുണ്ട്.

എല്ലാ വളർത്തുമൃഗങ്ങളും സസ്യങ്ങളും അവയുടെ കാടന്മാരായ മുൻഗാമികളിൽനിന്ന് മിക്കവാറും പ്രവചനസാധ്യമായ രീതികളിൽ വ്യത്യസ്ത

ങ്ങളായിരിക്കും–അവയ്ക്ക് കാലക്രമേണ സംഭവിക്കുന്ന പരിണാമത്തിൽ മെരുക്കിയെടുക്കൽ (domestication) എന്ന പ്രക്രിയ ചെലുത്തുന്ന സമ്മർദ്ദങ്ങളാണ് ഇതിനുകാരണം. വളർത്തുമൃഗങ്ങളിൽ പലതും വലുപ്പം കുറഞ്ഞും ആക്രമണസ്വഭാവം കുറഞ്ഞും തലച്ചോറിന്റെ വലുപ്പം കുറഞ്ഞും കൊമ്പുകളുടെ ധാരാളിത്തം നഷ്ടപ്പെട്ടും കാണപ്പെടുന്നത് ഇതിനൊരു ഉദാഹരണമാണ്. കൂടാതെ ലിംഗപരമായ വലുപ്പവ്യത്യാസം അഥവാ സെക്ഷ്വൽ ഡൈമോർഫിസം (sexual dimorphism)–ആൺജാതിയ്ക്കും പെൺജാതിയ്ക്കും ശരീരവലുപ്പം വ്യത്യസ്തമാകൽ–മെല്ലെ അപ്രത്യക്ഷമാകുന്നു. എന്തുകൊണ്ടാണെന്ന് ഊഹിക്കുവാൻ എളുപ്പമാണ്. മെരുക്കുവാൻ എളുപ്പമുള്ളതും ആക്രമണ സ്വഭാവം കുറവുള്ളതുമായ മൃഗങ്ങളെയാണ് മനുഷ്യർ തെരഞ്ഞെടുക്കുക എന്നതാണ് ഒരു കാരണം; ചെറിയ തല അല്ലെങ്കിൽ കൊമ്പുകൾ, കാഴ്ചയിൽ അപകടമില്ലെന്നു തോന്നിക്കുന്ന പല്ലുകൾ, വലുപ്പക്കുറവുള്ള തലച്ചോറ് ഇവയിലെല്ലാം ഈ തെരഞ്ഞെടുപ്പിന്റെ പ്രതിഫലനങ്ങൾ ഉണ്ടാകും. മൃഗങ്ങളിൽ പരിണാമം അടിച്ചേൽപ്പിക്കുന്ന തെരഞ്ഞെടുപ്പിന്റെ സമ്മർദ്ദങ്ങൾ പലതും ഇവയ്ക്ക് ഒഴിവായിക്കിട്ടും എന്നതാണ് മറ്റൊരു കാരണം; സ്വന്തം ജാതിയിൽപ്പെട്ട മറ്റു മൃഗങ്ങളുമായി അവയ്ക്ക് ആഹാരത്തിനോ ഇണയ്ക്കോ വേണ്ടി മത്സരിക്കേണ്ട ആവശ്യം വരുന്നില്ല.

സസ്യങ്ങളിലും മെരുക്കിയെടുക്കൽപ്രക്രിയ പല മാറ്റങ്ങൾക്കും കാരണമാകുന്നുണ്ട്. ഉദാഹരണമായി, അവയുടെ വിത്തുകൾ പാകമാകുമ്പോൾ ചിതറിത്തെറിക്കുന്നില്ല, കൂടാതെ അവ കൂടുതൽ എളുപ്പത്തിൽ മുളയ്ക്കുന്നവയും വലുപ്പമേറിയവയും ആയിത്തീരുന്നുമുണ്ട്. ഇതും എന്തുകൊണ്ടാണെന്ന് മനസ്സിലാക്കുവാൻ എളുപ്പമാണ്. മനുഷ്യർ വിളവ് കൊയ്തെടുക്കുമ്പോൾ ചിതറിത്തെറിച്ച് മണ്ണിൽവീണുപോയ വിത്തുകൾ നഷ്ടമാകുകയും തണ്ടിൽ ബാക്കിയായത് ശേഖരിക്കപ്പെടുകയുമാണ് ചെയ്യുന്നത്. ശേഖരിച്ചതിൽ കുറച്ചുഭാഗം ഉപയോഗിക്കുകയും കുറച്ചുഭാഗം വീണ്ടും കൃഷിയിറക്കുമ്പോൾ വിതയ്ക്കുവാനായി സൂക്ഷിച്ചുവെക്കുകയും ചെയ്യുന്നു. പാകമായ ഉടനെ ചിതറിത്തെറിച്ചുപോകാത്ത വിത്തുകൾക്കുമേൽ ഇത് ശക്തമായ ഒരു തെരഞ്ഞെടുപ്പുസമ്മർദ്ദം ചെലുത്തുന്നുണ്ട്. മറുവശത്തുനിന്നു നോക്കുമ്പോൾ മനുഷ്യൻ വളർത്തുന്ന ചെടികൾക്ക് ബീജവ്യാപനത്തെക്കുറിച്ച് വേവലാതിപ്പെടേണ്ട കാര്യമില്ല എന്നതിനാൽ വിത്തുകൾ സ്വയം വ്യാപനം നടത്തണമെന്ന തെരഞ്ഞെടുപ്പുസമ്മർദ്ദം അതിന്റെ പണി നിർത്തിവെക്കുന്നു. വളർത്തുചെടികളുടെ വിത്തുകൾക്ക് വലുപ്പക്കൂടുതൽ ഉണ്ടാകുന്നതിൻെറയും അവ കൂടുതൽ എളുപ്പത്തിൽ മുളപൊട്ടുന്നതിന്റെയും വിശദീകരണവും ഇത്തരത്തിലുള്ള സമ്മർദ്ദങ്ങൾ തന്നെയാണ്.

ഇങ്ങനെയുള്ള വ്യത്യാസങ്ങൾകൊണ്ട് മൃഗങ്ങളുടെയും സസ്യങ്ങളുടെയും പ്രാചീന ഫോസിലുകൾ പരിശോധിക്കുന്ന ശാസ്ത്രജ്ഞർക്ക് അവ വന്യമാണോ അതോ വളർത്തുന്നവയാണോ എന്ന് തിരിച്ചറിയുവാൻ സാധിക്കും. ഇത് വളരെ പ്രധാനപ്പെട്ടതാണ്, കാരണം, ഒരു ആവാസകേന്ദ്രത്തിൽനിന്ന് അരിവാളുകളോ കലവറകളുണ്ടായിരുന്നതിന്റെ അല്ലെങ്കിൽ ധാന്യം ആഹരിച്ചിരുന്നതിന്റെ തെളിവുകളോ ലഭിച്ചു എന്നതുകൊണ്ട് അവർ

കാർഷികവൃത്തി ചെയ്യുന്നവരായിരുന്നു എന്ന് അർത്ഥമുണ്ടാകുന്നില്ല. അവർ വേട്ടക്കാരും ഭക്ഷ്യസമ്പാദകരും ആയിരുന്നിരിക്കാം, അവർ തനിയെ വളരുന്ന ധാന്യങ്ങൾ കൊയ്തെടുക്കുകയാവും ചെയ്തിട്ടുണ്ടാവുക, കൃഷിചെയ്തിട്ടുണ്ടാവണമെന്നില്ല. എന്നാൽ വീട്ടുമൃഗങ്ങളുടെയും സസ്യങ്ങളുടെയും സാന്നിദ്ധ്യം വ്യക്തമായി സൂചിപ്പിക്കുന്നത് അവിടെയുള്ളവർ കാർഷികവൃത്തി ചെയ്തിരുന്നവരായിരുന്നു, വേട്ടക്കാരും ഭക്ഷ്യസമ്പാദകരുമായിരുന്നില്ല എന്നാണ്. മെഹർഗഡിലെ ആദ്യ ലെവലുകളിൽനിന്നു കണ്ടെത്തിയ ബാർലിയെക്കുറിച്ച് നരവംശശാസ്ത്രജ്ഞനും കാർഷികശാസ്ത്രജ്ഞനുമായ ലോറെൻസോ കോൺസ്റ്റാന്റിനി ഇങ്ങനെയാണ് പറയുന്നത്: 'കൃഷിചെയ്തുശേഖരിച്ചത്, എന്നാൽ പൂർണ്ണമായും മെരുങ്ങിയിട്ടില്ലാത്തത്'. മെരുക്കിയെടുക്കൽ എന്ന പ്രക്രിയ നടന്നുകൊണ്ടിരിക്കുന്നതേയുണ്ടായിരുന്നുള്ളൂ എന്നാണ് ഇതിനർത്ഥം.

അപ്പോൾ മൃഗങ്ങളുടെ കാര്യമോ? അവയെയും മെരുക്കിയെടുത്തിരുന്നോ? മെഹർഗഡ് നിവാസികൾ ഉത്സാഹികളായ വേട്ടക്കാരായിരുന്നു, എങ്കിലും മൃഗങ്ങളെ മെരുക്കിയെടുത്തിരുന്നു എന്നതിന്റെ തെളിവുകളും ലഭ്യമാണ്. ആദ്യമൊക്കെ ആടുകളെ മാത്രമാണ് വളർത്തിയിരുന്നത്. ഖനനത്തിന്റെ ആദ്യ ലെവലുകളിൽനിന്നു ലഭിച്ച ചെറുപ്പക്കാരായ ചില സ്ത്രീകളുടെ ശവക്കല്ലറകളിൽ കാലുകൾക്കു ചുറ്റുമായി ആട്ടിൻകുട്ടികളുടെ മുഴുവനായുള്ള അസ്ഥികൂടങ്ങൾ അഞ്ചെണ്ണംവരെ അർദ്ധവൃത്താകൃതിയിൽ വെച്ചുകാണുന്നുണ്ട്. ഖനനത്തിന്റെ ആദ്യ ലെവലുകളിലെ ചപ്പുചവറുകൂനകളിൽ താരതമ്യേന വലുപ്പംകുറഞ്ഞ, മൂപ്പെത്തിയ മൃഗങ്ങളുടെയോ മൂപ്പെത്താറായ മൃഗങ്ങളുടെയോ എല്ലുകൾ കണ്ടെത്തിയതും സൂചിപ്പിക്കുന്നത് ഇണക്കിവളർത്തിയിരുന്ന ആടുകളുടെ സാന്നിദ്ധ്യമാണ് എന്ന് പുരാവസ്തുഗവേഷകനും ജീവശാസ്ത്രജ്ഞനുമായ ആർ എച്ച് മെഡോ പറയുന്നു—അദ്ദേഹം മെഹർഗഡിലും ഹാരപ്പയിലും നടന്ന ഉത്ഖനനങ്ങളിൽ പങ്കാളിയായിരുന്നു. ഇങ്ങനെ അനുമാനിക്കുവാനുള്ള കാരണം ഇതാണ്—വേട്ടക്കാർ സാധാരണയായി വലിയ മൃഗങ്ങളെയാണ് ഉന്നംവെക്കുക, അതാണ് അവർക്ക് കൂടുതൽ നേട്ടം; ഇടയരാകട്ടെ പ്രായംകുറഞ്ഞ ആൺ മൃഗങ്ങളെയാണ് സാധാരണയായി കൊന്നുകളയുക. അതുകൊണ്ട് ചപ്പുചവറുകൂനയിൽ കാണപ്പെട്ട എല്ലുകളുടെ വലിപ്പം മെരുക്കിയെടുക്കൽ പ്രക്രിയയുടെ സൂചകമാണ്.

മെഹർഗഡിലെ പീരിയഡ് 1ൽ (അതായത് 7000 BCEയ്ക്കും 6000 BCEയ്ക്കും ഇടയിൽ) ചെമ്മരിയാടുകളുടെയും കന്നുകാലികളുടെയും അവശിഷ്ടങ്ങൾ, വേട്ടയാടിക്കിട്ടുന്ന നീൽഗായ് മാനുകളുടെയും കലമാനുകളുടെയും അവശിഷ്ടങ്ങളേക്കാൾ അധികമായി എന്നതും മെരുക്കിയെടുക്കൽ പ്രക്രിയയുടെ മറ്റൊരു സൂചകമാണെന്ന് മെഡോ നിരീക്ഷിക്കുന്നുണ്ട്. പീരിയഡ് 1ന്റെ അവസാനമായപ്പോഴേക്കും മൃഗാവശിഷ്ടങ്ങളിൽ പകുതിയിലധികവും കന്നുകാലികളുടെ എല്ലുകളായി; തദ്ദേശീയ കന്നുകാലി ഇനമായ പൂഞ്ഞയുള്ള സെബു ഒരു മുഖ്യ സാന്നിദ്ധ്യമായി. മെരുക്കിയെടുക്കൽ പ്രക്രിയ നടക്കുന്നതോടൊപ്പം പതിവായി സംഭവിക്കാറുള്ളതുപോലെ മെഹർഗഡിലെ മൃഗങ്ങളുടെ ശരീരവലുപ്പം കാലക്രമേണ കുറഞ്ഞുവന്നുവെന്നാണ് മെഡോ അഭിപ്രായപ്പെടുന്നത്.

ഇതിന്റെയെല്ലാം ഇടയിൽ–സസ്യങ്ങളെയും മൃഗങ്ങളെയും മെരുക്കിയെടുക്കൽ, വീടുപണി, വേട്ടയാടൽ–മെഹർഗഡ് നിവാസികൾ ക്രിയാത്മകമായ ചായ്‌വുകളെ പോഷിപ്പിക്കുവാനും സമയം കണ്ടെത്തിയിരുന്നു. കാൽസൈറ്റ് അല്ലെങ്കിൽ സ്റ്റിയാറ്റൈറ്റ് (രണ്ടും ധാതുശിലകൾ) അസംസ്കൃതവസ്തുവായി ഉപയോഗിച്ച് മുത്തുകൾ (beads) നിർമ്മിക്കുന്നവരുടെ പണിശാലകളുടെ അവശിഷ്ടങ്ങളും പുരാവസ്തുഗവേഷകർ കണ്ടെടുത്തിട്ടുണ്ട്. കല്ലറസാമാനങ്ങൾ–ശവശരീരത്തോടൊപ്പം അടക്കം ചെയ്യുന്ന വസ്തുക്കൾ–മെഹർഗഡിലെ കരകൗശലനിർമ്മാണത്തെക്കുറിച്ച് കുറച്ചുകൂടി വ്യക്തമായ ചിത്രങ്ങളാണ് നൽകുന്നത്. ഇവയിൽ കക്ക കൊണ്ടും ഇന്ദ്രനീലം, നീലക്കല്ല്, കറുത്ത സ്റ്റിയാറ്റൈറ്റ് മുതലായ പലതരം കല്ലുകൾകൊണ്ടും നിർമ്മിച്ചവയും ഉണ്ടായിരുന്നു. മെഹർഗഡ് സമുദ്രത്തിൽനിന്ന് വളരെ അകലെയുള്ള പ്രദേശമായതുകൊണ്ട് കക്കകളുടെ സാന്നിദ്ധ്യം സൂചിപ്പിക്കുന്നത് ഇന്നത്തെ പാകിസ്ഥാനിലെ മക്രാൻ തീരപ്രദേശം വരെ വ്യാപിച്ചുകിടക്കുന്ന ദീർഘദൂര വാണിജ്യങ്ങളോ ശൃംഖലകളോ ആണ്. പരിഷ്കൃതിയിൽ അപ്രതീക്ഷിത നിലവാരം പുലർത്തുന്ന ആഭരണങ്ങളാണ് അവിടെ നിർമ്മിച്ചിരുന്നതെന്ന് ഴോറിജ് പറയുന്നു.

പ്രത്യേകശ്രദ്ധയർഹിക്കുന്ന ഒരു ശവമടക്കിനെക്കുറിച്ച് അദ്ദേഹം ഇങ്ങനെ വർണ്ണിക്കുന്നു: ‘ശവക്കല്ലറനിക്ഷേപങ്ങളിൽ വേറിട്ടുനിൽക്കുന്നത് ചില സ്ത്രീകൾ തലയിലണിഞ്ഞിരുന്ന ഡെന്റാലിയം (കനംകുറഞ്ഞു നീണ്ട ഒരുതരം കക്ക) പട്ടകളാണ്.... ‘കല്ലറ 274’ൽ തലയിലണിഞ്ഞ പട്ട നിർമ്മിച്ചിരിക്കുന്നത് ഡെന്റാലിയത്തിന്റെ ചെറുതുണ്ടുകൾ വരികളായി കോർത്തുപിടിപ്പിച്ചാണ്; രണ്ടു ചരടുകൾകൊണ്ട് കുടുക്കിക്കെട്ടിയിട്ടുമുണ്ട്. തുളകളിട്ട പ്രകൃതിദത്തമായ നാലുവീതം കക്കകൾ കൊണ്ട് അവയോരോന്നും അലങ്കരിച്ചിട്ടുണ്ട്. കഴുത്തിൽ കക്കകൾകൊണ്ടു നിർമ്മിച്ച മുത്തുകൾ കോർത്ത കനംകുറഞ്ഞ മാലയാണ്; അരയിൽ കക്കകൾകൊണ്ടു നിർമ്മിച്ച ഉരുളൻ മുത്തുകൾ കോർത്ത ആഭരണമാണ്–അരപ്പട്ടയോടു സാമ്യമുള്ള ഇതിന്റെ തലപ്പത്ത് പരന്നതും ഒരു പ്രത്യേക ജ്യാമിതീയരൂപമുള്ളതുമായ (പോളിഹെഡ്രൽ) കക്കയാണ്. ആളുടെ അരക്കെട്ടിന്റെ മുൻഭാഗത്തായി ഈ പട്ടയിൽനിന്ന് നിരവധി ഡെന്റാലിയം മുത്തുകൾ കോർത്തുപിണച്ച് തൂക്കിയിട്ടിരിക്കുന്നു.’

എന്നാൽ അതിനേക്കാൾ അവിസ്മരണീയമായ ഒരു കണ്ടെത്തൽ കൂടിയുണ്ട്. ഏകദേശം 6000 BCE പഴക്കമുള്ള ഒരു ഉത്ഖനന ലെവലിൽ ഉണ്ടായിരുന്ന രണ്ടു കല്ലറകൾക്കുള്ളിൽനിന്നു ലഭിച്ച ചെമ്പുമുത്തുകളുടെ ദ്വാരങ്ങൾക്കുള്ളിൽ പരുത്തിനൂലിന്റെ അടയാളങ്ങൾ ഉണ്ടായിരുന്നു–ലോകത്താദ്യമായി മനുഷ്യൻ പരുത്തി ഉപയോഗിച്ചതിന്റെ തെളിവുകളാണ് അവ; കൂടാതെ ഉപഭൂഖണ്ഡത്തിൽ ആദ്യമായി ചെമ്പ് ഉപയോഗിച്ചതിന്റെയും.

മുത്തുകളുടെയും മറ്റ് ആഭരണങ്ങളുടെയും അളവും ഗുണനിലവാരവും കാലക്രമേണ കൂടിവരുന്നതായിക്കാണാം. അവയിൽ ചിലത് നിർമ്മിക്കുവാൻ ഉപയോഗിച്ചിട്ടുള്ള അസംസ്കൃതവസ്തുക്കൾ ദൂരദിക്കുകളിൽനിന്നുള്ളവയുമാണ്. മുത്തുകൾ നിർമ്മിക്കുന്നവർ ഉപയോഗിച്ചിരുന്ന നിർമ്മാണവിദ്യകളും

മെച്ചപ്പെട്ടുകൊണ്ടിരുന്നു; ഉദാഹരണമായി കറുത്ത സ്റ്റിയാറ്റൈറ്റിനെ ഒരു പ്രത്യേകരീതിയിൽ ചൂടാക്കി വെളുത്ത സ്റ്റിയാറ്റൈറ്റ് ആക്കിമാറ്റിയിരുന്നു അവർ.

കരകൗശലവിദ്യകൾ വളർന്നതിനോടൊപ്പം മറ്റു തൊഴിലുകളും അഭിവൃദ്ധിപ്പെട്ടിരുന്നുവെന്നു തോന്നുന്നു–ചില കല്ലറകളിൽ ലോകത്തെവിടെയുമുള്ള പുരാവസ്തുരേഖകളിൽ ആദ്യമായി ദന്തവൈദ്യത്തിന്റെ തെളിവുകളും കണ്ടെടുത്തിട്ടുണ്ട്. ഒൻപതുപേരുടെ (നാലു സ്ത്രീകൾ, രണ്ടു പുരുഷന്മാർ, മൂന്നെണ്ണം തിരിച്ചറിഞ്ഞിട്ടില്ല) പതിനൊന്നു അണപ്പല്ലുകൾ തുളച്ചനിലയിൽ കണ്ടതായി രേഖപ്പെടുത്തിയിട്ടുണ്ട്. ഒരാളുടെ മൂന്നു പല്ലുകൾ തുളച്ചിട്ടുണ്ട്; മറ്റൊരാളുടെ ഒരേ പല്ലുതന്നെ രണ്ടുതവണ തുളച്ചതായിക്കാണുന്നു. ഇതു ചെയ്തവർ മുഴുവൻ സമയ ദന്തവൈദ്യന്മാരായിരുന്നോ അതോ ഒരു പുതിയ തൊഴിൽ ഇടയ്ക്കുമാത്രം പരീക്ഷിച്ചുനോക്കുന്നവരായിരുന്നോ എന്നു നമുക്കറിയില്ല. ഏതായാലും പുതിയ നിയോലിത്തിക് ഭക്ഷണശീലങ്ങൾ മെഹർഗഡ് നിവാസികളുടെ പല്ലുകൾക്ക് അത്ര സന്തോഷമുള്ളതായിരുന്നില്ല എന്നൂഹിക്കാനാവും! ('നിയോലിത്തിക്' എന്ന വാക്ക് കാർഷികവൃത്തിയുടെ ആരംഭകാലവുമായും സസ്യമൃഗാദികളെ ഇണക്കി വളർത്തുന്നതുമായുമാണ് പൊതുവെ ബന്ധപ്പെട്ടിരിക്കുന്നത്. പുരാവസ്തുരേഖകളിൽ ഈ കാലഘട്ടത്തെ പലപ്പോഴും അടയാളപ്പെടുത്തുന്നത് മിനുസപ്പെടുത്തിയ കൽ പണിയാ

The Metropolitan Museum of Art, New York

മെഹർഗഡ് ശൈലിയിൽ ഉള്ള ഒരു പാത്രം, 3000–2500 BCE

യുധങ്ങളും അരകല്ല്, ചിലപ്പോഴെല്ലാം പിഞ്ഞാണപ്പാത്രങ്ങൾ തുടങ്ങിയ ഉപകരണങ്ങളും കൊണ്ടാണ്. നിയോലിത്തിക് കാലഘട്ടത്തിന്റെ സ്ഥാനം പാലിയോലിത്തിക് കാലഘട്ടം കഴിഞ്ഞും കാൽകോലിത്തിക് അഥവാ വെങ്കലയുഗത്തിനു മുൻപും ആണ്.)

മെഹർഗഡിൽ സെറാമിക് കാലഘട്ടം ആരംഭിച്ചത് ഏകദേശം 6000 BCE അടുപ്പിച്ചാണ്–അവിടെ താവളമുറപ്പിച്ചതിനു ശേഷം ആയിരത്തോളം വർഷങ്ങൾ കഴിഞ്ഞ്. അതുവരെ മെഹർഗഡിലുള്ളവർ ബിറ്റുമെൻ (ഒട്ടലും കറുത്തനിറവുമുള്ള ഒരു പ്രകൃതിദത്ത ഹൈഡ്രോകാർബൺ മിശ്രിതം) പൂശിയ കൊട്ടകളും കല്ലുകൊണ്ടുള്ള പാത്രങ്ങളും കൊണ്ട് കഴിച്ചുകൂട്ടി. ഏകദേശം 6000 BCE അടുപ്പിച്ച് ആദ്യത്തെ കളിമൺപാത്രങ്ങൾ പ്രത്യക്ഷപ്പെ

The Metropolitan Museum of Art, New York

മെഹർഗഡ് ശൈലിയിൽ തീർത്ത മണ്ണുകൊണ്ടുള്ള സ്ത്രീരൂപങ്ങൾ, 3000-2500 BCE

ട്ടത് അപരിഷ്കൃതമായ ചില പൊട്ടുകഷ്ണങ്ങളായാണ്. ഈ മൺപാത്രങ്ങൾ ചക്രം ഉപയോഗിച്ച് ഉണ്ടാക്കിയവയല്ല എന്നതാണ് മുഖ്യം; 'കളിമൺ കഷ്ണങ്ങൾ കൂട്ടിച്ചേർത്ത്' നിർമ്മിച്ചവയാണ്—അവ ചേർത്തുപിടിപ്പിക്കുവാൻ ബിറ്റുമെൻ ഉപയോഗിച്ചിട്ടുമുണ്ടാവാം. മൺപാത്രനിർമ്മാണത്തിന്റെ ആദ്യകാലത്തുണ്ടായിരുന്ന ഈ സാങ്കേതികവിദ്യ 'അനുക്രമ ഫലക നിർമ്മിതി' (സീക്വെൻഷ്യൽ സ്ലാബ് കൺസ്ട്രക്ഷൻ) എന്നാണ് അറിയപ്പെടുന്നത്—നാം അത് വീണ്ടുമൊരിടത്ത് കാണും.

സെറാമിക് കാലഘട്ടത്തിൽ ശേഖരണത്തിനായുള്ള നിർമ്മിതികളുടെ എണ്ണത്തിലും വലിപ്പത്തിലും നാടകീയമായ വർദ്ധനവുണ്ടായി; ജനസംഖ്യയിലുണ്ടായ പെരുപ്പത്തെയാണ് ഇത് സൂചിപ്പിക്കുന്നത്. മനോഹരമായ ചുവന്ന കളിമൺപാത്രങ്ങൾ ധാരാളമായി ഉപയോഗത്തിൽവന്നു എങ്കിലും വല്ലപ്പോഴും കുറച്ചു മുത്തുകൾ ഒഴിച്ചാൽ ശവക്കല്ലറയിൽ സാമാനങ്ങൾ വെക്കുന്ന പതിവ് ഇല്ലാതായിവന്നു. 5300 BCE ആയപ്പോഴേക്കും കാൽകോലിത്തിക് (Chalcolithic) കാലഘട്ടം ആരംഭിച്ചുകഴിഞ്ഞിരുന്നു. ഭൗതികവസ്തുക്കളിൽ അധിഷ്ഠിതമായ സംസ്കാരം വീണ്ടും വീണ്ടും സ്വയം പുതുക്കിക്കൊണ്ട് മുന്നോട്ടു കുതിച്ചുകൊണ്ടേയിരുന്നു: ചക്രത്തിൽ നിർമ്മിച്ചെടുക്കുന്ന മൺപാത്രങ്ങൾ, പരുത്തിക്കൃഷി, കളിമൺരൂപങ്ങൾ, ഇവയെല്ലാം 3000 BCEയിലെ ആദ്യകാല ഹാരപ്പൻ സംസ്കാരത്തിലേക്ക് വഴിതെളിച്ചു. ('ആദ്യകാല ഹാരപ്പൻ' അഥവാ Early Harappan എന്ന വിശേഷണം സമയഗണനയെ മാത്രമാണ് സൂചിപ്പിക്കുന്നത്. മെഹർഗഢ് ഹാരപ്പൻ സംസ്കാരത്തിന്റെ ഭാഗമായി കണക്കാക്കാറില്ല.)

BCE 2600നും BCE 2000നും ഇടയ്ക്ക് എപ്പോഴോ മെഹർഗഢ് പ്രവിശ്യ ഉപേക്ഷിക്കപ്പെടുകയും അവർ ഏകദേശം അഞ്ചുമൈൽ അകലെ കുറച്ചുകൂടി വലുപ്പവും സുരക്ഷിതത്വവും ഉള്ള നവ്ഷാരോ പുതിയ താവളമായി തെരഞ്ഞെടുക്കുകയും ചെയ്തു. ഇതേ പ്രവിശ്യയിൽ പൂർണ്ണമായ ഹാരപ്പൻ സംസ്കാരത്തിനു മുൻപേ നടന്ന ഹാക്ര, കോട്ട് ദിജി, അമ്രി, നൽ, അഹാർ തുടങ്ങിയ നിരവധി കാൽകോലിത്തിക് സംസ്കാരങ്ങൾക്കു ജന്മം നൽകിയത് മെഹർഗഢ് ആണെന്നു വിശ്വസിക്കപ്പെടുന്നു.

അങ്ങനെ, കൃഷിയിൽ പരീക്ഷണങ്ങൾ നടത്തിയിരുന്ന ഒരു ചെറിയ ജനവാസകേന്ദ്രം എന്ന നിലയിൽനിന്ന്, ഉപഭൂഖണ്ഡത്തിന്റെ വടക്കുപടിഞ്ഞാറൻ പ്രവിശ്യയിൽ പുതിയൊരു ജീവിതരീതി അതിവേഗം വികാസം പ്രാപിക്കുന്നതിന്റെ സുപ്രധാനകേന്ദ്രങ്ങളിൽ ഒന്ന്[2] എന്നു കരുതാവുന്ന അവസ്ഥയിലേക്ക് ഏകദേശം 5000 വർഷങ്ങൾകൊണ്ട് മെഹർഗഢ് വളർന്നുകഴിഞ്ഞിരുന്നു. ഒടുവിൽ അത് സിന്ധുനദിയുടെയും ഘഗ്ഗർ–ഹക്ര നദിയുടെയും തടങ്ങളിലെ ഏറ്റവും മഹത്തായ മാനവസംസ്കൃതിയുടെ സൃഷ്ടിയിലേക്ക് ചെന്നെത്തുകയും ചെയ്തു. പക്ഷേ ആരായിരുന്നു മെഹർഗഢ് നിവാസികൾ? എവിടെനിന്നാണവർ വന്നത്?

---

2 ഈ പ്രദേശത്ത് ആദിമ കൃഷിയുടെ കൂടുതൽ പഴക്കമേറിയതോ തുല്യപ്രാധാന്യമുള്ളതോ ആയ കേന്ദ്രങ്ങൾ ഉണ്ടായിരുന്നുവെങ്കിൽ അവ ഇനിയും കണ്ടെത്താനിരിക്കുന്നതേയുള്ളൂ.

പശ്ചിമേഷ്യയിലെ സമാന്തരതകൾ

മെഹർഗഡിന്റെ ആദ്യകാലത്തേക്കു തിരിഞ്ഞുനോക്കിയാൽ കഴിഞ്ഞ അദ്ധ്യായത്തിൽ നാം കണ്ട വേട്ടക്കാരുടെയും ഭക്ഷ്യസമ്പാദകരുടെയും ജീവിതരീതികളും ഉത്ഖനനത്തിന്റെ ലെയറുകളിൽനിന്ന് കണ്ടെടുത്ത ജീവിതരീതികളും തമ്മിൽ ഒരു വിടവുണ്ടെന്നുകാണാം. ഏതോ ഒരു കണ്ണിയുടെ ഇല്ലായ്മ അനുഭവപ്പെടുംപോലെ. പശ്ചിമേഷ്യയിൽ നിരീക്ഷിക്കപ്പെട്ടിട്ടുള്ള കാലതാമസത്തിനു വിരുദ്ധമായി, മെഹർഗഡ് നിവാസികൾ അവിടെ തമ്പടിച്ച ഉടനെ ഉപഭൂഖണ്ഡത്തിലെ ആദ്യത്തെ ചെളിക്കട്ട വീടുകളും ആദ്യത്തെ ധാന്യക്കലവറകളും പണിയുവാൻ ആരംഭിക്കുന്നുണ്ട്; ഞൊടിയിടയിലെന്നപോലെയാണ് കൃഷിയും ഇടയവൃത്തിയും ആരംഭിക്കുന്നതും. ഏതാനും സഹസ്രാബ്ദങ്ങൾക്കുമുൻപ് പശ്ചിമേഷ്യയിൽ തെറ്റിയും തെറിച്ചും കാർഷികപരീക്ഷണങ്ങൾ ആരംഭിച്ചെങ്കിലും പലപ്പോഴും അവ മുൻപോട്ടുപോകാനാകാതെ വഴിമുട്ടിനിന്നിരുന്നു. കാലാവസ്ഥാവ്യതിയാനങ്ങൾ ചിലപ്പോൾ പുതിയ പരീക്ഷണങ്ങൾക്ക് ആവേഗം സമ്മാനിക്കുകയും ചിലപ്പോൾ അവയെ തല്ലിക്കെടുത്തുകയും ചെയ്തിരുന്നു.

പശ്ചിമേഷ്യയിലെ കാർഷികവൃത്തിയുടെ ഉത്ഭവകഥ നേർവരയിലൂടെ മുന്നോട്ടുപോകുന്നതോ അടുക്കുംചിട്ടയുമുള്ളതോ അല്ലെങ്കിലും അത്യാകർഷകമാണ്. കാരണം, ആധുനികമനുഷ്യന്റെ സുമാർ 300,000 വർഷങ്ങളുടെ ചരിത്രത്തിലെ ഏറ്റവും നാടകീയമായ അദ്ധ്യായമാണിത്. മുൻപേതന്നെ കൃഷി വികാസംപ്രാപിച്ചിരുന്ന മറ്റു പ്രദേശങ്ങൾക്കും ഇത്രതന്നെ ആകർഷകമായ പശ്ചാത്തലങ്ങൾ ഉണ്ടായേക്കാം; എങ്കിലും പശ്ചിമേഷ്യയിലല്ലാതെ മറ്റൊരിടത്തും ആധുനികമനുഷ്യന്റെ ഈയൊരു വിമോചനനിമിഷം ഇത്രയും സൂക്ഷ്മമായും വിശദമായും രേഖപ്പെടുത്തപ്പെട്ടിട്ടില്ല. കാർഷികപരിവർത്തനങ്ങളും ലോകത്തെ മാറ്റിമറിച്ച അതിന്റെ പരിണതഫലങ്ങളും, അതിനേക്കാൾ പ്രധാനമായി അവയ്ക്ക് മെഹർഗഡുമായുള്ള ബന്ധവും മനസ്സിലാകണമെങ്കിൽ ആ പരിണാമപ്രക്രിയയെ നാം പിൻതുടരേണ്ടിയിരിക്കുന്നു. വരൂ, നമുക്ക് പുറപ്പെടാം.

ലിവാന്റിൽ കാർഷികസംസ്കാരം ഉദയംകൊണ്ടതിനെക്കുറിച്ച് വിശദമായി എഴുതിയിട്ടുള്ള ജെറുസലേം യൂണിവേഴ്സിറ്റിയിലെ പുരാവസ്തുശാസ്ത്രജ്ഞരായ എ നൈജൽ ഗോറിങ്–മോറിസും അന്ന ബെൽഫേർ-കോഹനും പറയുന്നത് ഇങ്ങനെയാണ്: 'വികസനങ്ങൾ ലക്ഷ്യബോധത്തോടെയുള്ളതാണെന്ന് തോന്നിക്കുന്നത് പുറകോട്ടുനോക്കുമ്പോൾ മാത്രമാണെന്ന് എടുത്തുപറയേണ്ടത് അത്യാവശ്യമാണ്. തെരഞ്ഞെടുക്കുവാൻ പലവഴികൾ ഉണ്ടായിരുന്ന അക്കാലത്ത് ബഹുമുഖമായ ഒരു പ്രക്രിയയാണ് നടന്നിട്ടുള്ളത്; അതിൽ ചില തെരഞ്ഞെടുപ്പുകൾ ഒടുവിൽ ഭാവിയിലെ വികസനങ്ങൾക്ക് നിർണ്ണായകമായിത്തീർന്നു, മറ്റു ചിലത് "ഓരക്കാഴ്ചകൾ" അഥവാ പരിണാമപ്രക്രിയയിൽ എങ്ങുമെത്താത്ത വഴികൾ മാത്രമായി. അതിനാൽ പുരാവസ്തുരേഖകളിൽ രണ്ടു തരത്തിൽപ്പെട്ട തെളിവുകളും നമ്മുടെ കയ്യിൽ

തടഞ്ഞു എന്നുവരാം'.[3] നിയോലിത്തീകരണത്തിന്റെ—അഥവാ കാർഷികപരിണാമത്തിന്റെ—ആദ്യകാല പ്രക്രിയകളെ ഏകദേശം 20,000 വർഷങ്ങൾക്കു മുൻപുനിന്ന്, അവസാനത്തെ ഹിമയുഗത്തിൽനിന്ന് (29,000 വർഷങ്ങൾക്കും 14,000 വർഷങ്ങൾക്കും ഇടക്ക്) നിരീക്ഷിച്ചുതുടങ്ങേണ്ടത് എന്തുകൊണ്ടാണെന്ന് ഗ്രന്ഥകർത്താക്കൾ അതിനുശേഷം സമർത്ഥിക്കുന്നു: 'ഇത് നിയോലിതിക്കിന്റെ അവസാനം വരെയുള്ള, ഏകദേശം 15,000 വർഷങ്ങൾ അടങ്ങുന്ന ഒരു കാലഗണനനയുമായി ഒത്തുപോകുന്നുണ്ട്, അതായത് ഏറെക്കുറെ 500–600 തലമുറകൾക്കു തുല്യം'.

പല ഭൂവിഭാഗങ്ങളും വാസയോഗ്യമല്ലാതാക്കുകയും അവശ്യവസ്തുക്കൾക്ക് ദൗർലഭ്യമുണ്ടാക്കുകയും ചെയ്ത ഹിമയുഗത്തിന്റെ സമ്മർദ്ദങ്ങളോട് ലിവാന്റിലെ വേട്ടക്കാരും ഭക്ഷ്യസമ്പാദകരുമായ ജനത മല്ലടിക്കുന്നതാണ് കഥയുടെ തുടക്കം. മറ്റിടങ്ങളിൽനിന്ന് അഭയംതേടിവന്ന സമൂഹങ്ങളും തള്ളിക്കയറിയതോടെ വാസയോഗ്യമായ പ്രദേശങ്ങളിലെ ജനസംഖ്യ വർദ്ധിച്ചിട്ടുണ്ടാവണം. അക്കാലത്ത് സമൂഹമെന്നാൽ പൊതുവെ ഇരുപതോ മുപ്പതോ വ്യക്തികളുടെ സംഘം എന്നാണ് അർത്ഥം. അവർക്ക് 250 മുതൽ 500 വ്യക്തികളോടുവരെ സാമൂഹികസമ്പർക്കം ഉണ്ടാകാൻ സാദ്ധ്യതയുണ്ട്; നിലനിൽപ്പിന് ആവശ്യമായ ഏറ്റവും കുറഞ്ഞ ഒരു ഇണചേരൽ ശൃംഖലയുടെ വലുപ്പം ഇതാണ്.

വാസയോഗ്യമായ ചുറ്റുപാടുകളുടെ ദൗർലഭ്യം ഏറിവന്നതാവാം കൂടുതൽ സ്ഥാവരമാകുവാനുള്ള—മുൻപത്തേക്കാൾ സഞ്ചാരങ്ങൾ കുറയ്ക്കുവാനുള്ള—ആദ്യ പ്രചോദനം. ജനസാന്ദ്രതയുടെ വർദ്ധനവ് കൂടുതൽ മെച്ചപ്പെട്ട രീതിയിൽ ആഹാരം സമ്പാദിക്കുവാനും പരുവപ്പെടുത്തിയെടുക്കുവാനുമുള്ള അന്വേഷണങ്ങൾക്ക് ഗതിവേഗം സമ്മാനിച്ചിരിക്കാം. ഏകദേശം 14,000 വർഷങ്ങൾക്കുമുൻപ് കാലാവസ്ഥ മെല്ലെ മെച്ചപ്പെടുവാൻ തുടങ്ങിയപ്പോൾ ഈ പരീക്ഷണങ്ങളിൽ ചിലത് വിജയംകണ്ടിരിക്കാം, മറ്റുചിലത് പരാജയപ്പെട്ടിട്ടുമുണ്ടാവാം. പരീക്ഷണങ്ങളിൽ വിജയിച്ച സംഘങ്ങൾ കൂടുതൽ സ്ഥാവരജീവിതത്തിലേക്ക് (sedentism) തിരിഞ്ഞിരിക്കാം, മറ്റുള്ളവർ പഴയതുപോലെ സഞ്ചാരം തുടർന്നിട്ടുമുണ്ടാവാം.

BCE 12,500 മുതൽ BCE 9500 വരെ ഏകദേശം 3000 വർഷങ്ങൾ നീണ്ടുനിന്ന നറ്റൂഫിയൻ സംസ്കാരം (Natufian culture) ഈ പുതിയ ദ്വന്ദ്വ ജീവിതശൈലിയുടെ പ്രതിരൂപമായാണ് പലപ്പോഴും വർണ്ണിക്കപ്പെടാറുള്ളത്—ജനസമൂഹത്തിന്റെ ചില വിഭാഗങ്ങൾ സ്ഥാവരസ്വഭാവമുള്ളവരായും മറ്റുചില വിഭാഗങ്ങൾ പല അളവിൽ ചലനോന്മുഖരായും ഇരിക്കുന്ന രീതിയാണ് ഇത്. (നറ്റൂഫിയൻ എന്ന വാക്കിന്റെ ഉത്ഭവം പാലസ്തീനിലെ വാദി–അൻ-നറ്റൂഫ് താഴ്വരയിൽനിന്നാണ്. പുരാവസ്തുശാസ്ത്രജ്ഞയായ ഡൊറോത്തി ഗാരോദ് കണ്ടെത്തിയ സംസ്കൃതി ശേഖരത്തെ അവർ 1928ൽ നറ്റൂഫിയൻ സംസ്കാരം എന്നു വിശേഷിപ്പിക്കുകയുണ്ടായി.) ഗോറിങ്-മോറിസിന്റെയും ബെൽഫേർ-കോഹന്റെയും വാക്കുകളിൽ 'കൂടുതൽ അനുകൂലമായ

3 നൈജൽ എ ഗോറിങ്, അന്നാ ബെൽഫേർ–കോഹൻ, 'നിയോലിതൈസേഷൻ പ്രോസസസ് ഇൻ ദി ലിവാന്റ് : ദി ഔട്ടർ എൻവലപ്പ്', *കറന്റ് ആന്ത്രോപോളജി* (ഒക്ടോബർ 2011)

കാലാവസ്ഥയുടെ പശ്ചാത്തലത്തിൽ (ഉദാഹരണമായി തടാകങ്ങളുടെയും ചതുപ്പുകളുടെയും അരികിൽ താമസിച്ചവർ)ചില സംഘങ്ങൾ കുറെയൊക്കെ സ്ഥാവരസ്വഭാവമുള്ളവരായി മാറിയപ്പോൾ ചിലർ ഋതുഭേദങ്ങൾക്കൊപ്പം പാർപ്പിടത്തിൽനിന്നു മാറിത്താമസിച്ചും സമൂഹത്തിന്റെ പാർശ്വങ്ങളിലുള്ള മറ്റുചിലർ അതിൽക്കൂടുതൽ സഞ്ചാരോന്മുഖരായും വർത്തിച്ചു.'

നറ്റൂഫിയൻസ് കല്ലുകൊണ്ടുനിർമ്മിച്ച പലതരം പാത്രങ്ങൾ ധാരാളമായി ഉപയോഗിച്ചിരുന്നു, പ്രത്യേകിച്ചും ഇടിക്കല്ലുകളും അരകല്ലുകളും; ആഹാരം പരുവപ്പെടുത്തിയെടുക്കുന്ന വിദ്യകൾ മെച്ചപ്പെടുത്തുകയും ബലപ്പെടുത്തുകയും ചെയ്തുകൊണ്ടിരുന്നതിന്റെ സൂചനകളാണ് ഇതെല്ലാം. കല്ലുകൊണ്ടുള്ള അരിവാളുകളും–എല്ലുകൊണ്ടുള്ള പിടിയിൽ ഉറപ്പിച്ച കല്ലിന്റെ വായ്ത്തല–അവർ ഉപയോഗിച്ചിരുന്നു. കൊയ്ത്ത്–ചിലപ്പോൾ ചൂരൽ, മുള എന്നിവപോലെയുള്ള പുൽവർഗ്ഗങ്ങളാവാം–നിലവിലുണ്ടായിരുന്നു എന്നതിന്റെ ലക്ഷണമാണിത്. കാട്ടുധാന്യങ്ങൾ കൊയ്തെടുക്കുകയല്ല അവർ ചെയ്തിട്ടുണ്ടാവുക; അങ്ങനെ ചെയ്യുമ്പോൾ അരിവാൾത്തലയ്ക്ക് ഒരു പ്രത്യേക തിളക്കമുണ്ടാകാറുള്ളത് (sickle gloss, ധാന്യച്ചെടികളുടെ സിലിക്ക ധാരാളം അടങ്ങിയ തണ്ടുകൾ അരിയുന്നതിന്റെ ഉപോത്പന്നമായി അരിവാൾത്തലയ്ക്കു ലഭിക്കുന്ന തിളക്കം) ഈ ആയുധങ്ങളിൽ കാണുന്നില്ല. സസ്യങ്ങൾ ശേഖരിക്കുന്നതും ആഹാരം പരുവപ്പെടുത്തുന്നതും കൂടുതൽ ഉത്സാഹത്തോടെ ചെയ്തിരുന്നുവെങ്കിലും അവർ കൃഷി ചെയ്തിരുന്നതിന്റെ ലക്ഷണങ്ങളും കാണുന്നില്ല.

നറ്റൂഫിയൻ സമൂഹങ്ങളിൽ ചിലതിന്റെയെങ്കിലും സംഘബലം കൂടിവന്നിരുന്നു എന്നു ചിന്തിക്കുവാൻ അവകാശമുണ്ട്; 'ഇടംതിരിയ്ക്കൽ' (territoriality) എന്ന സങ്കൽപ്പവും നിലവിൽവന്നുതുടങ്ങിയിരുന്നു. ഉദാഹരണമായി നറ്റൂഫിയൻ ഉത്ഖനനസ്ഥലങ്ങളിൽ ശവമടക്കുവാൻ മാത്രമായി മാറ്റിവെച്ച ഇടങ്ങൾ കാണുവാൻ തുടങ്ങി. നിത്യോപയോഗവസ്തുക്കളായ കല്ലുപാത്രങ്ങൾ തുടങ്ങിയവും വിശേഷവസ്തുക്കളായ പച്ചക്കല്ലുകൾ, മറ്റു ധാതുക്കൾ, മൊളസ്ക്കുകൾ (കക്ക, കല്ലുമ്മക്കായ തുടങ്ങിയവ) എന്നിവയുമൊക്കെ കൈമാറ്റം ചെയ്യുന്ന ശൃംഖലകളും നിലവിലുണ്ടായിരുന്നു. പുതിയ കുടിൽവ്യവസായങ്ങൾക്ക് തുടക്കമായി; കൊട്ടനെയ്ത്ത്, പായനെയ്ത്ത് തുടങ്ങിയ പ്രവൃത്തികൾക്കായി ചേർത്തിണക്കിയെടുത്ത എല്ലുകൊണ്ടുള്ള നിർമ്മിതികൾ ധാരാളമായുണ്ടായിരുന്നു എന്നു സൂചിപ്പിക്കുന്ന പുരാവസ്തു സാക്ഷ്യങ്ങൾ ലഭിച്ചിട്ടുണ്ട്. പുതിയ താപനവിദ്യകളുടെയും തെളിവുകളുണ്ട്–ഭിത്തികളിൽ പൂശുന്നതിനുള്ള കുമ്മായക്കൂട്ടു നിർമ്മാണം, ചൂളയിൽവെച്ച കളിമണ്ണ്, ചുവന്ന മണ്ണ് എന്നിവ ഇതിന് ഉദാഹരണങ്ങളാണ്.

നറ്റൂഫിയൻ സംസ്കാരം പക്ഷേ അധികകാലം നിലനിന്നില്ല. വരണ്ടുണങ്ങിയ യങർ ഡ്രയാസ് കാലഘട്ടത്തിന്റെ (12,900 വർഷങ്ങൾക്കും 11,700 വർഷങ്ങൾക്കും ഇടയ്ക്ക്) വിനാശകരമായ സ്വാധീനങ്ങളാവാം ഇതിനു കാരണം. ആദ്യകാല നറ്റൂഫിയൻ നിർമ്മിതികൾ അണുകുടുംബങ്ങളെക്കാൾ വലുപ്പംകൂടിയ യൂണിറ്റുകളെ ഉൾക്കൊള്ളുന്ന ഉറപ്പും വലുപ്പവുമുള്ള കെട്ടിടങ്ങളായിരുന്നു; പിന്നീട് അവയുടെ വലുപ്പം കുറഞ്ഞുവന്നു. സഞ്ചാരോ

ന്മുഖത കൂടിവന്നതുകൊണ്ട് പല ഭാഗങ്ങളും ഉപേക്ഷിക്കപ്പെടുകതന്നെ ചെയ്തു. നറ്റൂഫിയൻ സംസ്കാരത്തിന്റെ ഉറച്ചുനിൽക്കാത്ത സ്വഭാവത്തിനു കാരണമായത് ചിലപ്പോൾ കാലാവസ്ഥയുടെ ചാഞ്ചല്യവും അതിനോട് അവർ പ്രതികരിച്ച രീതിയുമാവാം.

ലിവാന്റിൽ നറ്റൂഫിയൻസ് മാത്രമല്ല പുതിയ പരീക്ഷണങ്ങളിൽ ഏർപ്പെട്ടിരുന്നത്. മദ്ധ്യ യൂഫ്രട്ടീസിൽ മുറേയ്ബിറ്റിനടുത്ത് അബു ഹുറേറാ എന്ന ഉത്ഖനനസ്ഥലത്തുനിന്നു കിട്ടിയ തെളിവുകൾ വ്യക്തമാക്കുന്നത് BCE 11,000 അടുപ്പിച്ച് ഇവിടെയുണ്ടായിരുന്ന താമസക്കാർ കാട്ടുഗോതമ്പും വരകും (rye) കൊയ്തെടുത്തിരുന്നു എന്നാണ്. യഥാർത്ഥത്തിൽ, 10,700 BCE മുതൽതന്നെ വരക് വളർത്തുസസ്യത്തിന്റെ സ്വഭാവങ്ങൾ കാണിച്ചുതുടങ്ങിയിട്ടുണ്ട്. ശാസ്ത്രജ്ഞർക്കിടയിൽ ഇതേക്കുറിച്ച് ഇപ്പോഴും തർക്കങ്ങൾ നിലവിലുണ്ട്, വിഷയം അവസാനിച്ചിട്ടുമില്ല; പക്ഷേ ഈ കണ്ടുപിടുത്തം ശരിയാണെന്നു തെളിഞ്ഞാൽ ഏതെങ്കിലും ധാന്യം വളർത്തിയെടുത്തതിന്റെ ആദ്യത്തെ തെളിവാകും ഇത്. എന്നുവെച്ച് ഈ വഴി എവിടേക്കും എത്തുന്നില്ല–പശ്ചിമേഷ്യയിലെ കാർഷികമേഖലയിൽ വരക് ഒരു മുഖ്യ ഘടകം ആയതേയില്ല; അബു ഹുറേറയാകട്ടെ, യങർ ഡ്രയാസിന്റെ അന്ത്യഘട്ടത്തിൽ മിക്കവാറും ഉപേക്ഷിക്കപ്പെടുകയും ചെയ്തു.

ഏകദേശം 11,700 വർഷങ്ങൾക്കുമുൻപ് ലോകം അതിവേഗം ചൂടുപിടിക്കുവാൻ–ആഗോള താപനില ശരാശരി ഏഴു ഡിഗ്രി സെലിഷ്യസ് വരെ ഉയർന്നു–ആരംഭിച്ചപ്പോൾ യങർ ഡ്രയാസ് കാലഘട്ടത്തിന്റെ കഷ്ടപ്പാടുകൾ താനേ മറഞ്ഞുപോയി. നട്ടുവളർത്തിയ ധാന്യവർഗ്ഗങ്ങളുടെ അല്ലെങ്കിൽ കാട്ടു ധാന്യവർഗ്ഗങ്ങൾ 'കൈകാര്യം ചെയ്തിരുന്നതിന്റെ ' (management) എങ്കിലും തെളിവുകൾ 'ഉർവരേന്ദുകല'യുടെ (Fertile Crescent) വിശാലപ്രവിശ്യകളിൽനിന്ന് ഉടനടി ലഭിച്ചുതുടങ്ങി എന്ന് പുരാവസ്തുഗവേഷകർ നമ്മോട് പറയുന്നു. 'കൈകാര്യം ചെയ്യൽ' അഥവാ മാനേജ്മെന്റ് എന്നതുകൊണ്ട് അവർ ഉദ്ദേശിക്കുന്നത് കാട്ടുചെടികളെയും മൃഗങ്ങളെയും പിന്നീടുള്ള ഭക്ഷ്യോപയോഗത്തിനായി പല രീതികളിൽ സംരക്ഷിക്കുന്നതിനെയാണ്. സോദ്ദേശ്യമായ കൃഷി മുതൽ കാട്ടുവിളകളെ ശ്രദ്ധയോടെ സംരക്ഷിക്കുകയും കൊയ്തെടുക്കുകയും ചെയ്യുന്നതുവരെ കൈകാര്യം ചെയ്യലിൽപ്പെടും.

നട്ടുവളർത്തിയ ഗോതമ്പുവർഗ്ഗങ്ങളുടെ–എമ്മറും എയിൻകോണും–ആദ്യത്തെ തെളിവു ലഭിക്കുന്നത് ലിവാന്റിലെ അപ്പർ യൂഫ്രട്ടീസ് താഴ്വരയിൽനിന്നാണ്; 8500 BCE- 8200 BCE ആണ് ഇതിന്റെ പഴക്കം. ബാർലി വളർത്തിയതിന്റെ തെളിവുകളിൽ ഏറ്റവും പഴക്കമേറിയ തെളിവെന്ന് കൃത്യമായി കണക്കാക്കപ്പെട്ടത് ഏകദേശം 8000 BCEയിൽ നിന്നാണ്. അക്കാലമായപ്പോഴേക്കും ബാർലിയുടെ സാന്നിദ്ധ്യം ഉർവരേന്ദുകലയിൽ എല്ലായിടത്തും അനറ്റോളിയൻ പീഠഭൂമിയിലും രേഖപ്പെടുത്തപ്പെട്ടിട്ടുണ്ട്.

നേരെ മറിച്ച്, ആടുവളർത്തലിന്റെ ആദ്യതെളിവുകൾ കിട്ടിയത് സർഗോസ് പർവ്വതപ്രവിശ്യയുടെ മദ്ധ്യഭാഗത്തുള്ള ഗഞ്ച്–ഡാരെ എന്ന ആവാസകേന്ദ്രത്തിൽനിന്നാണ്; 7900 BCE ആണ് വർഷം. ആടുകളുടെ ഈ സ്വാഭാവിക ആവാസവ്യവസ്ഥയിൽ പുരാവസ്തുഗവേഷകർ ഇടയവൃത്തിയുടെ പ്രകടമായ

മുദ്ര കണ്ടെത്തുകയുണ്ടായി: ആണാടുകളെ ചെറുപ്രായത്തിൽ വെട്ടിയതിന്റെയും പെണ്ണാടുകളെ പ്രായംചെന്നശേഷം വെട്ടിയതിന്റെയും ലക്ഷണങ്ങൾ. ഇടയവൃത്തിയുടെ ശക്തമായ സൂചകമാണ് ഇത്. കാരണം, ഇടയർ സാധാരണയായി പ്രായംകുറഞ്ഞ ആണാടുകളെ കൊന്നുകളയുകയും പെണ്ണാടുകളെ പ്രത്യുത്പാദനത്തിനായും ചിലപ്പോൾ പാലിന്റെ ആവശ്യത്തിനായും വളർത്തുകയുമാണ് ചെയ്യാറ്. ഏകദേശം 7500 BCE അടുപ്പിച്ച് ജനവാസം ആരംഭിച്ച തെക്കു പടിഞ്ഞാറൻ ഇറാനിലെ അലി കോഷ് എന്ന ആവാസകേന്ദ്രത്തിലും ഇതേ സമ്പ്രദായം കണ്ടെത്തിയിട്ടുണ്ട്. ആടുകളുടെ സ്വാഭാവിക ആവാസവ്യവസ്ഥയുടെ പരിധിക്കു പുറത്താണ് അലി കോഷ് എന്നത്, ഇടയവൃത്തി പിന്തുടർന്നിരുന്നവർ തങ്ങളുടെ പറ്റങ്ങളെ പുത്തൻ പ്രവിശ്യകളിലേക്ക് കൊണ്ടുപോയിത്തുടങ്ങിയിരുന്നു എന്നതിന്റെ സാക്ഷ്യമാണ്.

ഗഞ്ച് ഡാരെയിലും അലി കോഷിലും തികവാർന്ന ഇടയവൃത്തിയുടെ ലക്ഷണങ്ങളുണ്ട് എങ്കിലും അതിനും മുൻപുതന്നെ 'മൃഗങ്ങളെ കൈകാര്യം ചെയ്തിരുന്നതിന്റെ' അഥവാ 'ഗെയിം മാനേജ്മന്റിന്റെ' സൂചനകളുമുണ്ട്– അത് ഇടയവൃത്തിയോളം എത്തിക്കാണില്ല.[4] ഏതുവഴിക്കായാലും 8000 BCE ക്കും 7000 BCE ക്കും ഇടക്കുള്ള കാലഘട്ടത്തിൽ പ്രസ്തുത പ്രദേശങ്ങളിൽ ആടുവളർത്തിയിരുന്നതിന്റെ ലക്ഷണങ്ങൾ വ്യാപകമായി കണ്ടുതുടങ്ങി. അതോടെ ആവാസകേന്ദ്രത്തിലെ മൃഗാവശിഷ്ടങ്ങളിൽ വേട്ടയാടി കിട്ടിയിരുന്ന കലമാനുകളെക്കാൾ ആടുകളായി അധികം. ഈ മാറ്റം ഏറ്റവും ഒടുവിൽ സംഭവിച്ചത് ലിവാന്റിലും (7200 BCE) ഉർവരേന്ദുകലയുടെ കിഴക്കേ തുമ്പത്തും (7000 BCE) ആണ്.

പുരാവസ്തുഗവേഷകയായ മെലിൻഡ എ സെഡറിന്റെ അഭിപ്രായത്തിൽ കന്നുകാലികളെ (ബോസ് ടോറസ്) മെരുക്കിയെടുത്തതിന് ഈ പ്രദേശത്തുനി

---

4 ഉദാഹരണമായി, വടക്കു പടിഞ്ഞാറൻ സാഗ്രോസ് പ്രവിശ്യയിലെ സാവി ഷെമി ഷാനിദർ ഉത്ഖനനകേന്ദ്രത്തിൽ പുരാവസ്തുഗവേഷകനായ ഡി. പെർകിൻസ് ജൂനിയർ കണ്ടെത്തിയത് രണ്ടോ മൂന്നോ വയസ്സു പ്രായമുള്ള ആൺ ചെമ്മരിയാടുകൾ മാത്രം അടങ്ങിയ ഇരകളുടെ അവശിഷ്ടങ്ങളാണ്. അത് സാധാരണയായി കാണുന്ന വേട്ടയുടെ രീതിയിൽനിന്നും (അധികവും പ്രായപൂർത്തിയെത്തിയ ആൺ മൃഗങ്ങൾ) ഇടയവൃത്തിയുടെ രീതിയിൽനിന്നും (പ്രായം കുറഞ്ഞ ആൺ മൃഗങ്ങളും പ്രായംചെന്ന പെൺ മൃഗങ്ങളും) വ്യത്യസ്തമാണ്. സാവി ഷമിയിൽനിന്ന് 300 കിലോമീറ്റർ വടക്കുപടിഞ്ഞാറായി സ്ഥിതിചെയ്യുന്ന ഹല്ലാൻ സെമിയിലുള്ള മറ്റൊരു ഉത്ഖനനപ്രദേശത്ത് കണ്ടതും ഇതേ രീതിയാണ്. ഹല്ലാൻ സെമിയിൽ ഉത്ഖനനപ്രവർത്തനങ്ങൾ നടത്തിയിരുന്ന പുരാവസ്തുശാസ്ത്രജ്ഞനായ റിച്ചാർഡ് റെഡ്ഡിംഗ് ഇതിനെ വിശദീകരിക്കുന്നത് ഇങ്ങനെയാണ്: ചെറുപ്പവും ആരോഗ്യവുമുള്ള മൃഗങ്ങളെ വേട്ടയാടുന്ന സമ്പ്രദായത്തിന്റെ ഒരു വകഭേദമായ ഈ രീതി തദ്ദേശീയമൃഗങ്ങളുടെ പറ്റങ്ങളിൽ കടുത്ത സമ്മർദ്ദങ്ങൾക്ക് വിധേയമാക്കുന്ന ഒന്നാണ്. ഒരിടത്തുതന്നെ വാസമുറപ്പിച്ച വേട്ടക്കാർ ആ ഭാഗത്തുള്ളവയിൽ ആരോഗ്യവും ചെറുപ്പവുമുള്ള ആൺമൃഗങ്ങളെ അത്യധികമായി ചൂഷണം ചെയ്തത് മറ്റു പ്രദേശങ്ങളിൽനിന്നുള്ള പ്രായംകുറഞ്ഞ ആൺമൃഗങ്ങളെ ഈ പ്രദേശത്തേക്ക് ആകർഷിച്ചിട്ടുണ്ടാവാമെന്ന് അദ്ദേഹം വാദിക്കുന്നു. വേട്ടയാടലിന്റെ ഈ രീതി ഒരു 'ആൺകുഴി' (male sink) സൃഷ്ടിച്ചിട്ടുണ്ടാവാം, അതുവഴി പ്രായംകുറഞ്ഞ ആൺമൃഗങ്ങളുടെ നിരന്തരമായ ലഭ്യത ഉറപ്പുവരുത്തിയിട്ടുണ്ടാവാം, മൃഗങ്ങളുടെ പറ്റം എപ്പോഴും ഊർജ്ജസ്വലമായി വർത്തിച്ചിട്ടുമുണ്ടാവാം. വേട്ടമൃഗങ്ങളെ ഫലപ്രദമായി കൈകാര്യംചെയ്യുന്ന ഈ 'ഗെയിം മാനേജ്മന്റ്' രീതി ഇതേ പ്രദേശത്തുള്ള കോർട്ടിക് റ്റീപ്പ് (8900 BCE) എന്ന മറ്റൊരു ഉത്ഖനനകേന്ദ്രത്തിലും നിരീക്ഷിക്കപ്പെട്ടിട്ടുണ്ട്.

ന്നു ലഭിച്ച സാക്ഷ്യങ്ങൾക്ക് ഇപ്പോഴും രൂപരേഖ മാത്രമേ ആയിട്ടുള്ളൂ. 2011ൽ പ്രസിദ്ധീകരിച്ച ഒരു പഠനത്തിൽ മേലെ യൂഫ്രട്ടീസ് താഴ്‌വരയിൽനിന്നും മദ്ധ്യ യൂഫ്രട്ടീസ് താഴ്‌വരയിൽനിന്നും ലഭിച്ചിട്ടുള്ള കന്നുകാലികളുടെ 9000 BCE ക്കും 8000 BCE ക്കും ഇടയിൽ പഴക്കമുള്ള അവശിഷ്ടങ്ങൾ കാട്ടു ഒറോക്കുകളുടെ (ഒരുതരം യൂറേഷ്യൻ പോത്ത്) വലിപ്പത്തിന്റെ പരിധിയിൽ പെടുന്നതാണെങ്കിലും ചില ഖനനസ്ഥലങ്ങളിൽ ലിംഗപരമായ വലുപ്പവ്യത്യാസം കുറഞ്ഞുവരുന്നതിന്റെ ലക്ഷണങ്ങളും കണ്ടിട്ടുണ്ട്.[5] അതേ പ്രദേശത്തുള്ള മറ്റുചില സമകാലീനമായ ഖനനസ്ഥലങ്ങളിൽ നിന്നു ലഭിച്ച കന്നുകാലികൾ അപ്പോഴും ലിംഗപരമായ വലുപ്പവ്യത്യാസം വലിയതോതിൽ പ്രദർശിപ്പിച്ചുകാണുന്നുമുണ്ട്–ഇവ പ്രതിനിധാനം ചെയ്യുന്നത് കാട്ടിൽ ജീവിക്കുന്ന, വേട്ടയാടപ്പെട്ട കന്നുകാലികളെയാണ് എന്ന് കണക്കാക്കാം. സെഡറിന്റെ അഭിപ്രായത്തിൽ കന്നുകാലിവളർത്തലിന്റെ നാഡീകേന്ദ്രമായ ഈ പ്രദേശത്തുനിന്ന് വളർത്തുമൃഗങ്ങളായ കന്നുകാലികൾ മെല്ലെ വ്യാപിച്ച് ഏറിവന്നാൽ 7500 -7000 BCE അടുപ്പിച്ചുമാത്രമാണ് ലിവാന്റിന്റെ തെക്കേയറ്റത്തേക്ക് എത്തിച്ചേർന്നത്; 6500 BCE അടുപ്പിച്ച് തെക്കൻ സാഗ്രോസിലും.

അപ്പോൾ നമുക്കു കിട്ടുന്ന വിശാലമായ ഒരു ചിത്രം ഇതാണ്–അവസാനത്തെ ഹിമയുഗത്തിൽ, വ്യത്യസ്ത ദേശങ്ങൾ വ്യത്യസ്തമായ സംഭാവനകൾ വ്യത്യസ്ത കാലഘട്ടങ്ങളിൽ നൽകിയും, ഒരേ ജീവജാതിയെ തന്നെ ഒന്നിലധികം സന്ദർഭങ്ങളിൽ ഇണക്കിവളർത്തിയ സംഭവങ്ങളിലൂടെയും, തെറ്റിയും തെറിച്ചും മുന്നോട്ടുനീങ്ങിയ ഇണക്കിവളർത്തൽ പ്രക്രിയ–സസ്യങ്ങളുടെയും മൃഗങ്ങളുടെയും–9500 BCE ക്കും 6500 BCE ക്കും ഇടയിൽ, അതായത് യങ്ങർ ഡ്രയാസ് അവസാനിച്ച ഉടൻ തുടങ്ങി ഹോളോസീനിന്റെ തുടക്കത്തിൽ അവസാനിച്ച 3000 വർഷങ്ങളിൽ, ഉർവരേന്ദുകലയുടെ ഒട്ടുമിക്കഭാഗങ്ങളിലും പരന്നുകഴിഞ്ഞിരുന്നു.

നാം നേരത്തേ കണ്ടതുപോലെ പരിവർത്തനങ്ങൾ സംഭവിച്ചുകൊണ്ടിരിക്കെത്തന്നെ മനുഷ്യർ അവരുടെ സസ്യങ്ങളെയും മൃഗങ്ങളെയും–ചിലപ്പോൾ ഇണക്കിയെടുക്കൽ പ്രക്രിയ നടന്നുകൊണ്ടിരിക്കുമ്പോൾ തന്നെ, ചിലപ്പോൾ അതുപോലുമല്ലാതെ–ഒപ്പംകൂട്ടിക്കൊണ്ട് പുതിയ സ്ഥലങ്ങളിലേക്ക് കുടിയേറിക്കൊണ്ടിരുന്നു. ഉർവരേന്ദുകലയിലെത്തന്നെ പല സ്ഥലങ്ങളും സസ്യങ്ങളുടെയും മൃഗങ്ങളുടെയും ഇറക്കുമതിക്ക് സാക്ഷ്യം വഹിച്ചു. തെക്കൻ ലിവാന്റിലെ ആടുകൾ ഇതിന് ഒരു ഉദാഹരണമാണ്. പുതിയൊരു പ്രദേശത്തേക്ക് സസ്യങ്ങളെയും മൃഗങ്ങളെയും കൊണ്ടുവന്നതിന്റെ ഏറ്റവും കൗതുകാവഹമായ ഉദാഹരണം സൈപ്രസ് ആണ്; ഏകദേശം 8500 BCE അടുപ്പിച്ച് കുടിയേറ്റക്കാർ അവിടെ പുതിയ മൃഗങ്ങളെയും സസ്യങ്ങളെയും കൊണ്ടുവന്നിട്ടുണ്ട്. എവിടെനിന്നാണ് ഈ കുടിയേറ്റക്കാർ വന്നതെന്ന് വ്യക്തമല്ല എങ്കിലും വടക്കൻ ലിവാന്റിലെ തീരദേശവനങ്ങളിൽനിന്നാകാം എന്നതിന്റെ സൂചനകളുണ്ട്–ആ കാലഘട്ടത്തിൽ അവിടങ്ങളിൽ ജനപ്പെരുപ്പം ഉണ്ടായിട്ടുണ്ടാകുവാൻ സാദ്ധ്യതയുണ്ട്.

5 മെലിൻഡ സെഡർ, 'ദി ഒറിജിൻസ് ഓഫ് അഗ്രികൾച്ചർ ഇൻ ദി നിയർ ഈസ്റ്റ്', *കറന്റ് ആന്ത്രോപോളജി* (ഒക്ടോബർ 2011)

ആ പ്രദേശത്തെ പുരാവസ്തുപരമായ തെളിവുകൾ വ്യക്തമാക്കുന്നത് അവിടേക്കുവന്ന കുടിയേറ്റക്കാർ വളർത്തു ബാർലിയും ഗോതമ്പും (എയിൻകോണും എമ്മെറും) കൂടാതെ, ഇണക്കിയെടുത്തവയല്ലെങ്കിലും 'കൈകാര്യം ചെയ്തുപോന്ന' കന്നുകാലികളെയും ആടുകളെയും കൂടെ കൊണ്ടുവന്നിരുന്നു എന്നാണ്. സെഡർ എഴുതുന്നു: 'മേലെ യൂഫ്രട്ടീസ് താഴ്‌വരയിൽ ആദ്യത്തെ നട്ടുവളർത്തപ്പെട്ട -രൂപശാസ്ത്രപരമായി– എയിൻകോണും എമ്മറും കണ്ടെത്തിയ അതേസമയത്തുതന്നെ (രൂപശാസ്ത്രപരമായി പരിവർത്തനം ചെയ്യപ്പെട്ട വളർത്തു ബാർലിയുടെ കൃത്യമായ തെളിവിനും മുൻപ്), ഉർവരേന്ദുകലയുടെ മുഖ്യപ്രവിശ്യകളിൽ മൃഗങ്ങളെ കൈകാര്യം ചെയ്യുന്നതിന്റെ ആദ്യലക്ഷണങ്ങൾ കണ്ടുതുടങ്ങിയ അതേസമയത്തുതന്നെ, കൈകാര്യംചെയ്യപ്പെട്ട ഈ സസ്യങ്ങളെയും മൃഗങ്ങളെയും, അവയെ എങ്ങനെ വിജയകരമായി പരിപാലിക്കാമെന്ന അറിവിനോടൊപ്പം മനുഷ്യർ തോണികളിൽ കയറ്റുകയും ലീവന്റിന്റെ തീരത്തുനിന്ന് 160 കിലോമീറ്റർ അകലെയുള്ള ഒരു ദ്വീപിലേക്ക് പോവുകയും ചെയ്തിട്ടുണ്ട് എന്നാണ് ഇതിൽനിന്ന് മനസ്സിലാക്കേണ്ടത്.'

ഈ മൃഗങ്ങളിലൊന്നും തന്നെ സൈപ്രസിൽ പ്രകൃത്യാ ഉണ്ടായിരുന്നതല്ല. എന്നിട്ടുപോലും കുടിയേറ്റക്കാർ അവയെ ഇറക്കുമതി ചെയ്യുവാൻ കാണിച്ച ആത്മവിശ്വാസവും അവയെ സ്വന്തം ആവശ്യങ്ങൾക്കായി ഉപയോഗിക്കുന്നതിൽ നേടിയ വിജയവും തെളിയിക്കുന്നത്, വികസിച്ചുവരുന്ന ഈ വളർത്തുജാതികളുടെമേൽ മനുഷ്യനുണ്ടായിരുന്ന നിയന്ത്രണം വൻകരയിലുള്ളതിനേക്കാൾ ഇവിടെ പ്രകടമാണ് എന്ന വസ്തുതയാണെന്ന് സെഡർ അഭിപ്രായപ്പെടുന്നു.

മെഹർഗഡിലേക്കുള്ള വഴി

ഈ പശ്ചാത്തലം മനസ്സിൽ ഉറപ്പിച്ചുകൊണ്ടുവേണം ഇത്രയും ചർച്ചകളിലേക്കു നയിച്ച ചോദ്യത്തിലേക്കു തിരിച്ചുപോകുവാൻ: മെഹർഗഡ് നിവാസികൾ എവിടെനിന്നാണ് വന്നത്? മറ്റുചില സംഗതികളുംകൂടി പരിഗണിക്കേണ്ടതായുണ്ട്. ഉദാഹരണമായി, കൂടുതൽ ഊഷ്മളവും ആർദ്രവുമായ ഹോളോസീൻ കാലാവസ്ഥയിൽപ്പോലും ഭാഗിക വരൾച്ച അനുഭവപ്പെടുന്ന കച്ച് സമതലത്തിലാണ് മെഹർഗഡ് സ്ഥിതിചെയ്യുന്നത്; അപ്പോൾ ഹിമയുഗവും അതിനുശേഷം യങർ ഡ്രയാസ് കാലഘട്ടവും കാരണമായി ഏകദേശം 9700 BCE വരെ അത് മരുപ്രദേശം പോലെയായിരുന്നിരിക്കണം. അതിനാൽ, ഏകദേശം 7000 BCE മുതൽ മെഹർഗഡിലെ തങ്ങളുടെ വാസത്തിന്റെ തെളിവുകൾ അവശേഷിപ്പിച്ചു പോയവർ ആരായിരുന്നാലും അതിനുമുൻപ് ഏതാനും സഹസ്രാബ്ദങ്ങളിൽക്കൂടുതൽ അവിടെ സൗഖ്യമായി വസിച്ചിരിക്കുവാൻ ഇടയില്ല. കാലാവസ്ഥ മാറുകയും മരുപ്രദേശങ്ങൾ പച്ചപിടിക്കുകയും സസ്യഭോജികൾ ആഹാരം തേടി അവിടെയെത്തുകയും അവർക്കുപുറകേ മാംസഭോജികൾ ഇരതേടി എത്തുകയും ചെയ്തപ്പോൾ മാത്രമാവണം അവിടം പറയത്തക്ക ജനവാസമുള്ളതായി മാറിയത്. അവർക്കെല്ലാം പുറകേ മനുഷ്യരും എത്തിയെന്നത് പ്രത്യേകം പറയേണ്ടതില്ലല്ലോ. അവർ എവിടെനിന്നാവണം വന്നിട്ടുണ്ടാവുക? വിശാലമായ രണ്ടു സാദ്ധ്യതക

ളാണുള്ളത്: ഒന്നുകിൽ അവർ ഇന്ത്യയുടെ മദ്ധ്യഭാഗത്തോ തെക്കുഭാഗത്തോ കിഴക്കുഭാഗത്തോ ഉള്ള സ്വന്തം ശൈത്യകാലതാവളങ്ങളിൽനിന്ന് പടിഞ്ഞാട്ട് വ്യാപിച്ചുകൊണ്ടിരുന്ന ആദ്യത്തെ ഇന്ത്യക്കാരാവണം; അല്ലെങ്കിൽ ഇറാനിലെ ആദിമനിവാസികൾ കിഴക്കോട്ട് വ്യാപിച്ചതാവണം. അതുമല്ലെങ്കിൽ രണ്ടും ഒരേസമയത്തോ ഒന്നിനു തൊട്ടുപുറകേ ഒന്നായോ സംഭവിച്ചുകാണണം—ഒരു സമ്മിശ്രജനതയെ അത് സൃഷ്ടിച്ചിട്ടുമുണ്ടാകണം.

ഈ വിഷയത്തിൽ പരിഗണിക്കേണ്ട ഒരു സുപ്രധാനഘടകം ശൈത്യകാല വർഷങ്ങളും ശൈത്യകാലവിളകളും പ്രധാനപങ്കുവഹിക്കുന്ന പശ്ചിമേഷ്യൻ കാലാവസ്ഥാമണ്ഡലത്തിന്റെ വക്കത്താണ് മെഹർഗഡ് സ്ഥിതിചെയ്യുന്നത് എന്ന വസ്തുതയാണ്. അതിന്റെ കിഴക്കുഭാഗത്ത് മൺസൂൺകാലവർഷങ്ങളാലും വേനൽമഴകളാലും വേനൽവിളകളാലും സമൃദ്ധമായ ഇന്ത്യൻ കാലാവസ്ഥാമണ്ഡലമാണ്. അതുകൊണ്ടുതന്നെ, ആദ്യത്തെ ഇന്ത്യക്കാർക്ക് മദ്ധ്യേന്ത്യയിൽനിന്ന് അല്ലെങ്കിൽ ദക്ഷിണേന്ത്യയിൽനിന്ന് വടക്കുപടിഞ്ഞാട്ട് സഞ്ചരിക്കുകയെന്നാൽ അപരിചിതമായ പ്രവിശ്യകളിലേക്ക് നീങ്ങുകയെന്നതാവും അർത്ഥം. അതേ പ്രദേശത്തു നീങ്ങുന്ന ഇറാൻകാർക്കാകട്ടെ അതൊരു കളം വലുതാക്കൽ മാത്രമേ ആകുന്നുള്ളൂ; കാലാവസ്ഥയിലോ സസ്യങ്ങളുടെ സമ്പ്രദായത്തിലോ മാറ്റമൊന്നും പ്രകടമായി ഉണ്ടാകുന്നില്ല. കിഴക്കുനിന്നു വരുന്നവർക്ക് മെഹർഗഡിൽ വേരുപിടിക്കുവാൻ സാധിക്കില്ല എന്നല്ല ഉദ്ദേശിച്ചത്; കാരണം കാലാവസ്ഥാമണ്ഡലങ്ങൾ മറികടക്കുവാൻ കഴിവില്ലാത്തവരായിരുന്നെങ്കിൽ ആധുനികമനുഷ്യർ ആഫ്രിക്കയിൽനിന്നുതന്നെ പുറത്തുകടക്കുകയില്ലായിരുന്നല്ലോ.

മെഹർഗഡ് എങ്ങനെയാണ് നിലവിൽവന്നത് എന്നറിയണമെങ്കിൽ അപ്പോൾ നാം തെളിവുകളുടെ മറ്റു തുണ്ടുകൾകൂടി കൂട്ടിയോജിപ്പിക്കേണ്ടിവരും. അതുചെയ്യുംമുൻപ് ഒരു കാര്യം ഓർമ്മിക്കണം: അന്ന് ഇന്ത്യയുമില്ല ഇറാനുമില്ല, അതുകൊണ്ടുതന്നെ പ്രസ്തുത ഭാഗത്തേക്ക് കടന്നുവന്നവർക്ക് ഈ വാക്കുകളൊക്കെ നിരർത്ഥകങ്ങളാണ്. ഇവിടെ ഈ പദങ്ങൾ ഉപയോഗിക്കുന്നത് ആ കാലഘട്ടത്തെ മനസ്സിലാക്കുവാനായി ഭൂമിശാസ്ത്രപരമായ ചില ഏകദേശനിർണ്ണയങ്ങൾക്കുവേണ്ടിയാണ്.

തെളിവുകൾ തിരഞ്ഞുപോകുമ്പോൾ ചെയ്യേണ്ട ഒരുകാര്യം മെഹർഗഡിൽ കണ്ടെത്തിയതും അതിന്റെ കിഴക്കുഭാഗത്തുനിന്നും പടിഞ്ഞാറുഭാഗത്തുനിന്നും കണ്ടെത്തിയതും തമ്മിൽ ഒത്തുനോക്കുക എന്നതാണ്. കിഴക്കുഭാഗത്തുനിന്ന് കൃഷിയുടെ തെളിവുകൾ ആദ്യം ലഭിച്ചത് ഗുജറാത്തിൽനിന്നും കിഴക്കൻ രാജസ്ഥാനിൽനിന്നും ആണ് (ഏകദേശം 3700 BCE); തെക്കേഇന്ത്യയിൽനിന്നും കിഴക്കേ ഇന്ത്യയിൽനിന്നും 3000 BCE അടുപ്പിച്ച്; മദ്ധ്യപ്രദേശിലെ മാൾവയിൽനിന്ന് 2000 BCE അടുപ്പിച്ച്; വിന്ധ്യാ പ്രവിശ്യയിൽനിന്ന് 1700 BCE അടുപ്പിച്ച്; കാശ്മീരില്നിന്നും സ്വാത് താഴ്വരയിൽനിന്നും 1500 BCE അടുപ്പിച്ച്. (വടക്കുകിഴക്കൻ ഇന്ത്യയിൽ നടന്നിട്ടുള്ള ഉത്ഖനനങ്ങൾ അവിടെ കൃഷി എന്നാണു തുടങ്ങിയതെന്ന് അനുമാനിക്കുവാൻ തീരെ അപര്യാപ്തങ്ങളാണ്.) ഇവയെല്ലാംതന്നെ മെഹർഗഡിന് ആയിരത്താണ്ടുകൾക്കിപ്പുറമാണ്, അതിനാൽ താരതമ്യപഠനത്തിന് ഇവയൊന്നും കളമൊരുക്കുന്നില്ല.

അത്തരമൊരു താരതമ്യത്തിന് വേദിയൊരുക്കുന്ന ഒരേയൊരിടം മദ്ധ്യ ഗംഗാതടമാണ് (Middle Ganga region); അവിടെ മേൽഗംഗാസമതലത്തിന്റെ മേൽഭാഗത്ത് (Upper Ganga region) ഉത്തർപ്രദേശിലുള്ള സന്ത് കബീർ നഗർ ജില്ലയിൽ സ്ഥിതിചെയ്യുന്ന ലഹുരദേവയിൽ ഏകദേശം 7000 BCE കാലഘട്ടത്തിലെ നെൽകൃഷിയുടെയും തമ്പടിച്ചുള്ള സ്ഥാവരജീവിതത്തിന്റെയും മൺപാത്രനിർമ്മാണത്തിന്റെയും സുവ്യക്തമായ തെളിവുകളുണ്ട്. കാട്ടുനെല്ല് കൊയ്തെടുക്കുന്നതിൽ ആരംഭിച്ച് വളർത്തുനെല്ലിനങ്ങൾ കൃഷിചെയ്തുതുടങ്ങുംവരെയുള്ള ക്രമാനുഗതമായ വളർച്ച എങ്ങനെയാണെന്നതിനെക്കുറിച്ച് കൃത്യമായ അറിവില്ല. എങ്കിലും ലഹുരദേവയിൽനിന്നുള്ള സാക്ഷ്യങ്ങൾ സൂചിപ്പിക്കുന്നത് കാർഷികപരീക്ഷണങ്ങൾ ദക്ഷിണേഷ്യയിൽ പലയിടത്തും ഒരേസമയം നടക്കുന്നുണ്ടായിരുന്നു എന്നും മെഹർഗഢ് ഒറ്റപ്പെട്ട സംഭവം ആയിരുന്നില്ലെന്നുമാണ്. മെഹർഗഢുമായി അതിനെ താരതമ്യപ്പെടുത്തുന്നതിന് വിഘാതമായിനിൽക്കുന്നത് ഒന്നേയുള്ളൂ—ലഹുരദേവയിൽ കൊയ്തെടുത്തതോ കൃഷിചെയ്തെടുത്തതോ ആയ ചെടി / വിളവ് നെല്ലാണ്; മെഹർഗഢിലെപ്പോലെ ഗോതമ്പോ ബാർലിയോ—പിന്നീട് ഹാരപ്പൻ സംസ്കാരത്തിന്റെ ആധാരമായിമാറിയവ—അല്ല.

എന്തുകൊണ്ട് പ്രസ്തുത കാലഘട്ടത്തിൽ ലഹുരദേവയിലെ പരീക്ഷണങ്ങൾ നെല്ലിനെ അടിസ്ഥാനമാക്കിയ ഒരു സംസ്കാരമായി മദ്ധ്യ ഗംഗാ പ്രവിശ്യയിൽ വികാസം പ്രാപിച്ചില്ല? പരിസ്ഥിതിപരമായതോ മറ്റെന്തെങ്കിലുമോ കാരണങ്ങൾകൊണ്ട് ലഹുരദേവയിൽ മെഹർഗഢിലെയോ പശ്ചിമേഷ്യയിലെയോ പോലെ ഒന്നിലധികം വിളവുകളും പലതരം വളർത്തുമൃഗങ്ങളും അടങ്ങിയ ഒരു സമ്പൂർണ്ണ കാർഷികപദ്ധതി വികസിപ്പിച്ചെടുക്കുവാൻ കഴിയാതെപോയി. ലഹുരദേവയിൽ വളർത്തിയിരുന്ന ഇനം നെല്ല് അതിന്റെ പൂർണ്ണമായ ഉത്പാദനക്ഷമതാനിലവാരത്തിലേക്ക് എത്തുന്നതേ ഉണ്ടായിരുന്നുള്ളൂ എന്നുമാവാം; വളരെക്കാലത്തിനുശേഷം പൂർവേഷ്യയിൽനിന്നുവന്ന ജപ്പോണിക്ക (japonica) എന്ന നെല്ലിനവുമായി സങ്കലനം കഴിഞ്ഞതിനുശേഷമാവാം അതിന്റെ ഉത്പാദനക്ഷമത വർദ്ധിച്ചത് (മൂന്നാം അദ്ധ്യായം, പേജ് 161 കാണുക.)

അപ്പോൾ പശ്ചിമേഷ്യയുമായുള്ള സാദൃശ്യങ്ങളോ? ഴോറിജ് പറയുന്നത് ഇങ്ങനെയാണ്: 'സ്പഷ്ടമായ ചില വ്യത്യാസങ്ങളെ മാറ്റിവെച്ചാൽ—സെബു (ബോസ് ഇൻഡിക്കസ്) ഇനത്തിൽപ്പെട്ട കന്നുകാലികളുടെ ക്രമേണയുള്ള പ്രാമുഖ്യം പോലെ—മെഹർഗഢിലെ കാർഷിക സമ്പദ്വ്യവസ്ഥ, മെസൊപ്പൊട്ടേമിയയുടെ കിഴക്കൻ അതിർത്തി നിർണ്ണയിക്കുന്ന മലമ്പ്രദേശങ്ങളിലെ ആവാസകേന്ദ്രങ്ങളിൽ നിരീക്ഷിക്കപ്പെട്ടിട്ടുള്ളതുമായി പ്രകടമായ സാദൃശ്യം പുലർത്തുന്നുണ്ട്'.

ഉദാഹരണമായി, ഇറാനിലെ ദേഹ് ല്യൂരൻ പ്രവിശ്യയിൽ സാഗ്രോസ് പർവ്വതനിരകളുടെ അടിവാരത്തിലുള്ള ഗഞ്ച് ഡാരെ, അലി കോഷ് എന്നീ ഉത്ഖനനസ്ഥലങ്ങളിൽനിന്ന് (കാലഘട്ടം 7900 BCE അടുപ്പിച്ച്) മെഹർഗഢിലേതിനു സമാനമായ നടുമുറ്റമുള്ള വീടുകൾ പുരാവസ്തുഗവേഷകർ കണ്ടെത്തിയിട്ടുണ്ട്. ഈ വീടുകളും നിർമ്മിച്ചിരിക്കുന്നത് സുമാർ അറുപതു സെന്റീമീറ്റർ നീളമുള്ളതും ചെളിക്കുഴമ്പിൽ ഉറച്ചിരിക്കുവാൻവേണ്ടി വി

രൽപ്പാടുകൾ പതിച്ചിട്ടുള്ളതുമായ വീതികുറഞ്ഞ ഇഷ്ടികകൾകൊണ്ടാണ്. മെഹർഗഡിൽ കാണുന്ന കരിഞ്ഞ ചരൽക്കല്ലുകൾ നിറഞ്ഞ വൃത്താകൃതിയിലുള്ള തീക്കുണ്ഡങ്ങളും ഈ ആദ്യകാല ആവാസകേന്ദ്രങ്ങളിൽ പൊതുവായി കാണുന്നുണ്ട്. മെഹർഗഡിലെ കെട്ടിടങ്ങളുടെ ചുമരുകളിൽ കണ്ടെത്തിയ ചുവന്ന ചായത്തിന്റെ അവശിഷ്ടങ്ങൾ ഇവിടെയുമുണ്ട്. കറുത്ത ഡയറൈറ്റ് (diorite) കൊണ്ടുണ്ടാക്കിയ മിനുക്കിയ കൽ കോടാലികൾ മെഹർഗഡിൽ കാണുന്നത് പീരിയഡ് 1ന്റെ മുകൾ ലെവലുകളിൽ മാത്രമാണ്; അലി കോഷിലും അവ കൽ പാത്രങ്ങളോടൊപ്പം പിന്നീടുള്ള ഘട്ടങ്ങളിൽ മാത്രമാണ് കാണുന്നത്. അലി കോഷിൽ ചുരുക്കം ചില ശവക്കല്ലറകളേ കണ്ടെത്തിയിട്ടുള്ളൂ എങ്കിലും അവയിലുള്ള അസ്ഥികൂടങ്ങൾ മെഹർഗഡിൽ കാണുന്ന അതേ രീതിയിലാണ് അടക്കിയിരിക്കുന്നത്. നീലക്കല്ലുകൾ കടൽ കക്കകൾ തുടങ്ങിയവകൊണ്ടു നിർമ്മിച്ച ആഭരണങ്ങൾ, ഏതാനും ചെമ്പുമുത്തുകൾ, ബിറ്റുമെൻ പൂശിയ കൊട്ടകൾ, നീണ്ടുരുണ്ട ചെമ്മൺ കട്ടകൾ എന്നിവയാണ് മറ്റു ചില സാദൃശ്യങ്ങൾ.

എന്നിരുന്നാലും മെഹർഗഡിനും സാഗ്രോസ് പർവ്വതനിരകളുടെ അടിവാരത്തിനുമുള്ള സാദൃശ്യങ്ങളിൽ ഏറ്റവും ശ്രദ്ധേയമായത് ആദ്യഘട്ടത്തിൽ അനുക്രമ ഫലക നിർമ്മാണരീതി (sequential slab construction) ഉപയോഗിച്ച് മൺപാത്രങ്ങൾ നിർമ്മിച്ചിരുന്നതിലും വലിപ്പമേറിയതും ഒന്നിലധികം അറകളുള്ളതുമായ ധാന്യക്കലവറകൾ പണിതിരുന്നതിലുമാണ്. മെസൊപ്പൊട്ടേമിയയുടെ കിഴക്കൻ അതിർത്തിയിലുള്ള കേന്ദ്രങ്ങളും–ഗഞ്ച് ഡാരെ, അലി കോഷ് മുതലായവ–സിന്ധുനദീതടത്തിന്റെ പടിഞ്ഞാറൻ അരികുകളിലുള്ള കേന്ദ്രങ്ങളും–മെഹർഗഡ് തുടങ്ങിയ–തമ്മിലുള്ള സാദൃശ്യങ്ങൾ 'പ്രാധാന്യമുള്ളവയാണ്' എന്ന് ഴോറിജ് പറയുന്നു. ഭൂമിശാസ്ത്രപരമായും കേന്ദ്രങ്ങളുടെ കാലക്രമേണയുള്ള പരിണാമങ്ങൾ കൊണ്ടും ഈ രണ്ടു പ്രദേശങ്ങളും തമ്മിലുള്ള ബന്ധത്തെ 'ഒരുതരം സാംസ്കാരിക നൈരന്തര്യം' എന്നാണ് അദ്ദേഹം വിശേഷിപ്പിക്കുന്നത്.

അതിനാൽ മെഹർഗഡ് നിയോലിത്തിക്കും പശ്ചിമേഷ്യൻ നിയോലിത്തിക്കും തമ്മിൽ വളരെ അടുത്ത ബന്ധങ്ങളുണ്ടായിരുന്നു എന്ന അനുമാനത്തെ നിഷേധിക്കുവാൻ ബുദ്ധിമുട്ടാണ്; പക്ഷേ മെഹർഗഡിന് സ്വന്തമായി, പശ്ചിമേഷ്യയിൽനിന്ന് തികച്ചും വ്യത്യസ്തമായ, ശക്തവും ശ്രദ്ധേയവുമായ സവിശേഷതകൾ ഉണ്ടായിരുന്നു എന്ന വസ്തുത ഇല്ലാതാകുന്നുമില്ല. സെബു ഇനത്തിൽപ്പെട്ട കന്നുകാലികളുടെയും ചിലപ്പോൾ തദ്ദേശീയ ഇനത്തിൽപ്പെട്ട ആടുകളുടെയും ഇണക്കിവളർത്തൽ, വളരെ മുൻപുതന്നെ പരുത്തി കണ്ടെത്തലും അതിന്റെ ഉപഭോഗവും, ദന്തവൈദ്യം, കരകൗശലവിദ്യകളുടെ ധാരാളിത്തവും അതിലുള്ള മികവും ഇവയെല്ലാംതന്നെ പ്രത്യേകം ശ്രദ്ധയർഹിക്കുന്നവയാണ്. ഴോറിജ് അഭിപ്രായപ്പെട്ടതുപോലെ അവ 'പഴക്കമേറിയതും പ്രാദേശിക പശ്ചാത്തലമുള്ളതും' ആയിരിക്കാം; നാം ഇനിയും അവയെ മനസ്സിലാക്കുവാനിരിക്കുന്നതേയുള്ളൂ. ദക്ഷിണേഷ്യയുടെ ഭക്ഷ്യ സമ്പദ്‌വ്യവസ്ഥയിൽ സെബു കന്നുകാലിയെപ്പോലെതന്നെ സുപ്രധാനപങ്കുവഹിക്കുന്ന പോത്തുകളെ ആദ്യമായി ഇണക്കിവളർത്തിയതും ഇന്ത്യയിൽത്തന്നെയാണ്

എന്നതിനു സംശയമില്ല; അതുണ്ടായത് മെഹർഗഡിലാണോ ഗുജറാത്തിൽ എവിടെയെങ്കിലുമാണോ എന്നത് ഇപ്പോഴും തർക്കവിഷയമാണ്.

രണ്ടു പ്രവിശ്യകൾ തമ്മിൽ സാദൃശ്യങ്ങൾ ഉണ്ടാകുന്നത് കുടിയേറ്റങ്ങളിലൂടെയോ നാടോടിക്കൂട്ടങ്ങൾ മധ്യസ്ഥതവഹിക്കുന്ന സാംസ്കാരികസമന്വയത്തിലൂടെയോ ആകാം. മെഹർഗഡിൽ സംഭവിച്ചത് ഇതിൽ ഏതാണ്? കാലഗണനയിലൂടെ കണ്ണോടിക്കുമ്പോൾ മെഹർഗഡ് വികസനവിഷയത്തിൽ പശ്ചിമേഷ്യയെക്കാൾ കുറച്ചു പുറകിലാണെന്നുകാണാം. ഇപ്പോഴുള്ള തെളിവുകൾ അനുസരിച്ച് ആദ്യഘട്ടങ്ങളിൽ ആശയങ്ങളുടെ ഒഴുക്ക് കിഴക്കുനിന്നു പടിഞ്ഞാട്ടേക്കല്ല, പടിഞ്ഞാറുനിന്നു കിഴക്കോട്ടാവാനാണ് സാദ്ധ്യത. പക്ഷേ അപ്പോഴും മെഹർഗഡിലെ നിയോലിത്തിക് പരിണാമത്തിനോടോപ്പം മനുഷ്യരുടെ കുടിയേറ്റങ്ങളും സംഭവിച്ചിരുന്നോ എന്ന ചോദ്യത്തിന് ഉത്തരമായില്ല. ഇത് തീരുമാനിക്കുവാൻ ഒരു മാർഗ്ഗമേയുള്ളൂ: ഡിഎൻഎ തെളിവുകൾ, പ്രത്യേകിച്ചും പ്രാചീനമായ ഡിഎൻഎയുടെ.

ഡിഎൻഎ പറയുന്ന കഥ

ഡിഎൻഎ തെളിവുകൾ ഉപയോഗിച്ച് വിവിധ ജനസമൂഹങ്ങളുടെ അടുപ്പങ്ങൾ ചൂഴ്ന്നുനോക്കുന്നതിനും കുടിയേറ്റങ്ങളെ പിൻതുടരുന്നതിനും മൂന്നു മാർഗ്ഗങ്ങളുണ്ട്: ഇന്നു ലോകത്തുള്ള സമൂഹങ്ങളുടെ ഏകപൈതൃക (uniparental) ഡിഎൻഎ അഥവാ Y ക്രോമോസോം ഡിഎൻഎയോ എംടി ഡിഎൻഎയോ പരിശോധിക്കുക, ഇന്നത്തെ ജനസമൂഹങ്ങളുടെ സമ്പൂർണ ജീനോം അനുക്രമണം (sequencing) ചെയ്യുക, പ്രാചീനമായ മനുഷ്യാവശിഷ്ടങ്ങളുടെ ഡിഎൻഎ പരിശോധിക്കുക എന്നിവയാണ് അവ. നമുക്ക് ഇവ ഓരോന്നിലൂടെയും കടന്നുപോയശേഷം ഇറാനിൽനിന്നുള്ള കർഷകർ ദക്ഷിണേഷ്യയിലക്കു കുടിയേറിയിട്ടുണ്ടോ എന്നതിനെക്കുറിച്ച് അവ എന്താണു പറയുന്നതെന്നു നോക്കാം.

ഏകപൈതൃക ഡിഎൻഎ പരിശോധന ഒരു സമൂഹത്തിലുള്ള ഹാപ്ലോഗ്രൂപ്പുകൾ ഏതൊക്കെയാണെന്ന് പരിശോധിക്കുകയും അവയുടെ കുടുംബവൃക്ഷം അഥവാ പരിണാമചരിത്രം ചികഞ്ഞെടുക്കുകയും അവയുടെ ഭൂമിശാസ്ത്രപരമായ വിന്യാസം അടയാളപ്പെടുത്തുകയും ചെയ്യുന്നു. നേരത്തേ പറഞ്ഞതുപോലെ, ഹാപ്ലോഗ്രൂപ്പുകൾ വ്യക്തമാക്കുന്നത് ഒരൊറ്റ നേർവരയിലൂടെയുള്ള പാരമ്പര്യമാണ്. അത് ഒന്നുകിൽ പിതാവിന്റേതിൽനിന്നുള്ളതാകാം,(Y ക്രോമോസോം) അതായത് അച്ഛനിൽനിന്ന് മകനിലേക്ക്, പിന്നെ മകന്റെ മകനിലേക്ക് എന്നിങ്ങനെ; അല്ലെങ്കിൽ മാതാവിന്റേതിൽനിന്നുള്ളതാകാം, (എംടി ഡിഎൻഎ) അമ്മയിൽനിന്ന് മകളിലേക്ക് പിന്നെ മകളുടെ മകളിലേക്ക് എന്നിങ്ങനെ.

ഉൾപരിവർത്തനങ്ങൾ ഒട്ടുമുക്കാലും ക്രമാനുഗതമായ നിരക്കിൽ സംഭവിക്കുമെന്നതുകൊണ്ട് ഈ പരമ്പരകളുടെ നിര കാലക്രമേണ ശാഖകളായി പിരിയുകയും വിശദമായ കുടുംബവൃക്ഷങ്ങൾ നിർമ്മിക്കപ്പെടുകയും ചെയ്യുന്നു. പുതിയ ശാഖകൾ പൊട്ടിമുളക്കുന്നത് ഓരോ ഉൾപരിവർത്തനത്തിന്റെയും കവരത്തിൽ നിന്നാണ്. ഈ ശാഖകളും ഉപശാഖകളും അറിയപ്പെ

ടുന്നത് മാക്രോ ഹാപ്ലോഗ്രൂപ്പുകൾ, ഹാപ്ലോഗ്രൂപ്പുകൾ, ഉപഹാപ്ലോഗ്രൂപ്പുകൾ (സബ് ഹാപ്ലോഗ്രൂപ്പുകൾ) ക്ലെയ്ഡുകൾ (clades) എന്നൊക്കെയാണ്. Y ക്രോമോസോം പരമ്പരക്കും എംടി ഡിഎൻഎ പരമ്പരക്കും വ്യത്യസ്ത പേരുകളാണ് നൽകിയിരിക്കുന്നത്. ഇപ്പോൾ കൈവശമുള്ള അറിവുകൾ ഉപയോഗിച്ച് ജനിതകശാസ്ത്രജ്ഞർ ആധുനികമനുഷ്യസമൂഹത്തിലെ ഒട്ടുമിക്ക കുടുംബവൃക്ഷങ്ങളും–Y ക്രോമോസോമും എംടി ഡിഎൻഎയും–കണ്ടെത്തിയിട്ടുണ്ട്; പുതിയ പുതിയ വിവരങ്ങൾ ലഭിക്കുംതോറും ഇവയെ പുതുക്കിവരയ്ക്കുകയും വികസിപ്പിക്കുകയും ചെയ്യുന്നുമുണ്ട്. അങ്ങനെ, ഒരു വ്യക്തിയുടെ ഏകപൈതൃക ഡിഎൻഎ പരിശോധിക്കുകവഴി ആ വ്യക്തിയുടെ മാക്രോ ഹാപ്ലോഗ്രൂപ്പ്, ഹാപ്ലോഗ്രൂപ്പ്, ക്ലെയ്ഡ്, ഉപ ക്ലെയ്ഡ് ഇവയെല്ലാം വായിച്ചെടുക്കുവാൻ, ഏതു കുടുംബവൃക്ഷത്തിന്റെ ഭാഗമാണ് അയാൾ എന്നു മനസ്സിലാക്കുവാൻ, ഒരു ജനിതകശാസ്ത്രജ്ഞനു സാധിക്കും. പൈതൃകം വായിച്ചെടുക്കുന്നതിൽ വൈദഗ്ധ്യമുള്ള ഒരു കമ്പനിക്ക് നിങ്ങൾ സ്വന്തം ഡിഎൻഎ കൈമാറുമ്പോൾ സംഭവിക്കുന്നത് ഇതാണ്. (രണ്ടുപേർ ഒരേ എംടി ഡിഎൻഎ ഹാപ്ലോഗ്രൂപ്പിലെ അംഗങ്ങളാണെങ്കിൽ അതിനർത്ഥം അവർക്കു രണ്ടുപേർക്കും ഒരേ സ്ത്രീ മുൻഗാമിയായുണ്ട് എന്നും, രണ്ടുപേർ ഒരേ Y ക്രോമോസോം ഹാപ്ലോഗ്രൂപ്പിലെ അംഗങ്ങളാണെങ്കിൽ അതിനർത്ഥം അവർക്കു രണ്ടുപേർക്കും ഒരേ പുരുഷൻ മുൻഗാമിയായുണ്ട് എന്നുമാണ്–ആ ഹാപ്ലോഗ്രൂപ്പ് ഉത്ഭവിച്ച കാലമാണ് ആ മുൻഗാമിയുടെയും കാലം.)

കുടുംബവൃക്ഷം മാത്രമല്ല ഇങ്ങനെ കണ്ടെടുക്കുവാൻ കഴിയുക. കൈവശമുള്ള വിവരങ്ങൾ ഉപയോഗിച്ച് വ്യത്യസ്ത ഹാപ്ലോഗ്രൂപ്പുകളുടെ 'ഫൈലോജ്യോഗ്രഫി'യും (phylogeography) കണ്ടെത്താനാവും. നിങ്ങൾ ഏതു കുടുംബവൃക്ഷത്തിന്റെ ഏതു ശാഖയിലാണെന്നു മാത്രമല്ല അത് പറഞ്ഞുതരിക, ആ പ്രത്യേക ശാഖ ഇന്ന് ലോകത്തിൽ ഭൂമിശാസ്ത്രപരമായി എവിടെയൊക്കെയാണ് പന്തലിച്ചിട്ടുള്ളതെന്നും ഒരു പ്രത്യേക ഹാപ്ലോഗ്രൂപ്പ് അല്ലെങ്കിൽ അതിന്റെ ഉപക്ലെയ്ഡ് എത്ര പഴക്കമുള്ളതാണെന്നും നമുക്ക് അറിയുവാൻ സാധിക്കും. ഉദാഹരണമായി, എംടി ഡിഎൻഎ ഹാപ്ലോഗ്രൂപ്പായ M 2 ആണ് ഇന്ത്യൻ ഉപഭൂഖണ്ഡത്തിലെ ഏറ്റവും പ്രാചീനമായ ഹാപ്ലോഗ്രൂപ്പ് എന്നും അതിന്റെ ഉത്ഭവം ഏകദേശം 60,200 വർഷങ്ങൾക്കുമുൻപാണെന്നും അത് ദക്ഷിണേഷ്യയുടെ പുറമേ വിരളമായേ കാണുന്നുള്ളൂ എന്നും നമുക്കറിയാം.

ഒന്നാമത്തെ രീതി: Y ക്രോമോസോമും എംടി ഡിഎൻഎയും

കുടിയേറ്റങ്ങളെക്കുറിച്ച് ഒരു ഏകദേശധാരണ ഉണ്ടാക്കുവാനുള്ള ആദ്യമാർഗ്ഗം ഒരു സമൂഹത്തിനുള്ളിലെ വിവിധ എംടി ഡിഎൻഎ, Y ക്രോമോസോം ഹാപ്ലോഗ്രൂപ്പുകളുടെ വിന്യാസത്തിന്റെ വിവരങ്ങൾ ശേഖരിക്കുകയും അവയുടെ ഫൈലോജ്യോഗ്രഫി പരിശോധിക്കുകയും ചെയ്യുകയാണ്. ഒരു പ്രത്യേക ഹാപ്ലോഗ്രൂപ്പ് അല്ലെങ്കിൽ അതിന്റെ ഉപ ക്ലെയ്ഡ് ഉത്ഭവിച്ചത് എവിടെനിന്നാണ് എന്നും അത് എങ്ങനെയാണ് വ്യാപിച്ചതെന്നുമുള്ള സൂചനകൾ രണ്ടു വിവരങ്ങളിൽനിന്നാണ് നമുക്ക് ലഭിക്കുക: ഒരു ഹാപ്ലോഗ്രൂപ്പ് വ്യാപിച്ചിട്ടുള്ള വ്യത്യസ്ത പ്രദേശങ്ങളിൽ താരതമ്യേന അതിന്റെ ആവർത്തനസാധ്യത അഥവാ

അതിന്റെ പ്രശസ്തി; സ്വന്തം ഹാപ്ലോഗ്രൂപ്പിനകത്ത് അതിനുള്ള വ്യത്യസ്തതകൾ. ഒരു ഹാപ്ലോഗ്രൂപ്പിനുള്ള ഉപക്ലെയ്ഡുകളുടെ വൈവിദ്ധ്യമാണ് രണ്ടാമത് പ്രതിപാദിച്ച വ്യത്യസ്തതകളുടെ നിരക്കുകൊണ്ട് അളക്കുന്നത്. വൈവിദ്ധ്യം ഉണ്ടാകുന്നത് ഒരു പ്രദേശത്തുള്ള ഹാപ്ലോഗ്രൂപ്പിന്റെ പഴക്കവും അതിന്റെ ജന സംഖ്യാനിരക്കും കൊണ്ടാണ്. ഒരു പ്രത്യേക പ്രദേശത്ത് ഒരു ഹാപ്ലോഗ്രൂപ്പിന് ആവർത്തനസാധ്യതയും വ്യത്യസ്തതയും കൂടുംതോറും പ്രസ്തുത ഹാപ്ലോഗ്രൂപ്പ് വ്യാപിക്കുവാൻ തുടങ്ങിയതിന്റെ കേന്ദ്രബിന്ദു ആ പ്രദേശമാകുവാനുള്ള സാദ്ധ്യതയും കൂടിവരുന്നു. അത്തരത്തിലുള്ള പഠനങ്ങൾ പലതും ഇന്ത്യയിൽ നടന്നിട്ടുണ്ട്; നമ്മുടെ ജനസംഖ്യാശാസ്ത്രത്തെ കുടിയേറ്റങ്ങൾ എങ്ങനെയാണ് രൂപപ്പെടുത്തിയിട്ടുള്ളതെന്നതിനെക്കുറിച്ച് അവ ഒരു രൂപരേഖ നൽകുന്നുണ്ട്.

ഉദാഹരണമായി, മുൻപു പറഞ്ഞതുപോലെ, ഇന്ത്യൻ ജനതയുടെ 70 മുതൽ 90 ശതമാനംവരെയുള്ളവരുടെ എംടി ഡിഎൻഎ ഹാപ്ലോഗ്രൂപ്പുകളുടെയും ഉത്ഭവം 65,000 വർഷങ്ങൾക്കുമുൻപ് ഇന്ത്യയിലേക്കെത്തിയ ആദ്യത്തെ ഇന്ത്യക്കാരിലേക്ക് നീളുന്നതാണെന്ന് ഇന്ന് നമുക്കറിയാം. രാജ്യത്തെ എംടി ഡിഎൻഎ പരമ്പരയുടെ 10 മുതൽ 30 ശതമാനംവരെ മാത്രമേ പിന്നീടുണ്ടായ കുടിയേറ്റങ്ങളുടെ ഫലമായിട്ടുള്ളൂ എന്നാണ് ഇതിന്റെയർത്ഥം. എന്നാൽ Y ക്രോമോസോം പരമ്പരയുടെ കഥ തികച്ചും വിപ്ലവാത്മകമാണ്: മുൻപു സൂചിപ്പിച്ചതുപോലെ, ഇന്ത്യയിലെ വിവിധ സമൂഹങ്ങളുടെ 10 മുതൽ 40 ശതമാനംവരെയുള്ള Y ക്രോമോസോം ഹാപ്ലോഗ്രൂപ്പുകൾ മാത്രമേ ആദ്യത്തെ ഇന്ത്യക്കാരുടെ പിന്മുറക്കാരുള്ളൂ. രാജ്യത്തെ Y ക്രോമോസോം ഹാപ്ലോഗ്രൂപ്പുകളുടെ 60 ശതമാനത്തിലധികവും വൈകി സംഭവിച്ച കുടിയേറ്റങ്ങളുടെ ഫലമാണ് എന്നാണ് ഇതിന്റെയർത്ഥം. (ഈ വ്യത്യാസത്തിന്ഒരു കാരണമുണ്ട്, അത് നമുക്ക് നാലാം അദ്ധ്യായത്തിൽ പരിശോധിക്കാം.)

കൂടാതെ, ഏതൊക്കെ ഹാപ്ലോഗ്രൂപ്പുകളാണ് ആദ്യത്തെ ഇന്ത്യക്കാരിൽനിന്ന് ഉത്ഭവിച്ചിട്ടുണ്ടാകുവാൻ സാദ്ധ്യത എന്നും ഏതൊക്കെയാണ് പിന്നീടുണ്ടായ കുടിയേറ്റങ്ങളുടെ ഫലമെന്നും നമുക്ക് അറിയാം. മറീന സിൽവയും കൂട്ടരും ചേർന്ന് 2017ൽ പ്രസിദ്ധീകരിച്ച പഠനത്തിൽ K2a5, U1a3a, H13a2a, R0a2 എന്നീ എംടി ഡിഎൻഎ ഹാപ്ലോഗ്രൂപ്പുകൾ പശ്ചിമേഷ്യയിൽ നിന്നുള്ള നിയോലിതിക്ക് കാലഘട്ടത്തിലെ കുടിയേറ്റങ്ങളായി തിരിച്ചറിഞ്ഞിട്ടുണ്ട്; അതായത് അവയെല്ലാം കൃഷിയോടനുബന്ധിച്ചുള്ള കുടിയേറ്റങ്ങളുടെ ഭാഗമായി ഇന്ത്യയിലേക്കു വന്ന എംടി ഡിഎൻഎ ഗ്രൂപ്പുകളാവണം. J2, L1a, L1c എന്നീ Y ക്രോമോസോം ഗ്രൂപ്പുകൾക്കാണ് പശ്ചിമേഷ്യയിൽനിന്ന് കാർഷികവൃത്തി മറ്റിടങ്ങളിലേക്കു വ്യാപിക്കുന്നതുമായി ബന്ധപ്പെട്ടവയാകാൻ ഏറ്റവും സാധ്യതയുള്ളതെന്ന് അതേ പഠനത്തിൽ പരാമർശിച്ചിട്ടുണ്ട്.

ഒന്നു നിൽക്കൂ, നമ്മൾ ഒന്നാം അദ്ധ്യായത്തിൽ ചർച്ചചെയ്തതുപോലെ (പേജുകൾ 21 മുതൽ 27 വരെ) ഏകപൈതൃക ക്രോമോസോമുകളായ എംടി ഡിഎൻഎയും Y ക്രോമോസോമും ഒരു വ്യക്തിയുടെ മുഴുവൻ ജീനോമിന്റെയും ഒരു ചെറിയ ഭാഗം മാത്രമേ ആകുന്നുള്ളൂ. അങ്ങനെയെങ്കിൽ നമുക്ക് മുഴുവൻ ജീനോമും പരിശോധിച്ച് അതിന്റെ ഫലങ്ങൾ ഏകപൈതൃക

ഡിഎൻഎ പരിശോധിച്ചതിന്റെ ഫലവുമായി ഒത്തുപോകുന്നുണ്ടോ എന്നു നോക്കിയാലോ? തീർച്ചയായും ചെയ്യാം; നമുക്കതൊന്നു നോക്കിക്കളയാം.

രണ്ടാമത്തെ രീതി: സമ്പൂർണ്ണ ജീനോം ഡാറ്റ

ഇന്നത്തെ ഇന്ത്യൻ ജനസമൂഹങ്ങളുടെ ജനിതകസാമ്പിളുകൾ വ്യാപകമായി ശേഖരിക്കുകയും ആ വിവരങ്ങൾ ഉപയോഗിച്ച് സമ്പൂർണ്ണ ജീനോം സീക്വെൻസിങ് ചെയ്യുകവഴി ഇന്ത്യൻ ജനതയുടെ ചരിത്രം പുനർനിർമ്മിക്കുകയും ചെയ്തിട്ടുള്ള രണ്ടു പഠനങ്ങളുണ്ട്; ഒന്ന് 2009ൽ പ്രസിദ്ധീകരിച്ചതും മറ്റൊന്ന് 2013ൽ പ്രസിദ്ധീകരിച്ചതും. രണ്ടു പഠനങ്ങളുടെയും രചയിതാക്കളുടെ പട്ടികയിൽ ഹാർവാർഡ് മെഡിക്കൽ സ്കൂളിലെ ഡേവിഡ് റെയ്ക്ക്, CCMB യിലെ കെ തങ്കരാജ്, ലാൽജി സിംഗ്, ഹാർവാർഡ് ആൻഡ് എംഐടിയുടെ ബ്രോഡ് ഇൻസ്റ്റിറ്റ്യൂട്ടിലെ നിക് പാറ്റേഴ്സൺ എന്നിവരുണ്ട്.

ആദ്യത്തെ പ്രബന്ധത്തിന്റെ പേര് 'ഇന്ത്യൻ ജനതാചരിത്രത്തിന്റെ പുനർനിർമ്മാണം' (Reconstructing Indian Population History) എന്നും രണ്ടാമത്തേതിന്റേത് ' അടുത്തു സംഭവിച്ച ഇന്ത്യൻ ജനതയുടെ മിശ്രണത്തിന്റെ ജനിതകസാക്ഷ്യങ്ങൾ' (Genetic Evidence for Recent Population Mixture in India) എന്നുമാണ്. രണ്ടു പഠനങ്ങളും ഊന്നിപ്പറയുന്നത് ഒരേ വസ്തുതയാണ്: ഇന്ന് ഇന്ത്യയിലുള്ളവരെല്ലാംതന്നെ പല അനുപാതങ്ങളിൽ കുറഞ്ഞത് രണ്ടു വിഭാഗങ്ങളുമായെങ്കിലും ബന്ധപ്പെട്ടുകിടക്കുന്ന സമ്മിശ്രപൈതൃകം പേറുന്നവരാണ്–ആദ്യത്തെ ഇന്ത്യക്കാരും പശ്ചിമയൂറേഷ്യക്കാരും ആണ് ആ രണ്ടു വിഭാഗങ്ങൾ.[6] ഉർവരേന്ദുകലയിലെയും ഇറാനിലെയും ആൾക്കാർ അടങ്ങുന്ന പശ്ചിമേഷ്യക്കാരെയും, കൗക്കേഷ്യക്കാരും യൂറോപ്പുകാരും അടങ്ങുന്ന മദ്ധ്യേഷ്യയിൽനിന്നുള്ളവരെയും ചേർത്താണ് പശ്ചിമയൂറേഷ്യക്കാർ എന്നു വിശേഷിപ്പിക്കുന്നത്. ഇന്ന് ഇന്ത്യയിലുള്ള സമൂഹങ്ങൾക്കെല്ലാം 20 ശതമാനം മുതൽ 80 ശതമാനം വരെ ഏതു സമൂഹമാണെന്നതിനനുസരിച്ച് പശ്ചിമയൂറേഷ്യൻ വംശപൈതൃകമുണ്ടെന്ന് ഈ പഠനങ്ങൾ വെളിവാക്കിയിട്ടുണ്ട്. (വർത്തമാനകാല ജനസമൂഹങ്ങളുടെ സമ്പൂർണ്ണ ജീനോം സീക്വെൻസിംഗ് വിവരങ്ങൾ വ്യത്യസ്ത ഗ്രൂപ്പുകൾ തമ്മിലുള്ള അടുപ്പത്തെക്കുറിച്ച് ഒരു പൊതുധാരണ സമ്മാനിക്കുന്നുണ്ട്; എങ്കിലും ആ അടുപ്പം എങ്ങനെയുണ്ടായി എന്നോ ആര് എവിടെനിന്ന് എങ്ങോട്ടു നീങ്ങി എന്നോ അത് വ്യക്തമാക്കുന്നില്ല.)

പ്രസ്തുത ഗവേഷണഫലങ്ങൾ പ്രസിദ്ധീകരിക്കപ്പെടുംമുൻപ് കഥയിൽ ചില വളവുകളും തിരിവുകളും ഉണ്ടായിട്ടുണ്ട്. കുടിയേറ്റങ്ങളെക്കുറിച്ചുള്ള ചർച്ചയുടെ രാഷ്ട്രീയ സാഹചര്യങ്ങളെക്കുറിച്ച് മനസ്സിലാക്കുവാൻ ഈ വളവുകളും തിരിവുകളും സഹായകമാണ്. അവഗണിക്കുവാനാവാത്തത്ര പശ്ചിമയൂറേഷ്യൻ ബന്ധമുള്ള വംശപൈതൃകമാണ് ആധുനിക ഇന്ത്യക്കാർക്കുള്ളതെന്ന വാദം പലർക്കും ദഹനക്കേടുണ്ടാക്കി. മദ്ധ്യേഷ്യയിൽ നിന്നുള്ള ഒരുകൂട്ടം സ്റ്റെപ്പ് ഇടയരുടെ കുടിയേറ്റമാണ് കഴിഞ്ഞ 4000 വർഷത്തിനുള്ളിൽ

---

6 ഇന്നുള്ള ഇന്ത്യക്കാർക്ക് അവരുടെ വംശപൈതൃകം ലഭിച്ചിട്ടുള്ളത് പൂർവേഷ്യയിൽനിന്നാണ് എങ്കിലും ഈ രണ്ടു പഠനങ്ങളും അതിലല്ല ശ്രദ്ധിക്കുന്നത് എന്നതുകൊണ്ട് അത് നമുക്ക് പിന്നീട് നോക്കാം.

സംസ്കൃതത്തിന്റെ ഒരു പ്രാഗ്രൂപം അടക്കമുള്ള ഇൻഡോ യൂറോപ്യൻ ഭാഷകളും അനുബന്ധിതമായ സംസ്കാരസമ്പ്രദായങ്ങളും ആശയങ്ങളും ഇന്ത്യയിലേക്കു കൊണ്ടുവന്നതെന്ന പണ്ടേയുള്ള സിദ്ധാന്തത്തെ ഇത് അനുകൂലിക്കുന്നു എന്ന തോന്നലാവാം പ്രസ്തുത ദഹനക്കേടിന്റെ പിന്നിൽ. ഇൻഡോ യൂറോപ്യൻ ഭാഷ സംസാരിച്ചിരുന്ന ഇവർ സ്വയം വിശേഷിപ്പിച്ചിരുന്നത് ആര്യന്മാർ എന്നാണ്; അവർ ഇന്ത്യയിലേക്കു വന്നത് മറ്റെവിടെനിന്നോ ആണെന്ന ആശയം തന്നെ വലതുപക്ഷത്തുള്ള പലർക്കും അസ്വീകാര്യമാണ്. കാരണം, ഇന്ത്യൻ സംസ്കാരത്തിന്റെ അനന്യവും അടിസ്ഥാനപരവുമായ സ്രോതസ്സായി സംസ്കൃതവും വേദങ്ങളും വാണരുളുന്ന സിംഹാസനത്തെ അത്തരമൊരാശയം തകിടംമറിക്കുമെന്നാണ് അവരുടെ ആശങ്ക. ഇന്ത്യൻ ചരിത്രത്തിലും സംസ്കാരത്തിലും മായാത്ത മുദ്ര പതിപ്പിച്ചിട്ടുള്ള മഹത്തായ ഹാരപ്പൻ സംസ്കാരം അവർ വരുന്നതിനും മുൻപ് നിലനിന്നിരുന്നു എന്നാണല്ലോ അതിനർത്ഥം.

2018ൽ പ്രസിദ്ധീകരിച്ച *ഹൂ വി ആർ ആൻഡ് ഹൗ വി ഗോട്ട് ഹിയർ* (നാം ആരാണ്, എവിടെനിന്നു വന്നവരാണ്) എന്ന തന്റെ കൃതിയിൽ പ്രതിപാദിച്ചിട്ടുള്ള ഗവേഷണഫലങ്ങളോടുള്ള പ്രതികരണങ്ങളെക്കുറിച്ച് റെയ്ക് ഇങ്ങനെ വിവരിക്കുന്നു:

> ശാസ്ത്രമേഖലയിൽ പ്രവർത്തിക്കുന്ന ഒരാളെന്ന നിലയ്ക്ക് ഞാൻ ഏറ്റവും സമ്മർദ്ദം അനുഭവിച്ച ഇരുപത്തിനാലുമണിക്കൂർ 2008 ഒക്ടോബറിലാണ്; ഞാനും എന്റെ സഹപ്രവർത്തകനായ നിക്ക് പാറ്റേഴ്സണും ഞങ്ങളുടെ ഗവേഷണത്തിന്റെ ആദ്യഘട്ടത്തിൽ ലഭിച്ച ഫലങ്ങളെക്കുറിച്ച് സിംഗിനോടും തങ്കരാജിനോടും സംസാരിക്കുവാനായി ഹൈദരാബാദിലേക്കു യാത്ര ചെയ്തപ്പോൾ.
>
> ഒക്ടോബർ 28നു ഞങ്ങളുടെ കൂടിക്കാഴ്ച വളരെ ദുഷ്കരമായിരുന്നു. സിംഗും തങ്കരാജും മുഴുവൻ പ്രോജക്റ്റും നിർത്തിവെക്കുമെന്ന് ഭീഷണിപ്പെടുത്തുംപോലെ തോന്നി. കൂടിക്കാഴ്ചക്കുമുമ്പുതന്നെ ഞങ്ങളുടെ കണ്ടുപിടുത്തങ്ങളുടെ ഒരു ചുരുക്കം ഞങ്ങൾ അവരെ കാണിച്ചിരുന്നു– ഇന്നത്തെ ഇന്ത്യക്കാരെല്ലാം തികച്ചും വേറിട്ടുനിൽക്കുന്ന രണ്ടു പൈതൃകസമൂഹങ്ങളുടെ മിശ്രണമാണെന്നും അതിലൊന്ന് 'പശ്ചിമയൂറേഷ്യക്കാർ' ആണെന്നുമായിരുന്നു അതിലുണ്ടായിരുന്നത്. [മറ്റേത് ആദ്യത്തെ ഇന്ത്യക്കാരും.] സിംഗും തങ്കരാജും ഈ രൂപവൽക്കരണത്തെ എതിർത്തു; അതിനർത്ഥം പശ്ചിമയൂറേഷ്യക്കാർ കൂട്ടമായി ഇന്ത്യയിലേക്കു കുടിയേറി എന്നാണ് എന്നും അതുകൊണ്ടാണ് എതിർക്കുന്നതെന്നും അവർ വാദിച്ചു. ഞങ്ങളുടെ കൈവശമുള്ള വിവരങ്ങൾ ഇങ്ങനെയൊരു അനുമാനത്തിലെത്തുവാൻ ആവശ്യമായ തെളിവുകൾ നൽകുന്നില്ലെന്ന് അവർ കൃത്യമായി ചൂണ്ടിക്കാട്ടി. നേരെ എതിർദിശയിലേക്ക്, ഇന്ത്യയിൽനിന്ന് പൂർവസീമയിലേക്കും (Near East)[7] യൂറോപ്പിലേക്കും, ഒരു കുടിയേറ്റം ഉണ്ടായിട്ടുണ്ടാകാമെന്നുപോലും അവർ വാദിച്ചു...

7 ഈ പുസ്തകത്തിൽ പൂർവസീമ (Near East) എന്ന വാക്ക് പശ്ചിമേഷ്യ എന്ന വാക്കിനു തുല്യമാണ്.

ഞങ്ങളുടെ കണ്ടുപിടുത്തങ്ങളുടെ സാംസ്കാരികമായ അനുരണനങ്ങൾ ഞങ്ങൾക്ക് ക്രമേണ വ്യക്തമായിത്തുടങ്ങി. അങ്ങനെ ഞങ്ങൾ ശാസ്ത്രീയമായി കൃത്യതയുള്ളതും ഇത്തരം ആശങ്കകളോട് സംവദിക്കുന്നതുമായ ഒരു രൂപവൽക്കരണത്തിനായി ശ്രമം തുടങ്ങി.

പിറ്റേന്ന് മുഴുവൻ സംഘവും സിംഗിന്റെ ഓഫീസിൽ വീണ്ടും ഒത്തുകൂടി. ഒരുമിച്ചിരുന്ന് കൂടിയാലോചിച്ച് പ്രാചീനമായ ഇന്ത്യൻ ഗ്രൂപ്പുകൾക്ക് ഞങ്ങൾ പുതിയ പേരുകൾ കണ്ടെത്തി. ഇന്നത്തെ ഇന്ത്യൻ ജനസമൂഹങ്ങൾ തികച്ചും വേറിട്ടുനിൽക്കുന്ന രണ്ടു സമൂഹങ്ങളുടെ മിശ്രണത്തിൽനിന്ന് സംജാതമായതാണെന്നും അവ ഉത്തരേന്ത്യൻ പരമ്പരയും ദക്ഷിണേന്ത്യൻ പരമ്പരയും (ആൻസെസ്ട്രൽ നോർത്ത് ഇന്ത്യൻ അഥവാ ANI, ആൻസെസ്ട്രൽ സൗത്ത് ഇന്ത്യൻ അഥവാ ASI) ആണെന്നും ഈ രണ്ടു സമൂഹങ്ങളും തമ്മിൽ കലരുംമുൻപ് ഇന്ന് യൂറോപ്പ്യരും പൂർവേഷ്യക്കാരും എങ്ങനെയാണോ അത്രയും വ്യത്യസ്തരായിരുന്നു എന്നും ഞങ്ങൾ എഴുതി. ANI യൂറോപ്പ്യരുമായും മദ്ധ്യേഷ്യക്കാരുമായും പൂർവസീമക്കാരുമായും കൗകാസസിലുള്ളവരുമായും ബന്ധമുള്ളവരാണ്; പക്ഷേ അവരുടെ ജന്മസ്ഥലം എവിടെയാണെന്നതിനെക്കുറിച്ചോ അവരുടെ കുടിയേറ്റങ്ങളെക്കുറിച്ചോ ഞങ്ങൾ ഒരു അവകാശവാദവും ഉന്നയിച്ചില്ല.

പ്രസ്തുത പഠനഫലം അനുസരിച്ച് ASI ആദ്യത്തെ ഇന്ത്യക്കാരുടെ പിൻഗാമികളാണ്.

ചുരുക്കിപ്പറഞ്ഞാൽ, ഇന്നത്തെ ഇന്ത്യക്കാർ ആദ്യത്തെ ഇന്ത്യക്കാരുടെയും പശ്ചിമ യൂറേഷ്യക്കാരുമായി ബന്ധമുള്ള ജനസമൂഹങ്ങളുടെയും മിശ്രണമാണെന്ന് ഗവേഷണഫലങ്ങൾ സൂചിപ്പിച്ചത് അതേമട്ടിൽ പ്രസ്താവിക്കാതെ, പ്രബന്ധം പ്രസിദ്ധപ്പെടുത്തിയപ്പോൾ അത് രണ്ടു ജനസമൂഹങ്ങളെ താത്വികമായി സൃഷ്ടിക്കുകയും തികച്ചും വേറിട്ടുനിൽക്കുന്ന ഈ രണ്ടു സമൂഹങ്ങളുടെ മിശ്രണമാണ് ഇന്നത്തെ ഇന്ത്യക്കാരെല്ലാം എന്ന് പറയുകയുമാണ് ചെയ്തത്. ദക്ഷിണേഷ്യയിലെ ജനസമൂഹങ്ങളുടെ ഘടന മനസ്സിലാക്കുവാനും അതേസമയം രാഷ്ട്രീയവിവാദങ്ങൾ ഒഴിവാക്കുവാനുംവേണ്ടി നിർമ്മിച്ചതും ശാസ്ത്രീയമായി സ്ഥാപിച്ചെടുക്കാവുന്നതുമായ ഒരു ചട്ടക്കൂടായിരുന്നു അത്– പക്ഷേ ആ പഠനത്തെ ദുർവ്യാഖ്യാനം ചെയ്യുവാനുള്ള സാദ്ധ്യത തുറന്നിട്ടു എന്നതാണ് അതിനു കൊടുക്കേണ്ടിവന്ന വില. ഉദാഹരണമായി, ANI ഏകജാതീയവും വളരെ പ്രാചീനവുമായ ഇന്ത്യൻ ജനസമൂഹമാണെന്നും ASI പോലെ നൂറായിരക്കണക്കിനു വർഷങ്ങൾക്കുമുൻപ് അതിവിടെ പാർപ്പുറപ്പിച്ചതാണെന്നുമുള്ള തെറ്റായതും തെറ്റിദ്ധരിപ്പിക്കുന്നതുമായ വാർത്തകൾ മാധ്യമങ്ങളിലൂടെ പ്രചരിക്കുവാൻ അത് കാരണമായി. ഒന്നിലധികം കുടിയേറ്റങ്ങളിലൂടെ സംഭവിച്ച ജനസമൂഹങ്ങളുടെ മിശ്രിതമാകാം ANI എന്നും അതൊരു ഏകജാതീയമായ സമൂഹമാകണമെന്നില്ലെന്നും അതേ പഠനത്തിൽത്തന്നെ വ്യക്തമായി പറയുകയും, ചില കുടിയേറ്റങ്ങൾ കഴിഞ്ഞ 4000 വർഷങ്ങൾക്കുള്ളിൽപ്പോലും നടന്നിട്ടുണ്ടാകാനുള്ള സാദ്ധ്യത തുറന്നുകാട്ടുകയും ചെയ്തത് ഗൗനിക്കാതെയാണ് ഇതെന്ന് ഓർക്കുക.

രൂപവൽക്കരണം ഇത്തരത്തിലാണെങ്കിലും പ്രസ്തുത പ്രബന്ധം ഇന്ത്യൻ ജനതയുടെ രൂപീകരണത്തെക്കുറിച്ചുള്ള നമ്മുടെ അറിവ് മെച്ചപ്പെടുത്തിയിട്ടുണ്ട്; കാരണം, ഈ പ്രബന്ധമാണ് ആദ്യത്തെ ഇന്ത്യക്കാരുടെ പിൻഗാമികളും, പശ്ചിമേഷ്യയിലും യൂറോപ്പിലും കൗക്കാസസിലും മദ്ധ്യേഷ്യയിലുമുള്ള വർത്തമാനകാലസമൂഹങ്ങളുമായി അടുത്തു ബന്ധമുള്ള മറ്റു ജനസമൂഹങ്ങളും തമ്മിൽ കലർന്നതിന്റെ ജനിതകപരമായ തെളിവുകൾ നമുക്കു സമ്മാനിച്ചത്.

അപ്പോഴും ഒരു പ്രശ്നം ബാക്കിയാവുന്നുണ്ട്. ഇന്ത്യയിലേക്ക് കുടിയേറ്റങ്ങൾ ഉണ്ടായിട്ടുണ്ടെന്നത് ആശയപരമായി ഉൾക്കൊള്ളുവാൻ കഴിയാത്തവർക്ക്, കുടിയേറ്റങ്ങളുടെ ദിശ ഇന്ത്യയിൽനിന്ന് ലോകത്തിന്റെ മറ്റുഭാഗങ്ങളിലേക്കായിരുന്നു എന്ന് അപ്പോഴും വാദിക്കാം; അതാണ് ഇന്ത്യയിലെ ചില ജനസമൂഹങ്ങളും പശ്ചിമേഷ്യ, യൂറോപ്പ്, കൗക്കാസസ്, മദ്ധ്യേഷ്യ ഇവിടങ്ങളിലെ ജനസമൂഹങ്ങളും തമ്മിൽ അടുത്ത ബന്ധമുണ്ടാകുവാൻ കാരണമെന്നും ശഠിക്കാം. സമ്പൂർണ്ണ ജീനോം വിവരങ്ങൾ ജനസമൂഹങ്ങൾ തമ്മിലുള്ള അടുപ്പം തെളിയിക്കുമെങ്കിലും കുടിയേറ്റങ്ങൾ ഏതു ദിശയിലേക്കായിരുന്നു എന്നു പറയുവാൻ അതിനുകഴിയില്ല. ഏകപൈതൃക സംബന്ധമായ വിവരങ്ങൾ കൊണ്ട് പരിശോധിക്കാമെന്നുവെച്ചാൽ, ജനസമൂഹങ്ങളുടെ വലിയതോതിലുള്ള സ്ഥലംമാറ്റങ്ങൾ, പണ്ടുകാലത്ത് സംഭവിച്ചിട്ടുണ്ടാകാൻ സാദ്ധ്യതയുള്ള പ്രകൃതിദുരന്തങ്ങൾ അല്ലെങ്കിൽ മഹാമാരികൾ ഇവയെല്ലാം ഹാപ്ലോഗ്രൂപ്പുകളുടെ വർത്തമാനകാല വ്യാപനം, ആവർത്തനസാധ്യതയും വ്യത്യസ്തതയും ഇവയെല്ലാം വ്യാഖ്യാനിക്കുന്നതിൽ തടസ്സങ്ങൾ സൃഷ്ടിക്കുന്നുണ്ട്. അതിനാൽ, നാം ചർച്ചചെയ്തുകഴിഞ്ഞ രണ്ടു രീതികൾക്കു–വർത്തമാനകാലത്തെ എംടിഡിഎൻഎ, Y ക്രോമോസോം പരമ്പരകളെ ആധാരമാക്കിയുള്ള ഏകപൈതൃക ഡിഎൻഎ പരിശോധന, വർത്തമാനകാല ജനസമൂഹങ്ങളുടെ സമ്പൂർണ്ണ ജീനോം സീക്വെൻസിംഗ്–പുറമേ കുടിയേറ്റങ്ങളുടെ ദിശയെക്കുറിച്ചുള്ള തർക്കങ്ങൾക്ക് അവസാനമുണ്ടാക്കുവാൻ പര്യാപ്തമായ മൂന്നാമത്തെ ഒരു രീതികൂടി കണ്ടെത്തേണ്ടിയിരിക്കുന്നു. വാസ്തവത്തിൽ അങ്ങനെയൊരു രീതി നിലവിലുണ്ട്: പ്രാചീന മനുഷ്യാവശിഷ്ടങ്ങളുടെ ഡിഎൻഎ പരിശോധന. നാം അതിലേക്കാണ് തിരിയുന്നത്.

മൂന്നാമത്തെ രീതി: പ്രാചീന ഡിഎൻഎ

മനുഷ്യസമൂഹങ്ങളുടെ സഞ്ചാരദിശയെക്കുറിച്ചുള്ള ചോദ്യങ്ങൾക്ക് ഉത്തരം നൽകുവാൻ പ്രാചീന ഡിഎൻഎക്ക് സാധിക്കും; ഒരു പ്രത്യേക ഇടത്തിൽ പല കാലഘട്ടങ്ങളിൽ ജീവിച്ചിരുന്ന മനുഷ്യരുടെ പ്രാചീനമായ അസ്ഥികൂടങ്ങളിൽനിന്നു ലഭിക്കുന്ന ഡിഎൻഎ വഴി അവിടെ മനുഷ്യസമൂഹങ്ങൾ എങ്ങനെയാണ് പഴയകാലത്ത് നീങ്ങിയിരുന്നത് എന്ന് മനസ്സിലാക്കാൻ കഴിയും എന്നതാണ് ഇതിന്റെ സരളമായ കാരണം. ഉദാഹരണമായി, 2000 BCEക്കു മുൻപ് X എന്ന പ്രവിശ്യയിൽനിന്നു ലഭിച്ച പ്രാചീന ഡിഎൻഎയിൽ മദ്ധ്യേഷ്യൻ വംശപൈതൃകത്തിന്റെയോ സ്റ്റെപ്പ് വംശപൈതൃകത്തിന്റെയോ തരിമ്പുപോലും കണ്ടില്ലെന്നു കരുതുക; പിന്നീട് 1000 BCE മുതൽ പ്രസ്തുത വംശപൈതൃകത്തിന്റെ തെളിവുകൾ കണ്ടുതുടങ്ങുന്നു–സ്റ്റെപ്പ് വംശപൈ

തൃകമുള്ള ആൾക്കാരുടെ ഒരു കുത്തൊഴുക്ക് X എന്ന പ്രവിശ്യയിലേക്ക് 2000 BCEക്കും 1000 BCEക്കും ഇടക്ക് ഉണ്ടായിട്ടുണ്ടെന്ന് അപ്പോൾ നമുക്ക് വ്യക്തമായി അനുമാനിക്കാം.

കഴിഞ്ഞ അഞ്ചുവർഷങ്ങളോളമേ ആയുള്ളൂ പ്രാചീന ഡിഎൻഎ ശാസ്ത്രം ഉയരങ്ങളിലെത്തിയിട്ട്. അതിൽപ്പിന്നെ ഓരോ ഭൂഖണ്ഡത്തിലെയും നമുക്കറിയാവുന്ന ചരിത്രമെല്ലാം അത് മാറ്റിയെഴുതുവാൻ തുടങ്ങി. എല്ലാ രാജ്യങ്ങളിലും കൂടുതൽ കൂടുതൽ പ്രാചീന ഡിഎൻഎ പരിശോധിക്കപ്പെടുമ്പോൾ ആഗോള കുടിയേറ്റചരിത്രത്തിന്റെ ചിത്രത്തുണ്ടുകൾ ഓരോന്നായി അതാതിന്റെ സ്ഥാനത്തു വീഴുന്നു എന്നതാണ് ഈ പ്രക്രിയയുടെ സൗന്ദര്യം. ആഗോള കുടിയേറ്റത്തിന്റെ ചിത്രം പൂർണമായിവരുംതോറും ഓരോ പ്രവിശ്യയും എങ്ങനെയാണ് ജനവാസമുള്ളതായിത്തീർന്നത് എന്ന ചോദ്യത്തിന്റെ ശാസ്ത്രീയമായ അഭിപ്രായസമന്വയം കണ്ടില്ലെന്നുനടിക്കുവാൻ കൂടുതൽ ബുദ്ധിമുട്ടുണ്ടാകുന്നുണ്ട്.

ഇന്ത്യയുടെ ചരിത്രാതീതകാലത്തെക്കുറിച്ചുള്ള പഴക്കമേറിയ പല ചോദ്യങ്ങൾക്കും വിരാമമിടുന്ന പ്രാചീന ഡിഎൻഎയെ അടിസ്ഥാനപ്പെടുത്തിയുള്ള നൂതനപഠനമായ ‘ ദക്ഷിണേഷ്യയിലെയും മദ്ധ്യേഷ്യയിലെയും ജീനോമിക രൂപീകരണം’ (The Genomic Formation of South and Central Asia) 2018 മാർച്ചിൽ ജീവശാസ്ത്രത്തിന്റെ പ്രീപ്രിന്റ് സെർവർ ആയ bioRxiv യിലൂടെയാണ് വെളിച്ചം കണ്ടത്. ലോകത്തെമ്പാടുമുള്ള തൊണ്ണൂറ്റിരണ്ടു ശാസ്ത്രജ്ഞർ ചേർന്നാണ് അത് രചിച്ചത്; ഡിഎൻഎ പരിശോധനയിലും സീക്വെൻസിങ്ങിലും ഉള്ള കഴിവിന്റെ തോതിലും വേഗതയിലും സമാനതകളില്ലാത്ത ഒരു ഗവേഷണശാല നടത്തുന്ന ഡേവിഡ് റെയ്ക്ക് ആണ് അതിന്റെ ഡയറക്ടർമാരിൽ ഒരാൾ.

മേൽപ്പറഞ്ഞ തൊണ്ണൂറ്റിരണ്ടു ശാസ്ത്രജ്ഞരിൽ വ്യത്യസ്ത ശാസ്ത്രശാഖകളിലെ താരങ്ങളായ പലരുമുണ്ട്; ഇൻ സേർച്ച് ഓഫ് ഇൻഡോ യൂറോപ്യൻസ്: ലാംഗ്വേജ്, ആർക്കിയോളജി ആൻഡ് മിത് എന്ന ഗ്രന്ഥത്തിന്റെ കർത്താവും പുരാവസ്തുശാസ്ത്രജ്ഞനുമായ ജെയിംസ് മാലറി, ദി ഹോഴ്സ്, ദി വീൽ ആൻഡ് ലാംഗ്വേജ്: ഹൌ ബ്രോൺസ് ഏജ്[8] റൈഡേഴ്സ് ഫ്രം ദി യൂറേഷ്യൻ സ്റ്റെപ്പ്സ് ഷേപ്പ്ഡ് ദി മോഡേൺ വേൾഡ് എന്ന ചരിത്രസംഭവമായ കൃതിയുടെ രചയിതാവും നരവംശശാസ്ത്രജ്ഞനുമായ ഡേവിഡ് ആന്റണി എന്നിവരെല്ലാം ഈ പട്ടികയിൽപ്പെടും. രചയിതാക്കളുടെ കൂട്ടത്തിൽ അറിയപ്പെടുന്ന മറ്റു ചിലരാണ് പ്രാചീനസസ്യശാസ്ത്രജ്ഞനായ ഡോറിയൻ ഫുള്ളറും പുരാവസ്തുശാസ്ത്രജ്ഞനായ നിക്കോൾ ബോയ്‌വിനും–ഇന്ത്യയിൽ അവർ ചെയ്തിട്ടുള്ള പ്രവർത്തനങ്ങൾവഴി അവർ രണ്ടുപേരും ഇവിടെ പ്രശസ്തരാണ്; ഇന്ത്യയിലെ ഏറ്റവും മികച്ച പുരാവസ്തുശാസ്ത്രസ്ഥാപനമായ ഡെക്കാൻ കോളേജിന്റെ വൈസ് ചാൻസലറായ വസന്ത് ഷിൻഡെ; പഠനത്തിന്റെ ഡയറക്ടർമാരിൽ

8 വെങ്കലത്തിന്റെ ഉപയോഗംകൊണ്ട് അടയാളപ്പെടുത്തപ്പെട്ട ചരിത്രകാലഘട്ടമാണ് വെങ്കലയുഗം. പല പ്രദേശങ്ങളും വെങ്കലയുഗത്തിലേക്ക് പ്രവേശിച്ചത് പല കാലങ്ങളിലാണ്. പശ്ചിമേഷ്യയിലും ദക്ഷിണേഷ്യയിലും യൂറോപ്പിലും വെങ്കലയുഗം ആരംഭിക്കുന്നത് ഏകദേശം 3200 BCE അടുപ്പിച്ചാണ്. പലപ്പോഴും വെങ്കലയുഗത്തിനു മുൻപ് കാൽക്കോലിത്തിക് യുഗവും വെങ്കലയുഗത്തിനു ശേഷം ഇരുമ്പുയുഗവും ആണ് കാണുന്നത്.

ഒരാൾ കൂടിയായിരുന്ന CCMBയിലെ തങ്കരാജ് എന്നിവരെല്ലാം. ലക്നോവിലെ ബീർബൽ സാഹ്നി ഇൻസ്റ്റിട്യൂട്ട് ഓഫ് പാലിയോസയൻസസിലെ നീരജ് റായ്, യൂണിവേഴ്സിറ്റി ഓഫ് കാലിഫോർണിയയിലെ പ്രിയ മൂർജാനി, ജർമനിയിലെ മാക്സ് പ്ലാങ്ക് ഇൻസ്റ്റിട്യൂട്ട് ഓഫ് ഹ്യൂമൻ ഹിസ്റ്ററിയിലെ ആയുഷി നായക് ഇവരും രചയിതാക്കളിൽ ചിലരാണ്. പഠനത്തിന്റെ നേതൃസ്ഥാനത്തുനിന്നു രചന നിർവഹിച്ചത് ഹാർവാർഡ് മെഡിക്കൽ സ്കൂളിലെ ഡിപ്പാർട്മെന്റ് ഓഫ് ജെനറ്റിക്സിലെ വാഗീഷ് നരസിംഹനാണ്.

612 വ്യക്തികളുടെ പ്രാചീന ഡിഎൻഎയെ ആധാരമാക്കിയാണ് പഠനം നടത്തിയത്. ഈ പ്രാചീനവ്യക്തികൾ (ancient individuals) പല പ്രവിശ്യകളിൽ പല കാലഘട്ടങ്ങളിൽ ജീവിച്ചിരുന്നവരാണ്: ഇറാനിലും തുർക്മെനിസ്ഥാൻ അടങ്ങിയ പ്രദേശത്തിന്റെ പഴയ പേരായ റ്റ്യുറാനിലും ഉസ്ബെകിസ്ഥാനിലും തജികിസ്ഥാനിലും (5600–1200 BCE); യൂറാൾ മലനിരകൾക്കു കിഴക്കുഭാഗത്തുള്ള കസാക്കിസ്ഥാനുംകൂടി ഉൾപ്പെട്ട സ്റ്റെപ്പ് (4799–1000 BCE); പാകിസ്ഥാനിലെ സ്വാത് താഴ്വര (1200 BCE–1 CE). ഈ പ്രാചീന ഡിഎൻഎ വിവരങ്ങൾ ഇന്നു ജീവിച്ചിരിക്കുന്ന വ്യക്തികളുടെ ജീനോം അധിഷ്ഠിത വിവരങ്ങളുമായി പിന്നീട് താരതമ്യപ്പെടുത്തുകയും ചേർത്തു പരിശോധിക്കുകയും ചെയ്തു–ഇവരിൽ 1789 പേർ വംശപരമായി വ്യത്യസ്തരായ ദക്ഷിണേഷ്യയിലെ 246 ഗ്രൂപ്പുകളിൽനിന്നുള്ളവരായിരുന്നു. പല കാലഘട്ടങ്ങളിലും പ്രദേശങ്ങളിലുമായി വ്യാപിച്ചുകിടക്കുന്ന പ്രാചീന ഡിഎൻഎയും വർത്തമാനകാല ഡിഎൻഎയും തമ്മിലുള്ള ഈ താരതമ്യപരിശോധനയാണ് പ്രസ്തുത പഠനത്തെ ആര് എവിടുന്നു വന്നു എന്നും ആരെല്ലാമായി കലർന്നുവെന്നുമുള്ള അനുമാനങ്ങളിൽ എത്തിച്ചത്.[9]

---

9 പ്രാചീന മനുഷ്യരുടെ കുടിയേറ്റങ്ങളെക്കുറിച്ചുള്ള അനുമാനങ്ങളെല്ലാം വളരെക്കുറച്ച് ഡിഎൻഎ സാമ്പിളുകളെ അടിസ്ഥാനപ്പെടുത്തിയവയാണെന്നും പ്രാചീനമായ അവശേഷിപ്പുകൾ കണ്ടെത്താനായ ഇടങ്ങളെ മാത്രമാണ് അവ ആശ്രയിച്ചിരിക്കുന്നതെന്നും ചില പുരാവസ്തുശാസ്ത്രജ്ഞരും ചരിത്രപണ്ഡിതന്മാരും വിമർശനം ഉയർത്തിയിട്ടുണ്ട്. കളഞ്ഞുപോയ ഒരുവാച്ചിനുവേണ്ടി വെളിച്ചമുള്ള വിളക്കുകാലുകൾക്കു കീഴെ മാത്രം തപ്പുന്നതുപോലെയാണ് ഇതെന്നാണ് അവരുടെ ആരോപണം. എങ്കിലും ഈ വാദം സാധുതയുള്ളതാണെങ്കിൽ അത് മുഴുവൻ പുരാവസ്തുവിജ്ഞാനീയത്തിനും മുഴുവൻ പ്രാഗ്ചരിത്രത്തിനും ബാധകമാണല്ലോ–അവിടെയും കളഞ്ഞുപോയ വാച്ച് തിരയുന്നത് വെളിച്ചമുള്ള വിളക്കുകാലുകൾക്കു കീഴെ മാത്രമാണല്ലോ. തമാശകൾ മാറ്റിവെക്കാം–കുറച്ചു വർഷങ്ങൾക്കു മുൻപുവരെ പ്രാചീന ഡിഎൻഎ സാമ്പിളുകൾ വളരെ വിരളമായിരുന്നെങ്കിലും ഇപ്പോൾ അങ്ങനെയല്ല. ലോകത്തെമ്പാടും പ്രാചീന ഡിഎൻഎ സാമ്പിളുകൾ അനുദിനം കണ്ടെത്തിക്കൊണ്ടിരിക്കുകയാണ്; 'ജീനോമിക് ഫോർമേഷൻ ഓഫ് സൗത്ത് ആൻഡ് സെൻട്രൽ ഏഷ്യ' 612 വ്യക്തികളുടെ പ്രാചീന ഡിഎൻഎയെ അടിസ്ഥാനപ്പെടുത്തിയതാണ്–അത് ഗണ്യമായ ഒരു സംഖ്യതന്നെയാണ്. ഹാരപ്പൻ സംസ്കാരത്തിൽനിന്ന് നേരിട്ടു ലഭിച്ച പ്രാചീന ഡിഎൻഎയുടെ പരിശോധനാഫലങ്ങൾ ഇനിയും പ്രസിദ്ധീകരിച്ചിട്ടില്ലെന്നത് സത്യമാണ് എങ്കിലും നമ്മുടെ കൈവശം പാകിസ്ഥാനിലെ സ്വാത് താഴ്വരയിൽനിന്നുള്ള നാല്പത്തൊന്ന് പ്രാചീന ഡിഎൻഎ സാമ്പിളുകളുണ്ട്–1200 BCE ആണ് അവയുടെ കാലഘട്ടം. ഗോനുറിൽനിന്നും ഷഹർ ഇ സോഖ്തയിൽനിന്നുമുള്ള 'സിന്ധുനദീതടപാർശ്വ' സമൂഹത്തിൽനിന്ന് (Indus Periphery) മൂന്നു സാമ്പിളുകളുമുണ്ട്. ഇന്നത്തെ ജനസമൂഹങ്ങളുടെ ഡിഎൻഎ സാമ്പിളുകളുടെ വ്യാപകമായ പരിശോധനകളോടൊപ്പം ഇവയെല്ലാം ചേർത്തു പരിശോധിക്കുമ്പോൾ യുക്തിസഹവും ആരോഗ്യമുള്ളതുമായ ചില അനുമാനങ്ങളിലേക്ക് ശാസ്ത്രജ്ഞർക്ക് എത്തിച്ചേരുവാൻ സാധിക്കും.

കണ്ടെത്തിയത് എന്തായിരുന്നു?

'സിന്ധുനദീതടത്തിന്റെ പ്രാന്തപ്രദേശ'ങ്ങളിലെ (Indus Periphery) സമൂഹത്തിന്റെ വംശപൈതൃകത്തിൽ കുറഞ്ഞത് 4700 BCEക്കും 3000 BCEക്കും ഇടയ്ക്കുള്ള കാലഘട്ടത്തിലെങ്കിലും സാഗ്രോസ് പ്രവിശ്യക്കു ചുറ്റുമുള്ള ഇറാനിയൻ കാർഷികസമൂഹം ഗണ്യമായ സംഭാവനകൾ നല്കിയിട്ടുണ്ടെന്ന് പഠനം കണ്ടെത്തുകയുണ്ടായി. 'സിന്ധുനദീതടത്തിന്റെ പ്രാന്തപ്രദേശ'ങ്ങളിലെ സമൂഹങ്ങളെ പ്രസ്തുത പഠനം നിർവചിക്കുന്നത് ഹാരപ്പൻ സംസ്കാരത്തിൽനിന്ന് കുടിയേറിവന്ന് ഹാരപ്പയിലെ ജനങ്ങൾക്ക് വാണിജ്യ, സാംസ്കാരിക ബന്ധങ്ങളുണ്ടായിരുന്ന അയൽപട്ടണങ്ങളിൽ—ഗോനുർ, ഷഹർ- ഇ-സോഖ്ത മുതലായ—താമസിച്ചിരുന്നവർ എന്നാണ്. ഗോനുർ സ്ഥിതിചെയ്തിരുന്നത് തുർക്മെനിസ്ഥാനിൽ ആണ്; 2300 BCEക്കും 1700 BCEക്കും ഇടയ്ക്കുള്ള കാലഘട്ടത്തിൽ അഭിവൃദ്ധി പ്രാപിച്ചിരുന്ന ബാക്ട്രിയ -മാർജിയാന പുരാവസ്തുസമുച്ചയത്തിന്റെ (Bactria–Margiana Archaeological Complex) ഭാഗമാണ് ഇത്. ഷഹർ- ഇ- സോഖ്ത ഇറാനിന്റെ തെക്കുകിഴക്കൻ മേഖലയിൽ സ്ഥിതിചെയ്യുന്ന ഒരു പ്രധാനപ്പെട്ട പുരാവസ്തുകേന്ദ്രമാണ്; ഇവിടെ ജനവാസമുണ്ടായിരുന്നത് 3200 BCEക്കും 1800 BCEക്കും ഇടയ്ക്കാണ്.

ഗോനുരിൽനിന്നും ഷഹർ-ഇ- സോഖ്തയിൽനിന്നുമുള്ള മൂന്നു പ്രാചീനവ്യക്തികളെയാണ് ഹാരപ്പൻ കുടിയേറ്റക്കാരാണെന്നു ഗവേഷകർ കണ്ടെത്തിയത്. അതേ ഉത്ഖനനകേന്ദ്രത്തിൽനിന്നു ലഭിച്ചിട്ടുള്ള മറ്റ് അസ്ഥികൂടങ്ങളുമായി താരതമ്യപ്പെടുത്തുമ്പോൾ ഇവർ വ്യത്യസ്തതയുള്ളവരാണ് എന്നുകണ്ടു, കാരണം, അവരിൽ ഇറാനിയൻ കർഷകരുടെ വംശപൈതൃകം കൂടാതെ ഗണ്യമായ അളവിൽ ആദ്യത്തെ ഇന്ത്യക്കാരുടെ വംശപൈതൃകവും അടങ്ങിയിരുന്നു. ഹാരപ്പൻ സംസ്കാരത്തിന്റെ പ്രവിശ്യകളിൽനിന്ന് പ്രാചീന ഡിഎൻഎ ഒന്നുംതന്നെ ഇതുവരെ കണ്ടെടുത്തിട്ടില്ലാത്തതുകൊണ്ട് 'സിന്ധുനദീതടത്തിന്റെ പ്രാന്തപ്രദേശ'ങ്ങളിലെ ഈ വ്യക്തികളിലാണ് ഹാരപ്പൻ ജനസമൂഹത്തിന്റെതന്നെ പ്രാതിനിധ്യം സമർപ്പിച്ചിരിക്കുന്നത്.[10] അങ്ങനെ, തുടക്കത്തിൽ നാം ചോദിച്ച ചോദ്യത്തിന് ഉത്തരമായി: ഇന്ത്യയിലേക്ക് ഇറാനിയൻ കർഷകരുടെ ഒരു കുടിയേറ്റം ഉണ്ടായിട്ടുണ്ടോ? ഉണ്ട്, കാരണം, ഹാരപ്പൻ ജനത ഗണ്യമായ അളവിൽ ഇറാനിയൻ കർഷകരുടെ വംശപൈതൃകം ഉള്ളവരാണെന്ന് പ്രാചീന ഡിഎൻഎ വ്യക്തമാക്കുന്നുണ്ട്.

പ്രാചീന ഡിഎൻഎയെ ആധാരമാക്കി നടത്തുന്ന ഓരോ പുതിയ പഠനവും മനുഷ്യന്റെ കുടിയേറ്റങ്ങളെന്ന പ്രഹേളികയിലെ ഒരു ശൂന്യസ്ഥലം കൂടി നികത്തുന്നുണ്ട്; അതുകൊണ്ടുതന്നെ അനുമാനങ്ങൾ തമ്മിൽ ബന്ധവുമുണ്ടെങ്കിലേ അവയ്ക്ക് ചോദ്യങ്ങളെ നേരിടുവാനുള്ള ഉറപ്പുണ്ടാവുകയുള്ളൂ. അനുമാനങ്ങളുടെ ആരോഗ്യമെന്നത് ഉപരിപ്ലവമല്ല. എന്നിരുന്നാലും എല്ലാ ശാസ്ത്രങ്ങളിലും എല്ലാ ശാസ്ത്രശാഖകൾക്കും എല്ലാ കാലത്തും അനുമാനങ്ങളെല്ലാം അപ്പോഴുള്ള സാക്ഷ്യങ്ങളെ അടിസ്ഥാനപ്പെടുത്തിയിട്ടുള്ള അനുമാനങ്ങളാണ്,

10 രാഖിഗഢി എന്ന ഹാരപ്പൻ സങ്കേതത്തിൽനിന്ന് ശാസ്ത്രജ്ഞർ ഡിഎൻഎ സംഘടിപ്പിച്ചിട്ടുണ്ട്. എങ്കിലും പഠനഫലങ്ങൾ പുറത്തുവന്നിട്ടില്ല. പഠനത്തെക്കുറിച്ച് വിശ്വസനീയമായ വൃത്തങ്ങൾ പറയുന്നത് സാഗ്രോസിൽ നിന്നുള്ള കർഷകരും ഹാരപ്പൻ നിവാസികളും തമ്മിൽ ഒരു മിശ്രണം നടന്നിട്ടുണ്ടെന്നാണ്.

ഗവേഷകർക്ക് അവരുടെ നിഗമനങ്ങളിലെത്തുവാൻ പ്രാചീന ഡിഎൻഎ എങ്ങനെയാണ് കൃത്യമായ വഴിയൊരുക്കിയതെന്ന് നമുക്കിനി വിശദമായി പരിശോധിക്കാം. 7000 BCEക്കും 8000 BCEക്കും ഇടക്കുള്ള കാലഘട്ടത്തിൽ ഇറാനിലെ സാഗ്രോസ് പ്രവിശ്യയിൽ ജീവിച്ചിരുന്ന മനുഷ്യരുടെ പ്രാചീന ഡിഎൻഎ വെളിപ്പെടുത്തുന്നത് അവരിൽ ഒരു പ്രത്യേകതരം പശ്ചിമയൂറേഷ്യൻ വംശപൈതൃകം ഉണ്ടെന്നാണ്. ഉർവരേന്ദുകലാ പ്രവിശ്യയിലെ മറ്റുള്ളവരിൽനിന്ന് ഇവർ വേറിട്ടുനിന്നു, കാരണം, മറ്റെല്ലാവരിലുമുള്ള അനറ്റോളിയൻ വംശപൈതൃകം ഇവരിൽ ഉണ്ടായിരുന്നില്ല. വാസ്തവത്തിൽ അനറ്റോളിയൻ വംശപൈതൃകം അനറ്റോളിയ (ഇന്നത്തെ തുർക്കി) മുതൽ കിഴക്കൻ ഇറാനും കിഴക്കേയറ്റത്തുള്ള ട്യുറാനും വരെ വ്യാപിച്ചുകിടക്കുന്ന ഒന്നാണ്. പക്ഷേ പടിഞ്ഞാറുനിന്ന് കിഴക്കോട്ട് നീങ്ങുംതോറും വംശപൈതൃകത്തിന്റെ അളവ് കുറഞ്ഞുവരും–അനറ്റോളിയയിൽ 70 ശതമാനമായിരുന്നത് ഇറാനിൽ 33 ശതമാനവും കിഴക്കേയറ്റത്തുള്ള ട്യുറാനിൽ 3 ശതമാനവും ആകുന്നു. അനറ്റോളിയൻ വംശപൈതൃകത്തിന്റെ ഇത്തരത്തിലുള്ള വ്യാപനമാതൃകയുടെ കാരണം കാർഷികവൃത്തി കിഴക്കോട്ട് വ്യാപിപ്പിക്കുന്നതിൽ അനറ്റോളിയക്കാർ പങ്കുവഹിച്ചിട്ടുണ്ട് (പടിഞ്ഞാട്ട് യൂറോപ്പിലേക്കും അവർ അത് വ്യാപിപ്പിച്ചതുപോലെ) എന്നതുകൊണ്ടാവാം. എങ്കിലും ഓർമ്മിക്കുക, 7000 BCEക്കും 8000 BCEക്കും ഇടക്കുള്ള കാലഘട്ടത്തിലുള്ള സാഗ്രോസിലെ ജനസംഖ്യക്ക് ഈ ജനിതകവ്യാപനംകൊണ്ട് കുറവൊന്നും വന്നില്ല.

ഇനി നമുക്ക് മറ്റുചില നിർണ്ണായകതെളിവുകൾ പരിശോധിക്കാം–ഗോനുരിൽനിന്നും ഷഹർ-ഇ-സോഖ്തയിൽനിന്നുമുള്ള പ്രാചീന ഡിഎൻഎയാണത്. BMAC ഖനനകേന്ദ്രങ്ങളിൽനിന്നുള്ള അറുപത്തൊൻപത് പ്രാചീന വ്യക്തികളുടെ ഡിഎൻഎ ആണ് പഠനത്തിനായി ആകെ അനുവദിച്ചുകിട്ടിയിരുന്നത്. അവരിൽ ഭൂരിഭാഗത്തിനും ഉണ്ടായിരുന്ന വംശപൈതൃകമിശ്രണം ഇതാണ്: ആദ്യകാല ഇറാനിയൻ കർഷകസംബന്ധമായ വംശപൈതൃകം (ഏകദേശം 60 ശതമാനം), അനറ്റോളിയൻ കർഷകസംബന്ധമായ വംശപൈതൃകം (ഏകദേശം 21 ശതമാനം), പടിഞ്ഞാറൻ സൈബീരിയൻ ബന്ധമുള്ള വംശപൈതൃകം (ഏകദേശം 13 ശതമാനം).

ഗോനുരിൽനിന്നും ഷഹർ -ഇ- സോഖ്തയിൽനിന്നും ലഭിച്ച മനുഷ്യാവശിഷ്ടങ്ങളുടെ പഴക്കം 3100 BCEക്കും 2200 BCEക്കും ഇടയിലാണ്. ഈ വ്യക്തികൾക്ക് മറ്റു വ്യക്തികളുടേതിൽനിന്നു വ്യത്യസ്തമായി വംശപൈതൃകത്തിന്റെ 14 മുതൽ 42 ശതമാനംവരെ ബന്ധം കണ്ടത് ആദ്യത്തെ ഇന്ത്യക്കാരുമായാണ്; 58 മുതൽ 86 ശതമാനംവരെ ഇറാനിയൻ കർഷകരോടു ബന്ധമുള്ള വംശപൈതൃകവും. അവർക്ക് അനറ്റോളിയൻ വംശപൈതൃകം ഇല്ലാതിരുന്നതിനാൽ അവർ അതിലും കിഴക്കുനിന്നുള്ളവരാണെന്ന് ഗവേഷകർ അനുമാനിച്ചു-കാരണം അനറ്റോളിയൻ വംശപൈതൃകം കിഴക്കോട്ടു പോകുംതോറും കുറഞ്ഞുവരുമല്ലോ. അവരിൽ ഗണ്യമായ തോതിൽ ആദ്യത്തെ ഇന്ത്യക്കാരുടെ വംശപൈതൃകമുണ്ടായിരുന്നതും സൂചിപ്പിക്കുന്നത് ഇതുതന്നെയാണ്–അവർ കിഴക്കുനിന്നാണ് വന്നതെന്നും, ഹാരപ്പൻ സംസ്കാരത്തിൽനിന്നുമാണെന്നും ഗോനുരിലേക്കും ഷഹർ-ഇ-സോഖ്തയിലേക്ക് കുടിയേറിയവരാണെന്നും.

മറ്റൊരുതരത്തിൽ പറഞ്ഞാൽ, 3100–2200 BCE കാലഘട്ടത്തിലെ ഹാരപ്പൻ ജനതയുടെ വംശപൈതൃകത്തിന്റെ ഒരുഭാഗം സാഗ്രോസ് പ്രവിശ്യയിലെ കർഷകരിൽനിന്നാണെന്നും എന്നാൽ 7000–8000 BCE കാലഘട്ടത്തിലെ സാഗ്രോസ് കർഷകരുടെ പ്രാചീന ഡിഎൻഎയിൽ ആദ്യത്തെ ഇന്ത്യക്കാരുടെ വംശപൈതൃകം ഉണ്ടെന്നതിന്റെ സൂചനകളൊന്നുമില്ലെന്നും ഈ പഠനത്തിൽ നിന്ന് തെളിഞ്ഞു. അതുകൊണ്ടുതന്നെ കുടിയേറ്റത്തിന്റെ ദിശ സുവ്യക്തമാണ്. ഇറാനിലെ സാഗ്രോസ് പ്രവിശ്യയിൽനിന്ന് മനുഷ്യർ ഇന്ത്യയിലേക്ക് കുടിയേറിയിട്ടുണ്ട്.

കൂടുതൽ തെളിവുകളുണ്ട്. സ്വാത് താഴ്‌വരയിൽ 1200 BCEക്കും 800 BCEക്കും ഇടയ്ക്ക് ജീവിച്ചിരുന്ന നാല്പത്തൊന്ന് പ്രാചീന വ്യക്തികളുടെ ഡിഎൻഎയും പഠനത്തിനായി ലഭിച്ചിരുന്നു–BMACയിലെ വ്യത്യസ്തമായി ക്കണ്ട മൂന്നു വ്യക്തികളുടെ കാലഘട്ടം കഴിഞ്ഞ് ഒരു സഹസ്രാബ്ദം പിന്നിട്ടശേഷവും, 1900 BCEയിൽ ഹാരപ്പൻ സംസ്കാരത്തിന്റെ ശോഷണം ആരംഭിച്ചുതുടങ്ങിയിട്ട് അഞ്ഞൂറുകൊല്ലത്തിലധികം കഴിഞ്ഞശേഷവും. ഇവ ജനിതകപരമായി ഗോനുരിലെയും ഷഹർ -ഇ- സോഖ്തയിലെയും മൂന്നു വ്യത്യസ്തരുടെ സാമ്പിളുകളുമായി വളരെ സാദൃശ്യമുള്ളവയായിരുന്നു. ഇവരുടെ വംശപൈതൃകത്തിന്റെ ഗണ്യമായ ഘടകങ്ങൾ ഇറാനിയൻ കർഷകരുമായും ആദ്യത്തെ ഇന്ത്യക്കാരുമായും ബന്ധമുള്ളവയായിരുന്നു. (അതിനു പുറമേ അവർക്ക് മദ്ധ്യകാലം മുതൽ അന്ത്യകാലംവരെയുള്ള വെങ്കലയുഗത്തിലെ സ്റ്റെപ്പ് ജനതയുടെ വംശപൈതൃകവും 22 ശതമാനമുണ്ടായിരുന്നു–BCE രണ്ടാം സഹസ്രാബ്ദത്തിൽ നടന്ന ഒരു മിശ്രണത്തിന്റെ ഫലമാണത്. നാലാം അദ്ധ്യായത്തിൽ നമുക്കതിനെക്കുറിച്ച് സംസാരിക്കാം.)

ആകപ്പാടെ, 'സിന്ധുനദീതടത്തിന്റെ പ്രാന്തപ്രദേശ'ങ്ങളിൽനിന്നും (BMAC, ഷഹർ-ഇ-സോഖ്ത) സ്വാത് താഴ്‌വരയിൽനിന്നുമുള്ള, 3100 BCE മുതൽ 800 BCE വരെയുള്ള കാലഘട്ടത്തിൽനിന്നുള്ള നാല്പത്തിനാല് വ്യക്തികൾ, ഇറാനിയൻ കർഷകരും ആദ്യത്തെ ഇന്ത്യക്കാരും തമ്മിൽ ഗണ്യമായ മിശ്രണമുണ്ടായിട്ടുള്ളതിന്റെ തെളിവുകൾ വഹിക്കുന്നവരായിരുന്നു. 'സിന്ധുനദീതടത്തിന്റെ പ്രാന്തപ്രദേശ'ങ്ങളിലുള്ള ജനത ഇന്നു നിലവിലുള്ള ഇന്ത്യൻ ജനതയുടെ പൂർവികസംഘമാകുവാൻ തികച്ചും അനുയോജ്യമാണെന്ന് ജനിതകമാതൃക തെളിയിക്കുകയും ചെയ്തു.

നമുക്ക് മുൻപുതന്നെ നമുക്കറിയാവുന്ന കാര്യങ്ങൾക്ക് ഈ കണ്ടുപിടുത്തങ്ങൾ എങ്ങനെയാണ് കൂടുതൽ സൂക്ഷ്മത നൽകുന്നതെന്നതിന് ഇതാ ഒരു തിരിഞ്ഞുനോട്ടം. നാം നേരത്തേ കണ്ടതുപോലെ ഇന്നു നിലവിലുള്ള ഹാപ്ലോഗ്രൂപ്പുകളെ അടിസ്ഥാനപ്പെടുത്തിയുള്ള ജനിതകപഠനങ്ങൾ ഇന്ത്യയിലേക്ക് ചില സുപ്രധാന കുടിയേറ്റങ്ങൾ വഴി പുതിയ വംശപൈതൃകപരമ്പരകൾ വന്നിട്ടുണ്ടാകാമെന്ന് സൂചിപ്പിക്കുകയുണ്ടായി. ഇന്നു നിലവിലുള്ള ജനസമൂഹങ്ങളുടെ സമ്പൂർണ്ണ ജീനോം സീക്വെൻസിംഗിന്റെ അടിസ്ഥാനത്തിലുള്ള പഠനങ്ങൾ തെളിയിച്ചത് ഇന്നത്തെ ഇന്ത്യക്കാർ ആദ്യത്തെ ഇന്ത്യക്കാരുടെയും ഇന്നത്തെ പശ്ചിമേഷ്യക്കാരുമായി അടുത്ത ബന്ധമുള്ള ജനസമൂഹങ്ങളുടെയും മിശ്രിതമാണെന്നാണ്. പ്രാചീന ഡിഎൻഎയെ

ആധാരമാക്കിയുള്ള ഏറ്റവും പുതിയ പഠനവും അതുതന്നെയാണ് ചെയ്തത്: കുടിയേറ്റത്തിന്റെ ദിശയെക്കുറിച്ചുള്ള ചോദ്യത്തിന് അഖണ്ഡിതമായ ഒരു ഉത്തരം നൽകുകയും അതോടൊപ്പംതന്നെ ഇന്നത്തെ ഇന്ത്യക്കാരും പശ്ചിമയൂറേഷ്യക്കാരും തമ്മിലുള്ള അടുപ്പത്തിനു കാരണമായ നിരവധി കുടിയേറ്റങ്ങളെക്കുറിച്ച് കുറച്ചുകൂടി മെച്ചപ്പെട്ട വിവരങ്ങൾ നൽകുകയും ചെയ്തു അത്. സാഗ്രോസ് പ്രവിശ്യയിൽനിന്നുള്ള ഇറാനിയൻ കർഷകരുടെ ഒരു കുടിയേറ്റം സിന്ധുനദീതടത്തിലേക്ക് ഉണ്ടായിട്ടുണ്ടെന്ന് ഇന്നു നമുക്കറിയാം. സ്റ്റെപ്പിൽ നിന്ന് ഒരു കുടിയേറ്റമുണ്ടായിട്ടുണ്ടെന്നുകൂടി നാം സ്വാതിൽനിന്നുലഭിച്ച സാമ്പിളുകളിൽനിന്ന് മനസ്സിലാക്കുന്നുണ്ട്; അതിനെക്കുറിച്ച് നമുക്ക് പിന്നീട് വിശദമായി സംസാരിക്കാം.[11]

ഇറാനിയൻ കർഷകരും ആദ്യത്തെ ഇന്ത്യക്കാരും തമ്മിലുള്ള മിശ്രണം നടന്നത് എപ്പോഴായിരിക്കും? BMACയിൽനിന്നും ഷഹർ- ഇ- സോഖ്തയിൽനിന്നുമുള്ള മൂന്നു വ്യത്യസ്തരായ വ്യക്തികളുടെ ജനിതകവിവരങ്ങൾ പരിശോധിക്കുമ്പോൾ, മിശ്രണം നടന്നിട്ടുള്ളതിന്റെ കുറഞ്ഞ സമയപരിധി ഏതാണെന്ന് കണക്കാക്കുവാൻ ജനിതകശാസ്ത്രജ്ഞർക്കു സാധിക്കും. 4700 BCEക്കും 3000 BCEക്കും ഇടയ്ക്കുള്ള കാലഘട്ടം എന്നാണ് ഉത്തരം.കിട്ടിയത്. (മിശ്രണം നടന്നിട്ടുണ്ടാവാൻ സാദ്ധ്യതയുള്ള കാലഘട്ടത്തിന്റെ കൂടിയ പരിധി കണക്കാക്കുവാൻ ജനിതകശാസ്ത്രജ്ഞർക്ക് കഴിഞ്ഞിട്ടില്ല.) എങ്കിലും മെഹർഗഡിൽ കൃഷി ആരംഭിച്ചതിന്റെ തെളിവുകൾ ഏകദേശം 7000 BCE മുതൽ ഉണ്ടെന്ന് നാം കണ്ടതാണല്ലോ. അങ്ങനെയാവുമ്പോൾ, ഒന്നുകിൽ മെഹർഗഡ് പ്രദേശത്തെ കൃഷി ആദ്യത്തെ ഇന്ത്യക്കാർ തന്നെ പ്രാദേശികമായി ആരംഭിച്ചതാവാം; സാഗ്രോസ് പ്രവിശ്യയിൽ നിന്നുള്ള കർഷകർ പിന്നീടു മാത്രമാകാം എത്തിച്ചേർന്നത്. അല്ലെങ്കിൽ ഇറാനിയൻ കൃഷിക്കാർ ഈ പ്രദേശത്തേക്ക് നീങ്ങിയിട്ടുണ്ടാകാം, ഒപ്പം അവരുടെ കാർഷികസമ്പ്രദായങ്ങളും കൊണ്ടുവന്നിട്ടുണ്ടാകാം, അതിനുശേഷമാകാം ലഹുരദേവ പോലുള്ള പ്രദേശങ്ങളിൽ കാർഷിക പരീക്ഷണങ്ങൾ ആരംഭിച്ചുതുടങ്ങിയിരുന്ന ആദ്യത്തെ ഇന്ത്യക്കാരുമായി അവർ കൂടിക്കലർന്നത്. 7000 BCE അടുപ്പിച്ച് സാഗ്രോസിൽനിന്നുള്ള ഇറാനിയൻ കർഷകർ എത്തിച്ചേരുകയും ഏകദേശം അക്കാലത്തുതന്നെ ആദ്യത്തെ ഇന്ത്യക്കാരുമായി കലരുകയും ചെയ്തു എന്നും തീർച്ചയായും ആവാം, കാരണം, ജനിതകശാസ്ത്രം മിശ്രണത്തിന്റെ ആദ്യകാലം ഏതാണെന്ന് കണ്ടെത്തിയിട്ടില്ല. കൃഷി ഒരു പ്രദേശത്തുമാത്രം ആരംഭിക്കുകയും അവിടുന്ന് എല്ലായിടത്തേക്കും വ്യാപിക്കുകയും ആണ് ചെയ്തതെന്ന് അനുമാനിക്കുവാൻ തക്ക കാരണങ്ങളൊന്നുമില്ല. കൃഷി

---

11 കുറച്ചുകൂടി സാങ്കേതികമായ വിവരണം ഇതാണ്–ASI യുടെ വംശപൈതൃകം ആദ്യത്തെ ഇന്ത്യക്കാരിൽനിന്നും (ആൻഷ്യന്റ് ആൻസെസ്ട്രൽ സൗത്ത് ഇന്ത്യൻസ് അഥവാ AASI) ഇറാനിൽനിന്നുള്ള കർഷകരിൽനിന്നുമാണ് ലഭിച്ചതെന്ന് നമുക്കറിയാം. ANI യുടെ വംശപൈതൃകം ആദ്യത്തെ ഇന്ത്യക്കാരിൽനിന്നും (AASI) ഇറാനിൽനിന്നുള്ള കർഷകരിൽനിന്നും സ്റ്റെപ്പിൽനിന്നുള്ള ഇടയരിൽനിന്നുമാണെന്നും നമുക്കറിയാം. ഇന്നുള്ള ഇന്ത്യൻ ജനസമൂഹങ്ങളിൽ ഒട്ടുമിക്കവയും ANI യുടെയും ASI യുടെയും മിശ്രണങ്ങളാണ്–പല പ്രദേശങ്ങളിലും പല ജനവിഭാഗങ്ങളിലും ഇവയുടെ തോതുകൾ വേറെയാണെന്നുമാത്രം.

പല പ്രദേശങ്ങളിലായി ഏകദേശം ഒരേ കാലഘട്ടത്തിൽ ആവിർഭവിച്ചിട്ടുണ്ടാവാനാണ് കൂടുതൽ സാദ്ധ്യത; ഉത്പാദനക്ഷമതയുടെ കാര്യത്തിൽ പല തോതിൽ വിജയം കാണുകയും അതിനനുസരിച്ച് ജനസംഖ്യയിൽ വർദ്ധനവ് ഉണ്ടാവുകയും ചെയ്തുകാണണം.

അരങ്ങേറിയിട്ടുണ്ടാകുവാൻ സാദ്ധ്യതയുള്ള ഈ തിരക്കഥകളിലെല്ലാം തന്നെ ഒരുകാര്യം വ്യക്തമാണ്–ദക്ഷിണേഷ്യയുടെ വടക്കുപടിഞ്ഞാറൻ പ്രവിശ്യയിലെ കാർഷികവൃത്തിയുടെ സഞ്ചാരപഥത്തിന്റെ ഏതോ ഒരു ബിന്ദുവിൽ–അതിന്റെ തുടക്കത്തിലോ പിന്നീടോ ആകാം–സാഗ്രോസ് പ്രവിശ്യയിൽനിന്നുള്ള കർഷകരുടെ ഗണ്യമായ ഒരു കുത്തൊഴുക്ക് ഉണ്ടായിട്ടുണ്ട്; അവരുടെ ജനിതകമുദ്ര ഇന്നത്തെ ഇന്ത്യൻ ജനസമൂഹത്തിൽ തെളിഞ്ഞുകിടക്കുന്നുമുണ്ട്.

പോകാൻ വരട്ടെ, ഈ അദ്ധ്യായം അവസാനിപ്പിക്കുന്നതിനു മുൻപ് ഈ വൃത്തം മുഴുവനാക്കുന്ന ഒരൊറ്റ സാക്ഷ്യം കൂടി ഇതാ. J2, L1, L1c ഇവയാണ് പശ്ചിമേഷ്യയിൽനിന്ന് ഇന്ത്യയിലേക്ക് വന്നിട്ടുണ്ടാകുവാൻ സാദ്ധ്യതയുള്ള Y ക്രോമോസോം പരമ്പരകൾ എന്ന് ഏകപൈതൃക ക്രോമോസോം പഠനങ്ങൾ വെളിച്ചത്തുകൊണ്ടുവന്നതിനെക്കുറിച്ച് മുൻപു പറഞ്ഞത് ഓർമ്മിക്കുന്നുണ്ടല്ലോ അല്ലേ? പ്രാചീന ഡിഎൻഎ തെളിവുകൾക്ക് ഇതേക്കുറിച്ച് എന്താണു പറയുവാനുള്ളത്? ഗോനുരിലെയും ഷഹർ-ഇ-സോഖ്തയിലെയും വ്യത്യസ്തരായ മൂന്നു വ്യക്തികൾ ഏതൊക്കെ ഹാപ്ലോഗ്രൂപ്പുകളിലാണ് ഉൾപ്പെട്ടിരിക്കുന്നത്? അതിൽ പുരുഷന്മാർ രണ്ടുപേരാണ്, അവരുടെ Y ക്രോമോസോം ഹാപ്ലോഗ്രൂപ്പ് ഏതാണെന്ന് നമുക്കറിയാം. അത്, ഏകപൈതൃക ഡിഎൻഎ പഠനം സൂചിപ്പിച്ചതുപോലെതന്നെ J2 ആണ്! തിരിഞ്ഞുനോക്കുമ്പോൾ, 65,000 വർഷങ്ങൾക്കുമുൻപ് ആധുനികമനുഷ്യർ ആദ്യമായി ഈ ഉപഭൂഖണ്ഡത്തിൽ എത്തിയതിനുശേഷം, ഈ പ്രദേശത്ത് മറുചോദ്യമില്ലാത്ത മേൽക്കൈ നേടുവാനും സംഘബലത്തിന്റെ വർദ്ധനവിനും ഒരുപക്ഷേ അവരെ സഹായിച്ച മൈക്രോലിതുകൾ കണ്ടുപിടിച്ചതിനുശേഷം, മെഹർഗഡിലെ നവോദ്യമം ആയിരിക്കണം ഏറ്റവും പ്രസക്തമായ വികസനവും ഇന്ത്യയുടെ പ്രാഗ്ചരിത്രത്തിലെ സുവ്യക്തമായ വഴിത്തിരിവും.

രണ്ടോ മൂന്നോ മുറികളുള്ള ചെളിക്കട്ടവീടുകൾ പണിത മെഹർഗഡ് നിവാസികൾ അന്നത് തിരിച്ചറിഞ്ഞുകാണില്ല, പക്ഷേ അവർ അസ്തിവാരമിട്ടത് ഹാരപ്പൻ സംസ്കാരം അഥവാ സിന്ധുനദീതടസംസ്കാരം എന്നറിയപ്പെടുന്ന ദക്ഷിണേഷ്യയിലെ ആദ്യത്തെ സംസ്കൃതിയുടെ പൂത്തുലയലിനാണ്. എളിമയാർന്ന ആ ചെളിക്കട്ട വീടുകൾ ഹാരപ്പയിലെയോ മോഹൻജൊദാരോയിലെയോ ധോളാവീരയിലെയോ നാഗരികഭവനങ്ങളായി വികസിക്കുവാൻ ഏകദേശം 4500 വർഷങ്ങൾ അല്ലെങ്കിൽ 150ൽ അധികം തലമുറകൾ കഴിയേണ്ടിവന്നു. അതിന്റെ പാതയിൽ ധാരാളം വളവുകളും തിരിവുകളും തീർച്ചയായും കണ്ടേക്കാം. എങ്കിലും കാർഷികവൃത്തി വേരുപിടിച്ചതോടെ, ആധുനികമനുഷ്യർ ആവശ്യത്തിലധികം ഉണ്ടാക്കുവാൻ മാത്രമല്ല ഉണ്ടാക്കിയത് സൂക്ഷിക്കുവാനും നിക്ഷേപിക്കുവാനും തുടങ്ങിയതോടെ, ചരിത്രത്തിന്റെ

ചക്രങ്ങൾ അതിവേഗം ഉരുണ്ടുനീങ്ങി—തീർച്ചയായും അത് ചക്രത്തിന്റെ തന്നെ കണ്ടെത്തലിലേക്ക് എത്തുകയും ചെയ്തു!

പക്ഷേ ഏതുതരത്തിലുള്ള സംസ്കാരത്തിലേക്കാണ് അത് വളർന്നത്? എങ്ങനെയാണ് വളർന്നത്? അടുത്ത അദ്ധ്യായത്തിൽ നാം അതിലേക്കാണ് തിരിയുന്നത്.

പിൻകുറിപ്പ്: 1900 BCEയിൽ ഹാരപ്പൻ സംസ്കാരം തകർന്നപ്പോൾ അത് നിർമ്മിക്കുകയും നൂറ്റാണ്ടുകളോളം പ്രവർത്തിപ്പിക്കുകയും ചെയ്തവർ ഉപഭൂഖണ്ഡത്തിന്റെ മറ്റു ഭാഗങ്ങളിലേക്ക് നീങ്ങി-പ്രത്യേകിച്ചും കിഴക്കോട്ടും പടിഞ്ഞാട്ടും. ഈ അദ്ധ്യായം തുടങ്ങിയപ്പോൾ നമ്മൾ ഉപയോഗിച്ച ചിത്രീകരണം അനുസരിച്ച് ഹാരപ്പൻ സംസ്കാരം-ആദ്യത്തെ ഇന്ത്യക്കാരുടെയും ഇറാനിയൻ കുടിയേറ്റകർഷകരുടെയും പിൻഗാമികളുടെ മിശ്രിതം-അങ്ങനെ ഇന്ത്യൻ ജനസമൂഹമെന്ന പിസ്സയുടെ പുറംപാളിയിൽ ആകെ പുരണ്ടിരിക്കുന്ന സോസ് ആയിമാറി. അതു നമുക്ക് പിൻവാക്കിൽ ഒന്നുകൂടി ചർച്ചചെയ്യാം.

3

ആദ്യത്തെ നാഗരികർ

അനന്യമായ രീതികളും വീക്ഷണങ്ങളും വെച്ചുപുലർത്തിയിരുന്നതും ഏറ്റവും മഹത്വമാർന്നതുമായ ഹാരപ്പൻ സംസ്കാരം ഉയിർക്കൊണ്ടതെങ്ങിനെ? അതിന്റെ സ്രഷ്ടാക്കൾ ദ്രാവിഡഭാഷകൾ പ്രചരിപ്പിച്ചതും ഉത്തരേന്ത്യക്കാരുടെയും ദക്ഷിണേന്ത്യക്കാരുടെയും പൂർവികരായതുമെങ്ങനെ?

ഏകദേശം 7000 BCE അടുപ്പിച്ച് ബലൂചിസ്ഥാനിലെ കച്ഛി സമതലഭൂവിൽ നട്ട വിത്തുകൾ—അക്ഷരാർത്ഥത്തിൽ തന്നെ—വളർച്ചപ്രാപിച്ച് 2600 BCEക്കും 1900 BCEക്കും ഇടയ്ക്കുള്ള കാലഘട്ടത്തിൽ ഹാരപ്പൻ സംസ്കാരം എന്ന മഹാവൃക്ഷമാകുവാൻ ഏകദേശം 5000 വർഷങ്ങളോളം വേണ്ടിവന്നു.

എല്ലാ കാർഷികസമൂഹങ്ങളും സംസ്കാരങ്ങളായി വളർന്നില്ല, എന്നാൽ ഒരു സംസ്കാരത്തിനും കാർഷികവൃത്തിയുടെ ഘട്ടത്തിലൂടെ കടന്നുപോകാതെയും കഴിയില്ല. (ഒരു സംസ്കാരമെന്നാൽ കൃത്യമായി എന്താണ് എന്നത് നാം പേജ് 121ൽ കണ്ടുമുട്ടും. തത്കാലം നമുക്ക് ആ വാക്ക് മുഖവിലക്കെടുക്കാം.) ഇതിനുകാരണം എന്തെന്നാൽ കൃഷിയുടെ വികാസത്തിന്റെ ഏതെങ്കിലുമൊരു ഘട്ടത്തിൽ ഉത്പാദനക്ഷമത വർദ്ധിക്കുമ്പോൾ എല്ലാ മനുഷ്യരും ഭക്ഷ്യവസ്തുക്കളുടെ ഉത്പാദനത്തിലോ അന്വേഷണത്തിലോ ഏർപ്പെടേണ്ട ആവശ്യം ഇല്ലാതെയാകും. ജനസംഖ്യയിൽ ഗണ്യമായ ഒരു വിഭാഗത്തിന് മറ്റു പ്രവർത്തനങ്ങൾ പിൻതുടരുവാനുള്ള അവസരം ലഭിക്കും—ചിലർ ചുമരുകൾ കെട്ടുകയും പുതിയ നഗരങ്ങളിൽ ബൃഹത് സൗധങ്ങൾ പണിയുകയും ചെയ്യും; ചിലർ പുതിയ പണിയായുധങ്ങളും സമരായുധങ്ങളും ആഭരണങ്ങളും പണിയും; ചിലർ ദീർഘദൂര വാണിജ്യങ്ങളുടെ സംഘാടകരാവും; പുതിയ കലാവസ്തുക്കൾ നിർമ്മിക്കുന്നവരാവും ചിലർ; ചിലർ പുതിയ കണ്ടുപിടുത്തങ്ങൾ നടത്തും;

De Agostini / G. Nimatallah / Getty Images

ഹാരപ്പ നഗരത്തിന്റെ അവശിഷ്ടങ്ങൾ. ഹാരപ്പൻ സംസ്കാരം അക്കാലത്തെ ഏറ്റവും വലുപ്പമേറിയ നാഗരികസംസ്കാരമായിരുന്നു.

കണക്കുസൂക്ഷിപ്പുകാർ ഉണ്ടാവും; ഒരുപക്ഷേ ജലസേചനത്തിനായുള്ള തോടുകൾ തുടങ്ങിയ പൊതുസംവിധാനങ്ങളുടെ നിർമ്മാണത്തിൽ ചിലർ ഏർപ്പെടുകയും അത് കൃഷിയിൽനിന്നുള്ള ഉത്പാദനം വീണ്ടും വർദ്ധിപ്പിക്കുകയും അങ്ങനെ കൂടുതൽപേർക്ക് പുതിയ കാര്യങ്ങളിലേക്കു തിരിയുവാൻ അവസരം ലഭിക്കുകയും ചെയ്തിട്ടുമുണ്ടാവും.

ഉയർന്ന ഉത്പാദനക്ഷമതയുള്ള കാർഷികവൃത്തിയിലേക്ക് ചെന്നെത്തിയ ഒരു സമൂഹം അതിന്റെ പരിണാമത്തിന്റെ ഏതെങ്കിലുമൊരു ഘട്ടത്തിൽ തങ്ങൾക്കു ലഭിച്ച ഒഴിവുസമയത്തിന്റെ ശേഖരത്തെ മറ്റുജോലികൾക്കായി ഫലപ്രദമായി ഉപയോഗിച്ചിട്ടുണ്ടെങ്കിൽ മാത്രമേ ഇത് സംഭവ്യമാകുകയുള്ളൂ. പ്രാചീനലോകത്തിൽ അങ്ങനെ സംഭവിക്കണമെങ്കിൽ പുതിയ പ്രത്യയശാസ്ത്രങ്ങളും പുതിയ ഉച്ചനീചത്വശൃംഖലകൾ അല്ലെങ്കിൽ അധികാരസ്ഥാപനങ്ങളും സൃഷ്ടിക്കേണ്ടിയിരുന്നു; അതിലൂടെ വലിയ സംഘം ആളുകളെ പ്രതിഫലം കുറവുള്ള പുതിയ ഉദ്യമങ്ങൾക്കായി നിർബന്ധിക്കുകയോ ബോധവത്കരിക്കുകയോ വേണ്ടിയിരുന്നു. ഈ പ്രക്രിയയ്ക്ക് പലപ്പോഴും മതവും ചിലപ്പോഴൊക്കെ അക്രമവും ഒരു കൈത്താങ്ങായി.

ലോകത്തെമ്പാടുമുള്ള വിദഗ്ദ്ധരുടെ അരനൂറ്റാണ്ടുപിന്നിട്ട ഏകാഗ്രമായ പരിശ്രമങ്ങൾക്കു ശേഷവും ഹാരപ്പൻ ലിപി ഇതുവരെ വായിച്ചെടുക്കുവാൻ കഴിഞ്ഞിട്ടില്ലാത്തതുകൊണ്ട് ഹാരപ്പൻ നാഗരികസംസ്കാരത്തിൽ രൂപംകൊണ്ട പുതിയ പ്രത്യയശാസ്ത്രത്തെക്കുറിച്ചോ അതിനോടനുബന്ധിച്ചു വരുന്ന അധികാരബന്ധങ്ങളെക്കുറിച്ചോ നമുക്ക് എഴുതപ്പെട്ട സാക്ഷ്യങ്ങളൊന്നും നേരിട്ടു

വേണ്ടത്ര ലഭിച്ചിട്ടില്ല. എങ്കിലും അവരുടെ പ്രത്യയശാസ്ത്രത്തിന്റെ മിന്നായങ്ങളും അധികാരഘടനയെക്കുറിച്ചുള്ള സൂചനകളും അവർ അവശേഷിപ്പിച്ചുപോയ ശില്പങ്ങളിലും വാസ്തുവിദ്യാമാതൃകകളിലും അടയാളമുദ്രകളിലും ആലേഖന മാതൃകകളിലും കാണാവുന്നതാണ്.

മെഹർഗഡിലെ ബാർലിപ്പാടങ്ങളിലും ഇഷ്ടികകൊണ്ടുള്ള രണ്ടുമുറിവീടുകളിലും ആരംഭിച്ച് ഹാരപ്പ, മോഹൻജൊദാരോ, ധോളാവീര തുടങ്ങിയ നഗരങ്ങളിലെ മഹാനിർമ്മിതികളിൽ എത്തിച്ചേർന്നതിന്റെ മൂർത്തവും ഭൗതികവുമായ പുരോഗമനം പുരാവസ്തുപരമായി മികച്ചരീതിയിൽത്തന്നെ, ഇടമുറിയാതെയും വലിയ വിടവുകളില്ലാതെയും രേഖപ്പെടുത്തപ്പെട്ടിട്ടുണ്ട്. കൃഷിക്കാരുടെ ഗ്രാമങ്ങൾ കച്ച് സമതലങ്ങളിൽനിന്ന് ബലൂചിസ്ഥാനിന്റെ മറ്റു ഭാഗങ്ങളിലേക്കും സിന്ധുനദീതടത്തിലേക്കും ഘഗ്ഗർ–ഹക്ര താഴ്‌വരയിലേക്കും ഗുജറാത്തിലേക്കും അതിനുമപ്പുറത്തേക്കും വ്യാപിക്കുന്നത് നമുക്ക് കണ്ടറിയുവാൻ സാധിക്കും. ആയിരത്താണ്ടുകൾ പിന്നിട്ടപ്പോൾ അവർ മെല്ലെമെല്ലെ മതിലുകൾ കെട്ടിത്തിരിച്ച പട്ടണങ്ങളും കളിമൺപാത്ര നിർമ്മാണത്തിൽ വ്യത്യസ്തമായ ശൈലികളുമുള്ള വെവ്വേറെ പ്രാദേശികസംസ്കാരങ്ങളായി വളർന്നു. പിന്നീട്, 2600 BCE അടുപ്പിച്ച് വെവ്വേറെയുള്ള ഈ നഗരങ്ങൾ, അധികവും രണ്ടു പ്രധാന നദീവ്യവസ്ഥകളുടെ–ഇന്നും ഒഴുകിക്കൊണ്ടിരിക്കുന്ന സിന്ധുനദിയും പിൽക്കാലത്ത് മിക്കവാറും വരണ്ടുപോയ ഘഗ്ഗർ–ഹക്ര നദിയും–താഴ്‌വരകൾക്കിടയിൽ സ്ഥിതിചെയ്യുന്നതും വിസ്തൃത പ്രവിശ്യയൊട്ടാകെ പരന്നുകിടക്കുന്നതുമായ ഹാരപ്പൻ സംസ്കാരം എന്ന ഒറ്റസ്വത്വത്തിലേക്ക് സംയോജിതമായി. അതിന്റെ സുവർണ്ണകാലത്ത് ഈ സംസ്കാരം പാകിസ്ഥാന്റെ മിക്ക ഭാഗങ്ങളിലും വടക്കുകിഴക്കൻ അഫ്ഗാനിസ്ഥാനിലും പഞ്ചാബ്, രാജസ്ഥാൻ, ഉത്തർപ്രദേശ്, ഹരിയാന, ഗുജറാത്ത് എന്നീ സംസ്ഥാനങ്ങൾ ഉൾക്കൊള്ളുന്ന പശ്ചിമേന്ത്യയിലും വ്യാപിച്ചുകിടന്നിരുന്നു.

ഈ നൈരന്തര്യം സൂചിപ്പിക്കുന്നത് പ്രാചീനലോകത്തിലെ ഏറ്റവും ശ്രദ്ധേയവും ബൃഹത്തും ആയ സംസ്കാരങ്ങളിലൊന്നിന്റെ ശില്പികൾ പെട്ടെന്നൊരു സുപ്രഭാതത്തിൽ എവിടെനിന്നോ വന്നവരായിരുന്നില്ല എന്നാണ്; കാലങ്ങളായി അവർ ഇവിടെത്തന്നെയുണ്ടായിരുന്നവരാണ്, ആ മഹത് സംസ്കാരം പൂജ്യത്തിൽനിന്നു തുടങ്ങി പടുത്തുയർത്തിയതാണ് അവർ. ഹാരപ്പൻ സംസ്കാരം മെസൊപ്പൊട്ടേമിയൻ സംസ്കാരത്തിന്റെ ഒരു ശാഖയാണെന്ന പഴയ അഭ്യൂഹം അതുകൊണ്ടുതന്നെ തെറ്റെന്നു തെളിയുകയും ചെയ്തു (മെസൊപ്പൊട്ടേമിയൻ സംസ്കാരം ഏകദേശം 4000 BCE മുതൽ 330 BCE വരെ, അലക്സാണ്ടർ ആ പ്രദേശം കീഴടക്കുംവരെയാണ് നിലനിന്നതെന്ന് പറയപ്പെടുന്നു; അത് ഇറാഖ്, കുവൈറ്റ്, സൗദി അറേബ്യയുടെ വടക്കുഭാഗം, തെക്കുകിഴക്കൻ തുർക്കി, കിഴക്കൻ സിറിയ, ഇറാനിന്റെ ചില ഭാഗങ്ങൾ എന്നിവിടങ്ങളിലെല്ലാം വ്യാപിച്ചിരുന്നു.) മെസൊപ്പൊട്ടേമിയയിൽനിന്ന് പിൽക്കാല നഗരനിർമ്മാതാക്കളുടെ ഒരു കുടിയേറ്റമുണ്ടായിട്ടുണ്ട് എന്ന് സങ്കല്പിക്കുന്നതിലൂടെ ഹാരപ്പൻ സംസ്കാരത്തിന്റെ വികാസത്തിലെ ഒരു ദുരൂഹതയും ഇല്ലാതാകുന്നില്ല.

തീർച്ചയായും, രണ്ടാം അദ്ധ്യായത്തിൽ നാം കണ്ടതുപോലെ, ഹാരപ്പൻ സംസ്കാരത്തിലെ ജനത തന്നെ ഇറാനിലെ സാഗ്രോസ് പ്രവിശ്യയിലെ കർഷകരുടെയും ആദ്യത്തെ ഇന്ത്യക്കാരുടെ പിൻഗാമികളുടെയും മിശ്രിതമാണ്. എങ്കിലും ആ സങ്കലനം നടന്നത് ഹാരപ്പൻ സംസ്കാരത്തിലെ ആദ്യത്തെ നഗരങ്ങൾ തലയുയർത്തുന്നതിനു സഹസ്രാബ്ദങ്ങൾക്കു മുൻപാണ്. അതുകൊണ്ട് പ്രസ്തുത ജനതയെ ദക്ഷിണേഷ്യൻ എന്നു വിശേഷിപ്പിക്കുന്നതിന് യാതൊരു അർത്ഥവുമില്ല–ആധുനികമനുഷ്യരെല്ലാം തുടക്കത്തിൽ ആഫ്രിക്കയിൽനിന്ന് വന്നവരാണ് എന്നതുകൊണ്ട് ഏഷ്യയിലെയോ യൂറോപ്പിലെയോ അമേരിക്കയിലെയോ സംസ്കാരങ്ങളെ ആഫ്രിക്കൻ എന്നു വിശേഷിപ്പിക്കുന്നത് നിരർത്ഥകമാണ് എന്നതുപോലെതന്നെ.

മെസൊപ്പൊട്ടേമിയൻ സംസ്കാരവും ഹാരപ്പൻ സംസ്കാരവും തമ്മിൽ യാതൊരു ബന്ധങ്ങളും ഇല്ലായിരുന്നു എന്നല്ല പറഞ്ഞുവരുന്നത്. അവർ തമ്മിലുണ്ടായിരുന്ന ഗണ്യമായ വാണിജ്യബന്ധങ്ങൾ പുരാവസ്തുപരമായ കാലടിപ്പാടുകൾ പലതും അവശേഷിപ്പിച്ചിട്ടുണ്ട്. പ്രതീകാത്മകമോ സംസ്ക്കാരികമോ ആയ കലാശില്പമാതൃകകൾ രണ്ടു സംസ്കാരങ്ങൾക്കും അന്യോന്യമുണ്ടായിരുന്ന സ്വാധീനങ്ങൾ വെളിവാക്കുന്നുണ്ട്. ഉദാഹരണമായി, സിന്ധുനദീതടങ്ങളിൽ പ്രകൃത്യാ കണ്ടുവരുന്ന -മെസൊപ്പൊട്ടേമിയയിൽ അവയെ കാണുകയില്ല–പോത്തിന്റെ ചിത്രമുള്ള മെസൊപ്പൊട്ടേമിയൻ മുദ്രകൾ നിലവിലുണ്ടായിരുന്നു. ഒരു മെസൊപ്പൊട്ടേമിയൻ മുദ്രയിലെ വീരനായകൻ ഒരു പോത്തിന്റെ കൊമ്പിൽ പിടിച്ചു പൊരുതുന്നുണ്ട്, മറ്റൊന്നിൽ നഗ്നരായ വീരനായകർ പോത്തുകളുടെ ദാഹം ശമിപ്പിക്കുകയാണ്. അക്കാഡിയയിലെ

The Louvre, Paris / Wikimedia Commons

അക്കാഡിയൻ കാലഘട്ടത്തിലെ ഒരു മെസൊപ്പൊട്ടേമിയൻ ഉരുളൻ മുദ്രയിലെ ചിത്രീകരണം (ca 2350–2000 BCE). നഗ്നരായ രണ്ടു വീരനായകന്മാർ കാൽമുട്ടിലിരുന്ന് കയ്യിലെ പാത്രത്തിൽനിന്ന് തുളുമ്പുന്ന വെള്ളംകൊണ്ട് രണ്ടു പോത്തുകളുടെ ദാഹം ശമിപ്പിക്കുന്നതാണ് ചിത്രത്തിൽ.

The Metropolitan Museum of Art, New York

ഇടത്ത്: അക്കാഡിയൻ കാലഘട്ടത്തിലെ മെസൊപ്പൊട്ടേമിയയിലെ ഒരു ഉരുളൻ മുദ്ര, ca 2250–2150 BCE. വലത്: ഉരുളൻ മുദ്രയിലെ ചിത്രീകരണം. ചിത്രത്തിന്റെ ഇടതുഭാഗത്ത് ഒരു 'കാള മനുഷ്യൻ' സിംഹവുമായി പൊരുതുന്നു. വലതുവശത്ത് താടിവളർത്തിയ ഒരു വീരനായകൻ പിൻകാലുകളിൽ നിൽക്കുന്ന ഒരു പോത്തിനെ മെരുക്കുകയാണ്.

ചക്രവർത്തിയായിരുന്ന സർഗണിന്റെ (Sargon) കാലഘട്ടത്തിലെയാണ് ഈ മുദ്രകൾ.

ഹെൽസിങ്കി യൂണിവേഴ്സിറ്റിയുടെ ദക്ഷിണേഷ്യൻ പഠനവിഭാഗത്തിൽനിന്ന് ഔദ്യോഗികമായി വിരമിച്ചതിനുശേഷവും അവിടെത്തന്നെ അദ്ധ്യാപകനായി തുടരുന്ന പ്രൊഫസ്സർ അസ്കോ പർപോല ഇത് വിശദീകരിക്കുന്നത് ഇങ്ങനെയാണ്: 'ഹാരപ്പൻ നിവാസികൾ സിന്ധുനദീതടത്തിൽനിന്ന് കപ്പൽവഴി ഏതാനും പോത്തുകളെ കൊണ്ടുവന്നിട്ടുണ്ടാകണമെന്ന വിശ്വസനീയമായ അഭിപ്രായങ്ങൾ ഉയർന്നിട്ടുണ്ട്; സർഗൺ തന്റെ പുതിയ തലസ്ഥാനമായ അക്കാഡിലേക്ക് വിദൂരദേശമായ മെലൂഹയിൽ നിന്നുപോലും കപ്പലുകൾ എത്തുന്നതായി വീരവാദം മുഴക്കിക്കാണുന്നുണ്ട്.' പശ്ചിമേഷ്യക്കാർക്കിടയിൽ ഹാരപ്പൻ സംസ്കാരം മെലൂഹയെന്നാണ് (Meluhha) അറിയപ്പെട്ടിരുന്നത്. മെസൊപ്പൊട്ടേമിയൻ രേഖകളിൽ അതേക്കുറിച്ച് ധാരാളം പരാമർശങ്ങളുണ്ട്– ഒരു ഉരുളൻ മുദ്രയിൽ 'സു- ഇലിസു, മെലൂഹൻ ഭാഷയുടെ വ്യാഖ്യാതാവ്' എന്ന് എഴുതിക്കാണുന്നതടക്കം.

ആനകളും കണ്ടാമൃഗങ്ങളും മയിലുകളും മെലൂഹയിൽനിന്ന് മെസൊപ്പൊട്ടേമിയയിൽ എത്തിയതിനും തെളിവുകളുണ്ട്. മൃഗങ്ങളും പക്ഷികളും മാത്രമല്ല

എത്തിയത്. റോമിലെ സാപിയൻസ യൂണിവേഴ്സിറ്റിയിൽ പ്രാചീന പൂർവ സീമാചരിത്ര അദ്ധ്യാപകനായ പ്രൊഫസർ മരിയോ ലിവെരാനി പറയുന്നത് ദക്ഷിണേഷ്യയിൽ കണ്ടുവരുന്ന എള്ളുചെടി സിന്ധുനദീതടം വഴി മെസൊപ്പൊട്ടേമിയയിൽ എത്തുകയും പുതിയ പരിസ്ഥിതിയുമായി ഇണങ്ങി അവിടെ ഒരു വേനൽവിളയാവുകയും ചെയ്തു എന്നാണ്. 'ധാന്യവിളകൾ ശൈത്യകാലത്താണ് കൃഷിചെയ്തിരുന്നതെന്നതുകൊണ്ട് അതിന് കാലികമായി ഒത്തുപോകുവാൻ സാധിച്ചു', *ഉറൂക്ക്: ആദ്യത്തെ നഗരം (Uruk: The First City)* എന്ന കൃതിയിൽ അദ്ദേഹം എഴുതുന്നു.

മറുവശത്ത് മോഹൻജൊദാരോയിൽനിന്നു ലഭിച്ച മുദ്രകളിൽ അഞ്ചെണ്ണത്തിലും ഹാരപ്പയിൽനിന്നു ലഭിച്ച ആറ് മൂശയിൽവാർത്ത ഫലകങ്ങളിലും കാണുന്നത് ഒരു വീരനായകൻ തന്റെ രണ്ടുവശത്തും ഓരോ കടുവകളെ വെറുംകയ്യാൽ തടുത്തുനിർത്തുന്നതാണ്. ഇവ മെസൊപ്പൊട്ടേമിയയിലെ മുദ്രകളുമായും സുമേറിയൻ രാജാവായ ഗിൽഗമെഷിന്റെ (Gilgamesh) ഐതിഹ്യവുമായും ആശ്ചര്യകരമായ ബന്ധമുള്ളവയാണ്.[1] മെസൊപ്പൊട്ടേമിയൻ മുദ്രകളിൽ രാജാവ് സിംഹത്തിനെയാണ് തടുത്തുനിർത്തുന്നതായി കാണാറ്, കടുവയെയല്ല. എന്നാൽ ഹാരപ്പൻ ചിത്രീകരണങ്ങളിൽ എവിടെയും സിംഹങ്ങളില്ല. ആക്രമണകാരികളായ മൃഗങ്ങളെ ഇങ്ങനെ കൈകാര്യംചെയ്യുന്ന വീരനായകന്റെ കഥ രണ്ടു സംസ്കാരങ്ങൾക്കും മുൻപ് വേട്ടക്കാരുടെയും ഭക്ഷ്യസമ്പാദകരുടെയും കാലഘട്ടത്തിൽ തന്നെ ഉണ്ടായിരുന്നതാവാം; മെസൊപ്പൊട്ടേമിയക്കാരും ഹാരപ്പൻ നിവാസികളും ഈ കഥ തങ്ങളുടെ രീതിയിൽ വ്യാഖ്യാനം നൽകി കരകൗശലവസ്തുക്കളിലേക്ക് പകർത്തിയതാണെന്നു വരാം എന്ന് പുരാവസ്തുശാസ്ത്രജ്ഞനും എഴുത്തുകാരനുമായ ജൊനാഥൻ മാർക്ക് കെനോയർ വാദിക്കുന്നു.

ഹാരപ്പയിലെയും മെസൊപ്പൊട്ടേമിയയിലെയും ശില്പങ്ങളിൽ ചില പുരുഷന്മാർ അവരുടെ മേൽവസ്ത്രം ധരിച്ചിരിക്കുന്ന രീതിയിലും അതിയായ സാദൃശ്യമുണ്ട്–മേലാട ഇടത്തേ ചുമലിലൂടെയും പിന്നെ വലത്തേ കയ്യിനടിയിലൂടെയും എടുത്ത് വലത്തേ ചുമൽ നഗ്നമായി വിടുകയാണ് ചെയ്തിരിക്കുന്നത്. പുരോഹിതരാജാവ് (Priest King)–മോഹൻജൊദാരോയിൽനിന്ന് കണ്ടെടുത്തിട്ടുള്ള ഏറ്റവും മനോഹരമായ ശില്പങ്ങളിലൊന്ന്–ധരിച്ചിരിക്കുന്ന മേലാടയിൽ കാണുന്ന സവിശേഷമായ 'മൂവില മാതൃക' (മൂന്ന് ഇതളുകളുള്ള ക്ലാവർ മാതൃക) മെസൊപ്പൊട്ടേമിയയിലും കാണുന്നുണ്ട്. ഹിന്ദുയിസത്തിന്റെ വേരുകൾ (The Roots of Hinduism) എന്ന കൃതിയിൽ അസ്കോ പർപോല പറയുന്നു: 'പശ്ചിമേഷ്യൻ ദൈവങ്ങൾക്കും ദൈവിക പരിവേഷമുള്ള രാ

1 മെസൊപ്പൊട്ടേമിയയുടെ ഹൃദയഭാഗത്ത് യൂഫ്രട്ടീസ് നദിയുടെയും ടൈഗ്രിസ് നദിയുടെയും നടുവിൽ ഇന്ന് ഇറാഖ് എന്നറിയപ്പെടുന്ന പ്രദേശത്ത് ജീവിച്ചിരുന്നവരാണ് സുമേറിയക്കാർ. മെസൊപ്പൊട്ടേമിയൻ സംസ്കാരത്തിലെ ആദ്യനഗരങ്ങളിൽപ്പെട്ട ഉറൂക്ക് മുതലായവ നിർമ്മിച്ചത് അവരാണ്. സെമിറ്റിക് ഭാഷകൾ സംസാരിച്ചിരുന്ന അക്കാഡിയന്മാർ സുമേറിയക്കാരുടെ പിൻഗാമികളാണ്. അക്കാദ് ആയിരുന്നു അവരുടെ തലസ്ഥാനം. അക്കാഡിയൻ സാമ്രാജ്യം സ്ഥാപിച്ചത് സാർഗൺ ആണ്. സുമേറിലെ നഗരങ്ങളും അദ്ദേഹം തന്റെ നിയന്ത്രണത്തിലാക്കി. കാലക്രമേണ അക്കാഡിയൻ സംസാരഭാഷയായി സുമേറിയൻ ഭാഷയെ അതിജീവിക്കുകയും സുമേറിയക്കാർ വിസ്മൃതരാവുകയും ചെയ്തു.

The Louvre, Paris / Wikimedia Commons

ഈജിപ്തിൽനിന്നുള്ള ഒരു കഠാര. ഇതിന്റെ പിടി ആനക്കൊമ്പും അലക് മൂർച്ചയുള്ള കല്ലുമാണ്, ca 2750 BCE. ഒരുപക്ഷേ അക്കാലത്തെ മെസൊപ്പൊട്ടേമിയയുടെ സ്വാധീനമാവും ഇതിൽ പ്രതിഫലിക്കുന്നത്. താടിക്കാരനായ ഒരു പുരോഹിതൻ–രാജാവ് ധരിച്ചിരിക്കുന്നത് മെസൊപ്പൊട്ടേമിയൻ ശൈലിയിലുള്ള വസ്ത്രങ്ങളാണ്; രണ്ടുവശത്തുമുള്ള സിംഹങ്ങളെ മെരുക്കുകയാണ് അദ്ദേഹം.

Leemage / UIG / Getty Images

ഇടത്തും വലത്തുമുള്ള രണ്ടു കടുവകളെ ഒരു മനുഷ്യൻ മെരുക്കുന്നതാണ് ഹാരപ്പൻ സംസ്കാരത്തിൽനിന്നുള്ള ഈ മുദ്രയിൽ.

ജാക്കന്മാർക്കും സ്വർണ്ണ നക്ഷത്രങ്ങളും പൂക്കളും തുന്നിച്ചേർത്ത വിശേഷ വസ്ത്രങ്ങളായിരുന്നു. സുമേറിയൻ ഭാഷയിലും അക്കാഡിയൻ ഭാഷയിലും ഇതിനെ "ആകാശവസ്ത്രങ്ങൾ" (sky garments) എന്നാണ് വിളിച്ചിരുന്നത്.... മോഹൻജൊദാരോയിൽനിന്നുള്ള "പുരോഹിതരാജാ"വിന്റെ പ്രതിമയിൽ കാണുന്ന അംഗവസ്ത്രം ചുവന്ന ചായക്കൂട്ടു നിറച്ചിരുന്ന ത്രിദളങ്ങളാൽ അലങ്കരിച്ച ഇത്തരം "ആകാശവസ്ത്ര"ത്തിന്റെ ഒരിനമാണ് എന്നു വ്യക്തം.'

ഹാരപ്പൻ ശില്പങ്ങളിലെ ചില പുരുഷന്മാരുടെ കേശാലങ്കാരം–മെടഞ്ഞ ഇരട്ട ബൺ കെട്ട് അഥവാ 'ഷീന്യോൻ'–സൂസ നഗരത്തിലുള്ള സർഗൺ

The Louvre, Paris / Wikimedia Commons

മെസൊപ്പൊട്ടേമിയയിൽനിന്നുള്ള 'കഴുകന്മാരുടെകല്ലറ'യുടെ ഒരു കഷ്ണം, ca 2450 BCE. ഒരു സുമേറിയൻ നഗരരാഷ്ട്രം അതിന്റെ അയൽരാജ്യത്തിനുമേൽ നേടിയ വിജയത്തിന്റെ സ്മരണക്കായി പണിത കല്ലറയുടെ ഈ തുണ്ടിൽ രണ്ടു പുരുഷന്മാരെ ചിത്രീകരിച്ചിരിക്കുന്നു (മുകളിൽ വലതുഭാഗത്ത്, താഴെ വലതു ഭാഗത്ത്). രണ്ടുപേരും തലമുടി ഇരട്ട ബൺ ശൈലിയിൽ കെട്ടിവെച്ചിരിക്കുന്നു.

ചക്രവർത്തിയുടെ ശില്പത്തിലടക്കം പല മെസൊപ്പൊട്ടേമിയൻ ശില്പങ്ങളിലും കാണുന്നുണ്ട്. ഡച്ച് പുരാവസ്തുശാസ്ത്രജ്ഞയായ എലിസബത്ത് സി എൽ ഡ്യൂറിങ് കാസ്പെഴ്സ് ഈ കേശാലങ്കാരരീതിയെ ഇങ്ങനെ വർണ്ണിക്കുന്നുണ്ട്: 'തലമുടി ബൺ പോലെ ഉണ്ടകെട്ടി അതിനെ ഒരു റിബൺ കൊണ്ടോ ഏതോ തരത്തിലുള്ള മുടിപ്പിന്നുകൊണ്ടോ ലംബമായി ഉറപ്പിച്ചുനിർത്തുന്നു; അപ്പോൾ തലമുടിക്കെട്ട് മുകളിലും ചുവട്ടിലുമായുള്ള രണ്ടു മുഴകളായി കാണപ്പെടും.'[2]

2 എലിസബത്ത് ഡ്യൂറിങ് കാസ്പെർസ്, 'സുമേർ, കോസ്റ്റൽ അറേബ്യ ആൻഡ് ദി ഇൻഡസ് വാലി ഇൻ പ്രോട്ടോലിറ്ററേറ്റ് ആൻഡ് ഏർലി ഡൈനാസ്റ്റിക് ഈറാസ്:

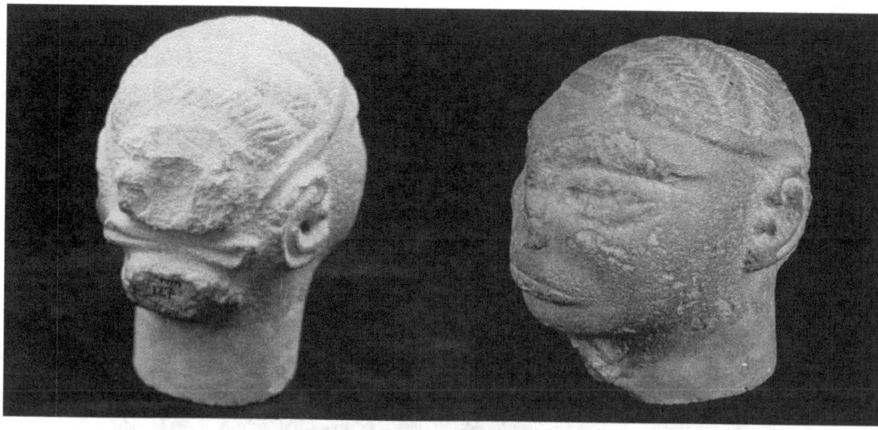

Mohenjodaro Museum

മോഹൻജൊദാരോയിൽനിന്നുള്ള ഒരു ശിൽപ്പം. ഇരട്ടബൺ ശൈലിയിൽ തലമുടി കെട്ടിവെച്ചിരിക്കുന്നു.

ഹാരപ്പൻ സംസ്കാരം അതിന്റെ അന്തസ്സത്തയിൽ അന്യാദൃശവും അതിനു പടിഞ്ഞാറുഭാഗത്തുള്ള ഏതു സംസ്കാരത്തിൽനിന്നും തികച്ചും വ്യത്യസ്തവും ആയിരുന്നു എന്ന വസ്തുതക്ക് അന്യോന്യമുള്ള ഈ സാംസ്കാരികവിനിമയങ്ങളും സ്വാധീനങ്ങളും പക്ഷേ മാറ്റമൊന്നും വരുത്തുന്നില്ല.

അനുപമമായ ഒരു സംസ്കാരം

ഏതൊക്കെ തരത്തിലാണ് അത് അനുപമം എന്ന് നമുക്കു നോക്കാം. മെസൊപ്പൊട്ടേമിയക്കാർക്ക് സിഗുറാട്ടുകൾ (ziggurats അഥവാ ഓരോ നഗരത്തിന്റെയും അധിദേവന് അല്ലെങ്കിൽ ദേവതക്ക് ആയുള്ള ഗൃഹങ്ങൾ) ഉണ്ടായിരുന്നെങ്കിലും ഹാരപ്പൻ നിവാസികൾക്ക് മഹത്തായ ആരാധനാലയങ്ങളോ ആചാരാനുഷ്ഠാനങ്ങൾക്കായുള്ള വലിയ സ്ഥലങ്ങൾ പോലുമോ ഉണ്ടായിരുന്നതായി കണ്ടെത്തിയിട്ടില്ല. മെസൊപ്പൊട്ടേമിയയിൽ ഇതുവരെ മുപ്പത്തിരണ്ടു സിഗുറാട്ടുകൾ—ഇറാഖിൽ ഇരുപത്തെട്ടും ഇറാനിൽ നാലും—കണ്ടെത്തിയിട്ടുണ്ട്, എന്നാൽ ഹാരപ്പൻ സംസ്കാരത്തിന്റെ വിശാലഭൂമികയിൽ ഒരിടത്തും ആരാധനാലയമെന്ന് അടയാളപ്പെടുത്തിയിട്ടുള്ള ഒന്നുപോലും കണ്ടെത്തിയിട്ടില്ല.

രാജാക്കന്മാരുടെ കൊട്ടാരങ്ങളും ഹാരപ്പൻ സംസ്കാരത്തിലെങ്ങും തിരിച്ചറിയാവുന്നവിധത്തിൽ കണ്ടെത്തിയിട്ടില്ലെന്നതും അതിനെ മെസൊപ്പൊട്ടേമിയൻ സംസ്കാരത്തിൽനിന്ന് വിഭിന്നമാക്കുന്നുണ്ട്. പടിഞ്ഞാറുള്ള സംസ്കാരങ്ങളിലെപ്പോലെ രാജാക്കന്മാരെയും അവരുടെ വീരകൃത്യങ്ങളെയും പ്രകീർത്തിച്ചുകൊണ്ടുള്ള ശില്പങ്ങളും ഹാരപ്പൻ നിവാസികൾ സ്ഥാപിച്ചുകാണുന്നില്ല. പ്രശസ്തവും കരകൗശലനൈപുണ്യം എടുത്തുകാട്ടു

സപ്പോർട്ടിങ് എവിഡൻസ് ഫോർ എ കൾച്ചറൽ ലിങ്കേജ്', *ജേർണൽ ഓഫ് ദി ഇക്കോണോമിക് ആൻഡ് സോഷ്യൽ ഹിസ്റ്ററി ഓഫ് ദി ഓറിയന്റ്*, 22 (2), 1979

National Museum of Pakistan, Karachi / Art Directors & TRIP / Alamy Stock Photo

മോഹൻജൊദാരോയിൽനിന്നുള്ള പുരോഹിത രാജാവിന്റെ അർദ്ധ കായശിൽപം. മൂവില മാതൃകയുള്ള അംഗവസ്ത്രവും വീതികുറഞ്ഞ റിബൺകൊണ്ടുള്ളതും നടുവിൽ ഒരു പ്രത്യേക അലങ്കാരമുള്ളതുമായ ശിരോബന്ധവും തോൾവളയും ധരിച്ചിരിക്കുന്നു.

ന്നതുമായ മോഹൻജൊദാരോയിലെ പുരോഹിതരാജാവിന്റെ ശിൽപംപോലും പതിനേഴര സെന്റീമീറ്ററിലധികം ഉയരമില്ലാത്തതും പതിനൊന്നു സെന്റീമീറ്റർ മാത്രം വീതിയുള്ളതുമാണ്! അത് ഒരു രാജാവിന്റേതാണോ പുരോഹിതന്റെതാണോ ഏതെങ്കിലും പ്രഭുവിന്റേതാണോ എന്നു തിരിച്ചറിയുവാനും വഴിയൊന്നുമില്ല. മിക്ക പുരാവസ്തുശാസ്ത്രജ്ഞരും പ്രസ്തുത ശില്പം മോഹൻ ജൊദാരോയിലെ ഭരണവർഗ്ഗത്തിൽപെട്ട ഏതോ ഒരു മാന്യന്റേതാണെന്നു പറയുവാൻ മാത്രമേ ധൈര്യപ്പെടുന്നുള്ളൂ.

പശ്ചിമേഷ്യയിലെയും ഈജിപ്തിലെയും പ്രധാനപ്പെട്ട സവിശേഷതയായ രാജകീയമായ ശവസംസ്കാരച്ചടങ്ങുകളുടെ കാര്യമോ? ഇല്ല. ഹാരപ്പൻ സംസ്കാരത്തിൽ ആഡംബരപ്രധാനവും വിശദവുമായ ശവസംസ്കാരച്ചടങ്ങു

കളൊന്നും ആരും നടത്തിയതിന്റെ ലക്ഷണങ്ങളില്ല; ഈജിപ്തിലെപ്പോലെ, യാത്രയായ ആത്മാക്കൾക്കായി പിരമിഡുകളുമില്ല. മെസൊപ്പൊട്ടേമിയയിൽ രാജപദവിയിലുള്ളവർ മരിക്കുമ്പോൾ വിലപിടിപ്പുള്ള ആഭരണങ്ങളുടെ വൻ ശേഖരങ്ങളും കരകൗശലവസ്തുക്കളും ചിലപ്പോഴെല്ലാം ഭൃത്യജനങ്ങളെപ്പോലും അവരോടൊപ്പം മറവുചെയ്തിരുന്നു–എല്ലാം അവരുടെ മരണാനന്തരജീവിതത്തിന്റെ ആവശ്യങ്ങൾക്കായാണ്. എന്നാൽ ഹാരപ്പൻ സംസ്കാരത്തിൽ ഇതിനു വിരുദ്ധമായി ശവശരീരം മറവുചെയ്യുന്നതോടൊപ്പം കളിമൺ പാത്രങ്ങളിൽ മരണാനന്തരജീവിതത്തിലേക്കുള്ള ആഹാരം മാത്രമാണ് വെച്ചുകാണുന്നത്. കൂടുതലൊന്നുമില്ല. എങ്കിലും വ്യക്തികളെ സ്വന്തം ആഭരണങ്ങൾ ധരിപ്പിച്ചുകാണാറുണ്ട്. പശ്ചിമേഷ്യയിൽ സാധാരണമായുണ്ടായിരുന്ന രാജകീയ ശവസംസ്കാരങ്ങളോട് അടുത്തുനിൽക്കുന്ന ഒന്നിന്റെപോലും സൂചനകൾ ഇവിടെയില്ല. ചരിത്രകാരനായ ഷിറീൻ രത്നാഗർ തന്റെ ഹാരപ്പയെ അറിയൽ (Understanding Harappa) എന്ന കൃതിയിൽ പറയുന്നത് ശവക്കല്ലറകളിൽ ശരാശരി പതിനഞ്ചു പാത്രങ്ങൾ ഉണ്ടാകാറുണ്ടെന്നാണ്; അവയിൽ അന്തരിച്ചവർക്കു കഴിക്കുവാനും കുടിക്കുവാനും ഉള്ള ഏർപ്പാടുകളാണ്. മാംസക്ഷണങ്ങൾ അടക്കം. ശവക്കല്ലറകളിൽ നിന്നു ലഭിച്ച പാത്രങ്ങളിൽ നിർലോഭം നിറംകൊടുത്തതും കാലുകളുള്ളതുമായ പാത്രങ്ങൾ, ഉയരംകുറഞ്ഞുരുണ്ട ഭരണികൾ, S ആകൃതിയിലുള്ള ഭരണികൾ ഇവയെല്ലാമുണ്ട്. ആഭരണങ്ങൾ ധാരാളമായി കാണുന്നില്ല. പണിയായുധങ്ങളും കുറവാണ്.

ഹാരപ്പൻ നിവാസികൾക്ക് വിലപിടിപ്പുള്ള ആഭരണങ്ങളോ കരകൗശലവസ്തുക്കളോ നിർമ്മിക്കുവാൻ അറിയാത്തതുകൊണ്ടാവും എന്നു വിചാരിക്കുന്നുണ്ടെങ്കിൽ നിങ്ങൾക്ക് തെറ്റുപറ്റി! പശ്ചിമേഷ്യയിലെ രാജകീയ ശവസംസ്കാരങ്ങളിൽ ഉപയോഗിച്ചിരുന്ന ആഭരണങ്ങളും അലങ്കാരവസ്തുക്കളും പലതും ഹാരപ്പൻ സംസ്കാരത്തിൽനിന്നുള്ളവയാണ്. വാസ്തവത്തിൽ കാർനീലിയൻ,ടാർകോയിസ്, ഇന്ദ്രനീലം തുടങ്ങിയ കല്ലുകൾകൊണ്ടും കക്കകൾകൊണ്ടുമുള്ള ആഭരണങ്ങൾ ഹാരപ്പയിൽനിന്ന് കയറ്റുമതിചെയ്തിരുന്ന പ്രധാനവസ്തുക്കളായിരുന്നു; ഹാരപ്പൻ നഗരങ്ങളിൽ അവയുടെ നിർമ്മാണശാലകൾ ധാരാളമായിരുന്നു. ഹാരപ്പൻ നിവാസികൾ ചൈനക്കാരെപ്പോലെ തങ്ങളുടെ വിലപിടിപ്പുള്ള വസ്തുവകകൾ കുഴിച്ചിടാതെ പിൻതലമുറകൾക്ക് കൈമാറുവാനായിരുന്നു താത്പര്യപ്പെട്ടിരുന്നത് എന്നുമാത്രം. പരമ്പരയായി കിട്ടിയ വസ്തുക്കളിൽ മടുപ്പുതോന്നിയാൽ അവർ അത് മാറ്റിപ്പണിതുകാണുവാനാണ് സാദ്ധ്യത.

പുരാവസ്തുശാസ്ത്രജ്ഞർക്കും ചരിത്രകാരന്മാർക്കും ഏതായാലും ഇതത്ര നല്ലവാർത്തയല്ല. പശ്ചിമേഷ്യയിലെ രാജകീയ ശവക്കല്ലറകളും ഈജിപ്തിലെ പിരമിഡുകളും അക്കാലത്തെ ലോകചരിത്രം പുനർനിർമ്മിക്കുവാൻ വളരെ സഹായിച്ചിട്ടുണ്ട്. അതിനു വിരുദ്ധമായി വിലപിടിപ്പുള്ള വസ്തുക്കളും പിച്ചളയോ മറ്റു ലോഹങ്ങളോ കൊണ്ടുള്ള വസ്തുക്കൾപോലും ഹാരപ്പൻ സംസ്കാരത്തിൽ വളരെക്കുറച്ചേ പ്രാതിനിധ്യം വഹിക്കുന്നുള്ളൂ. പ്രാചീനരായ വ്യക്തികൾ സ്വന്തം നിധിശേഖരങ്ങൾ വീടുകളിൽത്തന്നെ–പലപ്പോഴും- കുഴിച്ചിടുകയും ഏതൊക്കെയോ കാരണങ്ങൾകൊണ്ട് അവ തിരിച്ചെടുക്കാതിരിക്കുകയും

ചെയ്യുന്ന അപൂർവ്വസാഹചര്യങ്ങളിൽ മാത്രമേ അവ പുരാവസ്തുശാസ്ത്രജ്ഞരുടെ കൈകളിൽ എത്തുന്നുള്ളൂ. ചിലപ്പോൾ ചപ്പുചവറുകൂനകളിൽ കിടന്നോ വഴിയിൽ നഷ്ടപ്പെട്ടനിലയിലോ ചിലത് പുരാവസ്തുശാസ്ത്രജ്ഞരുടെ കയ്യിൽവന്നുപെട്ടിട്ടുമുണ്ട്. അവയൊന്നും രാജപദവിയിലുള്ളവരുടെ മരണാനന്തരജീവിതാവശ്യങ്ങൾക്കായി അവരോടൊപ്പം കുഴിച്ചിട്ട വസ്തുക്കളുടെയടുത്തൊന്നും വൈവിദ്ധ്യം കൊണ്ടോ മൂല്യംകൊണ്ടോ എത്തുകയില്ലെന്ന് നിങ്ങൾക്ക് ആലോചിച്ചാൽ അറിയാമല്ലോ.

ഹാരപ്പൻ സംസ്കാരത്തെ മറ്റു സമകാലീന സംസ്കാരങ്ങളിൽനിന്ന് വേറിട്ടുനിർത്തുന്ന മറ്റൊരു സവിശേഷത മനുഷ്യർക്കിടയിലുള്ള അക്രമവാസന എവിടെയും ചിത്രീകരിച്ചുകാണുന്നില്ല എന്നതാണ്. അക്രമാസക്തി ചിത്രീകരിച്ചിട്ടുള്ള നിരവധി ഹാരപ്പൻ മുദ്രകളുണ്ടെങ്കിലും അവയെല്ലാം അതിമാനുഷശക്തികൾ തമ്മിൽ പൊരുതുന്നതോ മനുഷ്യർ മൃഗങ്ങളെ ആക്രമിക്കുന്നതോ മനുഷ്യരും അതിമാനുഷശക്തികളും തമ്മിൽ പൊരുതുന്നതോ ആണ്. മനുഷ്യരും മനുഷ്യരും തമ്മിൽ പൊരുതുന്നതല്ല.

എങ്കിലും ഈ നിയമത്തിന് അപവാദമായി ഒരു മുദ്ര കാണുന്നുമുണ്ട്. അതിൽ തലമുടി 'ഇരട്ട ബൺ' കെട്ടിയ രണ്ടു പുരുഷന്മാർ അന്യോന്യം കുന്തംകൊണ്ടു കുത്തുകയാണ്; അവർ രണ്ടുപേരെയും തൊങ്ങലുള്ള നീണ്ട ശിരോവസ്ത്രം ധരിച്ച ഒരു സ്ത്രീരൂപം–ഒരുപക്ഷേ ഒരു ദേവതയാവാം–തന്റെ കൈകൾകൊണ്ട് പിടിച്ചിട്ടുമുണ്ട്. അവർ രണ്ടുപേരുമാണ് സ്ത്രീരൂപത്തെ കൈകൾകൊണ്ട് പിടിച്ചിരിക്കുന്നത്, മറിച്ചല്ല എന്നുമാവാം. ഒരു സ്ത്രീയെ സംബന്ധിച്ചുള്ള കലഹമെന്നും മനുഷ്യബലിയുടെ രംഗം എന്നുപോലും ഇത് വ്യാഖ്യാനിക്കപ്പെട്ടിട്ടുണ്ട്.

Archaeological Survey of India

കാലിബംഗനിൽ നിന്നുള്ള ഒരു ഉരുളൻ മുദ്രയിലെ ചിത്രീകരണം. അന്യോന്യം കുന്തംകൊണ്ട് കുത്തുവാൻ ആയുന്ന രണ്ടു പുരുഷന്മാർക്കിടയിൽ നിൽക്കുന്ന ഒരു സ്ത്രീയാണ് ഇതിൽ.

മനുഷ്യനും മനുഷ്യനും തമ്മിലുള്ള അക്രമങ്ങളുടെ ഈ അസാന്നിദ്ധ്യം യുദ്ധത്തിനുപയോഗിക്കുന്ന കോടാലികൾ, വാളുകൾ തുടങ്ങിയ പടക്കോപ്പുകളുടെ അസാന്നിദ്ധ്യത്തിലും പ്രതിഫലിച്ചുകാണുന്നുണ്ട്. ഹാരപ്പൻ നിവാസികളുടെ പക്കൽ ഉണ്ടായിരുന്ന ആയുധങ്ങൾ കുന്തങ്ങൾ, കത്തികൾ, അമ്പുകൾ എന്നിവയായിരുന്നു; ഇവയെല്ലാം മൃഗങ്ങളെ വേട്ടയാടുന്നതിനോ ഒരുപക്ഷേ ഒരു എതിരാളിയെ ജയിക്കുന്നതിനോ അവശ്യമായവയാണ്–ഒരു യുദ്ധം ജയിക്കുവാൻ ഇവയൊന്നും പര്യാപ്തമല്ലെന്ന് കേനോയെർ പറയുന്നു. ഹാരപ്പൻ സംസ്കാരം നിലനിന്ന 700 വർഷങ്ങൾക്കിടയ്ക്ക്–2600 BCEക്കും 1900 BCEക്കും ഇടയ്ക്കുള്ള കാലഘട്ടം–അതിലെ നഗരങ്ങളിലൊന്നുപോലും ആക്രമിക്കപ്പെടുകയോ തീവെച്ചുനശിപ്പിക്കുകയോ ചെയ്തതിന് തെളിവുകളൊന്നുമില്ലെന്നും അദ്ദേഹം ചൂണ്ടിക്കാട്ടുന്നുണ്ട്.

പൊതുസംവിധാനങ്ങളാണ്, കൊട്ടാരങ്ങളല്ല

ഹാരപ്പൻ സംസ്കാരത്തിൽ ഇല്ലാത്തത് എന്തൊക്കെയാണെന്ന് നമുക്കിപ്പോൾ അറിയാവുന്ന സ്ഥിതിക്ക് മറ്റെവിടെയും ഇല്ലാത്തതെന്താണ് അവർക്കുണ്ടായിരുന്നത് എന്ന് നമുക്കു നോക്കാം. എന്തിലാണ് അവർക്ക് ഏറ്റവും നൈപുണ്യമുണ്ടായിരുന്നത്? ഭാഗികമായ ഒരു പട്ടിക ഇതാ.

ആദ്യമായി, ക്രമമായി വിന്യസിച്ച പാതകളും മിക്കവാറും–എപ്പോഴുമല്ല–തെക്കുവടക്കും കിഴക്കുപടിഞ്ഞാറുമായി ക്രമീകരിച്ച വീടുകളുമുള്ള നന്നായി ആസൂത്രണം ചെയ്ത പട്ടണങ്ങളായിരുന്നു അവരുടേത്. പ്രാചീനലോകത്ത് മറ്റെവിടെയും കണ്ടിട്ടില്ലാത്തതും തികച്ചും പരിഷ്കൃതവുമായ ജലവിനിയോഗപദ്ധതി അവിടെയുണ്ടായിരുന്നു–ഇക്കാര്യത്തിൽ എടുത്തുപറയേണ്ട ഉദാഹരണമാണ് ഗുജറാത്തിലെ ധോളാവീര. ശോഷിച്ച മൺസൂൺ മഴയിൽനിന്നും, പട്ടണത്തിന്റെ ഇരുവശത്തുമായി അനുകൂലമായ കാലാവസ്ഥയിൽമാത്രം ഒഴുകുന്ന രണ്ട് അരുവികളിൽനിന്നും ജലം പരമാവധി പാഴായിപ്പോകാതെ ധോളാവീരയിൽ ഉപയോഗിച്ചിരുന്നു; അതിനായി അരുവികളിൽ തടയണകൾപോലും നിർമ്മിച്ചിരുന്നു. മതിലുകൾകെട്ടി സംരക്ഷിക്കപ്പെട്ട നഗരത്തിനുള്ളിൽ അന്യോന്യം ബന്ധിപ്പിച്ച നിരവധി ജലസംഭരണികൾ ഉണ്ടായിരുന്നു. അതിൽത്തന്നെ കിഴക്കുവശത്തുണ്ടായിരുന്നതാണ് (എഴുപത്തിനാലു മീറ്റർ നീളവും ഇരുപത്താറു മീറ്റർ വീതിയും ഏഴു മീറ്റർ ആഴവും) പ്രാചീനലോകത്തിലെ ഏറ്റവും വലിയ ജലസംഭരണി. നഗരത്തിൽ ഭൂമിക്കടിയിലുള്ള ജലശേഖരണ പദ്ധതികളും ഉണ്ടായിരുന്നു. ധോളാവീരയിലെ മഴവെള്ളച്ചാൽ ചെത്തിയ കല്ലുകൾ കൊണ്ടു പണിതതും അഞ്ചടിയിലധികം ഉയരമുള്ളതുമായിരുന്നു; അതിനുള്ളിൽ നിങ്ങൾക്ക് ഇറങ്ങിനടക്കുവാൻ സാധിക്കും. ഭൂമിയുടെ ചെരിവനുസരിച്ചു പണിത ഇവയിലൂടെ വെള്ളം ഒരു സ്ഥലത്തുനിന്ന് മറ്റൊരു സ്ഥലത്തേക്ക് എത്തിച്ചിരുന്നു.

മോഹൻജൊദാരോയിലെ എഴുനൂറിൽപ്പരം കിണറുകളും മഹത്തായ സ്നാനഘട്ടവും (Great Bath) ഹാരപ്പൻ നിവാസികൾ ജലത്തിനു നൽകിയിരുന്ന ശ്രദ്ധയുടെ സാക്ഷ്യപത്രങ്ങളാണ്. ഒരു നടുമുറ്റത്തിനു ചുറ്റുമായി പണിത മുറികളോടുകൂടിയ ഹാരപ്പൻ വീടുകളിൽ താമസിച്ചിരുന്നവർക്ക് നല്ലവെള്ളം

മോഹൻജൊദാരോയിലെ മഹത്തായ സ്നാനഘട്ടം

അകത്തേക്കിറങ്ങുവാൻ പടിക്കെട്ടുകളുള്ള ഒരു ജലസംഭരണി, ധോളാവീര

അകത്തേക്കുവരുവാനും അഴുക്കുവെള്ളം പുറത്തേക്കുകളയുവാനും വെവ്വേറെ ചാലുകൾ ഉണ്ടായിരുന്നു. ഈ വിഷയത്തിൽ ചരിത്രകാരിയായ ഉപീന്ദർ സിംഗ് തന്റെ പ്രാചീന, മദ്ധ്യകാലാരംഭ ഇന്ത്യയുടെ ചരിത്രം (A History of Ancient and Medieval India) എന്ന കൃതിയിൽ പറഞ്ഞിട്ടുള്ളത് ഒന്ന് ഉദ്ധരിക്കാം:

> പല വീടുകൾക്കും അല്ലെങ്കിൽ ഒരുകൂട്ടം വീടുകൾക്കായി പ്രത്യേകം കുളിപ്പുരകളും കക്കൂസുകളും ഉണ്ടായിരുന്നു. കിണറിനോടു ചേർന്ന

> മുറികളിൽ ആണ് സാധാരണയായി കുളിക്കുവാനുള്ള തിട്ടകൾ കാണുന്നത്. തിക്കിയടുക്കിയ ഇഷ്ടികകൾകൊണ്ടാണ് കുളിപ്പുരയുടെ നിലം നിർമ്മിച്ചുകാണുന്നത്; പലപ്പോഴും ഇഷ്ടികയുടെ വീതികുറഞ്ഞ വശം ഉറപ്പിച്ച് വെള്ളം അകത്തേക്കിറങ്ങാതെ ശ്രദ്ധാപൂർവം ചെരിച്ചാണ് പണിതിട്ടുണ്ടാവുക. ഇവിടെനിന്ന് ഒരു ചെറിയ ഓവുചാൽ വീട്ടുചുമരു തുളച്ച് പുറത്തെ വഴിയിലേക്ക് പോകുന്നുണ്ടാവും. അത് ഒടുവിൽ വലുപ്പം കൂടിയ അഴുക്കുചാലിൽ ചെന്നുചേരും...
>
> ഹാരപ്പയിൽ ഈയിടെ നടന്ന ഉത്ഖനനങ്ങളിൽ കണ്ടെത്തിയത് മിക്ക വീടുകളിലും കക്കൂസുകൾ ഉണ്ടായിരുന്നുവെന്നാണ്. നിലത്ത് കുഴിച്ചിറക്കിവെച്ച വലിയ പാത്രങ്ങൾകൊണ്ടാണ് കമോഡുകൾ നിർമ്മിച്ചിരുന്നത്. അവയിൽ പലതിനും ലോട്ടപോലെയുള്ള ഒരു പാത്രവും കൂടെയുണ്ടായിരുന്നു—തീർച്ചയായും ശൗചത്തിനുവേണ്ടിയാവണം. വലിയ പാത്രങ്ങളിൽ പലതിന്റെയും കീഴ്ഭാഗത്ത് വെള്ളം മണ്ണിലേക്ക് ചോർന്നുപോകുവാനായി ചെറിയൊരു ദ്വാരവും കാണുന്നുണ്ട്...

വീടുകൾക്കുള്ളിലെ കക്കൂസുകളുടെ അടിത്തട്ടിൽനിന്നും പുരാവസ്തുഗവേഷകർ ലോട്ടകൾ കണ്ടെടുത്തതായി സിംഗ് പരാമർശിക്കുന്നുണ്ട്. ദക്ഷിണേഷ്യക്കാരുടെ ശൗച സമ്പ്രദായങ്ങൾ അധികമൊന്നും മാറിയിട്ടില്ലെന്നാണ് ഇത് സൂചിപ്പിക്കുന്നത്—ഹാരപ്പൻ നിവാസികൾ അനുഭവിച്ചിരുന്ന, വീട്ടിനുള്ളിൽത്തന്നെ ശുചിമുറികൾ എന്ന സൗകര്യം ഇന്നത്തെ ദക്ഷിണേഷ്യക്കാരിൽ പലർക്കും ആസ്വദിക്കുവാൻ അവസരമില്ലെങ്കിലും. താമസക്കാർക്കു

Larry Burrows / The LIFE Picture Collection / Getty Images

മോഹൻജൊദാരോയിലെ അഴുക്കുവെള്ളച്ചാലുകൾ

മാത്രമല്ല ഇത്തരം സൗകര്യങ്ങൾ ലഭിച്ചിരുന്നത്. സന്ദർശകർക്കും കച്ചവടക്കാർക്കും ഉപയോഗിക്കുവാനായി പൊതു കിണറുകളും കുളിപ്പുരകളും ഹാരപ്പയിൽ ഉണ്ടായിരുന്നുവെന്ന് കേനോയർ പറയുന്നുണ്ട്. അക്കാലത്തെ മറ്റൊരു സംസ്കാരവും, അത് ഈജിപ്തിലോ മെസൊപ്പൊട്ടേമിയയിലോ ചൈനയിലോ ആകട്ടെ, ഇത്തരത്തിലുള്ള പൊതു സൗകര്യങ്ങൾ അവിടെയുള്ളവർക്കോ അതിഥികൾക്കോ നൽകിയിട്ടില്ല.

പൊതുജനങ്ങൾക്കായുള്ള സൗകര്യങ്ങളെക്കാൾ ശ്രദ്ധേയമെന്നു പറയാവുന്നത് ഒരുപക്ഷേ ഹാരപ്പൻ നിവാസികളുടെ മറ്റൊരു നേട്ടമാണ്: ക്രമീകൃതമായ തൂക്കക്കട്ടകൾ. സംസ്കാരങ്ങളിൽവെച്ച് ഏറ്റവും വിശാലമായതെന്നു പറയാവുന്ന ഇതിന്റെ ഏതു മുക്കിലും മൂലയിലും വസ്തുക്കൾ അളന്നുതൂക്കുവാൻ ഒരേയൊരു മാർഗ്ഗമേ ഉണ്ടായിരുന്നുള്ളൂ–'ചേർട്ട്' (chert) എന്ന ഒരിനം കല്ലുകൊണ്ടുണ്ടാക്കിയ ക്രമീകൃതമായ തൂക്കത്തിന്റെ സമചതുരക്കട്ടകൾ ഉപയോഗിക്കുക എന്നതാണത്. ഇതിനു വിപരീതമായി മെസൊപ്പൊട്ടേമിയൻ നഗരങ്ങളിൽ പലതരത്തിലുള്ള തൂക്കങ്ങളുടെ വ്യവസ്ഥകൾ നിലനിന്നിരുന്നു; അവയെല്ലാം പ്രവിശ്യകൾക്കനുസരിച്ചും എന്താണ് തൂക്കിനോക്കേണ്ടത് എന്നതനുസരിച്ചും മാറിക്കൊണ്ടുമിരുന്നു. കച്ചവടക്കാർ ഒരു നഗരത്തിൽനിന്ന് മറ്റൊന്നിലേക്ക് നീങ്ങുമ്പോൾ വ്യത്യസ്തമായ തൂക്കവ്യവസ്ഥകൾ മാറിമാറി ഉപയോഗിക്കേണ്ടിവരുന്നതിന്റെ അനാവശ്യമായ അസൗകര്യം ഒഴിവാക്കുകവഴി ഹാരപ്പൻ നിവാസികൾ വാണിജ്യത്തിന്റെ

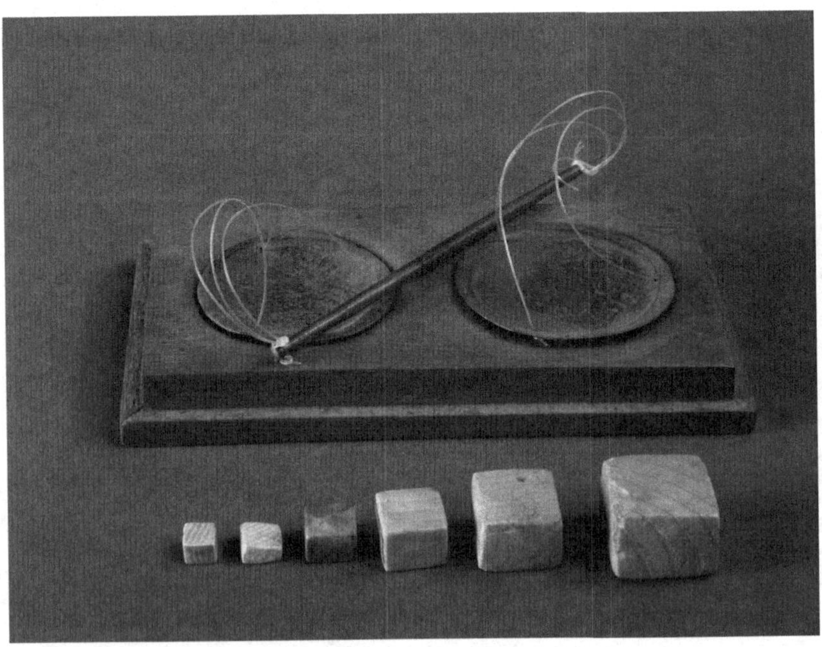

National Museum of India, New Delhi / Angelo Hornak / Alamy Stock Photo

ഹാരപ്പൻ സംസ്കാരത്തിൽനിന്നുള്ള തുലാസും തൂക്കക്കട്ടികളും

വിനിമയനിരക്കുകൾ ഗണ്യമായി കുറച്ചിട്ടുണ്ടാവണം. BCE മൂന്നാം സഹസ്രാബ്ദത്തിൽ 'വാണിജ്യസൗകര്യ'ത്തിന് റാങ്കുകൾ നിശ്ചയിച്ചിരുന്നുവെങ്കിൽ ഹാരപ്പൻ സംസ്കാരം മത്സരാർത്ഥികളുടെ മുൻനിരയിൽത്തന്നെയുണ്ടാവും; സദൃശമായ തൂക്ക വ്യവസ്ഥകളുണ്ടായിരുന്ന ഈജിപ്തുകാരും ചിലപ്പോൾ തോളോടുതോൾ ചേർന്ന് മത്സരിക്കുന്നുണ്ടാവും.

ഹാരപ്പൻ നഗരങ്ങളിൽ തൂക്കക്കട്ടകൾ പോലെതന്നെ സുലഭമായിരുന്ന മറ്റൊന്ന് വളകളായിരുന്നു–നൂറും ആയിരവും എണ്ണം! വളകൾക്കെന്താണ് പ്രത്യേകത എന്നു തോന്നുന്നുണ്ടെങ്കിൽ നിങ്ങൾക്കുതെറ്റി. കേനോയർ പറയുംപോലെ, 'ഞാൻ ഈജിപ്തിലുള്ള എന്റെ കൂട്ടുകാരെ വിളിച്ച് നിങ്ങൾ എത്ര വളകൾ കുഴിച്ചെടുത്തു എന്നു ചോദിക്കുകയാണെങ്കിൽ ഒരു ഡസനെന്നോ ഒന്നോ രണ്ടോ എന്നോ അവർ പറഞ്ഞേക്കാം. ചൈനയിലും ഒന്നുരണ്ടെണ്ണം കണ്ടേക്കാം. മെസൊപ്പൊട്ടേമിയയിൽ കുറച്ചെണ്ണം ഉണ്ടായെന്നുവരും. എന്നാൽ സിന്ധുനദീതടത്തിൽനിന്ന് ഞങ്ങൾക്ക് കിട്ടിയത് നൂറും ആയിരവും വളകളാണ്. പെട്ടെന്നു തിരിച്ചറിയാവുന്ന ആഭരണങ്ങളായിരുന്നു അവ; സ്ത്രീകളും പുരുഷന്മാരും അവ അണിഞ്ഞിരുന്നു.' ഹാരപ്പൻ സംസ്കാരത്തിനുമാത്രം അവകാശപ്പെടാനാവുന്ന വിവിധവസ്തുക്കളുടെ എണ്ണമറ്റ ഒരു പട്ടികതന്നെ നമുക്കു തയ്യാറാക്കാനാവും. അവയിൽ പലതിലും ഇന്നും, ഈ ഇരുപത്തൊന്നാം നൂറ്റാണ്ടിലും 'ഇന്ത്യൻ' എന്ന് വ്യക്തമായി മുദ്രചാർത്തുവാൻ നമുക്കു കഴിയുകയുംചെയ്യും. ആൽമരത്തിനോടുള്ള ആരാധന വ്യക്തമാക്കുന്ന മുദ്രകൾ മുതൽ 'തീ പുറത്തേക്കു പരത്തുകവഴി വക്കു ചൂടാകാതെയിരിക്കുകയും കൈകൊണ്ടുതന്നെ വാങ്ങിവെക്കുവാൻ കഴിയുകയും ചെയ്യുന്ന പരന്ന വക്കുള്ള പാചകപ്പാത്രം' എന്ന് കേനോയർ വിശദീകരിക്കുന്ന 'ഹൻഡി' (ചട്ടി) വരെ ഇതിൽപ്പെടും. മൺപാത്രനിർമ്മാണ

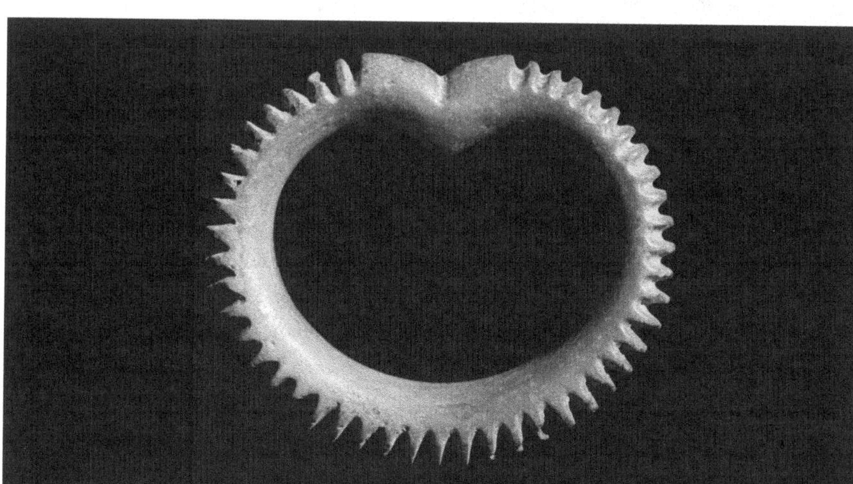

National Museum of Pakistan, Karachi / Robert Harding / Alamy Stock Photo

ഹാരപ്പൻ സംസ്കാരത്തിൽനിന്നുള്ള ഒരു വള

രീതികൾ നഗരങ്ങൾ തോറും മാറ്റമുണ്ടായിരുന്നു എങ്കിലും 'ഹൻഡി' മാതൃക ഹാരപ്പൻ സംസ്കാരത്തിലെങ്ങും പ്രശസ്തിയാർജ്ജിച്ചു കാണുന്നുണ്ട്.

ഹാരപ്പൻ സംസ്കാരത്തിന്റെ തികച്ചും അനന്യമായ സവിശേഷത ഒരുപക്ഷേ അതിന്റെ വമ്പിച്ച വ്യാപ്തിതന്നെയായിരിക്കും–മൂർദ്ധന്യദശയിൽ കഷ്ടിച്ച് ഒരു ദശലക്ഷം ചതുരശ്ര കിലോമീറ്റർ പരന്നുകിടന്നിരുന്നു അത്. മെസൊപ്പൊട്ടേമിയൻ സംസ്കാരവും ഈജിപ്ഷ്യൻ സംസ്കാരവും കൂട്ടിച്ചേർത്താൽപോലും ഇത്ര വലുപ്പം വരില്ല. സമകാലീന സംസ്കാരങ്ങളിൽവെച്ച് ഏറ്റവുംകൂടുതൽ ജനസംഖ്യ ഉണ്ടായിരുന്നതും ഹാരപ്പയിലാവാനാണ് സാദ്ധ്യത–20,000 വർഷങ്ങൾക്കുമുൻപു പോലും ആധുനികമനുഷ്യരുടെ ഏറ്റവും വലുപ്പമേറിയ ജനസമൂഹം നമ്മളായിരുന്നു–ഒന്നാം അദ്ധ്യായം നോക്കുക–എന്നതിനാൽ ഇതിലും അത്ര അത്ഭുതപ്പെടേണ്ട കാര്യമൊന്നുമില്ല. ദക്ഷിണേഷ്യ ആധുനികമനുഷ്യസമൂഹത്തിന്റെ കേന്ദ്രമായി വർത്തിക്കുക എന്നത് പുതിയ പ്രതിഭാസമൊന്നുമല്ല–നമ്മൾ കാത്തുസൂക്ഷിച്ചുകൊണ്ടിരിക്കുന്ന പ്രാചീനമായ ഒരു റെക്കോഡാണത്. ഹാരപ്പൻ സംസ്കാരം വ്യാപിച്ചിരുന്ന ഭൂപ്രദേശത്തിന്റെ വ്യാപ്തി മനസ്സിലാക്കുവാൻ ഇന്നത്തെ ഇന്ത്യയുടെ വലുപ്പം ഏകദേശം മൂന്നു ദശലക്ഷം ചതുരശ്ര കിലോമീറ്റർ ആണെന്ന് ഓർമ്മിച്ചാൽ മതിയാവും. അതിന്റെ മൂന്നിലൊന്നു വലുപ്പമാണ് ഹാരപ്പൻ സംസ്കാരത്തിന് ഉണ്ടായിരുന്നത്. തൂക്കക്കട്ടകളുടെയും മുദ്രകളുടെയും ലിപിയുടെയും നഗരമാതൃകയുടെയും, 1:2:4 എന്ന അനുപാതത്തിൽ ഉയരവും വീതിയും നീളവും ക്രമീകരിച്ച ചുടുകട്ടകളുടെ പോലും സജാതീയതയിലൂടെ അത്രയും വലുപ്പമേറിയ ഒരു സംസ്കാരം കോർത്തിണക്കിയെടുക്കുന്നതിന് എത്ര അദ്ധ്വാനം വേണ്ടിവന്നുകാണുമെന്ന് ഒന്നു സങ്കല്പിച്ചുനോക്കൂ. അതും യാത്രയ്ക്കോ ആശയവിനിമയത്തിനോ പുത്തൻ സൗകര്യങ്ങളൊന്നും ഇല്ലാതെതന്നെ. ഭൂമിശാസ്ത്രപരമായി വലിയ വ്യാപ്തിയുണ്ടായിട്ടും അതിന്റെ പടിഞ്ഞാറൻ ഭാഷ്യങ്ങളെക്കാൾ കലഹപ്രിയത ഈ സംസ്കാരത്തിൽ കുറഞ്ഞാണ് കാണുന്നത്.

അതിന്റെ പടിഞ്ഞാറൻ ഭാഷ്യങ്ങളെക്കാൾ സമത ഇവിടെ കൂടുതലുണ്ടായിരുന്നോ? ഉത്തരം വ്യക്തമല്ല. കൊട്ടാരങ്ങളുടെയും ആഡംബരപ്രധാനമായ ശവക്കല്ലറകളുടെയും അസാന്നിദ്ധ്യം അസമത്വം കുറവുള്ള സമൂഹത്തെയാണ് സൂചിപ്പിക്കുന്നതെങ്കിലും നഗരങ്ങളിലെ വാസഗൃഹങ്ങളുടെ വലുപ്പവ്യത്യാസവും വിലപിടിപ്പുള്ള ആഭരണങ്ങൾ പോലുള്ള സാമൂഹികപദവിയെ പ്രതിനിധീകരിക്കുന്ന വസ്തുക്കളുമെല്ലാം മറിച്ചാണ് സൂചിപ്പിക്കുന്നത്. ഹാരപ്പൻ സംസ്കാരത്തെ കൂട്ടിയിണക്കിക്കൊണ്ടുപോയിരുന്നത് വെവ്വേറെ 'നഗര സംസ്ഥാനങ്ങളെ' (city states) നിയന്ത്രിക്കുന്ന ശക്തനായ ഒരു രാജാവായിരുന്നില്ല, മറിച്ച് ഒരു 'വരേണ്യവർഗ്ഗം' (elite group) ആണെന്നാണ് ഒട്ടുമിക്ക ചരിത്രകാരന്മാരും ഇന്ന് വിശ്വസിക്കുന്നത്.

അതിനാൽ ഏതുവഴി നോക്കിയാലും ഹാരപ്പൻ സംസ്കാരത്തിന്റെ ബീജാവാപം അക്കാലത്തെ മറ്റു സംസ്കാരങ്ങളുടേതിൽനിന്നു തികച്ചും വ്യത്യസ്തമായ ചില ഉൾപ്രേരണകളിൽനിന്നും ചോദനകളിൽനിന്നും ആണെന്നുവേണം പറയുവാൻ. എന്നുമാത്രമല്ല, തങ്ങൾ ജീവിക്കേണ്ട

സമൂഹത്തെക്കുറിച്ചുള്ള ഹാരപ്പൻ നിവാസികളുടെ തെരഞ്ഞെടുപ്പുകളും വേറെയായിരുന്നു. എങ്കിലും എങ്ങനെയാണ് ഒരുകൂട്ടം കാർഷികഗ്രാമ ങ്ങൾ സംസ്കാരമെന്നു വിളിക്കാവുന്ന നിലയിലേക്ക് പരിണമിച്ചത്? 'സംസ്കാരം' എന്ന വാക്കുകൊണ്ട് കൃത്യമായി വിവക്ഷിക്കുന്നത് എന്താണ്? എന്തുകൊണ്ടാണ് നാം ഇന്ത്യൻ സംസ്കാരത്തിന്റെ പഴക്കം കൃഷി ആരംഭിച്ച കാലമായ 9000 വർഷമെന്നോ, മൗര്യന്മാർ ആദ്യത്തെ ഇന്ത്യൻ സാമ്രാജ്യം സ്ഥാപിച്ച കാലമായ 2300 വർഷമെന്നോ പറയാതെ, ഏകദേശം 5000 വർഷം എന്നു പറയുന്നത്?

'സംസ്കാരം' അഥവാ സിവിലൈസേഷൻ എന്ന വാക്കിന്റെ ഉത്ഭവം 'സിറ്റി' (നഗരം) എന്ന വാക്കിൽനിന്നാണ്; അതുകൊണ്ട് സംസ്കാരം എന്ന വാക്ക് നാഗരികതയിലേക്കുള്ള ഒരു പരിവർത്തനസങ്കൽപ്പത്തെ ഉൾക്കൊ ള്ളുന്നുണ്ട് എന്നു പറയാം–പ്രാഗ്ചരിത്ര ഗവേഷകനും 'മഹാസംയോജകൻ' (Great Synthesizer) എന്ന പേരിൽ പ്രശസ്തനുമായ ഗോർഡൻ ചൈൽഡ് 1930ൽ 'നാഗരികവിപ്ലവം' എന്നാണ് അതിനെ വർണ്ണിച്ചത്. ചൈൽഡിന്റെ അഭിപ്രായത്തിൽ ലോകത്ത് ഏറ്റവും ആദ്യമുണ്ടായ നഗരങ്ങൾക്ക് ഇനിപ്പറ യുന്ന സ്വഭാവങ്ങളാണ് ഉണ്ടായിരുന്നത്: ഏതു ഗ്രാമത്തെക്കാളും പലപ്പോഴും നൂറുനൂറിരട്ടി വരുന്ന ജനസംഖ്യ; കരകൗശലവേലകൾ ചെയ്യുന്നവർ, കച്ചവ ടക്കാർ,ഉദ്യോഗസ്ഥർ, ഗതാഗതവേലക്കാർ എന്നിങ്ങനെ മുഴുവൻ സമയവും പ്രത്യേക തൊഴിലുകൾ മാത്രം ചെയ്യുന്നവർ; കർഷകർ ഉത്പാദിക്കുന്നതിന്റെ മിച്ചബാക്കി ശേഖരിക്കുന്ന ഭരണവർഗ്ഗം; ബൃഹത്തായ പൊതുസൗധങ്ങൾ; നഗരപാലനത്തിന് അത്യന്താപേക്ഷിതമായ രേഖകളുടെയും എഴുത്തുപണി കളുടേതുമായ ഒരു വ്യവസ്ഥ; ഒരു പ്രത്യേക സംസ്കാരത്തിന്റെ അനന്യവും സവിശേഷവുമായ ശൈലിയിൽ കലാസൃഷ്ടികൾ നിർമ്മിക്കുന്ന മുഴുവൻ സമയ കലാകാരന്മാർ (ശിൽപ്പികൾ, ചിത്രകാരന്മാർ, മുദ്രകളിൽ കൊത്തുവേലചെയ്യു ന്നവർ); ആ പ്രദേശത്തില്ലാത്ത വസ്തുക്കൾ ലഭ്യമാക്കുന്ന വിദേശവാണിജ്യം. ഇവയിലോരോ സ്വഭാവസവിശേഷതയും ഹാരപ്പൻ സംസ്കാരത്തിലെ ഏതൊരു മുഖ്യനഗരത്തിനും ബാധകമാണ്–ഹാരപ്പ, മോഹൻജൊദാരോ തുടങ്ങി ധോളാവീര, രാഖിഗഢി, കാലിബംഗൻ എന്നിവ വരെ.

ഈ നിർവചനം അനുസരിച്ച് ലോകത്തെ ആദ്യത്തെ 'നഗരം' ലോവർ മെസൊപ്പൊട്ടേമിയയിലെ ഉറൂക്ക് ആവണം–ഒരുപക്ഷേ അത് ഗിൽഗമെഷിന്റെ ഇതിഹാസത്തിലെ (The Epic of Gilgamesh) ഇതിഹാസനായകനായ ഗിൽഗമെഷിന്റെ തലസ്ഥാനം എന്ന പേരിലാവും കൂടുതൽ പ്രശസ്തം. ഏകദേശം 3200 BCEയിൽ, അതിന്റെ പ്രതാപത്തിന്റെ മൂർദ്ധന്യദശയിൽ ഉറൂക്കിന്റെ മതിലുകൾക്കുള്ളിൽ പതിനായിരക്കണക്കിനു മനുഷ്യർ വസി ച്ചിട്ടുണ്ടാവണം–2600 BCEയിലെ മോഹൻജൊദാരോയിലും ഹാരപ്പയിലും എന്നപോലെതന്നെ.

അതുകൊണ്ട്, ഇന്ത്യൻ സംസ്കാരം 5000 വർഷം പഴക്കമുള്ളതാ ണെന്നു നാം പറയുമ്പോൾ ഹാരപ്പൻ സംസ്കാരത്തിലെ ആദ്യനഗര ങ്ങൾ അക്കാലത്താണ് ഉയർന്നുതുടങ്ങിയതെന്നാണ് അർത്ഥമാക്കുന്നത്. സാമാന്യമായി ഇത് ശരിയാണെങ്കിലും സമ്പൂർണ്ണ ഹാരപ്പൻ കാലഘട്ടം

(Mature Harappan phase) ആരംഭിച്ചത് 2600 BCE അടുപ്പിച്ചാണ്, അതായത്, ഏകദേശം 4600 വർഷങ്ങൾക്കുമുൻപ്. ഏകദേശം ഇക്കാലത്താണ് പൊതുവായ ഒരു ലിപിയും പൊതുവായ മുദ്രകളും സംസ്കാരത്തിന്റെ പരിധിയിൽപ്പെട്ട നഗരങ്ങളിലൊട്ടാകെ നിലവിൽവന്നത്; എങ്കിലും ഒരു സംസ്കാരത്തിന്റെ രൂപവൽക്കരണത്തിന്റേതായ പ്രക്രിയകളിൽ പലതും അതിനുമുമ്പുതന്നെ ആരംഭിച്ചുകഴിഞ്ഞിരുന്നു.

ഉദാഹരണമായി 3300 BCEയിൽ തന്നെ ഹാരപ്പയിൽ ചുട്ടെടുത്ത കളിമൺ പാത്രങ്ങളിൽ പിന്നീട് ലിപിയായി വളർന്ന ചില ആദ്യകാല അടയാളങ്ങൾ കാണുവാൻ കഴിയും; ഏകദേശം അതേ സമയത്തുതന്നെയാണ് മെസൊപ്പൊട്ടേമിയയിലും ഈജിപ്തിലും ചൈനയിലും എഴുത്തിന്റെ ആരംഭം. 2800 BCE അടുപ്പിച്ച് ഹാരപ്പയിലെ അടുത്തടുത്തുള്ള രണ്ടു പ്രദേശങ്ങളെ വേർതിരിച്ചുകൊണ്ട് ആദ്യത്തെ വമ്പൻ മതിലുകൾ പണിതതായും നാം കാണുന്നു. ഈ മതിലുകൾ പണിയുവാൻ 450 മനുഷ്യരുടെ ഏകദേശം മൂന്നുമാസത്തെ അദ്ധ്വാനം വേണ്ടിവന്നുകാണണം; വലിയ അളവിൽ ഇഷ്ടികകൾ നിർമ്മിക്കുവാനും പണിസ്ഥലത്തേക്ക് എത്തിക്കുവാനുമുള്ള സൗകര്യങ്ങളില്ലാതെ ഇതു പണിയുവാൻ സാധിക്കുകയില്ലെന്നുതീർച്ച. അക്കാലമായപ്പോഴേക്കും പോത്തുവണ്ടികളും കാളവണ്ടികളും ധാരാളമായി ഉപയോഗിച്ചുതുടങ്ങിയതിന് തെളിവുകളുണ്ട്. ഹാരപ്പയിൽനിന്ന് കളിമണ്ണുകൊണ്ടുള്ള കളിവണ്ടിയുടെ കഷ്ണങ്ങളും ഹരിയാനയിലെ ഗിരവാദിൽനിന്ന് 3700 BCEയിൽനിന്നുള്ള വണ്ടിച്ചക്രങ്ങളും ലഭിച്ചിട്ടുണ്ട്. ഇതേസമയത്താണ് മെസൊപ്പൊട്ടേമിയയിലും മറ്റു ചിലയിടങ്ങളിലും ചക്രങ്ങളുള്ള വണ്ടികൾ പ്രത്യക്ഷപ്പെട്ടുതുടങ്ങിയത്.

ഹാരപ്പൻ സംസ്കാരമെന്ന മഹാപ്രസ്ഥാനത്തിന്റെ ഒരു അനുഭവം വേണമെങ്കിൽ നിങ്ങൾ പോകേണ്ടത് ഗുജറാത്തിലെ ഗ്രേറ്റ് രൺ ഓഫ് കച്ചിനടുത്തുള്ള (The Great Rann of Kutch) ധോളാവീരയിലാണ്–അഹമ്മദാബാദിൽനിന്ന് ഏഴുമണിക്കൂർ വണ്ടിയോടിച്ചാൽ അവിടെയെത്താം, ഏകദേശം 350 കിലോമീറ്ററാണ് ദൂരം. ഉപ്പുപാടങ്ങളാൽ ചുറ്റപ്പെട്ട ഖാദിർ എന്ന ദ്വീപിലാണ് അത് സ്ഥിതിചെയ്യുന്നത്. 'വെളുത്ത രണ്ണിന്റെ' (White Rann) മനോഹാരിതയിലൂടെയാണ് നിങ്ങളുടെ വണ്ടി നീങ്ങുക. നീണ്ടുകിടക്കുന്ന മിക്കവാറും ഒഴിഞ്ഞ പാത സമനിരപ്പായ ഭൂമി നെടുകെ മുറിച്ചാണ് പോകുന്നത്. ഇരുവശത്തുമുള്ള വെളുത്ത ഉപ്പിൽ തട്ടി സൂര്യപ്രകാശം പ്രതിഫലിക്കുന്നുണ്ടാവും. നിങ്ങൾ ചിന്തിച്ചുതുടങ്ങും 'ഈ ഓണംകേറാമൂലയിൽ ആരാണ് ഒരു നഗരം പണിയുവാൻ പുറപ്പെട്ടത്?' നിങ്ങൾ ഓർത്തെടുക്കുംമുൻപ് ഉത്തരം ഞാൻ പറഞ്ഞേക്കാം: ഇന്ന് ഉപ്പിൻ ചതുപ്പുകളായി കാണുന്ന ഭൂപ്രദേശങ്ങൾ ആ നഗരത്തിന്റെ സുവർണ്ണദശയിൽ നാലുമീറ്ററോളം കടലിനടിയിലായിരുന്നു; ഈ നഗരത്തെ ഹാരപ്പൻ സംസ്കാരവും മെസൊപ്പൊട്ടേമിയയുമായുള്ള വാണിജ്യബന്ധത്തിന്റെ നിർണ്ണായകകേന്ദ്രമാക്കിയത് അതാണ്.

ധോളാവീരയിൽ എത്തിക്കഴിയുമ്പോൾ രണ്ടു കാലദേശങ്ങളെ ബന്ധിപ്പിക്കുന്ന ഒരു ഗഹ്വരത്തിലൂടെ നൂഴ്ന്ന് സ്ഥലകാലങ്ങൾക്കപ്പുറത്ത് എത്തിച്ചേർന്നതുപോലെയാണ് നിങ്ങൾക്കു തോന്നുക. ഇന്ത്യയുടെ മണ്ണിലെ

ഏറ്റവും ഗംഭീരമായ ഹാരപ്പൻ കേന്ദ്രമാണത്. നാലായിരത്തഞ്ഞൂറോളം വർഷങ്ങൾക്കുമുൻപ് നിങ്ങളുടെ പൂർവികർ ചെയ്തുവെച്ചതെന്താണെന്നുനോക്കി അവശിഷ്ടങ്ങൾക്കിടയിലൂടെ നടക്കുമ്പോൾ ഹൃദയതാളം ഇരട്ടിക്കുന്നത് നിങ്ങൾ തിരിച്ചറിയും (അതെ, നമ്മുടെ പൂർവികരെന്ന് അവരെ വിളിക്കുന്നത് ശരിതന്നെയാണ്, ഈ അദ്ധ്യായത്തിൽ കുറച്ചുകൂടി മുൻപോട്ടുപോകുമ്പോൾ നാം അത് മനസ്സിലാക്കും.) മറ്റെന്തിനേക്കാളുപരി അവശിഷ്ടങ്ങളുടെ തോതും അതിലെ വീഴാതെനിൽക്കുന്ന ചുമരുകളുടെയും അടിത്തറകളുടെയും കൃത്യതയും ഉറപ്പും ആണ് നമ്മെ ഏറ്റവും വിസ്മയിപ്പിക്കുക. ഏകദേശം 100 ഹെക്ടർ സ്ഥലത്തായാണ് അവശിഷ്ടങ്ങൾ ചിതറിക്കിടക്കുന്നത്; അതിന്റെ പകുതിയോളം ഭാഗം ചുറ്റുമതിലുകളുള്ള നഗരമാണ് (ഇതിനെ മൂന്നാക്കി വിഭജിച്ചിട്ടുണ്ട്–ഉയർന്ന തറയിൽ നിർമ്മിച്ച 'സിറ്റാഡൽ', [ഉൾക്കോട്ട] 'മിഡിൽ ടൌൺ' [നഗരത്തിന്റെ മദ്ധ്യഭാഗം], 'ലോവർ ടൌൺ' [നഗരത്തിന്റെ താഴത്തെപ്രദേശങ്ങൾ] എന്നിങ്ങനെ.)

നഗരമതിലുകൾക്കുള്ളിൽ മറ്റൊരു മതിൽക്കെട്ടിനുള്ളിലുള്ള പ്രദേശമായ സിറ്റാഡലിനെ (ഉൾക്കോട്ട) വീണ്ടും 'കാസിൽ' (കോട്ട) എന്നും 'ബെയ്‌ലി' (പുറമതിൽ) എന്നും രണ്ടാക്കിത്തിരിച്ചിരുന്നു. കാസിൽ ഭരണാധികാരികളായ വരേണ്യരുടെ താമസസ്ഥലവും ബെയ്‌ലി പ്രധാന ഉദ്യോഗസ്ഥരുടെ ഔദ്യോഗികപാർപ്പിടങ്ങളും ആയിരുന്നിരിക്കണം. തീർച്ചയായും അവയെ ഈ പേരുകൾ നൽകി വിളിച്ചത് പുരാവസ്തുശാസ്ത്രജ്ഞരാണ്. അവിടെയുള്ളവർ ഉപയോഗിച്ചിരുന്ന വാക്കുകൾ എന്താണെന്ന് നമുക്കറിയില്ല. നാം ഇപ്പോൾ കരുതുന്ന ആവശ്യങ്ങൾക്കാണോ ആ കെട്ടിടങ്ങൾ പൂർണ്ണമായും ഉപയോഗിച്ചിരുന്നതെന്നുപോലും നമുക്ക് തീർച്ചയില്ല. ഉദാഹരണമായി സിറ്റാഡലിനെയും മിഡിൽ ടൗണിനെയും വിഭജിക്കുന്ന ഒരു വലിയ സ്റ്റേഡിയം കാണുന്നുണ്ട്; കാണികൾക്ക് ഇരിക്കുവാനുള്ള ഉയർന്ന ഇരിപ്പിടങ്ങളുമുണ്ട്. ഇത് പൊതു ചടങ്ങുകൾക്കോ ആഘോഷങ്ങൾക്കോ ഉള്ളതാണെന്നു ചിന്തിക്കുന്നതിൽ യുക്തിയുണ്ട്. ചില ദിവസങ്ങളിൽ ചന്തയായും ഇത് പ്രവർത്തിച്ചിട്ടുണ്ടാവാം. വലിയ ചില ജലസംഭരണികൾ ഉണ്ടായിരുന്നതിൽ മൂന്നെണ്ണം കണ്ടെടുത്തിട്ടുണ്ട്. ഗുജറാത്തിലെ മറ്റു ഹാരപ്പൻ കേന്ദ്രങ്ങളോടു സദൃശമായി. എന്നാൽ മറ്റെവിടെയും ഉള്ളവയിൽനിന്ന് വിഭിന്നമായി ധോളാവീരയിൽ ചുവന്ന കല്ല് (സാൻഡ്സ്റ്റോൺ) ധാരാളമായി ഉപയോഗിച്ചുകാണുന്നുണ്ട്. ഒപ്പം ചെളികൊണ്ടുള്ള ഇഷ്ടികകളും. മറ്റു ഹാരപ്പൻ കേന്ദ്രങ്ങളിലധികവും ഇതിൽനിന്നു വ്യത്യസ്തമായി വെയിലത്തുണക്കിയ അല്ലെങ്കിൽ ചുട്ടെടുത്ത ഇഷ്ടികകളാണ് ഉപയോഗിച്ചുകാണുന്നത്.

കൃത്യമായ പദ്ധതി അനുസരിച്ചു പണിത നഗരമാണിതെന്ന് (മറ്റു പല ഹാരപ്പൻ നഗരങ്ങളെയും പോലെത്തന്നെ) വ്യക്തമാണ്; കുറെക്കാലംകൊണ്ട് ക്രമമില്ലാതെ ഉയർന്നുവന്നവയല്ല. ധോളാവീരയിലെ ഉത്ഖനനപ്രവർത്തനങ്ങൾക്ക് നേതൃത്വം നൽകിയ ആർ എസ് ബിഷ്ട് നഗരത്തെ ഇങ്ങനെ വർണ്ണിക്കുന്നുണ്ട്: 'ഗണിതപരമായ കൃത്യതയുള്ള അതിവിശിഷ്ടമായ നഗരാസൂത്രണം. മുഴുവൻ പ്രദേശവും അളന്നുതിട്ടപ്പെടുത്തി സമചതുരങ്ങളും ത്രികോണങ്ങളുമായി തിരിച്ചിരിക്കുന്നു. മുഖ്യമായവയും അല്ലാത്തവയു

മായ വിഭജനങ്ങൾക്കും നിശ്ചിതമായ അനുപാതവും അളവുകളും ഉണ്ട്.’ അത്തരമൊരു നഗരമെന്ന ആശയം വിഭാവനം ചെയ്യുകയും നിർമ്മിക്കുകയും ചെയ്തിട്ടുള്ളത് വിശാലമായ അളവുകളിലാണ്; എന്തെന്നാൽ 1900 BCE അടുപ്പിച്ച് ധോളാവീരയും മറ്റു ഹാരപ്പൻ നഗരങ്ങളെപ്പോലെ നാശോന്മുഖ മായെങ്കിലും അത്രതന്നെ ഉത്കർഷേച്ഛയും അളവുകളിലുള്ള വൈപുല്യവും പ്രകടിപ്പിക്കുന്ന ഒരു വാസ്തുശില്പശൈലിക്കായി പിന്നീട് ഒന്നര സഹസ്രാബ്ദ ത്തോളം. മൗര്യന്മാർ വരുവോളം, നമുക്ക് കാത്തിരിക്കേണ്ടിവന്നു.

കർഷകരിൽനിന്ന് നഗരവാസികളിലേക്ക്

മെഹർഗഡ് പോലെയുള്ള കേന്ദ്രങ്ങളിൽ കൃഷി ആരംഭിച്ച കാലഘട്ടം (7000 BCE) മുതൽ ഹാരപ്പൻ സംസ്കാരത്തിന്റെ ശിഥിലീകരണം (അഞ്ചു

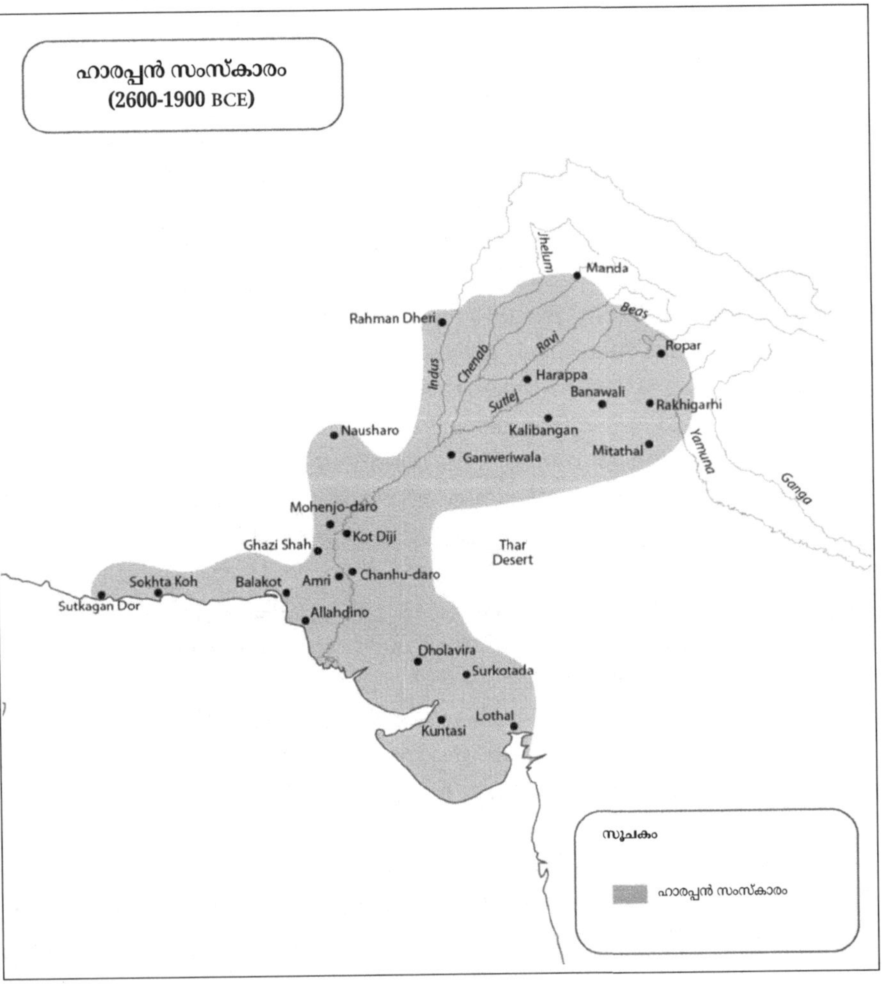

സഹസ്രാബ്ദങ്ങൾ കഴിഞ്ഞ്) വരെയുള്ള കാലഘട്ടത്തെ ചരിത്രകാരന്മാർ സാമാന്യമായി നാലു ഘട്ടങ്ങളായാണ് വിഭജിച്ചിരിക്കുന്നത്: 7000–5500 BCE ഭക്ഷ്യോത്പാദനത്തിന്റെ ആരംഭകാലഘട്ടം (Early Food Producing Era), 5500–2600 BCE ഹാരപ്പൻ സംസ്കാരത്തിന്റെ ആരംഭകാലം (Early Harappan Era) അഥവാ പ്രാദേശികവത്കരണം (Regionalization), 2600–1900 BCE സംയോജനം (Integration) അഥവാ സമ്പൂർണ്ണ ഹാരപ്പൻ സംസ്കാരം (Mature Harappan Era), 1900 -1300 BCE തദ്ദേശീകരണം (Localization) അഥവാ ഹാരപ്പൻ സംസ്കാരത്തിന്റെ അന്ത്യഘട്ടം (Late Harappan Era).

ആദ്യത്തെ ഘട്ടമായ ഭക്ഷ്യോത്പാദനത്തിന്റെ ആരംഭകാലഘട്ടത്തെ പിന്തുടരുവാൻ എളുപ്പമാണ്. മെഹർഗഡ് ആവാസകേന്ദ്രം ഏകദേശം 7000 BCE മുതൽ ഏകദേശം 2600 BCE വരെയാണ് നിലനിന്നത് എങ്കിലും ഇതേകാലത്തുതന്നെ നിരവധി മറ്റ് ആവാസകേന്ദ്രങ്ങളും ഉയർന്നുവരുന്നത് നമുക്ക് കാണാനാവും. കൃഷി വ്യാപകമായതോടെ ജനസംഖ്യ ക്രമാതീതമായി വർദ്ധിക്കുകയായിരുന്നു; ലോകത്ത് ധാന്യക്കൃഷിയിലേക്കു തിരിഞ്ഞ പ്രദേശങ്ങളിലെല്ലാം ഇതുതന്നെയാണ് സംഭവിച്ചിട്ടുള്ളത്. അക്കാലത്തെ പുതിയ കാർഷികകേന്ദ്രങ്ങളുടെ ചില ഉദാഹരണങ്ങളാണ് 5000 BCE അടുപ്പിച്ച് ആരംഭിച്ചിരിക്കാവുന്ന കെറ്റാ താഴ്വരയിലെ കിലി ഗുൽ മൊഹമ്മദ്; 3500 BCE വരെ പഴക്കമുണ്ടായേക്കാനിടയുള്ള ബലൂചിസ്ഥാനിലെ ദംബ് സാദത്ത്; പിന്നെ 4000 -3500 BCE കാലത്തുണ്ടായിരുന്ന തെക്കുകിഴക്കൻ അഫ്ഗാനിസ്ഥാനിലെ മുന്ദിഗാക് ഇവയെല്ലാം. ബലൂചിസ്ഥാനിലും പരിസരപ്രദേശത്തും കൂടാതെ സിന്ധിലെ ഇൻഡസ് സമതലഭൂവിലെ അമ്രിയിലും (3600 BCE), പാകിസ്ഥാനിലെ ഖൈബർ പാഖ്ട്യുൺഖ പ്രവിശ്യയിലെ റഹ്മാൻ ദെരിയിലും (3300 BCE), ഹരിയാനയിലെ രാഖീഗഢിയിലും കുനാലിലും (4500 BCEക്കും 3600 BCEക്കും ഇടയിൽ എവിടെയുമാവാം), അതിനും മുൻപ് ഹരിയാനയിലെ ഫത്തേബാദ് ജില്ലയിലെ ഭിരാനയിലും കാർഷികവിപ്ലവം നടക്കുന്നുണ്ടായിരുന്നു. ഇപ്രകാരമുള്ള കേന്ദ്രങ്ങൾ ഇനിയുമുണ്ട്; വടക്കു പടിഞ്ഞാറേ ഇന്ത്യയിൽ ഏകദേശം 7000 BCE മുതൽ കാർഷികവൃത്തി ഒരു ജീവിതസമ്പ്രദായമായി അതിവേഗം വ്യാപിച്ചുതുടങ്ങിയിരുന്നു എന്നതിന്റെ തെളിവുകളാണ് അവയോരോന്നും. നഗരവത്കരണവും തൊട്ടുപുറകേ തന്നെയുണ്ടായിരുന്നു.

അതിവേഗം മാറിക്കൊണ്ടിരുന്ന ഈ പ്രദേശത്തുള്ള ജനങ്ങളെല്ലാം ഒരിടത്തുതന്നെ താമസമുറപ്പിച്ച കൃഷിക്കാരും നഗരവാസികളും ആയിരുന്നു എന്നു കരുതുന്നത് തെറ്റാവും. കൃഷിക്കാരും ഒരളവുവരെ അപ്പോഴും നായാട്ടിനെയോ ഭക്ഷ്യസമ്പാദനത്തെയോ ആശ്രയിച്ചിരുന്നു എന്നുമാത്രമല്ല അതേ പ്രവിശ്യകളിൽ നാടോടികളായ ഇടയരും ജീവിച്ചിരുന്നു എന്നതിനും വ്യക്തമായ തെളിവുകളുണ്ട്. രത്നാഗർ പറയുന്നു, 'ബലൂചിസ്ഥാനിനും സിന്ധിനുമിടയിലുള്ള അതിർത്തിയിലാണ് മെഹർഗഡ് സ്ഥിതിചെയ്യുന്നത്. ഇൻഡസ് സമതലഭൂമിയുടെ കീഴ്ഭാഗം അടിസ്ഥാനപരമായി കൃഷിയെയാണ് ആശ്രയിച്ചിരുന്നത്; എന്നാൽ ബലൂചിസ്ഥാനിന്റെ ഇടമുറിഞ്ഞ മലനിരകളുള്ള ഭൂപ്രദേശത്ത് മൃഗങ്ങളെ മേയ്ക്കലാണ് കൃഷിയേക്കാൾ വ്യാപകമായിരുന്നത്. കൃഷി ബലൂചിസ്ഥാനിന്റെ ഇടുങ്ങിയ താഴ്വരകളിൽ ഒതുങ്ങി... കച്ഛി സമതലം

"കടന്നുകയറാവുന്ന അതിർത്തിപ്രദേശ"മായിരുന്നു (permeable frontier); അതായത്, കലാറ്റ്, ക്വെറ്റ, ലോറലായ് എന്നീ പ്രദേശങ്ങൾക്കു ചുറ്റുമുള്ള പർവ്വതനിരകളിൽനിന്നുള്ള ഇടയർ മഞ്ഞുമൂടിയ മലഞ്ചെരുവുകളിൽനിന്ന് ചെമ്മരിയാടുകളെ മാറ്റേണ്ട ആവശ്യം വരുമ്പോൾ നവംബർ മാസത്തിൽ സ്വന്തം കൂടാരങ്ങളും വളർത്തുമൃഗങ്ങളുമായി കച്ച് സമതലത്തിലേക്ക് ഇറങ്ങിവരും. ഒരേയിടത്തുതന്നെ അലസജീവിതം നയിക്കുന്ന കർഷകരായ നാട്ടുകാർക്കിടയിൽ അവർ ഏകദേശം ഫെബ്രുവരിമാസംവരെ കറങ്ങിത്തിരിയും. കാലാവസ്ഥ ഊഷ്മളമാകുമ്പോൾ മടങ്ങും.'

ഇന്നും ബലൂചിസ്ഥാനിലെ ബ്രഹൂയികളെ പോലെയുള്ള പലരും ഇടയവൃത്തിയുടെ പാരമ്പര്യം പിന്തുടരുന്നവരാണ്. ഉദയംകൊണ്ടിരുന്ന കാർഷിക സമ്പദ്വ്യവസ്ഥയുടെ നിർണ്ണായകസ്ഥാനത്തുള്ള പങ്കാളികളായിരുന്നു ഇടയർ എന്നാണ് പല ചരിത്രകാരന്മാരും വിശ്വസിക്കുന്നത്. വിനിമയശൃംഖലകളുടെ ഭാഗങ്ങളായും സസ്യങ്ങളെയും മൃഗങ്ങളെയും പുതിയ അറിവുകളെയും പുതിയ കണ്ടുപിടുത്തങ്ങളെയുമെല്ലാം ഒരിടത്തുനിന്ന് മറ്റൊരിടത്തേക്ക് എത്തിച്ചും ചിലപ്പോൾ പുതിയൊരിടത്ത് കൃഷിചെയ്തുള്ള ജീവിതം ആരംഭിച്ചും അവർ സമ്പദ്വ്യവസ്ഥയുടെ ഭാഗമായി. പ്രധാനപ്പെട്ട രണ്ടു നദീതടങ്ങളിൽനിന്നും ദൂരെമാറി ജീവിച്ചിരുന്ന വേട്ടക്കാരും ഭക്ഷ്യസമ്പാദകരുമായ കൂട്ടരെ മറ്റൊരു ജീവിതശൈലിയുമായി ആദ്യമായി കൂട്ടിയിണക്കിയത് നാടോടികളായ ഈ ഇടയരാവണം.

അടുത്ത ഘട്ടമായ പ്രാദേശികവത്കരണം അഥവാ ഹാരപ്പൻ കാലഘട്ടത്തിന്റെ ആരംഭവും പുരാവസ്തുരേഖകളിൽനിന്ന് വളരെ എളുപ്പത്തിൽ മനസ്സിലാക്കാവുന്നതാണ്. പെരുത്തുവരുന്ന ജനസമൂഹങ്ങൾ പുതിയ പ്രദേശങ്ങളിലേക്ക് വികസിച്ചുതുടങ്ങിയ ഇക്കാലത്താണ് ശൈലിയിലും സംസ്കൃതിയിലും പ്രാദേശികമായ വ്യത്യാസങ്ങൾ പ്രകടമായിത്തുടങ്ങിയത്. ഈ കാലഘട്ടത്തിലെ ആവാസകേന്ദ്രങ്ങളിൽ വലിപ്പം കൂടിയ ചിലത്–കാലിബംഗൻ, ബനാവലി, റഹ്മാൻ ദെരി മുതലായവ–ചുറ്റുമതിലുകൾ കെട്ടി സംരക്ഷിക്കപ്പെട്ടിരുന്നു. കളിമൺപാത്രനിർമ്മാണശൈലികളിലാണ് സംസ്കൃതികളുടെ വ്യത്യാസം വ്യക്തമായി കണ്ടറിയാനാവുക–ഈ ശൈലികളിൽ ചിലത് ഹക്ര, രവി, ബാലാക്കോട്ട്, അമ്രി, കൊത് ദിജ്ജി, നൽ, സോഥി എന്നീ പേരുകളിൽ അറിയപ്പെടുന്നവയാണ്. സാധാരണക്കാർക്ക് ഈ കളിമൺപാത്രങ്ങളുടെ ശൈലികൾ തമ്മിൽ തിരിച്ചറിയാനായെന്നുവരില്ല. പക്ഷേ കൂടിക്കുഴഞ്ഞ കൂനയിൽനിന്നാണെങ്കിൽപ്പോലും ഒരു പുരാവസ്തുശാസ്ത്രജ്ഞന് അവയോരോന്നും ഏതിനത്തിൽ പെട്ടതാണെന്ന് വേർതിരിച്ചുപറയുവാൻ സാധിക്കും.

എങ്കിലും പരിശോധിക്കുവാൻ ഏറ്റവും രസകരമായ ഘട്ടം സംയോജനകാലഘട്ടത്തിലേക്കുള്ള പരിവർത്തനം അഥവാ സമ്പൂർണ്ണ ഹാരപ്പൻ കാലഘട്ടം ആണ്. അക്കാലത്താണ് പല പുതിയ ഹാരപ്പൻ കേന്ദ്രങ്ങളും നിർമ്മിക്കപ്പെടുന്നത്, അല്ലെങ്കിൽ പുതുക്കിപ്പണിയുന്നതും നിലവിലുണ്ടായിരുന്ന കേന്ദ്രങ്ങൾ പലതും ഉപേക്ഷിക്കപ്പെടുന്നതും; ജനസമൂഹങ്ങളുടെയും ആവാസകേന്ദ്രങ്ങളുടെയും മഹത്തായ ഒരു പുനർവിന്യാസമാണ് ഇത് സൂചിപ്പിക്കുന്നത്. കൂടുതൽ ഉയർന്ന തലത്തിലുള്ള ഒരു ക്രമീകരണവും

ഇക്കാലത്ത് കാണുന്നുണ്ട്; എല്ലാ പ്രവിശ്യകളിലും പൊതുവായ ലിപി, മുദ്രകൾ, ചിത്രമാതൃകകൾ, തൂക്കക്കട്ടകൾ എന്നിവ നിലവിൽവന്നു. ഇക്കാലത്തുതന്നെയാണ് പശ്ചിമേഷ്യയുമായി കടൽവഴിയുള്ള വ്യാപാരങ്ങൾക്ക് ഗണ്യമായ ഊർജ്ജം ലഭിച്ചതും. 'സമ്പൂർണ്ണ ഹാരപ്പൻ കാലഘട്ടത്തിൽ തദ്ദേശീയമായ അഥവാ പ്രാദേശികമായ സാംസ്കാരികപാരമ്പര്യങ്ങൾക്ക് വ്യതിരിക്തത നഷ്ടമാവുകയും സാർവജനീനമായ ഒരു ഭൗതികസംസ്കാരം പ്രവിശ്യകളെ വിഴുങ്ങുകയും ചെയ്തു', എന്ന് രത്നാഗർ ഹാരപ്പയെ മനസ്സിലാക്കൽ (Understanding Harappa)എന്ന കൃതിയിൽ പറയുന്നുണ്ട്.

പ്രാചീന ഇന്ത്യയുടെയും മദ്ധ്യകാലാരംഭത്തിലെ ഇന്ത്യയുടെയും ഒരു ചരിത്രം (A History of Ancient and Early Medieval India) എന്ന കൃതിയിൽ സമ്പൂർണ്ണ ഹാരപ്പൻ കേന്ദ്രങ്ങൾക്കു പലതിനും ആദ്യകാല ഹാരപ്പൻ ഘട്ടം ഉണ്ടായിരുന്നില്ലെന്നും ആദ്യകാല ഹാരപ്പൻ കേന്ദ്രങ്ങൾക്കു പലതിനും സമ്പൂർണ്ണ ഹാരപ്പൻ ഘട്ടം ഉണ്ടായിരുന്നില്ലെന്നും ഉപീന്ദർ സിംഗ് ചൂണ്ടിക്കാണിക്കുന്നുണ്ട്. ആദ്യകാല ഹാരപ്പൻ ഘട്ടവും സമ്പൂർണ്ണ ഹാരപ്പൻ ഘട്ടവും രണ്ടുമുണ്ടായിരുന്ന കേന്ദ്രങ്ങളിൽ ചിലതാകട്ടെ പരിവർത്തനകാലത്ത് ചില കോളിളക്കങ്ങൾ ഉണ്ടായതിന്റെ സൂചനകൾ നൽകുന്നുമുണ്ട്–കൊത് ദിജ്ജി, ഗുംല, അമ്രി, നൗഷാരോ ഇവിടങ്ങളിലെല്ലാം രണ്ടു ഘട്ടങ്ങൾക്കും ഇടയിൽ വമ്പിച്ച തീപിടുത്തങ്ങളോ തീവെക്കലുകളോ ഉണ്ടായതിന്റെ തെളിവുകളുണ്ട്.

ചുരുക്കിപ്പറഞ്ഞാൽ, സമ്പൂർണ്ണ ഹാരപ്പൻ കാലഘട്ടത്തിലേക്കുള്ള പരിവർത്തനം ഉണ്ടായത്–നാലോ അഞ്ചോ തലമുറകൾകൊണ്ട് അല്ലെങ്കിൽ 100 മുതൽ 150 വരെ വർഷങ്ങൾകൊണ്ടാണ് ഇതു നടന്നതെന്ന് പുരാവസ്തുഗവേഷകർ പറയുന്നു–ഏതോ തരത്തിലുള്ള ഒരു കേന്ദ്ര അധികാരസ്ഥാപനം തീരുമാനമെടുക്കുകയും നാട്ടിൽ അങ്ങോളമിങ്ങോളം ആ തീരുമാനങ്ങൾ ബലപ്രയോഗത്താലോ അല്ലാതെയോ അംഗീകരിക്കപ്പെടുകയും നടപ്പിൽവരുത്തുകയും ചെയ്തതുകൊണ്ടാണെന്ന അനുമാനത്തിൽ എത്താതിരിക്കുവാനാവില്ല.

ഉറൂക്കെന്ന ഉദാഹരണം

കീഴെ മെസൊപ്പൊട്ടേമിയയിലെ ഉറൂക്കിൽ ഇപ്രകാരമുള്ള ഒരു പരിവർത്തനകാലത്ത് നടന്നതെന്താണ് എന്നതിനെക്കുറിച്ച് നമുക്ക് സാമാന്യം വ്യക്തമായ ധാരണയുണ്ട്. കാരണം. പതിറ്റാണ്ടുകളായി നടന്നുവരുന്ന ഉത്ഖനനങ്ങൾ ഭരണപരമായും നിയമപരമായുമുള്ള കാര്യങ്ങളെക്കുറിച്ച് എഴുതപ്പെട്ട രേഖകൾ പലതും പുറത്തുകൊണ്ടുവന്നിട്ടുണ്ട്. ഉറൂക്ക്: ആദ്യത്തെ നഗരം (Uruk: The First City) എന്ന കൃതിയിൽ ലീവെരാനി ഈ പ്രക്രിയയെ വിശദമായി പരിശോധിക്കുന്നുണ്ട്.

അദ്ദേഹത്തിന്റെ അഭിപ്രായത്തിൽ കീഴെ മെസൊപ്പൊട്ടേമിയയുടെ തെക്കുഭാഗത്ത് ജലസേചനസൗകര്യങ്ങൾ സൃഷ്ടിക്കുവാൻ ആവശ്യമായി വന്ന കൂട്ടായ പ്രവർത്തനങ്ങളാണ് ഒടുവിൽ നഗരവത്കരണത്തിലേക്കു നയിച്ചത്. കീഴെ മെസൊപ്പൊട്ടേമിയയുടെ വടക്കുഭാഗത്തെ അപേക്ഷിച്ച്

തെക്കുഭാഗത്തിന്റെ ഭൂമിശാസ്ത്രപരമായ സവിശേഷതകൾ കൊണ്ടാണ് അവിടെ ജലസേചനസൗകര്യങ്ങളുടെ നിർമ്മാണം ആവശ്യമായിവന്നത്. വടക്കൻ പ്രവിശ്യ നദിയുടെ ഇരുപുറത്തുമായി സ്ഥിതിചെയ്യുന്ന വീതികുറഞ്ഞ പാടങ്ങളുള്ള ഒരു താഴ്‌വരയാണ്; എന്നാൽ തെക്കൻ പ്രവിശ്യയാകട്ടെ നദിയുടെ ഇരുപുറവുമായി പരന്നുകിടക്കുന്ന പാടങ്ങളുള്ള ഒരു എക്കൽ പ്രദേശമാണ്. താഴ്‌വരയിൽ ജലസേചനം എന്നാൽ നദി കരകവിഞ്ഞൊഴുകുമ്പോൾ പാടങ്ങളെ ഇടയ്ക്കൊന്നു 'മുക്കുക' മാത്രമാണ്. അത് ഒരൊറ്റ കുടുംബത്തിനു ചെയ്യാവുന്നതേയുള്ളൂതാനും. നേരേ മറിച്ച്, എക്കൽപ്രദേശത്ത് നദിയിൽനിന്ന് ഉൾപ്രദേശങ്ങളിലേക്ക് ജലം എത്തിക്കുവാൻ ഉതകുന്ന തോടുകൾ നിർമ്മിക്കുകയാണെങ്കിൽ ഉത്പാദനം വർദ്ധിപ്പിക്കുവാനുള്ള വൻ അവസരമാകും അത്–അതിനുവേണ്ടത് സംഘം ചേർന്നുള്ള മനുഷ്യരുടെ ആസൂത്രിതമായ പ്രവൃത്തിയാണ്.

ലീവെരാനി പറയുന്നു, 'നീണ്ടുകിടക്കുന്ന പാടങ്ങൾ ആസൂത്രണം ചെയ്യുവാനും പരിപാലിക്കുവാനും കേന്ദ്രീകൃതമായ ഒരു ആസൂത്രണമാധ്യമത്തിന്റെ ആവശ്യമുണ്ടായിരുന്നു. ഒരിക്കൽ സ്ഥാപിതമായിക്കഴിഞ്ഞപ്പോൾ അത് വലിയ തോതിൽ ഉത്പാദനക്ഷമത സൃഷ്ടിക്കുകയും പുതിയ കണ്ടുപിടുത്തങ്ങളുമായി അവയെ കൂട്ടിയിണക്കുകയും ചെയ്തു'. രണ്ടോ അതിലധികമോ കാളകൾ വലിയ്ക്കുന്നതും പാടം ഉഴുന്നതോടൊപ്പം വിത്തുപാകുകയും ചെയ്യുന്നതുമായ 'വിത്തുപാകുന്ന കലപ്പ' (seeder plough), കഴുതയെക്കൊണ്ടു വലിപ്പിക്കുന്ന മെതിയന്ത്രം ഇവയെല്ലാം പുതിയ കണ്ടുപിടുത്തങ്ങളിൽ ചിലതാണ്. തോടുകൾ വഴിയുള്ള ജലസേചനവും അതോടൊപ്പം ഭാരംവലിയ്ക്കുന്നതിന് മൃഗങ്ങളെ ഉപയോഗിയ്ക്കുന്ന രീതിയും ചേർന്ന് പ്രധാനവിളയായ ബാർലിയുടെ ഉത്പാദനം അഞ്ചു മുതൽ പത്തുവരെ മടങ്ങ് വർദ്ധിപ്പിച്ചുകാണണം എന്ന് കാർഷികവൃത്തിയിൽ ഏർപ്പെട്ടിരുന്നവരുടെ എണ്ണത്തിൽനിന്ന് ലീവെരാനി കണക്കുകൂട്ടുന്നുണ്ട്.

അപൂർവസമൃദ്ധിയുടെ ഇക്കാലത്ത് സമൂഹത്തിലെ ലാളിത്യവും സമത്വവും–വീടുകളുടെ വലുപ്പങ്ങളിൽനിന്നും ശവസംസ്കാരച്ചടങ്ങുകളിൽനിന്നും മനസ്സിലാക്കുന്നത്–മാറ്റമില്ലാതെ തുടർന്നു. എന്നാൽ മറ്റൊന്നിൽ മാറ്റം സംഭവിച്ചു: ആരാധനാലയങ്ങളുടെ വലുപ്പത്തിൽ. ലീവെരാനിയെ വീണ്ടും ഉദ്ധരിക്കട്ടെ:

> ആരാധനാലയങ്ങളുടെ വലുപ്പത്തിൽ താമസസ്ഥലങ്ങളുടേതുമായി താരതമ്യപ്പെടുത്തുമ്പോൾ കാണുന്ന വമ്പിച്ച വർദ്ധനവിന്റെയും അവയുടെ പരമമായ പ്രാമുഖ്യത്തിന്റെയും സമയം 'ചീഫ്ഡം' (chiefdom) എന്ന സങ്കേതത്തിൽനിന്ന് ആദിമരാഷ്ട്രത്തിലേക്കുള്ള പരിവർത്തനത്തിന്റെ കാലഘട്ടവുമായി വ്യക്തമായി ഒത്തുപോകുന്നുണ്ട്. അതിനാൽ പരിണാമത്തിന് തിരികൊളുത്തിയ പ്രസ്ഥാനപരമായ ജൈവികത നാം തിരയേണ്ടത് ആരാധനാലയങ്ങളിലാണ്. അതിന്റെ വളർച്ചയാണ് നിർണ്ണായകമായ ഘടകം; അതാണ് കീഴെ മെസൊപ്പൊട്ടേമിയയിലെ ആവാസകേന്ദ്രങ്ങളെ സമത്വത്തിൽ അധിഷ്ഠിതമായ ജനവിഭാഗങ്ങളിൽനിന്ന് സങ്കീർണ്ണമായ

ഒരു ജൈവികതയിലേക്ക് മാറ്റിയെഴുതിയ യഥാർത്ഥ ഘടനാന്തരം...

ഉത്പാദകരിൽനിന്ന് വിഭവങ്ങൾ ശേഖരിക്കുവാനും കുടുംബഘടനക്കുള്ളിലുള്ള ഉപഭോഗത്തിൽനിന്ന് അവയെ പൊതുസേവനങ്ങൾക്കായി തിരിച്ചുവിടുവാനും ശക്തമായ സമ്മർദ്ദങ്ങൾ ആവശ്യമുണ്ടായിരുന്നു. അത്തരം സമ്മർദ്ദങ്ങൾ ശാരീരികവുമാവാം, പക്ഷേ അതിന് കൂടുതൽ വിലകൊടുക്കേണ്ടിവന്നേക്കാം; കുറച്ചുകാലത്തിനുശേഷം അത് വിപരീതഫലവും സമ്മാനിച്ചുവെന്നുവരാം. അതുകൊണ്ട് സമ്മർദ്ദം ആശയപരമാകുന്നതാണ് നല്ലത്. അധ്വാനത്തിന്റെ നല്ലൊരു പങ്ക് സമൂഹത്തിനുവേണ്ടിയും അതിന്റെ നടത്തിപ്പുകാർക്കുവേണ്ടിയും നീക്കിവെക്കുവാൻ ഉത്പാദകരെ പ്രേരിപ്പിക്കുന്നതിന് പര്യാപ്തമായ സ്ഥാപനം ആരാധനാലയം മാത്രമായിരുന്നു...

അങ്ങനെ 'ദൈവഗൃഹം' (House of God) എന്നറിയപ്പെട്ടിരുന്ന ആരാധനാലയമായി ഉറൂക്കിലെ പ്രധാനപ്രസ്ഥാനവും കേന്ദ്രമാധ്യമവും; ഏറ്റവും കൂടുതൽ ഭൂമിയുടെ ഉടമസ്ഥതയും, നിലനില്പിനുള്ള ഭക്ഷണം പകരം നൽകിക്കൊണ്ട് ഗ്രാമസമൂഹങ്ങളുടെയും കുടുംബങ്ങളുടെയും അദ്ധ്വാനം ഏറെക്കുറെ സൗജന്യമായിത്തന്നെ പിടിച്ചുവാങ്ങുവാനുള്ള കഴിവും അവർക്കു മാത്രമായി. ആരാധനാലയവും അതിന്റെ അനുബന്ധവിഷയങ്ങളും കൈകാര്യം ചെയ്തിരുന്ന 'ദൈവദാസർ' (Servants of God) ഈ പുത്തൻ സമൃദ്ധയുഗത്തിലെ ഉത്പാദനത്തിന്റെ നീക്കിയിരുപ്പ് ശേഖരിക്കുകയും അത് എങ്ങനെ വിതരണം ചെയ്യണമെന്നുള്ള തീരുമാനങ്ങൾ എടുക്കുകയും ചെയ്തുപോന്നു. ഇങ്ങനെ ശേഖരിക്കപ്പെട്ട നീക്കിയിരുപ്പ് മറ്റു പലതിനോടുമൊപ്പം ഒരു ഭരണഘടനായന്ത്രത്തെ നിലനിർത്തുവാനും സഹായിച്ചു. ആർക്ക് എത്ര നൽകി, തിരിച്ച് എന്തുനൽകണം എന്നൊക്കെയുള്ള കണക്കുകൾ സൂക്ഷിക്കുന്ന കണക്കുസൂക്ഷിപ്പുകാർ, പ്രത്യേകനൈപുണ്യം സിദ്ധിച്ച കരകൗശലവേലക്കാർ, ഉറൂക്കിൽ ഇല്ലാതിരുന്ന വസ്തുക്കൾ–ലോഹങ്ങൾ, തടി, വിലപിടിപ്പുള്ള കല്ലുകൾ–എത്തിച്ചുകൊടുത്തിരുന്ന ദീർഘദൂര വാണിജ്യവ്യവസ്ഥ ഇവയെല്ലാം ഇതിൽപ്പെടും.

ഈ പുതിയ സാമൂഹികഘടനയെ ഉറപ്പിച്ചുനിർത്തിയിരുന്ന മതപരമായ പ്രത്യയശാസ്ത്രങ്ങളെക്കുറിച്ച് നമുക്ക് സാമാന്യം നല്ലൊരു ചിത്രം ലഭിച്ചിട്ടുണ്ട്. വിളവുകളെയും വളർത്തുമൃഗങ്ങളെയും പൂർണ്ണമായി ആശ്രയിച്ചു ജീവിച്ചിരുന്ന കാർഷികസമൂഹങ്ങൾക്ക് ഉർവ്വരതയുടെ ദേവന്മാരിലും ദേവിമാരിലുമായിരുന്നു കടുത്ത താത്പര്യമെങ്കിൽ പുതിയതായി രൂപംകൊണ്ടുകൊണ്ടിരുന്ന നാഗരികസമൂഹത്തിന് വിവിധമേഖലകളിൽ വിദഗ്ദ്ധരായ കൂടുതൽ ദേവന്മാരെയും ദേവിമാരെയും ആവശ്യമുണ്ടായിരുന്നു; വ്യത്യസ്തമേഖലകളിൽ വൈദഗ്ധ്യമുള്ള ഇവർ ഒത്തുചേർന്നു പ്രവർത്തിക്കുകയുംവേണം. ദൈവങ്ങൾക്കായുള്ള വഴിപാടുകളും ബലികർമ്മങ്ങളും നാഗരികതയുടെ കാലഘട്ടത്തിലും തുടർന്നുപോയി; ഗ്രാമസമൂഹങ്ങൾ ആരാധനാലയത്തിന്റെ നടത്തിപ്പുകാർക്കുവേണ്ടി തങ്ങൾ ചെയ്യുന്ന അദ്ധ്വാനം ദൈവത്തിനുള്ള വഴിപാടായി കണ്ടുകാണണം. 'വാദ കവിതകൾ' (Debate Poems) വളരെ ജനപ്രിയമാ

യിരുന്നു–ഇടയരും കർഷകരും തമ്മിൽ, പെണ്ണാടും ഗോതമ്പും തമ്മിൽ, ഗ്രീഷ്മവും ശൈത്യവും തമ്മിൽ നടക്കുന്ന വാദങ്ങളിൽ ഒത്തൊരുമിച്ചു പ്രവർത്തിക്കുന്നതിന്റെ ഗുണങ്ങൾ ചിത്രീകരിക്കുകയും എല്ലാത്തിനും അതിന്റേതായ ഇടവും ധർമ്മവുമുണ്ടെന്ന് ഉത്ബോധിപ്പിക്കുകയും ചെയ്യുന്നുണ്ട്. ഒരു ഐതിഹ്യം പ്രത്യേകിച്ചും രസകരമാണ്–അത്രംഹാസിസിന്റെ (Atramhasis) ഐതിഹ്യം. വലിയ ദൈവങ്ങൾക്ക് വേണ്ടതു ലഭിക്കുവാനായി കഠിനാദ്ധ്വാനമുള്ള കൃഷിപ്പണി ചെയ്തു വലഞ്ഞ ചെറുകിടദൈവങ്ങൾക്കു പകരമായാണ് മനുഷ്യരാശി സൃഷ്ടിക്കപ്പെട്ടത് എന്നാണ് അത് പറയുന്നത്.

പ്രധാന ചോദ്യങ്ങൾ

ഹാരപ്പൻ സംസ്കാരത്തിന്റെയും മെസൊപ്പൊട്ടേമിയൻ സംസ്കാരത്തിന്റെയും പരിണാമങ്ങൾക്ക് വ്യക്തമായ സമാന്തരതകളില്ലെങ്കിലും ഉറൂക്കിൽ സംഭവിച്ചത് പ്രസക്തമായ ചില ചോദ്യങ്ങൾ ഉയർത്തുന്നുണ്ട്. ഉദാഹരണമായി, കാർഷികോത്പാദനത്തിൽ ഉണ്ടായ നാടകീയമായ ഒരു വർദ്ധനവിന്റെ കാലഘട്ടം സമ്പൂർണ്ണ ഹാരപ്പൻ സംസ്കാരത്തിലേക്കുള്ള മാർഗ്ഗത്തിൽ ഉണ്ടായിട്ടുണ്ടോ? ബലൂചിസ്ഥാനിലെ മലനിരകൾക്കിടയിലുള്ള താഴ്‌വാരങ്ങളിൽനിന്ന് ഫലഭൂയിഷ്ഠമായ എക്കൽമണ്ണുള്ള സിന്ധുവിന്റെയും ഘഗ്ഗർ-ഹക്രയുടെയും സമതലഭൂമിയിലേക്ക് കാർഷികവൃത്തി വ്യാപിച്ചപ്പോൾ അത് ഗണ്യമായ ഉത്പാദനനേട്ടങ്ങളുടെ ഒരു കാലഘട്ടത്തിലേക്ക് നയിച്ചിട്ടുണ്ടാകുവാൻ സാദ്ധ്യതകൾ ഏറെയാണ്. എന്നിരുന്നാലും ഉറൂക്കിൽനിന്നു വ്യത്യസ്തമായി തോടുകൾ വഴി വൻതോതിലുള്ള ജലസേചനത്തിന്റെ തെളിവുകളൊന്നും ഹാരപ്പൻ സംസ്കാരത്തിൽനിന്ന് ഇതുവരെ ലഭിച്ചിട്ടില്ല; അല്ലെങ്കിൽ വലിയ മനുഷ്യസംഘങ്ങളുടെ കൂട്ടായുള്ള പ്രവർത്തനങ്ങളെ സംഘടിപ്പിക്കുന്ന ഒരു കേന്ദ്രമാദ്ധ്യമത്തിന്റെ ആവിർഭാവത്തിന് അത് കാരണമായേനെ.

സിന്ധുവിന്റെയോ ഘഗ്ഗർ–ഹക്രയുടെയോ സമതലങ്ങളിൽ ചിലപ്പോൾ തോടുവഴിയുള്ള ജലസേചനത്തിന്റെ ആവശ്യമുണ്ടായിക്കാണില്ല. മഞ്ഞുരുകുന്നതുകൊണ്ടോ മൺസൂൺ വർഷങ്ങൾകൊണ്ടോ നദി കരകവിഞ്ഞൊഴുകുമ്പോഴുണ്ടാകുന്ന വെള്ളംപൊങ്ങൽ വഴിയാണ് ജലസേചനം നടന്നിരുന്നതെന്നാണ് പുരാവസ്തുശാസ്ത്രജ്ഞർ വിശ്വസിക്കുന്നത്. ഇത്തരത്തിൽ വെള്ളംപൊങ്ങുമ്പോൾ സൃഷ്ടിക്കപ്പെടുന്ന 'കാളപ്പൂട്ട്' അഥവാ 'ഓക്സ്ബോ' തടാകങ്ങളെയാണ് (oxbow എന്നറിയപ്പെടുന്ന U ആകൃതിയുള്ള തടാകങ്ങൾ) വരൾച്ചക്കാലത്ത് കർഷകർ ജലസേചനത്തിനായി ആശ്രയിച്ചിരുന്നത്.

ഏകോപനപ്രവർത്തനങ്ങൾ ചെയ്യുന്ന ഒരു കേന്ദ്രമാദ്ധ്യമത്തിന്റെയും പുതിയ അധികാരകേന്ദ്രങ്ങളുടെയും ആവിർഭാവത്തിനു കാരണമായത് വൻതോതിലുള്ള ജലസേചനമല്ല എങ്കിൽ, വെള്ളപ്പൊക്കമോ മറ്റെന്തെങ്കിലും പരിസ്ഥിതിപരമായ വെല്ലുവിളികളോ കൈകാര്യം ചെയ്യേണ്ടതിന്റെ ആവശ്യകതയായിരിക്കുമോ കാരണമായത്? ജലം, മറ്റു പൊതുസൗകര്യങ്ങൾ എന്നിവയ്ക്കു നൽകിയിട്ടുള്ള പ്രത്യേക ശ്രദ്ധയും സമ്പൂർണ്ണ ഹാരപ്പൻ സംസ്കാരത്തിലെ ആദ്യ നഗരങ്ങളായ ഹാരപ്പയും മോഹൻജൊദാരോയും ഉയർന്ന ഭൂപ്രദേശത്താണ് നിർമ്മിച്ചിരിക്കുന്നതെന്ന വസ്തുതയും ഇന്നും

ഒരു യൂണികോൺ നെരിപ്പോടെന്നും അരിപ്പയെന്നും തീറ്റത്തൊട്ടിയെന്നും വിശേഷിപ്പിക്കപ്പെട്ട ഒരു വസ്തുവിന്റെ മുൻപിൽ നിൽക്കുന്ന മുദ്ര

സിന്ധുനദിയിൽ അടിയ്ക്കടിയുണ്ടാകുന്ന വെള്ളപ്പൊക്കങ്ങൾ–2010ൽ ഉണ്ടായതുപോലെ- അവയെ ബാധിക്കുന്നില്ല എന്നതും ഈ സാദ്ധ്യതയിലേക്കാണ് ചൂണ്ടുന്നത്. എങ്കിലും പുരാവസ്തുശാസ്ത്രമോ ഇൻഡസ് ലിപിയോ കൂടുതൽ വസ്തുതകൾ വെളിച്ചത്തുകൊണ്ടുവരുംവരെ ഈ ചോദ്യം ഉത്തരമില്ലാതെതന്നെ തുടരേണ്ടിവരും.

പുതിയ ഏകോപനമാധ്യമത്തിന് അഥവാ അധികാരവ്യവസ്ഥക്ക് നിയമസാധുത നൽകിയ ഹാരപ്പൻ സംസ്കാരത്തിലെ പ്രത്യയശാസ്ത്രമോ മതമോ ഏതായിരിക്കും? ഹാരപ്പൻ സംസ്കാരത്തിൽ തിരിച്ചറിയാവുന്ന വിധത്തിലുള്ള ആരാധനാലയങ്ങളൊന്നുംതന്നെ ഇല്ലെന്ന് നമുക്കറിയാം; പക്ഷേ അതുകൊണ്ട് അധികാരവ്യവസ്ഥയെ പിന്താങ്ങുന്ന മതപരമായ പ്രത്യയശാസ്ത്രങ്ങളോ ഐതിഹ്യങ്ങളോ കെട്ടുകഥകളോ ഉണ്ടായിരുന്നില്ലെന്ന് അർത്ഥമില്ല. ഒരു ആരാധനാലയമോ കൊട്ടാരമോ എങ്ങിനെയിരിക്കണമെന്നതിനെക്കുറിച്ച് നമുക്ക് ശൈലീവത്കരിക്കപ്പെട്ട ബിംബങ്ങളുണ്ട് എന്നുമാവാം. ഉയരംകുറച്ചു പണിത പദ്മനാഭപുരം കൊട്ടാരം (നാട്ടുരാജ്യമായ തിരുവിതാംകൂറിന്റെ, ഇന്ന് തമിഴ്നാട്ടിലെ കന്യാകുമാരി ജില്ലയിൽ സ്ഥിതിചെയ്യുന്ന ആസ്ഥാനം) കണ്ടാൽ അതൊരു കൊട്ടാരമാണെന്ന് നിങ്ങൾ തിരിച്ചറിഞ്ഞുവെന്നു വരില്ലെന്ന് രത്നാഗർ ചൂണ്ടിക്കാണിക്കുന്നുണ്ട്. രണ്ടാമതായി, ഹാരപ്പൻ സംസ്കാരത്തെ ഇളകാതെ കൂട്ടിനിർത്തിയ ആശയപരമായ പൊതുവിശ്വാസവ്യവസ്ഥകൾ ഉണ്ടായിരുന്നുവെന്നതിന് വേണ്ടത്ര തെളിവുകൾ അവിടുന്നു ലഭിച്ച മുദ്രകളിലുണ്ട്.

Islamabad Museum

കൊമ്പുകൾ പിടിപ്പിച്ച ശിരോവേഷവും വളകളും ധരിച്ച് വടവൃക്ഷത്തിലിരിക്കുന്ന ഒരു ദേവതയെയാണ് മോഹൻജൊദാരോയിൽനിന്നുള്ള ഈ മുദ്രയിൽ കാണുന്നത്.ദേവതയുടെ മുൻപിൽ ഒരു ഭക്തൻ മുട്ടുകുത്തി ഇരിക്കുന്നുമുണ്ട്. ഭക്തന്റെ പുറകിൽ അസാമാന്യവലുപ്പമുള്ള ഒരു വെട്ടുപോത്ത് നിൽക്കുന്നു. മുദ്രയുടെ കീഴ്ഭാഗത്ത് വരിയായി നീങ്ങുന്ന ഏഴു രൂപങ്ങളും കാണാം.

ഉദാഹരണമായി, ഹാരപ്പൻ സംസ്കാരത്തിൽ ഏറ്റവും സുലഭമായി കാണപ്പെട്ടിട്ടുള്ള മുദ്രയിലുള്ളത്–കണ്ടെത്തിയമുദ്രകളിൽ അറുപതുശതമാനം–ഒരു യൂണികോണിന്റെ (unicorn എന്ന ഒറ്റക്കൊമ്പൻ കുതിര) രൂപമാണ്. ചിലർ ഇത് ഇന്നത്തെ അശോകചക്രം പോലുള്ള ഒരു 'രാഷ്ട്രചിഹ്നം' ആണെന്നു വിശ്വസിക്കുമ്പോൾ മറ്റുചിലർ ഇത് ഹാരപ്പൻ വരേണ്യതയുടെ പ്രതിനിധീകരണങ്ങളിൽ ഒന്നാണെന്നാണ് കരുതുന്നത്–പ്രസ്തുത സംസ്കാരത്തെക്കുറിച്ചുള്ള ഏറ്റവും സാധാരണമായ അഭ്യൂഹങ്ങളിൽ ഒന്ന് അതിൽ അധികാരം പങ്കിട്ടനുഭവിച്ചിരുന്ന ഒരു 'വരേണ്യ ഭരണവർഗ്ഗ'മാണ് ഉണ്ടായിരുന്നത് അല്ലാതെ ഒരൊറ്റ രാജാവോ ചക്രവർത്തിയോ അല്ല എന്നാണല്ലോ. യൂണികോണിന്റെ തല പലപ്പോഴും എന്തോ ഒരു വസ്തുവിന്റെ മുകളിലായാണ് കാണപ്പെടുന്നത്; ഒരു നെരിപ്പോടാണെന്നും അനുഷ്ഠാനപരമായ ഏതോ ലഹരിപാനീയം അരിച്ചെടുക്കുന്ന ഒരുതരം അരിപ്പയാണെന്നും കന്നുകാലികൾക്കും കുതിരകൾക്കും തീറ്റകൊടുക്കുന്ന തൊട്ടിയാണെന്നുമൊക്കെ പലതരത്തിൽ ഇത് വർണ്ണിക്കപ്പെട്ടിട്ടുണ്ട്. യൂണികോണുമായി ബന്ധപ്പെടുത്തിയ ഒരു പ്രധാന പുരാവൃത്തം ഉണ്ടായിരുന്നു എന്നതിനു സംശയമില്ല–അത് തിരിച്ചറിയാവുന്ന രൂപഭാവങ്ങളിൽ ആധുനികകാലം വരെ അതിജീവിച്ചില്ല. അതെന്തായിരുന്നുവെന്നതിനെക്കുറിച്ച് നമുക്ക് യാതൊന്നുമറിയുകയുമില്ല.

എന്നിരിക്കിലും വ്യാഖ്യാനിക്കുവാൻ കുറച്ചുകൂടി എളുപ്പമുള്ള മറ്റു മുദ്രകളുമുണ്ട്. ഉദാഹരണമായി, ഒരു ദേവതയെന്നു തോന്നിക്കുന്ന ഒരു രൂപം ആൽമരത്തിലും, ഭക്തൻ മുൻപിൽ മുട്ടുകുത്തിക്കൊണ്ടുമുള്ള ചിത്രീകരണം ആവർത്തിച്ചുവരുന്ന ഒന്നാണ്. ആൽമരം ഇന്നും പാവനമായി കരുതപ്പെടുന്നതായതുകൊണ്ട് ഇതിൽ അത്ഭുതം തോന്നാനിടയില്ല. സമ്പൂർണ്ണ ഹാരപ്പൻ സംസ്കാരത്തിന്റെ ആരംഭകാലത്തോടടുത്ത് പല ഹാരപ്പൻ കേന്ദ്രങ്ങളിലും ഒരു 'കൊമ്പുള്ള ദേവത' യുടെ (Horned Deity) രൂപം പ്രത്യക്ഷപ്പെടുന്നുണ്ട്; പോത്തിന്റെ കൊമ്പു ഘടിപ്പിച്ച മകുടമാണ് ധരിച്ചിരിക്കുന്നതെന്നു തോന്നുന്നു.

മെസൊപ്പൊട്ടേമിയൻ സംസ്കാരത്തിൽ തലയിൽ കൊമ്പുകൾ ഘടിപ്പിച്ച രൂപങ്ങൾ ദേവതാസങ്കൽപ്പമാണെന്നിരിക്കേ ഇത് രണ്ടു സംസ്കാരങ്ങളും പങ്കുവെക്കുന്ന ഒരു ചിത്രീകരണരീതിയാവാമെന്ന് ചിലർ വിശ്വസിക്കുന്നുണ്ട്. ചില മുദ്രകളിൽ കൊമ്പുകൾ തലയിൽ ഘടിപ്പിച്ച ഒരു ആൾരൂപം പീഠംപോലുള്ള ഒന്നിൽ യോഗാസനത്തിലെന്നപോലെ ഇരിക്കുന്നതായി കാണുന്നു; ഇത് ദേവതാസങ്കൽപ്പമല്ലെങ്കിൽപ്പോലും സംസ്കാരത്തിൽ വളരെ പ്രാധാന്യമർഹിക്കുന്ന ഒരു വ്യക്തിയെങ്കിലുമാകണമെന്നാണ് സൂചന. മറ്റൊരു ചിത്രീകരണത്തിൽ ഒരു വൃക്ഷത്തിൽ ഇരിക്കുന്ന വ്യക്തി, അദ്ദേഹത്തെ നോക്കുന്ന കടുവയെപ്പോലൊരു മൃഗത്തിനോട് സംസാരിക്കുകയാണെന്നു തോന്നുന്നു. ഒരു മുദ്രയിൽ പത്തിവിടർത്തിനിൽക്കുന്ന മൂർഖന്റെ മുൻപിൽ ഒരു വീരനായകൻ പോത്തിന്റെ കൊമ്പുകളിൽ ചവിട്ടിനിന്ന് അതിനെ കുന്തംകൊണ്ട് കുത്തുകയാണ്.

Angelo Hornak / Corbis / Getty Images

യോഗാസനത്തിലെന്നപോലെ ഇരിയ്ക്കുന്ന ഒരു കൊമ്പുവെച്ചയാൾ.

Archaeological Museum, Harappa

തലയിൽ ചവിട്ടിക്കൊണ്ട് ഒരു പോത്തിനെ കുന്തംകൊണ്ട് കുത്തുന്ന മനുഷ്യനാണ് ഈ മുദ്രയിൽ. കൊമ്പുള്ള മകുടം ധരിച്ച് ഇരിക്കുന്ന ഒരാൾ സാക്ഷിയാണ്. ഈ പുസ്തകത്തിൽ പറഞ്ഞിട്ടുള്ള മുദ്രയല്ല ഇത്–അതിൽ കുന്തംകൊണ്ട് പോത്തിനെ കുത്തുന്നതിനു സാക്ഷ്യം വഹിക്കുന്നത് ഒരു സർപ്പമാണ്.

മുദ്രകളിൽ ചിത്രീകരിക്കപ്പെട്ടിരുന്നത് ഹാരപ്പൻ നിവാസികൾക്ക് സുപരിചിതമായിരുന്ന മതവിശ്വാസങ്ങളിലെയോ പുരാണങ്ങളിലെയോ കഥകളിലെയോ രംഗങ്ങളാണെന്നത് വ്യക്തമാണ്. അവ എന്തായിരുന്നുവെന്നത് തീർച്ചയായും ഇന്ന് നമ്മുടെ അറിവിനപ്പുറത്താണ് എങ്കിലും ചില സങ്കല്പങ്ങൾ പിന്നീടുള്ള കാലഘട്ടങ്ങളിലേക്കും പകർന്നുവെന്നത് കാണാനാവും–ആൽമരത്തിന്റെ പവിത്രത മുതൽ യോഗാസനങ്ങൾ വരെ.

ഹാരപ്പൻ ഭാഷ

ഇന്ത്യൻ ജനസമൂഹങ്ങളുടെ രൂപവൽക്കരണത്തെ പിന്തുടരുമ്പോൾ ഒരു സുപ്രധാന ചോദ്യം ഉയരുന്നുണ്ട്: ഹാരപ്പൻ നിവാസികൾ ഏതു ഭാഷയാണ് സംസാരിച്ചിരുന്നത്? ഹാരപ്പൻ സംസ്കാരത്തിന്റെ വിശാലതയിൽ ഒരൊറ്റ ഭാഷയല്ല. പല ഭാഷകളും പ്രചാരത്തിലുണ്ടായിരുന്നിരിക്കണം എന്നാണ് ഒട്ടുമിക്ക ചരിത്രകാരന്മാരും വാദിക്കുന്നത്. ആ പ്രദേശങ്ങളിൽ ഇന്ന് എത്ര ഭാഷകളാണ് നിലവിലുള്ളതെന്നതു നോക്കുമ്പോൾ–ബലൂചി മുതൽ പഷ്തൂ,പഞ്ചാബി, ഗുജറാത്തി എന്നുതുടങ്ങി ഹിന്ദി, ബ്രഹൂയി, സിന്ധി, ബുറൂഷാസ്കി വരെ–ഈ അനുമാനത്തിന് യുക്തിക്കുറവൊന്നുമില്ല.

എന്നിരുന്നാലും പ്രസ്തുത സംസ്കാരത്തിൽ ഒരു പ്രമുഖ ഭാഷാഗണവും അതിന്റെ ഉപഗണങ്ങൾ അഥവാ ശൈലീഭേദങ്ങളും ഉണ്ടായിരുന്നിരിക്കുവാൻ സാദ്ധ്യതയുണ്ട്. മുദ്രകളിൽ കാണപ്പെടുന്ന ഒരു ഔദ്യോഗിക ഭാഷയും ഉണ്ടായിരുന്നിരിക്കാൻ ഇടയുണ്ട്. അത് നമുക്കെങ്ങനെ അറിയുവാൻ കഴിയും? വ്യത്യസ്ത ഭാഷകൾ ഒരേ ലിപിയിൽ എഴുതുമ്പോൾ അടയാളങ്ങളുടെ/അക്ഷരങ്ങ

ളുടെ ക്രമം തിരിച്ചറിയുവാനാകുംവിധം വ്യത്യാസപ്പെടാറുണ്ട്. ഉദാഹരണമായി, മെസൊപ്പൊട്ടേമിയയിൽനിന്നോ ഗൾഫ് മേഖലയിൽനിന്നോ ലഭിച്ചിട്ടുള്ള ഹാരപ്പൻ മുദ്രകളിലെ അടയാളങ്ങളുടെ ക്രമം അഥവാ വിന്യാസം ഹാരപ്പൻ സംസ്കാരത്തിൽനിന്നുതന്നെ ലഭിച്ചിട്ടുള്ള മുദ്രകളിൽ കാണുന്നതിൽനിന്ന് വ്യത്യസ്തമാണെന്ന് വിദഗ്ധർ കണ്ടെത്തിയിട്ടുണ്ട്. വിദേശങ്ങളിലെ ഹാരപ്പൻ മുദ്രകളിൽ മറ്റൊരു ഭാഷ എഴുതുവാനായിരിക്കണം ലിപി ഉപയോഗിച്ചിട്ടുണ്ടാവുക എന്നാണ് ഇത് സൂചിപ്പിക്കുന്നത്—അത് അക്കാഡിയനോ സുമേറിയനോ ഗൾഫ് മേഖലയിലെ മറ്റേതെങ്കിലും ഭാഷയോ ആകാം. ഹാരപ്പൻ സംസ്കാരത്തിലെ വിവിധ മേഖലകളിൽനിന്നു ലഭിച്ചിട്ടുള്ള മുദ്രകളിൽ അടയാളങ്ങളുടെ വിന്യാസത്തിൽ അത്തരമൊരു വ്യത്യാസം കാണുന്നുമില്ല. അതിനാൽ, പൊതുവെ ഉയർന്ന തോതിൽ ക്രമീകൃതസ്വഭാവം പ്രകടിപ്പിക്കുന്ന സമ്പൂർണ്ണ ഹാരപ്പൻ സംസ്കാരത്തിന്റെ കാലഘട്ടത്തിലെങ്കിലും, ഭരണ, വാണിജ്യ, നിയമാവശ്യങ്ങൾക്കെങ്കിലും, പ്രധാനമായി ഒരു ഭാഷ തന്നെ ഉപയോഗിച്ചിരിക്കുവാൻ സാദ്ധ്യതയുണ്ട്.

അത് ഏതു ഭാഷയായിരുന്നിരിക്കും? ഹാരപ്പൻ ലിപി വായിച്ചെടുക്കുവാൻ കഴിഞ്ഞാൽ ഇതിന് ഉത്തരം പറയുവാൻ എളുപ്പമാകും. എന്നാൽ ലോകത്തെമ്പാടുമായി വിവിധ മേഖലകളിലുള്ള വിദഗ്ധർ ഒരു നൂറ്റാണ്ടോളം കഠിനപരിശ്രമം നടത്തിയിട്ടും ഈ ലിപി വായിച്ചെടുക്കുവാൻ സാധിച്ചിട്ടില്ല. ഇതിലത്ര അത്ഭുതമൊന്നുമില്ല; കാരണം, ഒരേ കാര്യം പറയുവാനായി ഒന്നിലധികം ലിപികൾ ഉപയോഗിച്ചിട്ടുള്ള ഒരു പുരാവസ്തുരേഖ കയ്യിൽതടഞ്ഞില്ലായിരുന്നുവെങ്കിൽ ഈജിപ്തിലെ ഹൈറോഗ്ലിഫിക് ലിപി ഇപ്പോഴും അപ്രാപ്യമായിരുന്നേനെ. 1799ൽ ഈജിപ്തിലെ ഒരു കോട്ട പുതുക്കിപ്പണിതുകൊണ്ടിരുന്ന ഫ്രഞ്ച് പട്ടാളക്കാർക്ക് നൈൽ സമതലത്തിലെ റോസേറ്റാ താഴ്വരയിൽനിന്ന് കൊത്തുപണികൾ നിറഞ്ഞ ഒരു കല്ലുകിട്ടി. ഇത് റോസേറ്റാ ശില (Rosetta Stone) എന്നാണ് അറിയപ്പെടുന്നത്. 196 BCEയിൽ അന്നത്തെ ഫറോവയെ ആദരിക്കുന്നതിനായി ഒരുകൂട്ടം പുരോഹിതർ ഫറോവ ജനങ്ങൾക്കുവേണ്ടി ചെയ്ത കാര്യങ്ങളുടെ പട്ടിക കല്ലിൽകൊത്തിവെച്ചതാണ് ഇതെന്ന് കണ്ടെത്തിയിട്ടുണ്ട്. (പ്രചാരണതന്ത്രങ്ങൾക്ക് തീർച്ചയായും വളരെ പ്രാചീനമായ വേരുകളുണ്ട്!)

റോസേറ്റാ ശിലയിൽ മൂന്നു ലിപികളിലുള്ള ലിഖിതങ്ങളുണ്ടെന്നത് ശ്രദ്ധേയമാണ്, അവയെല്ലാംതന്നെ അക്കാലത്ത് ഈജിപ്തിൽ ഉപയോഗത്തിലുണ്ടായിരുന്നവയാണുതാനും. ആദ്യത്തേത് മതസംബന്ധികളായ സുപ്രധാനരേഖകളിൽ ഉപയോഗിച്ചിരുന്ന ഹൈറോഗ്ലിഫിക് (hieroglyphic) ആണ്. രണ്ടാമത്തേത് ഈജിപ്തിലെ പൊതുലിപിയായിരുന്ന ഡെമോടിക് (demotic) ആണ്. മൂന്നാമത്തേത് ഈജിപ്തിൽ അന്നുണ്ടായിരുന്ന ഭരണാധികാരികളുടെ ഭാഷയായിരുന്ന ഗ്രീക്ക് ആണ്. അതിനുശേഷം വലിയ താമസമില്ലാതെ ഫ്രഞ്ച് പണ്ഡിതനും ഭാഷാശാസ്ത്രജ്ഞനുമായ ജീൻ ഫ്രാങ്കോ ഷാംപോലിയോൺ ഹൈറോഗ്ലിഫിക് ലിപി വായിച്ചെടുത്തു; അദ്ദേഹത്തിന് ഗ്രീക്കും കോപ്ടിക് ഭാഷയും (ഡെമോടിക് ഭാഷയുമായി സാമ്യമുണ്ട് അതിന്) വായിക്കുവാനറിയാമായിരുന്നു. അങ്ങനെ റോസേറ്റാ ശിലയുടെ

കണ്ടെത്തലിനുശേഷമുള്ള രണ്ടു പതിറ്റാണ്ടിനകം നൂറ്റാണ്ടുകളായി വായനക്കു വഴങ്ങാതിരുന്ന ലിപിയുടെ പൊരുൾ തിരിഞ്ഞുകിട്ടി.

സുമേറിയൻ, അക്കാഡിയൻ, എലാമൈറ്റ് ഇവയടക്കമുള്ള മെസൊപ്പൊട്ടേമിയൻ ഭാഷകൾ പലതും എഴുതുവാൻ ഉപയോഗിച്ചിരുന്ന ക്യൂനിഫോം ലിപിയുടെ (cuneiform script) കഥയും ഇതുതന്നെയാണ്. ഇവിടെയും അത് ഒടുവിൽ വായിച്ചെടുക്കുവാൻ സഹായിച്ചത് ഇറാനിലെ കെർമാൻഷാ പ്രവിശ്യയിലുള്ള ബെഹിസ്തുൻ മലയിൽനിന്നു ലഭിച്ച ബഹുഭാഷാലിഖിതമാണ്. ബെഹിസ്തുൻ ലിഖിതത്തിന്റെ കർത്താവ് പേർഷ്യൻ അക്കെമൈനിഡ് ചക്രവർത്തിമാരുടെ പരമ്പരയിലെ നാലാമനായിരുന്ന ദാരിയസ് I ആണ്; 522 BCEക്കും 486 BCEക്കും ഇടയിൽ എവിടെയോ ആണ് ലിഖിതത്തിന്റെ കാലഘട്ടം; വിഷയമാകട്ടെ രാജാവിന്റെ ജീവിതവും അദ്ദേഹം നയിച്ച യുദ്ധങ്ങളും നേടിയ വിജയങ്ങളുമാണ്. ഒരേ ഉള്ളടക്കം മൂന്നു ഭാഷകളിൽ ഒരേ ക്യൂനിഫോം ലിപി ഉപയോഗിച്ചാണ് ലിഖിതം തയ്യാറാക്കിയിട്ടുള്ളത്: പ്രാചീന പേർഷ്യൻ (Old Persian), എലാമൈറ്റ് (Elamite), അക്കാഡിയൻ (Akkadian) ഇവയാണ് ആ മൂന്നു ഭാഷകൾ. ഹാരപ്പൻ ഭാഷയിൽ ഇന്നുവരെ റോസേറ്റാ ശിലയോ ബെഹിസ്തുൻ ലിഖിതമോ പോലെയുള്ള ഒന്നുംതന്നെ നമുക്ക് ലഭിച്ചിട്ടില്ല; അങ്ങനെയൊന്നു കണ്ടെത്തുംവരെ ലിപിയുടെ പൊരുൾ മനസ്സിലാക്കുക വിഷമമാകും.

ചരിത്രകാരന്മാരും പുരാവസ്തുശാസ്ത്രജ്ഞരും ഇത്രകാലവും ഹാരപ്പൻ ലിപി പ്രോട്ടോ-ദ്രാവിഡിയൻ ആണെന്ന ആശയത്തെ ഊർജ്ജസ്വലമായി പിന്താങ്ങിയിട്ടുണ്ട്; എങ്കിലും അതിന്റെ നിഗൂഢത നീക്കുവാൻ സാധിച്ചിട്ടില്ലാത്തതുകൊണ്ട് സമസ്യയ്ക്ക് അന്തിമതീരുമാനമില്ലാതെ തുടരുകയാണ്. ഹാരപ്പൻ നിവാസികൾ സംസാരിച്ചിരുന്നത് ഏതു ഭാഷയാണെന്ന തർക്കം മറ്റെന്തിനേക്കാളും ഒരു 'ഗോർഡിയൻ കടുംകെട്ടി'നെയാണ് ഓർമ്മിപ്പിച്ചിരുന്നത്–ഇതുവരെ.

ഗോർഡിയൻ കടുംകെട്ട് ഇപ്പോൾ മുറിച്ചുമാറ്റപ്പെട്ടുകൊണ്ടിരിക്കുകയാണ്; ലിപിയുടെ പൊരുൾ മനസ്സിലാക്കുന്നതിനോട് നാം അടുത്തുകൊണ്ടിരിക്കുന്നതിനാലല്ല, പ്രാചീന ഡിഎൻഎ കണ്ടുപിടുത്തങ്ങൾ ഇന്ന് പുരാവസ്തുശാസ്ത്രവുമായും ഭാഷാശാസ്ത്രവുമായും കൈകോർത്ത് ഹാരപ്പൻ നിവാസികളുടെ ഭാഷയെക്കുറിച്ചും ജനസംഖ്യാപരമായ നിർമ്മിതിയെക്കുറിച്ചും സ്ഥിരവും സാർത്ഥകവുമായ ഒരു വിശദീകരണം നൽകുന്നു എന്നതുകൊണ്ട്. നാം മനസ്സിലാക്കിയിരിക്കേണ്ട നിർണ്ണായകമായ വസ്തുത ഈ മൂന്നു ശാഖകളും സ്വതന്ത്രങ്ങളും വെവ്വേറെ തുടക്കങ്ങൾ ഉള്ളവയുമാണ് എന്നതാണ്. അവ മൂന്നും സ്വന്തം നിഗമനങ്ങളിൽ എത്തിച്ചേരുവാൻ ഉപയോഗിക്കുന്ന സാമഗ്രികളും പ്രവർത്തനരീതികളും ശാസ്ത്രീയ സങ്കേതങ്ങളും വെവ്വേറെയാണ്. അതുകൊണ്ടുതന്നെ അവ മൂന്നും ഒരേ നിഗമനത്തിൽ എത്തിച്ചേരുന്നു എന്നത് എടുത്തുപറയേണ്ട വിഷയവുമാണ്.

ജനിതകപരവും പുരാവസ്തുശാസ്ത്രപരവുമായ തെളിവുകൾ

പശ്ചിമേഷ്യയിലെയും 'സിന്ധുനദീതടത്തിന്റെ പ്രാന്ത'ങ്ങളിലെയും വ്യക്തികളുടെ പ്രാചീന ഡിഎൻഎയിൽനിന്നു ലഭിച്ച പുതിയ തെളിവുകളെ

അടിസ്ഥാനപ്പെടുത്തി സാഗ്രോസ് പ്രവിശ്യയിൽനിന്നുള്ള ഇറാനിയൻ കർഷകസമൂഹം ഇന്നത്തെ ഇന്ത്യൻ ജനതയിൽ ഗണ്യമായ സംഭാവനകൾ നല്കിയിട്ടുണ്ടെന്ന് എങ്ങനെയാണ് കണ്ടെത്തിയതെന്ന് രണ്ടാമത്തെ അദ്ധ്യായത്തിൽ നാം കണ്ടിരുന്നു. രണ്ടു ഗണത്തിൽപ്പെട്ട പ്രാചീന ഡിഎൻഎ തെളിവുകളെയാണ് ഈ കണ്ടുപിടുത്തം ആശ്രയിക്കുന്നത്–നമുക്ക് അവയൊന്ന് ചുരുക്കത്തിൽ പരിശോധിക്കാം.

പ്രാചീന ഡിഎൻഎ തെളിവുകളുടെ ആദ്യത്തെ ഗണം ഇറാനിലെ സാഗ്രോസ് പ്രവിശ്യയിൽ നിന്നാണ്; അവയുടെ പഴക്കം 8000 BCEക്കും 7000 BCEക്കും ഇടയിലാണ്. ഈ സാഗ്രോസിയക്കാർക്ക് സവിശേഷമായ തരത്തിലുള്ള പശ്ചിമയൂറേഷ്യൻ വംശപൈതൃകമുണ്ടെന്ന് അതിൽനിന്ന് തെളിഞ്ഞിട്ടുണ്ട്. അതേ പ്രവിശ്യയിലെ മറ്റുള്ളവരിൽനിന്ന് ഇവരെ വേർതിരിച്ചുനിർത്തുന്നത് ഇവർക്ക് ആദ്യകാല അനറ്റോളിയൻ വംശപൈതൃകം ഇല്ലെന്ന വസ്തുതയാണ്–മറ്റുള്ളവർക്കെല്ലാം അതുണ്ടായിരുന്നു.

പ്രാചീന ഡിഎൻഎ തെളിവുകളുടെ രണ്ടാമത്തെ ഗണം 'സിന്ധുനദീതടത്തിന്റെ പ്രാന്തപ്രദേശ'ത്തിലെ അന്യാദൃശമായ ജനിതകഘടനയുള്ള വ്യത്യസ്തരായ മൂന്നു വ്യക്തികളിൽനിന്ന് ലഭിച്ചതാണ്. അവരുടെ വംശപൈതൃകത്തിന്റെ 14 മുതൽ 42 ശതമാനംവരെ ആദ്യത്തെ ഇന്ത്യക്കാരുമായി ബന്ധമുള്ളതും ബാക്കിയുള്ളത് ഇറാനിയൻ കർഷകരുമായി ബന്ധമുള്ളതും ആയിരുന്നു; അവരിലാർക്കുംതന്നെ അനറ്റോളിയൻ വംശപൈതൃകം ഉണ്ടായിരുന്നില്ല. അതേ പ്രവിശ്യയിലുണ്ടായിരുന്ന മറ്റുള്ളവരിൽനിന്ന് ഇത് ഒരു വ്യത്യാസമാണ്; മറ്റുള്ളവർക്കെല്ലാം അനറ്റോളിയൻ വംശപൈതൃകം ഉണ്ടായിരുന്നു എന്നു മാത്രമല്ല ആദ്യത്തെ ഇന്ത്യക്കാരുമായി ബന്ധമുള്ള വംശപൈതൃകം ഇല്ലായിരുന്നുതാനും.

'ദക്ഷിണ, മദ്ധ്യ ഏഷ്യയുടെ ജീനോമിക രൂപവൽക്കരണം' (The Genomic Formation of South and Central Asia) എന്ന പഠനം തള്ളിക്കളയാനാവാത്ത ഒരു നിഗമനത്തിൽ അങ്ങനെ എത്തിച്ചേർന്നു–ഈ മൂന്നു പ്രാചീനവ്യക്തികൾ ഹാരപ്പൻ സംസ്കാരത്തിൽനിന്ന് പുതിയതായി കുടിയേറിയവരാണ്; അവരുടെ ജനിതകഘടന ഹാരപ്പൻ സംസ്കാരത്തിലെ ജനതയെത്തന്നെയാണ് പ്രതിനിധാനം ചെയ്യുന്നത്; അവർ സാഗ്രോസ് പ്രവിശ്യയിൽനിന്നുള്ള ഇറാനിയൻ കർഷകരുടെയും ആദ്യത്തെ ഇന്ത്യക്കാരുടെ പിൻഗാമികളുടെയും ഒരു മിശ്രമാണ്. കൂടാതെ, രണ്ടു സമൂഹങ്ങളും തമ്മിലുള്ള ഈ കൂടിക്കലരൽ നടന്ന കാലഘട്ടം ഏറിയാൽ 4700 BCEക്കും 3000 BCEക്കും ഇടയ്ക്കാണെന്നും ശാസ്ത്രജ്ഞർ കണ്ടെത്തുകയുണ്ടായി.

ജനിതകപരമായ ഈ പിന്തുടരലിന്റെ ഒരിടത്തും പുരാവസ്തുപരമായതോ ഭാഷാപരമായതോ ആയ കണ്ടുപിടുത്തങ്ങളിൽ അഭയംതേടിയിട്ടില്ലെന്നത് പ്രത്യേകം ശ്രദ്ധിക്കുക.

ജനിതകപരമായ തെളിവുകളേക്കാൾ ഉറപ്പുകുറഞ്ഞവയല്ല പുരാവസ്തുപരമായ തെളിവുകൾ. രണ്ടാം അദ്ധ്യായത്തിൽ ബലൂചിസ്ഥാനിലുള്ള മെഹർഗഢിലെ ആദ്യകാല കർഷകരും സാഗ്രോസ് പ്രവിശ്യയും തമ്മിലുള്ള ബന്ധത്തെ സമഗ്രമായി സ്ഥിരീകരിച്ചിട്ടുള്ളത് നാം കണ്ടുകഴിഞ്ഞു. ഏകദേശം

അറുപതു സെന്റീമീറ്റർ നീളമുള്ള വീതികുറഞ്ഞ ഇഷ്ടികകൾകൊണ്ട് നിർമ്മിച്ച വീടുകളിൽ തുടങ്ങി കരിഞ്ഞ ചരൽക്കല്ലുകൾ നിറഞ്ഞ തീക്കുണ്ഡങ്ങളും അനുക്രമഫലക നിർമാണശൈലിയിൽ തീർത്ത മൺപാത്രങ്ങളും വരെയുള്ള സാദൃശ്യങ്ങൾ വിസ്മയാവഹമാണ്.

ഴേറിജ് പറയുന്നു:

> ചില വ്യക്തമായ വ്യത്യാസങ്ങൾ ഒഴിച്ചാൽ... മെഹർഗഢിലെ കാർഷിക സമ്പദ്‌വ്യവസ്ഥയ്ക്ക് മെസൊപ്പൊട്ടേമിയയുടെ കിഴക്കൻ അതിർത്തിയിലുള്ള മലമ്പ്രദേശങ്ങളിലെ (അതായത് ഇറാനിലെ സാഗ്രോസ് പർവ്വതനിര) ആദ്യകാല നിയോലിത്തിക് ആവാസകേന്ദ്രങ്ങളുടേതുമായി പ്രകടമായ സാദൃശ്യങ്ങളുണ്ട്...
>
> മെസൊപ്പൊട്ടേമിയയുടെ കിഴക്കൻ അതിർത്തിയിലെ നിയോലിത്തിക് ആവാസകേന്ദ്രങ്ങളും സിന്ധുനദീതടത്തിന്റെ പടിഞ്ഞാറൻ അരികുകളും തമ്മിൽ കണ്ടെത്തിയിട്ടുള്ള സാദൃശ്യങ്ങൾ ഗണ്യമാണ്... ഏകദേശം ഒരുപോലെയുള്ള പരിണാമ, പരിവർത്തന മാതൃകകളാൽ അടയാളപ്പെടുത്തപ്പെട്ട, ഒരുപോലെയുള്ള ഭൂമിശാസ്ത്രപരമായ സാഹചര്യങ്ങൾ പങ്കുവെക്കുന്ന കേന്ദ്രങ്ങൾ തമ്മിൽ ഒരുതരം സാംസ്കാരിക നൈരന്തര്യം നിലനിന്നിരുന്നുവെന്നത് കൂടുതൽ കൂടുതൽ പ്രകടമായിവരികയാണ്.

മറ്റൊരുതരത്തിൽ പറഞ്ഞാൽ പുരാവസ്തുപരമായ തെളിവുകൾ പ്രാചീന ഡിഎൻഎ തെളിവുകളുടെ അതേ നിഗമനത്തിൽ തന്നെയാണ് എത്തിച്ചേരുന്നത്: സാഗ്രോസ് പ്രവിശ്യക്കാരും ഹാരപ്പൻ സംസ്കാരത്തിന്റെ പ്രവിശ്യയിലുള്ളവരും തമ്മിൽ ശക്തമായ ഒരു പാരസ്പര്യമുണ്ട്; അത് മെഹർഗഢിൽ കൃഷി ആരംഭിച്ച കാലത്തോളം പഴക്കവുമുണ്ട്. ഇത് നമ്മെ രണ്ടു പ്രവിശ്യകൾക്കുമിടയ്ക്കുള്ള മൂന്നാമത്തേതും അത്രതന്നെ പ്രാധാന്യമുള്ളതുമായ ഭാഷ എന്ന തെളിവിലേക്ക് നയിക്കുന്നു.

പ്രോട്ടോ-സാഗ്രോസിയനും പ്രോട്ടോ-ദ്രാവിഡിയനും

പശ്ചിമേഷ്യക്കാർ ഏതു ഭാഷയാണ് സംസാരിച്ചിരുന്നത്? ഭാഷകൾ എഴുതപ്പെടുവാൻ ആരംഭിച്ച കാലം മുതൽ, അതായത് 3500 BCE കഴിഞ്ഞശേഷം, മാത്രമേ ഈ ചോദ്യത്തിന് ആത്മവിശ്വാസത്തോടെ ഉത്തരം നൽകുവാൻ നമുക്കു കഴിയുകയുള്ളൂ. CEയുടെ ആദ്യനൂറ്റാണ്ടുകളിൽ ക്യൂനിഫോം ലിപി ഉപയോഗശൂന്യമാകുംവരെ മെസൊപ്പൊട്ടേമിയൻ ഭാഷകളിൽ പലതും എഴുതപ്പെട്ടിരുന്നത് അതിലാണ്. ക്യൂനിഫോം ലിപിയിൽഎഴുതപ്പെട്ടിരുന്ന ഭാഷകളിൽ സുമേറിയൻ, എലാമൈറ്റ്, ഹാറ്റിക് (Hattic), ഹുർറിയൻ (Hurrian), യുറാർഷ്യൻ (Urartian) തുടങ്ങിയ ഒറ്റപ്പെട്ട ഭാഷകളും, അക്കാഡിയൻ, ഇബ്ലൈറ്റ് (Eblaite), ആർമറൈറ്റ് (Armorite) തുടങ്ങിയ സെമിറ്റിക് ഭാഷകളും, ഹിറ്റൈറ്റ് (Hittite), ലൂവിയൻ (Luwian) തുടങ്ങിയ ഇൻഡോ-യൂറോപ്യൻ ഭാഷകളും പെടും. ഈ ഭാഷകളെല്ലാം തന്നെ വളരെക്കാലം മുൻപ് ഇല്ലാതായവയാണ്; ഇന്ന് ലോകത്തെവിടെയും ഈ ഭാഷകൾ ഉപ

യോഗത്തിലില്ല (മെസൊപ്പൊട്ടേമിയൻ സംസ്കാരം എന്ന പദം ഒന്നിലധികം രാജ്യങ്ങളെയും രാഷ്ട്രകൂടങ്ങളെയും സാമ്രാജ്യങ്ങളെയും ആയിരക്കണക്കിനു വർഷങ്ങളിലൂടെ ഉൾക്കൊണ്ട ഒരു പ്രസ്ഥാനമാണ്, അല്ലാതെ ഒരൊറ്റ രാജ്യമോ സാമ്രാജ്യമോ അല്ല എന്ന് പ്രത്യേകം ശ്രദ്ധിക്കുക).

സാഗ്രോസിയൻ ജനതയും ഉപഭൂഖണ്ഡത്തിലെ ആദ്യത്തെ ഇന്ത്യക്കാരും തമ്മിൽ 4700 BCEക്കും 3000 BCEക്കും ഇടയ്ക്കെങ്കിലും സങ്കലനം നടന്നിട്ടുണ്ടാവണം. സങ്കലനം നടന്നിട്ടുണ്ടാവാൻ ഇടയുള്ള ഏറ്റവും പഴയ കാലഘട്ടം ഏതാണെന്ന് പഠനത്തിൽ സൂചിപ്പിച്ചിട്ടില്ല. എങ്കിലും മെസൊപ്പൊട്ടേമിയയുടെ കിഴക്കൻ അതിർത്തിയുമായി അടുത്ത ബന്ധങ്ങളുണ്ടായിരുന്ന മെഹർഗഡിലെ ആവാസകേന്ദ്രം 7000 BCE അടുപ്പിച്ച് നിലവിൽവന്നിട്ടുണ്ടെന്ന് നമുക്കറിയാം. അതുകൊണ്ട്, കുടിയേറ്റത്തിന്റെ കാലഘട്ടമോ ദക്ഷിണേഷ്യയിൽനിന്നുള്ള സാഗ്രോസിയൻ ജനങ്ങളുടെ വരവോ ആവണമെങ്കിൽ അത് 7000 BCEക്കും 3000 BCEക്കും ഇടയിലെപ്പോഴോ ആയിരിക്കണം. അപ്പോൾ മേൽപ്പറഞ്ഞ മെസൊപ്പൊട്ടേമിയൻ ഭാഷകളിൽ ഏതാവും അവർ ദക്ഷിണേഷ്യയിലേക്ക് കൊണ്ടുവന്നിട്ടുണ്ടാവുക?

ഇതിൽ ഒരു മുഖ്യസ്ഥാനാർത്ഥി എലാമൈറ്റ് ആണ്—സാഗ്രോസ് പർവ്വതനിരകളുടെ മദ്ധ്യഭാഗവും തെക്കുഭാഗവും, ഖുസിസ്ഥാനിലെ സമതലങ്ങളും, ഇന്നത്തെ ഇറാനിലെ പേർഷ്യൻ ഗൾഫ് തീരവും അടങ്ങുന്ന ഏറ്റവും പ്രബലവും, ഇടവിട്ടെങ്കിലും തുടർച്ചയുള്ളതുമായ സാമ്രാജ്യം കെട്ടിപ്പടുത്തവരുടെ ഭാഷയാണത്. 2700 BCE അടുപ്പിച്ചെപ്പോഴോ ആണ് ആദ്യത്തെ എലാമൈറ്റ് സാമ്രാജ്യം നിലവിൽവന്നത്; എങ്കിലും നാം കണ്ടതുപോലെ സാഗ്രോസിൽനിന്ന് ദക്ഷിണേഷ്യയിലേക്കുള്ള കുടിയേറ്റം അതിനും വളരെമുൻപ് സംഭവിച്ചുകഴിഞ്ഞിരുന്നു. അതുകൊണ്ട് കുടിയേറ്റക്കാർ എലാമിലെ (Elam) നാഗരികസംസ്കാരത്തിന്റെ ഉത്പന്നങ്ങളാകാൻ ഇടയില്ല—അവർ അതിനും മുൻപുള്ളവരാണ്. അവർ സംസാരിച്ചിരുന്നത് ഒരു പ്രോട്ടോ-എലാമൈറ്റ് ഭാഷയായിരിക്കാം. അവരുടെ കുടിയേറ്റത്തിന്റെ കാലഘട്ടം ഏതായിരുന്നു എന്നതനുസരിച്ച് അവർ തികഞ്ഞ കർഷകരായിരുന്നില്ല എന്നുംവരാം. പുതിയതായി ഉദയംകൊണ്ടിരുന്ന കാർഷികസംസ്കാരവുമായി കുറച്ചൊക്കെ പരിചയം സിദ്ധിച്ച ഇടയരായിരുന്നിരിക്കാം അവർ.

രണ്ടാം അദ്ധ്യായത്തിൽ, ആടുവളർത്തലിന്റെ ഏറ്റവും പഴക്കംചെന്ന തെളിവ് മെസൊപ്പൊട്ടേമിയയിലെ സാഗ്രോസ് പർവ്വതനിരകളുടെ മദ്ധ്യഭാഗത്തുള്ള ഗഞ്ച് ഡാരെയിൽനിന്നാണ്—ഏകദേശം 7900 BCE—ലഭിച്ചിട്ടുള്ളതെന്ന് നമ്മൾ കണ്ടല്ലോ (ജനിതകപഠനത്തിനായി പ്രാചീന ഡിഎൻഎ ശേഖരിച്ച അതേ പുരാവസ്തുഖനനകേന്ദ്രം). പ്രവിശ്യയിൽ കാർഷികവ്യവസ്ഥ പൂർണ്ണമായും നിലവിൽവരുന്നതിനുമുമ്പുതന്നെ—ബാർലിയുടെയും ഗോതമ്പിന്റെയും ചില പയറുവർഗ്ഗങ്ങളുടെയും കൃഷി, ചെമ്മരിയാട്, ആട്, കന്നുകാലികൾ ഇവയെ വളർത്തൽ—മെസൊപ്പൊട്ടേമിയക്കാർ തങ്ങളുടെ ആടുകളെയും മറ്റു വളർത്തുമൃഗങ്ങളെയുംകൊണ്ട് കുടിയേറ്റങ്ങൾ ആരംഭിച്ചിരുന്നുവെന്നും നാം കണ്ടിരുന്നു. അതുകൊണ്ട്, തെക്കൻ അല്ലെങ്കിൽ മദ്ധ്യ സാഗ്രോസ് പ്രവിശ്യയിൽനിന്ന് ബലൂചിസ്ഥാനിലേക്കും പരിസരത്തുള്ള മെഹർഗഡ്

പോലുള്ള പ്രദേശങ്ങളിലേക്കും കുടിയേറിയ പ്രോട്ടോ-എലാമൈറ്റ് ഭാഷ സംസാരിച്ചിരുന്ന ആൾക്കാർ, പുതിയ സമ്പ്രദായമായ കൃഷിയെക്കുറിച്ച് ചില അറിവുകളൊക്കെ സിദ്ധിച്ചിരുന്ന ഇടയരായിരുന്നിരിക്കാൻ സാദ്ധ്യതയുണ്ട്.

സാഗ്രോസിൽനിന്ന് ദക്ഷിണേഷ്യയിലെത്തിയ കുടിയേറ്റക്കാരിൽ ചിലർ ഇന്നും ഇടയരായിത്തന്നെ തുടരുന്നുണ്ടാവാം; ബലൂചിസ്ഥാനിലെ ബ്രഹൂയികൾ (Brahuis) ഇതിന് ഉദാഹരണമാണ്. അവർ ഭാഷാപരമായി എലാമൈറ്റിനോട് അടുത്തബന്ധമുണ്ടെന്ന് തെളിയിക്കപ്പെട്ടിട്ടുള്ള ബ്രഹൂയി ഭാഷയാണ് സംസാരിക്കുന്നത്. സാഗ്രോസിൽനിന്നുള്ള മറ്റു കുടിയേറ്റക്കാർ മെഹർഗഡ് പോലുള്ള സ്ഥലങ്ങളിൽ സ്ഥിരതാമസമാക്കുകയും കൃഷി ആരംഭിക്കുകയും ചെയ്തുകാണണം; ചില ഘട്ടങ്ങളിലെല്ലാം ഈ കൃഷിക്കാരും ഇടയരും അവിടെയുണ്ടായിരുന്ന ജനതയുമായി—ആദ്യത്തെ ഇന്ത്യക്കാർ—കലർന്നിട്ടുമുണ്ടാവണം. ഗംഗാസമതലത്തിന്റെ മദ്ധ്യഭാഗത്തുള്ള ലഹുരദേവ പോലെയുള്ള സ്ഥലങ്ങളിൽ ആദ്യത്തെ ഇന്ത്യക്കാരും അക്കാലമായപ്പോഴേക്കും കൃഷി പരീക്ഷണങ്ങൾ ആരംഭിച്ചിരുന്നു എന്നു നാം കണ്ടതാണല്ലോ. ബലൂചിസ്ഥാനിലും അവർ അതുതന്നെയാവും ചെയ്തിട്ടുണ്ടാവുക.

അതിനാൽ പുരാവസ്തുപരവും ജനിതകപരവുമായ തെളിവുകളെ അടിസ്ഥാനപ്പെടുത്തി നമുക്ക് എത്തിച്ചേരാൻ കഴിയുന്ന ഏറ്റവും മികച്ച നിഗമനം ഇതാണ്—മദ്ധ്യ സാഗ്രോസ് പ്രവിശ്യയിൽനിന്ന് പ്രോട്ടോ-എലാമൈറ്റോ അതിനോടു ബന്ധമുള്ള ഏതെങ്കിലും ഭാഷയോ സംസാരിക്കുന്ന ഒരുകൂട്ടം മനുഷ്യർ 7000 BCEക്കുശേഷം എപ്പോഴോ ദക്ഷിണേഷ്യയിലേക്ക് കുടിയേറുകയും ആദ്യത്തെ ഇന്ത്യക്കാരുമായി കലരുകയും ഈ സമ്മിശ്രജനത ഇന്ത്യയുടെ വടക്കുപടിഞ്ഞാറൻ പ്രവിശ്യയിൽ ഒരു കാർഷികവിപ്ലവത്തിനു തിരികൊളുത്തുകയും പിന്നീട് അടുത്ത ഏതാനും സഹസ്രാബ്ദങ്ങൾകൊണ്ട് ഹാരപ്പൻ സംസ്കാരത്തിനു ജന്മം നൽകുകയും ചെയ്തു.

പുരാവസ്തുശാസ്ത്രത്തിലും ജനിതകശാസ്ത്രത്തിലും അധിഷ്ഠിതമായ ഈ ചരിത്രപുനർനിർമ്മാണം ശരിയാണെങ്കിൽ ഉപഭൂഖണ്ഡത്തിന്റെ ഭാഷാചരിത്രത്തിൽ പ്രോട്ടോ- എലാമൈറ്റ് മായാത്ത ഒരു മുദ്ര പതിപ്പിച്ചിട്ടുണ്ടാവണം. എലാമൈറ്റുമായി ബന്ധമുണ്ടെന്ന് തെളിയിക്കപ്പെട്ടിട്ടുള്ള ബ്രഹൂയി ആയിരിക്കുമോ അത്? ഒരു പരിധിവരെ അതെ എന്നുതന്നെയാണ് ഉത്തരം. എന്നാൽ, ഹാരപ്പൻ സംസ്കാരത്തിന്റെ ഭൂമിശാസ്ത്രപരമായ വലുപ്പവും ജനസംഖ്യാപരമായ സാന്ദ്രതയും കണക്കിലെടുക്കുമ്പോൾ ആ ഭാഷയുടെ കാൽപ്പാടുകൾ ഇതിലധികം വലുതാകേണ്ടതാണ്. അങ്ങനെയൊന്നുണ്ടായിരിക്കുമോ? തീർച്ചയായും ഉണ്ടായിരിക്കും: ഇന്ത്യയുടെ ജനതതിയുടെ അഞ്ചിലൊന്നു ഭാഗവും സംസാരിക്കുന്ന ദ്രാവിഡഭാഷകളാണത്. ലോകത്ത് 250 ദശലക്ഷത്തിനും 300 ദശലക്ഷത്തിനും ഇടയിലുള്ള മനുഷ്യർ സംസാരിക്കുന്നത് ഏതെങ്കിലുമൊരു ദ്രാവിഡഭാഷയായിരിക്കും; ഏറ്റവും പ്രധാനപ്പെട്ട ആറു ഭാഷാകുടുംബങ്ങളിലൊന്ന് അതാണ്. നമുക്ക് ഇനി അതിലേക്കു തിരിയാം: ഇന്ത്യയിലെ ദ്രാവിഡഭാഷകളും എലാമൈറ്റും തമ്മിലുള്ള അടുത്ത ബന്ധം തെളിയിക്കുന്ന ഭാഷാഗവേഷണങ്ങളിലേക്ക്.

ദ്രാവിഡഭാഷകളിൽ സവിശേഷജ്ഞാനമുള്ള രണ്ടു ഭാഷാപണ്ഡിതർ, പ്രൊഫസർ ഫ്രാങ്ക്ളിൻ സി സൗത്‌വാർത്തും ഡോക്ടർ ഡേവിഡ് ഡബ്ള്യു മക് ആൽപ്പിനും ചേർന്നുരചിക്കുകയും 2013 ൽപ്രസിദ്ധപ്പെടുത്തുകയും ചെയ്ത 'ദക്ഷിണേഷ്യ: ദ്രാവിഡഭാഷാചരിത്രം' (South Asia: Dravidian Linguistic History) എന്ന പഠനം നമുക്കു നല്ലൊരു തുടക്കമാണ്. മക്ആൽപ്പിൻ മുൻപുതന്നെ പ്രോട്ടോ-ദ്രാവിഡിയൻ (PD) ശബ്ദകോശം പുനർനിർമ്മിച്ചിട്ടുണ്ട്[3]. പ്രോട്ടോ-ദ്രാവിഡിയൻ എന്ന പ്രാചീനഭാഷയിൽനിന്നാണ് എല്ലാ ദ്രാവിഡഭാഷകളും—തമിഴും മലയാളവും കന്നഡയും തെലുങ്കും മാത്രമല്ല, ഗോണ്ടി പോലുള്ള ഭാഷകളും മറ്റു ചിലതും—ഉരുത്തിരിഞ്ഞുവന്നിട്ടുള്ളത്. ഈ പ്രാചീന ശബ്ദകോശം ഉപയോഗിച്ചാണ് എവിടെയെല്ലാം ഏതൊക്കെ കാലഘട്ടങ്ങളിൽ ഈ ഭാഷ സംസാരിച്ചിരുന്നുവെന്ന് 2013ലെ പഠനം അനുമാനിക്കുന്നത്.

പഠനത്തിൽ PDയെക്കുറിച്ചുള്ള ഭാഗം ഇങ്ങനെയാണ് തുടങ്ങുന്നത്:

> PDയുടെ പുനർനിർമ്മിതമായ ശബ്ദകോശത്തിൽ പ്രതിഫലിക്കുന്നത് മൃഗപരിപാലനത്തിൽ ഏർപ്പെട്ടിരിക്കുന്നതും കൃഷിയെക്കുറിച്ച് ചില അറിവുകളുള്ളതുമായ ഒരു സമൂഹമാണ്. ചെമ്മരിയാട്, ആട്. കന്നുകാലി ഇവയ്ക്കെല്ലാം പ്രോട്ടോ-സാഗ്രോസിയനിൽനിന്ന്[4] [പ്രോട്ടോ-എലാമൈറ്റിന്റെ പൂർവഭാഷ] ലഭിച്ച വാക്കുകൾ, അവയോടൊപ്പം ലഭിച്ച മൃഗങ്ങളെ 'ഓടിക്കുന്നതിനും' 'മേയ്ക്കുന്നതിനും' ഉള്ള ക്രിയാപദങ്ങൾ, 'കൂട്ടം', 'പറ്റം', 'ഇടയൻ' ഇവയ്ക്കുള്ള വാക്കുകൾ, 'വീട്/പാർപ്പിടം' എന്നും 'മൃഗം/തൊഴുത്ത്' എന്നും അർത്ഥമുള്ള ചില വാക്കുകൾ ഇവയെല്ലാം സൂചിപ്പിക്കുന്നത് ഇടയവൃത്തിയുടെ പ്രാമുഖ്യമാണ്. ധാന്യങ്ങളൊന്നും [അവയ്ക്കുള്ള വാക്കുകൾ] പുനർനിർമ്മിക്കുവാൻ സാധിക്കുന്നവയല്ല; എങ്കിലും പുനർനിർമ്മിക്കപ്പെട്ട കാർഷികപദങ്ങളിൽ കുഴിക്കാനുള്ള ഉപകരണങ്ങൾക്കുള്ള വാക്കുകളും കുഴിക്കുക, മെതിക്കുക, കടയുക, കൊയ്യുക, ധാന്യം അരയ്ക്കുക എന്നിങ്ങനെയുള്ള പ്രവൃത്തികളെ സൂചിപ്പിക്കുന്ന വാക്കുകളും അതോടൊപ്പം 'ധാന്യം', അഥവാ 'വിത്ത്',

---

3 ഭാഷകൾ കാലക്രമേണ രൂപാന്തരം പ്രാപിക്കുമെന്നും അതിന് ചില നിയമങ്ങളുണ്ടെന്നുമാണ് ഭാഷാപണ്ഡിതന്മാരുടെ കണ്ടെത്തൽ. ചില നിയമങ്ങൾ എല്ലാ ഭാഷകൾക്കും ബാധകമാണ്, മറ്റു ചിലത് ഒരു പ്രത്യേക ഭാഷാഗണത്തിനു മാത്രം ബാധകമായവയാണ്. പൊതുവായി അംഗീകരിക്കപ്പെട്ട ഏതാനും നിയമങ്ങൾ ഭാഷാപണ്ഡിതന്മാർ കണ്ടുപിടിച്ചിട്ടുണ്ട്. ഈ നിയമങ്ങൾ ഉള്ളതുകൊണ്ട് ഭാഷാഗവേഷകർക്ക് പിന്നീടുണ്ടായ കുറച്ചു ഭാഷകൾ കൈവശമുണ്ടെങ്കിൽ അവയിലൂടെ പുറകോട്ടു സഞ്ചരിച്ച് അവയുടെ ഉത്ഭവസ്ഥാനമായ ഭാഷയെ പുനർനിർമ്മിക്കുവാൻ സാധിക്കുന്നുണ്ട്. മുൻപ് നടത്തിയിട്ടുള്ള പല പുനർനിർമ്മാണങ്ങളും കൃത്യമായിരുന്നുവെന്ന് അങ്ങനെ പുനർനിർമ്മിച്ച വാക്കുകളോടോ ഭാഷയോടോ അടുത്തുനിൽക്കുന്ന ലിഖിതങ്ങൾ പുരാവസ്തുഗവേഷകർ കണ്ടെത്തിയതിൽനിന്ന് കണ്ടെത്തിയിട്ടുണ്ട്.

4 ഡേവിഡ് ഡബ്ള്യു മാക് ആൽപിൻ ചെയ്ത വർഗ്ഗീകരണം അനുസരിച്ച് തെക്കു പടിഞ്ഞാറൻ ഇറാനിലെ പ്രാചീനഭാഷ പ്രോട്ടോ സാഗ്രോസിയൻ ആണ്; അത് പിന്നീട് പ്രോട്ടോ ഇലാമിറ്റിക്കും പ്രോട്ടോ ദ്രാവിഡിയനും ആയി പിരിഞ്ഞു; പ്രോട്ടോ ഇലാമിറ്റിക് വീണ്ടും എലാമൈറ്റും ബ്രഹൂയിയും ആയി പിരിയുകയും പ്രോട്ടോ ദ്രാവിഡിയൻ ആകട്ടെ പ്രോട്ടോ പെനിൻസുലാർ ദ്രാവിഡിയനും പ്രോട്ടോ നോർത്ത് ദ്രാവിഡിയനും ആയി പിരിയുകയും ചെയ്തു.

'ഉമി', 'പുറന്തോട്', എന്നീ വാക്കുകളും കൂടാതെ കലപ്പ എന്നാവാൻ സാദ്ധ്യതയുള്ള ഒരു വാക്കുമെല്ലാം ഉണ്ട്. ഭക്ഷ്യസസ്യങ്ങളുടെ പേരുകൾ പുനർനിർമ്മിക്കുവാൻ സാധിച്ചത് ഉള്ളി/ വെളുത്തുള്ളി, ചേന, വഴുതനങ്ങ ഇവ മാത്രമാണ്–ഇവയിൽത്തന്നെ ചിലത് പിന്നീട് തദ്ദേശീയ ഉറവിടങ്ങളിൽനിന്ന് അതാതു ദ്രാവിഡഭാഷകളിലേക്ക് കടമെടുത്തതാവാനും സാദ്ധ്യതയുണ്ട്. അതിനാൽ ഇക്കൂട്ടർ ഒരിടത്തുതന്നെ താമസമുറപ്പിച്ച് കൃഷിചെയ്തിരുന്ന കർഷകരാവാൻ ഈ ഘട്ടത്തിൽ സാദ്ധ്യത കുറവാണ്. വ്യത്യസ്തമായ ചില ഭൂമികളെ എടുത്തുപറയുന്നുണ്ട്; താഴ്ന്നനിലം, കൃഷിയിറക്കാത്ത ഭൂമി, മൈതാനം/തുറന്ന ഭൂമി ഇവയെല്ലാം ഉദാഹരണങ്ങളാണ്. പൊതുവെ പറയുമ്പോൾ പ്രാചീന എലാമൈറ്റിന് PDയോടു സാദൃശ്യമുണ്ട്; പ്രായംകുറവുള്ള എലാമൈറ്റിന് ബ്രഹൂയിയോടാണ് സാമ്യം. അതിനാൽ, പ്രോട്ടോ-ദ്രാവിഡിയൻ സമൂഹം ഇന്നത്തെ ഇറാനിന്റെ തെക്കുഭാഗത്ത് എവിടെനിന്നോ പുറപ്പെട്ടതാവാനാണ് സാദ്ധ്യത എന്ന് ഒരു തുടക്കമെന്ന നിലയ്ക്ക് നമുക്ക് അനുമാനിക്കാം.

പുനർനിർമ്മിച്ച പ്രോട്ടോ-ദ്രാവിഡിയൻ ശബ്ദകോശം, പ്രോട്ടോ-സാഗ്രോസിയനും പ്രോട്ടോ-ദ്രാവിഡിയനും വേർപിരിഞ്ഞ കാലഘട്ടത്തിന് ഒരു മേൽപരിധി നിശ്ചയിക്കുവാൻ നമ്മെ പ്രാപ്തരാക്കുന്നുണ്ട്–ചെമ്മരിയാട്, ആട് മുതലായ മൃഗങ്ങളെ ഇണക്കിവളർത്തിത്തുടങ്ങുന്നതിനും കൃഷിയുടെ ആദിമസമ്പ്രദായങ്ങൾ ആരംഭിക്കുന്നതിനും മുൻപല്ല; കാരണം, വളർത്തുമൃഗങ്ങളുടെ നാമപദങ്ങളും ധാന്യസംസ്കരണത്തിനോടനുബന്ധിച്ചുള്ള വാക്കുകളും രണ്ടു ഭാഷയിലും ഒന്നുതന്നെയാണ്.

വേർപിരിയലിന്റെ കാലഘട്ടത്തിന് അത് കുറഞ്ഞ പരിധിയും കൽപ്പിക്കുന്നുണ്ടെന്നതാണ് രസകരം: എഴുത്ത് കണ്ടുപിടിച്ചതിനു ശേഷമല്ല. അങ്ങനെ പറയുവാനുള്ള കാരണവും ഋജുവാണ്: 'തൾ' എന്ന വാക്ക് എലാമൈറ്റിലും പ്രോട്ടോ-ദ്രാവിഡിയനിലും ഉണ്ട്, പക്ഷേ അർത്ഥം വ്യത്യസ്തമാണ്. എലാമൈറ്റിൽ അതിനർത്ഥം 'എഴുതുക' എന്നാണ്; പ്രോട്ടോ-ദ്രാവിഡിയനിൽ അതിനർത്ഥം 'തള്ളുക' എന്നും. മക്ആൽപ്പിൻ 1981ൽ[5] എഴുതിയ ഒരു പ്രബന്ധത്തിൽ 'തൾ' എന്ന വാക്കിന് ആദ്യകാലത്ത് 'തള്ളുക' എന്നായിരുന്നു അർത്ഥമെന്ന് അദ്ദേഹം വിശദീകരിക്കുന്നുണ്ട്. കളിമൺ ഫലകങ്ങളിൽ ക്യൂനിഫോം എഴുത്ത് 'തള്ളിക്കയറ്റേണ്ടി'യിരുന്നതുകൊണ്ട് എഴുത്തു കണ്ടുപിടിച്ചതിനു ശേഷം ആ വാക്കിന്റെ അർത്ഥം എലാമൈറ്റ് ഭാഷയിൽ 'എഴുതുക' എന്നായിമാറി. പ്രോട്ടോ-ദ്രാവിഡിയൻ ഭാഷ സംസാരിക്കുന്നവർ ആദ്യത്തെ അർത്ഥം തന്നെ തുടർന്നും ഉപയോഗിക്കുവാൻ കാരണം അവർ എഴുത്തുവിദ്യ കണ്ടുപിടിക്കുംമുൻപ് എലാമൈറ്റ് സംസാരിക്കുന്നവരിൽനിന്ന് വേർപിരിഞ്ഞതുകൊണ്ടാണ്; അതുകൊണ്ട് പ്രസ്തുത വാക്കിന് എഴുത്ത്

---

5 ഡേവിഡ് ഡബ്ള്യു മാക് ആൽപിൻ, 'പ്രോട്ടോ–എലാമോ -ദ്രാവിഡിയൻ: ദി എവിഡൻസ് ആൻഡ് ഇറ്റ്സ് ഇമ്പ്ലിക്കേഷൻസ്', *ട്രാൻസാക്ഷൻസ് ഓഫ് ദി അമേരിക്കൻ ഫിലോസഫിക്കൽ സൊസൈറ്റി* 71 (3), 1981

എന്ന അർത്ഥം ലഭിച്ചേയില്ല ('എഴുതുക' എന്ന വാക്ക് ദ്രാവിഡഭാഷകളിൽ ഉണ്ടായത് 'വരയ്ക്കുക', 'ചായമിടുക' എന്നൊക്കെയുള്ളതിൽനിന്നാണ്).

ആടുവളർത്തലിന്റെ ആദ്യത്തെ തെളിവുകൾ ലഭിച്ചത് 7900 BCE അടുപ്പിച്ച് സാഗ്രോസ് പർവ്വതനിരകളുടെ മദ്ധ്യഭാഗത്തുള്ള ഗഞ്ച് ഡാരെയിൽനിന്നാണ് എന്നു നമുക്കറിയാവുന്നതുകൊണ്ട് വേർപിരിയലിന്റെ കൂടിയ പരിധി അതാണെന്നുവരുന്നു. ഏകദേശം 3000 BCEക്ക് കുറച്ചുകാലം മുൻപാണ് ക്യൂനിഫോം എഴുത്തുവിദ്യ കണ്ടുപിടിച്ചതെന്നും നമുക്ക് അറിയാവുന്നതുകൊണ്ട് വേർപിരിയലിന്റെ കുറഞ്ഞ പരിധി അതാണെന്നും വരുന്നു.

ഹാരപ്പൻ നിവാസികൾക്ക് സാഗ്രോസിയയിൽ ഉണ്ടായിരുന്നവരുമായുള്ള ബന്ധത്തിന്റെ ജനിതക തെളിവുകൾ കണ്ടെത്തുന്നതിന് വർഷങ്ങൾക്കുമുൻപാണ് ഈ ഭാഷാപഠനങ്ങൾ പ്രസിദ്ധംചെയ്തതെന്ന വസ്തുത കണക്കിലെടുക്കുമ്പോൾ കുടിയേറ്റങ്ങളുടെ കാലഗണനാ സാദ്ധ്യതകളിൽ ഈ രണ്ടു ശാഖകളും തമ്മിലുള്ള ആശയസാരൂപ്യം തികച്ചും ശ്രദ്ധേയമാണ്. പ്രാചീന ഡിഎൻഎ പഠനങ്ങൾ സാഗ്രോസ് കർഷകരും ഹാരപ്പൻ സംസ്കാരവും തമ്മിലുള്ള സങ്കലനത്തിന്റെ കുറഞ്ഞ സമയപരിധി 3000 BCE ആണെന്നു കണക്കാക്കിയത് നാം രണ്ടാം അദ്ധ്യായത്തിൽ കണ്ടിരുന്നുവല്ലോ—ഇത് ഭാഷാപരമായ പഠനത്തെ പൂർണ്ണമായും അനുകൂലിക്കുന്നുണ്ട്. ജനിതകപഠനം ഉയർന്ന സമയപരിധി നിശ്ചയിക്കുന്നില്ല, പക്ഷേ പുരാവസ്തുപരമായ പഠനങ്ങൾക്ക് അക്കാര്യത്തിൽ അഭിപ്രായമുണ്ട്. ദക്ഷിണേഷ്യയിൽ മൃഗങ്ങളെ ഇണക്കി വളർത്തിയതിന്റെയും ചെടികൾ നട്ടുവളർത്തിയതിന്റെയും ആദ്യ തെളിവുകൾ ലഭിച്ചത് മെഹർഗഡിൽനിന്നാണെന്ന് നമുക്കറിയാം; ഇതിന്റെ കാലഘട്ടം ഏകദേശം 7000 BCE ആണ്—ഭാഷാശാസ്ത്രം നിർദ്ദേശിക്കുന്ന കാലഗണനയുമായി ഇത് ഒട്ടുമുക്കാലും അനുയോജിക്കുന്നുണ്ട്. പ്രത്യേകിച്ചും 7900 BCE കഴിഞ്ഞ് എന്നു കണക്കാക്കപ്പെട്ട സാഗ്രോസ് പ്രവിശ്യയിലെ ആദ്യത്തെ വേർപിരിയലിനുശേഷം സാഗ്രോസിലുള്ളവർക്ക് ദക്ഷിണേഷ്യയിൽ എത്തുവാൻ കുറച്ചുകാലം എടുത്തുകാണുമെന്ന വസ്തുത കണക്കിലെടുക്കുമ്പോൾ.

എലാമൈറ്റും ദ്രാവിഡഭാഷകളും തമ്മിൽ ബന്ധമുണ്ടെന്ന ആശയം എത്ര പഴക്കമുള്ളതാണെന്നതാണ് മറ്റൊരു മുഖ്യവിഷയം. ഹാരപ്പൻ സംസ്കാരം എന്നൊന്ന് ലോകത്തുണ്ടായിരുന്നു എന്ന് അറിവാകുന്നതിനും വളരെക്കാലം മുൻപ് ഏതാനും ഭാഷാശാസ്ത്രജ്ഞർ അത് സൂചിപ്പിച്ചിരുന്നു.

ആയിരത്തിത്തൊള്ളായിരത്തി ഇരുപതുകളിലാണ് ഹാരപ്പൻ സംസ്കാരം കണ്ടെത്തിയത്. എന്നാൽ, 1853ൽതന്നെ ബെഹിസ്തുൻ ലിഖിതം വ്യാഖ്യാനിക്കുവാൻ സഹായിച്ച പണ്ഡിതരിൽ ഒരാളായ എഡ്വിൻ നോറിസ് എലാമൈറ്റ് ലിപിയിൽ വിരുദ്ധശബ്ദങ്ങളുടെ (contrastive voicing) സൂചനയില്ലെന്നും അത് തമിഴ് ലിപിയുടെ അതേ രീതിയിലുള്ളതാണെന്നും ചൂണ്ടിക്കാട്ടിയിരുന്നു. മൂന്നുവർഷത്തിനുശേഷം റോബർട്ട് കാൾഡ്വെൽ ദ്രവീഡിയൻ അഥവാ ദക്ഷിണേന്ത്യൻ ഭാഷാഗണങ്ങളുടെ വ്യാകരണ താരതമ്യപഠനം (Comparative Grammar of the Dravidian or South Indian Family of Languages) ആദ്യവാള്യം എഴുതിയപ്പോൾ അദ്ദേഹം തമിഴിന്റെ ഒന്നാമത്തെ അനുബന്ധഭാഷയായി എലാമൈറ്റിനെ നിർദ്ദേശിക്കുന്നതിന് നോറിസിന്റെ പഠനത്തെയാണ് ആധാ

രമാക്കിയത്; അദ്ദേഹം ഈ രണ്ടു ഭാഷകളും തമ്മിലുള്ള ബന്ധത്തെക്കുറിച്ച് സവിസ്തരം പ്രതിപാദിക്കുന്നുമുണ്ട്. അന്നുമുതൽ ആൽഫ്രഡോ ട്രോംബെറ്റിയും ഐ എം ദ്യകോനോഫും അടക്കം മറ്റുപലരും എലാമൈറ്റും ദ്രാവിഡഭാഷക ളും തമ്മിലുള്ള ബന്ധത്തെക്കുറിച്ച് പരാമർശിക്കുകയോ അതിനെ കൂടുതൽ വിശദീകരിക്കുകയോ ചെയ്തിട്ടുണ്ട്.

എങ്കിലും 1981ൽ മക്ആൽപ്പിൻ രചിച്ച നീണ്ട പ്രബന്ധമായ 'പ്രോട്ടോ -എലാമോ-ദ്രാവിഡിയൻ: സാക്ഷ്യങ്ങളും പ്രത്യാഘാതങ്ങളും' (Proto-Elamo -Dravidian: The Evidence and Its Implications) ആണ് ഈ വിഷയത്തെ ഊർജ്ജസ്വലമായും സുസ്ഥിരമായും സമീപിക്കുന്ന ആദ്യത്തെ പഠനം. ഇത് സൂക്ഷ്മമായ നൈപുണ്യം പ്രകടമാക്കുന്ന ഒരു സൃഷ്ടിയാണെങ്കിലും അക്കാലത്തെ പല ഭാഷാപണ്ഡിതരും അതിനെ അംഗീകരിക്കുവാൻ വൈമനസ്യം കാണിച്ചിരുന്നു. അതിൽ അത്ഭുതമൊന്നുമില്ല—കാരണം, രണ്ടു സഹസ്രാബ്ദങ്ങൾക്കു മുൻപുതന്നെ എലാമൈറ്റ് നാമാവശേഷമായി ട്ടുണ്ട്, എലാമൈറ്റ് ലിപിയിൽ എഴുതിയ, നമുക്കു ലഭിച്ചിട്ടുള്ള അവസാന ത്തെ രേഖയുടെ പഴക്കം ഏകദേശം 450 BCE ആണുതാനും. അത്തരം പുരാലിഖിതങ്ങളുടെ ദൗർലഭ്യം കൊണ്ട് പ്രോട്ടോ-എലാമൈറ്റിൽ ധാതു (root) കണ്ടുപിടിക്കുവാൻ സാധിക്കുന്ന വാക്കുകളുടെ എണ്ണം അധികമില്ല. അതുകൂടാതെ, 7000 BCEക്കും 6000 BCEക്കും ഇടയിൽത്തന്നെ പ്രോട്ടോ-സാഗ്രോ സിയനും പ്രോട്ടോ-ദ്രവീഡിയനും വേർപിരിയുകയും അന്നുമുതൽതന്നെ വെവ്വേറെ പാതകളിലൂടെ മുന്നേറുകയുമാണ് ചെയ്തിട്ടുള്ളത്. അതിനാൽ, പു നർനിർമ്മിക്കപ്പെട്ട പ്രോട്ടോ-സാഗ്രോസിയനെയോ പ്രോട്ടോ- ദ്രവീഡിയനെയോ ആധാരമാക്കി രണ്ടു ഭാഷകളും തമ്മിൽ ബന്ധമുണ്ടെന്നു സ്ഥാപിച്ചെടുക്കുക ഭയാവഹമാംവിധം വിഷമംപിടിച്ചതാണെന്ന് ആദ്യംതന്നെ ധരിക്കേണ്ടതുണ്ട്.

പക്ഷേ മക്ആൽപ്പിൻ തന്റെ അതിഗംഭീരമായ കൃതിയിൽ പറയുംപോലെ ഈ വൈഷമ്യം തന്നെയാണ് അവ തമ്മിലുള്ള സാദൃശ്യങ്ങളുടെ ധാരാളിത്തത്തെ അത്രയും വിസ്മയാവഹമാക്കുന്നത്. എലാമൈറ്റിലെ 250 പദധാതുക്കൾ മക്ആൽപ്പിൻ വേർതിരിച്ചെടുത്തതിൽ 40 ശതമാനത്തിലധികം ദ്രാവിഡഭാ ഷയുമായി സാദൃശ്യമുള്ളതായിരുന്നു. പദധാതുക്കളിൽ രണ്ടു ഭാഷയിലും പൊതുവായി ഉള്ളവ ഇത്ര ഉയർന്ന അളവിൽ കാണുകയെന്നത് 'ഉറപ്പായും വെറും ആകസ്മികതയല്ല'. മക്ആൽപ്പിൻ പറയുന്നു, 'അടിസ്ഥാന വിഷയം ഒറ്റനോട്ടത്തിൽ സ്ഥാപിതമാകുന്നു'.

1981ൽ പ്രസ്തുത പഠനം പുറത്തുവന്നതിൽ പിന്നെ തെളിവുകൾ കൂടിവന്നി ട്ടേയുള്ളൂ; 2013ൽ ഇറങ്ങിയ സൗത്ത്വർത്തിന്റേയും മക്ആൽപ്പിന്റെയും പഠനം ഇതിന് ഉദാഹരണമാണ്. പ്രാചീന ഡിഎൻഎ സംബന്ധമായ പുതിയ കണ്ടു പിടുത്തങ്ങളും പുരാവസ്തുപരമായി നിലവിലുള്ള തെളിവുകളും സാഗ്രോസ് പ്രവിശ്യയെ ദക്ഷിണേഷ്യയിലെ കാർഷികവൃത്തിയുടെ ആരംഭവുമായി ബന്ധ പ്പെടുത്തുമ്പോൾ മക്ആൽപ്പിന്റെ 1981ലെ പ്രബന്ധത്തിന്റെ അനുമാനങ്ങൾ ഇന്ന് പ്രബലം മാത്രമല്ല ഒഴിവാക്കുവാൻ കഴിയാത്തവയുമാണ്.

മക്ആൽപ്പിൻ അനാവരണം ചെയ്ത ശബ്ദകോശപരമായ ബന്ധങ്ങളുടെ ഒരു മാതൃക ഇവിടെക്കൊടുക്കുന്നു. ദ്രാവിഡഭാഷകളുമായി പരിചയമുള്ള

ആർക്കും ഇത് ആകർഷണീയമായിരിക്കും. മക്ആൽപ്പിൻ തന്റെ പ്രബന്ധത്തിൽ കൊടുത്തിട്ടുള്ള 81 പദങ്ങളിൽനിന്നുള്ള പത്തെണ്ണമാണ് ഇവ.

1. പ്രോട്ടോ-എലാമോ-ദ്രാവിഡിയൻ: ഹിട്–(ആടുമേയ്ക്കുക. ആട്); അക്കെമിനിഡ് എലാമൈറ്റ്: ഹിഡു (മുതിർന്ന പെണ്ണാട്. ആടുകൾ പൊതുവെ); പ്രോട്ടോ-ദ്രാവിഡിയൻ: ഇട്–(ആടുമേയ്ക്കുക); തമിഴ്: ഇടൈ–(ആടുമേയ്ക്കുന്നവരുടെ ജാതിപ്പേര്); മലയാളം: ഇടയൻ: (ആടുകളെയും കന്നുകാലികളെയും മേയ്ക്കുന്നവരുടെ ജാതിപ്പേര്).
2. പ്രോട്ടോ-എലാമോ-ദ്രാവിഡിയൻ: പൊറ്റ് (കിടാവ്); അക്കെമിനിഡ് എലാമൈറ്റ്: പുറ്റു (ആട്ടിൻകുട്ടി); പ്രോട്ടോ-ദ്രാവിഡിയൻ: പോറ്റ് (കിടാവ് അല്ലെങ്കിൽ തയ്യ്); തമിഴ്: പോറ്റു (തയ്യ്).
3. പ്രോട്ടോ-എലാമോ-ദ്രാവിഡിയൻ: വരി–(ഉറപ്പിക്കുക, കെട്ടുക, പിടിച്ചുവെക്കുക); മിഡിൽ എലാമൈറ്റ്: മരി–(പിടിച്ചെടുക്കുക, കയ്യടക്കുക, പിടിച്ചുവെക്കുക); പ്രോട്ടോ-ദ്രാവിഡിയൻ: വരി–(കെട്ടുക, കുടുക്കുക. ഉറപ്പിക്കുക); തമിഴ്: വരി (കെട്ടുക, കുടുക്കുക. ഉറപ്പിക്കുക).
4. പ്രോട്ടോ-എലാമോ-ദ്രാവിഡിയൻ: ഉം–(ധാന്യം സംസ്കരിച്ചെടുക്കുക); അക്കമെനിഡ് എലാമൈറ്റ്: ഉമി–(ധാന്യം അരയ്ക്കുക); പ്രോട്ടോ-ദ്രാവിഡിയൻ: ഉം (ഉമി. പതിര്); തമിഴ്: ഉമി (ഉമി. പതിരാവുക); തെലുങ്ക്: ഉമക (ഉമി, പതിര്).
5. പ്രോട്ടോ-എലാമോ-ദ്രാവിഡിയൻ: നി–(നീ); പ്രാചീന എലാമൈറ്റ്: നി (നീ); പ്രോട്ടോ-ദ്രാവിഡിയൻ: നീ–(നീ); എല്ലാ ദ്രാവിഡഭാഷകളും സാക്ഷ്യപ്പെടുത്തിയിട്ടുള്ള ഒരു അടിസ്ഥാനപദമാണിത്; എല്ലാ ഭാഷകളിലും അർത്ഥവും ഒന്നുതന്നെയാണ്–നീ.
6. പ്രോട്ടോ-എലാമോ-ദ്രാവിഡിയൻ: നാൾ (ദിനം); മിഡിൽ എലാമൈറ്റ്: നാ, നന–(ദിനങ്ങൾ); പ്രോട്ടോ-ദ്രാവിഡിയൻ: നാൾ (ദിനം).
7. പ്രോട്ടോ-എലാമോ-ദ്രാവിഡിയൻ: തൊൾ–(ദ്വാരമിടുക. തുളയ്ക്കുക); മിഡിൽ എലാമൈറ്റ്: റ്റുള്ളിൻ–(പിളർക്കുക,മുറിയ്ക്കുക,നുറുക്കുക); പ്രോട്ടോ-ദ്രാവിഡിയൻ: തൊൾ–(ദ്വാരമിടുക, തുളയ്ക്കുക); തെലുങ്ക്: തൊളുസു–(തുളയ്ക്കുക, ദ്വാരമിടുക).
8. പ്രോട്ടോ-എലാമോ-ദ്രാവിഡിയൻ: ചാഹ്–(മരിയ്ക്കുക); മിഡിൽ എലാമൈറ്റ്: സാ–(അവന്റെ ജീവിതം അവസാനിപ്പിക്കണം); പ്രോട്ടോ-ദ്രാവിഡിയൻ: ചാഹ്–(മരിയ്ക്കുക); തമിഴ്: ചാ (ക്/വ്)/ ചെ–(മരിയ്ക്കുക, നശിക്കുക); മലയാളം: ചാകുക/ചാ–(മരിയ്ക്കുക).
9. പ്രോട്ടോ-എലാമോ-ദ്രാവിഡിയൻ: ഉൾ (അകം, ഉൾഭാഗം, മനസ്സ്, ഹൃദയം, ചിന്തിക്കുക); മിഡിൽ എലാമൈറ്റ്: ഉൾഹി (താമസസ്ഥലം, പാർപ്പിടം, അഭയസ്ഥാനം); തമിഴ്: ഉള്ളം (മനസ്സ്, ചിന്ത).
10. പ്രോട്ടോ-എലാമോ-ദ്രാവിഡിയൻ: കട്–(കിടക്ക, സിംഹാസനം); റോയൽ അക്കമെനിഡ് എലാമൈറ്റ്: കറ്റ് (കൊട്ടാരം, സിംഹാസനം); പ്രോട്ടോ-ദ്രാവിഡിയൻ: കട്ടിൽ (കട്ടിൽ, മഞ്ചം, ഉത്കൃഷ്ടമായ സിംഹാസനം); തമിഴ്: കട്ടിൽ (കട്ടിൽ, മഞ്ചം).

രണ്ടു ഭാഷകളും തമ്മിൽ പദധാതുക്കൾ വഴിയുള്ള വിനിമയം മക്ആൽപ്പിന്റെ കൃതിയിലെ ഒരു ഭാഗം മാത്രമേ ആകുന്നുള്ളൂ; അത്രയുംതന്നെ പ്രസക്തമായ മറുഭാഗത്ത് ഏതൊരു ഭാഷയുടെയും നിർമ്മിതിയുടെ ഭാഗങ്ങളായ രൂപശാസ്ത്രം, മറ്റു ഘടകങ്ങൾ തുടങ്ങിയവയെ അദ്ദേഹം വിശകലനം ചെയ്യുന്നുണ്ട്.

ഹാരപ്പയിലെ ഭാഷ പ്രോട്ടോ-ദ്രാവിഡിയൻ ആയിരുന്നു എന്നു സൂചിപ്പിക്കുന്ന മറ്റൊരു ശ്രദ്ധേയമായ തെളിവുകൂടിയുണ്ട്; പക്ഷേ എലാമൈറ്റിനെയല്ല, മെസൊപ്പൊട്ടേമിയൻ സംസ്കാരത്തിലെ പ്രധാനപ്പെട്ട സെമിറ്റിക് ഭാഷകളിലൊന്നായ അക്കാഡിയനെയാണ് പരാമർശിക്കുന്നത് എന്നതുകൊണ്ട് മക്ആൽപ്പിൻ അതിനെക്കുറിച്ച് പറയുന്നില്ല. ഹാരപ്പൻ സംസ്കാരത്തിൽനിന്ന് മെസൊപ്പൊട്ടേമിയയിലേക്ക് ഒരു സസ്യം കയറ്റുമതി ചെയ്തിട്ടുണ്ടെന്ന് നാം അദ്ധ്യായത്തിൽ (പേജ് 108) കാണുകയുണ്ടായി: എള്ള് ആണത്. ഈ എണ്ണക്കുരുവിന്റെ പേര് ദക്ഷിണേന്ത്യയിൽ ഇന്ന് ഉപയോഗത്തിലുള്ള പല ദ്രാവിഡഭാഷകളിലും അക്കാഡിയനിലും ഒന്നുതന്നെയാണ്—എള്ള്. ദക്ഷിണേഷ്യയുടെ ഭാഷാപരമായ പുരാവസ്തുശാസ്ത്രം (Linguistic Archaeology of South Asia) എന്ന കൃതിയിൽ പ്രൊഫസർ സൗത്ത്വർത്ത് എഴുതിയിട്ടുണ്ട്. 'എള്ള് എന്ന വാക്ക് മെസൊപ്പൊട്ടേമിയയിലും (അക്കാഡിയൻ എള്ള്) ദക്ഷിണേന്ത്യയിലും (സൗത്ത് ദ്രാവിഡിയൻ 1: എള്ള്) ഒരുപോലെ ഉപയോഗിച്ചുകാണുന്നു എന്ന വസ്തുത ചരിത്രാതീതകാലത്ത് സിന്ധുനദീതടത്തിൽ ദ്രാവിഡഭാഷ സംസാരിക്കുന്നവരുണ്ടായിരുന്നു എന്ന സിദ്ധാന്തത്തെ കൂടുതൽ ഉറപ്പിക്കുന്നുണ്ട്'.

ഒരുകാലത്ത് ഹാരപ്പൻ സംസ്കാരത്തിനു സ്വന്തമായിരുന്ന പ്രദേശങ്ങളിൽ ഇന്ന് പ്രാമുഖ്യം നേടിക്കാണുന്ന ഇൻഡോ യൂറോപ്യൻ ഭാഷകളുടെ കാര്യമോ? ഹാരപ്പൻ കാലഘട്ടത്തിൽ ഈ ഭാഷകൾ അവിടെ സംസാരിച്ചിരുന്നു എന്നുവരില്ലേ? നമുക്ക് അത് നാലാം അദ്ധ്യായത്തിൽ പരിശോധിക്കാം; എങ്കിലും ചുരുക്കിപ്പറഞ്ഞാൽ 2000BCEക്കു ശേഷം ഹാരപ്പൻ സംസ്കാരം നാശോന്മുഖമായിക്കഴിഞ്ഞിട്ടാണ് ലോകമെങ്ങും ഇൻഡോ യൂറോപ്യൻ ഭാഷകൾ വ്യാപിച്ചകൂട്ടത്തിൽ അവ ദക്ഷിണേഷ്യയിലും എത്തിച്ചേർന്നത് എന്നാണ് പൊതുവേ അംഗീകരിക്കപ്പെട്ട കാലഗണന എന്നുമാത്രം ഇപ്പോൾ പറഞ്ഞുപോകാം. ഈ സിദ്ധാന്തത്തെ ഈയിടെ നടന്നിട്ടുള്ള പ്രാചീന ഡിഎൻഎ പഠനങ്ങൾ ശക്തമായി പിന്താങ്ങുന്നുണ്ട്; ഇൻഡോ യൂറോപ്യൻ ഭാഷകളെ യൂറോപ്പിലെത്തിച്ച സ്റ്റെപ്പിലെ ഇടയർ ഹാരപ്പൻ കാലഘട്ടത്തിന്റെ അന്ത്യകാലത്തുമാത്രമാണ് ഇന്ത്യയിൽ എത്തിയതെന്നും അവരാണ് സംസ്കൃതത്തിന്റെ ഒരു പ്രാഗ്രൂപവും ആചാരപരമായ ബലി തുടങ്ങിയ സാംസ്കാരിക ആശയങ്ങളും സമ്പ്രദായങ്ങളും കൊണ്ടുവന്നതെന്നും പ്രസ്തുത പഠനങ്ങൾ സൂചിപ്പിച്ചിട്ടുണ്ട്. ഈ സമ്പ്രദായങ്ങളും വിശ്വാസങ്ങളും ഏറെക്കുറെ വേദങ്ങളിൽ പ്രതിഫലിച്ചുകാണുന്നുണ്ട്, പ്രത്യേകിച്ചും ഏറ്റവും പുരാതനമായ ഋഗ്വേദത്തിൽ. പുതിയതായി വന്നുചേർന്ന ഇൻഡോ യൂറോപ്യൻ ഭാഷ സംസാരിക്കുന്നവർ സ്വയം വിളിച്ചിരുന്നത് 'ആര്യന്മാർ' എന്നാണ്. ഇതിൽനിന്നെല്ലാം അർത്ഥമാകുന്നത് ഹാരപ്പൻ സംസ്കാരത്തിന് 'ആര്യ'ന്മാരുമായോ

സംസ്കൃതവുമായോ വേദങ്ങളുമായോ ഒരു ബന്ധവുമില്ലെന്നും അത് 'ആര്യ'-പൂർവ. വേദ-പൂർവ കാലഘട്ടമായിരുന്നു എന്നുമാണ്. ഇതേക്കുറിച്ച് നമുക്ക് അടുത്ത അദ്ധ്യായത്തിൽ കൂടുതൽ ചർച്ചചെയ്യാം.

ഹാരപ്പൻ ലിപിയെ വ്യാഖ്യാനിച്ചെടുക്കൽ

അതുകൊണ്ട് ഹാരപ്പൻ ലിപിയെ വ്യാഖ്യാനിച്ചെടുക്കുവാനുള്ള ശ്രമങ്ങളെല്ലാംതന്നെ അതിന്റെ അടിസ്ഥാനഭാഷ ദ്രാവിഡഭാഷയാണെന്ന അനുമാനത്തിലെത്തിയതിൽ അത്ഭുതമൊന്നുമില്ല. ഒരു നൂറ്റാണ്ടോളം കൂട്ടായ പ്രവർത്തനങ്ങൾ നടന്നിട്ടും ലിപിയുടെ പൊരുളഴിഞ്ഞുകിട്ടിയിട്ടില്ലെങ്കിലും രണ്ടു വിദഗ്ദ്ധരുടെ സ്വതന്ത്ര പ്രവർത്തനങ്ങളെക്കുറിച്ച് എടുത്തുപറയാതിരിക്കുവാൻ വയ്യ: ദ്രാവിഡഭാഷയുടെ ഏറ്റവും പ്രാചീനമായ രേഖകൾ എഴുതപ്പെട്ടിട്ടുള്ള തമിഴ് ബ്രാഹ്മി ലിപി വായിക്കുവാൻ സഹായിച്ച പുരാലിഖിതവിദഗ്ദ്ധനായ ഡോക്ടർ ഐരാവതം മഹാദേവനും പ്രൊഫസർ അസ്കോ പർപോലയും. ഇവർ രണ്ടുപേരും ഹാരപ്പൻ ലിപി എങ്ങനെ വായിച്ചുതുടങ്ങണം എന്നതിനെക്കുറിച്ച് പുതിയ കാഴ്ചപ്പാടുകൾ സമ്മാനിച്ചിട്ടുണ്ട്.

ലിപി വായിച്ചെടുക്കുംവരെ പുരാവസ്തുശാസ്ത്രവും ജനിതകശാസ്ത്രവും ഭാഷാശാസ്ത്രവും എത്തിച്ചേർന്നുകൊണ്ടിരിക്കുന്ന പൊതുവായ നിഗമനങ്ങളെ ബലപ്പെടുത്തുവാനോ ദുർബലമാക്കുവാനോ അത് ഉപയോഗിക്കുവാൻ കഴിയില്ല. എന്നിരുന്നാലും 2015ൽ ആന്ധ്രപ്രദേശിലെ ദ്രാവിഡിയൻ യൂണിവേഴ്സിറ്റിയിലെ ബിരുദദാനച്ചടങ്ങിൽ മഹാദേവൻ നടത്തിയ പ്രഭാഷണത്തിന്റെ ചില ഭാഗങ്ങൾ ഉദ്ധരിക്കുന്നത് രണ്ടു കാരണങ്ങൾകൊണ്ട് നന്നായിരിക്കുമെന്ന് തോന്നുന്നു. ഒന്ന്, ഹാരപ്പൻ നിവാസികൾ ഒരു ഇൻഡോയൂറോപ്യൻ ഭാഷയാണ് സംസാരിച്ചിരുന്നതെന്നും അവർ വേദകാലഘട്ടത്തിലെ ആര്യന്മാരായിരുന്നു എന്നുമുള്ള ആശയത്തെ അദ്ദേഹം ശക്തമായി നിരാകരിക്കുന്നതുകൊണ്ട്. രണ്ട്. ലിപി വായിച്ചെടുക്കുവാനുള്ള ശ്രമങ്ങൾ ഏതു ദിശയിലേക്കാണ് നീങ്ങുന്നതെന്നുള്ള അദ്ദേഹത്തിന്റെ വിശദീകരണം:

> ഇതുവരേക്കും എനിക്കു ലഭിച്ചിട്ടുള്ള ഗവേഷണഫലങ്ങൾ സിന്ധുനദീതടത്തിലെ ലിപി ദ്രാവിഡഭാഷയുടെ പ്രാഗ്രൂപമാണെന്ന ആശയത്തെ സ്ഥിരീകരിക്കുന്നുണ്ട്. ഇൻഡസ് ലിപി പൂർണ്ണമായും വായിച്ചെടുത്തുകഴിഞ്ഞു എന്നു ഞാൻ അവകാശപ്പെടുന്നില്ല. എങ്കിലും, ആവർത്തിച്ചുവരുന്ന പല ഇൻഡസ് ചിഹ്നങ്ങളെയും അവയുടെ ക്രമങ്ങളെയും വ്യഖ്യാനിക്കുവാൻ ഉതകുന്ന സൂചകങ്ങൾ ഞാൻ കണ്ടെത്തിയിട്ടുണ്ടെന്നും അവയെല്ലാം ഭാഷയുടെ ദ്രാവിഡസ്വഭാവം വെളിപ്പെടുത്തുന്നവയാണെന്നും പിന്നീടുണ്ടായ ഇരട്ടപ്പാതകളായ ദ്രാവിഡിയനിലും ഇൻഡോ ആര്യനിലും സിന്ധുനദീതടപാരമ്പര്യത്തിന്റെ ശേഷിപ്പുകളുണ്ടെന്നും ഞാൻ ആത്മാർത്ഥമായി വിശ്വസിക്കുന്നു...
>
> സിന്ധുനദീതടസംസ്കാരം പൂർവ-ആര്യൻ ആണെന്നതിന് മതിയായ തെളിവുകളുണ്ട്.

1. സിന്ധുനദീതടസംസ്കാരം പൊതുവേ നാഗരികമായിരുന്നു, വേദ കാലഘട്ടത്തിന്റെ പ്രാരംഭകാലത്തെ സമൂഹമാകട്ടെ ഗ്രാമീണവും ഇടയവൃത്തി ചെയ്യുന്നതുമായിരുന്നു. വേദകാലഘട്ടത്തിൽ നഗരങ്ങളൊന്നുംതന്നെ ഉണ്ടായിരുന്നില്ല.
2. സിന്ധുവിൽ നിന്നുള്ള മുദ്രകളിൽ പല മൃഗങ്ങളും ചിത്രീകരിക്കപ്പെട്ടിട്ടുണ്ടെങ്കിലും കുതിര ഇല്ല. കുതിരയും ആരക്കാലുകളുള്ള ചക്രങ്ങളോടുകൂടിയ രഥവും ആര്യൻ ഭാഷ സംസാരിക്കുന്ന സമൂഹങ്ങളുടെ മുഖമുദ്രയാണ്. ഇൻഡസ് ആവാസകേന്ദ്രങ്ങളുടെ തെക്കേ അതിരിലുള്ള പശ്ചിമ ഡെക്കാനിലെ ദൈമാബാദിൽനിന്ന് കിട്ടിയ ഓടുകൊണ്ടുനിർമ്മിച്ച രഥത്തിന് കനപ്പെട്ട ചക്രങ്ങളാണുള്ളത്. രഥം വലിക്കുന്നതാകട്ടെ, കുതിരകളല്ല പൂഞ്ഞയുള്ള ഇനം കാളകളാണ്.
3. ഇൻഡസ് മുദ്രകളിലും ചെറുമുദ്രകളിലും (sealings) കടുവയെ പലപ്പോഴും കാണുന്നുണ്ട്; എന്നാൽ ഋഗ്വേദത്തിലെങ്ങും കടുവയെപ്പറ്റി പരാമർശിക്കുന്നില്ല.

ഹാരപ്പൻ സംസ്കാരത്തിന്റെ ദ്രാവിഡസ്വഭാവത്തെ പിന്താങ്ങുന്ന പുരാവസ്തുപരവും ഭാഷാപരവുമായ ദൃഢമായ തെളിവുകളെ മഹാദേവൻ തുടർന്നും എണ്ണിപ്പറയുന്നു. മുദ്രകളിലും ചെറുമുദ്രകളിലും കാണുന്ന പോത്തിൻകൊമ്പു ധരിച്ച പുരുഷദൈവങ്ങളുടെയും അമ്മദൈവങ്ങളുടെയും ആൽമരത്തിന്റെയും സർപ്പത്തിന്റെയും ഒരുപക്ഷേ ലിംഗമാതൃകയുടെയും ചിത്രീകരണങ്ങളെല്ലാം തന്നെ വേദങ്ങളുടെ ആരംഭകാലത്തുനിന്നുള്ളവയല്ല, പൂർവ-ആര്യൻ സമൂഹത്തിൽനിന്നുള്ളവയാണ്. ഇവയിൽ പലതും ഇന്നു നാം ഭാരതീയ സംസ്കാരപാരമ്പര്യമായി മനസ്സിലാക്കുന്നതെന്താണോ അതിന്റെ ഭാഗമായി പിന്നീട് അറിയപ്പെട്ടു എന്നത് മഹാദേവൻ ഉയർത്തുന്ന സുപ്രധാനമായ ഒരു വാദമുഖമാണ്. 'ഇൻഡസ് പൈതൃകം ദ്രാവിഡഭാഷ സംസാരിക്കുന്നവർക്കും ഇൻഡോ ആര്യൻ ഭാഷ സംസാരിക്കുന്നവർക്കും ഒരുപോലെ അവകാശമുള്ളതാണ്. ദ്രാവിഡപൈതൃകം ഭാഷാപരമാണ്. ഇൻഡോ ആര്യൻ പൈതൃകം സാംസ്കാരികമാണ്, അത് കടമെടുത്ത വാക്കുകളിലും (മറ്റു ഭാഷകളിൽനിന്ന് എടുത്ത വാക്കുകൾ) കടമെടുത്ത പദപ്രയോഗങ്ങളിലും (മറ്റുഭാഷകളിൽനിന്ന് എടുത്ത ശൈലീപ്രയോഗങ്ങൾ) പുരാണകഥകളിലും ആണ് കാത്തുസൂക്ഷിച്ചിട്ടുള്ളത്... ഞാൻ വായിച്ചിടത്തോളം സിന്ധുനദീതടത്തിലെ ലിപിയുടെ സന്ദേശം ഇതാണ്: നാനാത്വത്തിൽ ഏകത്വം.'

ഇൻഡോ യൂറോപ്പ്യൻ ഭാഷ സംസാരിക്കുന്നവർ ദക്ഷിണേഷ്യയിൽ എത്തിയതോടെ ഹാരപ്പൻ നിവാസികളുടെ ഭാഷ ദക്ഷിണേന്ത്യയിലേക്ക് ഒതുങ്ങിപ്പോയി എന്നും പറയാം; എന്നാൽ അവരുടെ സംസ്കാരവും പുരാണകഥകളും ഇൻഡോ ആര്യൻ ഭാഷ സംസാരിക്കുന്ന പുതിയ കുടിയേറ്റക്കാരുടേതുമായി ഇഴുകിച്ചേരുകയും അനന്യവും ബഹുസ്വരവുമായ ഒരു പാരമ്പര്യത്തിന്റെ സൃഷ്ടിയിലേക്ക് നയിക്കുകയും ചെയ്തു—ഇന്ന് ഭാരതീയസംസ്കാരത്തിന്റെ ആത്യന്തികഘടകമായി അത് സ്ഥിരപ്രതിഷ്ഠ നേടുകയും ചെയ്തു. അതിനാൽ, വേദങ്ങളുടെ ആരംഭകാലവും ഹാരപ്പൻ

National Museum of India / Angelo Hornak / Corbis / Getty Images

ഹാരപ്പൻ സംസ്കാരത്തിൽനിന്നുള്ള ഒരു സ്ത്രീരൂപം. ചിലർ ഇത് ഒരു 'അമ്മദൈവം' ആണെന്നാണ് കരുതുന്നത്.

സംസ്കാരത്തിന്റെ സംസ്കൃതിയും സമ്പ്രദായങ്ങളും തമ്മിൽ ഒരു ബന്ധമില്ലായ്മയുണ്ട്. അതേസമയം പിന്നീടുണ്ടായ വേദസമുച്ചയവും ഹാരപ്പൻ സംസ്കാരവും തമ്മിൽ ചില ബന്ധങ്ങളുണ്ടുതാനും–കാരണം ഹാരപ്പയുടെ ചില ആശയങ്ങളും പ്രമേയങ്ങളുമൊക്കെ ഇവയിലേക്ക് അക്കാലമായപ്പോഴേക്കും വിളക്കിച്ചേർത്തിരുന്നു. ദ്രാവിഡരുടെ ഭാഷ(കളിൽ)യിലും, ഇൻഡോ ആര്യൻമാർ ഹാരപ്പയിൽനിന്നു കടമെടുത്ത പുരാണകഥകളിലും പദപ്രയോഗങ്ങളിലും വാക്കുകളിലും ഹാരപ്പൻ സംസ്കാരപാരമ്പര്യം കാണുവാൻ കഴിയും. (കൂടുതൽ വിവരങ്ങൾക്ക് നാലാം അദ്ധ്യായത്തിലെ 'ഹാരപ്പൻ നിവാസികളും വേദങ്ങളും: ബന്ധമില്ലായ്മയും ബന്ധവും' എന്ന ഭാഗം നോക്കുക).

ഹാരപ്പൻ ലിപിയിൽ പുല്ലിംഗം ഏകവചനത്തിന്റെയും പുല്ലിംഗേതരപദം ഏകവചനത്തിന്റെയും പ്രത്യയങ്ങളുടെ വ്യാകരണചിഹ്നങ്ങൾ മഹാദേവൻ തിരിച്ചറിഞ്ഞിട്ടുണ്ട്. ലിപിയിൽ കൂടെക്കൂടെ പ്രത്യക്ഷപ്പെടുന്ന അമ്പടയാ

ളത്തെ അദ്ദേഹം 'അമ്പ്' എന്നാണ് വായിക്കുന്നത്–ദ്രാവിഡഭാഷയിലെ പദമാണത്. പക്ഷേ പ്രാചീന കന്നഡ, തമിഴ്, തെലുങ്ക് ലിഖിതങ്ങളിൽ അത് പുല്ലിംഗേതരമായ ഏകവചനങ്ങളുടെ പ്രത്യയമാണ്; അതായത് സ്ത്രീനാമങ്ങളുടെ അന്ത്യത്തിലാണ് അത് വരുന്നത്.[6] അതുപോലെ, ഹാരപ്പൻ ലിപിയിൽ ആവർത്തിച്ചു കാണപ്പെടുന്ന ഭരണി ചിഹ്നം പുല്ലിംഗം ഏകവചനത്തിന്റെ പ്രത്യയമായ 'അന്റു' ആണെന്നും പുല്ലിംഗനാമങ്ങളുടെ അന്ത്യത്തിലാണ് അവ പലപ്പോഴും കാണപ്പെടുന്നതെന്നും അദ്ദേഹം തിരിച്ചറിഞ്ഞിട്ടുണ്ട്.

കണിശമായി ആസൂത്രണം ചെയ്തതും, നാലു പ്രധാനദിക്കുകളിലേക്കായി വിന്യസിച്ച പാതകൾകൊണ്ട് കളങ്ങളായി തിരിച്ചതുപോലെ തോന്നിക്കുന്നതും, പടുത്തുയർത്തിയ ഭൂമിയിൽ നിർമ്മിച്ച മതിൽക്കെട്ടുകളും ഉൾക്കോട്ടകളുമുള്ളതും ആയ ഹാരപ്പൻ നഗരങ്ങളെ സൂചിപ്പിക്കുന്നതാണ് ഹാരപ്പൻ ലിപിയിലെ പല ചിഹ്നങ്ങളും എന്നതാണ് മഹാദേവന്റെ ശ്രദ്ധേയമായ മറ്റൊരു നിരീക്ഷണം. ഉദാഹരണമായി, ഒരു സമചതുരത്തിനുള്ളിൽ മറ്റൊരു ചെറിയ സമചതുരം വരച്ചുചേർത്ത ചിഹ്നം ഒരു ഔദ്യോഗികപദവിയെയാണ് പരാമർശിക്കുന്നത് എന്ന് അദ്ദേഹം തിരിച്ചറിയുന്നുണ്ട്; 'ഗൃഹനായകൻ' അഥവാ ദ്രാവിഡഭാഷയിൽ 'അകത്തി' എന്നതാണ് ഈ പദം–വീടിന്റെ/കൊട്ടാരത്തിന്റെ/കോട്ടയുടെ/മനസ്സിന്റെ ഉള്ളിൽ എന്നർത്ഥംവരുന്ന 'അകം' എന്ന ധാതുവിൽനിന്നാണ് ഇതുണ്ടാകുന്നത്. ഈ വ്യാഖ്യാനം അനുസരിച്ച് സമചതുരം ഉൾക്കോട്ടയെയോ കോട്ടയെയോ ആണ് സൂചിപ്പിക്കുന്നത്, അതിനുള്ളിലെ ചെറിയ സമചതുരം അവിടെ താമസിക്കുന്ന വ്യക്തിയെയും. പഴന്തമിഴിൽ 'അകത്തോൻ' എന്ന വാക്കിനർത്ഥം 'കോട്ടയുടെ നായകൻ' എന്നാണ്. അഗസ്ത്യൻ എന്ന പേര് 'അകത്തി' എന്ന വാക്കിൽനിന്നു വന്നതാണെന്നാണ് മഹാദേവൻ സമർത്ഥിക്കുന്നത്; പഴന്തമിഴ് സാഹിത്യത്തിൽ അഗസ്ത്യന്റെ ഐതിഹ്യത്തിലെ–അദ്ദേഹം വെളിർ വംശത്തിലെ പതിനെട്ടു രാജാക്കന്മാരെയും പതിനെട്ടു കുടുംബങ്ങളെയും ഉത്തരഭാരതത്തിൽനിന്ന് ദക്ഷിണഭാരതത്തിലേക്ക് കൊണ്ടുവന്നുവെന്നത്–പരാമർശം ഹാരപ്പൻ സംസ്കാരം നാശോന്മുഖമായപ്പോൾ തെക്കോട്ടു കുടിയേറിയ അവിടുത്തെ ഭരണാധികാരികളെക്കുറിച്ചാവാം.

ലിപിയിലെ പല ചിഹ്നങ്ങളെയും ഹാരപ്പൻ നഗരങ്ങളുമായി ബന്ധിപ്പിച്ചുകൊണ്ട് എങ്ങനെയാണ് ചേരരെയും ചോളരെയും പാണ്ഡ്യരെയും (CE ക്കു മുൻപും പിൻപുമുള്ള നൂറ്റാണ്ടുകളിലായി പരന്നുകിടക്കുന്ന നീണ്ട ചരിത്രത്തിന്റെ ഉടമകളായ മൂന്നു തമിഴ് രാജാവംശങ്ങൾ) ഹാരപ്പൻ നാഗരികസംസ്കാരത്തിൽ അവർ അനുഷ്ഠിച്ചിരുന്ന ധർമ്മങ്ങളിൽനിന്ന് വേർതിരിച്ചറിയുക എന്ന് അദ്ദേഹം കാണിച്ചുതരുന്നുണ്ട്. അദ്ദേഹം പറയുന്നു: 'ചോളർ ഭരണാധികാരിയുടെ "ചുറ്റുമിരുന്ന്" അദ്ദേഹത്തെ "ഉപദേശിച്ചിരുന്ന" മന്ത്രിമാരായിരുന്നു. ചേരർ അഥവാ ചേരാൾ, പ്രവേശനം നിയന്ത്രിതമായ പ്രത്യേക ഔദ്യോഗികഭവനങ്ങളിൽ (കെറി) താമസിച്ചിരുന്ന ഉയർന്ന ഉദ്യോഗസ്ഥരായിരുന്നു. പണ്ടികൾ

6 ഒരു പിക്റ്റോഗ്രാം ഉപയോഗിച്ച് അതിന്റെ പ്രാഥമികമായ അർത്ഥമല്ലാതെ അതേ ശബ്ദമുള്ള മറ്റൊരു വാക്കിനെ സൂചിപ്പിക്കുന്ന സമ്പ്രദായം 'റിബസ്' (rhebus) എന്നാണ് അറിയപ്പെടുന്നത്. ആദ്യകാല ലിപികളിൽ ഇത് സർവസാധാരണമാണ്.

"പലി"യുടെ അതായത് നഗരത്തിന്റെ (കീഴ്ഭാഗത്ത്) "പടി"യിൽ അതായത് തെരുവിൽ താമസിച്ചിരുന്ന സാധാരണക്കാരായിരുന്നു. ചേരരും ചോളരും പണ്ടികളും ഒരേ സ്ഥലത്ത് ഒരുമിച്ചു താമസിച്ചിരുന്ന സഹോദരരായിരുന്നു എന്ന നാടോടിക്കഥയുമായി ഈ ഗവേഷണഫലങ്ങൾ ഒത്തുപോകുന്നുണ്ട്.

കൗതകമുണർത്തുന്ന ഒരു വ്യാഖ്യാനമാണിത്. എങ്കിലും ലിപി കൂടുതലായി മനസ്സിലാക്കിയാലല്ലാതെ അത് കൃത്യമാണോ എന്നു തീർച്ചപ്പെടുത്തുവാൻ കഴിയില്ല–ഈജിപ്തിലെ ഹൈറോഗ്ലിഫിക്സിൽ ഇവയോട് വളരെ സാദൃശ്യമുള്ള ചിഹ്നങ്ങൾ ഉണ്ടെങ്കിൽക്കൂടിയും. ഹൈറോഗ്ലിഫിക്സിൽ സമചതുരങ്ങളല്ല. ദീർഘചതുരങ്ങളാണ് അതേ അർത്ഥത്തെ–പാർപ്പിടങ്ങളും കോട്ടമതിലുകൾക്കുള്ളിലെ പാർപ്പിടങ്ങളും–സൂചിപ്പിക്കുന്നവ. കൂടാതെ പ്രാചീന ഈജിപ്തിലെ ഭരണാധികാരികളുടെ സ്ഥാനപ്പേരായ 'ഫറോവ' എന്ന വാക്കിന്റെ അർത്ഥവും 'മഹത്തായ പാർപ്പിടം' എന്നാണ്.

ഹാരപ്പയുടെ നഗരഘടനയെ ഉപയോഗിച്ചാണ് മഹാദേവൻ അതിന്റെ ലിപിയുടെ ഭാഗങ്ങൾ വായിച്ചെടുത്തതെങ്കിൽ മറ്റുചില ഭാഗങ്ങളുടെ അർത്ഥം മനസ്സിലാക്കുവാൻ പർപോല ജ്യോതിശ്ശാസ്ത്രത്തെയാണ് ആശ്രയിച്ചത്. ഹാരപ്പൻ സംസ്കാരത്തിന്റെ കാലഘട്ടത്തിൽ, മെസൊപ്പൊട്ടേമിയൻ സംസ്കാരത്തിലെപ്പോലെതന്നെ ജ്യോതിശ്ശാസ്ത്രം സുപ്രധാനവും സാധാരണവുമായിരുന്നു എന്നതുകൊണ്ടാണ് അങ്ങനെ ചെയ്തതെന്നാണ് പർപോലയുടെ വാദം. നഗരങ്ങൾ നിർമ്മിച്ചിരുന്നതുപോലും നാലു മുഖ്യദിശകളെ അടിസ്ഥാനപ്പെടുത്തിയാണെന്നത് കണക്കിലെടുക്കുമ്പോൾ ഇത് പ്രത്യേകിച്ചും പ്രസക്തമാണ്.

മുദ്രകളിൽ മെസൊപ്പൊട്ടേമിയൻ സംസ്കാരത്തിൽ കാണാറുള്ളതുപോലെ വ്യക്തികളുടെ നാമപദങ്ങൾ, ഔദ്യോഗിക സ്ഥാനപ്പേരുകളോടുകൂടിയോ അല്ലാതെയോ ഉണ്ടാകുമെന്ന നിഗമനത്തിലാണ് മഹാദേവനും പർപോലയും അവരവരുടെ പരിശ്രമം ആരംഭിച്ചത്. ഗൾഫിൽനിന്നും മെസൊപ്പൊട്ടേമിയയിൽനിന്നുമായി ഏകദേശം മുപ്പതോളം മുദ്രകൾ കണ്ടെടുത്തിട്ടുണ്ട്; കടൽയാത്രക്കാരായ ഇന്ത്യൻ കച്ചവടക്കാരാവണം അവ അവിടെ അവശേഷിപ്പിച്ചുപോയത്. വില്പനസാമഗ്രികളുടെ യഥാർത്ഥ ഉറവിടമേതെന്ന് ഉറപ്പുവരുത്തുന്നതിൽ മുദ്രകൾക്കുള്ള പ്രാധാന്യം ഇത് തെളിയിക്കുന്നുണ്ട്. ഹാരപ്പൻ സംസ്കാരത്തിന്റെ അധഃപതനത്തെ തുടർന്ന്, ഇൻഡോ യൂറോപ്യൻ ഭാഷ സംസാരിക്കുന്നവരുടെ വരവിനുശേഷമുണ്ടായ സംസ്കാരം ഹാരപ്പൻ സംസ്കാരത്തിൽനിന്ന് നിരവധി ആശയങ്ങളും സംസ്കാരസമ്പ്രദായങ്ങളും ഉൾക്കൊണ്ടിട്ടുണ്ടെന്ന് മഹാദേവനും പർപോലയും കരുതുന്നുണ്ട്. അതിനാൽ തമിഴ് മുതലായ ദ്രാവിഡഭാഷാഗ്രന്ഥങ്ങളിലും സംസ്കൃതം പോലെയുള്ള ഇൻഡോ യൂറോപ്യൻ ഭാഷാഗ്രന്ഥങ്ങളിലും പരാമർശിച്ചുകാണുന്ന സമ്പ്രദായങ്ങളെയും രീതികളെയുമെല്ലാം സ്വന്തം വായനകളെ സമർത്ഥിക്കുവാൻ അവർ രണ്ടുപേരും ആശ്രയിക്കുന്നുണ്ട്.

പാർപ്പോളയുടെ വ്യാഖ്യാനങ്ങളിൽ ഏറ്റവും ശ്രദ്ധേയമായത് ഹാരപ്പൻ ലിപിയിൽ കൂടെക്കൂടെ കാണുന്ന മത്സ്യ ചിഹ്നത്തിന്റേതാണ്. പർപോലയുടെ വായനയിൽ ഹാരപ്പൻ ലിപിയിലെ മത്സ്യചിഹ്നം 'മീൻ' ആണ്–അത് ദ്രാവിഡഭാഷയിൽ മത്സ്യത്തെയും നക്ഷത്രത്തെയും സൂചിപ്പിക്കുന്നു. ഹാരപ്പൻ

Archaeological Survey of India

യൂണികോണിനെ ചിത്രീകരിച്ചിരിക്കുന്ന ഒരു മുദ്ര. ലിഖിതത്തിൽ കുത്തനെയുള്ള ഏഴുവരകൾക്കു ശേഷം ഒരു മത്സ്യവും കാണുന്നുണ്ട്. അത് ഉർസാ മേജർ എന്ന നക്ഷത്രസമൂഹത്തെയാവാം സൂചിപ്പിക്കുന്നത്.

ലിപിയിൽ അതിന്റെ കൂടുതലായുള്ള ആവർത്തനങ്ങൾ—പത്തു ചിഹ്നങ്ങൾ എടുത്താൽ അതിലൊന്ന് മത്സ്യമോ മത്സ്യത്തിന്റെ പരിഷ്കൃതചിത്രമോ ആയിരിക്കും—സൂചിപ്പിക്കുന്നത് പൊതുവേ നക്ഷത്രത്തെയാണ് അല്ലാതെ മത്സ്യത്തെയല്ല എന്നാണ് പർപോല വാദിക്കുന്നത്.

അപ്പോൾ ലംബമായ ആറു വരകൾക്കുശേഷം ഒരു മത്സ്യവുമുള്ള അടയാളത്തിന്റെ അർത്ഥം 'ആറ്' അധികം 'മീൻ' എന്നാണ്—ദ്രാവിഡഭാഷയിൽ ആറു മത്സ്യം അല്ലെങ്കിൽ നക്ഷത്രം എന്ന്. 'ആറു -മീൻ' എന്ന ഒരു നക്ഷത്രസമൂഹം വാസ്തവത്തിൽ ഉണ്ടുതാനും- പ്ലയേഡിസ് (Pleiades) എന്ന നക്ഷത്രസമൂഹമാണത്. നെടുകെയുള്ള ഏഴുവരകൾക്കുശേഷം മത്സ്യചിഹ്നമുള്ള ഹാരപ്പൻ ലിഖിതങ്ങളും ഉണ്ട്—ദ്രാവിഡഭാഷയിൽ അത് 'ഏളു -മീൻ' ആണ്; ഏഴു നക്ഷത്രങ്ങൾ അഥവാ ഉർസാ മേജർ (Ursa Major) എന്ന നക്ഷത്രസമൂഹം.

പർപോലയുടെ അഭിപ്രായത്തിൽ പ്ലയെഡിസും ഉർസാ മേജറും പ്രാചീന ഭാരതീയപുരാണങ്ങളിൽ മാത്രമല്ല ഭാരതത്തിലെ പ്രാചീനമായ ജ്യോതിശ്ശാസ്ത്ര പഞ്ചാംഗത്തിന്റെ—ഇതിന്റെ ആവിർഭാവം ഹാരപ്പയിൽ ആകാനാണ് സാദ്ധ്യത—ചരിത്രത്തിലും വലിയ പങ്കുവഹിക്കുന്നുണ്ട്. ഹാരപ്പൻ ലിപിയിലെ

മത്സ്യചിഹ്നം നക്ഷത്രത്തെയാവാം പ്രതിനിധാനം ചെയ്യുന്നതെന്ന നിർദ്ദേശം പർപോലക്കു മുൻപേ ഉയർന്നുവന്നിട്ടുണ്ട് എങ്കിലും അദ്ദേഹമാണ് അത് കൂടുതൽ ആഴത്തിൽ പഠിക്കുകയും വിശദീകരിക്കുകയും ചെയ്തിട്ടുള്ള ത്—പർപോലയുടെ പഠനങ്ങൾ ആർക്കും കണ്ടില്ലെന്നുനടിക്കുവാനാവില്ല.

തെക്കോട്ടുള്ള വഴി

ഹാരപ്പൻ നിവാസികളുടെ മുഖ്യഭാഷ പ്രോട്ടോ-ദ്രാവിഡിയൻ ആയിരുന്നുവെങ്കിൽ എന്നാണത് വടക്കുപടിഞ്ഞാറൻ ഇന്ത്യയിൽനിന്ന് തെക്കേ ഇന്ത്യയിലെത്തിയത്? സർവ്വസാധാരണമായ നിഗമനം ഹാരപ്പൻ സംസ്കാരം അധഃപതിച്ചുകഴിഞ്ഞ്, 2000 BCE അടുപ്പിച്ച് ഇൻഡോ യൂറോപ്പ്യൻ ഭാഷ സംസാരിക്കുന്നവരായ പുതിയ കുടിയേറ്റക്കാർ—അഥവാ ആര്യന്മാർ—വടക്കുപടിഞ്ഞാറൻ ഇന്ത്യയിൽ എത്തിച്ചേർന്നുകഴിഞ്ഞ് എന്നാണ്. അഗസ്ത്യന്റെ അഥവാ അകത്തിയുടെ ഐതിഹ്യത്തിൽ പരാമർശിക്കുന്ന സംഭവം ഇതാവാം. എങ്കിലും തെക്കേ ഇന്ത്യയിലേക്ക് ദ്രാവിഡഭാഷകൾ ആദ്യമായി കൊണ്ടുവന്നത് അഗസ്ത്യനും അദ്ദേഹത്തിന്റെ വെളിർ വംശക്കാരും ആകുവാനിടയില്ല; അവർ അതിന്റെ ഒരു നാഗരികരൂപം കൊണ്ടുവന്നു എന്നേ ഉണ്ടാവുകയുള്ളൂ.

വാസ്തവത്തിൽ, 2800 BCE അടുപ്പിച്ചുള്ള കാലഘട്ടത്തിൽത്തന്നെ, 2600 BCEയിൽ സമ്പൂർണ്ണ ഹാരപ്പൻ സംസ്കാരത്തിന്റെ കാലഘട്ടം ആരംഭിക്കും മുൻപുതന്നെ. ദ്രാവിഡഭാഷകൾ തെക്കേ ഇന്ത്യയിൽ എത്തിയിട്ടുണ്ടെന്നു വിശ്വസിക്കുവാൻ മതിയായ കാരണങ്ങളുണ്ട്. ഇക്കാലത്തോടടുപ്പിച്ചാണ് ഇടയവൃത്തിയുടെ ദക്ഷിണേന്ത്യയിലെ ആദ്യത്തെ തെളിവുകൾ വടക്കൻ കർണ്ണാടകത്തിൽനിന്നു ലഭിക്കുന്നത്. തെക്കേ ഇന്ത്യയിലേക്ക് ദ്രാവിഡഭാഷകൾ കൊണ്ടുവന്നവർ ഹാരപ്പൻ സംസ്കാരത്തിലെ നാഗരികരാവില്ല, മറിച്ച്, ഇടയരാകുവാനാണ് സാദ്ധ്യത—ബലൂചിസ്ഥാനിലെ ബ്രഹൂയികളെപ്പോലെ അവരിൽച്ചിലർ ഇപ്പോഴും അതേ തൊഴിൽ തന്നെ തുടരുന്നവരാണ്. നാം നേരത്തേ കണ്ടതുപോലെ. സാഗ്രോസ് പ്രവിശ്യയിൽനിന്ന് ദക്ഷിണേഷ്യയിൽ എത്തിയവർ മുഴുവൻ സമയ കർഷകരെന്നതിനേക്കാൾ മൃഗങ്ങളെ മേക്കുന്നവരായിരുന്നിരിക്കണം; അവരിൽച്ചിലർ കർഷകരായി ഒരേ സ്ഥലത്തുതന്നെ താമസമുറപ്പിച്ചപ്പോൾ (ഒരുപക്ഷേ കൃഷിപരീക്ഷണങ്ങളിൽ ഏർപ്പെട്ടിരുന്ന തദ്ദേശീയരായ ദക്ഷിണേഷ്യരുമായി കൂടിക്കലർന്ന ശേഷം) മറ്റുള്ളവർ ഇടയവൃത്തിയിൽത്തന്നെ തുടർന്നു. ഇടയവൃത്തി തുടർന്നവരിൽ ചിലർ തെക്കേ ഇന്ത്യയിലേക്ക് കാന്നുകാലിമേയ്ക്കലും ആടുമേയ്ക്കലും കൊണ്ടുവന്നിട്ടുണ്ടാവാം; അവർതന്നെയാവണം ഇവിടേയ്ക്ക് ആദ്യമായി ദ്രാവിഡഭാഷയും കൊണ്ടുവന്നത്.

ഇന്ത്യയുടെ കാലാവസ്ഥാഭൂപടം നോക്കിയാൽ അതിൽ ഗുജറാത്ത്, രാജസ്ഥാൻ എന്നിവിടങ്ങളിൽ തുടങ്ങി ഡെക്കാന്റെ മദ്ധ്യഭാഗത്തുകൂടി ഇങ്ങുതാഴെ തെക്കേ ഇന്ത്യവരെ ഉപഭൂഖണ്ഡത്തിന്റെ പടിഞ്ഞാറുവശത്തുകൂടി നീണ്ടുകിടക്കുന്ന ഒരു സാവന്നാ മേഖല—വിശാലമായ പുൽമേടുകൾ—

ഉണ്ടെന്നുകാണാം. സ്വന്തം സീമകൾ വിപുലീകരിച്ചുകൊണ്ടിരുന്ന ഇടയർക്ക് സ്വീകരിക്കുവാൻ തീർത്തും അനുയോജ്യമായ ഒരു മാർഗ്ഗമാണിത്.

പൗരാണികസസ്യശാസ്ത്രജ്ഞനായ (archaeobotanist) ഡേവിഡ് ക്യു ഫുള്ളർ 2006ൽ പ്രസിദ്ധീകരിച്ച 'ദക്ഷിണേഷ്യയിലെ കൃഷിയുടെ ആരംഭവും അതിർത്തികളും: ഒരു പ്രാവർത്തിക സമന്വയം' (Agricultural Origins and Frontiers in South Asia: A Working Synthesis) എന്ന പ്രബന്ധത്തിൽ മൃഗങ്ങളെ ഇണക്കിവളർത്തുന്ന സമ്പ്രദായം–കന്നുകാലികളെയും ചെമ്മരിയാടുകളെയും ആടുകളെയും–വടക്കുനിന്ന് വിന്ധ്യപർവ്വതത്തിനിപ്പുറമുള്ള പെനിൻസുലാർ ഇന്ത്യയിലേക്ക് കൊണ്ടുവന്നതിനെക്കുറിച്ച് പറയുന്നുണ്ട്. അദ്ദേഹത്തിന്റെ അഭിപ്രായത്തിൽ പെനിൻസുലാർ ഇന്ത്യയിലെ ജനങ്ങൾ രണ്ടിനം ചെറുധാന്യങ്ങളും (millets) രണ്ടിനം പയറുവർഗ്ഗങ്ങളും (pulses) 3000 BCEക്കും 2300 BCEക്കും ഇടയ്ക്ക് കൃഷിചെയ്യുവാൻ ആരംഭിച്ചിരുന്നു–വടക്കുപടിഞ്ഞാറൻ ഇന്ത്യയിൽ ബാർലിയും ഗോതമ്പും എന്നപോലെ അടിസ്ഥാനവിളകളുടെ ഒരു അടുക്ക്. ആ പ്രദേശത്തു ലഭ്യമായിരുന്ന കാട്ടിനങ്ങളിൽനിന്ന് ഈ ചെറുധാന്യങ്ങളെയും പയറുവർഗ്ഗങ്ങളെയും അവർ വീട്ടാവശ്യങ്ങൾക്കായി നട്ടുവളർത്തിത്തുടങ്ങിയിരുന്നു. ഈ കാർഷികപദ്ധതിയെ വീട്ടുമൃഗങ്ങളുമായി കൂട്ടിയിണക്കിയതിന്റെ ആദ്യതെളിവുകൾ 'ചാരക്കൂനക'ളിൽ (ashmounds) നിന്നാണ് ലഭിച്ചത്; 2200 BCE അടുപ്പിച്ചുള്ള കാലഘട്ടത്തിൽനിന്നുള്ള ഇവ ചാണകം കത്തിച്ചുണ്ടാക്കിയ ചാരത്തിന്റെ വലിയ കൂനകളാണ്. ഈ 'ചാരക്കൂന പാരമ്പര്യം' (ashmound tradition) കൃഷിക്കാരും വരത്തരായ ഇടയരും തമ്മിലുള്ള ആശയവിനിമയത്തിന്റെ അനന്തരഫലങ്ങളാണെന്നാണ് ഫുള്ളർ വിശ്വസിക്കുന്നത്; എങ്കിലും ഈ സാധ്യതയ്ക്ക് ഭാഷാവികാസവുമായി ബന്ധമൊന്നും അദ്ദേഹം കല്പിക്കുന്നില്ല.

ചെറുധാന്യങ്ങളുടെയും പയറുവർഗ്ഗങ്ങളുടെയും കൃഷിരീതികളിൽ മനുഷ്യർ പരീക്ഷണങ്ങൾ നടത്തിക്കൊണ്ടിരിക്കവേ പെനിൻസുലാർ ഇന്ത്യയിലേക്ക് ഇടയവൃത്തിയും വളർത്തുമൃഗങ്ങളും കൂടി കടന്നുവന്നതോടെയാവണം അവിടം വിളകളും വളർത്തുമൃഗങ്ങളും ഒത്തുചേർന്ന ഒരു സമ്പൂർണ്ണപദ്ധതിയുടെ വികാസത്തിലേക്കു ചെന്നെത്തിയതെന്നു പറയാം. ഈ അനുമാനം ശരിയാണെങ്കിൽ ദക്ഷിണേന്ത്യ യുടെ കാർഷികചരിത്രത്തിൽ ദ്രാവിഡഭാഷ സംസാരിക്കുന്ന കുടിയേറ്റക്കാർ നിർണ്ണായകമായ പങ്കുവഹിച്ചിട്ടുണ്ടാവണം. ഒരു സഹസ്രാബ്ദത്തോളം കഴിഞ്ഞ് എത്തിച്ചേർന്നിട്ടുണ്ടാവാൻ ഇടയുള്ള ഹാരപ്പൻ നാഗരികർ ദക്ഷിണേന്ത്യയിൽ അസ്തിവാരമുറപ്പിച്ചുകഴിഞ്ഞിരുന്ന ദ്രാവിഡഭാഷയെ കൂടുതൽ വികസിപ്പിക്കുകയാവാം ചെയ്തത്.

മഹാരാഷ്ട്രയിലും ഗുജറാത്തിലും വടക്കുപടിഞ്ഞാറൻ ഇന്ത്യയിലും വിതരണംചെയ്യപ്പെട്ടിരിക്കുന്ന ദ്രാവിഡഭാഷയിലുള്ള സ്ഥലനാമങ്ങൾ, വടക്കുപടിഞ്ഞാറൻ ഇന്ത്യയിൽനിന്ന് തെക്കേ ഇന്ത്യയിലേക്ക് ദ്രാവിഡഭാഷകൾ വ്യാപിച്ചതിന് കൂടുതൽ തെളിവുകൾ നൽകുന്നുണ്ട്. പ്രൊഫസർ ഫ്രാങ്ക്ളിൻ സി സൗത്ത്‌വർത്ത് അദ്ദേഹത്തിന്റെ ദക്ഷിണേഷ്യയുടെ ഭാഷാപരമായ പുരാവസ്തുശാസ്ത്രം *(Linguistic Archaeology of South Asia)* എന്ന കൃതിയിൽ മഹാരാഷ്ട്രയിലെ സ്ഥലനാമങ്ങളെക്കുറിച്ച് വിശദമായി പ്രതിപാദിക്കുന്നുണ്ട്. അദ്ദേഹം എഴുതുന്നു:

മഹാരാഷ്ട്രയിൽ ദ്രാവിഡിയൻ സ്ഥലനാമങ്ങളുണ്ട് എന്നതിന്റെ പ്രാഥമികസാക്ഷ്യം എണ്ണൂറോളം ഗ്രാമങ്ങളുടെ പേരിനു പുറകേ വരുന്ന വലി അല്ലെങ്കിൽ ഒലി എന്ന ശബ്ദമാണ്; ഇത് ഒരുപക്ഷേ ദ്രാവിഡഭാഷയിലെ 'ചെറുഗ്രാമം', 'ഗ്രാമം' എന്നൊക്കെ അർത്ഥംവരുന്ന പള്ളി എന്ന വാക്കിൽനിന്നുണ്ടായതാവാം-പ്രോട്ടോ ദ്രാവിഡിയൻ വാക്കായ ഇത് ദക്ഷിണേന്ത്യയിലെ സ്ഥലനാമങ്ങളുടെ പുറകിൽ അതിധാരാളമായി ഉപയോഗിച്ചുകാണുന്നുണ്ട്. വലി/ഒലി എന്ന പ്രത്യയവും ഗാവ് (ഗ്രാമ എന്ന ഇൻഡോയൂറോപ്പ്യൻ ഉത്ഭവമുള്ള വാക്കിൽനിന്ന്) എന്ന പ്രത്യയവും മഹാരാഷ്ട്രയിൽ വിതരണം ചെയ്യപ്പെട്ടിരിക്കുന്നതിലെ വ്യത്യാസം സൂചിപ്പിക്കുന്നത് മഹാരാഷ്ട്രയുടെ വെവ്വേറെ ഭാഗങ്ങളിലായാണ് ദ്രാവിഡഭാഷ സംസാരിക്കുന്നവരും ഇൻഡോ ആര്യൻ ഭാഷ സംസാരിക്കുന്നവരും വസിച്ചിരുന്നതെന്നാണ്. ദ്രാവിഡഭാഷ സംസാരിക്കുന്നവർ പ്രധാനമായും കൊങ്കൺ പ്രവിശ്യയിലും (തീരദേശം) ഡെക്കാൻ പീഠഭൂമിയുടെ തെക്കുകിഴക്കൻ പ്രവിശ്യയിലും ആണ് വസിച്ചിരുന്നത്. ഈ പ്രത്യയങ്ങൾ കാണപ്പെടുന്ന പ്രവിശ്യകൾ ഇതേ ദ്രാവിഡഭാഷാപ്രത്യയങ്ങൾ കാണപ്പെടുന്ന തെക്കൻ പ്രവിശ്യകളുമായി ഒരു തുടർച്ചപോലെ സ്ഥിതിചെയ്യുന്നു എന്ന വസ്തുത കൂടാതെ, മഹാരാഷ്ട്രയുടെ ഇതേ ഭാഗങ്ങളിലുള്ള മറ്റു സ്ഥലനാമപ്രത്യയങ്ങളും ആദ്യകാലത്തെ ചില സ്ഥലനാമഘടകങ്ങളും ദ്രാവിഡഭാഷയുടെ സ്വാധീനമെന്ന സാദ്ധ്യതയെ പിന്താങ്ങുന്നവയാണ്.

'പള്ളി' എന്ന വാക്കിന്റെ ദ്രാവിഡ ഭാഷാന്തരങ്ങളിൽ കന്നഡയിലെ 'ഹള്ളി'യും പെടും; കന്നഡയിൽ പലപ്പോഴും 'പ' എന്ന ശബ്ദത്തിനുപകരം 'ഹ' ആണ് ഉപയോഗിച്ചുകാണാറ്.

സൗത്ത്വർത്ത് തുടരുന്നു:

> വലി എന്ന സ്ഥലനാമപ്രത്യയവും അതിന്റെ ഭാഷ്യങ്ങളും ഗുജറാത്തിലും സിന്ധിലും പഞ്ചാബിന്റെ കിഴക്കും പടിഞ്ഞാറും ഭാഗങ്ങളിലും ഹരിയാനയിലും ഉത്തർപ്രദേശിന്റെ പടിഞ്ഞാറൻ മേഖലയിലും ഒറീസ്സയിലും (കിഴക്കേ ഇന്ത്യയിലോ ബംഗ്ലാദേശിലോ മറ്റൊരിടത്തും ഇല്ലെങ്കിലും) മഹാരാഷ്ട്രയിലെയത്ര പ്രചാരത്തോടെയല്ലെങ്കിലും കാണുന്നുണ്ട്... അതിനാൽ ഈ പ്രദേശങ്ങളും പണ്ടുകാലത്ത് ദ്രാവിഡഭാഷ സംസാരിക്കുന്നവരുടെ വാസകേന്ദ്രങ്ങളായിരുന്നിരിക്കാം—പക്ഷേ മഹാരാഷ്ട്രയെപ്പോലെ വിശദമായി പരിശോധിക്കുവാൻ ഈ പ്രദേശങ്ങളുടെ വിസ്തീർണ്ണം അനുവദിച്ചിട്ടില്ല...
>
> വടക്കുകിഴക്കൻ മഹാരാഷ്ട്രയിൽ ദ്രാവിഡഭാഷയിലുള്ള പേരുകൾ നദികൾക്കും ഉള്ളതുകൊണ്ട് മഹാരാഷ്ട്ര മുഴുവനുംതന്നെ പണ്ടൊരുകാലത്ത് ദ്രാവിഡഭാഷ സംസാരിച്ചിരുന്നവർ ആയിരുന്നിരിക്കണം...

മഹാരാഷ്ട്രയുടെ തീരദേശങ്ങളിലും തെക്കുപടിഞ്ഞാറൻ മേഖലയിലും കൂടാതെ ഗുജറാത്തിലും മറ്റിടങ്ങളിലും കാണുന്ന ദ്രാവിഡഭാഷയിലുള്ള സ്ഥലനാമങ്ങൾ തെക്കേ ഇന്ത്യയിൽനിന്ന് ദ്രാവിഡഭാഷ സംസാരിക്കുന്നവർ പിന്നീട് നീങ്ങിയതോടോപ്പം സംഭവിച്ചതാവാം എന്ന സാദ്ധ്യത സൗത്ത്വർത്ത്

തള്ളിക്കളയുന്നില്ല. എന്നിരുന്നാലും അദ്ദേഹം ഇങ്ങനെ പറയുന്നു, 'കാര്യം എന്തായാലും ഏകദേശം CEയുടെ ആദ്യ സഹസ്രാബ്ദത്തിൽ ഗുജറാത്തിലും മഹാരാഷ്ട്രയുടെ തീരദേശത്തും തെക്കുഭാഗത്തുമുള്ള വിശാലമായ പ്രവിശ്യകളിലും ദ്രാവിഡഭാഷകൾ നിത്യോപയോഗം ചെയ്തിരുന്ന–ഒന്നുകിൽ നാട്ടിലെ പ്രാഥമികഭാഷയായോ അല്ലെങ്കിൽ/കൂടാതെ വ്യത്യസ്തഭാഷക്കാർക്കിടയിലെ പൊതുഭാഷയായോ–ഒരു ജനതയാണ് നിവസിച്ചിരുന്നത് എന്ന നിഗമനത്തിൽ എത്തിച്ചേരുന്നതിൽ ന്യായമുണ്ട്'.

ഹാരപ്പൻ സംസ്കാരത്തിന്റെ പൊതുഭാഷ പ്രോട്ടോ-ദ്രാവിഡിയൻ ആയിരുന്നു എന്നതിനുള്ള പുരാവസ്തുപരവും ജനിതകപരവും ഭാഷാപരവുമായ തെളിവുകളെ കണക്കിലെടുക്കുമ്പോൾ, വടക്കു പടിഞ്ഞാറേ ഇന്ത്യയിൽനിന്ന് തെക്കേ ഇന്ത്യയിലേക്ക് ദ്രാവിഡഭാഷയിലുള്ള സ്ഥലനാമങ്ങളുടെ വിതരണം സംഭവിച്ചത് ജനങ്ങൾ വടക്കുപടിഞ്ഞാറുനിന്ന് തെക്കോട്ടു നീങ്ങിയതുകൊണ്ടാണെന്ന നിഗമനം ഒട്ടും അതിശയോക്തിയാവുന്നില്ല.

ആസ്ട്രോ ഏഷ്യാറ്റിക് ഭാഷ സംസാരിക്കുന്നവർ

ഇതുവരെ നാം ചെയ്തത്, തമ്മിൽ കലരുകയും പിന്നീട് ഹാരപ്പൻ സംസ്കാരത്തിന് ജന്മം നല്കുകയും ഇന്നു നാം കാണുന്ന ഇന്ത്യൻ ജനതയുടെ അസ്ഥിവാരം പണിയുകയും ചെയ്ത രണ്ടു പ്രധാന സംഘങ്ങളുടെ വരവിനെക്കുറിച്ചും വികാസത്തെക്കുറിച്ചുമുള്ള വിവരങ്ങൾ ശേഖരിക്കുകയും ക്രമീകരിക്കുകയുമാണ്: ആദിമമായ ആഫ്രിക്കൻ ബഹിർഗമനത്തിൽ നിന്നുള്ള കുടിയേറ്റക്കാരും (ഒന്നാം അദ്ധ്യായം) ഇറാനിലെ സാഗ്രോസ് പ്രവിശ്യയിൽനിന്നുള്ള ഇടയരും (രണ്ടും മൂന്നും അദ്ധ്യായങ്ങൾ) ആണ് പ്രസ്തുത സംഘങ്ങൾ. അതിനു നമ്മെ സഹായിച്ചത് നമ്മുടെ പ്രാഗ്ചരിത്രം എങ്ങിനെയാണ് ചുരുളഴിഞ്ഞതെന്നതിലേക്ക് ഉൾക്കാഴ്ച സമ്മാനിച്ച ആഴത്തിലുള്ള ഗവേഷണങ്ങളാണ്- പുരാവസ്തുപരവും, ജനിതകപരവും, ഭാഷാപരവും, ലിഖിതപരവുമായ ഗവേഷണങ്ങൾ. എന്നാൽ നമ്മുടെ സംസ്കാരത്തിന് ധാരാളം സംഭാവനകൾ നൽകിയിട്ടുള്ള മൂന്നാമതൊരു സംഘംകൂടിയുണ്ട്–ആസ്ട്രോഏഷ്യാറ്റിക് ഭാഷ സംസാരിക്കുന്നവർ–എങ്കിലും അവരെക്കുറിച്ച് ഇത്രയൊന്നും പഠനങ്ങൾ നടന്നിട്ടില്ല; അവരെക്കുറിച്ചുള്ള വിവരങ്ങൾ വെറും രേഖാചിത്രങ്ങളേ ആകുന്നുള്ളൂ. അധികം താമസിയാതെ ഈ അവസ്ഥക്ക് ഒരു മാറ്റമുണ്ടാകുമെന്നു പ്രതീക്ഷിക്കുന്നു.

ഇന്ത്യക്കാർ സംസാരിക്കുന്ന ഭാഷകളെ നാലു പ്രധാന ഗണങ്ങളായിത്തിരിക്കാം–ഇന്ത്യൻ ജനതയുടെ അഞ്ചിലൊന്നുഭാഗത്തിന്റെ സംസാരഭാഷയായ, ഇന്ന് ദക്ഷിണേഷ്യക്കു പുറത്ത് ബന്ധുത്വമൊന്നും ഇല്ലാത്ത ദ്രാവിഡഭാഷ; ഇന്ത്യൻ ജനതയുടെ മൂന്നിലൊന്നിന്റെ സംസാരഭാഷയായ, ദക്ഷിണേഷ്യ മുതൽ യൂറോപ്പ് വരെ വ്യാപിച്ചുകിടക്കുന്ന ഇൻഡോ യൂറോപ്പ്യൻ ഭാഷ; ഇന്ത്യൻസമൂഹത്തിന്റെ 1.2 ശതമാനത്തിന്റെ സംസാരഭാഷയായ, ദക്ഷിണേഷ്യ മുതൽ പൂർവേഷ്യവരെ വ്യാപിച്ചിട്ടുള്ള ആസ്ട്രോഏഷ്യാറ്റിക് ഭാഷ; ദക്ഷിണേഷ്യയിലും ചൈനയിലും തെക്കുകിഴക്കൻ ഏഷ്യയിലുമായി പരന്നുകിടക്കുന്നതും ഇന്ത്യൻ സമൂഹത്തിന്റെ ഒരു ശതമാനത്തിൽ താഴെ

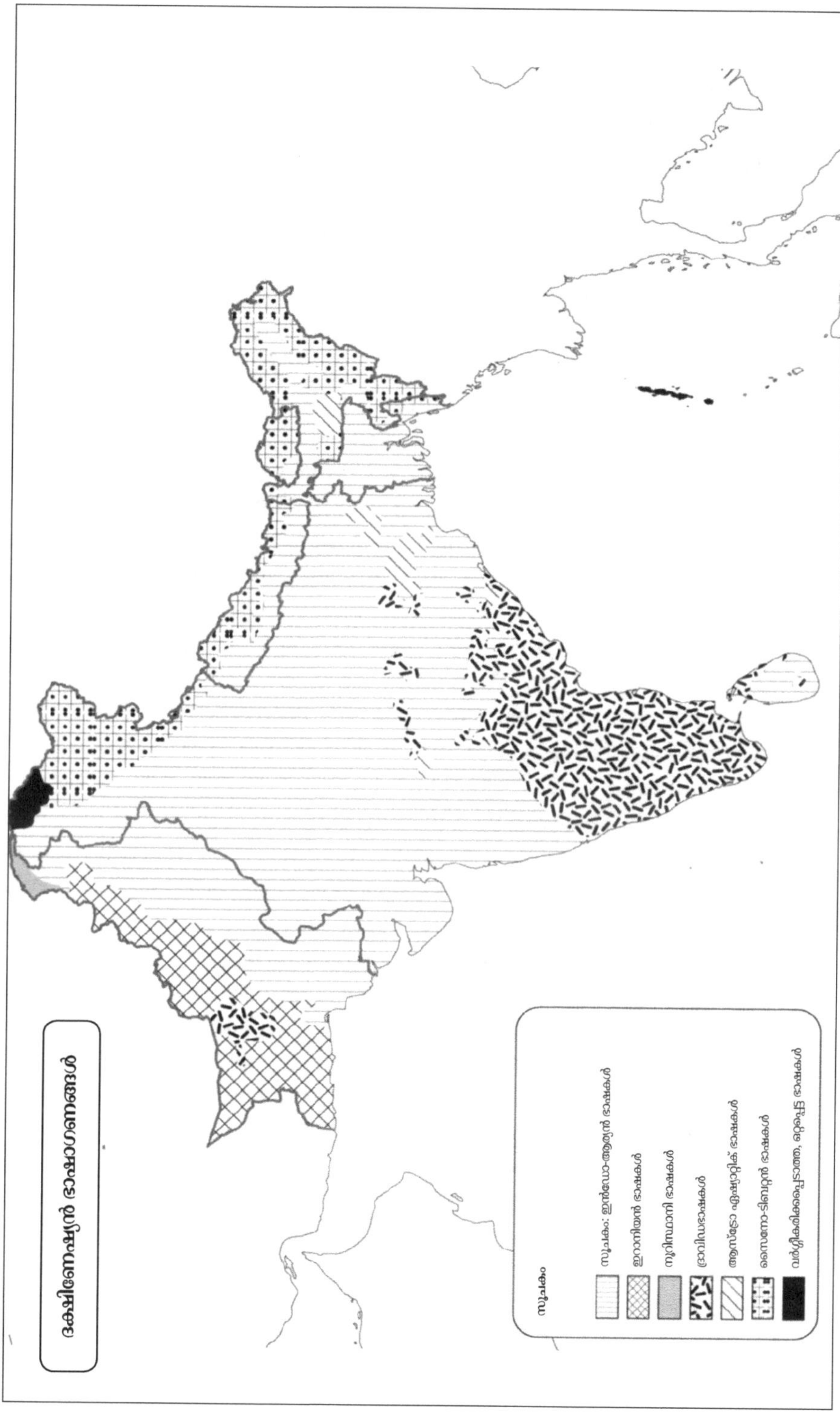
ദക്ഷിണേഷ്യൻ ഭാഷാഗണങ്ങൾ
സൂചകം
സൂചകം: ഇൻഡോ-ആര്യൻ ഭാഷകൾ
ഇറാനിയൻ ഭാഷകൾ
നൂറിസ്ഥാനി ഭാഷകൾ
ദ്രാവിഡഭാഷകൾ
ആസ്ട്രോ ഏഷ്യാറ്റിക് ഭാഷകൾ
സൈനോ-ടിബറ്റൻ ഭാഷകൾ
വർഗ്ഗീകരിക്കപ്പെടാത്ത, ഒറ്റപ്പെട്ട ഭാഷകൾ

മാത്രം ഉപയോഗിക്കുന്നതുമായ ടിബറ്റോ ബർമൻ ഭാഷ. വൻതോതിലുള്ള കുടിയേറ്റങ്ങൾ വഴി മാത്രമല്ല ഭാഷകൾ വിതരണം ചെയ്യപ്പെടുന്നതെന്ന കാര്യം നാമെല്ലാം ശരിവെക്കുന്നുണ്ടെങ്കിലും വ്യത്യസ്ത ഭാഷാഗണങ്ങളുടെ ഭൂമിശാസ്ത്രപരമായ വിതരണവും ജനപ്രിയതയും ഒരു ചരിത്രപരമായ വിശദീകരണം ആവശ്യപ്പെടുന്നുണ്ട്. വൻതോതിലുള്ള കുടിയേറ്റങ്ങളിലൂടെയല്ലാതെ സമ്പർക്കം മൂലമോ വരേണ്യവർഗ്ഗത്തിന്റെ മേൽക്കയ്യുകൊണ്ടോ ഭാഷകൾ പ്രചരിക്കപ്പെടുന്നതിന് ഉദാഹരണങ്ങളുണ്ട്. ഇന്ത്യയിൽ ഇംഗ്ലീഷ് ഭാഷ സർവവ്യാപിയായി കാണപ്പെടുന്നത് യൂറോപ്പ്യർ ജനസംഖ്യാപരമായോ ജനിതകപരമായോ ഇന്ത്യയെ കീഴ്പ്പെടുത്തിയതുകൊണ്ടല്ല. മറിച്ച്, യൂറോപ്യരും ഇന്ത്യക്കാരും തമ്മിലുള്ള തീവ്രമായ സമ്പർക്കത്തിന്റെതായ ഒരു കാലം ഉണ്ടായിരുന്നതിനാലാണ്. ഇന്നും ഇംഗ്ലീഷ് ജനപ്രിയമായിത്തന്നെ തുടരുന്നു എന്നത് അതിന്റെ ഫലമാണ്.

ദ്രാവിഡഭാഷകളുടെ ദക്ഷിണേഷ്യയിലെ പ്രാഗ്ചരിത്രം നാം കണ്ടുകഴിഞ്ഞതാണല്ലോ. അതിനാൽ ഈ വിഭാഗത്തിൽ നമുക്ക് ആസ്ട്രോ ഏഷ്യാറ്റിക് ഭാഷകളും ടിബറ്റോ-ബർമനും ഇന്നത്തെ രീതിയിൽ വ്യാപിച്ചത് എങ്ങനെയാണെന്നു നോക്കാം. ടിബറ്റോ-ബർമനേക്കാൾ കൂടുതൽ ചരിത്രാതീതസാക്ഷ്യങ്ങൾ ഉള്ളത് ആസ്ട്രോഏഷ്യാറ്റിക് ഭാഷകൾക്കായതുകൊണ്ട് ആദ്യം അതു പരിശോധിക്കാം.

ഇന്ത്യയിൽ ആസ്ട്രോഏഷ്യാറ്റിക് ഭാഷകൾക്ക് രണ്ട് ഉപഗണങ്ങളാണുള്ളത്: മുണ്ടയും ഖാസിയും. മുണ്ടാരി, സന്താളി, ഹോ തുടങ്ങിയ മുണ്ട ഭാഷകൾ അധികവും കിഴക്കൻ ഇന്ത്യയുടെ ഭാഗങ്ങളിലും (പ്രധാനമായും ജാർഖണ്ഡ്) ഇന്ത്യയുടെ മദ്ധ്യഭാഗങ്ങളിലും ആണ് ഉപയോഗത്തിലുള്ളത്; മധ്യപ്രദേശിലും മഹാരാഷ്ട്രയിലും സംസാരിക്കുന്ന കോർക്കു ആണ് ഈ ഗണത്തിൽ ഏറ്റവും പടിഞ്ഞാറുള്ള ഭാഷ. ഖാസിയാകട്ടെ പ്രധാനമായും മേഘാലയയിലും ആസ്സാമിന്റെ ചില ഭാഗങ്ങളിലും ആണ് സംസാരിക്കുന്നത്. ആസ്ട്രോഏഷ്യാറ്റിക് ഭാഷാഗണത്തിൽ വിയറ്റ്നാമിലെയും കംബോഡിയയിലെയും നേപ്പാൾ, ബർമ്മ, ബംഗ്ളാദേശ്, മലേഷ്യ, തായ്ലൻഡ്, ലാവോസ്, തെക്കൻ ചൈന എന്നിവിടങ്ങളിലെ ചില ഭാഗങ്ങളിലും ഉള്ള മോൺ-ഖമർ ഭാഷയോടാണ് മുണ്ടയും ഖാസിയും ബന്ധപ്പെട്ടിരിക്കുന്നത്. ആസ്ട്രോഏഷ്യാറ്റിക് ഭാഷാഗണത്തിൽപ്പെട്ട ഏതെങ്കിലുമൊരു ഭാഷ സംസാരിക്കുന്നവരുടെ എണ്ണം മൊത്തത്തിൽ 104 ദശലക്ഷത്തോടടുത്തു വരും; ഏറ്റവും കൂടുതൽ ആളുകൾ സംസാരിക്കുന്ന ഭാഷകളുടെ പട്ടികയിൽ എട്ടാമത്തേതാണ് അത്. ആൻഡമാൻ നിക്കോബാർ ദ്വീപുകളിൽ പ്രചാരത്തിലുള്ള നിക്കോബാറീസും ആസ്ട്രോ ഏഷ്യാറ്റിക് ഭാഷാഗണത്തിൽ പെട്ടതാണ്.

ആസ്ട്രോ ഏഷ്യാറ്റിക് ഭാഷകളുടെ ആവിർഭാവത്തെയും ഇന്ത്യയിൽ അവയുടെ വ്യാപനത്തെയും സംബന്ധിച്ചുള്ള രണ്ടു സമസ്യകൾ വളരെക്കാലമായി ചർച്ചയിലുണ്ട്. ഒന്ന്, ഈ ഭാഷകൾ ഇന്ത്യയിൽ ആവിർഭവിച്ചശേഷം തെക്കുകിഴക്കൻ ഏഷ്യയിലേക്കും അതിനപ്പുറത്തേക്കും വ്യാപിച്ചതാണോ അതോ അവ തെക്കുകിഴക്കൻ ഏഷ്യയിൽനിന്ന് ഇന്ത്യയിലേക്ക് കുടിയേറിയോ?

രണ്ട്, അവ തെക്കുകിഴക്കൻ ഏഷ്യയിൽനിന്ന് കുടിയേറിയതാണെങ്കിൽ നെൽക്കൃഷി അതോടൊപ്പം കൊണ്ടുവരികയുണ്ടായോ?

ഈ രണ്ടു ചോദ്യങ്ങൾക്കും ഈയിടെ പ്രസിദ്ധപ്പെടുത്തിയ ചില ജനിതക പഠനങ്ങൾ ഉത്തരം നൽകിയിട്ടുണ്ട്: ഒന്ന്. ദക്ഷിണേഷ്യയിൽ ജനവാസം തുടങ്ങിയതെങ്ങനെ എന്ന് പ്രാചീന ഡിഎൻഎയെ അടിസ്ഥാനമാക്കിയിട്ട്; മറ്റേത്, ഏഷ്യയിലെ നെൽകൃഷിയുടെ ആവിർഭാവത്തെ അടിസ്ഥാനപ്പെടുത്തിയിട്ട്. ഇതിൽ ആദ്യത്തെ പഠനം ഈയടുത്ത് 2018 മാർച്ചിൽ ആണ് പ്രസിദ്ധപ്പെടുത്തിയത്. രണ്ടാമത്തേത് ഒരുമാസത്തിനുശേഷവും. മൂന്നാമതൊരു പ്രബന്ധം ഇന്ത്യയിലെ ആസ്ട്രോ ഏഷ്യാറ്റിക് ഭാഷ സംസാരിക്കുന്നവരുടെ സമൂഹത്തിന്റെ ജനിതക ഘടന പരിശോധിക്കുന്നതാണ്; 2011ൽ പ്രസിദ്ധീകരിച്ച ഈ പഠനവും മേൽപ്പറഞ്ഞ ചോദ്യങ്ങളിൽ ഒന്നിനെ അഭിമുഖീകരിക്കുന്നുണ്ട്. ആദ്യം കുടിയേറ്റത്തെക്കുറിച്ചുള്ള ചോദ്യം: ആസ്ട്രോ ഏഷ്യാറ്റിക് ഭാഷ സംസാരിക്കുന്നവർ പൂർവേഷ്യയിൽനിന്ന് ദക്ഷിണേഷ്യയിലേക്ക് കുടിയേറിയതാണോ? ഈയിടെ പ്രസിദ്ധപ്പെടുത്തിയ 'പ്രാചീന ജീനോമുകൾ തെക്കുകിഴക്കൻ ഏഷ്യയിലേക്കുണ്ടായ നാല് ചരിത്രാതീത കുടിയേറ്റങ്ങൾ വെളിപ്പെടുത്തുന്നു' (Ancient Genomics Reveals Four Prehistoric Migrations into South-East Asia) എന്ന പ്രബന്ധം ഈ ചോദ്യത്തിന്റെ ഉത്തരം നേരിട്ടല്ലെങ്കിലും നൽകുന്നുണ്ട്. തെക്കുകിഴക്കൻ ഏഷ്യയിലെയും ലോകത്തിന്റെ മറ്റെല്ലാ ഭാഗങ്ങളിലെയും ഇരുപത്താറു സ്ഥാപനങ്ങളും യൂണിവേഴ്സിറ്റികളും അതിനെ പിന്തുണച്ചിരുന്നു; അതിന്റെ രചനയ്ക്ക് നേതൃത്വം നൽകിയിരുന്നത് ഡെന്മാർക്കിലെ നാച്ചുറൽ ഹിസ്റ്ററി മ്യൂസിയത്തിലെ ജിയോ ജനറ്റിക്സ് സെന്ററിലെ ശാസ്ത്രജ്ഞരാണ്. മലേഷ്യ, തായ്‌ലൻഡ്, ഫിലിപ്പീൻസ്, വിയറ്റ്നാം, ഇന്തോനേഷ്യ, ലാവോസ് എന്നിവിടങ്ങളിൽനിന്നുള്ള 8000 മുതൽ 200 വർഷം വരെ പഴക്കമുള്ള പ്രാചീന ഡിഎൻഎ സാമ്പിളുകൾ പഠനത്തിനായി പരിശോധിച്ചിരുന്നു.

അവസാനത്തെ നാലായിരത്തോളം വർഷങ്ങൾക്കുള്ളിൽ തെക്കുകിഴക്കൻ ഏഷ്യ അതിന്റെ ജനസംഖ്യയിൽ നാടകീയമായ മാറ്റങ്ങൾക്കു സാക്ഷ്യം വഹിച്ചിട്ടുണ്ടെന്നും. ഇവ കാർഷികവിപ്ലവത്തിനുശേഷമുള്ള ചൈനയിൽനിന്ന് ആരംഭിച്ച രണ്ടു സുപ്രധാന കുടിയേറ്റശൃംഖലകളുടെ അനന്തരഫലമാണെന്നും പ്രസ്തുത പഠനം കണ്ടെത്തുകയുണ്ടായി. 7500 BCEക്കും 3500 BCEക്കും ഇടയ്ക്ക് ചൈനയിലെ യാങ്ട്സി നദിയുടെയും മഞ്ഞനദിയുടെയും തടങ്ങളിൽ നെല്ലും ചെറുധാന്യങ്ങളും പൂർണ്ണമായും നട്ടുവളർത്തിയിരുന്നു. 2500 BCE അടുപ്പിച്ച് അവിടെ നെൽപ്പാടങ്ങളുണ്ടായിരുന്നതിനും തെളിവുകളുണ്ട്. ഈ കർഷകസമൂഹങ്ങൾക്കിടയിൽനിന്ന് രണ്ടു വ്യത്യസ്ത കുടിയേറ്റങ്ങൾ ഉണ്ടായിട്ടുണ്ട്. ഒന്ന്, കരയിലെ ഉൾവഴികളിൽക്കൂടി; ഈ കുടിയേറ്റമാണ് തെക്കുകിഴക്കൻ ഏഷ്യയിൽ ആസ്ട്രോ ഏഷ്യാറ്റിക് ഭാഷകൾ പ്രചരിച്ചതിനു കാരണമായത്; മറ്റേത് ദ്വീപുകളിൽനിന്ന് ദ്വീപുകളിലേയ്ക്ക് കടക്കുന്ന മാർഗ്ഗം; ഇതാണ് അസ്ട്രോനേഷ്യൻ ഭാഷാസമൂഹങ്ങളെ ദക്ഷിണേഷ്യയുടെ കടൽത്തീരങ്ങളിലും (മലേഷ്യയും ഇന്തോനേഷ്യയും ഫിലിപ്പീൻസും അടക്കം) ശാന്തസമുദ്രത്തിലെ ദ്വീപുകളിലും മഡഗാസ്കറിലും വ്യാപിപ്പിച്ചത്. ഇന്ത്യയിൽ

അസ്ട്രോനേഷ്യൻ ഭാഷകളുടെ സാന്നിദ്ധ്യമില്ല, അതുകൊണ്ട് 2000 BCE അടുപ്പിച്ചുണ്ടായ കരമാർഗ്ഗമുള്ള ആദ്യത്തെ കുടിയേറ്റമാണ് നമ്മുടെ കഥയുമായി നേരിട്ടു ബന്ധപ്പെട്ടിരിക്കുന്നത്.

ഈ പഠനം പറയുന്നത്, തെക്കുകിഴക്കൻ ഏഷ്യയിലേക്ക് കൃഷിയെ കൊണ്ടുവന്ന പ്രസ്തുത കുടിയേറ്റങ്ങൾ അവിടുത്തെ 'വംശപൈതൃകത്തിൽ നാടകീയമായ മാറ്റങ്ങൾ കൊണ്ടുവന്നു' എന്നാണ്; ആ പ്രദേശത്തുണ്ടായിരുന്ന വേട്ടക്കാരും ഭക്ഷ്യസമ്പാദകരുമായവരെ–ആൻഡമാനിലെ ഓങ്കെ ഗോത്രക്കാരുടെ ബന്ധുക്കളായ ഇവർ ഹോബിന്യൻ എന്നാണ് അറിയപ്പെട്ടിരുന്നത്–ആസ്ട്രോഏഷ്യാറ്റിക് ഭാഷ സംസാരിക്കുന്ന കർഷകജനത സ്ഥാനഭ്രഷ്ടരാക്കി. ഇന്ത്യയിൽനിന്നുള്ള ആസ്ട്രോഏഷ്യാറ്റിക് ഭാഷകരുടെ പ്രാചീന ഡിഎൻഎ പരിശോധിക്കുവാൻ പഠനത്തിന് സാധിക്കാഞ്ഞതുകൊണ്ട് അവരുടെ വംശപൈതൃകത്തെക്കുറിച്ച് അതിൽ നിഗമനങ്ങളൊന്നുമില്ല. എന്നിരുന്നാലും, തെക്കുകിഴക്കൻ ഏഷ്യയിലെ ആസ്ട്രോ ഏഷ്യാറ്റിക് ഭാഷ സംസാരിക്കുന്ന കർഷകരും ചൈനയിൽനിന്നു തുടങ്ങിയ ഉൾപ്രദേശങ്ങളിലൂടെയുള്ള കുടിയേറ്റവും തമ്മിൽ ബന്ധമുണ്ടെന്ന് പഠനം തെളിയിച്ചിട്ടുള്ള സ്ഥിതിക്ക് ഇന്ത്യയിൽനിന്ന് ആസ്ട്രോ ഏഷ്യാറ്റിക് ഭാഷ സംസാരിക്കുന്നവർ തെക്കുകിഴക്കൻ ഏഷ്യയിലേക്ക് വ്യാപിച്ചിട്ടുണ്ടാകാമെന്ന നിഗമനം ന്യായീകരിക്കാവുന്നതല്ല. അതിനാൽ, ഇന്ത്യയിൽ ആസ്ട്രോ ഏഷ്യാറ്റിക് ഭാഷ സംസാരിക്കുന്നവരുടെ സാന്നിദ്ധ്യത്തിന്റെ വിശദീകരണം അവർ 2000 BCE അടുപ്പിച്ച് ചൈനയിൽനിന്നു തുടങ്ങിയ കാർഷികകുടിയേറ്റശൃംഖലയുടെ ഭാഗമായി തെക്കുകിഴക്കൻ ഏഷ്യയിൽനിന്ന് വന്നുചേർന്നവരാണ് എന്ന് ചുരുക്കാം.

ഇത് സൂചിപ്പിക്കുന്നത്, വടക്കുപടിഞ്ഞാറൻ ഇന്ത്യയിൽ ഹാരപ്പൻ സംസ്കാരം തകർന്നടിഞ്ഞുതുടങ്ങിയതിനോടടുപ്പിച്ച് ഇന്ത്യയുടെ കിഴക്കൻ മേഖലയിൽക്കൂടി മനുഷ്യർ ധാരാളമായി കടന്നുകയറിക്കൊണ്ടിരുന്നു എന്നതാണ്.

ഇതിൽ അത്ഭുതമൊന്നുമില്ല; 2011ൽ പ്രസിദ്ധീകരിച്ച 'ഇന്ത്യയിലെ ആസ്ട്രോ ഏഷ്യാറ്റിക് ഭാഷകരുടെ സമൂഹ ജനിതക ഘടന' (Population Genetic Structure in Indian Astroasiatic Speakers) എന്ന പഠനവും സദൃശമായ കണ്ടെത്തലുകൾ നടത്തിയിട്ടുണ്ട്. ഇന്നത്തെ ജനങ്ങളുടെ ജനിതക സാമ്പിളുകളാണ് ഈ പഠനത്തിനായി ശേഖരിച്ചത്; മൂന്നു പ്രധാന ഭാഷാഗണങ്ങളിൽപ്പെട്ട–ആസ്ട്രോ ഏഷ്യാറ്റിക്, ദ്രാവിഡിയൻ, ടിബെറ്റോ ബർമൻ–നാൽപ്പത്തഞ്ച് ഇന്ത്യക്കാരുടെയും പതിനഞ്ച് ബർമ്മക്കാരുടെയും സാമ്പിളുകളാണ് ശേഖരിച്ചത്. ഗ്യാനേശ്വർ ചൗബേ, ടൂമാസ് കിവീസിൽഡ്, മൈറ്റ് മെറ്റ്സ്പാലു മുതലായവരാണ് പ്രബന്ധകർത്താക്കൾ. നിഗമനം വ്യക്തമായിരുന്നു: 'ഇന്നത്തെ ഇന്ത്യയിലെ ആസ്ട്രോഎഷ്യാറ്റിക് ഭാഷകർ തെക്കുകിഴക്കൻ ഏഷ്യയിൽനിന്ന് ചിതറിപ്പോയവരിൽപെട്ടവരും പിന്നീട് തദ്ദേശീയ ഇന്ത്യൻ സമൂഹവുമായി ലിംഗനിബന്ധിതമായ രീതിയിൽ വ്യാപകമായി സങ്കലനം ചെയ്തവരുമാണ് എന്നു ഞങ്ങൾ പ്രസ്താവിക്കുകയാണ്'.

ഇന്ത്യയിൽ മുണ്ട ഭാഷ സംസാരിക്കുന്നവരിൽ 'പ്രബലമായ തെക്കുകിഴക്കേഷ്യാ ഘടകം' (southeast Asian component, ഏകദേശം 25 ശതമാനം) ഉണ്ടെന്ന് പ്രസ്തുത പഠനം കണ്ടെത്തി. ഇന്ത്യയിലെ ആസ്ട്രോ ഏഷ്യാറ്റിക് ഭാഷകരിൽവെച്ച് തെക്കുകിഴക്കൻ ഏഷ്യയുടെ ജനിതകപൈതൃകത്തിന്റെ ഏറ്റവും ശക്തമായ ചിഹ്നം മുണ്ട ഭാഷ സംസാരിക്കുന്നവരുടെ Y ക്രോമോസോമിലാണ് ഉള്ളതെന്ന് പഠനം പറയുന്നു: 'മൂന്നിൽ രണ്ടുഭാഗത്തോളം O2a ഹാപ്ലോഗ്രൂപ്പിലാണ്'. ഈ ഹാപ്ലോഗ്രൂപ്പ് തെക്കുകിഴക്കൻ ഏഷ്യയിൽ കൂടുതൽ പുരാതനവും വൈവിദ്ധ്യപൂർണ്ണവും ആണെന്ന വസ്തുത തെളിയിയ്ക്കുന്നത്, അത് അവിടുന്ന് ഇന്ത്യയിലേക്കു വന്നതാവാമെന്നും മറിച്ചല്ലെന്നുമാണ്. തെക്കുകിഴക്കൻ ഏഷ്യയുടെ വംശപൈതൃകം മുണ്ട ഭാഷ സംസാരിക്കുന്നവരുടെ എംടി ഡിഎൻഎ പരമ്പരയിൽ 'പൂർണ്ണമായും നഷ്ടമായിരിക്കുന്നു' എന്നും പഠനം കണ്ടെത്തുകയുണ്ടായി. അതിനർത്ഥം അവരുടെ മാതൃപരമ്പര ഇന്ത്യൻ ആണെന്നാണ്.

ഇതു നമ്മെ രണ്ടാമത്തെ ചോദ്യത്തിലേക്ക് കൊണ്ടുചെന്നെത്തിക്കുന്നു: ആസ്ട്രോ ഏഷ്യാറ്റിക് ഭാഷ സംസാരിക്കുന്നവരാണോ ഇന്ത്യയിലേക്ക് നെല്ല് കൊണ്ടുവന്നത്? ഒറ്റവാക്കിലുള്ള ഉത്തരം അല്ല എന്നാണ്; വിശദമായ ഉത്തരത്തിലേക്ക് നമുക്ക് കുറച്ചുകഴിഞ്ഞു കടക്കാം. ഇതിന് ഉറച്ച ഉത്തരം നൽകിയ പഠനമായ '3010 ഏഷ്യൻ നെൽവിളകളിലെ ജീനോമിക വ്യത്യാസങ്ങൾ' (Genomic Variation in 3010 Accessions of Asian Cultivated Rice) പ്രസിദ്ധീകരിച്ചത് 2018 ഏപ്രിലിൽ ആണ്. ഏഷ്യയിലെ നെൽകൃഷിയുടെ ചരിത്രത്തെക്കുറിച്ചുള്ള അതിവിശാലമായ ഈ ഗവേഷണത്തിനു നേതൃത്വം നൽകിയത് ചൈനീസ് അക്കാദമി ഓഫ് അഗ്രികൾച്ചറൽ സയൻസസിന്റെ കീഴിലുള്ള ക്രോപ് സയൻസ് ഇൻസ്റ്റിട്യൂട്ടും ഇന്റർനാഷണൽ ഇൻസ്റ്റിട്യൂട്ട് ഓഫ് റൈസ് റിസർച്ചും ചേർന്നാണ്. ഗവേഷണഫലം അസന്ദിഗ്ധമായിരുന്നു: ഇൻഡികയെന്നും ജപ്പോണിക്ക എന്നും രണ്ട് പ്രധാന ഉപവർഗ്ഗങ്ങളുള്ള ഏഷ്യൻ നെല്ലിന് (Oryza sativa) സ്വതന്ത്രങ്ങളായ നിരവധി വളർത്തുചരിത്രങ്ങളുണ്ട്. പഠനം (ഇൻഡിക്ക നെല്ലിന് ഇതിൽ XI എന്ന പേരാണ് കൊടുത്തിട്ടുള്ളത്) ഇതിനെ ഇങ്ങനെയാണ് വിവരിക്കുന്നത്: ചേർത്തുവെക്കുമ്പോൾ ഞങ്ങളുടെ ഗവേഷണഫലങ്ങൾ—9000 വർഷങ്ങളിലധികമായി ഇന്ത്യയിലും ചൈനയിലും XI കൃഷിചെയ്തുവരുന്നതിന്റെ പുരാവസ്തുപരമായ തെളിവുകളോടൊപ്പം—ഒറൈസ സറ്റീവയ്ക്ക് സ്വതന്ത്രങ്ങളായ നിരവധി വളർത്തുരീതികളുണ്ടായിട്ടുണ്ട് എന്നതിനെ പിന്താങ്ങുന്നു'. കഴിഞ്ഞ അദ്ധ്യായത്തിൽ, നെല്ല് കൊയ്തെടുത്തതിന്റെ 7000 BCE വരെ പഴക്കമുള്ള തെളിവുകൾ ഉത്തർപ്രദേശിലെ സന്ത് കബീർ ജില്ലയിലുള്ള ലഹുരദേവയിൽനിന്ന് ലഭിച്ചിട്ടുണ്ടെന്ന് നാം കണ്ടിരുന്നല്ലോ. ഈ പഠനം കൂടുതൽ തെളിവുകൾ നൽകുകവഴി നെൽകൃഷിയുടെ ആവിർഭാവത്തെക്കുറിച്ചുള്ള പ്രശ്നങ്ങൾക്ക് വിരാമമിടുന്നു.

കുറച്ചുകൂടി നീണ്ട ഒരു കഥയുമുണ്ട്. ലഹുരദേവയിൽ കൊയ്തെടുക്കുകയും പിന്നീട് ഇന്ത്യയിൽ നട്ടുവളർത്തുകയും ചെയ്തത് ഒറൈസ സറ്റീവയുടെ ഉപവർഗ്ഗമായ ഇൻഡികയാണ്; എന്നാൽ ചൈനയിലെ യാങ്ട്സി നദീതടത്തിൽ വളർത്തിയിരുന്ന ഉപവർഗ്ഗം ജപ്പോണിക്കയാണ്. ഇന്ത്യയിൽ നെൽകൃഷിയുടെ

മുഴുവൻ സാദ്ധ്യതകളും തുറന്നുകിട്ടുവാൻ ഇൻഡിക്കയുടെയും ജപ്പോണിക്കയുടെയും സങ്കരവർഗ്ഗങ്ങൾ സൃഷ്ടിക്കേണ്ടിവന്നുകാണും.

ഫുള്ളറിന്റെ അഭിപ്രായത്തിൽ ഇന്ത്യയിൽ നെല്ല് ഇണക്കിയെടുക്കലിന്റെയും നട്ടുവളർത്തലിന്റെയും നീണ്ട പ്രക്രിയ ഏകദേശം 4000 വർഷങ്ങൾക്കുമുൻപ് 'ചൈനീസ് നെല്ലുമായി സങ്കരണം നടന്നപ്പോഴാണ്' പൂർണ്ണമായത്.[7] 2017ൽ പ്രസിദ്ധീകരിച്ച 'ദക്ഷിണേഷ്യയിലെ നെല്ലുവളർത്തലിനെ സമീപിക്കുമ്പോൾ: 'വടക്കേ ഇന്ത്യയിലെ ഇൻഡസ് ആവാസകേന്ദ്രങ്ങളിൽനിന്നുള്ള പുതിയ തെളിവുകൾ' (Approaching Rice Domestication in South Asia: New Evidence from Indus Settlements in Northern India) എന്ന മറ്റൊരു പഠനവും ഇതിനോടു സാദൃശ്യമുള്ള ഒരു നിഗമനത്തിലാണ് എത്തിച്ചേരുന്നത്: 'കൂടാതെ വിവരങ്ങൾ സൂചിപ്പിക്കുന്നത് മുഴുവനായും വളർത്തുജാതിയായിക്കഴിഞ്ഞ ഒറൈസ സറ്റീവ ssp (ഉപവർഗ്ഗം) ജപ്പോണിക്ക 2000 BCE അടുപ്പിച്ചാണ് ഇവിടെയെത്തിയതെന്നും നെൽകൃഷിയും പലതരം കാർഷികവിദ്യകളും സുപരിചിതമായിക്കഴിഞ്ഞ ഒരു പ്രദേശത്തേക്കാണ് അത് വന്നെത്തിയതെന്നുമാണ്.'

അപ്പോൾ നമുക്കുകിട്ടുന്ന ചിത്രം ഉത്പാദനക്ഷമത കുതിച്ചുയരുന്നതിന്റെയാണ്; ജപ്പോണിക്ക വന്നുചേരുന്നത് നെൽകൃഷി സുപരിചിതമായിക്കഴിഞ്ഞ ഒരു പ്രദേശത്തായതും ഇൻഡിക്കയുമായുള്ള അതിന്റെ സങ്കരണം നടന്നതുമാണ് അതിന്റെ പിന്നിൽ. ഇതു സംഭവിക്കുന്ന കാലഘട്ടം—ഏകദേശം 2000 BCE—തെക്കുകിഴക്കൻ ഏഷ്യയിൽനിന്ന് ആസ്ട്രോ ഏഷ്യാറ്റിക് ഭാഷ സംസാരിക്കുന്നവരുടെ വരവിന്റെ കാലഘട്ടം തന്നെയാണെന്നത് ശ്രദ്ധേയമാണ്. എങ്കിലും ഫുള്ളർ വിശ്വസിക്കുന്നത് ജപ്പോണിക്കയുടെ വരവ് ഇന്ത്യയുടെ വടക്കുപടിഞ്ഞാറൻ പ്രവിശ്യ വഴിയുള്ള വാണിജ്യത്തിലൂടെയാണ് സംഭവിച്ചതെന്നാണ്, അല്ലാതെ വടക്കുകിഴക്കൻ പ്രവിശ്യയിലൂടെയുള്ള കുടിയേറ്റങ്ങൾ വഴിയല്ല.

ജപ്പോണിക്ക ഇന്ത്യയിലേക്കു വന്നത് കിഴക്കൻ ഇന്ത്യയിലെ കുടിയേറ്റമാർഗ്ഗത്തിലൂടെയാണെന്ന സിദ്ധാന്തത്തെ പിന്താങ്ങാതിരിക്കുവാൻ ഫുള്ളർ കാണുന്ന കാരണം ഇതാണ്—അതിന് പുരാവസ്തുപരമായോ പൗരാണിക സസ്യശാസ്ത്രപരമായോ തെളിവുകൾ ഒന്നുംതന്നെയില്ല. എന്നിരുന്നാലും തെളിവുകൾ ഇല്ലാതിരിക്കുവാൻ തക്കതായ കാരണവുമുണ്ടെന്ന് അദ്ദേഹം തന്നെ പറയുന്നുമുണ്ട്: 'പുരാവസ്തുപരമായോ പൗരാണികസസ്യശാസ്ത്രപരമായോ ഒട്ടും അറിയപ്പെടാത്ത സ്ഥലങ്ങളാണ് ബർമ്മ, ആസാം, യുനാൻ, ബംഗാൾ എന്നിവിടങ്ങൾ—പുരാവസ്തുശാസ്ത്രത്തിന് ഭൂമിശാസ്ത്രപരമായ വലിയ പക്ഷപാതങ്ങളുണ്ട്.' ഫുള്ളറുടെ ലേഖനം എഴുതപ്പെട്ടത് 2000 BCE അടുപ്പിച്ച് ചൈനയിൽനിന്നുണ്ടായ കുടിയേറ്റത്തിനും തെക്കുകിഴക്കേ ഏഷ്യയിൽ നെൽകൃഷിയും ആസ്ട്രോ ഏഷ്യാറ്റിക് ഭാഷകളും പ്രചരിച്ചതിനും തമ്മിൽ ബന്ധമുണ്ടെന്നു സ്ഥാപിക്കുന്ന പ്രാചീന ഡിഎൻഎ തെളിവുകൾ കണ്ടെത്തുന്നതിനു മുൻപായിരുന്നുതാനും.

7 ഡോറിയൻ ക്യു ഫുള്ളർ, 'പാത്‌വേസ് റ്റു ഏഷ്യൻ സിവിലൈസേഷൻസ്: ട്രേസിങ് ദി ഒറിജിൻ ആൻഡ് സ്പ്രെഡ് ഓഫ് റൈസ് ആൻഡ് റൈസ് കൾച്ചേർസ്', റൈസ് (2011)

പല ഏഷ്യൻ വിളകളും സമ്പ്രദായങ്ങളും ഏകദേശം 2000 BCE അടുപ്പിച്ച് ഇന്ത്യയിൽ എത്തിയെന്ന വസ്തുതയും ഡിഎൻഎ തെളിവുകളും കണക്കിലെടുക്കുമ്പോൾ, ഏകദേശം 2000 BCE തുടങ്ങി ഇന്ത്യയിലെയും ചൈനയിലെയും സംസ്കാരങ്ങൾ തമ്മിൽ കിഴക്കൻ പ്രവിശ്യയിലൂടെയും വടക്കുപടിഞ്ഞാറൻ പ്രവിശ്യയിലൂടെയുമുള്ള വാണിജ്യം വഴിയും കുടിയേറ്റങ്ങൾവഴിയും വർദ്ധിച്ചുവരുന്ന സമ്പർക്കം ഉണ്ടായിരുന്നുവെന്നു പറയുന്നതാവും മിതമായ ഒരു വിശദീകരണം. ഇതിൽ ആസ്ട്രോ ഏഷ്യാറ്റിക് ഭാഷ സംസാരിക്കുന്നവർ മാത്രമല്ല ടിബറ്റോ ബർമൻ ഭാഷ സംസാരിക്കുന്നവരും ഉണ്ടായിരുന്നിരിക്കണം. ആസ്ട്രോ ഏഷ്യാറ്റിക് ഭാഷകരുടേതിൽനിന്ന് വ്യത്യസ്തമായി ടിബറ്റോ ബർമൻ ഭാഷകരുടെ (ഈ ഭാഷ സൈനോ ടിബറ്റൻ ഭാഷാഗണത്തിന്റെ ഭാഗമാണ്) ഉത്ഭവം പൂർവേഷ്യയിൽനിന്നാണ് എന്നതിന് ഒരിക്കലും തർക്കമുണ്ടായിട്ടില്ല. ഇവർ ഇന്ന് ഹിമാലയൻ പ്രവിശ്യകളുടെയും ശിവാലിക് പ്രവിശ്യകളുടെയും ചില മൂലകളിൽ ഒതുങ്ങിയിരിക്കുന്നു; അവരുടെ ആകെ എണ്ണം ഏകദേശം 5.5 ദശലക്ഷം വരും. മണിപ്പൂരിലെ മെയ്റ്റി ഭാഷയും അരുണാചൽ പ്രദേശിലെ താനി ഭാഷയും ഈ ഗണത്തിൽ പെടുന്നവയാണ്.

ഇന്ത്യയുടെ വടക്കുകിഴക്കൻ പ്രദേശത്തുനിന്ന് ആസ്സാം വഴി ഇന്ത്യയുടെ സമതലപ്രദേശത്തേക്കു വന്നുചേർന്ന വിളകളുടെ അപൂർണ്ണമായ ഒരു പട്ടിക ഇതാ: നാരകവർഗ്ഗത്തിൽപ്പെട്ട മരങ്ങൾ. നട്ടുവളർത്തുന്ന മാവ്. റാമി (Boehmeria nivea) എന്ന നാരുവിള. സമതലപ്രദേശങ്ങളെക്കാൾ മലനിരകളെ ഇഷ്ടപ്പെട്ടിരുന്ന മുണ്ടകൾ, ഫുള്ളറുടെ അഭിപ്രായത്തിൽ, അവരോടൊപ്പം കൊണ്ടുവന്നിട്ടുണ്ടാവുക ചേമ്പും ഔസ് എന്നയിനം നെല്ലുമാവാനാണ് സാദ്ധ്യത, ജപ്പോണിക്കയാവില്ല.

ഏതുതരത്തിൽ നോക്കിയാലും ഏകദേശം 2000 BCE ആയപ്പോഴേക്കും ഇന്നു നാം കാണുന്ന ഇന്ത്യൻ ജനതയുടെ ഏതാനും പ്രമുഖ ഘടകങ്ങൾ അതാതിന്റെ സ്ഥാനങ്ങളിൽ ചേർന്നുകഴിഞ്ഞിട്ടുണ്ട്: ആഫ്രിക്കയിൽനിന്നുള്ള ആദിമ കുടിയേറ്റക്കാരുടെ പിൻഗാമികളും സാഗ്രോസിൽ നിന്നുള്ള കർഷകരും ആസ്ട്രോ ഏഷ്യാറ്റിക് ഭാഷ സംസാരിക്കുന്നവരും ടിബറ്റോ ബർമൻ ഭാഷ സംസാരിക്കുന്നവരുമെല്ലാം. ചരിത്രത്തിന്റെ ചക്രങ്ങൾ ഉരുണ്ടുകൊണ്ടേയിരുന്നു. അത് വ്യത്യസ്തങ്ങളായ പാരമ്പര്യങ്ങളിൽനിന്നും സമ്പ്രദായങ്ങളിൽനിന്നും വിശ്വാസസംഹിതകളിൽനിന്നുമെല്ലാം അനന്യമായ ഒരു സംസ്കാരത്തെ വാർത്തെടുക്കുകയായിരുന്നു. അപ്പോഴും ഒരു ഘടകം മാത്രം കിട്ടിയില്ല: 'ആര്യന്മാർ' എന്നു സ്വയം വിശേഷിപ്പിക്കുന്നവർ. ഇനി നമുക്ക് അവരിലേക്കു തിരിയാം.

പേരിനെക്കുറിച്ചൊരു കുറിപ്പ്: ഏറ്റവും പ്രാചീനമായ ഇന്ത്യൻ സംസ്കാരത്തെ എന്താണ് വിളിക്കേണ്ടത്? ഹാരപ്പൻ സംസ്കാരമെന്നാണോ, സിന്ധുനദീതടസംസ്കാരമെന്നാണോ, സിന്ധു–സരസ്വതി സംസ്കാരമെന്നാണോ, അതോ സരസ്വതി സംസ്കാരമെന്നാണോ? സംസ്കാരത്തിന് ആദ്യം കണ്ടെത്തിയ നഗരത്തിന്റെ പേരുനൽകുക എന്നതാണ് ഈ പുസ്തകത്തിൽ നാം പിന്തുടരുന്ന രീതി. ആയിരത്തി തൊള്ളായിരത്തി ഇരുപതുകളിൽ കണ്ടെത്തിയ ഹാരപ്പയാണ് പ്രാചീന ഇന്ത്യൻ സംസ്കാരത്തിന്റെ ആദ്യനഗരം;

അതുകൊണ്ട് അന്നുമുതൽ അതിനെ ഹാരപ്പൻ സംസ്കാരം എന്ന് വിളിച്ചുപോന്നു.'സിന്ധുനദീതടസംസ്കാരം' എന്ന നാമം കൃത്യമല്ല, കാരണം, ആ പേരുകൊണ്ടു വിശേഷിപ്പിക്കപ്പെടുന്ന സംസ്കൃതി സിന്ധുനദീതടത്തിനും വളരെ അകലേക്ക് വ്യാപിച്ച ഒന്നാണ്. ഇതേ എതിർപ്പുതന്നെയാണ് 'സരസ്വതീ തടം' എന്ന പേരിനോടുമുള്ളത്. സിന്ധു–സരസ്വതീ തട സംസ്കാരം എന്നത് സിന്ധുനദീതടം, സരസ്വതീതടം എന്നുള്ളതിനേക്കാളൊക്കെ കൃത്യതയുള്ളതാണെന്നു തോന്നുന്നു; പക്ഷേ ഘഗ്ഗർ-ഹക്രയെ സരസ്വതി എന്നുവിളിക്കുന്നത് വിവാദങ്ങൾ സൃഷ്ടിച്ചേക്കാം. കൂടാതെ ആ പേരും സംസ്കാരത്തിന്റെ എല്ലാ ഭാഗങ്ങളെയും ഉൾക്കൊള്ളുന്നുമില്ല–ധോളാവീരയും ലോതാലും സിന്ധുനദീതടത്തിലുമല്ല. സരസ്വതീതടത്തിലുമല്ല. ഇക്കാരണങ്ങൾകൊണ്ടെല്ലാം ഈ പുസ്തകം ഹാരപ്പൻ സംസ്കാരം എന്ന പേരുതന്നെയാണ് ഉപയോഗിക്കുന്നത്.

4

ആര്യന്മാർ: അവസാനത്തെ കുടിയേറ്റക്കാർ

സ്റ്റെപ്പിൽനിന്നുള്ള ഒരുകൂട്ടം യോദ്ധാക്കൾ ആദ്യം യൂറോപ്പും പിന്നെ പൂർവേഷ്യയും വാണതെങ്ങനെ? അവർ കാരണം ഇന്ത്യയ്ക്ക് അതിന്റെ ഏറ്റവും വലിയ ഭാഷാഗണവും പുതിയ മതാചാരങ്ങളും ഹാരപ്പൻ പാരമ്പര്യത്തിന്റെയും സ്റ്റെപ്പ് സമ്പ്രദായങ്ങളുടെയും സങ്കരസംസ്കൃതിയും ലഭിച്ചതെങ്ങനെ?

ഇന്ത്യയുടെ പ്രാഗ്ചരിത്രത്തിൽ ഇതിലധികം തീയും പുകയും വമിച്ചിട്ടുള്ള ചോദ്യം വേറെയില്ല: 'എന്നാണ്, എങ്ങനെയാണ് ഇൻഡോ യൂറോപ്യൻ ഭാഷ സംസാരിക്കുന്നവർ, ആര്യന്മാർ എന്ന് സ്വയം വിശേഷിപ്പിക്കുന്നവർ, ഇന്ത്യൻ ഉപഭൂഖണ്ഡത്തിൽ എത്തിയത്?'

ഇത് വളരെ കൗതുകമുണർത്തുന്നുണ്ട്, കാരണം 'എന്നാണ് ഇന്ത്യയിലെ ആദിമനിവാസികൾ ഇവിടെയെത്തിയത്?' 'ദ്രാവിഡഭാഷ സംസാരിക്കുന്നവർ എന്നാണ് ഇന്ത്യയിലെത്തിയത്?' 'എന്നാണ് മുണ്ടാരി, ഖാസി, മെയ്റ്റി മുതലായ ഭാഷകൾ സംസാരിക്കുന്നവർ ഇന്ത്യയിലെത്തിയത്?' എന്നിങ്ങനെയുള്ള ചോദ്യങ്ങളൊന്നും ഇത്തരം കടുത്ത വിവാദങ്ങൾ ഉയർത്തുന്നില്ല. ഇന്ത്യയിലെ ആദിമനിവാസികൾ ആഫ്രിക്കയിൽനിന്നുവന്നവരാണെന്നതും പ്രോട്ടോ-ദ്രാവിഡിയൻ ഭാഷ ഇറാനിലെ എലാമൈറ്റ് ഭാഷയുമായി ബന്ധമുള്ളതാണെന്നും മുണ്ടാരി, ഖാസി, മെയ്റ്റി ഭാഷകൾ സംസാരിക്കുന്നവർ ദക്ഷിണേഷ്യയിൽനിന്നു വന്നവരാണെന്നതുമൊന്നും ആരെയും ഇത്ര അരിശംകൊള്ളിക്കുന്നില്ല. അതെല്ലാം ഒരു കൈമലർത്തലോടെ സ്വീകരിക്കുവാൻ ആർക്കും വിഷമമില്ല; അല്ലെങ്കിലും ആവർത്തിച്ചുള്ള വൻ കുടിയേറ്റങ്ങളാൽ രൂപപ്പെടാത്ത രാഷ്ട്രങ്ങളൊന്നുംതന്നെ ലോകത്തില്ലല്ലോ. യൂറോപ്പിന്റെ ജനസമൂഹഘടന കൂട്ടത്തോടെയുള്ള കുടിയേറ്റങ്ങൾകൊണ്ട് രണ്ടുപ്രാവശ്യമെങ്കിലും മാറിമറി

ഞ്ഞിട്ടുണ്ട്. അമേരിക്കയുടെ ജനസമൂഹഘടന രൂപപ്പെടുത്തുന്നതിൽ മൂന്നു പ്രധാന കുടിയേറ്റങ്ങളെങ്കിലും പങ്കുവഹിച്ചിട്ടുണ്ട്, അവ മൂന്നും ആദ്യത്തെ യൂറോപ്പ്യന്മാർ അവിടെ കാലുകുത്തുന്നതിനു മുമ്പാണുതാനും. പൂർവേഷ്യ മൂന്നു പ്രധാന കുടിയേറ്റങ്ങൾക്കെങ്കിലും സാക്ഷ്യം വഹിച്ചിട്ടുണ്ട്. മദ്ധ്യേഷ്യയും പശ്ചിമേഷ്യയുമാകട്ടെ നിരവധി അധിനിവേശങ്ങൾക്കും കുടിയേറ്റങ്ങൾക്കും വേദിയൊരുക്കിയിട്ടുണ്ട്; അവയുടെ എണ്ണമെടുക്കുകതന്നെ അസാദ്ധ്യമാണ്.

ഇന്ത്യക്കാർ ഇവിടെനിന്നു പുറത്തുകടന്ന് മറ്റു പ്രവിശ്യകളിൽ കനത്ത സ്വാധീനംചെലുത്തിയിട്ടില്ലെന്നുമല്ല, പ്രത്യേകിച്ചും CE യുടെ ആദ്യത്തെ നൂറ്റാണ്ടുകളിൽ. തെക്കുകിഴക്കൻ ഏഷ്യ മുഴുവനും, ഇന്നത്തെ വിയറ്റ്നാം മുതൽ കംബോഡിയ, ബർമ്മ, തായ്‌ലൻഡ്, ഇന്തോനേഷ്യ ഇവയുമെല്ലാം ഒരുകാലത്ത് ഇന്ത്യയുടെ സാംസ്കാരികപ്രാമുഖ്യത്തിന്റെ വലയത്തിനുള്ളിലായിരുന്നു. ചൈന പോലും ഒരിയ്ക്കൽ ഇന്ത്യയുടെ മാസ്മരികതയ്ക്കുള്ളിൽപ്പെട്ടിരുന്നു. വല്ലപ്പോഴുമൊക്കെ അധിനിവേശങ്ങളും ഉണ്ടായിട്ടുണ്ടാവാമെങ്കിലും, അധികവും ബുദ്ധമതപ്രചാരകരുടെ നിരന്തരമായ പ്രയത്നങ്ങൾകൊണ്ടാണ് ഇത് സംഭവിച്ചത്; പലപ്പോഴും സ്വന്തം താത്പര്യങ്ങളും ലാഭവും മുന്നിൽക്കണ്ടുകൊണ്ടുള്ള കച്ചവടക്കാരുടെ ശ്രമങ്ങളും ഇതിന് കൂട്ടുനിന്നിട്ടുണ്ട്. ബുദ്ധമതത്തിന് ലോകമൊട്ടാകെ 488 ദശലക്ഷം അനുഗാമികളുണ്ട്; ഇന്ന് അതിന്റെ ഒരു ന്യൂനപക്ഷം മാത്രമേ ഇന്ത്യയിലുള്ളൂ എന്നത് പ്രകൃതി കൽപ്പിച്ച അതിർത്തികൾക്കപ്പുറത്തേക്ക് ഇന്ത്യ ചെലുത്തിയിട്ടുള്ള സ്വാധീനത്തിന്റെ നേർസാക്ഷ്യമാണ്.

അപ്പോൾ, ഇൻഡോ യൂറോപ്പ്യൻ ഭാഷ സംസാരിക്കുന്നവരുടെ വരവിനെക്കുറിച്ചുള്ള ചോദ്യത്തിനുമാത്രം ഈ വൈകാരികതയുണ്ടാകുവാൻ കാരണമെന്താണ്? ഉത്തരം സരളമാണ്: ഭാരതീയ സംസ്കൃതി എന്നത് 'ആര്യൻ', 'സംസ്കൃതം', 'വേദം' ഇവയിൽനിന്ന് വേറിട്ട ഒന്നല്ലെന്ന ഒരു അനുമാനം ഇതിനെല്ലാമടിയിൽ അപ്രകടിതമായി കിടക്കുന്നുണ്ട്. അതുകൊണ്ട്, എന്നാണ് ഇൻഡോ യൂറോപ്പ്യൻ ഭാഷകൾ ഇന്ത്യയിലെത്തിയത് എന്നു ചോദിക്കുന്നത് 'എന്നാണ് നമ്മുടെ സംസ്കാരം ഇറക്കുമതി ചെയ്യപ്പെട്ടത്' എന്നു ചോദിക്കുന്നതിനു തുല്യമാണ്.

എങ്കിലും ഇത് രണ്ടു കാരണങ്ങൾകൊണ്ട് വെറും വങ്കത്തമാണ്. ഒന്നാമതായി, ഇന്ത്യൻ സംസ്കാരമെന്നത് 'ആര്യൻ' സംസ്കാരമോ 'സംസ്കൃത' സംസ്കാരമോ 'വൈദിക' സംസ്കാരമോ അല്ല. ഇന്നു നാം കാണുന്ന മട്ടിലുള്ള അന്യാദൃശമായ ഇന്ത്യൻ സംസ്കാരം കരുപ്പിടിപ്പിക്കുന്നതിൽ സംഭാവനകൾ നൽകിയ സുപ്രധാനമായ ഒരു ശാഖ മാത്രമാണ് 'ആര്യൻ' സംസ്കാരം; ഒരിക്കലും അതുമാത്രമല്ല സംഭാവനകൾ നൽകിയിട്ടുള്ളത്. ഇന്ത്യൻ സംസ്കാരം ഇന്നെന്താണോ അതിന്റെ സൃഷ്ടിയിൽ മറ്റു ശാഖകളും അതേ അളവിൽ സംഭാവനകൾ നൽകിയിട്ടുണ്ട്. രണ്ടാമതായി, ചരിത്രത്തിന്റെ ഒരു പ്രത്യേക സന്ധിയിൽ ഇൻഡോ യൂറോപ്പ്യൻ ഭാഷകൾ ഇന്ത്യയിലെത്തി എന്നുപറയുന്നതും 'വൈദിക ', 'സംസ്കൃത', 'ആര്യൻ' സംസ്കാരം അഴിച്ചെടുത്തു കെട്ടിപ്പൊതിഞ്ഞ് ഇവിടേക്ക് കൊണ്ടുവന്നശേഷം വീണ്ടും കൂട്ടിയിണക്കിയെടുത്തതാണെന്നു പറയുന്നതും രണ്ടും രണ്ടാണ്. ഇന്ത്യയിലേക്ക് ഇൻഡോ യൂറോപ്പ്യൻ ഭാഷകൾ കൊണ്ടുവന്നവരും ഈ പ്രദേശത്ത്

അതിനുമുമ്പുതന്നെ സ്ഥിരതാമസമാക്കിയിരുന്നവരും തമ്മിലുണ്ടായ ഇടപഴകലുകളും ഏറ്റുവാങ്ങലുകളും ഇഴുകിച്ചേരലുകളും കൊണ്ടാവണം 'ആര്യൻ' സംസ്കാരം മിക്കവാറും ഉണ്ടായത്.

ചോദ്യത്തിലേക്ക് മടങ്ങിവരാം: ഇൻഡോ യൂറോപ്യൻ ഭാഷ സംസാരിച്ചിരുന്നവർ, സ്വയം ആര്യന്മാർ എന്നു വിശേഷിപ്പിച്ചിരുന്നവർ, മറ്റെവിടെനിന്നെങ്കിലും വന്നവരാണോ, ആണെങ്കിൽ എപ്പോഴാണ് അവർ വന്നത്?

ഇന്ത്യക്കു പുറത്തെങ്കിൽ കണക്കിനും പുറത്ത്

ലോകത്തെങ്ങും ഇൻഡോ യൂറോപ്യൻ ഭാഷകൾ പ്രചരിച്ചത് ഇന്ത്യയിൽനിന്നുള്ളവർ സംസ്കൃതത്തിന്റെ ഒരു പ്രാഗ്രൂപവും കൊണ്ട് പുറത്തേക്കു കടന്നിട്ടാവാൻ സാദ്ധ്യതയുണ്ട്, അല്ലാതെ സംസ്കൃതത്തിന്റെ പ്രാഗ്രൂപവും കൊണ്ട് മനുഷ്യർ ഇങ്ങോട്ടുവന്നതാവില്ല എന്ന വാദത്തിന് അടുത്തകാലം വരെ പിടിച്ചുനിൽക്കുവാൻ ഇടമുണ്ടായിരുന്നു. പക്ഷേ, ജനിതകപഠനങ്ങൾ, പ്രത്യേകിച്ചും പ്രാചീന ഡിഎൻഎയെ അടിസ്ഥാനപ്പെടുത്തിയുള്ളവ, അത്തരം വാദമുഖങ്ങളുടെ വാതിൽ ദ്രുതഗതിയിൽ അടച്ചുപൂട്ടിക്കൊണ്ടിരിക്കുകയാണ്. അതെങ്ങനെയാണ് അവർ ചെയ്യുന്നതെന്ന് പറയാം.

ഇന്ത്യക്കാരിൽ മൂന്നിലൊന്നുഭാഗം ഇന്ന് ഹിന്ദി, ഗുജറാത്തി, ബംഗാളി, പഞ്ചാബി, മറാത്തി എന്നിങ്ങനെയുള്ള ഏതെങ്കിലുമൊരു ഇൻഡോ യൂറോപ്യൻ ഭാഷയാണ് സംസാരിക്കുന്നത്. ലോകത്തിൽ ആകെയുള്ളവരുടെ നാൽപ്പതു ശതമാനവും അപ്രകാരംതന്നെ; സ്പാനിഷ്, ഇംഗ്ലീഷ്, ഫ്രഞ്ച്, പോർച്ചുഗീസ്, ഇറാനിയൻ, റഷ്യൻ, ജർമൻ ഇവയെല്ലാം പരക്കെ സംസാരിക്കപ്പെടുന്ന ഇൻഡോ യൂറോപ്യൻ ഭാഷകളിൽ ചിലതാണ്. ഇൻഡോ യൂറോപ്യൻ ഭാഷാഗണം പരന്നുകിടക്കുന്ന പ്രദേശത്തിന്റെ ഏറ്റവും കിഴക്കേ അതിർത്തിയാണ് ഇന്ത്യൻ ഉപഭൂഖണ്ഡം. നമ്മുടെ രാജ്യത്തിന്റെ കിഴക്ക് ഇൻഡോയൂറോപ്യൻ ഭാഷ സംസാരിക്കുന്ന വലിയ സമൂഹങ്ങളൊന്നുംതന്നെയില്ല. അപ്പോൾ സ്വാഭാവികമായും ഉയരുന്ന ചോദ്യം ഇതാണ്: എങ്ങനെയാണ് ഈ ഭാഷാഗണം ഇന്ത്യയിലെ ഏറ്റവും പ്രധാനപ്പെട്ട ഭാഷയായത്? രണ്ട് ഉത്തരങ്ങൾക്കേ സാദ്ധ്യതയുള്ളൂ: പണ്ടെപ്പോഴോ അത് പുറമേനിന്ന് ഇന്ത്യയിലേക്ക് വന്നതാവണം, അല്ലെങ്കിൽ അത് ഇന്ത്യയിൽനിന്ന് പടിഞ്ഞാട്ട് ലോകത്തിന്റെ മറ്റുഭാഗങ്ങളിലേക്ക് വ്യാപിച്ചുകാണണം.

രണ്ടാമത്തെ സാദ്ധ്യത ആദ്യം പരിശോധിക്കാം: ഒരു വലിയ സംഘം സംസ്കൃതഭാഷകർ അല്ലെങ്കിൽ പ്രോട്ടോ-സംസ്കൃതഭാഷകർ ഒരിയ്ക്കൽ പടിഞ്ഞാട്ടു പോവുകയും അവരും അവരുടെ പിൻഗാമികളും ഇറാൻ മുതൽ മദ്ധ്യേഷ്യ, പശ്ചിമേഷ്യ, പൂർവ യൂറോപ്പ്, പശ്ചിമ യൂറോപ്പ് എന്നിങ്ങനെ വിശാലമായ പ്രദേശങ്ങളിലേക്ക് വ്യാപിക്കുകയും, ആ വഴിയെല്ലാം ഇൻഡോ യൂറോപ്യൻ ഭാഷകളുടെ വിവിധ ഭാഷ്യങ്ങൾക്ക് ജന്മം നൽകുകയും ചെയ്തു. അങ്ങനെയാണെങ്കിൽ ഈ പ്രദേശങ്ങളിലുള്ളവരുടെ ജനിതകരേഖകളിൽ എന്താണ് പ്രതീക്ഷിക്കേണ്ടത്? ആദ്യത്തെ ഇന്ത്യക്കാരുടെ, ആഫ്രിക്കയിൽനിന്നു കുടിയേറിയവരുടെ പിൻഗാമികളുടെ ജനിതകമുദ്രകൾ അവയിൽ വേണ്ടത്രയുണ്ടാവണം. മുൻപുള്ള അദ്ധ്യായങ്ങളിൽ നാം കണ്ടതനുസരിച്ച് ആദ്യത്തെ

കുടിയേറ്റക്കാർ ഉപഭൂഖണ്ഡത്തിന്റെ എല്ലാ ഭാഗങ്ങളിലും വ്യാപിക്കുകയും ഹാരപ്പൻ സംസ്കാരം പടുത്തുയർത്തിയ സമൂഹത്തിന്റെ ഭാഗമാവുകയും ചെയ്തിട്ടുണ്ട്. അതിനാൽ, ഇന്ത്യയിൽനിന്ന് ഗണ്യമായ വിദേശയാത്രകൾ ഹാരപ്പൻ സംസ്കാരത്തിനു മുൻപോ പിൻപോ നടന്നിട്ടുണ്ടെങ്കിൽ, അവയാണ് ഇൻഡോ യൂറോപ്യൻ ഭാഷകളുടെ വ്യാപനത്തിന് കാരണമായതെങ്കിൽ, മദ്ധ്യേഷ്യ മുതൽ പശ്ചിമ യൂറോപ്പ് വരെ അവരുടെ ജനിതകപാദമുദ്രകൾ കണ്ടേതീരൂ. ഈ പ്രവിശ്യകളിലെമ്പാടും അത്തരം മുദ്രകളുണ്ടോ? ഇല്ല. നേരേ മറിച്ച്, നാം ഒന്നാം അദ്ധ്യായത്തിൽ കണ്ടത് ആദ്യത്തെ ഇന്ത്യക്കാരുടെ പിൻഗാമികൾക്ക് ലോകത്തെവിടെയും അടുത്ത ബന്ധുക്കളില്ല എന്നാണ്. അപ്രകാരമിരിയ്ക്കേ, ഇന്ത്യയിൽനിന്ന് തുടങ്ങിയതും ലോകത്തെങ്ങും ഇൻഡോ യൂറോപ്യൻ ഭാഷകൾ പ്രചരിപ്പിച്ചതുമായ ഒരു കുടിയേറ്റം എന്ന ആശയംതന്നെ ഒരു ഓടാത്തവണ്ടിയാണ്.

ഇതിന് ഒരു അപവാദവുമുണ്ട്—യൂറോപ്പിലും അമേരിക്കയിലും കാണുന്ന താരതമ്യേന ചെറിയ ഒരു സംഘം നാടോടികളായ മനുഷ്യരുടെ ഗോത്രമാണത്. റോമാ എന്നറിയപ്പെടുന്ന ഇവരെ പണ്ട് ജിപ്സികൾ എന്നാണ് വിളിച്ചിരുന്നത്. അവരെല്ലാവരും ഏകദേശം 1500 വർഷങ്ങൾക്കുമുൻപ് വടക്കുപടിഞ്ഞാറൻ ഇന്ത്യയിൽനിന്ന് (പഞ്ചാബ്, സിന്ധ്,രാജസ്ഥാൻ, ഹരിയാന എന്നിവിടങ്ങളിൽ നിന്ന്) വിട്ടുപോന്ന ഒരൊറ്റ ഗോത്രത്തിലെ അംഗങ്ങളാണെന്നാണ് ജനിതകപഠനങ്ങൾ തെളിയിക്കുന്നത്. ഈ കാലഘട്ടം ഇൻഡോ യൂറോപ്യൻ ഭാഷകൾ യൂറോപ്പിലും മറ്റുപ്രദേശങ്ങളിലും സ്ഥിരപ്രതിഷ്ഠ നേടിക്കഴിഞ്ഞ് വളരെക്കാലം കഴിഞ്ഞാണ് വരുന്നത്. അവർ പടിഞ്ഞാട്ട് കുടിയേറിയപ്പോൾ ആദ്യത്തെ ഇന്ത്യക്കാരുടെ വ്യക്തമായ ജനിതക കയ്യൊപ്പ് അവരിൽ ഉണ്ടായിരുന്നുവോ? തീർച്ചയായും ഉണ്ടായിരുന്നു.

'യൂറോപ്യൻ റോമയുടെ ഇന്ത്യൻ ഉത്ഭവത്തിന്റെയും വ്യാപനത്തിന്റെയും പുനർനിർമാണം: മാതൃജനിതകത്തിന്റെ കാഴ്ചപ്പാട്' (Reconstructing the Indian Origin and Dispersal of the European Roma: A Maternal Genetic Perspective) എന്ന പേരോടെ 2011ൽ പ്രസിദ്ധീകരിച്ച ഒരു പഠനം ഇങ്ങനെയാണ് പറയുന്നത്:[1]

> റോമകൾക്കിടയിൽ രണ്ടു വ്യത്യസ്തമായ പരമ്പരയുടെ ഗണങ്ങൾ വേർതിരിച്ചെടുക്കുവാൻ കഴിയും. വ്യത്യസ്ത റോമാ സമൂഹങ്ങളുടെ 65 % മുതൽ 94 % വരെ യൂറോപ്യൻ/മിഡിൽ ഈസ്റ്റേൺ ഹാപ്ലോഗ്രൂപ്പുകൾ ആണ്, മിച്ചമുള്ള പരമ്പരകൾ M ഹാപ്ലോഗ്രൂപ്പിൽ പെടുന്നവയാണ്. അവസാനം പറഞ്ഞ ഹാപ്ലോഗ്രൂപ്പ് പൂർവ ആഫ്രിക്കയിലും ഏഷ്യയിലും സുലഭമാണെങ്കിലും യൂറോപ്പിൽ വളരെ വിരളമാണ്.[2] M ഹാപ്ലോഗ്രൂപ്പിലെ

1 ഐ. മെൻഡിസബേൽ മുതൽപേർ, 'റീകൺസ്ട്രക്റ്റിങ് ദി ഇന്ത്യൻ ഒറിജിൻ ആൻഡ് ഡിസ്പേർസൽ ഓഫ് ദി യൂറോപ്യൻ റോമാ: എ മാറ്റേണൽ ജെനെറ്റിക് പേഴ്സ്പെക്ടീവ്', *PLOS വൺ* (ജനുവരി 2011).

2 ആഫ്രിക്കയിൽ എംടി DNA M1 ഹാപ്ലോഗ്രൂപ്പിന്റെ സാന്നിദ്ധ്യം ഏഷ്യയിൽനിന്ന് തിരിച്ചുണ്ടായ കുടിയേറ്റങ്ങളുടെ ഫലമാണെന്ന് കരുതപ്പെടുന്നു.

എല്ലാ പരമ്പരകളും വ്യക്തമായും ഏഷ്യൻ വേരുകളുള്ളതാണ്, രണ്ടു പോർച്ചുഗീസ് റോമാ സമൂഹങ്ങളിൽ കാണുന്ന പൂർവ ആഫ്രിക്കയിലെ M1a1 ഒഴിച്ച്. ഏഷ്യൻ വേരുകളുള്ള പ്രധാനപ്പെട്ട ഉപഹാപ്ലോഗ്രൂപ്പുകൾ കണ്ടെത്തിയവ M5a1, M18, M35b എന്നിവയാണ്; ഇവയുടെയെല്ലാം ഉറവിടം ഇന്ത്യയാണെന്ന് രേഖപ്പെടുത്തിയിരിക്കുന്നു.

ഇന്ത്യൻ ഉപഭൂഖണ്ഡത്തിൽനിന്ന് പടിഞ്ഞാട്ടും അവിടെനിന്ന് യൂറോപ്പ് വരെയും ഒരു ദേശാന്തരഗമനം ഉണ്ടായപ്പോൾ അവരോടൊപ്പം ഒരു ജനിതകമുദ്രയും കൂടെച്ചെന്നു എന്നുവേണം പറയുവാൻ–ദക്ഷിണേഷ്യയിലെ ആദ്യത്തെ താമസക്കാരുടെ പിൻഗാമികളുടെ മുദ്ര: ആഴത്തിൽ വേരോടിയ M എന്ന, 'യൂറോപ്പിൽ വിരളമായി മാത്രം കാണാൻ കഴിയുന്ന', മാതൃ ഹാപ്ലോഗ്രൂപ്പ്. റോമാ സമൂഹങ്ങൾ യൂറോപ്പിലേക്ക് ഇൻഡോ യൂറോപ്യൻ ഭാഷകൾ ആദ്യമായി കൊണ്ടുചെന്നിട്ടുണ്ടാവാൻ ഇടയില്ലാത്തതുകൊണ്ടും യൂറോപ്പിലോ മദ്ധ്യേഷ്യയിലോ ദക്ഷിണേഷ്യയുടെ മറ്റു ജനിതകമുദ്രകളൊന്നും കാര്യമായി ഇല്ലാത്തതുകൊണ്ടും ഇന്ത്യയിൽനിന്നുള്ള കുടിയേറ്റം എന്ന വിഷയം അവസാനിച്ചതായി നമുക്ക് കണക്കാക്കാം.

ഇത് നമ്മെ അടുത്ത ചോദ്യത്തിലേക്ക് എത്തിക്കുന്നു: ഇന്ത്യയിലേക്കുള്ള കുടിയേറ്റങ്ങളാണ് ഇന്ത്യൻ ഉപഭൂഖണ്ഡത്തിൽ ഇൻഡോ യൂറോപ്യൻ ഭാഷകളുടെ വ്യാപനത്തിനു കാരണമായതെങ്കിൽ അവ നടന്നതെന്ന്? കുടിയേറ്റക്കാർ വന്നത് എവിടെനിന്നാണ്?

'ആര്യ'ന്മാരുടെ ജനിതകമുദ്ര

ഒരു നൂറ്റാണ്ടിലധികമായി ചരിത്രപണ്ഡിതരെ കുഴക്കുകയും പക്ഷപാതികളെ ഉദ്വേഗഭരിതരാക്കുകയും ചെയ്തുകൊണ്ടിരുന്ന ഈ ചോദ്യത്തിന് ഇന്ന് പ്രാചീന ഡിഎൻഎയെ വേർതിരിച്ചെടുക്കുവാനും പരിശോധിക്കുവാനുമുള്ള പുതിയ സാങ്കേതികവിദ്യകൾകൊണ്ട് സാദ്ധ്യമായ ജനിതകതെളിവുകളാൽ ഉത്തരം ലഭിച്ചുകൊണ്ടിരിക്കുകയാണ്; മനുഷ്യസമൂഹങ്ങൾ എങ്ങനെയാണ് ഒരിടത്തുനിന്ന് മറ്റൊരിടത്തേക്കു നീങ്ങിയതെന്നും കാലക്രമേണ ജനസംഖ്യാഘടനയ്ക്ക് മാറ്റം സംഭവിച്ചതെന്നും ഈ തെളിവുകൾ നമ്മെ കാട്ടിത്തരുന്നു. ഒരേ ഇടത്തുനിന്ന് ലഭിച്ച പല കാലഘട്ടങ്ങളിലെ പ്രാചീന ഡിഎൻഎ അല്ലെങ്കിൽ ഒരേ കാലഘട്ടത്തിലെ പ്രാചീന ഡിഎൻഎ പല ഇടങ്ങളിൽ നിന്നു ശേഖരിച്ചത് പരിശോധിക്കുകവഴി എന്തിനൊക്കെ എപ്പോഴൊക്കെ മാറ്റങ്ങളുണ്ടായി എന്നുപറയുവാൻ ജനിതകശാസ്ത്രജ്ഞർക്ക് കഴിയും.

എങ്കിലും ഇൻഡോ യൂറോപ്യൻ ഭാഷ സംസാരിക്കുന്നവർ ഇന്ത്യയിലേക്കു കുടിയേറിയതിനെക്കുറിച്ച് കൂടുതൽ അന്വേഷിക്കുംമുൻപ് നമുക്ക് ഒരു പടി പുറകോട്ടുനീങ്ങാം; എന്നിട്ട് ഇന്ത്യയിൽനിന്നു പുറത്തേക്ക് എന്ന സിദ്ധാന്തം ചർച്ചചെയ്തപ്പോൾ നാം ചോദിച്ച ചോദ്യത്തിന്റെ മറ്റൊരു ഭാഷ്യത്തിന് ഉത്തരം തേടാം: ഇൻഡോ യൂറോപ്യൻ ഭാഷകൾ യൂറേഷ്യയുടെ ഒരു വലിയ ഭാഗം മുഴുവൻ വ്യാപിച്ചിട്ടുണ്ടെങ്കിൽ ഈ ഭൂമിശാസ്ത്രത്തിലെമ്പാടും വ്യാപിച്ച ഒരു ജനിതകമുദ്ര കാണുന്നുണ്ടോ? ഉവ്വ്, കാണുന്നുണ്ട്: Y ക്രോമോസോം

ഹാപ്ലോഗ്രൂപ്പായ R1a, കൂടുതൽ കൃത്യമായിപ്പറഞ്ഞാൽ ഇന്ന് ലോകത്തുള്ള എല്ലാ R1a പരമ്പരകളുടെയും മൂലമായ സബ്ക്ലെയ്ഡ് R1a-M417 ആണ് അത്. R1a-M417ന്റെ വിതരണത്തിന്റെ ഒരു ഭൂപടം എടുത്തുനോക്കിയാൽ അത് ഇൻഡോ യൂറോപ്യൻ ഭാഷ സംസാരിക്കുന്ന ലോകം മുഴുവനും ഏറെക്കുറെ ഉൾക്കൊണ്ടുകൊണ്ട് സ്കാൻഡിനേവിയ മുതൽ ദക്ഷിണേഷ്യ വരെ വ്യാപിച്ചുകിടക്കുന്നതായിക്കാണാം.

നമുക്ക് R1a-M417 കുറച്ചുകൂടി അടുത്തു പരിശോധിച്ചാലോ? അത് ലോകത്ത് ഏതുതരത്തിലാണ് വ്യാപിച്ചിരിക്കുന്നതെന്നു നോക്കാം. അപ്പോൾ നാം കാണുന്നത് ഇതാണ്: R1a-M417 രണ്ടു വിഭാഗങ്ങളായി പിരിഞ്ഞിരിക്കുന്നു; R1a-Z282, R1a-Z93 ഇവയാണ് മേൽപ്പറഞ്ഞ രണ്ടു വിഭാഗങ്ങൾ. ഏകദേശം 3800 BCE അടുപ്പിച്ചുണ്ടായ ഈ പിളർപ്പ് സൃഷ്ടിച്ചത് തികച്ചും വ്യത്യസ്തമായ വ്യാപനരീതികളുള്ള രണ്ടു വിഭാഗങ്ങളെയാണ്. R1a-Z282 യൂറോപ്പിൽ മാത്രമേ പൊതുവായി കാണപ്പെടുന്നുള്ളൂ, അതേസമയം R1a-Z93 മദ്ധ്യേഷ്യയുടെയും ദക്ഷിണേഷ്യയുടെയും ഭാഗങ്ങളിലും കാണപ്പെടുന്നുണ്ട്–അതാണ് ഇന്ത്യയിലെ R1 പരമ്പരകളുടെയെല്ലാം മൂലം. ഇവ രണ്ടിനുമിടയ്ക്കുള്ള വ്യത്യാസങ്ങൾ അവഗണിക്കുവാൻ കഴിയാത്തത്ര ഭീമമാണ്. Y ക്രോമോസോം വിഷയത്തിൽ ആധികാരികശബ്ദത്തിന്റെ ഉടമയും ലോകപ്രശസ്തനുമായ ഡോക്ടർ പീറ്റർ എ അണ്ടർഹില്ലിന്റെ നേതൃത്വത്തിൽ രചിച്ച് 2014ൽ പ്രസിദ്ധീകരിച്ച 'R1a എന്ന Y ക്രോമോസോം ഹാപ്ലോഗ്രൂപ്പിന്റെ പരിണാമശാസ്ത്രപരവും ഭൂമിശാസ്ത്രപരവുമായ ഘടന' (The Phylogenetic and Geographic Structure of Y–Chromosome Haplogroup R1a) എന്ന പഠനത്തിൽ ഇങ്ങനെ പറയുന്നുണ്ട്: യൂറോപ്പിൽനിന്നുള്ള 1693 R1a-M417 സാമ്പിളുകളിൽ 96 ശതമാനത്തിലധികം R1a-Z282 ആണ്, അതേസമയം മദ്ധ്യേഷ്യയിലെയും ദക്ഷിണേഷ്യയിലെയും 490 പരമ്പരകളിൽ 98.4 ശതമാനം R1a-Z93 വിഭാഗത്തിൽപ്പെട്ടതാണ്. ഇത് ആദ്യം നിർദ്ദേശിക്കപ്പെട്ട രീതിയുമായി പൊരുത്തപ്പെട്ടുപോകുന്നുണ്ട്.' ഒന്നുകൂടി ഓർമ്മിപ്പിക്കാം–R1a-M417 എന്ന Y ക്രോമോസോം ഹാപ്ലോഗ്രൂപ്പ് ഇൻഡോ യൂറോപ്യൻ ഭാഷ സംസാരിക്കുന്ന പ്രദേശങ്ങളുടെ വിശാലമായ ഭൂമികയുമായി ഏറ്റവും അടുത്തു ബന്ധമുള്ളതാണ്; അതിന്റെ സബ്ക്ലെയ്ഡ് ആയ R1a-Z93 ആണ് ഇന്ത്യയിലെ ഒട്ടുമിക്ക R1 പരമ്പരകളുടെയും മൂലം. അതിന്റെ സഹോദര ക്ലെയ്ഡ് ആയ R1a-Z282 ആകട്ടെ യൂറോപ്പിലെ ഒട്ടുമിക്ക R1 പരമ്പരകളുടെയും മൂലമാണ്.

അങ്ങനെയെങ്കിൽ, ലോകത്ത് എവിടെനിന്നാണ് R1a-M417ന്റെയും അതിന്റെ സബ്ക്ലെയ്ഡ് ആയ R1a-Z93ന്റെയും ആദ്യതെളിവുകൾ ലഭിച്ചത് എന്നത് അറിവായിട്ടുണ്ടോ? തീർച്ചയായും ഉണ്ട്. ഏറ്റവും പ്രാചീനമായ R1a-M417 കണ്ടെത്തിയത് ഉക്രൈനിൽനിന്നാണ്. 2017ൽ പ്രസിദ്ധംചെയ്ത 'തെക്കുകിഴക്കൻ യൂറോപ്പിന്റെ ജീനോമിക് ചരിത്രം' (The Genomic History of Southeastern Europe) എന്ന പ്രബന്ധത്തിൽ കൊടുത്തിരിക്കുന്നതനുസരിച്ച് ഇതിന്റെ പഴക്കം 5000 BCEക്കും 3500 BCEക്കും ഇടയ്ക്കാണ്. റഷ്യയിലെ സമാറയിൽനിന്നും ഏകദേശം 2800 BCE കാലഘട്ടത്തിലെയും കിഴക്കൻ

യൂറോപ്പിന്റെ പല ഭാഗങ്ങളിൽനിന്നും ഏകദേശം 2500 BCE കാലഘട്ടത്തിലെയും സാമ്പിളുകൾ കണ്ടെത്തിയിട്ടുണ്ട്.

ഇന്ത്യയിൽ സുലഭമായ R1a-Z93 എന്ന സബ്ക്ലെയ്ഡ് ഏകദേശം 2500 BCE യിൽനിന്നുള്ള മദ്ധ്യേഷ്യയിലെ പല സ്റ്റെപ്പ് സാമ്പിളുകളിലും കണ്ടെത്തിയിട്ടുണ്ട്. വാസ്തവത്തിൽ,വെങ്കലയുഗത്തിന്റെ മദ്ധ്യകാലം മുതൽ അവസാനകാലംവരെയുള്ള സമയത്ത് (2000 BCE–1400 BCE) മദ്ധ്യേഷ്യൻ സ്റ്റെപ്പിൽ 68 ശതമാനംവരെ R1a-Z93ന്റെ തോത് വർദ്ധിച്ചുകാണുന്നുണ്ട്. ഇതിനെക്കുറിച്ച് പ്രതിപാദിക്കുന്ന ഒരു പഠനം നമ്മൾ അടുത്ത ഉപവിഭാഗത്തിൽ പരിശോധിക്കുന്നുണ്ട്. ഇതിൽനിന്നെല്ലാം അസന്ദിഗ്ദ്ധമായി തെളിയുന്നത് ഇന്ത്യയിലെ R1a-Z93 സമൂഹങ്ങൾ യൂറേഷ്യൻ സ്റ്റെപ്പ് മേഖലയിൽനിന്ന് വന്നവരാണെന്നാണ്.

പക്ഷേ നമുക്കെങ്ങനെ അറിയാൻ കഴിയും R1aയും അതിന്റെ ഉപഗണങ്ങളും ഇന്ത്യയിലെ ഇൻഡോ യൂറോപ്യൻ ഭാഷ സംസാരിക്കുന്നവരുമായി ബന്ധപ്പെട്ടതാണെന്ന്? അത് പരിശോധിക്കുവാൻ ഒരു എളുപ്പവഴിയുണ്ട്: ഇന്ത്യൻ ജനസമൂഹങ്ങളിൽ R1aയുടെ വിതരണം എങ്ങനെയാണെന്നു നോക്കുക; സംസ്കൃതഭാഷയുടെ പരമ്പരാഗത രക്ഷാധികാരികളായ മേൽജാതിക്കാരുമായി പൊതുവെയും ബ്രാഹ്മണരുമായി പ്രത്യേകിച്ചും അതിനു ബന്ധമുണ്ടോ എന്നുനോക്കുക. മേൽജാതിക്കാർക്കിടയിൽ R1aയുടെ പ്രചാരം കീഴ്ജാതിക്കാരുടേതിനേക്കാൾ വളരെക്കൂടുതലാണെന്നും ബ്രാഹ്മണർക്കിടയിൽ അത് പട്ടികജാതി പട്ടികവർഗ്ഗക്കാരുടേതിനേക്കാൾ രണ്ടുമടങ്ങോളം കൂടുതലാണെന്നും പല പഠനങ്ങളും തെളിയിച്ചിട്ടുണ്ട്. അതിനാൽ നമുക്കു മുന്നിലുള്ളത്, ഇൻഡോ യൂറോപ്യൻ ഭാഷകൾ സംസാരിക്കുന്ന രാജ്യങ്ങളിൽ പ്രചാരമുള്ളതും ഇന്ത്യയിലെ ഇൻഡോ യൂറോപ്യൻ ഭാഷകളുടെ ഏറ്റവും പഴയ അടരിന്റെ–സംസ്കൃതഭാഷയുടെ–പരമ്പരാഗത രക്ഷാധികാരികൾക്കിടയിൽ തികച്ചും ഉയർന്ന സാന്നിദ്ധ്യം അറിയിക്കുന്നതുമായ ഒരു ജനിതകമുദ്രയാണ്.

സ്റ്റെപ്പ് കുടിയേറ്റങ്ങൾ: പടിപടിയായി

ഇൻഡോ യൂറോപ്യൻ ഭാഷകർ ഇന്ത്യയിലേക്ക് കുടിയേറിയോ എന്ന ചോദ്യത്തിനു വിരാമമിട്ട പഠനം 2018 മാർച്ച് 31ന് ആണ് വെളിച്ചംകണ്ടത്; 'ദക്ഷിണ, മദ്ധ്യ ഏഷ്യയുടെ ജീനോമിക രൂപീകരണം' (The Genomic Formation of South and Central Asia) എന്നാണ് പ്രസ്തുത പഠനത്തിന്റെ പേര്. പുത്തൻ വഴിതുറന്ന ഈ പഠനത്തെക്കുറിച്ചും–ആദ്യമായി ദക്ഷിണേഷ്യയിലെയും കസാക്കിസ്ഥാനിലെയും പൂർവ ഇറാനിലെയും പ്രാചീന ഡിഎൻഎ പരിശോധിച്ച–അതിന്റെ രചയിതാക്കളുടെ തിളങ്ങുന്ന താരനിരയെക്കുറിച്ചും രണ്ടാം അദ്ധ്യായത്തിൽ വിശദമായി ചർച്ച ചെയ്തിരുന്നുവല്ലോ (പേജ് 95-101). അതുകൊണ്ട് 'ആര്യൻ' കുടിയേറ്റത്തെക്കുറിച്ച് പ്രത്യേകമായി പ്രതിപാദിക്കുന്ന പഠനഭാഗങ്ങൾ മാത്രം ഇവിടെ വീണ്ടുമൊന്നു മറിച്ചുനോക്കാം.

തീർച്ചയായും കസാക്ക് സ്റ്റെപ്പിൽനിന്ന് തെക്കോട്ട് ഒരു കുടിയേറ്റം നടന്നിട്ടുണ്ടെന്നാണ് പഠനത്തിൽ പറയുന്നത്–ആദ്യം 2100 BCEക്കു ശേഷം ദക്ഷിണ, മദ്ധ്യ ഏഷ്യൻ പ്രവിശ്യകളിലേക്ക്, അതായത്, ഇന്നത്തെ തുർക്മെനിസ്ഥാൻ, ഉസ്ബെക്കിസ്ഥാൻ, താജിക്കിസ്ഥാൻ എന്നിവിടങ്ങളിലേക്ക്; പിന്നെ BCE രണ്ടാം

സഹസ്രാബ്ദം മുഴുവൻ നീണ്ടുനിന്ന ഒരു കുടിയേറ്റം ദക്ഷിണേഷ്യയിലേക്കും. വഴിക്ക്, ബാക്ട്രിയ-മാർജിയാന പുരാവസ്തുസമുച്ചയത്തെ (BMAC, 2300 BCEക്കും 1700 BCEക്കും ഇടയ്ക്കുള്ള കാലഘട്ടത്തിൽ, ഓക്സസ് നദിയെ കേന്ദ്രമാക്കി, ഇന്നത്തെ ഉത്തര അഫ്ഗാനിസ്ഥാനിലും ദക്ഷിണ ഉസ്ബെക്കിസ്ഥാനിലും പശ്ചിമ താജികിസ്ഥാനിലുമായി പുഷ്ടിപ്പെട്ട ഒരു സംസ്കാരം) സ്വാധീനിച്ചുവെങ്കിലും ഒട്ടുമിക്കവാറും അതിനെ ഒഴിവാക്കിക്കൊണ്ട് അവർ കൂടുതൽ തെക്കോട്ട് ദക്ഷിണേഷ്യയുടെ ഭാഗത്തേക്കുനീങ്ങി. ഇവിടെ മുൻപേയുണ്ടായിരുന്ന ഹാരപ്പൻ സംസ്കാരത്തിലെ മനുഷ്യരുമായി അവർ കൂടിക്കലരുകയും ഇന്ത്യയിൽ ഇന്നു നിലവിലുള്ള സമൂഹത്തിന്റെ രണ്ടു പ്രധാന ഉറവിടങ്ങളിൽ ഒന്നാവുകയും ചെയ്തു. ഇവയിൽ ഒന്ന് അൻസെസ്ട്രൽ നോർത്ത് ഇന്ത്യൻ അഥവാ ANIയും മറ്റേത് ആൻസെസ്ട്രൽ സൗത്ത് ഇന്ത്യൻ അഥവാ ASIയും ആണ്. ഇതിൽ രണ്ടാമത്തേത് ഹാരപ്പൻ സംസ്കാരത്തിലെ മനുഷ്യരും ദക്ഷിണേന്ത്യയിലെ ആദ്യത്തെ ഇന്ത്യക്കാരും തമ്മിൽ കലർന്ന് ഏകദേശം അതേ കാലഘട്ടത്തിൽതന്നെ ഉണ്ടായതാണ്.

ഈ അനുമാനങ്ങളിലേക്ക് പ്രസ്തുത പഠനം എത്തിച്ചേർന്നത് പ്രാചീന ഡിഎൻഎയിൽ കുടിയേറ്റങ്ങളുടെ ചിഹ്നങ്ങൾ കണ്ടെത്തിയതിനു ശേഷമാണ്. അതിൽ പറയുന്നു: '2100 BCEക്കു മുൻപ് BMAC കേന്ദ്രങ്ങളുടെ പരിസരത്തൊന്നും സ്റ്റെപ്പിലെ ഇടയരുടെ വംശപൈതൃകത്തിന്റെ തെളിവുകളൊന്നുംതന്നെ ഞങ്ങളുടെ പരിശോധനകളിൽ കണ്ടെത്തിയിട്ടില്ല, എന്നാൽ 2100 BCEക്കും 1700 BCEക്കും ഇടയ്ക്ക് അത്തരം വംശപൈതൃകമുള്ളവരാൽ BMAC സമൂഹങ്ങൾ വലയംചെയ്യപ്പെട്ടിരുന്നു എന്നതിന്റെ സൂചനകൾ ലഭിച്ചിട്ടുമുണ്ട്.' ഇതിൽനിന്നു മനസ്സിലാകുന്നത് 2100 BCE അടുപ്പിച്ച് സ്റ്റെപ്പിൽനിന്ന് BMAC മേഖലയിലേക്ക് മനുഷ്യർ കുടിയേറിയിട്ടുണ്ടെന്നാണ്.

കൂടാതെ, മുൻപു സൂചിപ്പിച്ചതുപോലെ, BMAC കേന്ദ്രങ്ങളിൽനിന്നുള്ള പ്രാചീന ഡിഎൻഎ സാമ്പിളുകളിൽ നിന്ന്–പൂർവ ഇറാനിലെ ഷഹർ–ഇ-സോഖ്തയിൽ നിന്നുള്ള പ്രാചീന ഡിഎൻഎ സാമ്പിളുകളിൽനിന്നും-വലിയ പ്രത്യാഘാതങ്ങളുളവാക്കുവാൻപോന്ന ചില വിസ്മയിപ്പിക്കുന്ന കണ്ടുപിടുത്തങ്ങൾ പ്രസ്തുത പഠനം നടത്തുകയുണ്ടായി: 3100 BCEക്കും 2200 BCEക്കും ഇടയിൽ പ്രായമുള്ള, അന്യാദൃശമായ ഡിഎൻഎ രൂപരേഖയുള്ള, മൂന്ന് വേറിട്ടുനിൽക്കുന്ന വ്യക്തികൾ. അതേ കേന്ദ്രങ്ങളിൽനിന്നുള്ള മറ്റു ഡിഎൻഎ സാമ്പിളുകൾ പോലെയല്ലാതെ ഇവയിൽ 14 മുതൽ 42 ശതമാനംവരെ ആദ്യത്തെ ഇന്ത്യക്കാരുടെ വംശപൈതൃകം ഉണ്ടായിരുന്നു, അതിനുപുറമേ സാഗ്രോസ് കർഷകരുടെ വംശപൈതൃകവും. ഹാരപ്പൻ സംസ്കാരത്തിന് BMACയുമായും ഷഹർ-ഇ-സോഖ്തയുമായും സമ്പർക്കമുണ്ടായിരുന്നു എന്ന് അറിവായിട്ടുണ്ട് എന്നതുകൊണ്ട് വേറിട്ടുനിൽക്കുന്ന ഈ മൂന്നു വ്യക്തികൾ അവിടെനിന്ന് ആയിടെ കുടിയേറിയവരാവാം എന്ന അനുമാനത്തിലേക്ക് പഠനം എത്തിച്ചേർന്നു. ഈ വ്യക്തികൾക്ക് അവർക്കു ചുറ്റുമുള്ള മറ്റുള്ളവരുടേതുപോലെ സ്റ്റെപ്പ് വംശപൈതൃകം ഉണ്ടായിരുന്നില്ല. സ്റ്റെപ്പിൽനിന്നുള്ള ഇടയർ തെക്കോട്ടുള്ള കുടിയേറ്റം ആരംഭിച്ചത് 2100 BCE അടുപ്പിച്ചുമാത്രമാണ് എന്ന കാഴ്ചപ്പാടുമായി ഇത് യോജിക്കുന്നുണ്ട്.

എങ്കിലും തുറുപ്പുശീട്ട് വരുന്നതേയുണ്ടായിരുന്നുള്ളൂ. പാകിസ്ഥാനിലെ സ്വാത് താഴ്‌വരയിൽനിന്നുമുള്ള, 1200 BCEക്കും 1 CEക്കും ഇടയ്ക്കു പഴക്കമുള്ള പ്രാചീന ഡിഎൻഎ ശാസ്ത്രജ്ഞർക്ക് പരിശോധനക്കായി ലഭിച്ചിരുന്നു–അതായത് ഷഹർ-ഇ-സോഖ്ത, BMAC സാമ്പിളുകൾക്ക് ഏകദേശം ഒരു സഹസ്രാബ്ദം ഇപ്പുറത്താണ് ഇവയുടെ കാലഘട്ടം. ഷഹർ-ഇ-സോഖ്തയിലെയും BMACയിലെയും വേറിട്ടുനിൽക്കുന്ന മൂന്നു വ്യക്തികളുമായി സ്വാത് താഴ്‌വരയിലെ സാമ്പിളുകൾ ജനിതകസാദൃശ്യം ഉള്ളതായിരുന്നു; അവരെപ്പോലെ ആദ്യത്തെ ഇന്ത്യക്കാരുടെയും സാഗ്രോസ് കർഷകരുടെയും വംശപൈതൃകം ഇവർക്കുമുണ്ടായിരുന്നു. എങ്കിലും സുപ്രധാനവും സുവ്യക്തവുമായ ഒരു വ്യത്യാസവും ഉണ്ടായിരുന്നു: ഇവർക്ക് ഏകദേശം 22 ശതമാനത്തോളം സ്റ്റെപ്പ് വംശപൈതൃകവും ഉണ്ടായിരുന്നു. പഠനം പറയുന്നു: 'BCE രണ്ടാം സഹസ്രാബ്ദത്തിൽ സ്റ്റെപ്പ് വംശപൈതൃകം ദക്ഷിണേഷ്യൻ സമൂഹങ്ങളിൽ കലർത്തപ്പെട്ടതിന്റെ നേരിട്ടുള്ള തെളിവാണ് ഇത്. ഈ കാലഘട്ടത്തിൽ സ്റ്റെപ്പ് സംഘങ്ങൾ ട്യുറാൻ വഴി തെക്കോട്ടു വ്യാപിച്ചതിന്റെ തെളിവുകളുമായി ഇത് ഒത്തുപോകുന്നുമുണ്ട്.'

പഠനം അതിനുശേഷം നിരീക്ഷിക്കുന്നത്, ഇന്ന് യൂറോപ്പിലും ഏഷ്യയിലുമുള്ള ഇൻഡോ യൂറോപ്യൻ ഭാഷകരിൽ ഒരു വലിയ ഭൂരിപക്ഷവും 'യംനായ' (Yamnaya) എന്നറിയപ്പെടുന്ന സ്റ്റെപ്പ് ഇടയരുടെ വംശപൈതൃകം പേറുന്നവരാണ് എന്നാണ് (അടുത്ത പേജുകളിൽ യംനായയെപ്പറ്റി കൂടുതലുണ്ട്). യംനായ സംസാരിച്ചിരുന്നത് പ്രോട്ടോ-ഇൻഡോ-യൂറോപ്യൻ ആണെന്നും അവരാണ് ഇൻഡോ യൂറോപ്യൻ ഭാഷകൾ യൂറോപ്പിലും ഏഷ്യയിലും പ്രചരിപ്പിച്ചതെന്നുമുള്ള കാലങ്ങളായി നിലവിലുള്ള സിദ്ധാന്തവുമായി ഇത് യോജിക്കുന്നുണ്ട്. പടിഞ്ഞാട്ടു യൂറോപ്പിലേക്കുള്ള യംനായയുടെ നീക്കം ആരംഭിച്ചത് 3000 BCEയിൽ ആണെന്നാണ് മുൻപുനടന്ന ജനിതകപഠനങ്ങൾ രേഖപ്പെടുത്തിയിരിക്കുന്നത്; പക്ഷേ ഈ പഠനം പുറത്തുവരുംവരെ സ്റ്റെപ്പ് വംശപൈതൃകത്തിന്റെ ദക്ഷിണേഷ്യയിലേക്കുള്ള സംക്രമണ ശൃംഖലയുടെ നേരിട്ടുള്ള പ്രാചീന ഡിഎൻഎ തെളിവുകളൊന്നും ഉണ്ടായിരുന്നില്ല. BCE രണ്ടാം സഹസ്രാബ്ദത്തിൽ സ്റ്റെപ്പ് സമൂഹങ്ങൾ തെക്കോട്ട് വൻതോതിലുള്ള നീക്കങ്ങൾ നടത്തിയതിന്റെ കൃത്യമായ പ്രാചീന ഡിഎൻഎ പഠനഫലങ്ങൾകൊണ്ട് ഈ കുറവ് നികത്തിയിട്ടുണ്ടെന്നാണ് പഠനകർത്താക്കൾ വിശ്വസിക്കുന്നത്.

അതുമാത്രമല്ല. ഇന്നത്തെ ഇന്ത്യൻ സമൂഹം ANIയും [ഹാരപ്പൻ നിവാസികൾ (ആദ്യത്തെ ഇന്ത്യക്കാർ + സാഗ്രോസ് കർഷകർ) + സ്റ്റെപ്പ് ഇടയർ] ASIയും (ഹാരപ്പൻ നിവാസികൾ + ആദ്യത്തെ ഇന്ത്യക്കാർ) തമ്മിൽ കലർന്നുണ്ടായതാണെന്ന് പറഞ്ഞത് ഓർമ്മയുണ്ടല്ലോ അല്ലേ? ഈ ANI–ASI മിശ്രിതം ദക്ഷിണേഷ്യയിലെ ഇന്നുള്ള 140 ജനസമൂഹങ്ങളിൽ ഉണ്ടോ എന്ന് ജനിതകശാസ്ത്രജ്ഞർ പരിശോധിച്ചപ്പോൾ പത്തു സമൂഹങ്ങൾ വേറിട്ടുനിന്നു–അവർക്ക് പ്രതീക്ഷിച്ചതിലധികം സ്റ്റെപ്പ് വംശപൈതൃകം ഉണ്ടായിരുന്നതായിരുന്നു ചേർച്ചക്കുറവിനു കാരണം. സ്റ്റെപ്പ് വംശപൈതൃകം ഏറ്റവും ഉയർന്ന തോതിൽ ഉണ്ടെന്നതിന്റെ ശക്തമായ തെളിവുകൾ രണ്ടു സമൂഹങ്ങളിലാണ് ഉണ്ടായിരുന്നത്; അവർ പാരമ്പര്യമായി പുരോഹിതപദ

വിയുള്ളവരും സംസ്കൃതഭാഷയിലുള്ള പ്രമാണഗ്രന്ഥങ്ങളുടെ രക്ഷാധികാരികളും ആയിരുന്നു. ഇതിന് എന്താണ് വിശദീകരണം? പഠനം പറയുന്നത്, സ്റ്റെപ്പിൽനിന്നു ദക്ഷിണേഷ്യയിലേക്കുള്ള ഇടയരുടെ കുടിയേറ്റം വ്യത്യസ്ത അളവിൽ സ്റ്റെപ്പ് വംശപൈതൃകമുള്ള വ്യത്യസ്ത സമൂഹങ്ങളെ സൃഷ്ടിച്ചതാണ് ഒരു സാദ്ധ്യതയെന്നാണ്. സ്റ്റെപ്പ് വംശപൈതൃകത്തിന്റെ തോത് കൂടുതലുള്ളവർ വൈദികസംസ്കാരം നിലനിർത്തുകയും പ്രചരിപ്പിക്കുകയും ചെയ്തതിൽ നിർണ്ണായകപങ്കു വഹിച്ചതായിട്ടാണ് കാണുന്നത്. സ്വജാതിവിവാഹം (സ്വന്തം വർഗ്ഗവിഭാഗത്തിൽനിന്നുമാത്രം വിവാഹം കഴിക്കുന്ന രീതി) മാത്രം അനുവദിക്കുന്ന പ്രബലമായ നിയമങ്ങൾ ചില ജനസമൂഹങ്ങളിൽ നിലനിന്നിരുന്നത് ഇന്നും സ്റ്റെപ്പ് വംശപൈതൃകം അമിതമായി തുടരുവാൻ കാരണമായിട്ടുമുണ്ടാവാം.

ആരായിരുന്നു യംനായ?

സംഭവിച്ചതെന്താണെന്ന് നാം കണ്ടുകഴിഞ്ഞ സ്ഥിതിയ്ക്ക് അടുത്ത ചോദ്യത്തിലേക്കു കടക്കാം: യൂറോപ്പിലേക്കും ദക്ഷിണേഷ്യയിലേക്കും കുടിയേറുകയും സ്വന്തം ഭാഷ പ്രചരിപ്പിക്കുകയും ലോകത്തിന്റെ അതിവിശാലമായ പ്രദേശങ്ങളിൽ ജനിതകമുദ്ര അവശേഷിപ്പിക്കുകയുംചെയ്ത ആ സ്റ്റെപ്പുകൾ വാസ്തവത്തിൽ ആരായിരുന്നു? സ്റ്റെപ്പ് എന്നാൽ മദ്ധ്യ യൂറോപ്പ് മുതൽ ചൈനവരെയുള്ള 8000 കിലോമീറ്ററിനുമേൽ പരന്നുകിടക്കുന്ന, വളരെക്കുറച്ചുമാത്രം ജനവാസമുള്ള, പുൽമേടുകളും കുറ്റിക്കാടുകളും സാവന്നയും നിറഞ്ഞ വലിയൊരു ഭൂപ്രദേശമാണ്. ഏകദേശം 50,000-30,000 വർഷങ്ങൾക്കുമുൻപ് ആഫ്രിക്കയിൽനിന്നുള്ള കുടിയേറ്റക്കാർ യൂറേഷ്യയുടെ ഭൂരിഭാഗത്തും താമസമുറപ്പിച്ചപ്പോൾ, വ്യത്യസ്തമായ ഭൂപ്രവിശ്യകളിൽ താമസമുറപ്പിച്ച മനുഷ്യസംഘങ്ങൾ പലപ്പോഴും അവർക്കിടയിലുള്ള അകലംകൊണ്ടും ഭൂമിശാസ്ത്രപരമായ തടസ്സങ്ങൾകൊണ്ടും ജനിതകപരമായി വ്യത്യാസമുള്ളവരായിമാറി. ഈ കാലഘട്ടത്തിൽ സ്റ്റെപ്പിൽ താമസിച്ചിരുന്നവരെ ഇന്ന് വർഗ്ഗീകരിച്ചിരിക്കുന്നത് സ്റ്റെപ്പ് പ്രവിശ്യയിൽനിന്നുള്ള ഈസ്റ്റേൺ ഹണ്ടർ ഗാതറേഴ്സ് (Eastern Hunter-Gatherers, കിഴക്കൻ വേട്ടക്കാരും ഭക്ഷ്യസമ്പാദകരും) അഥവാ EHG എന്നും, സൈബീരിയൻ പ്രവിശ്യയിൽനിന്നുള്ള ആൻഷ്യന്റ് നോർത്ത് യൂറേഷ്യൻസ് (Ancient North Eurasians, പ്രാചീന വടക്കൻ യൂറേഷ്യൻമാർ) അഥവാ ANE എന്നുമാണ്. ഏകദേശം 16,000 വർഷങ്ങൾക്കുമുൻപ് ബെറിങ്ങ് ഭൗമസേതുവിലൂടെ അമേരിക്കയിലേക്കു കുടിയേറിയവരുടെ ബന്ധുക്കളാണിവർ.

അതിനുശേഷം ഏകദേശം 5000 BCE അടുപ്പിച്ച് കൗകാസസിൽ–കാസ്പിയൻ കടലിനും കരിങ്കടലിനും ഇടയിൽ പശ്ചിമേഷ്യയെ സ്റ്റെപ്പുമായി ബന്ധിപ്പിക്കുന്ന ഭൂവിഭാഗം–നിന്നുള്ള മനുഷ്യരുടെ വൻതോതിലുള്ള ഒരു കടന്നുകയറ്റം സ്റ്റെപ്പിലേക്ക് ഉണ്ടായത് പുതിയ താവളങ്ങൾ സൃഷ്ടിക്കപ്പെടുന്നതിന് കാരണമായി. ഈ കടന്നുകയറ്റങ്ങളുടെ അനന്തരഫലമാണ് യംനായ; അവരുടെ വംശപൈതൃകത്തിൽ കൗകാസസും സ്റ്റെപ്പിലെ വേട്ടക്കാരും ഭക്ഷ്യസമ്പാദകരുമായ സമൂഹവും ഒരേ അളവിൽ കലർന്നിരിക്കുന്നു.

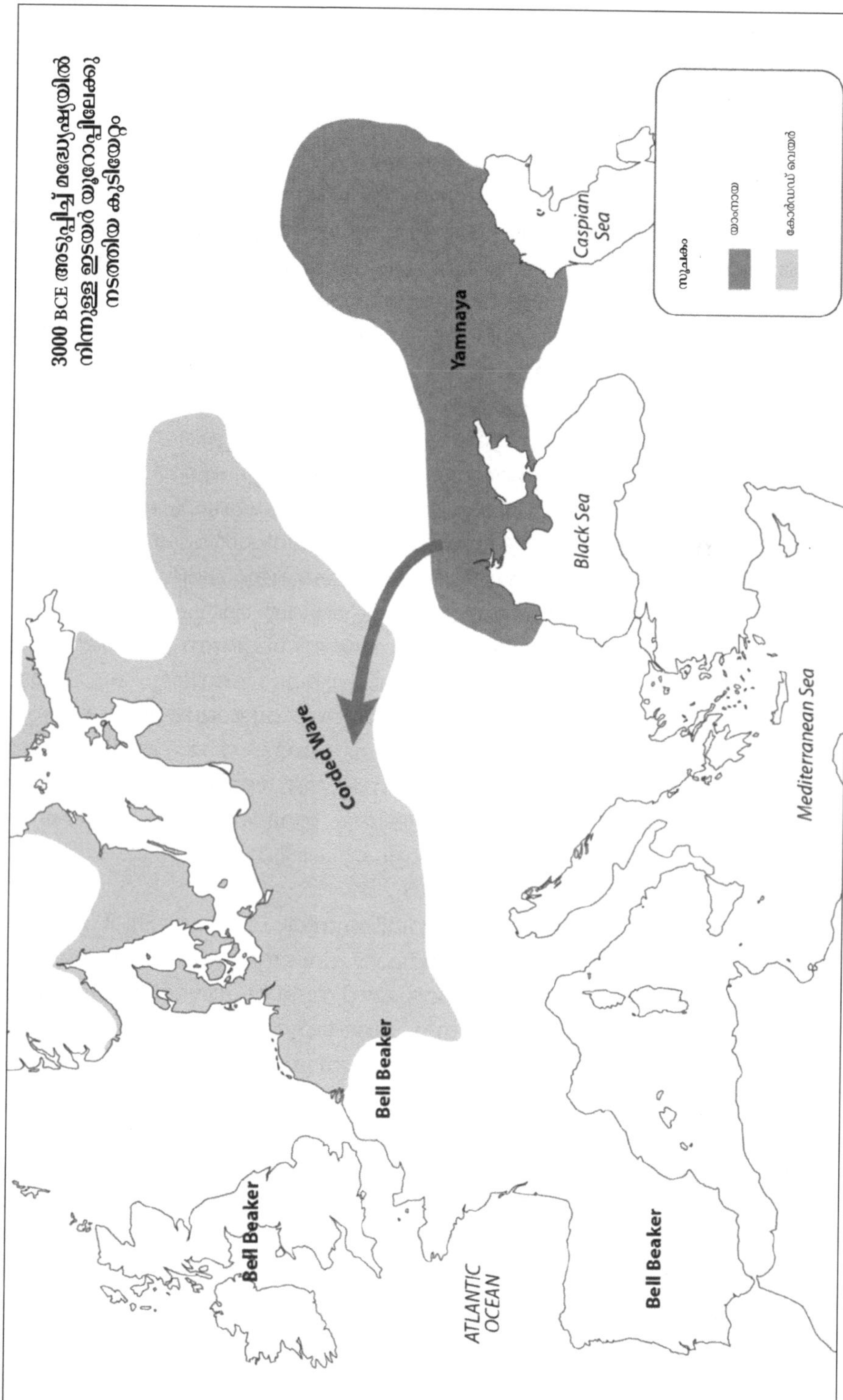
3000 BCE അടുപ്പിച്ച് മദ്ധ്യേഷ്യയിൽ നിന്നുള്ള ഇടയർ യൂറോപ്പിലേക്കു നടത്തിയ കുടിയേറ്റം
സൂചകം
യാംനായ
കോർഡഡ് വെയർ
Yamnaya
Caspian Sea
Black Sea
Corded Ware
Mediterranean Sea
Bell Beaker
Bell Beaker
Bell Beaker
ATLANTIC OCEAN

ഏകദേശം 3700 BCE അടുപ്പിച്ച് കൗകാസസ് മൈകോപ് സംസ്കൃതിയുടെ കേന്ദ്രബിന്ദുവായി മാറി. യംനായയിൽ അതിന്റെ ശക്തമായ സ്വാധീനങ്ങൾ ഉണ്ടെന്നാണ് കാണുന്നത്. ഉദാഹരണമായി, യംനായയുമായി ചേർത്തുവെച്ചിരിക്കുന്ന സമ്പ്രദായമായ 'കുർഗാനുക'ളുടെ (kurgans–മരംകൊണ്ടുണ്ടാക്കിയ ശവമടക്കുന്ന അറയുടെ മേലെ കല്ലും മണ്ണും കൂട്ടിവെച്ച് ശവമടക്കു കൂനകൾ നിർമ്മിക്കുന്ന സമ്പ്രദായം) നിർമാണം ആദ്യം കാണുന്നത് കൗകാസസിലാണ്; ഏറ്റവും പുരാതനമായ പ്രോട്ടോ-ഇൻഡോ-യൂറോപ്യൻ ഭാഷയെ യംനായ അവരുടെ സംസാരഭാഷയാക്കും മുൻപ് കൗകാസസിലാവണം അത് ആദ്യം സംസാരിച്ചതെന്ന് പലപ്പോഴും വാദങ്ങളുണ്ടാകാറുണ്ട്.

മൂന്ന് പുത്തൻ സാങ്കേതികവിദ്യകളാണ് മൈകോപ് പോലെയുള്ള അയൽ സമൂഹങ്ങളിൽനിന്ന് യംനായ സ്വീകരിക്കുകയും അതുവഴി ചരിത്രത്തിൽ അവരുടെ ഭാഗം ഉറപ്പിക്കുകയും ചെയ്തത്: ചക്രം, വണ്ടി പിന്നെ കുതിരയും. എവിടെയാണ് ആദ്യം ചക്രം കണ്ടുപിടിച്ചതെന്ന് കൃത്യമായി തൊട്ടുകാണിക്കുവാൻ ഇതുവരെ നമുക്ക് സാധിച്ചിട്ടില്ല, എന്തെന്നാൽ കണ്ടുപിടിച്ചതോടെ അത് കാട്ടുതീപോലെ യൂറേഷ്യയിലെങ്ങും പ്രചരിച്ചിരുന്നു. ഒരേസമയത്ത് ഒന്നിലധികം പ്രദേശങ്ങളിൽ ചിലപ്പോൾ ചക്രം കണ്ടുപിടിച്ചിട്ടുണ്ടാവാം–മൂന്നാം അദ്ധ്യായത്തിൽ നാം കണ്ടതുപോലെ 3000 BCEക്കു മുൻപുനിന്നുള്ള കളിമണ്ണുകൊണ്ടുള്ള ചക്രത്തിന്റെ മാതൃകകൾ ഹാരപ്പൻ സംസ്കാരത്തിൽനിന്ന് ലഭിച്ചിട്ടുണ്ട്. യംനായ ജീവിച്ചിരുന്ന പ്രദേശത്തിന്റെ ഭൂമിശാസ്ത്രപരമായ പ്രത്യേകതകൾകൊണ്ട് ചക്രവും വണ്ടിയും കുതിരയും അവർക്ക് ഏറ്റവും ഉപയോഗമുള്ളവയായിരുന്നു. വിശാലമായ പല സ്റ്റെപ്പ് പ്രദേശങ്ങളും മഴയുടെ അഭാവംകൊണ്ട് കൃഷിക്കും താമസത്തിനും യോഗ്യമല്ലാതെയാണ് അന്നുവരെ ഉണ്ടായിരുന്നത്; നദീതടങ്ങൾ മാത്രമേ ഇതിന് അപവാദമായി ഉണ്ടായിരുന്നുള്ളൂ, എങ്കിലും ഇവിടങ്ങളിലും വലിയകൂട്ടം ചെമ്മരിയാടുകളെയോ കന്നുകാലികളെയോ പരിപാലിക്കുവാൻ ജലാശയങ്ങളുടെ എണ്ണക്കുറവ് തടസ്സമായിരുന്നു.

എന്നാൽ, കാളകളോ കുതിരകളോ വലിക്കുന്നതും ചക്രം ഘടിപ്പിച്ചതുമായ വണ്ടികൾ ഉപയോഗിച്ച് യംനായ വിശാലമായ പല സ്റ്റെപ്പ് പ്രദേശങ്ങളിലേക്കും കയ്യിൽ വെള്ളവും മറ്റ് അവശ്യവസ്തുക്കളുമായി സഞ്ചരിച്ചുതുടങ്ങി. വരൾച്ചയെ അതിജീവിക്കുവാൻ കഴിവുള്ള ഈ വളർത്തുമൃഗങ്ങൾ യംനായയുടെ കന്നുകാലിമേയ്ക്കലിനെ പരിപോഷിപ്പിക്കുവാനും അതിൽനിന്ന് കനത്ത ലാഭം കൊയ്യുവാനും സഹായിച്ചുകാണണം. അവിടെനിന്ന് ചെറിയൊരു കാൽവെയ്പുകൊണ്ട് മൈകോപ് പോലുള്ള സംസ്കാരങ്ങളുമായുള്ള കച്ചവടബന്ധങ്ങളിലേക്കും കൂടുതൽ സമ്പന്നതയിലേക്കും സ്വാധീനശക്തിയിലേക്കും അവർ എത്തിയിട്ടുണ്ടാവാം. യംനായയുടെ ജീവിതത്തിൽ വണ്ടികളും കുതിരകളും എത്ര മുഖ്യമായിരുന്നു എന്നത് അവയെയും ഉടമസ്ഥനോടൊപ്പം മരണസമയത്ത് അടക്കം ചെയ്തിരുന്നു എന്ന വസ്തുതയിൽനിന്ന് മനസ്സിലാക്കാം; അക്കാലത്തെ കുർഗാനുകളിൽ നിന്ന് അവയുടെ അവശിഷ്ടങ്ങൾ കണ്ടെത്തിയിട്ടുണ്ട്. സഞ്ചാരസ്വാതന്ത്ര്യത്തോടെയുള്ള പുതിയ യംനായ ജീവിതശൈലി സ്റ്റെപ്പിൽ വലിയ മാറ്റങ്ങൾ കൊണ്ടുവന്നു. പല

പ്രദേശങ്ങളിലും പഴയ താവളങ്ങൾ ഉപേക്ഷിക്കപ്പെട്ടു. യംനായ പോയിടങ്ങളിലെല്ലാം അവശേഷിപ്പിച്ചുപോയിട്ടുള്ള സ്ഥിരനിർമ്മിതികൾ അവരുടെ കുർഗാനുകൾ മാത്രമാണ്. കാലക്രമേണ, അവർ വാണിജ്യബന്ധം പുലർത്തിപ്പോന്നിരുന്ന സ്ഥിരതാമസക്കാരായ സമൂഹങ്ങളിൽനിന്ന് യംനായയും ലോഹസംസ്കരണവിദ്യയിൽ നൈപുണ്യം നേടി–കലഹസ്വഭാവമുള്ള ഒരു ലോകത്ത് ആ കഴിവ് അത്യാവശ്യമുള്ളതായിരുന്നു. തീർച്ചയായും കലഹങ്ങൾ താമസമെന്യേപൊട്ടിപ്പുറപ്പെടുകയും ചെയ്തു.

ഏകദേശം 3000 BCE അടുപ്പിച്ച് യംനായ യൂറോപ്പിലേക്ക് കടന്നുകയറി, അവരുടെ പിൻഗാമികൾ ദക്ഷിണേഷ്യയിൽ എത്തുന്നതിന് ഒരു സഹസ്രാബ്ദത്തോളം മുൻപ്. പുരാവസ്തുരേഖകളിൽ ഈ പുതിയ കടന്നുകയറ്റം 'കോർഡഡ് വെയർ' (Corded Ware) എന്നറിയപ്പെടുന്ന ഒരു പുതിയ സംസ്കൃതിയായാണ് പ്രതിഫലിച്ചുകാണുന്നത്–ഏകദേശം 2900 BCE അടുപ്പിച്ചാണ് ഇത് പ്രകടമായിത്തുടങ്ങുന്നത്. 'കോർഡഡ് വെയർ' എന്ന വാക്ക് ഒരു പ്രത്യേകതരം കളിമൺപാത്രനിർമ്മാണശൈലിയെ ആണ് സൂചിപ്പിക്കുന്നത്; ഇത്തരം പാത്രങ്ങളിൽ പിരിഞ്ഞ ചരടിന്റെ (കോർഡ്) അടയാളമുണ്ടാകും. സ്വിറ്റ്സർലാൻഡ് മുതൽ യൂറോപ്യൻ റഷ്യവരെയുള്ള വിശാലമായ ഭൂപ്രദേശങ്ങളിൽ ഈ സംസ്കൃതി വ്യാപിച്ചുകിടന്നിരുന്നു. ജർമനിയിൽനിന്നുള്ള പ്രാചീന ഡിഎൻഎ പരിശോധിച്ചതിൽനിന്ന് മനസ്സിലായത് കോർഡഡ് വെയർ പാത്രങ്ങളോടൊത്ത് മറവുചെയ്ത മനുഷ്യരിലുള്ളത് 75 ശതമാനത്തോളം യംനായയുമായി ബന്ധമുള്ള സമൂഹങ്ങളുടെ വംശപൈതൃകമാണെന്നാണ്; ബാക്കി ആ പ്രദേശത്ത് മുൻപുതന്നെ താമസമുറപ്പിച്ചിരുന്ന കൃഷിക്കാരുടെയും. അകത്തേക്കു പ്രവേശിച്ച യംനായ തന്നെയാണ്, 'ബെൽ ബീക്കർ' സംസ്കൃതി (Bell Beaker culture) യൂറോപ്പിന്റെ ഒട്ടുമിക്ക ഭാഗങ്ങളിലും പ്രചരിക്കുന്നതിന് കാരണക്കാരായത്–അവരല്ല അതിന്റെ ഉപജ്ഞാതാക്കളെങ്കിലും. (കമഴ്ത്തിവെച്ച ഒരു മണിയുടെ രൂപത്തിലുള്ള കളിമൺപാത്രങ്ങൾ നിർമ്മിച്ചിരുന്ന ശൈലിയാണ് 'ബെൽ ബീക്കർ' എന്നറിയപ്പെടുന്നത്.)

ബ്രിട്ടനിലേക്കു പ്രവേശിച്ച ഇൻഡോ യൂറോപ്യൻ ഭാഷകരും ബെൽ ബീക്കർ സംസ്കൃതിയുടെ ഉത്പന്നങ്ങളുമായ മനുഷ്യർ ദ്വീപിൽ മുൻപു താമസിച്ചിരുന്ന സ്റ്റോൺഹെൻജ് (Stonehenge) നിർമ്മാതാക്കളായ മനുഷ്യരെ ഒട്ടുമിക്കവാറും സ്ഥാനഭ്രഷ്ടരാക്കി. 'ബീക്കർ കാലഘട്ടത്തെ തുടർന്നുവന്ന വെങ്കലയുഗത്തിലെ ബ്രിട്ടീഷ് ഐറിഷ് അസ്ഥികൂടങ്ങൾ 10 ശതമാനത്തോളം ദ്വീപുകളിലെ ആദിമനിവാസികളായ കർഷകരുടെ വംശപൈതൃകവും ബാക്കി 90 ശതമാനത്തോളം നെതെർലാൻഡ്സിലെ ബെൽ ബീക്കർ സംസ്കൃതിയുമായി ബന്ധപ്പെട്ടവരുടെ വംശപൈതൃകവും ഉള്ളവയാണ്. ഇത് കോർഡഡ് വെയർ സംസ്കൃതിയുടെ വ്യാപനത്തിനു പുറകേവന്ന ജനസംഖ്യാ പുനർവിന്യാസം പോലെതന്നെ നാടകീയമായ ഒന്നായിരുന്നു,' എന്ന് നാം ആരാണ്, നാംഎങ്ങനെ ഇവിടെയെത്തി (Who We Are and How We Got Here) എന്ന കൃതിയിൽ ഡേവിഡ് റെയ്ക് എഴുതുന്നു.

1950കളിൽ ആദ്യമായി 'കുർഗാൻ സിദ്ധാന്തം' മുന്നോട്ടുവെച്ച (സ്റ്റെപ്പിലെ കുർഗാൻ ശവസംസ്കാരരീതിക്കാർ, അതായത് യംനായ, പ്രോട്ടോ–ഇൻഡോ

-യൂറോപ്യൻ ഭാഷയാണ് സംസാരിച്ചിരുന്നതെന്ന് പറയുന്ന സിദ്ധാന്തം. Kurgan Hypothesis) ലിതുവാനിയൻ-അമേരിക്കൻ പുരാവസ്തുഗവേഷകയായ മരിജാ ജിംബുട്ടാസ് കരുതുന്നത് യംനായ യൂറോപ്പിലേക്ക് കടന്നുകയറിയതോടെ വൻപിച്ച സാംസ്കാരികമാറ്റങ്ങൾ ഉണ്ടായി എന്നാണ്. അവർ പറയുന്നു, 'ഇൻഡോ-യൂറോപ്യനൈസേഷൻ എന്ന പ്രക്രിയ ഭൗതികമായ മാറ്റമായിരുന്നില്ല, അത് സാംസ്കാരികമാറ്റമായിരുന്നു. ഒരു പുതിയ ഭരണഘടനാവ്യവസ്ഥയും ഭാഷയും മതവും തദ്ദേശീയഗോത്രങ്ങൾക്കുമേൽ വിജയകരമായി അടിച്ചേൽപ്പിക്കുന്ന ഒരു പട്ടാളവിജയം എന്നുവേണം ഇതിനെ കാണുവാൻ.'

അമ്മദൈവത്തെ ആരാധിക്കുന്ന മെഡിറ്ററേനിയൻ സമ്പ്രദായത്തിൽ നിന്ന് പുരുഷമേധാവിത്വമുള്ള ഒരു സമൂഹത്തിലേക്കും യുദ്ധസ്വഭാവമുള്ള, ഇടിമിന്നലിന്റെ അധിദേവനെ (സിയൂസ്, ഡയസ്) ആരാധിക്കുന്ന, സമ്പ്രദായത്തിലേക്കുള്ള പരിവർത്തനത്തിന്റെ സ്വഭാവത്തെ ജിംബുട്ടാസ് അക്രമാസക്തമെന്നാണ് വിശേഷിപ്പിക്കുന്നത്. ജിംബുട്ടാസിന്റെ കുർഗാൻ സിദ്ധാന്തം കാലത്തിന്റെ പരീക്ഷണത്തെ ഒട്ടുമിക്കവാറും ജയിച്ചെങ്കിലും പരിവർത്തനരീതിയെ ഇത്രയും ഇരുണ്ടതാക്കി ചിത്രീകരിക്കുന്നതിനെ പലരും ചോദ്യംചെയ്തിട്ടുണ്ട്; പരിവർത്തനം കുറച്ചുകൂടി സമാധാനപരവും കാലാനുസാരിയും ആണെന്നാണ് അവരുടെ വാദം. അവരുടെ അഭിപ്രായത്തിൽ കുടിയേറ്റങ്ങൾ ആസൂത്രിതമായ പട്ടാളനീക്കങ്ങളായിരുന്നില്ല, മറിച്ച്, വ്യത്യസ്തരായ പല ഗോത്രങ്ങളും സംസ്കൃതികളും പല തലമുറകൾകൊണ്ട് ക്രമേണ വ്യാപിച്ചതാണ്. ജിംബുട്ടാസിനെ വിമർശിക്കുന്നതിൽ കാമ്പുണ്ടെങ്കിലും പുതിയ കുടിയേറ്റക്കാർ സൃഷ്ടിച്ച സംസ്കൃതിയിൽ അക്രമത്തെ വീരപരിവേഷം ചാർത്തുന്ന, പുരുഷ കേന്ദ്രീകൃതസ്വഭാവം പ്രകടമാക്കുന്ന ഘടകങ്ങൾ കാണുന്നുണ്ട്–അവരുടെ ശവമടക്കു കൂനകളിൽ അധികവും പുരുഷന്മാരാണുള്ളത്, പലപ്പോഴും വലിയ മുറിവുകളുണ്ടായതിന്റെ തെളിവുകളും അവരിൽ കാണുന്നുണ്ട്; പല കല്ലറകളിലും യുദ്ധത്തിനുപയോഗിക്കുന്ന വമ്പൻ കോടാലികളുമുണ്ട്.

യംനായ വികാസങ്ങൾ പുരുഷകേന്ദ്രീകൃതമാണെന്നതിന് ജനിതകതെളിവുകളുമുണ്ട്. ഡേവിഡ് റെയ്ക്ക് ഇങ്ങനെ പറയുന്നു:

> യംനായ Y ക്രോമോസോമുകൾ ഏതാനും ഇനങ്ങൾ മാത്രമേയുള്ളൂ എന്നത് വെളിവാക്കുന്നത് ഏതാനും പുരുഷന്മാർ മാത്രം സ്വന്തം ജീനുകൾ സംക്രമണം ചെയ്യുന്നതിൽ അസാധാരണവിജയം കൈവരിച്ചിരുന്നു എന്നാണ്. ഇതിനു വിപരീതമായി അവരുടെ മൈറ്റോകോൺഡ്രിയൽ ഡിഎൻഎ വളരെ വൈവിധ്യമാർന്ന സീക്വെൻസുകൾ ഉള്ളവയാണ്... യംനായ വികാസങ്ങൾ അത്ര സൗഹൃദപരവും ആയിരുന്നില്ലെന്ന് തെളിയുന്നുണ്ട്; പശ്ചിമയൂറോപ്പിലും ഇന്ത്യയിലും ഇന്നുള്ളവരുടെ ജീനോമിൽ സ്റ്റെപ്പിൽനിന്നുള്ള Y ക്രോമോസോം മറ്റുള്ളവയെക്കാൾ വളരെക്കൂടുതലുണ്ട്. സ്റ്റെപ്പിൽനിന്നുള്ള പുരുഷന്മാരുടെ വംശപൈതൃകത്തിന്റെ ആധിക്യം സൂചിപ്പിക്കുന്നത് രാഷ്ട്രീയമോ സാമൂഹികമോ ആയ അധികാരം കൈവശമുള്ള യംനായ പിൻഗാമികൾ തദ്ദേശീയരായ

ഇണകളുമായോ തദ്ദേശീയസമൂഹങ്ങളുമായോ മത്സരിക്കുന്നതിൽ വിജയം കണ്ടിട്ടുണ്ടെന്നാണ്.

തെക്കുപടിഞ്ഞാറൻ യൂറോപ്പിന്റെ അങ്ങേയറ്റത്തുള്ള ഐബീരിയയുടെ കാര്യം റെയ്ക്ക് ഉദാഹരണമായി എടുക്കുന്നുണ്ട്. ഇവിടെ 2500 BCEക്കും 2000 BCEക്കും ഇടയ്ക്ക് പെട്ടെന്നാണ് യംനായ വംശപൈതൃകം കടന്നുവരുന്നത്. ഈ കാലഘട്ടത്തിൽനിന്നുള്ള പ്രാചീന ഡിഎൻഎയെ അടിസ്ഥാനപ്പെടുത്തി കണ്ടെത്തിയത് സ്റ്റെപ്പ് വംശപൈതൃകത്തിന്റെ വരവോടെ 30 ശതമാനത്തോളം ഐബീരിയൻ സമൂഹങ്ങൾ സ്ഥാനഭ്രഷ്ടരായി എന്നാണ്. അതിലും നാടകീയമായിരുന്നു Y ക്രോമോസോമിന്റെ പുനഃസ്ഥാപനം എന്നു കൂട്ടിച്ചേർത്തുകൊണ്ട് റെയ്ക്ക് എഴുതുന്നു: 'ഞങ്ങൾ ശേഖരിച്ച വിവരങ്ങളിൽ യംനായ വംശപൈതൃകം പേറുന്നവരിൽ ഏകദേശം 90 ശതമാനത്തിന്റെയും Y ക്രോമോസോം സ്റ്റെപ്പിൽനിന്നുള്ളതാണ്, അത് ഐബീരിയയിൽ അതിനുമുൻപ് ഉണ്ടായിരുന്നുമില്ല. സ്റ്റെപ്പിൽനിന്നുള്ള വികാസത്തിൽ അസാധാരണമായ ഉച്ചനീചത്വങ്ങളും അസന്തുലിതാവസ്ഥകളും പ്രവർത്തിച്ചിരുന്നു എന്നു വ്യക്തമാണ്.'

തദ്ദേശീയരായ ഐബീരിയൻ പുരുഷന്മാർ പുതിയതായി വന്ന യംനായ പുരുഷന്മാരെ അപേക്ഷിച്ച് കുറച്ചു സന്തതികളെ മാത്രം അവശേഷിപ്പിക്കുവാനായി ഏതു തരത്തിലുള്ള ബലമാണ് ഉപയോഗിച്ചിട്ടുണ്ടാവുക എന്ന ചോദ്യത്തിന് ഉത്തരം നൽകുവാൻ ജനിതകശാസ്ത്രത്തിനു കഴിയില്ല. അവരെ കൊന്നുകളഞ്ഞോ അതോ ഓടിച്ചുകളഞ്ഞോ അതോ പാർശ്വവത്കരിച്ചതേയുള്ളോ? നമുക്കറിയില്ല. ജനിതകശാസ്ത്രത്തിനു കാണിച്ചുതരുവാൻ കഴിയുക അതിന്റെ അനന്തരഫലം എന്തായിരുന്നു എന്നു മാത്രമാണ്: ജനിതകശേഖരത്തിൽനിന്ന് തദ്ദേശീയ പുരുഷന്മാരുടെ ഗണ്യമായ നിർമാർജ്ജനമാണത്.

കിഴക്ക്, പടിഞ്ഞാറ് പിന്നെ വീണ്ടും കിഴക്ക്

യൂറോപ്പിലേക്ക് കുത്തിയൊഴുകിക്കൊണ്ടിരുന്ന സമയത്തുതന്നെ യംനായ സ്റ്റെപ്പിലൂടെ കിഴക്കോട്ടു കുതിച്ച് തെക്കൻ സൈബീരിയയിലെ മിനുസിൻസ്ക് തടത്തിലേക്കും ആൾതായ് പർവ്വതങ്ങളിലേക്കും എത്തിച്ചേരുകയും അവിടെ അഫനാസിയെവോ (Afanasievo culture) എന്ന് അറിയപ്പെട്ട സംസ്കൃതി പടുത്തുയർത്തുകയും ചെയ്തു; ഇവിടുത്തെ സംസാരഭാഷയായിരുന്ന ടോക്കാരിയാൻ (Tocharian) ഇൻഡോയൂറോപ്യൻഭാഷയുടെ കുറ്റിയറ്റുപോയ ഒരു പ്രാഗ്രൂപം ആയിരുന്നിരിക്കണം. എങ്കിലും ദക്ഷിണേഷ്യയെ സംബന്ധിച്ച് കുറച്ചുകൂടി നിർണ്ണായകമായ ഒരു വികാസം നടന്നത് യംനായ പശ്ചിമ യൂറോപ്പിൽ ചെല്ലുകയും അവിടെ കോർഡഡ് വെയർ സംസ്കൃതി സൃഷ്ടിക്കുകയും ചെയ്തശേഷമാണ്. അവിടെനിന്ന് പിന്നീട് ഒരു 'തെക്കോട്ടുള്ള പിൻവാങ്ങൽ' (eastward reflux) ഉണ്ടായിട്ടുണ്ടെന്നാണ് ജനിതകതെളിവുകൾ പറയുന്നത്. 3000 BCEക്കു ശേഷം കോർഡഡ് വെയർ യംനായയുടെയും, യൂറോപ്യൻ മദ്ധ്യ നിയോലിത്തിക് (European Middle Neolithic, Europe_MN) കർഷകരുടെയും ജനിതകമിശ്രിതം പേറിയ കുടിയേറ്റക്കാർ പശ്ചിമറഷ്യയിലെ

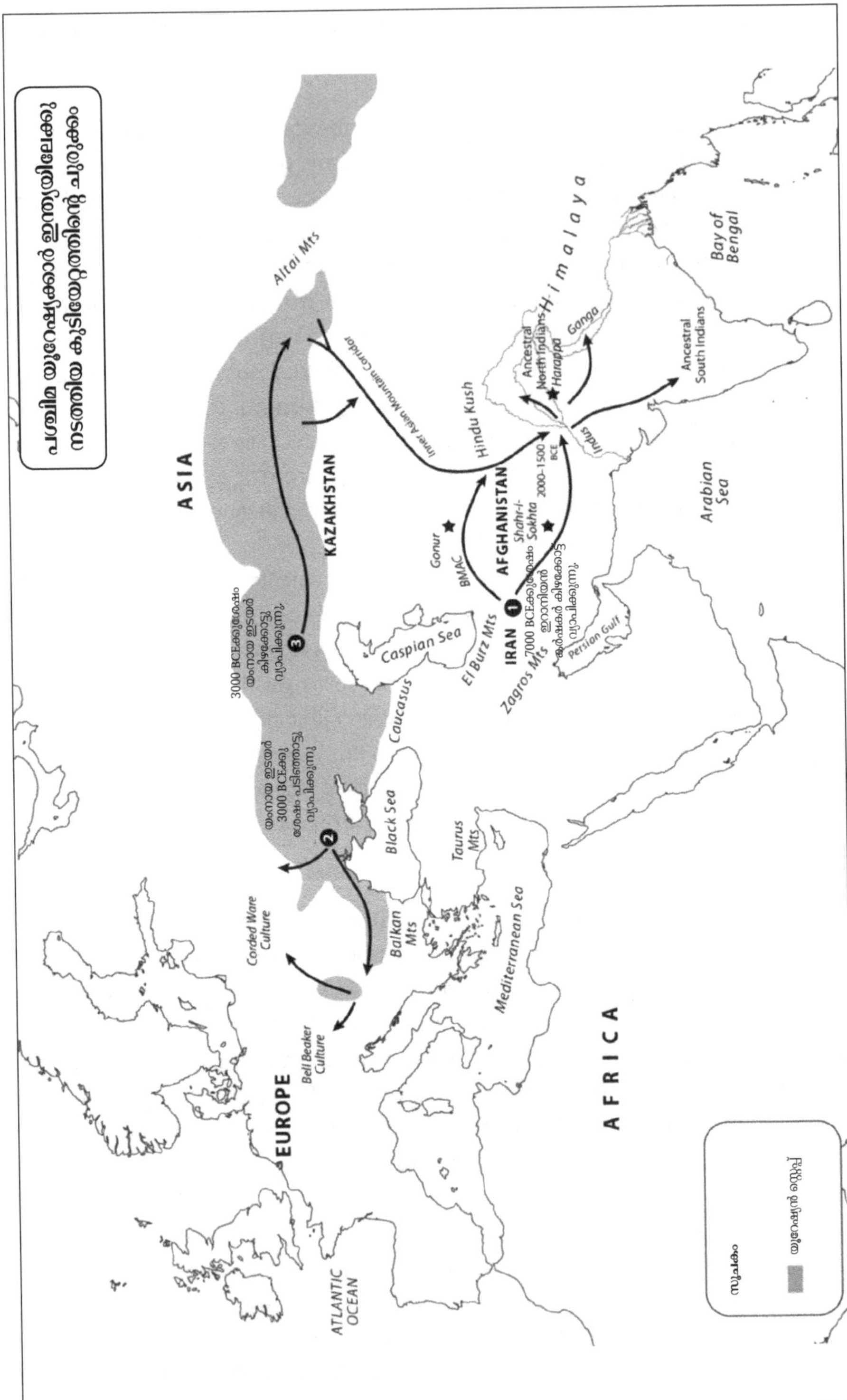

Adapted from 'Genomic Formation of South and Central Asia', bioRxiv, 2018

യൂറാൽ പർവ്വതനിരകൾ തിരികെ താണ്ടി. 2600 BCE ആയപ്പോഴേക്കും യംനായ വ്യത്യസ്തങ്ങളായ പല പിന്മുറ സംസ്കൃതികളായി വേർപിരിഞ്ഞിരുന്നു. കോർഡഡ് വെയറും സിന്റാഷ്ടയും (Sintashta) മുതൽ സ്രുബ്നായയും (Srubnaya) ആൻഡ്രോനോവോയും (Andronovo) വരെയുള്ള സമൂഹങ്ങളായി വിശാലമായ സ്റ്റെപ്പിലൊട്ടാകെ അവർ വ്യാപിച്ചു—അവയിലോരോന്നിനും സ്വന്തമായ ശൈലികളും സമ്പ്രദായങ്ങളും ഉണ്ടായിരുന്നുതാനും.

2015 ജൂണിലെ നേച്ചർ പ്രസിദ്ധീകരിച്ച 'വെങ്കലയുഗയൂറേഷ്യയിലെ ജനസമൂഹ ജീനോമിക്സ്' (Population Genomics of Bronze Age Eurasia) എന്ന പഠനം ഇങ്ങനെ പറയുന്നു, '2000 BCയുടെ തുടക്കത്തിൽ സിന്റാഷ്ട സംസ്കൃതി എന്നറിയപ്പെടുന്ന ഒരുകൂട്ടം പുതിയ കരകൗശലവിദഗ്ധർ യൂറാൽ പ്രവിശ്യയിൽ ഉണ്ടായിവന്നു; അവർ രഥങ്ങൾ നിർമ്മിക്കുകയും കുതിരകളെ പോറ്റിവളർത്തുകയും പരിശീലിപ്പിയ്ക്കുകയും പുതിയ രീതിയിലുള്ള ആയുധങ്ങൾ നിർമ്മിക്കുകയും ചെയ്തു. ഈ പുത്തൻ കണ്ടുപിടുത്തങ്ങൾ അതിവേഗം യൂറോപ്പിലെമ്പാടും കൂടാതെ ഏഷ്യയിലും പ്രചരിക്കുകയും ആൻഡ്രോനോവോ സംസ്കാരത്തിന് വഴിതെളിക്കുകയും ചെയ്തു.' സിന്റാഷ്ട സംസ്കൃതിയും ആൻഡ്രോനോവോ സംസ്കൃതിയും ദക്ഷിണേഷ്യയിലേക്കുള്ള സ്റ്റെപ്പുകാരുടെ കുടിയേറ്റത്തിന് ഒരുപോലെ പ്രസക്തമാണ് എന്നാണ് ഇൻഡോ യൂറോപ്യൻ ഭാഷകളിലും ചരിത്രത്തിലും സവിശേഷജ്ഞാനം നേടിയിട്ടുള്ള അമേരിക്കൻ നരവംശശാസ്ത്ര പ്രൊഫസർ ഡേവിഡ് ഡബ്ള്യു ആന്റണി രേഖപ്പെടുത്തിയിട്ടുള്ളത്.

കുതിരയും ചക്രവും ഭാഷയും (The Horse, the Wheel and Language) എന്ന കൃതിയിൽ റഷ്യൻ പുരാവസ്തുഖനനകേന്ദ്രങ്ങളായ സിന്റാഷ്ടയിലും ആർക്കെയ്മിലും കണ്ടെത്തിയിട്ടുള്ള ആചാരാനുഷ്ഠാനങ്ങളുടെ വിശദാംശങ്ങളുടെയും ഋഗ്വേദത്തിൽ വർണ്ണിച്ചിട്ടുള്ളവയുടെയും സാദൃശ്യങ്ങൾ ആന്റണി വിസ്തരിച്ചു പരിശോധിക്കുന്നുണ്ട്. വേദങ്ങളിൽവെച്ച് ഏറ്റവും പ്രാചീനമായ ഋഗ്വേദത്തിന്റെ കാലഘട്ടം 1700 BCEക്കും 1100 BCEക്കും ഇടയ്ക്കാണ്; ഇതിന്റെ കാലഗണനയിൽ അഭിപ്രായവ്യത്യാസങ്ങളുമുണ്ട്.[3] ഇതിന്റെ ചില ഭാഗങ്ങൾ 'ആര്യന്മാർ' ഇന്ത്യയിൽ എത്തുന്നതിനു മുൻപാണോ രചിച്ചിട്ടുള്ളതെന്നതിന് ഏകസ്വരത്തിൽ ഉത്തരം ലഭിക്കുന്നില്ല. വേദങ്ങൾ രചിക്കുകയും ഇന്ത്യയിലേക്ക് ഇൻഡോ യൂറോപ്യൻ ഭാഷകൾ കൊണ്ടുവരികയും ചെയ്ത 'ആര്യന്മാർ' സിന്റാഷ്ടയിലും ആർക്കെയ്മിലും തങ്ങളുടെ സംസ്കാരസമ്പ്രദായങ്ങളുടെ അവശേഷിപ്പുകൾ നൽകിപ്പോയ മനുഷ്യരുമായി ബന്ധമുള്ളവരാണെന്ന വാദത്തെ ആന്റണി ചൂണ്ടിക്കാട്ടിയിട്ടുള്ള സാദൃശ്യങ്ങൾ കൂടുതൽ ബലവത്താക്കുന്നുണ്ട്.

---

3 ഹാർവാർഡ് സർവകലാശാലയിൽ സംസ്കൃതഭാഷയുടെ വെയിൽസ് പ്രൊഫസ്സറും ഇന്ത്യയിലെ ഏറ്റവും പുരാതനമായ ഗ്രന്ഥങ്ങളെക്കുറിച്ചുള്ള ആധികാരികശബ്ദവുമായ മൈക്കിൾ വിറ്റ്സെൽ 1400 BCEക്കും 1000 BCEക്കും ഇടയിലായാണ് ഋഗ്വേദത്തിന്റെ കാലഗണന നടത്തിയിരിക്കുന്നത്. (ഡി എൻ ഝാ, 'മിതന്നി ഇൻഡോ-ആര്യൻ മസ്ദ ആൻഡ് ദി ഡേറ്റ് ഓഫ് ദി ഋഗ്വേദ', ദി കോംപ്ലെക്സ് ഹെറിറ്റേജ് ഓഫ് ഏർലി ഇന്ത്യ, എസ്സേയ്സ് ഇൻ മെമ്മറി ഓഫ് ആർ എസ് ശർമ്മ എന്ന കൃതിയിൽ [മനോഹർ പബ്ലിക്കേഷൻ, 2014]).

ആന്റണിയെ ഉദ്ധരിയ്ക്കാം:

> സമാന്തരതകളിൽ ഒന്ന് ഋഗ്വേദം 10.18ൽ കുർഗാനെക്കുറിച്ചുള്ള ഒരു പരാമർശമാണ് ('അവർ... ഈ കുന്നിൽ മരണത്തെ അടക്കുമാറാകട്ടെ'); കുർഗാൻ കാലുകൾകൊണ്ട് താങ്ങിനിർത്തുന്ന മേൽക്കൂരയുള്ള ഒരു അറയാണ് ('പിതാക്കന്മാർ ഈ തൂണ് നിനക്കായി ഉയർത്തട്ടെ'); അതിന് താങ്ങുചുമരുകളുണ്ട് ('നിനക്കുചുറ്റും ഞാൻ മണ്ണുകൊണ്ട് താങ്ങുണ്ടാക്കും; ഈ മൺകൂനയിൽ നിന്നെക്കിടത്തുമ്പോൾ നിനക്കു നോവാതിരിക്കട്ടെ'). ഇത് കൃത്യമായും സിനാഷ്ടയുടെ വിവരണമാണ്.... ശവക്കുഴികൾക്ക് മരപ്പലകകൊണ്ടുള്ള അടിഭാഗവും തടികൊണ്ടുള്ള കാലുകളും പലകകൊണ്ടുള്ള താങ്ങുചുമരുകളും ആണുണ്ടായിരുന്നത്. ഒരു രാജകീയ ശവസംസ്കാരച്ചടങ്ങിൽ കുതിരയെ ബലികഴിക്കുന്നത് ഋഗ്വേദം 1.162ൽ വിവരിക്കുന്നുണ്ട്: 'കാലുകൾ കേടുവരുത്താതെ കൃത്യമായി വിന്യസിക്കണം. അവ മുറിച്ചെടുത്ത് ഓരോ ഭാഗവും വെവ്വേറെയാക്കണം.' സിന്റാഷ്ടയിലെ അശ്വബലി... അവിടുത്തെ ശവക്കല്ലറകൾ ഈ വിവരണവുമായി യോജിച്ചുപോകുന്നുണ്ട്; കുതിരകളുടെ കാലുകളുടെ കീഴ്ഭാഗം സന്ധികളിലൂടെ സൂക്ഷ്മതയോടെ കീറിമുറിച്ച് കല്ലറകൾക്കകത്തും മുകളിലും വെച്ചുകാണുന്നുണ്ട്.

താൻ ഉത്ഖനനം ചെയ്ത ഒരു സ്രൂബ്നായ ഖനനകേന്ദ്രത്തെക്കുറിച്ച് ആന്റണി വിവരിക്കുന്നുണ്ട്. അതിൽനിന്ന് സ്റ്റെപ്പിലെ പുരാവസ്തുപരമായ തെളിവുകൾക്കും ഇന്ത്യയിലെയും ഇറാനിലെയും പുരാണങ്ങൾക്കും തമ്മിലുള്ള അത്ഭുതകരമായ ബന്ധങ്ങളുടെ സാക്ഷ്യങ്ങളാണ് ലഭിച്ചിട്ടുള്ളത്.[4] ശൈത്യകാലത്തിന്റെ മദ്ധ്യത്തിൽ വരുന്നതും ഉത്തരായനത്തിൽ നടത്താറുള്ളതുമായ പുതുവർഷബലി (mid-winter New Year), സമാരംഭച്ചടങ്ങുകൾ എന്നിവയുമായി ബന്ധപ്പെട്ട തെളിവുകളാണിവ. ആന്റണി എഴുതുന്നു:

> പല ഇൻഡോയൂറോപ്യൻ പുരാണങ്ങളിലും ആചാരങ്ങളിലും ഈ ചടങ്ങിന്റെ പരാമർശമുണ്ട്. അതിന്റെ ധർമ്മങ്ങളിൽ ഒന്ന് ചെറുപ്പക്കാരായ പുരുഷന്മാരെ യോദ്ധാക്കളുടെ നിരയിലേക്ക് ആനയിക്കുക എന്നതായിരുന്നു; അതിന്റെ മുഖ്യചിഹ്നം നായയോ ചെന്നായയോ ആയിരുന്നു. നായകൾ മരണത്തെയാണ് പ്രതിനിധീകരിച്ചിരുന്നത്; ഒന്നിലധികം നായകൾ അല്ലെങ്കിൽ ഒന്നിലധികം തലയുള്ള ഒരു നായയാണ് പരലോകത്തിന്റെ വാതിൽ കാത്തിരുന്നത്. സമാരംഭച്ചടങ്ങിൽ പോയവർഷത്തിനും

4 ആര്യന്മാർ എന്നു സ്വയം വിശേഷിപ്പിക്കുകയും ഇൻഡോ യൂറോപ്യൻ ഭാഷ സംസാരിക്കുകയും ചെയ്തിരുന്ന സ്റ്റെപ്പിൽനിന്നുള്ള ഇടയന്മാരുടെ ശാഖയാണ് ഇൻഡോ ഇറാനിയന്മാർ; അവർ ദക്ഷിണേഷ്യയിലേക്ക് കുടിയേറുകയും ഒടുവിൽ ഇറാനിലും ഇന്ത്യയിലുമായി വാസമുറപ്പിക്കുകയും ചെയ്തു. സൊറാസ്ട്രിയനിസത്തിന്റെ അടിസ്ഥാന മതഗ്രന്ഥമായ സെൻഡ്-അവെസ്തയിൽ വിവരിച്ചിട്ടുള്ള അവരുടെ സംസ്കാരവും ഐതിഹ്യങ്ങളും സംസ്കൃത വേദങ്ങളിലെ ഏറ്റവും പഴക്കമുള്ള ഋഗ്വേദവും തമ്മിൽ പല പ്രകാരത്തിലും സാമ്യങ്ങളുണ്ട്.

> ബാല്യത്തിനും മരണമുണ്ടാകുന്നു; ആൺകുട്ടികൾ യോദ്ധാക്കളാകുമ്പോൾ അവർ മരണത്തിന്റെ നായകൾക്ക് തീറ്റകൊടുക്കുന്നു. ശൈത്യകാലത്തിന്റെ മദ്ധ്യത്തിൽ ബലികൾ നടത്തിയിരുന്ന യോദ്ധാക്കളുടെ സാഹോദര്യസംഘത്തിന്റെ പ്രതിജ്ഞ ഋഗ്വേദത്തിൽ വ്രത്യകൾ എന്നാണ് അറിയപ്പെട്ടിരുന്നത്. അതുമായി ബന്ധപ്പെട്ട ചടങ്ങുകളിൽ പലതരം മത്സരങ്ങളും അരങ്ങേറിയിരുന്നു, കവിതാലാപനവും തേരോട്ടമത്സരവും അടക്കം. സമാര നദീതടത്തിലെ സൃബ്നായ താവളമായ ക്രസ്നോസമ്രസ്കോവിൽനിന്ന് (Krasnosamarskoe) ഞങ്ങൾ വെങ്കലയുഗത്തിന്റെ അവസാനകാലത്തെ ഒരു മദ്ധ്യശൈത്യകാല ശ്വാനബലിയുടെ അവശിഷ്ടങ്ങൾ കണ്ടെത്തിയിട്ടുണ്ട്... ഏകദേശം 1750 BCE ആണ് പഴക്കം... കുറഞ്ഞത് 18 നായകളെയെങ്കിലും കൊന്നിട്ടുണ്ട്, ചിലപ്പോൾ കൂടുതലും.

തേരുകൾ നിർമ്മിച്ചിരുന്ന, സുരക്ഷിതമായ ആവാസകേന്ദ്രങ്ങളുള്ള, സിന്റാഷ്ടയിലെ ഗോത്രസമൂഹങ്ങൾ പുതിയതരം ആയുധങ്ങൾ ശീലിക്കുകയും ശവസംസ്കാരച്ചടങ്ങുകളിൽ സമ്പന്നതയുടെയും ദാനശീലത്തിന്റെയും കണ്ണഞ്ചിക്കുന്ന പ്രദർശനങ്ങളുടെ പുതിയ രീതികൾ കൊണ്ടുവരികയും സ്റ്റെപ്പിൽ അതിനുമുൻപ് സങ്കല്പിക്കുവാൻപോലും കഴിഞ്ഞിട്ടില്ലാത്തത്ര വലിയ തോതിൽ ലോഹങ്ങൾ ഖനനം ചെയ്തെടുക്കുകയും ചെയ്തു എന്ന് ആന്റണി പറയുന്നുണ്ട്. ഒടുവിൽ 2000 BCE അടുപ്പിച്ച് എപ്പോഴോ അവർ യൂറാൽ പർവ്വതനിരകൾ മറികടക്കുകയും—അഥവാ ചുറ്റിപ്പോവുകയും—സ്റ്റെപ്പിലൂടെ കിഴക്കോട്ട് നീങ്ങുകയും ചെയ്തു. അദ്ദേഹം എഴുതുന്നു, 'അവരുടെ കൂടെ സിന്റാഷ്ടയുടെ പൂർവദേശപുത്രിമാരും പോയി, പിൽക്കാലത്ത് ഇറാനിയരെന്നും വേദിക് ആര്യന്മാരെന്നുമുള്ള നാമങ്ങളിൽ ചരിത്രത്തിൽ പ്രത്യക്ഷപ്പെട്ടത് ഈ സന്തതികളാണ്. ഈ പൂർവ പശ്ചിമ ബന്ധങ്ങൾ ഒടുവിൽ വടക്കൻ സ്റ്റെപ്പ് സംസ്കൃതികളെ ഏഷ്യയിലെ പുരാതന സംസ്കാരങ്ങളുമായി മുഖാമുഖം കൊണ്ടെത്തിച്ചു.'

ആന്റണി പുസ്തകമെഴുതിയത് അധികവും പുരാവസ്തുപരമായ വിവരങ്ങളെ ആധാരമാക്കിയാണ്. ഇപ്പോൾ പ്രാചീന ഡിഎൻഎ തെളിയിച്ചതും അദ്ദേഹത്തിന്റെ നിഗമനം കൃത്യമായിരുന്നു എന്നുതന്നെയാണ്. 2000 BCEക്കും 1400 BCEക്കും ഇടയ്ക്കുള്ള കാലഘട്ടത്തിൽ കിഴക്കൻ യൂറോപ്പിന്റെയും ട്രാൻസ്-യൂറാൽ സ്റ്റെപ്പിന്റെയും ഒരു വലിയ പ്രദേശത്ത് അവിടെ മുൻപുണ്ടായിരുന്നവരിൽനിന്ന് വ്യത്യസ്തമായി താരതമ്യേന സജാതീയമായ ഒരു ജനത ഉണ്ടായിരുന്നുവെന്നത് 'ദക്ഷിണ, മദ്ധ്യ ഏഷ്യയുടെ ജീനോമിക് രൂപവൽക്കരണം' (Genomic Formation of South and Central Asia) ശരിവെച്ചിട്ടുണ്ട്. ഈ ജനസമൂഹത്തിന്റെ വ്യതിരിക്തമായ സ്വഭാവം യൂറോപ്യൻ കർഷകരിൽനിന്നുള്ള വംശപൈതൃകമായിരുന്നു. നേരത്തേ പരാമർശിച്ച, കോർഡഡ് വെയർ സംസ്കൃതിയുടെ ജനിതകമിശ്രിതം പേറുന്ന 'കിഴക്കോട്ടുള്ള പിൻവാങ്ങൽ' (eastward reflux) ഇപ്പോൾ സ്റ്റെപ്പിലെങ്ങും സർവസാധാരണമായി.

അതുകൂടാതെ ഒരു പ്രത്യേകതകൂടിയുണ്ട്. നിങ്ങൾ കൂടുതൽ കിഴക്കോട്ട്, ഇന്നത്തെ കസാഖ്സ്ഥാനും റഷ്യയിലെ മിനുസിൻസ്ക് തടവുംവരെ നീങ്ങുക

യാണെങ്കിൽ, പ്രാചീന ഡിഎൻഎ സാമ്പിളുകളിൽ മറ്റൊരു വംശപൈതൃകം കൂടി അധികമായി കലർന്നുകാണാം–ഇതിനെ 2018ൽ നടന്ന ജീനോമിക് രൂപ വൽക്കരണ പഠനം വിശേഷിപ്പിക്കുന്നത് പശ്ചിമ സൈബീരിയൻ ഹാപ്ലോഗ്രൂപ്പ് അഥവാ വെസ്റ്റ് സൈബീരിയൻ_എച്ച്ജി (West Siberian _HG) എന്നാണ്. 'കിഴക്കോട്ടുള്ള പിൻവാങ്ങൽ' കസാക്കിസ്ഥാനിലും അതിനുമപ്പുറമുള്ള കിഴക്കൻ ഭാഗങ്ങളിലും എത്തിയപ്പോൾ അത് മുൻപുതന്നെ വെസ്റ്റ് സൈബീരിയൻ_എച്ച്ജി വംശപൈതൃകഘടകം ഉണ്ടായിരുന്ന ഒരു ജനതയുമായി കണ്ടുമുട്ടുകയും കലരുകയും ചെയ്തിട്ടുണ്ടെന്നാണ് ഇതിൽനിന്ന് മനസ്സിലാക്കേണ്ടത്. അങ്ങനെ പ്രസ്തുത പഠനം, സ്റ്റെപ്പ് -എംഎൽബിഎ_ഈസ്റ്റ് (Steppe-MLBA_East) എന്ന ഒരു പുതിയ ഗണം സൃഷ്ടിക്കുകയും മേൽപ്പറഞ്ഞ വംശപൈതൃകം ഇല്ലാത്ത സ്റ്റെപ്പ്-എംഎൽബിഎ_വെസ്റ്റ് (Steppe-MLBA_West) എന്ന ഗണത്തിൽനിന്ന് അതിനെ വേർതിരിക്കുകയും ചെയ്തു.

നമ്മളെ സംബന്ധിച്ചിടത്തോളം ഇത് വളരെ പ്രധാനപ്പെട്ടതാണ്, കാരണം, ഈ സ്റ്റെപ്പ്-എംൽബിഎ_ഈസ്റ്റ് ആയിരിക്കണം ഒടുവിൽ സ്റ്റെപ്പിൽനിന്ന് തെക്കോട്ട് BMACയിലേക്കും ടുറാനിലേക്കും നീങ്ങുകയും അവിടുന്ന് വീണ്ടും കൂടുതൽ തെക്കോട്ടുനീങ്ങി ഇന്ത്യൻ ഉപഭൂഖണ്ഡത്തിൽ എത്തുകയും ചെയ്തത്. ജനിതകപഠനം ദക്ഷിണേഷ്യയിലേക്കുള്ള കടന്നുകയറ്റത്തെ സ്റ്റെപ്പ്-എംൽബിഎ എന്നുമാത്രമാണ് വിശേഷിപ്പിക്കുന്നത്; എന്തെന്നാൽ എംൽബിഎ_ഈസ്റ്റും എംഎൽബിഎ_വെസ്റ്റും ഇന്ത്യൻ വംശപൈതൃകത്തിന്റെ ഉറവിടമാകുവാൻ അനുയോജ്യമായവതന്നെയാണ്. എങ്കിലും എംൽബിഎ_ഈസ്റ്റിനാണ് ദക്ഷിണേഷ്യയിലേക്ക് എത്തുവാനുള്ള സാദ്ധ്യത കൂടുതലുള്ളത്; കാരണം അതാണ് ഭൂമിശാസ്ത്രപരമായി ഉപഭൂഖണ്ഡത്തോട് കൂടുതൽ അടുത്തുകിടക്കുന്നത്. കസാക്കിസ്ഥാനിൽ R1a-Z93യുടെ–സ്റ്റെപ്പ് വേരുകൾ പ്രകടമാക്കുന്ന ഇന്ത്യയിലെ Y ക്രോമോസോം ഹാപ്ലോഗ്രൂപ്പ്–ശക്തമായ സാന്നിദ്ധ്യമാണ് മറ്റൊരു കാരണം.

ഈ പഠനം നമ്മെ ദക്ഷിണേഷ്യയിലേക്കുള്ള 'ആര്യന്മാരുടെ' കുടിയേറ്റത്തിന്റെ കാലഘട്ടം ഏതാണെന്നു കണ്ടെത്തുന്നതിന്റെ അടുത്തെത്തിക്കുന്നുണ്ടോ? BMACയിൽനിന്നുള്ള പ്രാചീന ഡിഎൻഎ 2100 BCEക്കു ശേഷം മാത്രമേ സ്റ്റെപ്പിൽനിന്നുള്ളവരുടെ സാന്നിദ്ധ്യം സൂചിപ്പിക്കുന്നുള്ളൂ എന്നതുകൊണ്ടും അതിനുമുൻപ് അതിന്റെ അസാന്നിദ്ധ്യം പ്രകടമാണെന്നതുകൊണ്ടും സ്റ്റെപ്പിൽനിന്ന് ദക്ഷിണേഷ്യയിലേക്ക് ഈ വഴിയുള്ള കുടിയേറ്റം അതിനുമുൻപ് സംഭവിച്ചിരിക്കുവാൻ ഇടയില്ല. BMAC ദക്ഷിണേഷ്യയിൽനിന്ന് വളരെ അകലെയല്ലെന്നതുകൊണ്ടും അവർക്ക് ഹാരപ്പൻ നിവാസികളുമായി ശക്തമായ വാണിജ്യബന്ധങ്ങൾ ഉണ്ടായിരുന്നു എന്നതുകൊണ്ടും അതിലും വളരെ വൈകിയാവാനും ഇടയില്ല. BMACയിൽനിന്ന് ദക്ഷിണേഷ്യയിലേക്കുള്ള കുടിയേറ്റങ്ങൾ അധികം താമസിയാതെ ആരംഭിച്ചിട്ടുണ്ട് എന്നതിന് പുരാവസ്തുപരമായ തെളിവുകൾ ലഭിച്ചിട്ടുണ്ട്. കുതിരകളെ ഉപയോഗിച്ചതിന്റെ ഹാരപ്പൻ മേഖലയിൽനിന്നുള്ള ആദ്യ തെളിവ്–വിവാദങ്ങൾ ഒന്നുമില്ലാത്തത്–ബലൂചിസ്ഥാനിലെ പിരാക്കിൽനിന്നാണ് (Pirak) ലഭിച്ചിട്ടുള്ളത്; അതിന്റെ കാലഘട്ടം 1800 BCE ആണ്, അതായത് ഹാരപ്പൻ കാലഘട്ടത്തിന്റെ

അവസാനകാലം. ടെറാകോട്ടയിലും ചുട്ടെടുക്കാത്ത കളിമണ്ണിലും തീർത്ത കുതിരകളുടെ രൂപങ്ങൾ പിരാക്കിൽ നിന്നു കണ്ടെടുത്തിട്ടുണ്ട്—ഹാരപ്പയിലെ മുദ്രകളിലോ കരകൗശലവസ്തുക്കളിലോ ഒന്നും കുതിരയെ കാണുന്നില്ല എന്നത് ഓർമ്മിക്കുക. ഇന്ത്യൻ ഉപഭൂഖണ്ഡത്തിലേക്ക് സ്റ്റെപ്പിൽനിന്നുള്ള ആദ്യത്തെ കുടിയേറ്റം ഹാരപ്പൻ സംസ്കാരത്തിന്റെ പതനകാലവുമായി കൂട്ടിമുട്ടുന്നുണ്ടെന്നാണ് ഇതിന്റെ അർത്ഥം.

ദക്ഷിണേഷ്യയുടെയും യൂറോപ്പിന്റെയും സമാന്തരതകൾ

ദക്ഷിണേഷ്യയിലേക്കുള്ള കുടിയേറ്റങ്ങളുടെ ചരിത്രവും പശ്ചിമ യൂറോപ്പിലേക്കുള്ള കുടിയേറ്റങ്ങളുടെ ചരിത്രവും തമ്മിൽ അവഗണിക്കുവാനാവാത്ത സമാന്തരതകളുണ്ട്, വിശദാംശങ്ങളിൽ വ്യത്യാസങ്ങളുണ്ടെന്നിരിക്കിലും. പശ്ചിമ യൂറോപ്പിൽ കാർഷിക സാങ്കേതികവിദ്യകൾ കൊണ്ടുവന്നത് 7000 BCEക്കും 5000 BCEക്കും ഇടയ്ക്ക് പശ്ചിമേഷ്യയിൽനിന്ന് കുടിയേറിവന്ന അനറ്റോളിയൻ കർഷകരാണ്. ദക്ഷിണേഷ്യയിൽ ഏകദേശം അതേ സമയത്താണ് സാഗ്രോസിൽനിന്നുള്ള ഇടയർ എത്തിച്ചേർന്നത്, അവർ ഒരു സമ്പൂർണ്ണ കൃഷിപദ്ധതിയുമായായാണോ വന്നത് എന്ന ചോദ്യം നിലനിൽക്കുന്നുണ്ടെങ്കിലും. മുൻപ് പരാമർശിച്ചതുപോലെ ബലൂചിസ്ഥാനിലെ മെഹർഗഡിലും ഉത്തർപ്രദേശിലെ ലഹുരദേവയിലുമൊക്കെ ആദ്യകാല കൃഷിപരീക്ഷണങ്ങൾ അപ്പോഴേക്കും തുടങ്ങിയിട്ടുണ്ടാവാൻ സാദ്ധ്യതയുണ്ട്. കാർഷികവൃത്തിയിലേക്കുള്ള പരിവർത്തനത്തിന് പുതിയ വളർത്തുജാതികളുമായുള്ള കുടിയേറ്റക്കാരുടെ വരവ് ഒരു ത്വരകമായി പ്രവർത്തിച്ചതാവാനുംമതി. പശ്ചിമ യൂറോപ്പിലേക്കു പ്രവേശിച്ച അനറ്റോളിയൻ കർഷകരും അവിടുത്തെ താമസക്കാരായിരുന്ന വേട്ടക്കാരുടെയും ഭക്ഷ്യസമ്പാദകരുടെയും സമൂഹവും പല അളവുകളിൽ കൂടിക്കലർന്ന് നിരവധി നിയോലിത്തിക് സംസ്കാരങ്ങൾക്ക് ജന്മംകൊടുക്കുകയാണ് ചെയ്തത്. ദക്ഷിണേഷ്യയിലാകട്ടെ സാഗ്രോസിൽനിന്ന് പ്രവേശിച്ച ഇടയർ ആദ്യത്തെ ഇന്ത്യക്കാരുമായി കലർന്ന് ഹാരപ്പൻ സംസ്കാരത്തിനു ജന്മം നൽകി. യൂറോപ്പിൽ പിന്നീട് സ്റ്റെപ്പിൽനിന്നുള്ള ഇടയർ വന്നുചേരുകയും തദ്ദേശവാസികളുമായി കൂടിക്കലർന്ന് കോർഡഡ് വെയർ, ബെൽ ബീക്കർ തുടങ്ങിയ സംസ്കൃതികളെ സൃഷ്ടിക്കുകയോ പ്രചരിപ്പിക്കുകയോ രണ്ടുമോ ചെയ്ത പുതിയ ജനസമൂഹങ്ങളെ നിർമ്മിച്ചു. ദക്ഷിണേഷ്യയിൽ പ്രവേശിച്ച സ്റ്റെപ്പ് ഇടയർ ഹാരപ്പൻ നിവാസികളുമായി കലർന്ന് ANI എന്ന പുത്തൻ ജനിതകവൃന്ദം (genetic cluster) സൃഷ്ടിച്ചു; ഹാരപ്പൻ നിവാസികളാകട്ടെ ആദ്യത്തെ ഇന്ത്യക്കാരുടെ നേരെ പിൻഗാമികളായ ദക്ഷിണേന്ത്യയിലെ താമസക്കാരുമായി കലർന്ന് ASI എന്ന പുത്തൻ ജനിതകവൃന്ദം നിർമ്മിച്ചു. ഈ രണ്ടു ഗണങ്ങളും വ്യത്യസ്ത ദേശങ്ങളിൽ, വ്യത്യസ്ത കാലങ്ങളിൽ, വ്യത്യസ്ത അളവുകളിൽ തമ്മിൽ കലർന്ന് ഇന്നുകാണുന്ന ഇന്ത്യൻ ജനതയ്ക്ക് ജന്മംനൽകി.

സ്റ്റെപ്പ് കുടിയേറ്റങ്ങളിൽ പ്രതിഫലിച്ചുകാണുന്ന ലിംഗപരമായ പക്ഷപാതങ്ങളിലും യൂറോപ്പിനും ദക്ഷിണേഷ്യക്കും ഇടയിൽ സമാന്തരതകളുണ്ട് എന്ന് ഈ അദ്ധ്യായത്തിന്റെ ആദ്യഭാഗത്ത് റെയ്ക്ക് ചൂണ്ടിക്കാണിച്ചിട്ടുണ്ടല്ലോ.

ഇന്നത്തെ ഇന്ത്യക്കാരുടെ എംടി ഡിഎൻഎ മാത്രം പരിശോധിച്ചപ്പോൾ ജനിതകശാസ്ത്രജ്ഞർക്ക് സ്റ്റെപ്പിൽനിന്നുള്ള കുടിയേറ്റങ്ങളെ കണ്ടെത്തുവാനായില്ല. Y ക്രോമോസോം വംശപൈതൃകം പരിശോധിച്ചുതുടങ്ങിയപ്പോഴാണ് സ്റ്റെപ്പ് കുടിയേറ്റങ്ങളുടെ യാഥാർത്ഥ്യങ്ങൾ വ്യക്തമായിത്തുടങ്ങിയത്. ഒരുപ്രാവശ്യംകൂടി റെയ്ക്കിനെ ഉദ്ധരിക്കട്ടെ: 'സ്റ്റെപ്പിൽനിന്നുള്ള പുരുഷന്മാരുടെ വംശപൈതൃകത്തിന്റെ ആധിക്യം സൂചിപ്പിക്കുന്നത് രാഷ്ട്രീയമോ സാമൂഹികമോ ആയ അധികാരം കൈവശമുള്ള യംനായ പിൻഗാമികൾ തദ്ദേശീയരായ ഇണകളുമായോ തദ്ദേശീയസമൂഹങ്ങളുമായോ മത്സരിക്കുന്നതിൽ വിജയം കണ്ടിട്ടുണ്ടെന്നാണ്.... സ്റ്റെപ്പിൽനിന്നുള്ള വികാസത്തിൽ അസാധാരണമായ ഉച്ചനീചത്വങ്ങളും അസന്തുലിതാവസ്ഥകളും പ്രവർത്തിച്ചിരുന്നു എന്നു വ്യക്തമാണ്.'

2017ൽ പ്രസിദ്ധീകരിച്ച 'ഇന്ത്യൻ ഉപഭൂഖണ്ഡത്തിന്റെ ഒരു ജനിതക കാലഗണന കടുത്ത ലിംഗവിവേചനപരമായ വിതരണത്തിലേക്ക് ചൂണ്ടുന്നു' (A Genetic Chronology for the Indian Subcontinent Points to Heavily Sex-biased Dispersals) എന്ന പ്രബന്ധമാണ് ഇന്ത്യയിലെ ഈ ലിംഗവിവേചനത്തിലേക്ക് ശ്രദ്ധയാകർഷിച്ചത്. പ്രബന്ധം പറയുന്നു: 'വെങ്കലയുഗത്തിൽ മദ്ധ്യേഷ്യയിൽനിന്നുള്ള ജനിതക കടന്നുകയറ്റം തികച്ചും പുരുഷകേന്ദ്രീകൃതമായിരുന്നു; ഇൻഡോ യൂറോപ്യൻ ഇടയസമൂഹം എന്ന് ഊഹിയ്ക്കപ്പെടുന്നതിന്റെ പുരുഷാധിപത്യപരവും (patriarchal) പുരുഷഗൃഹവാസപരവും (patrilocal) പിതൃദായക്രമപരവും (patrilineal) ആയ ഘടനയോട് ഇത് യോജിക്കുന്നുണ്ട്'. ഇന്നത്തെ ഇന്ത്യൻ ജനതയുടെ 70 മുതൽ 90 ശതമാനംവരെയുള്ള എംടി ഡിഎൻഎ ആദ്യത്തെ ഇന്ത്യക്കാരിൽനിന്നു ലഭിച്ചതാണെങ്കിലും 10 മുതൽ 40 ശതമാനംവരെയുള്ള Y ക്രോമോസോം പരമ്പരകൾക്കേ സദൃശമായ വംശപൈതൃകമുള്ളൂ. പിന്നീടുണ്ടായ കുടിയേറ്റങ്ങളുടെ ലിംഗവിവേചനസ്വഭാവമാകണം ഈ വ്യത്യാസത്തിന്റെ പിന്നിൽ.

കൂട്ടത്തോടെയുള്ള അനേകം കുടിയേറ്റാനുഭവങ്ങളുടെ കാര്യത്തിൽ പശ്ചിമ യൂറോപ്പും ദക്ഷിണേഷ്യയും തമ്മിൽ നിർണ്ണായകമായ ഒരു വ്യത്യാസമുണ്ട്. പശ്ചിമയൂറോപ്പിൽ ഓരോ കുടിയേറ്റവും അതിനു മുൻപുണ്ടായിരുന്ന ജനതയെ ഗണ്യമായി പുനഃസ്ഥാപനം ചെയ്തിരുന്നു, എന്നാൽ ദക്ഷിണേഷ്യയിൽ പുനഃസ്ഥാപനം വളരെക്കുറവേ മൊത്തത്തിൽ സംഭവിച്ചിട്ടുള്ളൂ. ഉദാഹരണമായി ഇന്നത്തെ യൂറോപ്പിന്റെ പല ഭാഗങ്ങളിലും ആദിമകാലത്തുണ്ടായിരുന്ന വേട്ടക്കാരുടെയും ഭക്ഷ്യസമ്പാദകരുടെയും വംശപൈതൃകത്തിന്റെ ശതമാനം ഒറ്റയക്കസംഖ്യകളിലേക്ക് ചുരുങ്ങിയിട്ടുണ്ട്—വടക്കൻ യൂറോപ്പിൽ മാത്രമാണ് ഇതിന് ചില അപവാദങ്ങളുള്ളത്. എന്നാൽ ഇന്ത്യയിൽ ഇതിനു വിരുദ്ധമായി ആദ്യത്തെ ഇന്ത്യക്കാരുടെ വംശപൈതൃകമാണ് മിക്ക ജനസമൂഹങ്ങളിലും ആകെയുള്ള ജീനോം ഘടനയുടെ 50 മുതൽ 65 ശതമാനം വരെ കാണപ്പെടുന്നത് (അവരുടെ Y ക്രോമോസോം അല്ലെങ്കിൽ എംടി ഡിഎൻഎ വെവ്വേറെ പരിശോധിച്ചാലുള്ളതിൽനിന്ന് വ്യത്യസ്തമായി).

ഭാഷകളുടെ വിതരണരീതിയിലും ഈ വ്യത്യാസം പ്രകടമാണ്: ഇന്നത്തെ പശ്ചിമ യൂറോപ്പുകാരിൽ 94 ശതമാനവും ഏതെങ്കിലുമൊരു

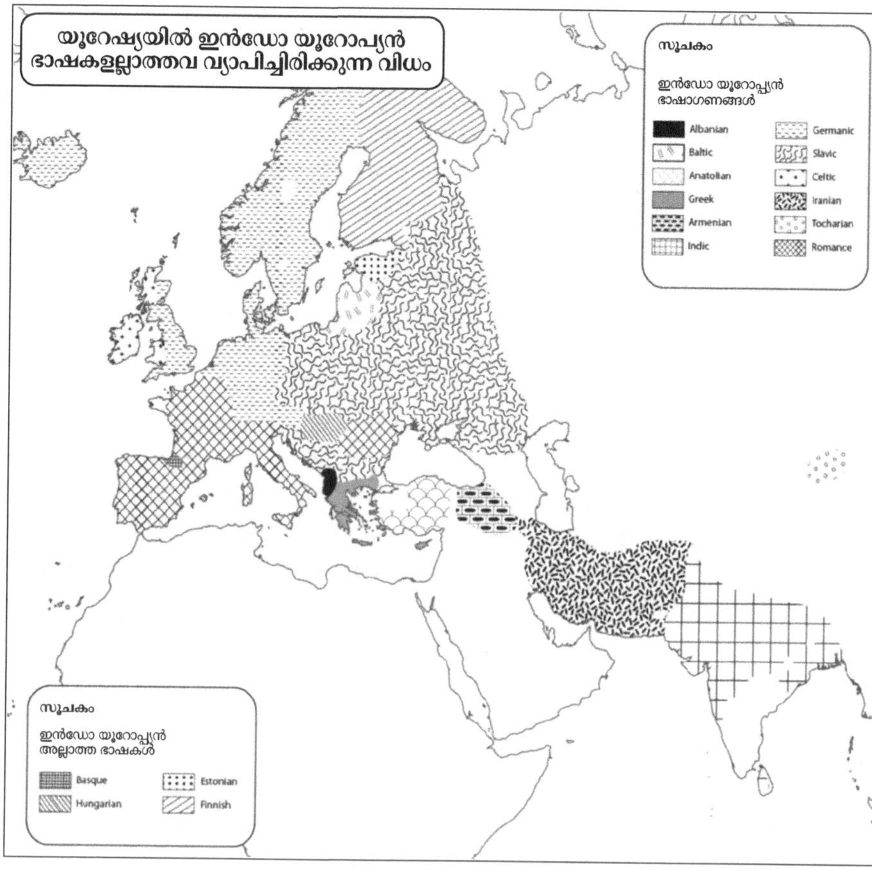

ഇൻഡോ യൂറോപ്യൻ ഭാഷ സംസാരിക്കുന്നവരാണെങ്കിൽ ഇന്ത്യക്കാരിൽ 75 ശതമാനമേ പ്രസ്തുത ഭാഷ സംസാരിക്കുന്നുള്ളൂ. ഇന്ത്യയിൽ ദ്രാവിഡ ഭാഷകൾ സംസാരിക്കുന്നവർ ഏകദേശം 20 ശതമാനം ഉള്ളപ്പോൾ പശ്ചിമ യൂറോപ്പിൽ ഇൻഡോ യൂറോപ്യൻ അല്ലാത്ത ഒരു ഭാഷയുടെയും സാന്നിദ്ധ്യം അത്ര ശക്തമല്ല.

രസകരമായത് എന്തെന്നാൽ, ഇന്നത്തെ പശ്ചിമ യൂറോപ്പിൽ ബാക്കിയുള്ള തദ്ദേശീയവും ഇൻഡോ യൂറോപ്യൻ അല്ലാത്തതുമായ ഒരേയൊരു ഭാഷ ബാസ്ക് (Basque) ആണെന്നതും അത് നിലനിൽക്കുന്നത് സ്റ്റെപ്പിൽനിന്നു യൂറോപ്പിലേക്കുള്ള വമ്പിച്ച കുടിയേറ്റങ്ങളെ ചെറുത്തുനിന്ന ഒരു പ്രവിശ്യയിൽ ആണെന്നതുമാണ്. ബാസ്ക്കുകൾ അവരുടെ വംശപൈതൃകം ഏറ്റുവാങ്ങിയിട്ടുള്ളത് കൂടുതലായും ആദ്യകാലത്തെ യൂറോപ്യൻ കർഷകരിൽനിന്നാണ്–പിന്നെ അവരുമായി കലർന്ന വേട്ടക്കാരിൽനിന്നും ഭക്ഷ്യസമ്പാദകരിൽനിന്നും–അല്ലാതെ സ്റ്റെപ്പിൽനിന്നുള്ള കുടിയേറ്റക്കാരിൽനിന്നല്ല. അതുകൊണ്ടുതന്നെ അവർ സ്റ്റെപ്പ് കുടിയേറ്റങ്ങൾക്കു മുൻപുള്ള അവരുടെ ഭാഷയും സംസ്കാരവും നിലനിർത്തിപ്പോരുന്നത് അത്ഭുതമല്ല. (ദക്ഷിണേ

ന്ത്യയിലെ ദ്രാവിഡഭാഷകളുമായി ഇവിടെ ചില കാര്യങ്ങളിൽ സമാന്തരത യുണ്ടെന്നുവരാം, കാരണം, രണ്ടും സ്റ്റെപ്പിൽനിന്നുള്ള കുടിയേറ്റക്കാരുടെ ആധിപത്യത്തിൽനിന്ന് രക്ഷപ്പെട്ട പ്രദേശങ്ങളിലാണല്ലോ നിലനിന്നുപോന്നത്.)

യൂറോപ്പിലേക്കുണ്ടായ സ്റ്റെപ്പ് കുടിയേറ്റങ്ങളുടെ പ്രാചീന ഡിഎൻഎ തെളിവുകൾ പല പുരാവസ്തുഗവേഷകരെയും അത്ഭുതപ്പെടുത്തിക്കള ഞ്ഞു, കാരണം രണ്ടാം ലോകമഹായുദ്ധത്തിനുശേഷം അവർക്കെല്ലാം നാസികളോടും അവരുടെ സിദ്ധാന്തങ്ങളോടും വിശ്വാസങ്ങളോടും ഒരു വെറുപ്പ് വളർന്നുവന്നിരുന്നു–കിഴക്കൻ യൂറോപ്പുകാരിൽനിന്നോ ജൂതന്മാ രിൽനിന്നോ വ്യത്യസ്തമായി 'ആര്യന്മാർ' എന്ന ഉത്കൃഷ്ടവും 'കലർപ്പില്ലാ ത്തതുമായ വംശ'ത്തിലെ അംഗങ്ങൾ ആണ് തങ്ങളെന്നും, പണ്ട് തങ്ങൾ നിരവധി ഭൂവിഭാഗങ്ങൾ കീഴടക്കുകയും അവിടെയെല്ലാം 'കോർഡഡ് വെയർ സംസ്കൃതി' പ്രചരിപ്പിക്കുകയും ചെയ്തിട്ടുണ്ടെന്നും, അതുകൊണ്ട് ചുറ്റുമുള്ളവരുടെയൊക്കെ ഭൂമിയിൽ സ്വാഭാവികവും പരമ്പരാഗതവുമായ അവകാശമുണ്ടെന്നും ആയിരുന്നു നാസികളുടെ അവകാശവാദങ്ങൾ. ഇത്തരം നാസി ആശയങ്ങളുടെ നിരാസത്തിന്റെ ഭാഗമായി, പണ്ടുകാലത്തെ യൂറോപ്പിൽ അധിനിവേശങ്ങളും കുടിയേറ്റങ്ങളും സാംസ്കാരികപരിവർ ത്തനങ്ങൾ സൃഷ്ടിച്ചിട്ടുണ്ടെന്ന ആശയത്തെ തന്നെ പുരാവസ്തുഗവേഷകർ വെല്ലുവിളിച്ചിരുന്നു. എന്നാൽ പുതിയ ജനിതകകണ്ടുപിടുത്തങ്ങൾ പുരാവ സ്തുഗവേഷകരെയും നാസികളെയും ഒരുപോലെ തള്ളിക്കളഞ്ഞു. പുരാവ സ്തുഗവേഷകർ വിശ്വസിച്ചിരുന്നതിൽനിന്ന് വ്യത്യസ്തമായി കുടിയേറ്റങ്ങൾ യൂറോപ്പിന്റെ സംസ്കാരത്തെ മാറ്റിമറിച്ചിട്ടുണ്ടെന്ന് ഇന്നു നമുക്കറിയാം. മാത്രമല്ല, നാസികൾ വിശ്വസിച്ചിരുന്നതിനു വിപരീതമായി അവർ 'ആര്യന്മാർ' എന്നു വിശേഷിപ്പിച്ചിരുന്നവർ, അതായത് സ്റ്റെപ്പിൽനിന്നുള്ള ഇടയർ തന്നെ സമ്മിശ്രമായ വംശപൈതൃകം ഉള്ളവരാണെന്നും എങ്ങനെയൊക്കെ സങ്ക ല്പിച്ചാലും അവരൊരു 'കലർപ്പില്ലാത്ത വംശം' അല്ലെന്നും നമുക്കറിയാം. അതിലും അർത്ഥഗർഭമായ സംഗതി 'ആര്യന്മാർ' വന്നത് നാസികൾ കടുത്ത പുച്ഛത്തോടെമാത്രം കണ്ടിട്ടുള്ള കിഴക്കൻ യൂറോപ്പിൽനിന്നാണ് എന്നതാണ്.

നാസി സിദ്ധാന്തങ്ങളെ തള്ളിക്കളയുവാനുള്ള പ്രവണത മാത്രമല്ല, പല പുരാവസ്തുഗവേഷകർക്കും ചരിത്രകാരന്മാർക്കും കൂട്ടത്തോടെയുള്ള കുടിയേറ്റങ്ങളെ സംശയിക്കുവാൻ വേറെ കാരണങ്ങളുമുണ്ട്. ഉദാഹരണമായി, കോളിൻ റെൻഫ്രൂവിന്റെ അഭിപ്രായത്തിൽ കാർഷികവൃത്തി പച്ചപിടിക്കുകയും ജനസംഖ്യയിൽ വൻപിച്ച വർദ്ധനവുണ്ടാകുകയും ചെയ്തുകഴിഞ്ഞപ്പോൾ തിങ്ങിനിറഞ്ഞ പ്രദേശങ്ങളിലേക്ക് ജനസംഖ്യാഘടനയിൽ മാറ്റമുണ്ടാക്കുവാൻത ക്കവണ്ണമുള്ള പുതിയ കുടിയേറ്റങ്ങൾ ഉണ്ടായിക്കാണുവാൻ സാദ്ധ്യത കുറവാണ്. അങ്ങനെയിരിക്കേ, യംനായ എങ്ങനെയാണ് ഒഴുക്കിനെതിരേ നീന്തിയത്?

ഒരു വിശദീകരണം ഇതാണ്: കൃഷി പ്രചരിച്ചതോടെ ജനസംഖ്യയിൽ നാടകീയമായ വർദ്ധനവുണ്ടായെങ്കിലും പല പ്രദേശങ്ങളും അത്ര തിങ്ങിനിറ ഞ്ഞിരുന്നില്ല. ഉദാഹരണമായി, സമ്പൂർണ്ണ ഹാരപ്പൻ സംസ്കാരത്തിന്റെ–ആ കാലഘട്ടത്തിലെ ഏറ്റവും വലിപ്പമേറിയ സംസ്കാരം–ഏറ്റവും ഉയർന്ന ജനസംഖ്യയായി അനുമാനിക്കപ്പെട്ടിരിക്കുന്നത് അഞ്ചു ദശലക്ഷമാണ്;

അതാകട്ടെ അഫ്ഗാനിസ്ഥാനിലെ ഷോർത്തുഗയ് തൊട്ട് മക്രാൻ തീരത്തെ സുത്കാഗൻ ഡോർ വരെ പത്തുലക്ഷം ചതുരശ്ര കിലോമീറ്റർ വിസ്തൃതിയിൽ പരന്നുകിടക്കുകയുമായിരുന്നു. ഇന്നത്തെ അഹമ്മദാബാദ് നഗരത്തിന്റെ മാത്രം ജനസംഖ്യയെക്കാൾ കുറവേ ആകുന്നുള്ളൂ ഇത്. യൂറോപ്പിന്റെ കാര്യത്തിലാകട്ടെ, അകത്തേക്കു പ്രവേശിച്ച യംനായ യൂറോപ്യൻ നിയോലിത്തിക് കർഷകർ ഉപയോഗിക്കാതെ വിട്ടുകളഞ്ഞ വിശാലമായ വനപ്രദേശങ്ങൾ അവർക്കു ഭൂമിശാസ്ത്രപരമായി സുപരിചിതമായ പുൽമേടുകളാക്കിമാറ്റിയെടുത്തു എന്നാണ് പുരാവസ്തുപരമായ തെളിവുകൾ നമ്മോടു പറയുന്നത്.

ജനിതകശാസ്ത്രജ്ഞനായ എസ്ക്ക് വില്ലെർസ്ലെവും സഹപ്രവർത്തകരുംചേർന്ന് 2015ൽ രചിച്ച ഒരു പ്രബന്ധത്തിൽ മറ്റൊരു വിശദീകരണത്തിനുള്ള സാദ്ധ്യത കൂടി തെളിയുന്നുണ്ട്. വെങ്കലയുഗത്തിലെ യൂറേഷ്യയിൽനിന്ന് അവർ പരിശോധിച്ച 101 പ്രാചീനവ്യക്തികളുടെ സാമ്പിളുകളിൽ ഏഴുപേരുടേതിൽ പ്ളേഗ് ഉണ്ടാക്കുന്ന ബാക്ടീരിയയായ യേർസിനിയാ പെസ്റ്റിസിനോട് (Yersinia pestis) സാമ്യമുള്ള ഡിഎൻഎ സീക്വെൻസുകൾ കണ്ടെത്തിയതായി പ്രസ്തുത പ്രബന്ധത്തിൽ പറയുന്നുണ്ട്. ഈ സാമ്പിളുകൾ ലഭിച്ചത് യംനായയുമായി ബന്ധമുള്ള കോർഡഡ് വെയർ, അഫനാസിയെവോ, സിന്റാഷ്ട, ആൻഡ്രോനോവോ മുതലായ സംസ്കൃതികളിലെ വ്യക്തികളിൽനിന്നാണ്. പഠനം ഇങ്ങനെ ഉപസംഹരിച്ചിരിക്കുന്നു: 'വെങ്കലയുഗത്തിലെ യൂറോപ്പും ഏഷ്യയും വൻതോതിലുള്ള ജനസമൂഹങ്ങളുടെ നീക്കങ്ങളും സങ്കലനങ്ങളും പുനഃസ്ഥാപനങ്ങളുംകൊണ്ടും അവയെ പിന്തുടർന്നുവന്ന, പുരാവസ്തുപരമായി വിവരിച്ചിട്ടുള്ള സാമൂഹികവും സാമ്പത്തികവുമായ മാറ്റങ്ങൾകൊണ്ടും അടയാളപ്പെടുത്തപ്പെട്ടിരിക്കുന്നു എന്ന് പ്രാചീന ജീനോമിക്സ് ഈയിടെ വെളിപ്പെടുത്തിയിട്ടുണ്ട്. ഞങ്ങളുടെ കണ്ടെത്തലുകളുടെ വെളിച്ചത്തിൽ പ്ളേഗ് ബാധകൾ അതീവ ചലനാത്മകതയുള്ള ഇത്തരം ജനസംഖ്യാപരമായ പ്രതിഭാസങ്ങൾക്ക് -അഥവാ പ്രതിഭാസങ്ങളാൽ–കളമൊരുക്കിയിട്ടുണ്ടാവാൻ സാദ്ധ്യതയുണ്ട്.'

സ്റ്റെപ്പിൽനിന്ന് യൂറോപ്പിലേക്കു പുതിയതായി കടന്നുകയറിയവർ കൊണ്ടുവന്ന രോഗങ്ങൾ അവിടുത്തെ ജനസംഖ്യാഘടനയെ മാറ്റിയെഴുതുന്നതിൽ പങ്കുവഹിച്ചിട്ടുണ്ടെങ്കിൽ, അത്തരം സംഭവങ്ങളിൽ അത് അവസാനത്തേതായിരുന്നില്ലെന്നു തീർച്ച. യൂറോപ്പിൽനിന്ന് അമേരിക്കയിലേക്കു പോയവർ കൂടെക്കൊണ്ടുപോയ രോഗങ്ങൾ ആ ഭൂഖണ്ഡത്തിന്റെ ആദിമസമൂഹങ്ങളുടെ ജനസംഖ്യ വെട്ടിക്കുറക്കുന്നതിൽ ഗണ്യമായ പങ്കുവഹിച്ചിട്ടുണ്ട്. സ്റ്റെപ്പിൽനിന്നുള്ള ആദ്യകാല കുടിയേറ്റക്കാർ ഇന്ത്യയിലെത്തിയ കാലഘട്ടത്തിൽത്തന്നെ പതനം ഏറെക്കുറെ ആരംഭിച്ചുകഴിഞ്ഞിരുന്ന ഹാരപ്പൻ സംസ്കാരം അപ്രത്യക്ഷമാകുന്നതിലും അത്തരം രോഗങ്ങൾ പങ്കുവഹിച്ചുകാണുമോ? നമുക്കറിയില്ല; ഹാരപ്പൻ സംസ്കാരത്തിന്റെ അവസാനകാലത്തുണ്ടായിരുന്ന ഹാരപ്പ, മോഹൻജൊദാരോ, കാലിബംഗൻ മുതലായ നഗരങ്ങളിൽനിന്നുള്ള പ്രാചീന ഡിഎൻഎയുടെ നേരിട്ടുള്ള തെളിവുകൾ ലഭിച്ചാലല്ലാതെ ഉറപ്പിച്ചു പറയുവാൻ കഴിയില്ല. ഹാരപ്പൻ സംസ്കാരത്തിലെ ജനസംഖ്യ കുറയ്ക്കുന്നതിൽ ഇത് ഒരു പങ്കുവഹിച്ചിട്ടുണ്ടെന്ന് കണ്ടെത്തിയാൽപ്പോലും സംസ്കാരത്തിന്റെഅധഃപതനത്തിന്റെ കാരണം ഇതല്ലെന്ന് ഏറെക്കുറെ ഉറപ്പാണ്. നീണ്ടുനിന്ന

ഒരു വരൾച്ചയാണ് അതിന്റെ തകർച്ചയ്ക്കു പിന്നിൽ എന്നതിന് കൂടുതൽ തെളിവുകൾ ലഭിച്ചുകൊണ്ടിരിക്കുന്നുണ്ട്–ഏകദേശം ഇതേ കാലഘട്ടത്തിൽ മെസൊപ്പൊട്ടേമിയയിലും ഈജിപ്തിലും ചൈനയിലും ഉണ്ടായിരുന്ന മറ്റു സംസ്കാരങ്ങളെയും അത് തകർത്തെറിയുന്നുണ്ടായിരുന്നു.

ഹാരപ്പൻ സംസ്കാരം അധഃപതിച്ചതിന്റെ കാരണങ്ങളെക്കുറിച്ച് നടന്നിട്ടുള്ള ഏറ്റവും ആഴത്തിലുള്ളതും വർഷങ്ങൾ നീണ്ടുനിന്നതുമായ ഭൂതത്വശാസ്ത്ര പഠനം 2012ൽ പുറത്തിറങ്ങിയ 'ഹാരപ്പൻ സംസ്കാരത്തിന്റെ നദീതടങ്ങൾ' (Fluvial Landscapes of the Harappan Civilization) എന്ന പ്രബന്ധമാണ്.[5] ഈ പഠനം വ്യക്തമായ ഒരു കാരണം കണ്ടെത്തുകയുണ്ടായി: കാലവർഷത്തെ ആശ്രയിക്കുന്ന നദികളെ വറ്റിക്കുകയോ ചില കാലങ്ങളിൽമാത്രം വെള്ളമുള്ളതാക്കുകയോ ചെയ്ത ഒരു നീണ്ട വരൾച്ച ഈ നദികൾക്കു ചുറ്റുമുള്ള ജീവിതം ദുഷ്കരമാക്കി. പഠനം ഇങ്ങനെ പറയുന്നു: 'കാലാവസ്ഥാപരമായ ജലദൗർലഭ്യത്തിന്റെ സമ്മർദ്ദങ്ങൾ ഹാരപ്പൻ നാഗരികതയെ പിന്തുണച്ചിരുന്ന കാർഷികോത്പാദനത്തിന്റെ സ്ഥിരതയ്ക്ക് ഭീഷണിയായതോടെ അത് ആവാസകേന്ദ്രങ്ങളുടെ വലുപ്പം വെട്ടിക്കുറക്കുന്നതിലേക്കും വിളകളുടെ വൈവിദ്ധ്യം കൂട്ടുന്നതിലേക്കും വടക്കൻ പഞ്ചാബ്, ഹരിയാന, ഉത്തർപ്രദേശ് എന്നിവിടങ്ങളിലെ കൂടുതൽ ഈർപ്പമുള്ള മൺസൂൺ പ്രദേശങ്ങളിലേക്ക് അത്യന്താപേക്ഷിതമായി താമസം മാറ്റുന്നതിലേക്കും നയിക്കുകയും ചെയ്തു.'

പഠനത്തിന്റെ കണ്ടെത്തലുകൾ 2018 ജൂലൈയിൽ പരമാവധി ശക്തമായിത്തന്നെ ഉറപ്പിക്കുകയും ചെയ്തു: ഭൂതത്ത്വ ശാസ്ത്രസംബന്ധിയായ കാലത്തിന്റെ (geologic time) ഔദ്യോഗികകണക്കുകൾ സൂക്ഷിക്കുന്ന ഇന്റർനാഷണൽ കമ്മീഷൻ ഓഫ് സ്ട്രാറ്റിഗ്രാഫി (ICS) 'മേഘാലയൻ' എന്ന ഒരു പുതിയ കാലഘട്ടത്തെ നിലവിൽവരുത്തി. 2200 BCE മുതൽ ഇന്നുവരെയുള്ള സമയമാണത്; ലോകത്തെമ്പാടുമുണ്ടായിരുന്ന–ഈജിപ്തിലും മെസപ്പോട്ടേമിയയിലും ചൈനയിലും പിന്നെ തീർച്ചയായും ഇന്ത്യയിലും–നിരവധി സംസ്കാരങ്ങളെ തകർത്തു തരിപ്പണമാക്കിയ വമ്പിച്ച വരൾച്ചയോടെയാണ് പ്രസ്തുത കാലഘട്ടം ആരംഭിക്കുന്നത്. സമുദ്രത്തിലും അന്തരീക്ഷത്തിലുമുള്ള പ്രവാഹങ്ങളുടെ മാറ്റംകൊണ്ടായിരിക്കണം കടുത്ത വരൾച്ചയുണ്ടായത്.

അങ്ങനെയിരിക്കേ, 1944നും 1948നും ഇടയിൽ ഇന്ത്യൻ പുരാവസ്തു സർവേയുടെ ഡയറക്ടർ ജനറലായിരുന്ന സർ റോബർട്ട് എറിക്ക് മോർട്ടിമർ വീലർ ഹാരപ്പൻ സംസ്കാരത്തിന്റെ തിരോധാനത്തിന് കുറ്റംചാർത്തിയത് തെറ്റായ വ്യക്തിയിലായിരുന്നു എന്ന് തിരിഞ്ഞുനോക്കുമ്പോൾ തോന്നുന്നുണ്ട്. 'സാഹചര്യത്തെളിവുകൾ വെച്ച് നോക്കുമ്പോൾ ഇന്ദ്രനാണ് കുറ്റവാളി!' എന്ന് അദ്ദേഹം എഴുതിയിട്ടുണ്ട്. 'അധിനിവേശക്കാരായ ആര്യന്മാർ' ആണ് ഹാരപ്പൻ സംസ്കാരം തകർത്തതെന്നാണ് അദ്ദേഹം വ്യംഗ്യമാക്കുന്നത്–അതിന് ശാസ്ത്ര സംബന്ധിയായ തെളിവുകളില്ല. അദ്ദേഹം ഇന്ദ്രനെയല്ല, മഴയുടെ ദേവനായ വരുണനെ വേണമായിരുന്നു സംശയിക്കുവാൻ![6]

---

5 ലിവിയു ജിയോസാൻ മുതൽപേർ, 'ഫ്ലൂവിയൽ ലാൻഡ്സ്കേപ്സ് ഓഫ് ദി ഹാരപ്പൻ സിവിലൈസേഷൻ', *PNAS* (2012)

6 തെളിവുകളുടെ ബലത്തിൽ സർ റോബർട്ട് പിന്നീട് ഇന്ദ്രനെ വെറുതെവിട്ടു!

അധഃപതനത്തിനു ശേഷം

ഹാരപ്പൻ സംസ്കാരത്തിന്റെ പതനകാരണം ഏകവചനമല്ല ബഹുവചനമാകുവാനാണ് സാദ്ധ്യത. നീണ്ടുനിന്ന വരൾച്ച സംസ്കാരത്തിന്റെ ഊർജ്ജം ചോർത്തിക്കളഞ്ഞിട്ടുണ്ടാകാം, കൂടാതെ സ്വയം വിഷമഘട്ടത്തിലൂടെ കടന്നുപോയിക്കൊണ്ടിരുന്ന മെസൊപ്പൊട്ടേമിയയുമായി നിലനിന്നിരുന്ന വാണിജ്യവും ശുഷ്ക്കമായിട്ടുണ്ടാവാം; അതിന്റെ ഫലമായി ഹാരപ്പൻ സംസ്കാരത്തിൽ അധീശത്വം പുലർത്തിയിരുന്ന പ്രത്യയശാസ്ത്രങ്ങൾ തകിടംമറിയുകയും സർവവ്യാപികളായിരുന്ന മുദ്രകൾ, ലിപി തുടങ്ങിയ അധികാര, വാണിജ്യ ചിഹ്നങ്ങൾ അപ്രത്യക്ഷമാവുകയും ചെയ്തിട്ടുണ്ടാവാം; ആഭ്യന്തരവിപ്ലവങ്ങളും ഉണ്ടായിട്ടുണ്ടാവാം; പഴയ വ്യവസ്ഥ നിലനിർത്തിക്കൊണ്ടുപോകുവാൻ ശ്രമിക്കാതെ ഹാരപ്പൻ നിവാസികൾ ഗംഗാതടം പോലെയുള്ള ഫലഭൂയിഷ്ഠമായ പുതിയ പ്രദേശങ്ങളിലേക്ക് നീങ്ങി ജീവിതം പുനരാരംഭിക്കുക എന്ന തെരഞ്ഞെടുപ്പിലേക്ക് എത്തിച്ചേർന്നിട്ടുണ്ടാവാം; യൂറേഷ്യൻ സ്റ്റെപ്പിൽനിന്ന് യോദ്ധാക്കളായ കുടിയേറ്റക്കാരുടെ കടന്നുകയറ്റമാവാം വ്യവസ്ഥയെ എന്നെന്നേക്കുമായി തകർച്ചയിലേക്കെത്തിച്ച അവസാനത്തെ കച്ചിത്തുരുമ്പ്. ഹാരപ്പൻ സംസ്കാരം 1900 BCE മുതൽ നാശോന്മുഖമായെങ്കിലും അവിടുത്തെ ജനങ്ങൾ അപ്രത്യക്ഷരായില്ല; ആ കാലഘട്ടത്തിലെ ഏറ്റവും വലുപ്പമേറിയ നാഗരികസംസ്കാരത്തിന്റെ ഭാഷയോ അതുമായി ബന്ധപ്പെട്ട സാംസ്കാരിക വിശ്വാസസംഹിതകളോ ആചാരങ്ങളോ ഒന്നും ഇല്ലാതായില്ല—ഇത് നാം ചർച്ചചെയ്യുവാനിരിക്കുന്നതേയുള്ളൂ.

നീണ്ട വരൾച്ചമൂലം സംസ്കാരത്തിന് മങ്ങലുണ്ടായപ്പോൾ ഹാരപ്പൻ നിവാസികൾ ഫലപുഷ്ടിയുള്ള പുതിയ ഭൂമിതേടി കിഴക്കോട്ടും തെക്കോട്ടുമായി തങ്ങളുടെ ഭാഷയും സംസ്കൃതിയും കുറച്ചെങ്കിലും ആചാരങ്ങളുമായി വ്യാപിച്ചതാണ് ഇതിനു കാരണം. (ഹാരപ്പൻ സംസ്കാരത്തിന്റെ പിൻതുടർച്ചകൾക്കായി പേജ് 200-202 നോക്കുക.)

ഏകദേശം ഈ സമയത്തോ കുറച്ചുകഴിഞ്ഞോ ആണ് 'ആര്യന്മാരുടെ' വരവ്—അവർ ഇടയരുടെ ജീവിതരീതികളും വൻകിട ബലി ചടങ്ങുകൾ പോലെയുള്ള മതാചാരങ്ങളും, യുദ്ധപാരമ്പര്യവും, അശ്വപരിപാലനത്തിലും ലോഹസംസ്കരണത്തിലും നൈപുണ്യവുമെല്ലാം കൂടെക്കൊണ്ടുവന്നു. ജനസമൂഹങ്ങളുടെ കൂടിക്കലരലും ഒരു പുതിയ വരേണ്യാധികാരത്തിന്റെ രൂപവൽക്കരണവും ആയിരുന്നു ഇതിന്റെ പരിണതഫലം. ഈ പുതിയ അധികാരവർഗ്ഗം വടക്കേ ഇന്ത്യയുടെ ഭാഷ ഇൻഡോ യൂറോപ്പ്യനിലേക്ക് മാറ്റിയെടുക്കുവാൻ പര്യാപ്തമായത്ര പ്രബലമായിരുന്നു. ഹാരപ്പൻ നിവാസികളുടെ ചില വിശ്വാസങ്ങളും സമ്പ്രദായങ്ങളും 'ആര്യന്മാരുടെ' മതപരമായ വിശ്വാസങ്ങളെ പുനഃക്രമീകരിക്കുവാൻ കാരണമായിട്ടുണ്ട്, മറ്റുചില സമ്പ്രദായങ്ങൾ ഗോത്രവിശ്വാസങ്ങളായും ഗോത്രസംസ്കൃതികളായും ജനപ്രിയമായിത്തന്നെ തുടർന്നിട്ടുമുണ്ട്.

തെക്ക്, കുടിയേറ്റക്കാരായ ഹാരപ്പൻ നിവാസികൾക്ക് തങ്ങളുടെ ഭാഷയ്ക്കും സംസ്കൃതിയ്ക്കും കൂടുതൽ അനുയോജ്യമായ ഒരു അന്തരീക്ഷം ലഭിച്ചിട്ടുണ്ടാവാം. 'ആര്യന്മാർ' വിന്ധ്യപർവ്വതത്തിനിപ്പുറത്തേക്ക്, പെനിൻസുലാർ

ഇന്ത്യയിലേക്ക് എത്തിക്കഴിഞ്ഞിരുന്നില്ല എന്നതാവാം ഒരു കാരണം; മുൻപ് അവിടെയെത്തിക്കഴിഞ്ഞിരുന്ന, ദ്രാവിഡഭാഷ പ്രചരിപ്പിച്ചിരിക്കുവാൻ സാദ്ധ്യതയുള്ള കുടിയേറ്റക്കാരുടെ സാന്നിദ്ധ്യവും കാരണമായിട്ടുണ്ടാവാം (മൂന്നാം അദ്ധ്യായത്തിൽ നാം ഇത് കണ്ടുകഴിഞ്ഞു).

ജനിതകശാസ്ത്രത്തിന്റെ ഭാഷയിൽ പറഞ്ഞാൽ, ഹാരപ്പൻ നിവാസികൾ തെക്കോട്ടുനീങ്ങി പെനിൻസുലാർ ഇന്ത്യയിലുണ്ടായിരുന്ന ആദ്യത്തെ ഇന്ത്യക്കാരുമായി കലർന്ന് ആൻസസ്ട്രൽ സൗത്ത് ഇന്ത്യൻസിന് (ASI) രൂപം നൽകുകയും കടന്നുവന്ന 'ആര്യന്മാ'രുമായി കലർന്ന് ആൻസസ്ട്രൽ നോർത്ത് ഇന്ത്യൻസിന് (ANI) രൂപം നൽകുകയും ചെയ്തു. അതുകൊണ്ട് അവരാണ് ഏതുവഴിക്കുനോക്കിയാലും ഇന്ത്യയെ ചേർത്തൊട്ടിക്കുന്ന സംസ്കൃതിയുടെ പശക്കൂട്ട്—അഥവാ നമ്മൾ മുൻപുപയോഗിച്ച ഒരു ഉപമ വീണ്ടും എടുത്താൽ അവരാണ് പിസ്സയിലെ സോസ്.

സ്റ്റെപ്പിൽനിന്ന് വന്നുചേർന്ന പുതിയ അധികാരവർഗ്ഗത്തിന് നാഗരികേതരവും സഞ്ചരിച്ചുകൊണ്ടിരിക്കുന്നതുമായ ജീവിതരീതിയോടായിരുന്നു സുവ്യക്തമായ താത്പര്യം എന്നതാവാം ഹാരപ്പൻ സംസ്കാരത്തിനു ശേഷം 'രണ്ടാം നഗരവത്കരണത്തിനായി'—500 BCEക്കു ശേഷം—ഇന്ത്യക്ക് ഒരു സഹസ്രാബ്ദത്തിലധികം കാത്തിരിക്കേണ്ടിവന്നതിന്റെ ഒരു കാരണം. കുതിരയും ചക്രവും ഭാഷയും (The Horse, the Wheel and Language) എന്ന കൃതിയിൽ ആന്റണി എഴുതിയതുപോലെ യംനായ സദാ ചലിച്ചുകൊണ്ടിരുന്ന ഒരു ഇടയസമൂഹമായിരുന്നു; മേൽക്കൈ ലഭിച്ച ഇടങ്ങളിലെല്ലാം അവർ സ്ഥിരതാമസകേന്ദ്രങ്ങളെ മിക്കവാറും അപ്രത്യക്ഷങ്ങളാക്കിയിട്ടുണ്ട്.

ഹാരപ്പൻ നിവാസികളും വേദങ്ങളും: വിജാതീയതയും സജാതീയതയും

സ്റ്റെപ്പിൽനിന്നുള്ള കുടിയേറ്റക്കാർ ഇന്ത്യയിലെത്തിയപ്പോൾ മുഖാമുഖം കണ്ടത് സ്വന്തമായ പുരാണകഥകളും മതവിശ്വാസങ്ങളും ആചാരങ്ങളും മുഖ്യമായ ഒരു ഭാഷയും അഥവാ ഭാഷകളുമെല്ലാമുണ്ടായിരുന്നതും നീണ്ടുനിന്ന വരൾച്ച കാരണം സാവധാനത്തിൽ ചുരുളഴിഞ്ഞുകൊണ്ടിരുന്ന ഒരു ദുരന്തവുമായി പൊരുത്തപ്പെട്ടുപോകുവാൻ ശ്രമിച്ചുകൊണ്ടിരുന്നതുമായ ഒരു സംസ്കൃതിയെയാവണം. ഏതൊക്കെ മാർഗ്ഗങ്ങളിലൂടെയാണ് 'ആര്യന്മാർ' എന്ന് സ്വയം വിശേഷിപ്പിച്ചിരുന്ന അക്കൂട്ടർ വന്നതെന്നോ വ്യത്യസ്തങ്ങളും അന്യോന്യം മത്സരിക്കുന്നതുമായ എത്ര സംഘങ്ങൾ ഉണ്ടായിരുന്നുവെന്നോ തത്കാലം നമുക്കറിവില്ല. നമുക്കറിയാവുന്നത് ഇതാണ്—പുരാവസ്തുശേഷിപ്പുകൾ കൊണ്ടറിവാകുന്ന ഹാരപ്പൻ സംസ്കാരവും വേദങ്ങളിൽനിന്ന്—ഏറ്റവും പ്രാചീനവേദമായ ഋഗ്വേദം മുതൽ—മനസ്സിലാകുന്ന ഇൻഡോ യൂറോപ്യൻ സംസ്കാരവും തമ്മിലുള്ള വിജാതീയത കാലക്രമേണ കുറഞ്ഞുവരുന്നുണ്ട്.

ആദ്യകാലത്തുണ്ടായിരുന്ന വിജാതീയതയുടെ ചില ദൃഷ്ടാന്തങ്ങൾ ഇതാ. ഋഗ്വേദത്തിൽ പരാമർശിക്കപ്പെടുന്ന പ്രധാന ദേവന്മാർക്കോ ദേവിമാർക്കോ—ഇന്ദ്രൻ, അഗ്നി, വരുണൻ, അശ്വിനീദേവകൾ—ഹാരപ്പൻ ഭാവനയുടെ വിശാലമായ അണിയിൽ പ്രതിനിധ്യമില്ല. മറിച്ചും അങ്ങനെതന്നെയാണ്:

ഹാരപ്പൻ സംസ്കാരത്തിലെ പ്രധാനപ്പെട്ട ചിഹ്നങ്ങളും സങ്കൽപ്പങ്ങളും വ്യാഖ്യാനിക്കുന്നതിൽ വേദങ്ങൾ നിസ്സഹായമാണ്–പരക്കെ കാണപ്പെടുന്ന മുദ്രകളിലെ യൂണികോൺ ചിഹ്നം (മുൻപിൽ നെരിപ്പോടോ തീറ്റത്തൊട്ടിയോ മറ്റോ കാണുന്നത്), മോഹൻജൊദാരോയിലെ മഹത്തായ സ്നാനഘട്ടവും അതിന്റെ പ്രസക്തിയും, ലിപി തുടങ്ങിയവയെല്ലാം ഇതിൽപ്പെടും.

വാസ്തവത്തിൽ ഋഗ്വേദതത്വങ്ങളും ഹാരപ്പൻ ആചാരങ്ങളും തമ്മിലുള്ള വൈരുദ്ധ്യം ഒരിടത്ത് പ്രത്യേകം ശ്രദ്ധേയമാണ്. ഋഗ്വേദം 'ശിശ്നദേവ'നെ (വാക്കിന്റെ അർത്ഥം ലിംഗദേവൻ അഥവാ ലിംഗാരാധകർ എന്നാണ്) മാനിക്കുന്നില്ല, എന്നാൽ ഹാരപ്പൻ കരകൗശലവസ്തുക്കൾ നിസ്സംശയം തെളിയിക്കുന്നത് ലിംഗാരാധന അതിന്റെ സാംസ്കാരികഭൂമികയുടെ ഭാഗമാണെന്നാണ്. ഇന്ത്യയിലെ ഏറ്റവും മനോജ്ഞമായ ഹാരപ്പൻ പുരാവസ്തുകേന്ദ്രമായ ധോളാവീരയെ പുറത്തുകൊണ്ടുവന്ന പുരാവസ്തുഗവേഷകനായ ആർ എസ് ബിഷ്ട് പറയുന്നത് ധോളാവീരയിലും മറ്റു കേന്ദ്രങ്ങളിലും ലിംഗ ചിഹ്നങ്ങളും വിഗ്രഹങ്ങളും മനഃപൂർവം നശിപ്പിച്ചുകളഞ്ഞതിന്റെ വ്യക്തമായ തെളിവുകളുണ്ടെന്നാണ്. ഋഗ്വേദ സൂക്തം 7, 21.5 ഇങ്ങനെ പറയുന്നു, 'നമ്മുടെ പരിപാവനമായ ആരാധനയിൽ "ശിശ്നദേവൻ" അടുക്കാതിരിക്കട്ടെ', കൂടാതെ സൂക്തം 10, 99.3 ഇന്ദ്രൻ എങ്ങനെയാണ് അവരെ വധിച്ചുകളഞ്ഞതെന്നതിന്റെ വിവരണമാണ്. ഈ സന്ദർഭത്തിൽ 'ശിശ്ന-ദേവ' എന്ന വാക്കിന് 'ആസക്തരായ രക്ഷസ്സുകൾ' എന്ന പരിഭാഷയാണ് കൂടുതൽ അനുയോജ്യം എന്ന് ചില ഗ്രന്ഥകർത്താക്കൾ അഭിപ്രായപ്പെട്ടിട്ടുണ്ട്; പക്ഷേ മൂലകൃതിയുടെ വാച്യാർത്ഥം–മാത്രമല്ല, കൊടുംവിരോധവും–സുവ്യക്തം തന്നെയാണ്.

Archaeological Survey of India

ധോളാവീരയിലെ ആലംബമില്ലാതെ നിൽക്കുന്ന ലിംഗസമാനമായ തൂണുകൾ.

ധോളാവീര ഉത്ഖനന റിപ്പോർട്ടിൽ ആർ എസ് ബിഷ്ട് എഴുതിയിരിക്കുന്നു: 'കുത്തനെ തനിച്ചുനിൽക്കുന്ന ദണ്ഡുകളുടെ കുറഞ്ഞത് ആറു മാതൃകക ളെങ്കിലും ഖനനങ്ങളിൽനിന്ന് കണ്ടെത്തിയിട്ടുണ്ട്. തനിച്ചുനിൽക്കുന്ന ഈ ദണ്ഡുകൾക്ക് നല്ല ഉയരമുണ്ട്... അതിന്റെ മേലറ്റത്തിന് പുരുഷലിംഗത്തോട് സാമ്യമുണ്ട് അഥവാ അവ കാഴ്ചയിൽ ലിംഗസ്വഭാവമുള്ളവയാണ്. അതുകൊണ്ടാണ് അവയിൽ പലതും മനഃപൂർവം കേടുവരുത്തിയമട്ടിലും തല്ലിയുടച്ചനിലയിലും കണ്ടെത്തിയത്.'

Source: Archaeological Survey of India

തലകുത്തനെ കിടക്കുന്ന രീതിയിൽ ധോളാവീരയിൽനിന്നു ലഭിച്ച ഇരിക്കുന്ന മനുഷ്യന്റെ പ്രതിമ. താഴെ: പ്രതിമയുടെ മുൻപിൽനിന്നും വശത്തുനിന്നും ഉള്ള കാഴ്ച, അതിന്റെ ലൈംഗികാവയവങ്ങൾ മനഃപൂർവം ഉരച്ചുകളയുകയും കേടുവരുത്തുകയും ചെയ്തിട്ടുണ്ട്.

ധോളാവീരയിൽനിന്നു ലഭിച്ച ഇരിക്കുന്ന മനുഷ്യന്റെ പ്രതിമയെക്കുറിച്ച് റിപ്പോർട്ട് ഇങ്ങനെ പറയുന്നു:

> ഹാരപ്പയിലുള്ളവരുടെ ഉദ്യമങ്ങളിൽ ഒരുപക്ഷേ ഏറ്റവും വലുത് [ആയിരുന്നു]... അവസാനകാലത്തെ ഹാരപ്പൻ നിവാസികൾ പണിത ഒരു ചുമരിന്റെ ഭാഗമായി, തലകുത്തിക്കിടക്കുന്ന നിലയിലാണ് അത് കണ്ടെത്തിയത്... ദ്വാരങ്ങളുള്ളതും കുമ്മായം ചേർന്നതുമായ സാൻഡ്സ്റ്റോൺ കൊണ്ടാണ് നിർമ്മിച്ചിരിക്കുന്നത്... പരന്ന ഒരു പ്രതലത്തിൽ കൈകൾ രണ്ടും കാൽമുട്ടുകളിൽവെച്ച് ലൈംഗികാവയവങ്ങൾ വെളിപ്പെടുത്തുവാനെന്നമട്ടിൽ മുട്ടുകൾ അകത്തി കുന്തിച്ചാണ് അതിന്റെ ഇരുപ്പ്. ശിൽപ്പം നഗ്നമാണ്.
>
> പ്രതിമ ഒരു പുരുഷന്റേതാണ്, ഏറെക്കുറെ യഥാതഥവുമാണ്. വയർ ഉന്തിയാണ് കാണുന്നത്. പ്രതിമയുടെ പിൻഭാഗത്ത് വീണുകിടക്കുന്ന തലമുടിയുണ്ടായിരുന്നതിന്റെ ലക്ഷണങ്ങളുണ്ട്, അതിനും കേടുപാടുകളുണ്ട്. ഇതും മോഹൻജൊദാരോവിലെ പ്രതിമകളെയെല്ലാം പോലെ തല്ലിത്തകർത്തതാകാൻ സാദ്ധ്യതയുണ്ട്.
>
> പ്രതിമയുടെ ശിരോഭാഗം കണ്ടുകിട്ടിയിട്ടില്ല. തല മനഃപൂർവം വെട്ടിക്കളഞ്ഞതാണെന്നു തോന്നുന്നു, കൈമുട്ടുകൾക്കും കാൽമുട്ടുകൾക്കും സാമാന്യം കേടുണ്ട്. സമ്പൂർണ്ണ ഹാരപ്പൻ കാലഘട്ടത്തിന്റെ (2600–1900 BCE) മതവിശ്വാസങ്ങളുടെയും ആശയസംഹിതകളുടെയും പ്രതിരൂപമായ ഈ പ്രതിമയിൽ കാണുന്ന സോദ്ദേശ്യമായ കേടുപാടുകൾ പിന്നീടുണ്ടായ അടിസ്ഥാനപരമായ മാറ്റങ്ങളുടെ വ്യക്തമായ സൂചകമാകാം; ഈ പ്രതിമ കണ്ടെത്തിയത് സ്റ്റേജ് VI ലെ ഒരു അന്യസാഹചര്യത്തിൽ (secondary context)നിന്നാണ് (1950–1800 BCE). പ്രസ്തുത പ്രതിമയുടെ ധർമ്മം സ്റ്റേജ് VI കാലഘട്ടത്തിലെ ജനങ്ങൾക്ക് ഒട്ടും അംഗീകരിക്കാനായിട്ടില്ല എന്ന് അതിനെ വികലമാക്കിയതിന്റെ രീതിയിൽനിന്ന് വ്യക്തമായി മനസ്സിലാവുന്നുണ്ട്. സ്റ്റേജ് VI കാലഘട്ടത്തിലെ മുദ്രകളിൽ കാണുന്ന വൃത്തിയായി കൊത്തിയതും ചിത്രങ്ങളില്ലാത്തതുമായ ആലേഖനങ്ങളും പഴയ വിശ്വാസങ്ങളിൽനിന്നും ആചാരങ്ങളിൽനിന്നുമുള്ള മാറ്റമാകാം സൂചിപ്പിക്കുന്നത്.

ധോളാവീരയിൽ സ്റ്റേജ് VI 1950 BCEക്കും 1800 BCEക്കും ഇടയ്ക്കുള്ള ഹാരപ്പൻ സംസ്കാരത്തിന്റെ അവസാനകാലമാണ്; ആ കാലമായപ്പോഴേക്കും സമ്പൂർണ്ണ ഹാരപ്പൻ കാലഘട്ടം അവസാനിക്കുകയും കുറച്ചുകാലത്തേക്ക് അവിടം ആരുമില്ലാതെകിടക്കുകപോലും ചെയ്തു. ഖനന റിപ്പോർട്ട് അനുസരിച്ച് ' കുറച്ചുകാലത്തെ ഒഴിഞ്ഞുകിടക്കലിനുശേഷം വരുന്ന സ്റ്റേജ് VI മറ്റെല്ലാത്തിനേയും പോലെത്തന്നെ പ്രാധാന്യമുള്ളതാണ്; ഈ കാലഘട്ടം ആസൂത്രണത്തിലും വാസ്തുവിദ്യയിലും സിജില്ലോഗ്രാഫിയിലും (മുദ്രകളെ സംബന്ധിച്ചത്) ദീർഘകാലം നീണ്ടുനിന്ന പ്രത്യാഘാതങ്ങൾ സൃഷ്ടിച്ചുവെന്നു മാത്രമല്ല, സാമ്പത്തികഘടനയിൽ വമ്പിച്ച മാറ്റങ്ങൾക്കും സമൂഹങ്ങളുടെ വെറിപിടിച്ചുള്ള സമ്മിശ്രണങ്ങൾക്കും സാക്ഷ്യം വഹിക്കുകയും ചെയ്തു.'

ധോളാവീരയിലെ സ്റ്റേജ് VI കാലഘട്ടത്തിൽ കോളിളക്കങ്ങൾ സൃഷ്ടിച്ചത് ആരാണെന്നോ എന്താണെന്നോ നമുക്കറിയില്ല; ഹാരപ്പൻ സംസ്കാരത്തിന്റെ അവസാനഘട്ടങ്ങളിൽ നടന്ന ഒരു ആഭ്യന്തരവിപ്ലവമാവാം അത് എന്ന് അനുമാനിക്കാനേ നമുക്ക് കഴിയൂ. എങ്കിലും ഹാരപ്പൻ കേന്ദ്രങ്ങളിൽ ലിംഗവിഗ്രഹങ്ങളുടെയും ചിഹ്നങ്ങളുടെയും സാന്നിദ്ധ്യവും ഋഗ്വേദത്തിൽ കാണുന്ന ലിംഗാരാധനയോടുള്ള മതിപ്പില്ലായ്മയും അവയ്ക്കു രണ്ടിനുമിടയിലുള്ള വിടവിനെ എടുത്തുകാട്ടുന്നുണ്ട്.

ഹാരപ്പൻ സംസ്കാരം 'ആര്യൻ' അല്ലെങ്കിൽ 'വൈദികം' അല്ല എന്ന ആശയത്തിന്റെ പ്രചാരകനല്ല ബിഷ്ട്. വാസ്തവത്തിൽ, ഋഗ്വേദം വരച്ചുകാട്ടുന്ന രീതിയിലുള്ള സമൂഹം ഹാരപ്പൻ കേന്ദ്രങ്ങളിൽ കാണുന്നവയോട് അടുത്തുനിൽക്കുന്നുണ്ടെന്നാണ് അദ്ദേഹത്തിന്റെ വിശ്വാസം. എന്നിരുന്നാലും വേദങ്ങൾ 'ശിശ്ന-ദേവന്മാരെ' പുച്ഛത്തോടെയാണ് കണ്ടിരുന്നതെന്നും ഹാരപ്പൻ സംസ്കാരത്തിൽ കുതിരകളുടെ അസാന്നിദ്ധ്യം അതിനെ വൈദികമെന്ന് അടയാളപ്പെടുത്തുവാൻ ബുദ്ധിമുട്ടുണ്ടാക്കുന്നുണ്ടെന്നും അദ്ദേഹവും സമ്മതിക്കുന്നുണ്ട്. ഹാരപ്പൻ ലിപി വായിച്ചെടുക്കുന്ന നാൾവരെ തർക്കങ്ങൾ തുടർന്നുകൊണ്ടിരിക്കുമെന്നാണ് അദ്ദേഹം കരുതുന്നത്.

ഹാരപ്പയിലെ ലോകവും വേദകാലഘട്ടത്തിന്റെ തുടക്കത്തിലുള്ള ലോകവും തമ്മിലുള്ള വൈജാത്യം ദൈനംദിനജീവിതത്തിലുള്ള, അത്ര ആശയപരമല്ലാത്ത പലതിലും പ്രതിഫലിക്കുന്നുണ്ട്. ഉദാഹരണമായി പരിഷ്കൃതലോകത്തിന്റെ മറ്റുഭാഗങ്ങളിലെല്ലാം ഹാരപ്പൻ സംസ്കാരം മെലൂഹ എന്നപേരിലാണ് അറിയപ്പെട്ടിരുന്നത്; ഹാരപ്പയിലുള്ളവർ മെസൊപ്പൊട്ടേമിയയിലെ രാഷ്ട്രീയകാര്യങ്ങളിൽ ഇടപെട്ടിരുന്നു, അവരുടെ യുദ്ധങ്ങളിൽ പക്ഷം പിടിക്കുകപോലും ചെയ്തിരുന്നു; ഹാരപ്പയുടെയും മെസൊപ്പൊട്ടേമിയയുടെയും ഇടയിൽ നിലനിന്നിരുന്ന സാമ്പത്തികബന്ധങ്ങളുടെ ദൃഢതകൊണ്ട് ഒമാൻ ഉപദ്വീപുപോലുള്ള സ്ഥലങ്ങളിൽ ഹാരപ്പക്കാർ വാണിജ്യകാര്യങ്ങൾക്കും ലോഹഖനനത്തിനായിപ്പോലും കോളനികൾ സ്ഥാപിച്ചിരുന്നു. എന്നാൽ ഇത്തരം സങ്കീർണ്ണവും പരിഷ്കൃതവുമായ വാണിജ്യപ്രവർത്തനങ്ങളും നാഗരികബന്ധങ്ങളുമൊന്നും വേദകാലഘട്ടത്തിന്റെ ആദ്യഭാഗത്ത് പ്രതിഫലിച്ചുകാണുന്നില്ല. ഋഗ്വേദത്തിന്റെ ലോകവും ഹാരപ്പയിലെ ഭൗതികസംസ്കാരം വെളിപ്പെടുത്തുന്ന ലോകവും രണ്ടു വ്യത്യസ്ത പ്രപഞ്ചങ്ങളിലാണ് സ്ഥിതിചെയ്യുന്നതെന്നാണ് തോന്നുക–കുതിരയുടെ കാര്യം പരിഗണിക്കാതെയാണ് ഈ പറയുന്നത്.

ഹാരപ്പയുടെ അശ്വ വിശേഷം

കുതിരയുടെ പ്രശ്നം ഇതാണ്: ഹാരപ്പൻ സംസ്കാരത്തിൽ അസ്ഥിയുടെ അവശിഷ്ടങ്ങളായോ മുദ്രകളിലും കരകൗശലവസ്തുക്കളിലുമുള്ള രൂപങ്ങളായോ കുതിരയെ വിരളമായേ കാണുന്നുള്ളൂ, എന്നാൽ ഋഗ്വേദത്തിൽ കുതിരയെ തികഞ്ഞ പ്രാമുഖ്യത്തോടെ എല്ലായിടത്തും കാണുന്നുമുണ്ട്. ഋഗ്വേദത്തിലെ അശ്വിനീദേവന്മാർ കുതിരക്കാർ തന്നെയാണ്. മറ്റു രണ്ടു ദേവന്മാർ, ഉഷസ്സും അഗ്നിയും, കുതിരകൾ വലിക്കുന്ന രഥങ്ങളിലാണ് സഞ്ചരിക്കുന്നത്. 'വിജയിക്കുവാൻ രഥം കണക്കെ വിശാലമായി സൃഷ്ടിക്കപ്പെട്ടത്' എന്നാണ്

സരസ്വതീനദിയെ ഒരു ഗീതത്തിൽ വർണ്ണിക്കുന്നത്. വാസ്തവത്തിൽ ഋഗ്വേദത്തിൽ കുതിരയോളം പ്രാമുഖ്യമുള്ള മറ്റൊരു മൃഗവുമില്ലെന്നുതന്നെ പറയാം. ഋഗ്വേദത്തിൽ കുതിരയെപ്പറ്റി അഞ്ചു സൂക്തങ്ങളാണുള്ളത്, കാളയെപ്പറ്റിയും ആടിനെപ്പറ്റിയും ഒരു പക്ഷിയെപ്പറ്റിയും ഓരോന്നുവീതം മാത്രമേ കാണുന്നുള്ളൂ. കുതിരയെപ്പറ്റിയുള്ള ഒരു ഗീതം (മണ്ഡലം 1; ഗീതം 162)[7] അശ്വബലിയെപ്പറ്റി ഇങ്ങനെ വർണ്ണിക്കുന്നു:

> അശ്വം തയ്യാറെന്നുകണ്ട നിരീക്ഷകർ വിളിച്ചുപറയുന്നു, സുഗന്ധം; മാറ്റുവിൻ;
> മാംസം മോഹിച്ച് വിതരണത്തിനായി കാക്കുന്നു,-അവരുടെ അനുവാദം തൊഴിൽ നൽകുമാറാകട്ടെ.
> മാംസം പാകംചെയ്യുന്ന പാത്രത്തിലെ തവി, മാംസരസം തൂവുന്ന പാത്രങ്ങൾ,
> ചൂടാക്കുന്ന കലങ്ങൾ, പാത്രങ്ങളുടെ അടപ്പുകൾ, കൊളുത്തുകൾ, അരിയുന്ന പലകകൾ–ഇവയെല്ലാം യാഗാശ്വത്തെ സേവിക്കുന്നു.
> ആരംഭബിന്ദു, അതിന്റെ വിശ്രമസ്ഥലം, യാഗാശ്വത്തിന്റെ കാലുകൾ ബന്ധിച്ചിരുന്ന കയർ,
> അത് പാനംചെയ്ത ജലം, ഭക്ഷിച്ച ആഹാരം,-ദേവകൾക്കിടയിലും ഇതെല്ലാം അങ്ങയെ സേവിക്കുമാറാകട്ടെ.
> പുകയോടുചേർന്ന അഗ്നി അങ്ങയെ ചുട്ടുപൊട്ടിക്കാതിരിക്കട്ടെ, ചുട്ടുപഴുത്ത കുണ്ടലി മണക്കാതെയും നുറുങ്ങിപ്പോകാതെയുമിരിക്കട്ടെ.
> ഹോമിച്ചത്, പ്രിയപ്പെട്ടത്, അനുവദിച്ചത്, ശുദ്ധിചെയ്തത്-അങ്ങനെയുള്ള യാഗാശ്വത്തെയാണ് ദേവകൾ സസന്തോഷം സ്വീകരിക്കുക.

'ആര്യൻ' കുടിയേറ്റം എന്ന ആശയത്തെ സ്വീകരിക്കാതിരിക്കുകയും 'ആര്യന്മാർ' തദ്ദേശീയരാണെന്ന് വാദിക്കുകയും ചെയ്യുന്നവർക്ക് ഹാരപ്പൻ സംസ്കാരം 'വൈദികം' ആണെന്ന ആശയത്തിൽ വിശ്വസിക്കാതെവയ്യ–അതായത് വേദങ്ങൾ രചിച്ച 'ആര്യന്മാരുടെ' സൃഷ്ടിയാണ് ഹാരപ്പൻ സംസ്കാരം എന്നുവരുന്നു. ഹാരപ്പൻ നഗരങ്ങളിൽ കുതിരകളുടെയും രഥങ്ങളുടെയും അസാന്നിദ്ധ്യം പ്രസ്തുത സംസ്കാരത്തിന്റെ വൈദികസ്വത്വത്തിന് തടസ്സമാകുന്നില്ല എന്നതിന് അവർക്ക് മൂന്നു വാദങ്ങളാണുള്ളത്. ഒന്ന്, ഹാരപ്പൻ സംസ്കാരത്തിനുശേഷമുള്ള കാലഘട്ടത്തിൽനിന്നും കുതിരകളുടെ എല്ലുകളൊന്നും ലഭിച്ചിട്ടില്ലെങ്കിലും അക്കാലത്ത് കുതിരകളുണ്ടായിരുന്നു എന്നതിന് ആർക്കും സംശയമില്ല. രണ്ടാമത്തേത് 'ഹാരപ്പാനിവാസികൾ വൈദിക ആര്യന്മാരാണ്' എന്ന സിദ്ധാന്തത്തിന്റെ പ്രചാരകനായ പുരാവസ്തുഗവേഷകൻ ബി ബി ലാൽ ഇങ്ങനെ വിവരിക്കുന്നു: 'മരംകൊണ്ടുള്ള ഒരു രഥമോ മരംകൊണ്ടുള്ള ഏതൊരു വസ്തുവുമോ ഈ രാജ്യത്തെ ചൂടും ഈർപ്പവും നിറഞ്ഞ കാലാവസ്ഥയിൽ അവശേഷിക്കുവാൻ വിഷമമാണ്. മരംകൊണ്ടുള്ള ഒന്നുംതന്നെ ഞാൻ കണ്ടെത്തിയവയിലില്ല, ഒരുതരി

7 റാൽഫ് ടി.എച്ച് ഗ്രിഫിത്തിന്റെ പരിഭാഷ.

ധാന്യമല്ലാതെ .... കാലിബംഗനിൽനിന്നാണത്.' അന്താരാഷ്ട്രതലത്തിലുള്ള പരിശോധനകളിൽ കുതിരയുടേതുതന്നെ എന്നു തെളിഞ്ഞ എല്ലുകൾ കണ്ടെത്തിയിട്ടുണ്ട്–ഹാരപ്പൻ കേന്ദ്രമായ ഗുജറാത്തിലെ സുർക്കോതടയിൽ നിന്ന്–എന്നതാണ് മൂന്നാമത്തെ വാദം; ഇതിന്റെ പ്രായം 2100 BCEക്കും 1700 BCEക്കും ഇടയ്ക്കാണ്. ഈ എല്ലുകൾ പരിശോധിച്ചത് പൗരാണികജീവശാസ്ത്രജ്ഞനായ പ്രൊഫസർ സാൻഡോർ ബോകോൺയി ആണ്. അദ്ദേഹം ഇങ്ങനെ പറയുന്നു: 'യഥാർത്ഥ കുതിരയുടെ (Equus caballus) സാന്നിദ്ധ്യം സാക്ഷ്യപ്പെടുത്തുന്നത് മേൽത്താടി, കീഴ്ത്താടി, പല്ലുകൾ ഇവയുടെ ഇനാമൽ മാതൃകയും മുൻപല്ലുകളുടെയും കാൽവിരലിലെ എല്ലിന്റെയും വലുപ്പവും ഘടനയും ആണ്. പ്ളേറ്റോസീൻ കാലഘട്ടത്തിനുശേഷം [അതായത് 9700 BCEക്കു ശേഷം] ഇന്ത്യയിൽ കാട്ടുകുതിരകളൊന്നും ജീവിച്ചിരുന്നില്ല എന്നതിനാൽ സുർക്കോതട കുതിരയുടെ വളർത്തുസ്വഭാവത്തിൽ സംശയിക്കേണ്ടതില്ല.'

ഈ പ്രസ്താവന പ്രധാനപ്പെട്ട രണ്ടു വസ്തുതകൾ വ്യക്തമാക്കുന്നുണ്ട്. ഒന്ന്, പ്ലെയ്സ്റ്റോസീൻ കാലഘട്ടത്തിനുശേഷം (2.58 ദശലക്ഷം കൊല്ലങ്ങൾക്കും 11,700കൊല്ലങ്ങൾക്കും ഇടയിൽ) ഇന്ത്യയിൽ കാട്ടുകുതിരകൾ ഉണ്ടായിരുന്നില്ല. അതിനാൽ സുർക്കോതടയിൽ കണ്ടെത്തിയ കുതിര വളർത്തുകുതിരയാണ്, കാട്ടുകുതിരയല്ല. ഈ രണ്ടു പ്രസ്താവനകളുടെയും അനുഗാമിയായി മറ്റൊന്നുകൂടിയുണ്ട്–കഴിഞ്ഞ 11,700 വർഷങ്ങളായി ഇന്ത്യയിൽ കാട്ടുകുതിരകളില്ലായിരുന്നു എങ്കിൽ തീർച്ചയായും കുതിരയെ മെരുക്കിയെടുത്തത് ഇന്ത്യയിലാവില്ലെന്നു വ്യക്തമാണ്, കാരണം കുതിരയെ മെരുക്കിവളർത്തൽ 3500 BCEക്കു മുൻപല്ല സംഭവിച്ചിട്ടുള്ളത്. അതിനാൽ, സുർക്കോതടയിലെ കുതിര ഒന്നുകിൽ ഇറക്കുമതിയാണ് അല്ലെങ്കിൽ ഇറക്കുമതിചെയ്യപ്പെട്ട ജനുസ്സാണ്–ബോകോൺയിയുടെ പ്രസ്താവനപ്രകാരം ആണെങ്കിൽത്തന്നെയും.

അതുമാത്രമല്ല, കുതിരയുടെ എല്ലുകളെ ബോകോൺയി ശരിവെച്ചതിനെത്തന്നെ റിച്ചാർഡ് മെഡോവിനെപ്പോലുള്ള അദ്ദേഹത്തിനോളംതന്നെ ബഹുമാന്യരായ മറ്റുചില പൗരാണികജന്തുശാസ്ത്രജ്ഞർ ശക്തമായി വെല്ലുവിളിച്ചിട്ടുമുണ്ട്. ബോകോൺയി ശരിയാണെന്നും റിച്ചാർഡ് മെഡോ തെറ്റാണെന്നും നിങ്ങൾ അനുമാനിച്ചാൽപ്പോലും ഋഗ്വേദത്തിൽ കുതിര വഹിക്കുന്ന സ്ഥാനവും ഹാരപ്പൻ സംസ്കാരത്തിൽ കുതിരയുടെയോ കുതിരയെ സംബന്ധിച്ചതിന്റെയോ ചിത്രീകരണത്തിന്റെ പരിപൂർണ്ണമെന്നു പറയാവുന്ന അസാന്നിദ്ധ്യവും തമ്മിലുള്ള വൻപിച്ച വിടവ് അപ്പോഴും ബാക്കിയാവുന്നുണ്ട്; പ്രത്യേകിച്ചും ആയിരക്കണക്കിനുവരുന്ന മുദ്രകളിലും ചെറുമുദ്രകളിലും ഐതിഹാസികജീവിയായ യൂണികോൺ മുതൽ കാളകൾ, പോത്തുകൾ, മയിലുകൾ, ആനകൾ, കടുവകൾ എന്നുതുടങ്ങി കണ്ടാമൃഗങ്ങൾ വരെ ചിത്രീകരിച്ചിട്ടുള്ളപ്പോൾ. രാജ്യത്തെ ചൂടും ഈർപ്പവും നിറഞ്ഞ കാലാവസ്ഥ സ്റ്റിയാറ്റൈറ്റിൽ തീർത്ത മുദ്രകളിലുള്ള കുതിരകളെയെങ്കിലും നമുക്കായി ബാക്കിവെച്ചേനെ–അവ ഉണ്ടായിരുന്നെങ്കിൽ.

സൈദ്ധാന്തികമായി ഒന്നോ രണ്ടോ കുതിരകളുടെ ഭൗതികസാന്നിദ്ധ്യം ഹാരപ്പൻ സംസ്കാരത്തിൽ ഉണ്ടായിരുന്നുവെങ്കിൽപ്പോലും അത്ര അത്ഭുത

പ്പെടാനില്ല; കാരണം, ഹാരപ്പക്കാർ ആന, മയിൽ, പോത്ത് തുടങ്ങിയ ഇന്ത്യൻ മൃഗങ്ങളെ മെസൊപ്പൊട്ടേമിയയിലേക്ക് കയറ്റിഅയച്ചിരുന്നു എന്നതിന് ചരിത്രപരമായ തെളിവുകളുണ്ട്.അവിടുന്നോ മറ്റേതെങ്കിലും പ്രദേശത്തുനിന്നോ ഒരു കുതിരയെ തിരിച്ചിങ്ങോട്ടും കൊണ്ടുവന്നിട്ടുണ്ടെങ്കിൽ അതിൽ പുരികം ചുളിക്കുവാനൊന്നുമില്ല. എങ്കിലും അതൊന്നും ഋഗ്വേദത്തിൽ കുതിരയ്ക്കുള്ള സ്ഥാനവും ഹാരപ്പയിലെ പൗരാണികരേഖകളിലോ ചിത്രീകരണങ്ങളിലോ കുതിരയ്ക്കുള്ള സ്ഥാനവും–അഥവാ സ്ഥാനമില്ലായ്മയും–തമ്മിലുള്ള എളുതല്ലാത്ത വൈജാത്യം ഇല്ലാതാക്കുന്നില്ല.

ഋഗ്വേദം വ്യക്തമായും ഹാരപ്പൻ കാലഘട്ടത്തിനു ശേഷമാണെന്നുള്ളതിനെക്കുറിച്ച് പുരാവസ്തുഗവേഷകനായ എം കെ ധവാലിക്കർ കുതിരകളെയും വേദങ്ങളെയും പരാമർശിച്ചുകൊണ്ട് ഇങ്ങനെ പറയുന്നുണ്ട്:

> നിങ്ങൾ ഒരു നോവൽ വായിക്കുമ്പോൾ അതിന്റെ കാലഗണന എങ്ങനെയാണു ചെയ്യുക? ഒരു മൊബൈലിനെക്കുറിച്ച് അതിൽ പറഞ്ഞിട്ടുണ്ടെങ്കിൽ അത് ഇരുപതാംനൂറ്റാണ്ടിലോ അതിനുശേഷമോ എഴുതിയതാണെന്ന് നിങ്ങൾ പറയും... അതുപോലെ ഋഗ്വേദത്തിൽ രണ്ട് അടയാളങ്ങളുണ്ട്. ഒന്ന് കുതിരയുടെ സാന്നിദ്ധ്യം. അത് വളരെ മുഖ്യമാണ്. കാരണം ആര്യന്മാരുടെ ഏറ്റവും പ്രിയപ്പെട്ട മൃഗമാണത്. അവരുടെ മതവിശ്വാസങ്ങളിലും അതിനൊരു ധർമ്മമുണ്ട്... രണ്ടാമത്, ഋഗ്വേദം 'അയസ്സി'നെക്കുറിച്ചും പറയുന്നുണ്ട്, വ്യക്തമായും അതിന്റെ അർത്ഥം ചെമ്പ് എന്നാണ്, കാരണം പിന്നീട് ഇരുമ്പ് കണ്ടുപിടിച്ചപ്പോൾ അവർ അതിന് 'കൃഷ്ണ അയസ്സ്' എന്നാണ് പേരിട്ടത് അതായത് കറുത്ത ചെമ്പ്.
>
> ഇനി പുരാവസ്തുപരമായ തെളിവുകൾകൊണ്ടു മാത്രം നോക്കിയാലും വളർത്തുകുതിരകൾ 1900 BCE മുതൽക്കാണ് കണ്ടുതുടങ്ങുന്നത്. അത് ഹാരപ്പൻ കാലഘട്ടത്തിന്റെ അന്ത്യകാലമാണ്, അതായത് 1900 BCE മുതൽ 1500 BCE വരെ. അപ്പോൾ ഇത് കൃത്യമായൊരു ബിന്ദുവാണ്–ഏകദേശം 1900 അല്ലെങ്കിൽ 1800. ഇവിടെ ഉത്തരേന്ത്യയിൽ 1400, 1500 BCE മുതൽ ഇരുമ്പ് പ്രചാരത്തിലുണ്ട്. അങ്ങനെയാവുമ്പോൾ ഋഗ്വേദത്തിന്റെ കാലഘട്ടം 2000 BCEയുടെയും 1400 BCEയുടെയും ഇടയ്ക്കാണെന്ന് ധൈര്യമായി പറയാം.

ഏറ്റവും പ്രാചീനമായ വേദവും ഹാരപ്പൻ സംസ്കാരത്തിനു ശേഷമാണ് ഉണ്ടായത് എന്നുവേണം പറയുവാൻ.[8]

സംസ്കാരത്തിന്റെ ശേഷിപ്പുകൾ

വേദങ്ങൾ നൂറ്റാണ്ടുകൾ കൊണ്ട് വിരചിക്കപ്പെട്ടവയാണ്; അവയും ഹാരപ്പൻ സംസ്കാരവും തമ്മിലുള്ള യോജിപ്പില്ലായ്മ കാലക്രമേണ കുറഞ്ഞുവരുന്നുണ്ടെന്നതും ഓർമ്മിക്കണം. വേദത്തിന്റെ പ്രായം കുറയുംതോറും അവയിൽ ഹാരപ്പൻ സംസ്കൃതിയുടെ പാരമ്പര്യവുമായി

8 പ്രൊഫസർ വിറ്റ്സലിന്റെ അഭിപ്രായത്തിൽ ഇന്ത്യൻ ഉപഭൂഖണ്ഡത്തിന്റെ വടക്കുപടിഞ്ഞാറൻ ഭാഗത്ത് ('ആര്യൻ' കുടിയേറ്റക്കാർ ആദ്യം പാർപ്പുറപ്പിച്ച പ്രദേശം) 1000 BCE അടുപ്പിച്ചുമാത്രമേ ഇരുമ്പ് പ്രത്യക്ഷപ്പെടുന്നുള്ളൂ എന്നതുകൊണ്ട് അക്കാലത്താവണം ഋഗ്വേദം രചിക്കപ്പെട്ടതും; അതിനു മുൻപാവില്ല.

കൂടുതൽ ബന്ധങ്ങൾ കണ്ടേയ്ക്കാനിടയുണ്ട്. ഋഗ്വേദം 'ശിശ്ന-ദേവ'രോട് വെറുപ്പും പുച്ഛവും പ്രകടിപ്പിച്ചിട്ടുണ്ടെങ്കിലും 500 BCEക്കും 100 BCEക്കും ഇടയ്ക്കുണ്ടായ ഉപനിഷത്തുക്കളുടെ കാലമായപ്പോഴേക്കും സംഗതികൾക്ക് മാറ്റംവന്നിരുന്നു. ദ്രാവിഡഭാഷകളിൽനിന്ന് കടമെടുത്ത വാക്കുകളുടെ എണ്ണവും പില്ക്കാലത്തുണ്ടായ വേദങ്ങളിൽ ആദ്യകാലങ്ങളിലുള്ളവയെക്കാൾ കൂടുതലാണ്. ഹാരപ്പയിൽ നിരവധി മുദ്രകളിലും ടെറാക്കോട്ട രൂപങ്ങളിലും യോഗാസനങ്ങളെ ഓർമ്മിപ്പിക്കുന്ന ചിത്രീകരണങ്ങളുണ്ട്, എന്നാൽ ഋഗ്വേദത്തിൽ യോഗവിദ്യയെപ്പറ്റി വ്യക്തമായ പരാമർശങ്ങളൊന്നുമില്ല. എന്നാൽ കഠോപനിഷത്തിന്റെ കാലമായപ്പോഴേക്കും അതേക്കുറിച്ച് തെളിച്ചുപറയുന്നുണ്ട്. ഹാരപ്പൻ മുദ്രകളിലൊന്നിൽ കൊമ്പുകൾ ഘടിപ്പിച്ച മകുടം ധരിച്ച ഒരാൾ യോഗാസനത്തിലെന്നപോലെ ഇരിക്കുന്നുണ്ട്, ചുറ്റും മൃഗങ്ങളുമുണ്ട്; ശിവന്റെ ആദ്യകാലചിത്രങ്ങളിലൊന്നാണ് ഇതെന്ന് ചിലർ വ്യാഖ്യാനിക്കുന്നുണ്ട്. പിൽക്കാലത്തുണ്ടായ സങ്കൽപ്പങ്ങളെ വിദൂരഭൂതകാലത്തിലേക്ക് ആരോപിക്കലാണിത് എന്ന അടിസ്ഥാനത്തിലാണ് പല ചരിത്രകാരന്മാരും പുരാവസ്തുശാസ്ത്രജ്ഞരും ഈ വാദത്തെ നിരാകരിക്കുന്നത്. അങ്ങനെയായിരിക്കാം എന്നുണ്ടെങ്കിലും ഹാരപ്പൻ നിവാസികളുടെ വിശ്വാസങ്ങളും പുരാണകഥകളും മുദ്രകളിലെ ചിത്രീകരണവും പിൽക്കാലത്തുണ്ടായ സങ്കൽപ്പമായ യോഗീഭാവത്തിലുള്ള ശിവനും തമ്മിൽ സന്ധിച്ചതാണെന്ന വാദത്തിനും സാധ്യതകളുണ്ട്.

ഇതിൽ അത്ഭുതപ്പെടാനൊന്നുമില്ല. കാരണം, കടന്നുവരുന്ന സംസ്കൃതികളും അന്നാട്ടിലുണ്ടായിരുന്ന സംസ്കൃതികളും കാലക്രമേണ അന്യോന്യം പലതും സ്വീകരിക്കുകയും ഇണങ്ങിപ്പോവുകയും കൂടിക്കലരുകയും പലപ്പോഴും ചെയ്യാറുണ്ട്; പല സാംസ്കാരികഭൂമികകളിലും പല ഭൂപ്രവിശ്യകളിലുമായി ആര്യന്മാരും ഹാരപ്പൻ നിവാസികളും തോതുകളിലുള്ള വ്യത്യാസങ്ങളോടെ ചെയ്തതും മറ്റൊന്നാകാനിടയില്ല. മാത്രമല്ല, ഹാരപ്പൻ സംസ്കാരത്തിന്റെ തുടർച്ചകൾ വേദങ്ങളിലെന്നതിനേക്കാൾ പ്രതിഫലിച്ചുകാണുന്നത് ജനപ്രിയ സമ്പ്രദായങ്ങളിലാണുതാനും.

നടുമുറ്റത്തിനുചുറ്റുമായി വീടുപണിയുന്ന സമ്പ്രദായം; കാളവണ്ടികൾ; വളകളുടെ പ്രാധാന്യവും അവ അണിയുന്ന രീതിയും; വൃക്ഷങ്ങളെആരാധിക്കുന്ന സമ്പ്രദായം, പ്രത്യേകിച്ചും ആൽമരത്തിന്റെ പവിത്രത; ഇന്ത്യയിൽ സർവവ്യാപികളായ കലവും കുൽഹാദും (മണ്ണുകൊണ്ടുള്ള ചായക്കപ്പ്); കാളയെ വിഗ്രഹവത്കരിക്കുന്ന രീതി; ആഭരണങ്ങളിലും മൺപാത്രങ്ങളിലും മുദ്രകളിലും ഉള്ള ചിത്രപ്പണികൾ; കരുക്കൾകൊണ്ടു കളിക്കുന്ന കളികളും ചതുരംഗത്തിന്റെ പ്രാചീനരൂപവും (ചതുരംഗപ്പലകകളും കരുക്കളും പല ഹാരപ്പൻ കേന്ദ്രങ്ങളിൽനിന്നും കണ്ടെത്തിയിട്ടുണ്ട്); സാധാരണക്കാർ ഇന്നും ശൗചത്തിനുപയോഗിക്കുന്ന ലോട്ട; സിന്ദൂരം അണിയുന്ന രീതി; ചില അളവുതൂക്കവ്യവസ്ഥകൾ–ഇന്നും നാം കൊണ്ടുനടക്കുന്ന ഹാരപ്പൻ സംസ്കാരത്തിന്റെ പാരമ്പര്യങ്ങൾ എണ്ണിയാൽ തീരുകയില്ല.

ഗുജറാത്തിലെ ലോതാളിൽനിന്നു ലഭിച്ച പൂപ്പാത്രത്തിൽ ഒരു കുടത്തിനടുത്തുനിൽക്കുന്ന കാക്കയെയും അതിനെ തിരിഞ്ഞുനോക്കുന്ന മാനിനെയും

കാണാം; പഞ്ചതന്ത്രത്തിലെ ദാഹിച്ചുവലഞ്ഞ കാക്കയുടെ കഥയാണ് അത് പറയുന്നതെന്നു തോന്നും. നമ്മുടെ കുട്ടികൾക്ക് ഇന്ന് നാം പറഞ്ഞുകൊടുക്കാറുള്ള കഥകളിൽ ചിലതുതന്നെയാണ് ഹാരപ്പയിലുണ്ടായിരുന്നവർ അവരുടെ കുട്ടികൾക്ക് പറഞ്ഞുകൊടുത്തിരുന്നത് എന്നുവരാം.

ഏകദേശം 2000 BCEയിൽ അവസാനിച്ചത് ഏഴു നൂറ്റാണ്ടോളം സംസ്കാരത്തെ മുന്നോട്ടുനയിച്ച ഒരു അധികാരഘടനയാണ്. അതോടൊപ്പം ലിപിയും മുദ്രകളും ക്രമീകരിക്കപ്പെട്ട ഇഷ്ടികകളും പ്രത്യയശാസ്ത്രങ്ങളിൽ ചിലതുപോലും പോയ്മറഞ്ഞു–യൂണികോൺ എന്ന ഒറ്റക്കൊമ്പൻ കുതിരയെപ്പോലെ. എങ്കിലും സാധാരണക്കാരന്റെ ജീവിതത്തിന്റെ തന്നെ ഭാഗമായ പലതും തുടർന്നുകൊണ്ടേയിരുന്നു, ഒപ്പം ദക്ഷിണേഷ്യയിലെ ആദ്യത്തെ നാഗരികസംസ്കാരത്തിന്റെ തത്വശാസ്ത്രപരവും സാംസ്കാരികവുമായ ചില അടിയൊഴുക്കുകളും. അവയിലോരോന്നും നമ്മൾ തിരിച്ചറിഞ്ഞുവെന്നുവരില്ല എങ്കിലും അവയുടെ അടിത്തറയിലാണ് നമ്മുടെ സംസ്കൃതിയും പാരമ്പര്യ സമ്പ്രദായങ്ങളും ചരിത്രവും പണിതുയർത്തിയിരിക്കുന്നത്.

ഹാരപ്പൻ നിവാസികളും 'ആര്യൻ'മാരും തമ്മിലുള്ള കൂടിക്കലരലിന്റെ നീണ്ട പ്രക്രിയയ്ക്കൊടുവിൽ നാം കാണുന്നത് ഇന്ത്യയുടെ വടക്കും കിഴക്കും പടിഞ്ഞാറുമുള്ള പ്രദേശങ്ങളിൽ ഉണ്ടായിരുന്ന ഭാഷകളുടെ സ്ഥാനം ഇൻഡോ യൂറോപ്യൻ ഭാഷകൾ കയ്യടക്കുന്നതും ഹാരപ്പൻ സംസ്കാരത്തിൽനിന്നും ഋഗ്വേദത്തിൽനിന്നും തിരിച്ചറിയാവുന്ന പല ഘടകങ്ങളും ചേർത്തുവെച്ച ഒരു പുതിയ സമ്മിശ്രസംസ്കാരം രൂപംകൊള്ളുന്നതുമാണ്. ഹാരപ്പക്കാരുടെ ലിപിയും മുദ്രകളും പ്രാഗ്ചരിത്രത്തിന്റെ മൂടൽമഞ്ഞിലേക്ക് തിരോഭവിച്ചതുപോലെ വേദങ്ങളുടെ ആദ്യകാലത്തെ ചില ദൈവങ്ങളും ആചാരാനുഷ്ഠാനങ്ങളും അപ്രത്യക്ഷമായിട്ടുണ്ട്.

ആര്യന്മാരുടെ എഴുത്തുഭാഷയായിരുന്ന സംസ്കൃതവും–എഴുത്തുഭാഷകൾക്ക് പൊതുവേ അധികം മാറ്റം സംഭവിക്കാത്തതുകൊണ്ട് സംസ്കൃതവും മാറിയിട്ടുണ്ടാവില്ലെന്നാവും നാം കരുതുക–ഹാരപ്പയിലെ ഭാഷകളുമായി ഇടപഴകിയതിലൂടെ കുറെയൊക്കെ മാറിപ്പോയിട്ടുണ്ട്. റെട്രോഫ്ളക്സ് വ്യഞ്ജനങ്ങൾ (നാവുവളച്ച് മേൽത്തട്ടിൽ മുട്ടിച്ച് ഉച്ചരിക്കേണ്ടതായ വ്യഞ്ജനങ്ങൾ, retroflex consonants) ഇൻഡോ യൂറോപ്യൻ ഭാഷകളിൽ വളരെ വിരളമാണ് എങ്കിലും ആര്യന്മാർക്കു മുൻപുള്ള ഇന്ത്യൻ ഭാഷകളിൽ–ദ്രാവിഡഭാഷാ ഗണത്തിൽപ്പെട്ട ഭാഷകളിലേതുപോലെ- അവ സുലഭമാണ്. അവ ഋഗ്വേദത്തിലെ സംസ്കൃതത്തിലേക്ക് നുഴഞ്ഞുകയറിയിട്ടുണ്ട്. പുഷ്ടി, ഗണം, വർണ്ണം, പൂർണ്ണം എന്നീ വാക്കുകളെല്ലാം ഇതിന്റെ ദൃഷ്ടാന്തങ്ങളാണ്. സംസ്കൃതത്തിന്റെ ഏറ്റവും അടുത്ത ബന്ധുവായ പ്രാചീന ഇറാനിയൻ ഭാഷയിൽപ്പോലും റെട്രോഫ്ളക്സ് വ്യഞ്ജനങ്ങൾ ഇല്ല എന്ന വസ്തുത കണക്കിലെടുക്കുമ്പോൾ, സംസ്കൃതത്തിൽ അവയുടെ കാലക്രമേണയുള്ള വർദ്ധനവ് സംസ്കൃതം ഇന്ത്യയിലെത്തുംമുൻപ് ഇവിടെയുണ്ടായിരുന്ന ഭാഷകളുടെ സ്വാധീനമായാണ് കണക്കാക്കാറ്. ഋഗ്വേദത്തിൽ ദ്രാവിഡഭാ

ഷകളിൽനിന്ന് കടമെടുത്ത വാക്കുകളുടെ എണ്ണം പരിമിതമാണെങ്കിലും പിന്നീടുവന്ന വേദങ്ങളിൽ ഇവയുടെ എണ്ണം കൂടിക്കൊണ്ടിരുന്നു.[9]

കോർഡഡ് വെയർ ദൃഷ്ടാന്തം

ഹാരപ്പൻ നിവാസികളും പുതുതായി രംഗപ്രവേശംചെയ്ത 'ആര്യൻ'മാരും കൂട്ടിമുട്ടിയപ്പോൾ ഒരു പുതിയ സംസ്കൃതി ജന്മംകൊണ്ടുവെന്നത് അത്ഭുതമല്ല, കാരണം, ഒരു സഹസ്രാബ്ദം മുൻപ് സ്റ്റെപ്പിൽനിന്നുള്ള ഇടയർ പശ്ചിമയൂറോപ്പിലേക്ക് കടന്നുചെന്നപ്പോഴും സംഭവിച്ചത് ഇതുതന്നെയാണ്. സ്റ്റെപ്പിൽനിന്നുള്ള യംനായ യൂറോപ്പിൽ എത്തിച്ചേർന്നതിന്റെ ഏറ്റവും ശ്രദ്ധേയമായ പുരാവസ്തുചിഹ്നം, യൂറോപ്പിലെ കോർഡഡ് വെയർ സംസ്കൃതി, അവർ സ്റ്റെപ്പിൽനിന്ന് കൂടെക്കൊണ്ടുവന്നതല്ല. യംനായയും അവരുമായി സമ്പർക്കത്തിലേർപ്പെട്ട യൂറോപ്പിലെ നിയോലിത്തിക് കർഷകരും തമ്മിലുള്ള ഇടപഴകലിന്റെ ഫലമാണത്.

കുതിരയും ചക്രവും ഭാഷയും *(The Horse, the Wheel and the Language)* എന്ന കൃതിയിൽ ഡേവിഡ് ആന്റണി ഇതിനെ ഇങ്ങനെയാണ് വിശദീകരിച്ചിരിക്കുന്നത്:

> കോർഡഡ് വെയറിന്റെ ഭൗതികസംസ്കാരത്തിന്റെ മണ്ഡലം മിക്കവാറും വടക്കൻ യൂറോപ്പിന്റേതാണ് എങ്കിലും അതിന്റെ അടിത്തട്ടിലുള്ള പെരുമാറ്റ രീതികൾക്ക് യംനായയുടെ മണ്ഡലത്തോടാണ് സാദൃശ്യം–ചലനാത്മകമായ ഒരു ഇടയ സമ്പദ്‌വ്യവസ്ഥയുടെ സ്വീകരണവും (കാളവണ്ടികളുടെയും കുതിരകളുടെയും ഉപയോഗം) അതിനോടനുബന്ധിച്ച് വളർത്തുമൃഗങ്ങളുടെ ആചാരപരമായ അന്തസ്സിലും മൂല്യത്തിലുമുള്ള വർദ്ധനവും.

കോർഡഡ് വെയർ മണ്ഡലത്തെ നിർവചിക്കുന്ന സവിശേഷതകളെക്കുറിച്ച് അദ്ദേഹം ഇങ്ങനെ എഴുതുന്നു:

> സ്ഥിരതാമസകേന്ദ്രങ്ങളെ മിക്കവാറും അപ്രത്യക്ഷമാക്കിയ (സ്റ്റെപ്പിലെ യംനായയെ പോലെത്തന്നെ) ഇടയവൃത്തിയിൽ അധിഷ്ഠിതവും ചലനാത്മകവുമായ [ഒരു] സമ്പദ്‌വ്യവസ്ഥ, കൂനകൾക്കു താഴെയുള്ള ഒറ്റക്കുഴിമാടങ്ങൾ അടക്കമുള്ള (യംനായയെപ്പോലെ) ഏറെക്കുറെ പൊതുവായ ശവസംസ്കാരക്രിയകളുടെ സ്വീകരണം, കല്ലുകൊണ്ടുള്ള ചുറ്റികക്കോടാലികളുടെ വ്യാപനം... പ്രത്യേകതരത്തിൽ പിരിച്ച ചരടുകൾകൊണ്ട് (കോർഡ്) അലങ്കരിച്ച പാത്രങ്ങളും കപ്പുകളും (ഇവയിൽ

9 റെട്രോഫ്ളക്സ് വ്യഞ്ജനങ്ങൾ വടക്കുപടിഞ്ഞാറൻ ഇന്ത്യയിലെ 'മിശ്ര ഭാഷാഗണങ്ങളുടെ സവിശേഷതയാണ്' എന്നാണ് ഹാർവാർഡ് സർവകലാശാലയിലെ പ്രൊഫസർ വിറ്റ്സലിന്റെ അഭിപ്രായം; ദ്രാവിഡഭാഷകൾ കൂടാതെ ഖോട്ടാനീസ് സാക, വാഹി മുതലായ ഇറാനിയൻ ഭാഷകളിലും ഒറ്റപ്പെട്ട ഭാഷയായ ബുരുഷാസ്കി എന്നിവയിലും ഈ സവിശേഷത കാണപ്പെടുന്നുണ്ട്. ഋഗ്വേദത്തിൽ കാണുന്ന മുന്നൂറിലധികം അന്യഭാഷാപദങ്ങളിൽ ദ്രാവിഡഭാഷാപദങ്ങൾ വളരെ ചുരുക്കമാണെന്നും അദ്ദേഹം ചൂണ്ടിക്കാട്ടുന്നുണ്ട്.

പലതിനും പ്രാദേശികശൈലിയിലുള്ള മാതൃകകൾ ഉണ്ടായിരുന്നു) ഉപയോഗിക്കുന്ന പാനസംസ്കാരത്തിന്റെ വ്യാപനം...

സ്വീഡനിലെ ഗോഥെൻബർഗ് യൂണിവേഴ്സിറ്റിയിലെ പുരാവസ്തുശാസ്ത്രവിഭാഗത്തിലെ പ്രൊഫസർ ക്രിസ്റ്റ്യൻ ക്രിസ്റ്റ്യൻസെൻ മറ്റു മൂന്നുപേരോടൊപ്പം 2017ൽ ആന്റിക്വിറ്റി എന്ന പത്രികയിൽ പ്രസിദ്ധീകരിച്ച പ്രബന്ധത്തിൽ കോർഡഡ് വെയർ സംസ്കൃതി എങ്ങിനെ ആവിർഭവിച്ചു എന്നതിനെക്കുറിച്ച് കൂടുതൽ അന്വേഷിക്കുന്നുണ്ട്. വനപ്രദേശങ്ങൾ വൻതോതിൽ എരിച്ച് സ്റ്റെപ്പിലെപ്പോലുള്ള മേച്ചിൽപ്പുറങ്ങൾ ഉണ്ടാക്കിയതിലപ്പുറം എന്തെല്ലാം സംഭവവികാസങ്ങൾക്ക് സ്റ്റെപ്പിൽ നിന്ന് യൂറോപ്പിലേക്കുള്ള കുടിയേറ്റങ്ങൾ കാരണമായിട്ടുണ്ട് എന്നതിനെക്കുറിച്ച് പ്രബന്ധം വിശദീകരിക്കുന്നുണ്ട്. അനേകം കുഴിമാടങ്ങളിൽനിന്ന് കൃതിയുടെ രചയിതാക്കൾ കണ്ടെത്തിയ തെളിവുകൾ കാണിക്കുന്നത് 'കോർഡഡ് വെയർ പുരുഷന്മാർ അന്യഗോത്രവിവാഹം (സ്വന്തം ഗോത്രത്തിന്റെ പുറമേനിന്ന് വിവാഹം കഴിക്കുന്ന സമ്പ്രദായം, exogamy) നടത്തിയിരുന്നു എന്നാണ്, ഒരുപക്ഷേ തട്ടിക്കൊണ്ടുവന്നുള്ള വിവാഹങ്ങളും ആകാം' എന്നാണ്; കുഴിമാടങ്ങളിൽ അടക്കം ചെയ്തിരുന്ന സ്ത്രീകളിൽ പലരും പുറംനാട്ടുകാരും കുട്ടിക്കാലത്ത് വ്യത്യസ്തമായ ആഹാരരീതികൾ ശീലിച്ചിരുന്നവരുമായിരുന്നു. കോർഡഡ് വെയർ സ്ത്രീകൾക്കിടയിൽ എംടി ഡിഎൻഎ ഹാപ്ലോഗ്രൂപ്പുകളുടെ വൈവിദ്ധ്യം പുരുഷന്മാരെ അപേക്ഷിച്ച് കൂടുതലാണെന്ന് ജനിതകപഠനങ്ങൾ കണ്ടെത്തിയതും ഈ വാദത്തെ പിന്തുണയ്ക്കുന്നുണ്ട്.

പഠനം ഇങ്ങനെ തുടരുന്നു:

> പുതിയ കുടിയേറ്റക്കാരിൽ പുരുഷന്മാരാണ് കൂടുതലെങ്കിൽ അന്യഗോത്രവിവാഹം വളരെ കൗശലം നിറഞ്ഞതും, ഒരുപക്ഷേ അത്യാവശ്യവുമായി സ്വീകരിച്ചുകാണുന്ന ഒരു നയമാണ്. വികാസംപ്രാപിച്ചുകൊണ്ടിരിക്കുന്ന ഒരു ഇടയ സമ്പദ്വ്യവസ്ഥയിൽ ഇത് സംഭാവ്യമായ ഒരു കഥാഗതിയാണ്; 90 ശതമാനം കല്ലറകളും പുരുഷന്മാരുടേതായ ജറ്റ്ലാൻഡിലെ (വടക്കൻ ജർമ്മനിയിലും ഡെന്മാർക്കിലും) ഒറ്റക്കല്ലറ/കോർഡഡ് വെയർ സംസ്കൃതിയുടെ (Single Grave/Corded Ware culture) ആദ്യകാലത്തുനിന്നു ലഭിച്ച പുരാവസ്തുപരമായ തെളിവുകൾ ഈ കഥാഗതിയെ ബലപ്പെടുത്തുന്നുണ്ട്. ഇന്ത്യ മുതൽ ബാൾട്ടിക്ക്, അയർലൻഡ് എന്നിവിടംവരെയുള്ള ചരിത്രസ്രോതസ്സുകളിൽനിന്ന് ഇതിനു കൂടുതൽ പിന്തുണ ലഭിക്കുന്നുമുണ്ട്. ഇത്തരം സമൂഹങ്ങളുടെ പൊതുസ്വഭാവമായി അവ വർണ്ണിക്കുന്നത് 12-13 വയസ്സുമുതൽ 18-19 വയസ്സുവരെയുള്ള, സമ്പൂർണ്ണ യോദ്ധാക്കളുടെ നിരയിലേക്ക് പ്രവേശിക്കുവാൻ ഒരുങ്ങിനിൽക്കുന്ന ചെറുപ്പക്കാരുടെ പടയാളിസംഘങ്ങളുടെ രൂപീകരണമാണ്. യുവത്വം നിറഞ്ഞ അത്തരം യുദ്ധസംഘങ്ങൾ മുതിർന്ന ഒരു പുരുഷന്റെ നേതൃത്വത്തിലാവും ഉണ്ടാവുക; അവരെ പലപ്പോഴും 'കറുത്ത യുവാക്കൾ' (Black Youth) എന്നാണ് വിശേഷിപ്പിച്ചിരുന്നത്, അല്ലെങ്കിൽ സമാരംഭച്ചടങ്ങുകളുടെ

ഭാഗമായി അവർക്ക് നായകളുടെയോ ചെന്നായകളുടെയോ പേരുകൾ നല്കിപ്പോന്നു.

ക്രിസ്റ്റ്യൻസെന്നിന്റെയും സഹലേഖകരുടെയും അഭിപ്രായത്തിൽ കൂടുതൽ യുദ്ധോദ്യുക്തവും ചലനാത്മകവുമായ ഇടയ സമ്പദ്വ്യവസ്ഥകൾ കാർഷിക സമ്പദ്വ്യവസ്ഥയ്ക്കുമേൽ പലപ്പോഴും മേൽക്കൈ സ്ഥാപിച്ചിരുന്നു. ഇടയ സമൂഹങ്ങളിൽനിന്നുള്ള ആസൂത്രിതമായ പുരുഷസംഘങ്ങൾ പലപ്പോഴും കാർഷികസംസ്കൃതികളിൽനിന്ന് ബലംപ്രയോഗിച്ച് ഭാര്യമാരെ നേടിയിരുന്നു.

കോർഡഡ് വെയർ കളിമൺപാത്രമാതൃക എങ്ങനെയാണ് നിലവിൽവന്നതെന്നും പ്രബന്ധം പരിശോധിക്കുന്നുണ്ട്. കളിമൺപാത്രനിർമ്മാണത്തിൽ ശക്തമായ പാരമ്പര്യമൊന്നും അവകാശപ്പെടാനില്ലാത്തവരാണ് യംനായ, കാരണം, എപ്പോഴും ചലിച്ചുകൊണ്ടിരിക്കുന്ന അവരുടെ ജീവിതരീതിയിൽ പെട്ടെന്ന് പൊട്ടുവാനിടയില്ലാത്തവയും അവരുടെ വണ്ടികളിൽ കയറ്റിക്കൊണ്ടുപോകുവാൻ ബുദ്ധിമുട്ടില്ലാത്തവയുമായ വസ്തുക്കളാണ് ഉപയോഗിക്കേണ്ടിയിരുന്നത്. ഉദാഹരണമായി, അവർ സാധാരണയായി തോലോ മരമോ മരത്തൊലിയോ ഉപയോഗിച്ചാണ് പാത്രങ്ങൾ ഉണ്ടാക്കിയിരുന്നത്.

അതുകൊണ്ട്, ഏറ്റവും ആദ്യകാലത്തെ കോർഡഡ് വെയർ കല്ലറകളിൽ കോർഡഡ് വെയർ മാതൃകയിലുള്ള കളിമൺപാത്രങ്ങളൊന്നുംതന്നെയില്ല. പിൽക്കാലത്ത് വടക്കൻ യൂറോപ്പിലാണ് അവ ആദ്യമായി രൂപംകൊള്ളുന്നത്–ഇതിനു കാരണമായി പ്രബന്ധം കണ്ടെത്തിയിട്ടുള്ളത് കളിമൺപാത്രനിർമ്മാണത്തിൽ പ്രാവീണ്യമുള്ള സ്ത്രീകൾ, കുടിയേറിവന്ന യംനായ സംസ്കൃതിയിലേക്ക് വിവാഹംകഴിച്ചുവന്നതിനു ശേഷം മാത്രമാണ് തോലുകൊണ്ടും മരംകൊണ്ടും നെയ്ത്തുവേലകൊണ്ടുമുള്ള യംനായ പാത്രങ്ങളെ അനുകരിച്ച് അവർ മൺപാത്രങ്ങൾ നിർമ്മിച്ചുതുടങ്ങിയതെന്നാണ്. അധികം കേടുപാടുകളില്ലാത്തതും മരംകൊണ്ടുള്ള കുറിയ കാലുകളുള്ളതുമായ ഒരു പരന്ന പിഞ്ഞാണം (ഒരു രാത്രികൊണ്ട് പാല് ഉറയൊഴിച്ചു തൈരാക്കുന്നതിനോ മറ്റ് പാലുത്പന്നങ്ങൾ ഏതെങ്കിലും ആക്കുന്നതിനോ ഉപയോഗിക്കാവുന്നത്) പുരാവസ്തുഗവേഷകർ കണ്ടെത്തിയത് ഈ സിദ്ധാന്തത്തെ ശരിവെക്കുന്നുണ്ടെന്ന് പഠനം പ്രസ്താവിക്കുന്നു. ഈ മരപ്പാത്രത്തിന്റെ മണ്ണുകൊണ്ടുള്ള അനുകരണം യൂറോപ്പിലെമ്പാടും കോർഡഡ് വെയർ മൺപാത്ര മാതൃകയുടെ ലക്ഷണമായി.

ഒരു പ്രദേശത്തേക്ക് കുടിയേറിവരുന്നവരും അവരുടെ സംസ്കൃതിയും ആ പ്രദേശത്ത് ഉണ്ടായിരുന്നവരും അവരുടെ സംസ്കൃതിയുമായി ഏതൊക്കെതരത്തിലുള്ള ഇടപെടലുകളാണ് കൃത്യമായി ഉണ്ടാവുക എന്നത് സ്ഥലകാലങ്ങൾക്കനുസരിച്ച് മാറുമെന്നത് വ്യക്തമാണ്. എന്നിരുന്നാലും യൂറോപ്പിലേക്കും ഇന്ത്യയിലേക്കും നടന്നിട്ടുള്ള വമ്പൻ സ്റ്റെപ്പ് കുടിയേറ്റങ്ങൾക്ക് പൊതുവായ ചില കഥാതന്തുക്കൾ ഉണ്ടാകുമെന്ന് അനുമാനിക്കുന്നതിൽ, കുടിയേറ്റക്കാരുടെ രീതികളും സമ്പ്രദായങ്ങളും ഒന്നാണെന്നതുകൊണ്ട്, അയുക്തിയൊന്നുമില്ല.

ഉദാഹരണമായി, സംസ്കൃതഭാഷ കാവ്യ, പദ്യ രൂപങ്ങളിലുള്ള രചനകൾക്ക് എങ്ങനെ ഉപയോഗിക്കാമെന്നു വിശദീകരിക്കുന്ന ഉപന്യാസമായ 'സരസ്വ

തീകണ്ഠാഭരണം' CE പതിനൊന്നാം നൂറ്റാണ്ടിൽ ഇങ്ങനെ പറയുന്നുണ്ട്, 'പ്രാകൃതഭാഷ ബലികർമ്മങ്ങൾക്ക് ഉപയോഗിക്കരുത്; സ്ത്രീകളോട് പ്രാകൃതി മാത്രമേ സംസാരിക്കാവൂ; ശ്രേഷ്ഠരോട് കലർപ്പുള്ള ഭാഷകളും അജ്ഞന്മാരോട് സംസ്കൃതവും പാടില്ല'.[10]

സ്ത്രീകളോട് പ്രാകൃതഭാഷയിലല്ലാതെ മറ്റൊന്നും സംസാരിക്കരുതെന്ന അനുശാസനം പുറപ്പെടുവിക്കുന്ന കാവ്യകൃതികൾ പ്രദർശിപ്പിച്ചത് ചിലപ്പോൾ യാഥാർഥ്യബോധത്തോട് കാണിക്കുന്ന കരുതലിൽനിന്ന് ഘനീഭവിച്ചുണ്ടായ ഒരു ആചാരമാവാം; കാരണം സ്ത്രീകൾ പലപ്പോഴും കുടിയേറ്റത്തിന്റെ ആദ്യകാലത്ത് അവർ വിവാഹം കഴിച്ച 'ഉന്നതകുലജാതരും' 'ആര്യൻ'മാരുമായ പുരുഷന്മാരുടേതിൽനിന്ന് വ്യത്യസ്തമായ മറ്റൊരു 'ആര്യേ'തര ഭാഷാസംസ്കൃതിയിൽനിന്നുള്ളവരായിരുന്നിരിക്കാം.

ഒന്നല്ല, അനേകം ഉറവിടങ്ങളിൽനിന്ന് ഉളവായ സംസ്കാരം

ഇന്ത്യയിലും യൂറോപ്പിലും ജനസംഖ്യാപരമായ മാറ്റങ്ങൾ വരുത്തിയിട്ടുള്ള അവസാനത്തെ കുടിയേറ്റക്കാർ ഇൻഡോ യൂറോപ്യൻ ഭാഷകരായിരുന്നു. അതിനുശേഷം ഇന്ത്യ നിരവധി കടന്നുകയറ്റങ്ങൾക്ക് സാക്ഷ്യം വഹിച്ചു–326 BCEയിൽ അലക്സാണ്ടറുടെ പടയോട്ടം മുതൽ ഏകദേശം 150 BCEയിൽ ശാകന്മാർ അഥവാ സ്കിതിയന്മാർ, ഏകദേശം 450 CEയിൽ ഹുൻ വംശജർ, 710CE യിൽ അറബികൾ, 1526 CE യിൽ മുഗളർ, പിന്നെ പോർച്ചുഗീസ്, ഫ്രഞ്ച്, അവസാനം ബ്രിട്ടീഷുകാരും–നമ്മുടെ സംസ്കൃതിയിൽ പലപ്പോഴും വലിയ സ്വാധീനം ചെലുത്തിയെങ്കിലും നമ്മുടെ ജനസംഖ്യാഘടനയിൽ ലോലമായ ചില മാറ്റങ്ങൾക്കപ്പുറമൊന്നും അവർ സമ്മാനിച്ചില്ല. ജനിതകശാസ്ത്രത്തിന്റെയും ഡിഎൻഎയുടെയും സഹായത്തോടെ ഇത് നമുക്കിന്ന് ഉറപ്പിച്ചുപറയുവാൻ കഴിയുന്നുണ്ട്. ഭാവിയിലും പുതിയ കുടിയേറ്റങ്ങളോ അധിനിവേശങ്ങളോ നമ്മുടെ ജനസംഖ്യാഘടനയിൽ മാറ്റമുണ്ടാക്കുവാൻ സാദ്ധ്യത കാണുന്നുമില്ല. അതുകൊണ്ടാണ് ഈ അദ്ധ്യായത്തിന്റെ പേര് അങ്ങനെയായത്–അവസാനത്തെ കുടിയേറ്റക്കാർ. ബഹുവിധങ്ങളായ പാരമ്പര്യങ്ങളിൽനിന്നും അനുഭവങ്ങളിൽനിന്നും അവയുടെ ഘടകങ്ങൾ സ്വീകരിച്ച് അനന്യമായ ഒരു സംസ്കൃതി സൃഷ്ടിക്കുകയെന്നതായിരുന്നു നമ്മുടെ പൊതുവായ ചരിത്രം. നാം അനേകം സ്രോതസ്സുകളുള്ള ഒരു സംസ്കൃതിയാണ്, ഒറ്റ സ്രോതസ്സല്ല അതിനുള്ളത്.

അവസാനത്തെ കുടിയേറ്റക്കാരായ 'ആര്യൻ'മാർ 2000 BCE കഴിഞ്ഞെപ്പോഴോ എത്തിയപ്പോഴേക്കും ഉപഭൂഖണ്ഡത്തിലെ ഇന്ത്യക്കാർ ഭൂമിയിലെ ഏറ്റവും വലിയ ആധുനികമനുഷ്യസമൂഹങ്ങളിൽ ഒന്നായിമാറിക്കഴിഞ്ഞിരുന്നു (ഏറ്റവും വലിയത് അല്ലെങ്കിൽ); ഒരു കാർഷികവിപ്ലവവും പിന്നെയൊരു നാഗരികവിപ്ലവവും അതിൽനിന്ന് ഉണ്ടായിക്കഴിഞ്ഞിരുന്നു, അവയുടെ ഫലമായി അക്കാലത്തെ ഏറ്റവും വലുപ്പമേറിയ നാഗരികസംസ്കാരം പിറന്നുകഴിഞ്ഞിരുന്നു; കൂടാതെ തെക്കും വടക്കും കിഴക്കും പടിഞ്ഞാറുമുള്ള

10 ഷെൽഡൺ പോളോക്ക്, *ദി ലാംഗ്വേജ് ഓഫ് ദി ഗോഡ്സ് ഇൻ ദി വേൾഡ് ഓഫ് മെൻ* (പെർമനന്റ് ബ്ലാക്ക്, 2006).

ഒട്ടുമിക്ക പ്രവിശ്യകളിലെയും കാർഷികമേഖലകളിൽ ഒരു പരിവർത്തനത്തിന് നേതൃത്വം നൽകുകയുമായിരുന്നു അവർ. ഇന്ന് നാം അറിയുന്ന ഇന്ത്യയുടെ അടിത്തറ തന്നെ ഹാരപ്പൻ സംസ്കാരത്തിന്റെ കാലഘട്ടത്തിലാണ് നിർമ്മിക്കപ്പെട്ടതെന്ന് പറയുന്നതാവും ശരി.

ഹാരപ്പൻ സംസ്കാരത്തിന്റെ ശോഭ മങ്ങിയതിനുശേഷമുള്ള ഒരു സഹസ്രാബ്ദക്കാലമാവണം ദക്ഷിണേഷ്യയിലെ ആധുനികമനുഷ്യന്റെ ചരിത്രത്തിലെ ഏറ്റവും കോളിളക്കംനിറഞ്ഞ കാലഘട്ടം. പക്ഷേ ഇതിന്റെ രേഖകൾ നമ്മുടെപക്കൽ വളരെക്കുറവേയുള്ളൂ, അതുകൊണ്ടുതന്നെ ആ കാലത്തെക്കുറിച്ച് നമുക്ക് വളരെക്കുറച്ചേ അറിയൂ. എന്തെല്ലാമാണ് നടന്നതെന്ന് നോക്കുക: ദീർഘകാലം തിളങ്ങിനിന്ന ഒരു നാഗരികസംസ്കാരം–അക്കാലത്തെ സമാനമായ സംസ്കാരങ്ങളിൽവെച്ച് ഏറ്റവും വലുപ്പമേറിയത്–നീണ്ടുനിന്ന ഒരു വരൾച്ചയുടെ സംഹാരതാണ്ഡവത്തിൽ തകർന്നുവീണു, അതിന്റെ അധികാരത്തിന്റെയും അന്തസ്സിന്റെയും ദൃഷ്ടമായ ചിഹ്നങ്ങളെല്ലാം പതുക്കെ അപ്രത്യക്ഷമായി, നാഗരികത നഷ്ടമായതുപോലെതന്നെ; ആൾക്കാർ കിഴക്കോട്ടും തെക്കോട്ടും പുതിയ ജീവിതം തേടി നീങ്ങിത്തുടങ്ങി; ബലികർമ്മങ്ങൾക്ക് കൂടുതൽ ഊന്നൽ കൊടുക്കുകയും ഇടയവൃത്തിക്കും കന്നുകാലി പരിപാലനത്തിനും നാഗരികസങ്കേതങ്ങളെക്കാൾ മുൻതൂക്കം കൊടുക്കുകയും ചെയ്യുന്ന ഒരു പുതിയ സംസ്കൃതിയും പുതിയ ഭാഷകളും കൊണ്ട് ഒരു കൂട്ടം പുതിയ കുടിയേറ്റക്കാർ വടക്കുപടിഞ്ഞാറുനിന്ന് കടന്നുവന്നു; മറ്റൊരുകൂട്ടം പുതിയ കുടിയേറ്റക്കാർ പുതിയ ഭാഷകളും പുതിയ ഇനം വളർത്തുസസ്യങ്ങളും ഒരുപക്ഷേ കോൾ കൃഷി ചെയ്യുന്നതിനുള്ള സങ്കേതങ്ങളും പുതിയ ഇനം നെല്ലും കൊണ്ട് കടന്നുവന്നു... അങ്ങനെ ഇന്ത്യൻ സംസ്കൃതിയുടെ കലം തിളച്ചുമറിയുവാൻ തുടങ്ങി. നാലായിരം വർഷങ്ങൾക്കുശേഷവും തിള നിന്നിട്ടില്ല, ഇടയ്ക്കും മുറയ്ക്കും ജൂതന്മാർ മുതൽ സുറിയാനികളും പാഴ്സികളുംവരെയുള്ള പുതിയ കറിക്കൂട്ടുകൾ അതിൽ ചേർത്തുകൊണ്ടേയിരിക്കുന്നുമുണ്ട്.

പിൻവാക്ക്

ഈ പുസ്തകം നമ്മോടു പറയുന്നതെന്താണ്

ഈ പുസ്തകം നമ്മോടു പറയുന്നതെന്താണ് എന്നതിനെക്കുറിച്ച് വ്യക്തിനിഷ്ഠമായ ഒരു വിവരണം – ജാതികൾ ഉണ്ടായതെങ്ങനെ എന്നതിനെക്കുറിച്ച് ഒരു പരിശോധനയും.

ഈ പുസ്തകത്തിലെ നാല് അദ്ധ്യായങ്ങളിൽ നാം കണ്ടത്, 65,000 വർഷങ്ങൾക്കുമുൻപ് ആഫ്രിക്കയിൽനിന്ന് പുറപ്പെട്ട കുടിയേറ്റക്കാർ ഇന്ത്യയിൽ ആദ്യമായി എത്തിയതോടെ നിർമ്മിതമായ ബേസിനു മുകളിൽ ഇന്ത്യ എന്ന പിസ്സ എങ്ങനെയാണ് ഉണ്ടാക്കിയതെന്നാണ്. 7000 BCEക്കുശേഷം സാഗ്രോസിൽ നിന്നുള്ള ഇടയർ ബലൂചിസ്ഥാനിൽ എത്തുകയും ആദ്യത്തെ ഇന്ത്യക്കാരുമായി കലർന്ന് അവരൊരുമിച്ച് ഹാരപ്പൻ സംസ്കാരം സൃഷ്ടിക്കുവാനൊരുങ്ങുകയും ചെയ്തപ്പോഴാണ് സോസ് തയ്യാറായത്. പ്രസ്തുത സംസ്കാരം തകർന്നുവീണപ്പോൾ സോസ് ഉപഭൂഖണ്ഡത്തിന്റെ എല്ലാ ഭാഗങ്ങളിലേക്കും ഒലിച്ചിറങ്ങി. പിന്നീടാണ്, 2000 BCEക്കുശേഷം ആര്യന്മാർ വന്നതും പിസ്സയുടെ മുകളിൽ ചീസ് വിതറിയതും–പക്ഷേ വിതറിയ ചീസ് തെക്കുഭാഗത്തുള്ളതിനേക്കാൾ വടക്കുഭാഗത്ത് കൂടുതലായി. വ്യത്യസ്ത പ്രവിശ്യകളിൽ വ്യത്യസ്ത അളവുകളിൽ ഇന്നു നാം കാണുന്ന 'ടോപ്പിംഗ്സ്' ഏകദേശം അതേ കാലഘട്ടത്തിൽത്തന്നെയാണ് വന്നുചേർന്നത്–ആസ്ട്രോ ഏഷ്യാറ്റിക് ഭാഷകരും ടിബെറ്റോ ബർമൻ ഭാഷകരും. പിന്നീട് വളരെക്കാലം കഴിഞ്ഞ് ഗ്രീക്കുകാർ, ജൂതന്മാർ, ഹുൻ വംശജർ, ശാകന്മാർ, പാഴ്സികൾ, സുറിയാനികൾ, മുഗളർ, പോർച്ചുഗീസുകാർ, ബ്രിട്ടീഷുകാർ, സിദ്ദികൾ എല്ലാവരും ഇവിടെയെത്തി–അവർ ഓരോരുത്തരും ഇന്ത്യൻ പിസ്സയിലെല്ലായിടത്തും ചെറിയ ചെറിയ അടയാളങ്ങൾ സമ്മാനിച്ചു.

എല്ലാ ഉപമകളെയുംപോലെ ഇതും തീർച്ചയായും ഒരു അമിതമായ ലളിതവത്കരണമാണ് എങ്കിലും നാം ആരാണ് എന്നതിനെക്കുറിച്ച് ആഴത്തിൽ ഉറച്ചുപോയതും പ്രശ്നങ്ങളുണ്ടാക്കുന്നതുമായ ചില തെറ്റിദ്ധാരണകളെ തിരുത്തുവാൻ ഇത് സഹായിച്ചേക്കാം. ജനസംഖ്യയുടെ ഏകദേശം 8 ശതമാനം വരുന്ന 'ആദിവാസികൾ' അഥവാ 'ആദിമ നിവാസികൾ' അഥവാ 'ഗോത്രവർഗ്ഗക്കാർ' ഇന്ത്യൻ ജനസമൂഹത്തിന്റെ മറ്റു വിഭാഗങ്ങളിൽനിന്ന് വ്യത്യസ്തരും അവരുമായി വളരെ വിദൂരമായ ബന്ധം മാത്രമുള്ളവരുമാണെന്ന് ഒരു പൊതുധാരണയുണ്ട്–ഒരു പ്രത്യേക ജീവിതശൈലി തുടർന്നുകൊണ്ടുപോകുന്ന കൂട്ടർ ആയതുകൊണ്ടുമാത്രമല്ല 'നമ്മൾ' അല്ലാത്ത മനുഷ്യരായും അവരെ താഴ്ത്തിക്കാണുന്ന പ്രവണതയാണ് ഈ കാഴ്ചപ്പാട് സമ്മാനിച്ചിട്ടുള്ളത്. ഇത് അടിസ്ഥാനരഹിതമാണെന്ന് ഇപ്പോൾ നമുക്കറിയാം. ഗോത്രവർഗ്ഗക്കാർ 'നമ്മൾ' തന്നെയാണ്.

ഗോത്രവർഗ്ഗക്കാർ ആദ്യത്തെ ഇന്ത്യക്കാരുടെ വംശപൈതൃകം പേറുന്നവരായതുകൊണ്ട് സമൂഹത്തിന്റെ മറ്റു വിഭാഗങ്ങളുമായി അവർ ജനിതകം പങ്കുവെക്കുന്നുണ്ട് എന്നുമാത്രമല്ല ഇന്നത്തെ ഇന്ത്യൻ ജനതയുടെ അടിസ്ഥാനസമൂഹമായിത്തന്നെ അവരെ കാണേണ്ടതാണ്. നാം മുൻപ് കണ്ടതുപോലെ ഇന്ത്യൻ ജനതയുടെ സമ്പൂർണ്ണ ജീനോമിക് വംശപൈതൃകത്തിന്റെ 50 മുതൽ 65 ശതമാനം വരെ ആദ്യത്തെ ഇന്ത്യക്കാരുടെ പിൻഗാമികളായ പരമ്പരകളിൽനിന്നുണ്ടായതാണ്. ആദ്യത്തെ ഇന്ത്യക്കാരുടെ വംശപൈതൃകം ഇല്ലാത്ത ഒരു ജനസമൂഹം പോലും, അവർ ഏതു ഭാഷ സംസാരിക്കുന്നവരായാലും, ജാതിവ്യവസ്ഥയിൽ ഏതു സ്ഥാനത്തുള്ളവരായാലും, വർത്തമാനകാല ഇന്ത്യയിൽ ഇല്ലതന്നെ. ഹാരപ്പൻ സംസ്കാരത്തിന്റെ മുഖമുദ്രയായ 'നർത്തകി' (പുറംചട്ടയിലെ ചിത്രം) ഒരു ഗോത്രവർഗ്ഗക്കാരി പെൺകുട്ടിയാകാമെന്നത് അപ്പോൾ എത്രയേറെ സാംഗത്യമുള്ളതാണ്! 2, 3 അദ്ധ്യായങ്ങളിൽ നാം കണ്ടതുപോലെ ആദ്യത്തെ ആ നാഗരികവിപ്ലവത്തിന്റെ ഒരു ഭാഗമായിരുന്നു ആദ്യത്തെ ഇന്ത്യക്കാർ. (പെൺകുട്ടി 'നൃത്തം ചെയ്യുക'യായിരുന്നോ എന്നു നമുക്കറിയില്ല തീർച്ച; അവളുടെ ഊർജ്ജവും ആധികാരികതയും തുളുമ്പുന്ന ഉദാസീനമായ നിൽപ്പ് ഇന്നും കാണികളെ വലിച്ചടുപ്പിക്കുന്നുണ്ടെന്നുമാത്രമേ നമുക്കറിയാവൂ.)

ഗോത്രവർഗ്ഗക്കാരോടും പട്ടികജാതിക്കാരോടുമുള്ള അവജ്ഞ ഉണ്ടാകുന്നത് അവർ 'മറ്റുള്ളവർ' ആണെന്ന ഒരു വിശ്വാസം അന്തർലീനമായി കിടക്കുന്നതുകൊണ്ടാണ്; ഈ 'മറ്റുള്ളവരാക്കൽ' കളയുകതന്നെവേണമെന്ന് ഇന്ന് നമുക്കറിയാം. നമ്മുടെ പ്രാഗ്ചരിത്രകേന്ദ്രങ്ങളോട് നമുക്കുള്ള അനാസ്ഥയിലും ഇതേ മനഃസ്ഥിതി തന്നെയാണ് പ്രതിഫലിച്ചുകാണുന്നത്. ജ്വാലാപുരം മുതൽ ഭീം ബേദ്ക്കയും ധോളാവീരയും വരെയുള്ള കേന്ദ്രങ്ങളോട് കാണിക്കുന്ന അനാസ്ഥയും തിരിച്ചറിവില്ലായ്മയും, ഉപഭൂഖണ്ഡത്തിൽ ഇസ്ലാം മതം എത്തിച്ചേരുംമുൻപുള്ള ചരിത്രസങ്കേതങ്ങളോട് നമ്മുടെ പടിഞ്ഞാറുള്ള അയൽക്കാർ കാണിച്ചിട്ടുള്ള അവഗണനയെക്കാൾ ഒട്ടും മെച്ചമല്ല. ഇന്ത്യയിലെ ചരിത്രാതീതകാലസങ്കേതങ്ങൾ സന്ദർശകരെ ആകർഷിച്ചുതുടങ്ങുകയും തങ്ങളുടെ പൂർവികർ ചെയ്തിരുന്നതെന്താണെന്നും

താമസിച്ചിരുന്നതെവിടെയാണെന്നും കണ്ട് അവർ വിസ്മയംകൊള്ളുകയും ചെയ്തുതുടങ്ങുമ്പോഴേ നാം പാകതവന്നവരായെന്നും നമ്മുടെ ഭൂതകാലത്തെ അതിന്റെ മുഴുവൻ അർത്ഥത്തിലും ഏറ്റുവാങ്ങിയെന്നും പറയാറാവൂ.

പിസ്സയുടെ ഉപമകൊണ്ട് തിരുത്താൻ സാധിക്കുന്ന രണ്ടാമത്തെ തെറ്റിദ്ധാരണ ഉപഭൂഖണ്ഡത്തിലാകമാനം ഇന്നു നാം കണ്ടുപോരുന്ന പൊതുവായ സംസ്കൃതിയുടെ ആവിർഭാവത്തെക്കുറിച്ചുള്ളതാണ്. ഈ പൊതു സംസ്കൃതിയുടെ ഭൂരിഭാഗത്തിന്റെയും അടിസ്ഥാനസ്രോതസ്സ്, ഏഴു നൂറ്റാണ്ടുകൾ പൂർണ്ണരൂപത്തിൽ നിലനിന്നതും ജനസംഖ്യയിലും വിസ്തീർണ്ണത്തിലും ആ കാലഘട്ടത്തിലെ ഏറ്റവും വ്യാപ്തിയേറിയതുമായ ഹാരപ്പൻ മഹാസംസ്കാരമാണ് എന്നു മനസ്സിലാക്കാവുന്നതാണ്.

ആര്യാവർത്തവും മഗധയും

ഹാരപ്പൻ സംസ്കാരത്തിന്റെ പതനത്തിനും സ്റ്റെപ്പിൽനിന്നുള്ള കുടിയേറ്റക്കാരുടെ വരവിനും ശേഷമുള്ള നൂറ്റാണ്ടുകളിൽ സംഭവിച്ചതെന്താണ് എന്നത് പുരാവസ്തുപരമായി താരതമ്യേന ഇരുളടഞ്ഞ അദ്ധ്യായങ്ങളാണ് (സ്റ്റെപ്പിൽനിന്നുള്ള ഇടയരുടെ സംഘങ്ങൾ ലോകത്തിന്റെ മറ്റു ഭാഗങ്ങളിലും സ്ഥിരതാമസത്തിനായുള്ള താവളങ്ങളിൽ തത്പരരായിരുന്നില്ല എന്ന വസ്തുത കണക്കിലെടുക്കുമ്പോൾ ഇതിൽ അത്ഭുതമൊന്നുമില്ല). മുൻപ് പറഞ്ഞതുപോലെ, 'ആര്യൻ'മാർ ഏതു വഴിയാണ് വന്നതെന്നോ എത്ര സംഘങ്ങൾ ഉണ്ടായിരുന്നുവെന്നോ എത്രകാലം കുടിയേറ്റങ്ങൾ തുടർന്നുവെന്നോ നമുക്കറിയില്ല. എങ്കിലും വേദങ്ങളിൽനിന്ന് നമുക്കറിയാവുന്ന കാര്യം ഇൻഡോ യൂറോപ്യൻ ഭാഷ സംസാരിക്കുന്നവർക്കിടയിൽ അഭിപ്രായവ്യത്യാസങ്ങൾ ഉണ്ടായിരുന്നുവെന്നതാണ്; അതിൽനിന്ന് ഒന്നിലധികം കുടിയേറ്റങ്ങൾ നടന്നിട്ടുണ്ടെന്ന് ഊഹിക്കാവുന്നതേയുള്ളൂ. ഭാഷാശാസ്ത്രവും ഇപ്പോൾ ജനിതകശാസ്ത്രവും ചേർന്ന് കുടിയേറ്റ പ്രക്രിയയിലേക്ക് കൂടുതൽ വെളിച്ചം വീശിയേക്കാം.

ഇന്ത്യൻ ഭാഷാ സർവേ (Linguistic Survey of India) ക്രോഡീകരിച്ച സർ ജോർജ്ജ് ഗ്രിയർസൺ ആയിരത്തിത്തൊള്ളായിരത്തി മുപ്പതുകളിൽ മുൻപോട്ടുവെച്ചതും 2005ൽ ഫ്രാങ്ക്ളിൻ സി സൗത്ത്‌വർത്ത് കൂടുതൽ വിപുലമാക്കിയതുമായ 'ഗ്രിയർസൺ സിദ്ധാന്തം' (Grierson hypothesis) അനുസരിച്ച് ഇൻഡോ ആര്യൻ ഭാഷകളെ രണ്ട് സാമൂഹികഭാഷാപ്രവിശ്യകളായി വീണ്ടും വിഭജിക്കാവുന്നതാണ്; ഒന്ന് 'ഉൾ'പ്രവിശ്യയും (അഥവാ ഉത്തര-മദ്ധ്യ പ്രവിശ്യ) രണ്ട് 'പുറം 'പ്രവിശ്യയും (അഥവാ ദക്ഷിണപശ്ചിമ-പൂർവ പ്രവിശ്യ). ഇതിൽ ഉത്തര-മദ്ധ്യ ഭാഷകളിൽ ഹിന്ദി, പഞ്ചാബി, രാജസ്ഥാനി, ബുന്ദേലി, പഹാഡി എന്നിവയും ദക്ഷിണപശ്ചിമ-പൂർവ ഭാഷകളിൽ ബംഗ്ളാ, ബീഹാറി, ഒറിയ, മറാത്തി, കൊങ്കണി എന്നിവയും പെടും. ദക്ഷിണേഷ്യയിലെ ഭാഷാശാസ്ത്രപരമായ പുരാവസ്തുശാസ്ത്രം (Linguistic Archaeology of South Asia) എന്ന നീണ്ട അദ്ധ്യായത്തിൽ സൗത്ത്വർത്ത് ഇതേപ്പറ്റി പറയുന്നുണ്ട്. 'മദ്ധ്യേഷ്യയിൽനിന്നുള്ള ഇടയസംഘങ്ങളുടെ ദീർഘകാലം നീണ്ടുനിന്ന സാവധാനമുള്ള ഒരു കടന്നുകയറ്റം ഇൻഡോ ഇറാനിയൻ അതിർത്തിപ്രദേശങ്ങളിലേക്കും

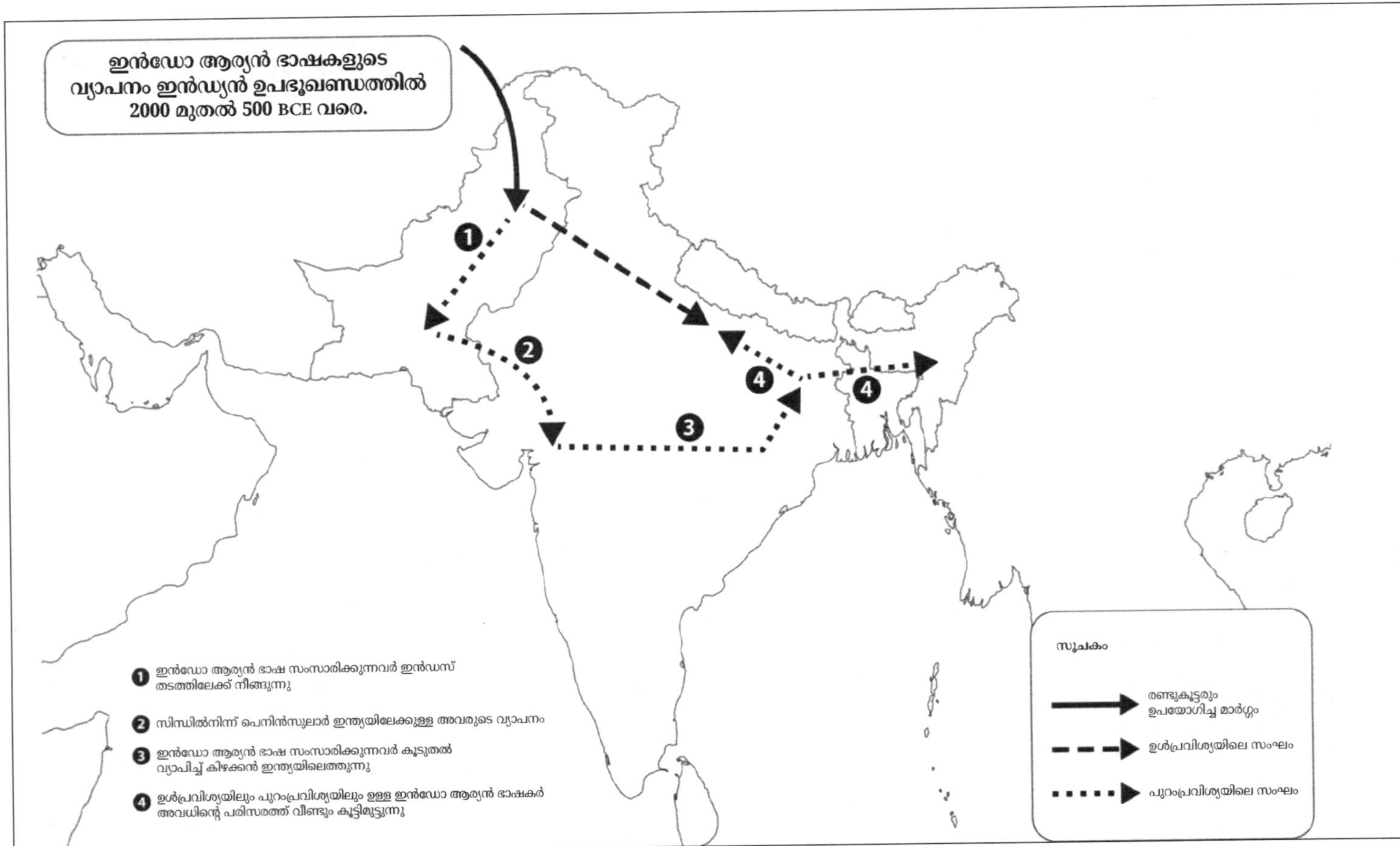

Adapted from Franklin C. Southworth, Linguistic Archaeology of South Asia, *RoutledgeCurzon, 2005*

പഞ്ചാബിലേക്കും അവിടെനിന്ന് ഒരു വിഭാഗം കിഴക്കോട്ട് ഗംഗാതടത്തിലേക്കും മറ്റൊരുവിഭാഗം സിന്ധുവിലൂടെ താഴെ ഡെക്കാനിലേക്കും കൂടുതൽ കിഴക്കോട്ടും ഉണ്ടായതായി അനുമാനിക്കുന്നതിലൂടെ' ഇങ്ങനെയൊരു വിഭജനം സംഭവിക്കുവാനുള്ള കാരണം ലഭിക്കുമെന്ന് അദ്ദേഹം പറയുന്നു. അദ്ദേഹം ചൂണ്ടിക്കാട്ടുന്നു:

> ഉത്തര-മദ്ധ്യ ദേശങ്ങളിലെ ഭാഷയും ദക്ഷിണപശ്ചിമ-പൂർവ ദേശങ്ങളിലെ ഭാഷയും തമ്മിലുള്ള പ്രാദേശികമായ വേർതിരിവ്, ഹിന്ദു യാഥാസ്ഥിതികതയുടെ നാടായ ആര്യാവർത്തത്തിനും ആര്യൻ ഭാഷകളല്ലാത്ത ഭാഷകൾ സംസാരിക്കുന്നതും ഹിന്ദു ആചാരങ്ങൾ അനുഷ്ഠിക്കാത്തതുമായ മ്ലേച്ഛദേശങ്ങൾക്കും ഇടയിൽ ദീർഘകാലമായി നിലനിന്നുപോരുന്ന ചരിത്രപരമായ വേർതിരിവുമായി ഒത്തുപോകുന്നുണ്ട്. മദ്ധ്യഭാഗത്തുള്ള പ്രവിശ്യകളും പാർശ്വദേശങ്ങളും തമ്മിൽ ആശയവിനിമയം സ്ഥാപിതമായി വളരെക്കാലം കഴിഞ്ഞിട്ടും ഈ വേർതിരിവ് സാഹിത്യത്തിൽ പ്രത്യക്ഷമാകുന്നുണ്ട് എന്നത് വളരെ മുഖ്യമാണ്. പർവ്വതനിരകളും മലകളും പീഠഭൂമികളുമായി ഇന്ത്യയുടെ മദ്ധ്യഭാഗത്ത് നീണ്ടുകിടക്കുന്ന വിന്ധ്യനാണ് ഈ പ്രവിശ്യകളെ ഭൂമിശാസ്ത്രപരമായി വേർതിരിക്കുന്നത്. യാദവകുലത്തിന്റെ (തദ്ദേശീയമായ ആചാരാനുഷ്ഠാനങ്ങൾ സ്വീകരിച്ചതിനാൽ കളങ്കപ്പെട്ടുവെന്ന് പറയപ്പെടുന്ന പുരാതനമായ ഒരു ഇൻഡോ ആര്യൻ പരമ്പര) വിവരണങ്ങൾ പറയുന്നത് അവർ പ്രധാനമായും വിന്ധ്യസാനുക്കളുടെ തെക്കും കിഴക്കുമാണെന്നാണ്.

(മുകളിലുള്ള ഖണ്ഡികയിൽ പറയുന്ന 'ആര്യൻ ഭാഷയല്ലാത്ത മറ്റു ഭാഷകൾ' എന്നതുകൊണ്ട് ഇന്ന് ഇൻഡോ യൂറോപ്യൻ എന്നറിയപ്പെടുന്ന ഭാഷകൾ അല്ലാത്ത മറ്റുഭാഷകൾ എന്ന് അർത്ഥമില്ല; ആര്യാവർത്തത്തിലെ യാഥാസ്ഥിതികത്വം 'ആര്യേതരം' എന്ന് കരുതിപ്പോന്നിരുന്ന 'പുറം'പ്രദേശങ്ങളിലെ ഭാഷകൾ എന്നേ അർത്ഥമാകുന്നുള്ളൂ.)

ഇന്ത്യയിലേക്കു കുടിയേറിയ 'ആര്യൻ' സമൂഹങ്ങൾക്കിടയിൽ ഉപഘടനകളും ഉണ്ടായിരുന്നുവെന്ന് ജനിതകതെളിവുകൾ സൂചിപ്പിക്കുന്നുണ്ട്; സൗത്ത്വർത്തും ഗ്രിയർസണും ചൂണ്ടിക്കാട്ടുന്ന ഭാഷാപരമായ ഉപഘടനകളുമായി ഇവ ഒത്തുപോയേക്കാം. ഇന്നത്തെ ഇന്ത്യൻ ജനതയുടെ 140 വിഭാഗങ്ങളെ പഠനവിധേയമാക്കിയതിൽ പത്തുവിഭാഗങ്ങളും 'ഗണ്യമായി ഉയർന്ന തോതിൽ' സ്റ്റെപ്പ് വംശപൈതൃകം പേറുന്നവരാണെന്നു 'ദക്ഷിണ, മദ്ധ്യ ഭാരതത്തിലെ ജീനോമിക ഘടന' (The Genomic Formation of South and Central Asia)എന്ന പേരിൽ 2018ൽ പ്രസിദ്ധീകരിച്ച പ്രബന്ധം കണ്ടെത്തിയിട്ടുണ്ട്. അതിൽ ഇങ്ങനെ പറയുന്നു:

> അടയാളങ്ങളുടെ [സ്റ്റെപ്പ് വംശപൈതൃകത്തിന്റെ] ഏറ്റവും ശക്തമായ സാന്നിദ്ധ്യം ഞങ്ങൾ കണ്ടെത്തിയത് രണ്ടു വിഭാഗങ്ങളിലാണ്, ബ്രാഹ്മിൻ_തിവാരിയിലും ബ്രാഹ്മിൻ_യുപിയിലും;കൂടാതെ പാരമ്പര്യമായി പൗരോഹിത്യവൃത്തി ചെയ്യുന്ന വിഭാഗങ്ങളിൽ ചിഹ്നങ്ങൾ കൂടുതൽ സമൃദ്ധമാണ്,

> പ്രത്യേകിച്ചും വടക്കേ ഇന്ത്യയിൽ എന്നും കണ്ടെത്തി... ഈ വിഭാഗങ്ങൾ പരമ്പരാഗതമായി പ്രാചീന സംസ്കൃതത്തിൽ എഴുതപ്പെട്ട ഗ്രന്ഥങ്ങളുടെ സൂക്ഷിപ്പുകാരാണ് എന്നതുകൊണ്ട് ചിഹ്നങ്ങളുടെ ഈ ധാരാളിത്തം ശ്രദ്ധേയമാണ്.
>
> രണ്ടാം സഹസ്രാബ്ദത്തിന്റെ മദ്ധ്യകാലത്ത്, വെങ്കലയുഗത്തിന്റെ മദ്ധ്യകാലം മുതൽ അവസാനകാലം വരെയുള്ള സ്റ്റെപ്പ് വംശപൈതൃക ത്തിന്റെ ദക്ഷിണേഷ്യയിലേക്കുള്ള കടന്നുവരവ് സൃഷ്ടിച്ചത്... വ്യത്യസ്തമായ അളവുകളിൽ സ്റ്റെപ്പ് വംശപൈതൃകം പേറുന്ന വിഭാഗങ്ങളെയാണെന്നും അവയിൽ താരതമ്യേന കൂടുതൽ സ്റ്റെപ്പ് വംശപൈതൃകമുള്ള ഒരു വിഭാഗം ആദ്യകാല വൈദികസംസ്കാരം പ്രചരിപ്പിക്കുന്നതിൽ നിർണ്ണായകമായ പങ്കുവഹിച്ചുവെന്നും ഇതിനെ വിശദീകരിക്കാവുന്നതാണ്.

ഭാഷാപരമായ തെളിവുകളുടെ സാഹചര്യത്തിലേക്ക് ഇതിനെ പരാവർത്തനം ചെയ്യുമ്പോൾ ഇൻഡോ യൂറോപ്യരുടെ കുടിയേറ്റസംഘങ്ങളെല്ലാം ഒരേ സാമൂഹികനിലപാടുകളോ സമീപനങ്ങളോ ഉള്ളവയായിരുന്നില്ല എന്നുവരുന്നു. ചിലർ സാമൂഹികബന്ധങ്ങളിൽ കടുത്ത യാഥാസ്ഥിതികത പുലർത്തുകയും നാട്ടുകാരായ ജനവിഭാഗങ്ങളോട് ജനിതകപരമായി കുറച്ചുമാത്രം കലരുകയും ചെയ്തപ്പോൾ 'ബാഹ്യവിഭാഗങ്ങ'ളിൽ പെട്ട ചിലർ അത്രതന്നെ കടുംപിടുത്തക്കാരായിരുന്നില്ല.

ഭാഷാശാസ്ത്രത്തിലും ജനിതകശാസ്ത്രത്തിലും കാണാവുന്ന ഈ വ്യത്യാസം എഴുതപ്പെട്ട രേഖകളിലുള്ള പരാമർശങ്ങളിലും എടുത്തുകാണുന്നുണ്ട്, പ്രത്യേകിച്ചും 'ആര്യാവർത്ത'ത്തെക്കുറിച്ചും 'മ്ലേച്ഛദേശ'ങ്ങളെക്കുറിച്ചുമുള്ള വിവരണങ്ങളിൽ. ലൗസാൻ യൂണിവേഴ്സിറ്റിയിലെ സംസ്കൃത, ഇന്ത്യൻ പഠന വിഭാഗത്തിൽനിന്ന് ഔദ്യോഗികമായി വിരമിച്ചശേഷവും അവിടെ അദ്ധ്യാപകവൃത്തിയിൽ തുടരുന്ന പ്രൊഫസർ ജോഹാൻസ് ബ്രോങ്ക്ഹോർസ്റ്റ് തന്റെ വിശാല മഗധ (Greater Magadha) എന്ന കൃതിയിൽ പരാമർശിച്ചിരിക്കുന്നത് വൈയ്യാകരണനായ പതഞ്ജലി ചോദിക്കുന്ന രസകരമായ ചോദ്യവും 150 BCE അടുപ്പിച്ച് വിരചിതമായ മഹാഭാഷ്യം എന്ന വ്യാഖ്യാനത്തിലൂടെ സ്വയം നൽകുന്ന ഉത്തരവുമാണ്: 'ആര്യന്മാരുടെ ദേശം ഏതാണ്? സരസ്വതി അപ്രത്യക്ഷമാകുന്നതിനു കിഴക്കുഭാഗത്ത്, കാളകവനത്തിന്റെ പടിഞ്ഞാറുഭാഗത്ത്, ഹിമാലയത്തിന്റെ തെക്കുഭാഗത്ത്, പരിയാത്രാ പർവതത്തിന്റെ വടക്കുഭാഗത്ത് ആണ് ആര്യന്മാരുടെ ദേശം.' ഗംഗയുടെയും യമുനയുടെയും സംഗമസ്ഥാനത്തിനടുത്താണ് കാളകവനം എന്നാണ് പരമ്പരാഗതമായ വിശ്വാസം; പരിയാത്രാ പർവ്വതമെന്നാൽ വിന്ധ്യനാണ്, എന്തെന്നാൽ മറ്റുപല രേഖകളിലും ഗംഗക്കും യമുനക്കുമിടയിലുള്ള പ്രദേശമാണ് ആര്യാവർത്തം എന്നു കാണുന്നുണ്ട്.

'പതഞ്ജലിയുടെ മഹാഭാഷ്യത്തിൽനിന്നുള്ള ഭാഗം ബൗദ്ധ്യാന ധർമ്മസൂത്രം, വസിഷ്ഠ ധർമ്മസൂത്രം എന്നിങ്ങനെയുള്ള ചില ഗ്രന്ഥങ്ങളിലും മിക്കവാറും അതേ രൂപത്തിൽ തന്നെ കാണുന്നുണ്ട്', ബ്രോങ്ക്ഹോർസ്റ്റ് എഴുതുന്നു. തുടർന്ന് അദ്ദേഹം പറയുന്നത് ഇങ്ങനെയാണ്: 'ഈ രണ്ടു

ഗ്രന്ഥങ്ങളിൽ പറയുന്നതും ഗംഗയുടെയും യമുനയുടെയും ഇടയിലുള്ള പ്രദേശമാണ് ആര്യാവർത്തമെന്ന് ചിലർ അഭിപ്രായപ്പെടുന്നുണ്ടെന്നാണ്; ഈ രണ്ടു നദികളുടെയും സംഗമസ്ഥാനത്തോ അതിനടുത്തെവിടെയോ ആണ് കാളകവനം എന്ന ആശയത്തെയാണ് ഇത് പിന്താങ്ങുന്നത്. ഒലീവെൽ... വാദിക്കുന്നത് ഈ രണ്ടു ധർമസൂത്രങ്ങളും പതഞ്ജലിയുടെ കാലത്തിനുശേഷമാണെന്നാണ്. ഇത് ശരിയാണെങ്കിൽ, ഗംഗയുടെയും യമുനയുടെയും സംഗമസ്ഥാനത്തിനു കിഴക്കുഭാഗത്തുള്ള പ്രദേശം പതഞ്ജലിയുടെ കാലഘട്ടത്തിനുശേഷവും പല ബ്രാഹ്മണർക്കും ഒട്ടുമിക്കവാറും വിദേശം തന്നെയായിരുന്നു എന്ന കാഴ്ചപ്പാടിനെ ശരിവെക്കുകയാണ് ചെയ്യുന്നത്.'

ഗ്രിയർസണും സൗത്ത്വർത്തും നിർവചിച്ചിട്ടുള്ള ദക്ഷിണപശ്ചിമ-പൂർവ പ്രവിശ്യയിലെ 'ബാഹ്യ' ഭാഷാഗണം, ഉത്തര-മദ്ധ്യ പ്രവിശ്യയിലെ 'അന്തർ' ഭാഷാഗണം എന്നിവയിൽ രണ്ടാമതുപറഞ്ഞതുമായി ആര്യാവർത്തത്തിന്റെ ഈ നിർവചനം ഏകദേശം യോജിച്ചുപോകുന്നുണ്ടെന്ന് കാണുക. പതഞ്ജലി 'ആര്യൻ'മാരുടെ ദേശത്തെ നിർവചിക്കുന്ന സമയത്ത് അതിന്റെ കിഴക്കുഭാഗത്തുള്ള പ്രദേശങ്ങളിൽ ഇൻഡോ യൂറോപ്യൻ ഭാഷ സംസാരിക്കുന്നവർ താമസമുറപ്പിച്ചുകഴിഞ്ഞിരുന്നു എന്നോർമ്മിയ്ക്കണം. സത്യത്തിൽ, ഇന്ത്യയിൽ ഹാരപ്പൻ സംസ്കാരം ശിഥിലമായതിനുശേഷം വളരെക്കാലം കഴിഞ്ഞ് 500 BCEയിൽ ആരംഭിച്ച രണ്ടാമത്തെ നഗരവത്കരണത്തിന്റെ സുപ്രധാനകേന്ദ്രം ഈ പ്രദേശങ്ങളായിരുന്നു. മൗര്യനിർമ്മിതമായ ആദ്യത്തെ ഇന്ത്യൻ സാമ്രാജ്യം (322-180 BCE) ഉദയംകൊണ്ടതും ആര്യാവർത്തം എന്ന് കൃത്യമായി നിർവചിക്കപ്പെട്ട പ്രദേശത്തിനു പുറത്തുള്ള ഈ ഭാഗങ്ങളിൽത്തന്നെയായിരുന്നു. BCE ഏഴാം നൂറ്റാണ്ടിനും അഞ്ചാം നൂറ്റാണ്ടിനും ഇടയ്ക്ക് ബുദ്ധമതത്തിനും ജൈനമതത്തിനും ജന്മംനൽകിയ മഗധയും ഈ പ്രദേശമാണ്. (BCE ആറാം നൂറ്റാണ്ടിനും നാലാം നൂറ്റാണ്ടിനുമിടയ്ക്കാണ് ബുദ്ധമതം ആവിർഭവിച്ചത്, BCE ഏഴാം നൂറ്റാണ്ടിനും അഞ്ചാം നൂറ്റാണ്ടിനും ഇടയ്ക്ക് ജൈനമതവും.) നിലവിലുണ്ടായിരുന്ന വേദഗ്രന്ഥങ്ങളെയും മൃഗബലിയെയും സാമൂഹികമായ യാഥാസ്ഥിതികത്വത്തെയും ഈ രണ്ടു മതങ്ങളും ചോദ്യം ചെയ്തിട്ടുണ്ട്.

ആര്യാവർത്തത്തിലെ വരേണ്യർക്ക് മ്ലേച്ഛദേശത്തോട് തോന്നിയിരുന്ന വെറുപ്പിന് കാരണമെന്തായിരുന്നിരിക്കാം? ബ്രോങ്ക്ഹോർസ്റ്റ് അതിനെ കാണുന്നത് ഇങ്ങനെയാണ്:

> മുകളിൽ പരാമർശിച്ചിട്ടുള്ള ഗ്രന്ഥഭാഗങ്ങളിൽനിന്ന് മനസ്സിലാകുന്നത് പതഞ്ജലിയുടെ കാലഘട്ടത്തിൽ ഗംഗാ യമുനാ സംഗമത്തിന്റെ കിഴക്കുഭാഗത്തുള്ള പ്രദേശങ്ങളെ ബ്രാഹ്മണദേശങ്ങൾ ആയിട്ടല്ല കണക്കാക്കിയിരുന്നതെന്നാണ്. അവിടെ ബ്രാഹ്മണർ വസിച്ചിരുന്നില്ല എന്നല്ല. അവിടെ താമസിച്ചിരുന്ന ബ്രാഹ്മണർക്ക് അവർ ഉദ്ദേശിച്ചിരുന്നത്ര മാന്യത ലഭിച്ചിരുന്നില്ല എന്നാണ് സൂചന. പതഞ്ജലിയുടെ ആര്യാവർത്തത്തിൽ, നേരേ മറിച്ച്, ഈ മാന്യത ഒരു പരിധിവരെയെങ്കിലും അവർക്ക് ലഭിച്ചിരുന്നു

എന്നുവേണം ഊഹിക്കുവാൻ. വേദഗ്രന്ഥങ്ങൾ വിരചിക്കപ്പെട്ടുകൊണ്ടിരുന്ന ആ കാലഘട്ടത്തെ 'ബ്രാഹ്മണ്യ സമൂഹം' അല്ലെങ്കിൽ 'വൈദിക സമൂഹം' എന്നു വിശേഷിപ്പിക്കുവാൻ ഈ പ്രദേശത്ത് ബ്രാഹ്മണർക്കുണ്ടായിരുന്ന പ്രമുഖമായ സാമൂഹ്യപദവി നമ്മെ അനുവദിക്കുന്നുണ്ട്. ഈ വിശേഷണങ്ങൾ അർത്ഥമാക്കുന്നത് സമൂഹത്തിലെ അംഗങ്ങളെല്ലാം ബ്രാഹ്മണരായിരുന്നു എന്നല്ല; സമൂഹാംഗങ്ങളെല്ലാം വേദാചാരങ്ങൾ അനുവർത്തിച്ചിരുന്ന ബ്രാഹ്മണരായിരുന്നു എന്നുപോലും അർത്ഥമില്ല.

ബ്രാഹ്മണ്യസമൂഹത്തെ നിർവചിക്കുന്ന സവിശേഷത വൻതോതിലുള്ള മൃഗബലിയും അതോടനുബന്ധിച്ചുള്ള ആചാരങ്ങളുമാവണം; അതോടൊപ്പം പുരോഹിതവർഗ്ഗത്തിന് ലഭിക്കുന്ന സമൃദ്ധമായ സമ്മാനങ്ങളും ഭരണാധികാരികളും ബ്രാഹ്മണരും തമ്മിൽ നിലനിന്നിരുന്ന സഹവർത്തിത്വ സ്വഭാവവും.

ബ്രോങ്ക്ഹോഴ്സ്റ്റിന്റെ അഭിപ്രായത്തിൽ ഗംഗാ-യമുനാസംഗമത്തിന്റെ കിഴക്കുഭാഗത്തുള്ള ഗംഗാതടഭൂമിയുടെ രാഷ്ട്രീയചരിത്രം അത് ഒരു ബ്രാഹ്മണ്യസമൂഹമായിരുന്നില്ല എന്ന ആശയത്തെ പിന്താങ്ങുന്നുണ്ട്.

ഇവിടെയാണ് ദക്ഷിണേഷ്യൻ ഉപഭൂഖണ്ഡത്തിന്റെ വിശാലമായ ഒരു പ്രവിശ്യയിൽ വ്യാപിച്ചുവളർന്ന മൗര്യസാമ്രാജ്യത്തിന്റെ അടിത്തറ പാകിയത്. നമ്മുടെ വിവരസ്രോതസ്സുകളെ വിശ്വസിക്കാമെങ്കിൽ, ഇതിൽ ഭാഗഭാക്കുകളായ ഭരണാധികാരികളിൽ ആരുംതന്നെ ബ്രാഹ്മണരിലോ അവരുടെ ആശയങ്ങളിലോ പ്രത്യേകതാത്പര്യമുള്ളവരായിരുന്നില്ല. മഗധയിലെ ആദ്യകാല രാജാക്കന്മാർ-ശ്രേണിക ബിംബിസാരനും അജാതശത്രുവും-ബുദ്ധമതക്കാരോ ജൈനന്മാരോ ആണെന്ന് സ്വയം അവകാശപ്പെട്ടവരായിരുന്നു. 350 BCE അടുപ്പിച്ച് പാടലീപുത്രത്തിൽ സാമ്രാജ്യത്വശക്തികളെ സംയോജിപ്പിച്ച നന്ദവംശക്കാർ ജൈനരുടെ രക്ഷാധികാരം ഉത്സാഹപൂർവം ഏറ്റെടുക്കുകയുണ്ടായിട്ടുണ്ടെന്ന് കാണുന്നു. നന്ദവംശത്തെ ചന്ദ്രഗുപ്തമൗര്യൻ കീഴടക്കിയെങ്കിലും അദ്ദേഹത്തിനും ബ്രാഹ്മണരോട് അവരെക്കാൾ താത്പര്യമൊന്നും ഉണ്ടായിരുന്നുവെന്ന് തോന്നുന്നില്ല. അദ്ദേഹം ജൈനമതം സ്വീകരിച്ചുവെന്നും ഒരു ജൈനസന്യാസിയായിട്ടാണ് മരണം വരിച്ചതെന്നും പറയപ്പെടുന്നു. അദ്ദേഹത്തിന്റെ പുത്രനായ ബിന്ദുസാരൻ ബ്രാഹ്മണേതര പ്രസ്ഥാനങ്ങളെ സഹായിച്ചിരുന്നു, പ്രത്യേകിച്ച് ആജീവകന്മാരെ. ബിംബിസാരന്റെ പുത്രൻ അശോകന് ബുദ്ധമതത്തിലായിരുന്നു താത്പര്യം; അശോകന്റെ പിൻഗാമികൾക്കാകട്ടെ ആജീവകമതത്തിലും ജൈനമതത്തിലുമായിരുന്നു താത്പര്യം. ബ്രാഹ്മണരായിരുന്ന സുൻഗവംശം അധികാരത്തിൽവന്നപ്പോൾ മാത്രമേ തങ്ങൾക്ക് ന്യായമായും ലഭിക്കേണ്ടതെന്ന് ബ്രാഹ്മണർ കരുതിയിരുന്ന സാമൂഹികപദവി അവർക്ക് നേടാൻ സാധിച്ചുള്ളൂ. ഇത് ഏകദേശം 185 BCEയിലാണ് സംഭവിക്കുന്നത്. പിന്നെയും നാൽപ്പതോ അമ്പതോ വർഷങ്ങൾക്കുശേഷവും വൈയ്യാകരണനായ പതഞ്ജലി ഗംഗാ-യമുനാസംഗമത്തിന്റെ കിഴക്കുഭാഗത്തുള്ള പ്രദേശത്തെ ആര്യന്മാരുടെ ദേശത്തിന്റെ

ഭാഗമായി കണക്കാക്കുവാൻ തയ്യാറായിരുന്നില്ലെന്ന് നാം കണ്ടതാണല്ലോ.[1]

മഗധയെക്കുറിച്ചുള്ള ഈ വീക്ഷണം ഒടുവിൽ മാറുകതന്നെചെയ്തു എന്നും ബ്രോങ്ക്ഹോർസ്റ്റ് രേഖപ്പെടുത്തുന്നുണ്ട്. CE മൂന്നാം നൂറ്റാണ്ടിനു മുൻപായി രചിക്കപ്പെട്ട മാനവധർമ്മശാസ്ത്രം അഥവാ മനുസ്മൃതിയിൽ ആര്യാവർത്തം സമുദ്രം മുതൽ സമുദ്രംവരെ പരന്നുകിടക്കുന്നതായാണ് വർണ്ണിച്ചിരിക്കുന്നത്: 'അതേ പർവ്വതനിരകൾക്കിടയിൽ [അതായത് ഹിമാലയവും വിന്ധ്യപർവ്വതവും] പൂർവസമുദ്രം മുതൽ പശ്ചിമസമുദ്രം വരെ വ്യാപിച്ചുകിടക്കുന്ന ഭൂവിഭാഗത്തെയാണ് ബുധജനം "ആര്യാവർത്തം" എന്ന്, ആര്യന്മാരുടെ ദേശമെന്ന്, വിശേഷിപ്പിക്കുന്നത്'. മഹാഭാഷ്യം രചിച്ചതിനും മനുസ്മൃതി രചിച്ചതിനും ഇടയ്ക്കുള്ള കാലഘട്ടത്തിൽ എപ്പോഴോ ആര്യാവർത്തത്തിലെ വരേണ്യർക്ക് മഗധയും സ്വന്തം ദേശമാണെന്നു തോന്നിക്കുംവിധത്തിൽ അവിടുത്തെ പ്രത്യയശാസ്ത്രങ്ങൾക്ക് മാറ്റം സംഭവിച്ചിട്ടുണ്ടാവണം. നമുക്ക് വൈകാതെ അതിലേക്ക് തിരിച്ചുവരാം.

ജാതിവ്യവസ്ഥ അതിന്റെ സ്ഥാനമുറപ്പിച്ച സമയത്ത് അതെങ്ങനെ സംഭവിച്ചുവെന്ന് വിശദീകരിക്കുവാൻ അന്തർഭാഗത്തെയും ബാഹ്യഭാഗത്തെയും പാരമ്പര്യങ്ങൾ തമ്മിലുള്ള വ്യത്യാസങ്ങൾകൊണ്ട് സാധിച്ചേക്കാം. ഉപഭൂഖണ്ഡത്തിൽ 'ആര്യന്മാർ' എത്തിച്ചേർന്ന സമയത്ത് അവിടെയുണ്ടായിരുന്ന സമൂഹത്തിന്റെമേൽ അവർ ജാതിവ്യവസ്ഥ അടിച്ചേൽപ്പിച്ചു എന്ന സിദ്ധാന്തം തെറ്റാണെന്ന് 2013ൽ പ്രസിദ്ധീകരിച്ച 'ഇന്ത്യയിൽ അടുത്തിടെ നടന്ന ജനതാസങ്കലനത്തിന്റെ ജനിതക തെളിവുകൾ' (Genetic Evidence for Recent Population Mixture in India) എന്ന ജനിതകപഠനം സ്ഥാപിക്കുന്നുണ്ട്. പ്രിയ മൂർജാനിയും കുമാരസ്വാമി തങ്കരാജും ലാൽജി സിംഗും ഡേവിഡ് റെയ്ക്കും മറ്റു ചിലരും ചേർന്നാണ് ഈ പഠനം നിർവഹിച്ചിട്ടുള്ളത്.

ഇന്ത്യൻ ഉപഭൂഖണ്ഡത്തിലെ എഴുപത്തിമൂന്നു ജനവിഭാഗങ്ങളുടെ ജീനോമിക വിവരങ്ങളുടെ അടിസ്ഥാനത്തിൽ ഈ ശാസ്ത്രജ്ഞർ നടത്തിയ പഠനത്തിന്റെ ഫലങ്ങൾ അതിശയിപ്പിക്കുന്നവയാണ്. 2200 BCEക്കും 100 CEക്കും ഇടയ്ക്ക് ഇന്ത്യയിലെ വിവിധ ജനവിഭാഗങ്ങൾക്കിടയിൽ വ്യാപകമായ സങ്കലനം നടന്നിട്ടുണ്ടെന്നും അതിന്റെ ഫലമായി ഇന്ത്യക്കാരിൽ ഒട്ടുമിക്കവരിലും ആദ്യത്തെ ഇന്ത്യക്കാരുടെയും ഹാരപ്പൻ നിവാസികളുടെയും സ്റ്റെപ്പിൽനിന്നുള്ളവരുടെയും വംശപൈതൃകം, പല തോതിലാണെങ്കിലും ഉണ്ടെന്നും ഈ പഠനം തെളിയിച്ചു. 'ഇന്ത്യ ജനസംഖ്യാപരമായ ഒരു പരിവർത്തനത്തിലൂടെ ഏതാനും സഹസ്രാബ്ദങ്ങൾക്കുമുൻപ് കടന്നുപോയിട്ടുണ്ടെന്നും ജനവിഭാഗങ്ങൾ തമ്മിൽ വൻതോതിലുള്ള സങ്കലനം സാധാരണയായിരുന്ന ഒരു പ്രദേശം എന്ന നിലയിൽനിന്ന് ഏറ്റവും അടുപ്പമുള്ള ജനസംഘങ്ങൾ തമ്മിലുള്ള വിവാഹംപോലും വിരളമായ, സ്വന്തം സമൂഹവിഭാഗത്തിനുള്ളിൽനിന്നു

1 ബ്രോങ്ക്ഹോഴ്സ്റ്റ് ഇങ്ങനെ എഴുതുന്നു, 'അവസാനത്തെ മൗര്യനെ വധിച്ച് സുൻഗ സാമ്രാജ്യം സ്ഥാപിച്ച സുൻഗ സേനാപതിയായ പുഷ്യമിത്രൻ പാടലീപുത്രത്തിലല്ല, ദൂരെ വിദിശയിലാണ് താമസമാക്കിയതെന്നതിൽ യാദൃച്ഛികതയില്ലെന്നു തോന്നുന്നു–കാളിദാസന്റെ *മാളവികാഗ്നിമിത്ര*ത്തെ വിശ്വസിക്കാമെങ്കിൽ.'

മാത്രം വിവാഹം ചെയ്യുന്ന (endogamy) രീതിയിലേക്ക് മാറിയെന്നും വേണം മനസ്സിലാക്കുവാൻ'.

നീണ്ടുനിന്ന വരൾച്ച കാരണവും പുതിയ കുടിയേറ്റക്കാരുടെ വരവുകൊണ്ടും ഹാരപ്പൻ സംസ്കാരം അതിന്റെ അധഃപതനം ആരംഭിച്ചപ്പോൾ വടക്കു പടിഞ്ഞാറൻ പ്രദേശങ്ങളിൽനിന്ന് കിഴക്കോട്ടും തെക്കോട്ടും വൻതോതിലുള്ള സമൂഹചലനങ്ങളും ധാരാളം സങ്കലനങ്ങളും സംഭവിച്ചതെങ്ങിനെയാണെന്ന് നാം കണ്ടുകഴിഞ്ഞു. ഈ കൂടിക്കലരലുകൾ ആഴത്തിലേക്ക് ഇറങ്ങിയിട്ടുണ്ടെന്ന് പ്രസ്തുത പഠനം കണ്ടെത്തിയതിൽ അത്ഭുതമൊന്നുമില്ല: 'ഇക്കഴിഞ്ഞ ഏതാനും സഹസ്രാബ്ദങ്ങളിൽ ഏറെക്കുറെ എല്ലാ സമൂഹങ്ങളും വൻതോതിലുള്ള മിശ്രണങ്ങളിലൂടെ കടന്നുപോയിട്ടുണ്ട്, ഒറ്റപ്പെട്ടുകഴിയുന്നവരെന്ന് കരുതപ്പെടുന്ന ഭിൽ, ചമാർ, കല്ലർ തുടങ്ങിയ ഗോത്രവർഗ്ഗസമൂഹങ്ങളടക്കം'.

അത്ഭുതമുളവാക്കുന്നത് ഈ സങ്കലനങ്ങൾ ഏകദേശം 100 CE അടുപ്പിച്ച് നിന്നുപോയി എന്നതാണ്, കാരണം ചോദനകൾക്കു വിപരീതമാണത്. വളരെക്കാലം ജനിതക അകലം പാലിച്ചിരുന്ന രണ്ടു ജനസമൂഹങ്ങൾ ഇനിയിത്ര മതി എന്നൊരു തീരുമാനത്തിലെത്തുകയും തമ്മിൽ കലരുവാൻ തുടങ്ങുകയും ചെയ്യുന്നത് നമുക്ക് സങ്കല്പിക്കുവാൻ സാധിക്കും. എന്നാൽ, തമ്മിൽ കലർന്നുകൊണ്ടിരുന്ന രണ്ടു ജനസമൂഹങ്ങൾ പെട്ടെന്നൊരുദിവസം ഉറക്കമെഴുന്നേറ്റ് അത് അവസാനിപ്പിക്കുകയും തുടർന്നുകൊണ്ടിരുന്ന സങ്കലനങ്ങൾക്ക് തടയിടുകയും ചെയ്യുന്നത് സങ്കല്പിക്കുവാൻ കൂടുതൽ ബുദ്ധിമുട്ടാണ്. ജനിതകപഠനം പറയുന്നത് അതാണ് കൃത്യമായി സംഭവിച്ചതെന്നാണ്. ഏകദേശം 100 CE അടുപ്പിച്ച് അധികാരമുറപ്പിച്ച ഒരു പുതിയ പ്രത്യയശാസ്ത്രം സമൂഹത്തിൽ പുതിയ നിയന്ത്രണങ്ങൾ കൊണ്ടുവരികയും പുതിയൊരു ജീവിതശൈലി നടപ്പിലാക്കുകയും ചെയ്തതുപോലെയാണ് കാണുന്നത്. അതിനു മുൻപോ ശേഷമോ ശ്രമിച്ചുനോക്കിയിട്ടില്ലാത്തത്ര വലിയ തോതിലുള്ള ഒരു സാമൂഹിക രൂപീകരണമാണ് നടന്നത്; ജനിതക ഗവേഷണങ്ങളുടെ ഫലങ്ങൾകൊണ്ടളക്കുമ്പോൾ അത് അസാമാന്യ വിജയമായിരുന്നുതാനും.

സമൂഹസങ്കലനങ്ങൾക്കു മേലെ പെട്ടെന്നൊരുനാൾ വീണ ചങ്ങലകളും ജാതിവ്യവസ്ഥയുടെ തുടക്കവും തമ്മിൽ പഠനം ബന്ധപ്പെടുത്തുന്നുണ്ട്: 'ബ്രാഹ്മണർ, ക്ഷത്രിയർ, വൈശ്യർ, ശൂദ്രർ എന്നീ നാല് വിഭാഗങ്ങളുള്ള (വർണ്ണങ്ങൾ) വ്യവസ്ഥയെക്കുറിച്ച്, ഋഗ്വേദത്തിന്റെ പിന്നീട് വിരചിതമായതെന്നു കരുതപ്പെടുന്ന ഭാഗത്തു മാത്രമേ പരാമർശമുള്ളൂ. ഒരേ സമൂഹവിഭാഗത്തിനുള്ളിൽ നിന്നുമാത്രം വിവാഹം കഴിക്കുന്ന, സാമൂഹികമായും തൊഴിൽസംബന്ധമായും കൃത്യമായ സ്ഥാനങ്ങളുള്ള ജനവിഭാഗങ്ങളുടെ ജാതിവ്യവസ്ഥയെക്കുറിച്ച് ഋഗ്വേദത്തിൽ പറയുന്നില്ല; ഋഗ്വേദത്തിനുശേഷം നൂറ്റാണ്ടുകൾ കഴിഞ്ഞ് രചിക്കപ്പെട്ട ഗ്രന്ഥങ്ങളിലേ അതിനെക്കുറിച്ച് പരാമർശമുള്ളൂ.'

BCE ഒന്നാം സഹസ്രാബ്ദത്തിന്റെ അവസാനനൂറ്റാണ്ടുകളിൽ മൗര്യസാമ്രാജ്യം ശിഥിലമായതുമായി പ്രത്യയശാസ്ത്രങ്ങളിലെ ഈ മാറ്റത്തിന്

ബന്ധമുണ്ടാകുമോ? മൗര്യന്മാർ നേരിട്ട തോൽവി ഉപഭൂഖണ്ഡത്തിൽനിന്ന് ബുദ്ധമതം അപ്രത്യക്ഷമായതിനും ജൈനമതം അധഃപതിച്ചതിനും മുന്നോടിയായിക്കാണുമോ? ആര്യാവർത്തത്തിന്റെ യാഥാസ്ഥിതികമായ പാരമ്പര്യങ്ങൾ–സാമൂഹികമായ ഉച്ചനീചത്വങ്ങളെക്കുറിച്ച് കടുംപിടുത്തമുള്ള കാഴ്ചപ്പാടുകളും വർണ്ണസങ്കലനത്തിനോടുള്ള വിരോധവും വെച്ചുപുലർത്തിയിരുന്ന–കൂടുതൽ തുറന്നതും സ്വതന്ത്രവും നവീനവും ആചാരവിരോധിയുമായ മഗധയുടെ വിശ്വാസസംഹിതകളുയർത്തിയ വെല്ലുവിളികളെ പരാജയപ്പെടുത്തിക്കാണുമോ ?

ബ്രാഹ്മണരുടെ വരേണ്യതയിലും അവർക്ക് ഭരണാധികാരികളുമായുള്ള പ്രത്യേകബന്ധങ്ങളിലും അവർ അനുഷ്ഠിച്ചുപോന്നിരുന്ന ബലികർമ്മങ്ങളിലും അധിഷ്ഠിതമായിരുന്ന ബ്രാഹ്മണ്യ പ്രത്യയശാസ്ത്രങ്ങൾക്ക് ആര്യാവർത്തത്തിന്റെ ഹൃദയഭാഗങ്ങളിലേക്ക് മൗര്യസാമ്രാജ്യത്തിന്റെ ദ്രുതഗതിയിലുള്ള വികസനം (BCE നാലാം നൂറ്റാണ്ടിനും രണ്ടാം നൂറ്റാണ്ടിനും ഇടയിൽ) ഭീഷണിയായോ? ആര്യാവർത്തം തിരിച്ചടിച്ചതാണോ? സ്വന്തം സമൂഹവിഭാഗത്തിനുള്ളിൽനിന്നുതന്നെ വ്യക്തികൾ വിവാഹം കഴിക്കുന്ന സമ്പ്രദായത്തിന്റെയും 'പരിശുദ്ധി'യുടെയും കാലങ്ങളായി കാത്തുസൂക്ഷിച്ചുപോരുന്ന സ്വന്തം ആശയങ്ങൾ അവർ കാലക്രമേണ സമൂഹത്തിലെ മറ്റംഗങ്ങൾക്കുമേലെയും–ഇൻഡോ യൂറോപ്യൻ ഭാഷ സംസാരിക്കുന്നവരാണെങ്കിലും സ്വയം 'ആര്യന്മാ'രെന്നു വിശേഷിപ്പിച്ചിരുന്നുവെങ്കിലും ആര്യാവർത്തത്തിലുള്ളവരുടെ വിശ്വാസങ്ങൾ പങ്കുവെക്കാത്തവരായ കിഴക്കൻ ഇന്ത്യയിലെ ജനങ്ങളടക്കം–അടിച്ചേൽപ്പിക്കുന്നതിൽ വിജയിച്ചതാണോ? ഈ ചോദ്യങ്ങളിൽ ചിലതിന് ഉത്തരം കണ്ടെത്തുവാൻ ബ്രോങ്ക്ഹോർസ്റ്റ് തന്റെ പുസ്തകത്തിലൂടെ ശ്രമിക്കുന്നുണ്ട്.

ഈ ചർച്ചയെ പിന്തുടർന്നുവരുന്ന ചില കാര്യങ്ങളുണ്ട്. ഉപഭൂഖണ്ഡത്തിൽ 'ആര്യന്മാർ' എത്തിച്ചേരുന്നതോടൊപ്പം അല്ല ജാതിവ്യവസ്ഥയും വരുന്നത്. അതുകഴിഞ്ഞ് രണ്ടു സഹസ്രാബ്ദങ്ങളോളം കടന്നുപോയതിനുശേഷമാണ് അത് ഇന്ത്യക്കാർക്ക് വിലങ്ങു തീർക്കുന്നത്. ജാതിവ്യവസ്ഥ രൂപപ്പെട്ടുവന്നപ്പോഴേക്കും പലതോതിലുള്ള സങ്കലനങ്ങൾ നടന്നുകഴിഞ്ഞിരുന്നു. ശൂദ്രർ ഇന്ത്യൻ ജാതിവ്യവസ്ഥയിലുള്ള മറ്റംഗങ്ങളിൽനിന്ന് ജനിതകപരമായി വ്യത്യസ്തരല്ലെന്ന് അംബേദ്കർ പറഞ്ഞത് അതുകൊണ്ടുതന്നെ ശരിയുമാണ്. എങ്കിലും അദ്ദേഹം അധികം ദൂരം പോയില്ലെന്നുതോന്നുന്നു–അപ്പോഴും ഗോത്രവർഗ്ഗക്കാർ മറ്റെല്ലാവരിൽനിന്നും വിഭിന്നരാണെന്ന് അദ്ദേഹം കരുതിയിട്ടുണ്ടാവണം. അത് ശരിയല്ലെന്ന് നമുക്കിപ്പോൾ അറിയാം, കാരണം ജാതിയുടെ ഉച്ചനീചത്വപട്ടികയിൽ എവിടെയായിരുന്നാലും നാം ഓരോരുത്തരിലും അവരുടെ ജനിതകം ഉണ്ട്. 'ആര്യൻ' കുടിയേറ്റം നടന്നിട്ടേയില്ലെന്ന് അംബേദ്കർ പറഞ്ഞതും തെറ്റായിരുന്നു; നമുക്ക് ഇന്ന് ലഭ്യമായ ജീനോം വിവരങ്ങൾ അന്ന് അദ്ദേഹത്തിന്റെ കൈവശം ഇല്ലായിരുന്നതുകൊണ്ട് അദ്ദേഹത്തെ കുറ്റംപറയാനാവില്ലെന്നുമാത്രം.

കിഴക്കൻ ഇന്ത്യ അതായത് മഗധ സാംസ്കാരികമായി പൂത്തുലഞ്ഞു തുടങ്ങിയത് മൗര്യസാമ്രാജ്യം നിലവിൽവരുന്നതിനു മുൻപുള്ള നൂറ്റാണ്ടുകളിലാണ്. നഗരവത്കരണം, പുതിയ മതവിശ്വാസങ്ങൾ, തത്വശാസ്ത്രങ്ങൾ,

വൈശ്യരുടെ വർധിച്ചുവരുന്ന സമ്പന്നതയും സ്വാധീനവും എന്നിവയിലെല്ലാം അത് പ്രതിഫലിച്ചുകാണാം. ജാതിവ്യവസ്ഥയുടെ ഇരുമ്പഴികൾകൊണ്ട് അടച്ചുപൂട്ടുന്നതിനു മുൻപ് അതിന്റെ സ്വാധീനവും ആശയങ്ങളും ഉപഭൂഖണ്ഡത്തിലൊട്ടാകെ മാത്രമല്ല വിദൂരദേശങ്ങളിൽപ്പോലും പ്രചരിച്ചിരുന്നു. ഏതാനും തലമുറകൾക്കുമേൽ നൂറ്റാണ്ടുകളോളം വീണുകിടന്ന ആ വിലക്കുകൾ പലപ്രകാരത്തിലും രാജ്യത്തെ അന്തർമുഖമാക്കി.

നേട്ടങ്ങളുടെയും സാഹസങ്ങളുടെയും കാലഘട്ടം

പൊതുവർഷം അഥവാ CE തുടങ്ങുന്നതിന് മുൻപുള്ള അഞ്ചാറു നൂറ്റാണ്ടുകളും അതിനുശേഷമുള്ള രണ്ടു നൂറ്റാണ്ടുകളും ഇന്ത്യയുടെ ചരിത്രത്തിലെ ഏറ്റവും പുരോഗമനോന്മുഖമായ കാലഘട്ടമാണെന്ന് പറയാം. ഉൾക്കാഴ്ചകളും വേദാന്തചിന്തകളുംകൊണ്ട് ലോകമെമ്പാടുമുള്ള കോടിക്കണക്കിനു മനുഷ്യരെ പ്രചോദിപ്പിക്കുകയും ഇന്ത്യൻ ഉപഭൂഖണ്ഡത്തിന്റെ ചിന്തകളെ സ്വാധീനിക്കുകയുംചെയ്ത ഉപനിഷത്തുകൾ അക്കാലത്ത് രചിക്കപ്പെട്ടു; ജൈനമതവും ബുദ്ധമതവും അവയുടെ സ്ഥാപകരുടെ അനുശാസനങ്ങൾക്കൊപ്പം ഭാഷാപരമായ ആശയങ്ങളും സാഹിത്യരൂപങ്ങളും ഇന്ത്യയുടെ മുക്കിലും മൂലയിലും എത്തിച്ചു (ബുദ്ധമതത്തിന്റെ കാര്യത്തിൽ ഇത് അന്നറിവായിട്ടുള്ള ലോകത്തിന്റെ പല ഭാഗങ്ങളിലും എന്നു വായിക്കുക); ഇന്ത്യ സ്വന്തം സാംസ്കാരികാശയങ്ങൾക്കു കീഴിൽ ദക്ഷിണേഷ്യയെ ഒട്ടാകെ ചേർത്തുനിർത്തി; ചൈനയെ ആകർഷണവലയത്തിലൊതുക്കി... ആവേശം കൊള്ളിക്കുന്ന ഈ പട്ടിക വളരെ ദീർഘമാണ്. കടൽകടന്നുള്ള ഉദ്യമങ്ങൾ, ബന്ധങ്ങൾ, സാഹസങ്ങൾ എന്നിങ്ങനെ പലതും ആരംഭിച്ചിട്ടുള്ളത് ഒന്നുകിൽ ഇന്ത്യയുടെ കിഴക്കുഭാഗത്തുനിന്ന്, അല്ലെങ്കിൽ തെക്കുഭാഗത്തുനിന്നാണ്. പരസ്പരസങ്കലനത്തിനോ കടൽകടന്നുള്ള യാത്രകൾക്കോ ആര്യാവർത്തം ഏർപ്പെടുത്തിയ നിയന്ത്രണങ്ങൾ ഇവിടങ്ങളിൽ ഇല്ലാതിരുന്നതാവാം ഇതിനു കാരണം.

പുതിയൊരു സാമൂഹ്യശ്രേണിയും പുതിയ ജീവിതശൈലിയും ഉപഭൂഖണ്ഡത്തിൽ നിലവിൽവന്നിട്ടും, സമൂഹവിഭാഗങ്ങൾ തമ്മിൽ മുൻപുണ്ടായിരുന്നതുപോലെയുള്ള പരസ്പരസങ്കലനം നിരോധിക്കപ്പെട്ടതിനുശേഷവും, ശക്തമായ ഈ സാംസ്കാരികവാതങ്ങൾ നൂറ്റാണ്ടുകളോളം വീശിയടിച്ചുകൊണ്ടേയിരുന്നു. വരേണ്യരുടെ ഭാഷയും ബൗദ്ധികസംവാദങ്ങളുടെ മാദ്ധ്യമവുമായ സംസ്കൃതഭാഷ പ്രാചീനചരിത്രത്തിലെ മറ്റേതു ഭാഷയേക്കാൾ സ്വാധീനശക്തിയുള്ളതായി; ഒരുപക്ഷേ ലാറ്റിൻ മാത്രമേ ഇക്കാര്യത്തിൽ സംസ്കൃതത്തോടൊപ്പം നിൽക്കുന്നതുള്ളൂ—ഷെൽഡൺ പോളോക്ക് തന്റെ ഗംഭീരകൃതിയായ മനുഷ്യലോകത്തെ ദൈവഭാഷ (The Language of the Gods in the World of Men) എന്ന പുസ്തകത്തിൽ മനോഹരമായി വിശദീകരിച്ചിട്ടുള്ളതുപോലെ, സംസ്കൃതം കൂടുതലായും സമ്മർദ്ദം ഉപയോഗിച്ചും പ്രേരിപ്പിച്ചുമാണ് പ്രചാരം നേടിയതെങ്കിൽ ലാറ്റിൻഭാഷ പട്ടാള അധിനിവേശങ്ങളിലൂടെയാണ് പ്രചരിച്ചത്. ഉപഭൂഖണ്ഡത്തിലെങ്ങും മാത്രമല്ല, തെക്കുകിഴക്കൻ ഏഷ്യയിൽ കടലുകൾക്കക്കരെയുള്ള രാജാക്കന്മാരും രാജത്വകാംക്ഷികളും പോലും സംസ്കൃതം

വാഗ്ദാനം ചെയ്ത അന്തസ്സും ആശ്വാസവും ആഗ്രഹിച്ചു; അതോടൊപ്പം സംസ്കൃതം നിർദ്ദേശിച്ച ഭരണസമ്പ്രദായത്തിനും സാമൂഹികഘടനയ്ക്കും ഏതുനാട്ടിലുള്ള വരേണ്യർക്കിടയിലും മികച്ച ഒരു കമ്പോളവും ഉണ്ടായിവന്നു. ആകർഷിക്കുവാനും പ്രചോദിപ്പിക്കുവാനും ഉള്ള കഴിവിൽ ഇന്നും സമാന തകളില്ലാതെ തുടരുന്ന രാമായണം, മഹാഭാരതം എന്ന രണ്ടു മഹത്തായ ഇതിഹാസകാവ്യങ്ങൾ ഉൾപ്പടെയുള്ള ശക്തമായ ഒരു സാഹിത്യസഞ്ചയത്തിന്റെ ഞരമ്പുകളിലൂടെ കൊടുക്കുന്നവർക്കും വാങ്ങുന്നവർക്കും ഒരുപോലെ സ്വീകാര്യമായ അധികാരത്തിന്റെയും സാമൂഹികബന്ധങ്ങളുടെയും പുത്തൻ സിദ്ധാന്തം അനുസ്യൂതം ഒഴുകി.

ഇത് അനിവാര്യമായിരുന്നില്ല

എങ്കിലും ഈ പുതിയ സാമൂഹിക നിർമ്മിതിയ്ക്ക് സാമൂഹികമായി കനത്ത വിലയും കൊടുക്കേണ്ടിവന്നു എന്ന് ജനിതകശാസ്ത്രം സൂചിപ്പിക്കുന്നുണ്ടെന്ന് ഡേവിഡ് റെയ്ക്ക് നാം ആരാണ് എങ്ങിനെ നാം ഇവിടെയെത്തി *(Who We Are and How We Got Here)* എന്ന കൃതിയിൽ പറയുന്നുണ്ട്:

> 1.3 ബില്യണിലധികം മനുഷ്യർ പാർക്കുന്ന ഇന്ത്യ ഭീമാകാരമായ ഒരൊറ്റ ജനതയാണെന്നാണ് വിദേശികൾക്കും ഇന്ത്യക്കാർക്കും സാമാന്യമായുള്ള ധാരണ. എന്നാൽ ജനിതകപരമായി ഈ കാഴ്ചപ്പാട് തെറ്റാണ്. ഹാൻ ചൈനക്കാർ വാസ്തവത്തിൽ വലിയൊരു ജനതയാണ്. ആയിരക്കണക്കിനു വർഷങ്ങളായി അവർ യഥേഷ്ടം ഇടകലർന്നുകൊണ്ടേയിരിക്കുന്നുണ്ട്. നേരേ മറിച്ച്, ഇന്ത്യയിൽ അങ്ങനെയുണ്ടെങ്കിൽത്തന്നെ ഏതാനും ചില ജന വിഭാഗങ്ങൾ മാത്രമേ ജനസംഖ്യാപരമായി വളരെ വലുതെന്ന് പറയുവാൻ കഴിയുകയുള്ളൂ; ഒരേ ഗ്രാമത്തിൽ അടുത്തടുത്തു താമസിക്കുന്ന ഇന്ത്യൻ ജാതിവിഭാഗങ്ങൾ തമ്മിലുള്ള ജനിതകപരമായ വ്യത്യാസങ്ങൾ യൂറോപ്പിന്റെ തെക്കുഭാഗത്തുള്ളവരും വടക്കുഭാഗത്തുള്ളവരും തമ്മിലുള്ളതിനേക്കാൾ രണ്ടോ മൂന്നോ മടങ്ങ് കൂടുതലായിരിക്കും. ധാരാളം ചെറിയ ജനവിഭാഗങ്ങൾ കൂടിച്ചേർന്നതാണ് ഇന്ത്യ എന്നതാണ് വാസ്തവം.

ചുരുക്കിപ്പറഞ്ഞാൽ, CE രണ്ടാം നൂറ്റാണ്ടിൽ അടിച്ചേല്പിക്കപ്പെട്ട സാമൂഹികഘടന, 2018ലെ ടെലിവിഷൻ വാർത്താചാനലുകളുടെ ഭാഷയിൽ, രാജ്യത്തെ 'തുക്ഡെ തുക്ഡെ' (തുണ്ടം തുണ്ടം) ആക്കിക്കളഞ്ഞു. ഒരു ജനതയെ അപ്രകാരം വിഭജിക്കുമ്പോൾ ഓരോ വ്യക്തിയുടെയും മൂല്യത്തെ പരമാവധി വർദ്ധിപ്പിക്കുവാനുള്ള സമൂഹത്തിന്റെ കഴിവിനെയാണ് അത് വല്ലാതെ ബാധിക്കുന്നത്. അതിനുപുറമേ ഒരേ പ്രദേശത്തു ജീവിക്കുന്നവരുടെ സഹജാവബോധം പോലും കിഴിഞ്ഞുപോവുകയും എല്ലാവർക്കും ഗുണകരമായ പൊതുപ്രവർത്തനങ്ങളെ അത് അലസിപ്പിച്ചുകളയുകയും ചെയ്യുന്നുണ്ടെന്നതാണ് അത്രതന്നെ പ്രധാനമായ മറ്റൊരുകാര്യം. ഇത് ഇന്ത്യയെ ഒരു രാഷ്ട്രമെന്നനിലയിൽ എത്രമാത്രം തളച്ചിട്ടിട്ടുണ്ടെന്ന് ഒരുപക്ഷേ

എന്നെങ്കിലുമൊരിക്കൽ സാമൂഹികശാസ്ത്രജ്ഞർക്ക് അളന്നുപറയുവാൻ സാധിച്ചേക്കാം.

ഇത് അനിവാര്യമായിരുന്നില്ല എന്നുമാത്രമേ നമുക്കിപ്പോൾ ഉറപ്പോടെ പറയുവാൻ കഴിയുകയുള്ളൂ. ഏകദേശം 100 CE വരെ ഇന്ത്യ ഈ ദിശയിലല്ല സഞ്ചരിച്ചിരുന്നത്; പൊടുന്നനെയാണ് അത് നിന്നതും സാമൂഹികമായി നിർണ്ണായകപ്രാധാന്യമുള്ള ഒരു സംഗതിയാൽ നേരെ പുറകോട്ടുതിരിഞ്ഞതും. എന്നിരുന്നാലും ആര്യാവർത്തം പ്രതിനിധീകരിച്ചിരുന്ന ആശയസംഹിതകളും–ഒരുപക്ഷേ അതിനുള്ളിലെ ഒരു വരേണ്യവിഭാഗത്തിനു താത്പര്യമുണ്ടായിരുന്നതും അവർ പ്രതിനിധാനം ചെയ്തിരുന്നതും–മഗധ അഥവാ കിഴക്കൻ ഇന്ത്യ പ്രതിനിധാനം ചെയ്തിരുന്നതും ആചരിച്ചുപോന്നിരുന്നതുമായ ആശയസംഹിതകളും തമ്മിലുള്ള ഏറ്റുമുട്ടൽ പെട്ടെന്നവസാനിച്ചു എന്നുകരുതുന്നത് ശരിയല്ല. ജന്മദേശത്ത് തോൽവിപിണഞ്ഞതിനു ശേഷവും ബുദ്ധമതം നൂറ്റാണ്ടുകളോളം നിലനിന്നിരുന്നു, അതിന്റെ പദവി ക്ഷയിച്ചുവന്നിരുന്നെങ്കിലും.

100 CEയിൽ ജാതിവ്യവസ്ഥ നിലവിൽവന്നുകഴിഞ്ഞ് ഏഴു നൂറ്റാണ്ടുകൾക്കിപ്പുറവും യുദ്ധങ്ങൾ അവസാനിച്ചിരുന്നില്ലെന്ന വസ്തുത ബുദ്ധമതത്തിന്റെയും ജൈനമതത്തിന്റെയും തത്വശാസ്ത്രങ്ങളോട് മല്ലിട്ട ആദിശങ്കരന്റെ കൃതികളിൽനിന്ന് നമുക്ക് മനസ്സിലാക്കാം. ബൗദ്ധികമായും ശാരീരികമായും തുടർന്നുകൊണ്ടിരുന്ന തർക്കങ്ങൾ രേഖപ്പെടുത്തിയിട്ടുള്ള പുരാവസ്തു, സാഹിത്യ സ്രോതസ്സുകളിൽനിന്നും, ശബ്ദമില്ലാത്തവർക്കു ശബ്ദം നൽകിയ ചില പ്രസ്ഥാനങ്ങളിൽനിന്നും ('ഭക്തി' ഉദാഹരണം) നമുക്കിത് അറിയുവാൻ കഴിയും. ഒരു സമൂഹം എങ്ങനെയാണ് കെട്ടിപ്പടുക്കേണ്ടതെന്ന വിഷയത്തിലുള്ള അഭിപ്രായവ്യത്യാസങ്ങളുടെ ചരിത്രപരമായ തുടർച്ച ഇന്നും നിലനിൽക്കുന്നതെങ്ങനെയാണെന്ന് ഇരുപതാംനൂറ്റാണ്ടിലും തുടർന്നിരുന്ന അസമത്വങ്ങളെ വെല്ലുവിളിക്കുവാനായി ഭീംറാവു അംബേദ്കറും അനുയായികളും ബുദ്ധമതം സ്വീകരിച്ചതിൽ നിന്ന് വ്യക്തമാവുന്നുണ്ട്. അങ്ങനെ നോക്കുമ്പോൾ, മോഹൻദാസ് കരംചന്ദ് ഗാന്ധിയും ഭീംറാവു അംബേദ്കറും തമ്മിൽ നിർലോഭം നടന്നിരുന്ന ആശയപരമായ ഏറ്റുമുട്ടലുകളെ ആര്യാവർത്തം മുന്നോട്ടുവെച്ചിരുന്ന ജീവിത, സാമൂഹിക ആദർശങ്ങളുടെയും മഗധ മുന്നോട്ടുവെച്ച യുക്തിചിന്തയുടെയും പരിവർത്തനപരതയുടെയും മത്സരമായി കാണാവുന്നതാണ്.

ചരിത്രപണ്ഡിതയായ റൊമീല ഥാപ്പർ ഇങ്ങനെ പറയുന്നു:

> നമ്മുടെ സാംസ്കാരികപൈതൃകം പരിശോധിക്കുമ്പോൾ ഇന്ത്യയുടെ ആദ്യകാലചിന്തകളിൽ ചോദ്യംചെയ്യുന്ന സ്വഭാവവും യുക്തിബോധവും വളരെ സ്വാഭാവികമായ ഭാഗമായി ഇഴുകിച്ചേർന്നിരുന്നു എന്ന സത്യം പലപ്പോഴും മറന്നുകളയുകയോ കണ്ടില്ലെന്നുനടിക്കുകയോ ആണ് നാം ചെയ്യുന്നത്. ഇത് ചാർവാക/ലോകായത ചിന്തകരിൽ മാത്രം ഒതുങ്ങിയിരുന്നില്ല; ബുദ്ധമതം ജൈനമതം തുടങ്ങിയ മറ്റു ചില തത്വശാസ്ത്രങ്ങളിലും ഇത് പ്രകടമാണ്. ചോദ്യം ചെയ്യുന്നതിന്റെ പാരമ്പര്യമാണ് നമുക്കുള്ളത്, അത് തത്വശാസ്ത്രചിന്തകളിൽ മാത്രം ഒതുങ്ങുന്ന ഒരു

പാരമ്പര്യമല്ലതാനും. ജനപ്രിയസാഹിത്യത്തിലും അത് വ്യക്തമാണ്. ഈ പാരമ്പര്യം പരിപോഷിപ്പിക്കുന്നതാവും നമുക്കു നല്ലത്.

പതിവു ചോദ്യങ്ങൾ, ഒന്നിലധികം ഉത്തരങ്ങൾ

നമ്മുടെ പ്രാഗ്ചരിത്രം നമുക്ക് എന്തെങ്കിലുമൊരു പാഠം നൽകുന്നുണ്ടെങ്കിൽ അത് ആ പഴഞ്ചൻ പ്രയോഗമാണ്–നാനാത്വത്തിൽ ഏകത്വം. സംസ്കാരസംബ ന്ധവും സംവാദസാദ്ധ്യവുമായ ഒരു പൊതു ഭൂപ്രവിശ്യയിലാണ് നാം ജീവിക്കുന്നതെന്ന് പറയാവുന്നതാണ്. ബൗദ്ധികവും സാംസ്കാരികവുമായ നമ്മുടെ ചർച്ചകളുടെയും വാദങ്ങളുടെയും വഴക്കുകളുടെയും വിഷയ ങ്ങൾ നമുക്കുമാത്രം അവകാശപ്പെട്ടതാണ് എങ്കിലും നമ്മുടെ കൈവശം എല്ലാവർക്കും സമ്മതമായ ഉത്തരങ്ങളില്ല: നമുക്കിടയിലുള്ള വിവിധ വിഭാഗങ്ങ ളിലോരോന്നും കൊണ്ടുനടക്കുന്ന വ്യത്യസ്തമായ പാരമ്പര്യങ്ങളും ചരിത്രാനു ഭവങ്ങളും അനുസരിച്ചാണ് നമ്മുടെ ഉത്തരങ്ങളും പ്രതികരണങ്ങളും. ഇന്ത്യ ക്കാരെന്നനിലയിൽ നാം ഒരേ ചരിത്രം തന്നെയാണ് ജീവിച്ചിട്ടുള്ളതെങ്കിലും അതിൽ ചിലഭാഗങ്ങൾ നാം വ്യത്യസ്തമായ ഓരങ്ങളിൽനിന്നാണ് കണ്ടിട്ടുള്ളത്. രാഷ്ട്രീയമായി മാത്രമല്ല ആഹാരകാര്യങ്ങളിൽപ്പോലും പ്രകടമായുള്ള വ്യത്യസ്ത താത്പര്യങ്ങൾ ഒരുഭാഗത്ത് തെക്കേഇന്ത്യയും കിഴക്കേ ഇന്ത്യയും മറുഭാഗത്ത് വടക്കേ ഇന്ത്യയും പടിഞ്ഞാറൻ ഇന്ത്യയും വെച്ചുപുലർത്തിപ്പോരുന്നത് ഭിന്നാഭിപ്രായങ്ങൾ നിലനിൽക്കുന്നതിന്റെ പ്രതിഫലനമാണ്; അവയിൽ ചിലത് വളരെ ആഴത്തിലേക്ക് ആണ്ടിറങ്ങിയിട്ടുമുണ്ട്.

ഉദാഹരണമായി നമ്മുടെ ആഹാരശീലങ്ങൾ തന്നെ എടുക്കാം. വടക്കേ ഇന്ത്യക്കാരും പടിഞ്ഞാറൻ ഇന്ത്യക്കാരും കിഴക്കേ ഇന്ത്യക്കാരെയും തെക്കേ ഇന്ത്യക്കാരെയും അപേക്ഷിച്ച് കൂടുതലായി പാലും പാലുത്പന്നങ്ങളും കഴിക്കുന്നവരാണ്, മത്സ്യവും മാംസവും കഴിക്കുന്നത് കുറവുമാണ്. രാഷ്ട്രീയ ക്കാരും നിരീക്ഷകരും പലപ്പോഴും വൈജാത്യങ്ങൾക്ക് സാമൂഹികരാഷ്ട്രീയമാ നങ്ങൾ നൽകാറുണ്ട്. എന്നാൽ ഇതിന്റെ പിന്നിൽ കുറച്ചുകൂടി അടിസ്ഥാനപര മായ ഒരു കാരണമാണുള്ളത്: അത് ജനിതകങ്ങളാണ്. കുറച്ചുകൂടി കൃത്യമായി പറഞ്ഞാൽ ഏകദേശം 7500 വർഷങ്ങൾക്കുമുൻപ് യൂറോപ്പിൽ ആവിർഭവിച്ച 13910T എന്ന ജനിതക ഉൾപരിവർത്തനം (gene mutation). മനുഷ്യശരീര ത്തിന് പാലിനെ ദഹിപ്പിക്കുവാനുള്ള കഴിവ് ശൈശവത്തിനപ്പുറത്തേക്കും പൂർണ്ണവളർച്ചയിലേക്കും നീട്ടിക്കൊടുക്കുകയാണ് ഈ ജനിതകം ചെയ്യുന്നത്. ലോകത്തുള്ള സസ്തനികളിൽ ഹോമോസാപിയൻസിനു മാത്രമേ ഈ കഴിവ് വികസിച്ചിട്ടുള്ളൂ. ഇതിൽ അത്ഭുതമില്ല, കാരണം, കന്നുകാലികളെയോ ആടുകളെയോ വളർത്തുകയും പാലിനായി അവയെ ചൂഷണം ചെയ്യുകയും സാദ്ധ്യമാണെന്ന് മനുഷ്യൻ മനസ്സിലാക്കുന്നതിനുമുൻപ് അത്തരമൊരു ഉൾപ രിവർത്തനത്തിന്റെ ആവശ്യമില്ലായിരുന്നു. എന്നാൽ, അവർ കന്നുകാലികളെ ഇണക്കിവളർത്തിത്തുടങ്ങിയതോടെ മുതിർന്നാലും പാൽ ദഹിപ്പിച്ചെടു ക്കുവാനുള്ള കഴിവ് വളരെ ഉപയോഗമുള്ളതാണെന്ന് വരികയും അതിന്

അനുയോജ്യമായ ഒരു ജനിതകത്തെ കാലക്രമേണ പരിണാമപ്രക്രിയ തെരഞ്ഞെടുക്കുകയും ചെയ്തുകാണണം.

മുതിർന്നാലും പാൽ ദഹിപ്പിച്ചെടുക്കുവാനുള്ള കഴിവ് ഒന്നിലധികം പ്രാവശ്യമായി ലോകത്തിന്റെ നാലു വ്യത്യസ്തഭാഗങ്ങളിൽ വികസിച്ചുവന്നിട്ടുണ്ട്. എങ്കിലും 13910T എന്ന യൂറോപ്യൻ ഉൾപരിവർത്തനത്തോടാണ് നമുക്ക് പ്രത്യേകതാത്പര്യമുള്ളത് കാരണം മുതിർന്നാലും പാൽ ഉപയോഗിക്കുവാൻ സാധിക്കുന്ന ഇന്ത്യക്കാരിൽ[2] ഭൂരിഭാഗവും ഈ യൂറോപ്യൻ ജനിതകഭാഷ്യം ഉള്ളവരാണ്. 'ലാക്ടേസ് പെർസിസ്റ്റൻസ്' (lactase persistence-ശൈശവത്തിനുശേഷവും പാൽ ദഹിപ്പിക്കുവാനുള്ള കഴിവിനെ സൂചിപ്പിക്കുന്ന സാങ്കേതികപദം) സംബന്ധിച്ച ചോദ്യങ്ങൾക്ക് ഉത്തരം കണ്ടെത്തുവാനായി ഇന്ത്യയിലെ പ്രധാനപ്പെട്ട എല്ലാ ഭാഷാവിഭാഗങ്ങളുടെയും പ്രവിശ്യകളുടെയും ഡിഎൻഎ സാമ്പിളുകൾ പരിശോധിച്ചത് പല അനുമാനങ്ങളിലേക്കാണ് വഴിതെളിച്ചത്. അവയിൽ മൂന്നെണ്ണം ഇവിടെക്കൊടുക്കുന്നു: ഒന്ന്, ഇന്ത്യയിൽ അതിന്റെ വിതരണം പൊതുവേ വടക്കു പടിഞ്ഞാറുനിന്ന് തെക്കുകിഴക്കോട്ട് കുറഞ്ഞുവരുന്ന രീതിയിലാണ്. രണ്ട്, ഉൾപരിവർത്തനം യൂറോപ്പിലേതുമായി വ്യത്യാസമേതും ഇല്ലാത്തതാണ്. മൂന്ന്, ആകെയുള്ള ഇന്ത്യക്കാരുടെ അഞ്ചിലൊരുഭാഗത്തിനു മാത്രമേ മുതിർന്നാലും പാൽ ദഹിപ്പിക്കുവാനുള്ള കഴിവുള്ളൂ, അതിൽത്തന്നെ പടിഞ്ഞാറും വടക്കുമുള്ളവർക്കാണ് കൂടുതൽ സാദ്ധ്യത. ഇന്ത്യയുടെ പടിഞ്ഞാറും വടക്കുമുള്ള ചില ഭാഗങ്ങളിൽ ഈ ജനിതകത്തിന്റെ 40 ശതമാനത്തോളം വരുന്ന ആവർത്തനനിരക്ക് വടക്കുകിഴക്കേ ഇന്ത്യയുടെ ഭാഗങ്ങളിൽ ഒരു ശതമാനത്തിൽ താഴെയാണ്.

കിഴക്കേ ഇന്ത്യക്കാരോ തെക്കേ ഇന്ത്യക്കാരോ ഇന്ത്യയുടെ വടക്കും പടിഞ്ഞാറുമുള്ളവരേക്കാൾ പാൽ ഉപയോഗിക്കുന്നത് കുറവാകുവാനുള്ള കാരണം ഇത് വ്യക്തമാക്കുന്നുണ്ട്. മുതിരുമ്പോൾ അവരിൽ പലർക്കും പാൽ ദഹിപ്പിക്കുവാനുള്ള കഴിവ് നഷ്ടപ്പെടുന്നു. ജനിതകം ഉണ്ടെങ്കിലും ഇല്ലെങ്കിലും എല്ലാ കുട്ടികൾക്കും പാൽ ദഹിക്കുമെന്ന് പറയേണ്ടതില്ലല്ലോ. ഈ ജനിതകം ഉള്ളവരും ഇല്ലാത്തവരും തമ്മിലുള്ള വ്യത്യാസം എന്തെന്നാൽ അതുള്ളവർക്ക് ജീവിതകാലം മുഴുവനും പാൽ കുടിക്കുവാനും ദഹിപ്പിക്കുവാനും കഴിയുമ്പോൾ അതില്ലാത്തവർക്ക് ആ കഴിവ് ഒരു വയസ്സിനും പൂർണ്ണവളർച്ചക്കും ഇടയിലെപ്പോഴോ നഷ്ടമാകുന്നു എന്നതാണ്.

സസ്യാഹാരശീലത്തിനോട് ഇപ്പറഞ്ഞതിനെല്ലാം എന്താണു ബന്ധം? അല്ലെങ്കിൽ വടക്കും പടിഞ്ഞാറുമുള്ളവരും തെക്കും കിഴക്കുമുള്ളവരും മത്സ്യവും മാംസവും കഴിക്കുന്ന അളവിൽ താരതമ്യേനയുള്ള വ്യത്യാസങ്ങൾക്ക്? ഉത്തരം ലളിതമാണ്: മുതിർന്നാലും പാൽ ദഹിപ്പിക്കാനുള്ള കഴിവ് സമ്മാനിക്കുന്ന ജനിതക ഉൾപരിവർത്തനമുള്ളവർക്ക്, മാംസ്യത്തിൽനിന്നുള്ള പ്രോട്ടീൻ ലഭിക്കുവാൻ മത്സ്യം മാംസം എന്നിവയ്ക്കു പകരമായി പാലുപയോഗിക്കാം എന്ന സാദ്ധ്യത അത് സമ്മാനിക്കുന്നു, അവരിൽപ്പലരും

2 ഐറീൻ ഗലാഗോ റോമെറോ മുതൽപേർ, 'ഹെർഡേഴ്സ് ഓഫ് ഇന്ത്യൻ ആൻഡ് യൂറോപ്പ്യൻ കാറ്റിൽ ഷെയർ ദെയർ പ്രിഡോമിനന്റ് അലീൽ ഫോർ ലാക്റ്റേസ് പെർസിസ്റ്റൻസ്', *മോളിക്യൂലർ ബയോളജി ആൻഡ് എവൊല്യൂഷൻ* (2012).

അത് സ്വീകരിക്കുകയും ചെയ്തതായിക്കാണുന്നു. ഗാർഹിക ഉപഭോഗവസ്തുക്കളുടെ ചെലവിനെക്കുറിച്ച് നാഷണൽ സാമ്പിൾ സർവേ നടത്തിയ സർവേകളിൽനിന്നുലഭിച്ച വിവരമാണിത്. പാൽ കൂടുതൽ ഉപയോഗിക്കുന്ന സംസ്ഥാനങ്ങളിൽ മുട്ട, മാംസം, മത്സ്യം ഇവയുടെ ഉപഭോഗം കുറവാണെന്നും മത്സ്യം, മാംസം, മുട്ട ഇവ ധാരാളമായി ഉപയോഗിക്കുന്ന സംസ്ഥാനങ്ങളിൽ പാലിന്റെ ഉപഭോഗം കുറവാണെന്നും ഇതിലെ കണക്കുകൾ ഏറെക്കുറെ കണ്ടെത്തുന്നുണ്ട്.

പാലും മാംസവും തമ്മിൽ ഒരു ഒത്തുതീർപ്പിൽ എത്തിയിട്ടുണ്ടെന്നത് വ്യക്തമാണെങ്കിലും അത് ചില പ്രദേശങ്ങളിൽ മാത്രമേയുള്ളൂ. കൂടുതൽ പാലുപയോഗിക്കുകയും കുറഞ്ഞ അളവിൽ മാത്രം മാംസം ഉപയോഗിക്കുകയും ചെയ്യുന്ന പ്രവിശ്യകൾ ജനിതക ഉൾപരിവർത്തനത്തിന്റെ സാന്നിദ്ധ്യം കൂടുതലുള്ള പ്രവിശ്യകളാണെന്നതും മറ്റിടങ്ങളിൽ നേരെ മറിച്ചാണെന്നതുംകൂടി ശ്രദ്ധിക്കുക.

ഇന്ത്യയുടെ സാമൂഹിക ഭൂപടത്തിൽ കാണുന്ന മാതൃകകൾക്കു പിറകിൽ തക്കതായ കാരണങ്ങളുമുണ്ടെന്നതാണ് ജനിതകത്തിന്റെ കഥ നമ്മോട് പറയുന്നത്; നമ്മുടെ സംസ്കാരത്തിൽ ഉയർന്നുവരാറുള്ള പൊതുവായ ചില ചോദ്യങ്ങൾക്കുള്ള വ്യത്യസ്തമായ മറുപടികൾക്കു പിറകിലും–എന്തു കഴിക്കണം എന്തു കഴിക്കരുത് എന്നതടക്കം-ഇതേ കാരണങ്ങൾ തന്നെയാണ്. ഈ വൈജാത്യങ്ങളും മാതൃകകളും തുടച്ചുമാറ്റി ഒരു ഏകതാനമായ സംസ്കാരം സൃഷ്ടിക്കുവാൻ ശ്രമിക്കുന്നത് തികച്ചും 'ഇന്ത്യത്വം' ഇല്ലാത്ത ഒരു ഉദ്യമമാകും. അത് അത്യാഹിതങ്ങൾ വരുത്തിവെക്കുന്ന, പരാജയപ്പെടുവാൻ വിധിക്കപ്പെട്ട ഒരു പ്രവൃത്തിയാകും.

കൃത്രിമമായ ഒരു സജാതീയത അടിച്ചേൽപ്പിക്കുവാനുള്ള ശ്രമങ്ങൾ പലപ്രാവശ്യം പരാജയപ്പെട്ടിട്ടും, പിന്നെയും തുടർച്ചയായി നടക്കുന്നതിന്റെ കാരണങ്ങളിൽ ഒന്ന് നമ്മുടെ ചരിത്രം എഴുതപ്പെട്ടിരിക്കുന്ന രീതിയാണ്, പലപ്പോഴും ന്യായമായ കാരണങ്ങൾ കൊണ്ടാണെങ്കിലും. ഇതുവരെ ചരിത്രഗ്രന്ഥങ്ങൾ ആരംഭിച്ചിരുന്നത് രേഖകൾ ലഭ്യമായ കാലത്തുനിന്നാണ്, ആ യുക്തി തെറ്റല്ലതാനും. അതിനുമുമ്പുള്ള ഭാഗങ്ങൾ ഒന്നുകിൽ മുഴുവനായും അവഗണിക്കപ്പെട്ടു, അല്ലെങ്കിൽ ഏതാനും ഖണ്ഡികകളിലോ താളുകളിലോ ഒതുങ്ങി. ഇന്ത്യയിൽ എല്ലാവരും കരുതിയിട്ടുള്ളത് നമ്മുടെ ചരിത്രം തുടങ്ങുന്നത് ഏകദേശം 4500 വർഷങ്ങൾക്കുമുൻപ് ഹാരപ്പൻ സംസ്കാരം അതിന്റെ മദ്ധ്യകാലഘട്ടത്തിൽ എത്തിയപ്പോഴോ അല്ലെങ്കിൽ നൂറ്റാണ്ടുകൾ കഴിഞ്ഞ് വേദങ്ങൾ ഉണ്ടായപ്പോഴോ (നിരവധിപേർ ഈ രണ്ടു സംഭവങ്ങളും തെറ്റായി കൂട്ടിക്കലർത്താറുമുണ്ട്) ആണെന്നാണ്. ഇത് മനസ്സിലാക്കാവുന്നതേയുള്ളൂ, കാരണം, അടുത്തകാലം വരെ പ്രാഗ്ചരിത്രത്തിൽ എന്തുണ്ടായി എന്ന് ഉറപ്പിച്ചുപറയുവാനുള്ള മാർഗ്ഗങ്ങളൊന്നും നമുക്കുണ്ടായിരുന്നില്ല; ബുദ്ധിപൂർവം ചില ഊഹാപോഹങ്ങൾ നടത്തുകയേ നിവൃത്തിയുണ്ടായിരുന്നുള്ളൂ. എന്നാൽ, ഈ അവസ്ഥയ്ക്ക് ഇന്ത്യയിലും മറ്റിടങ്ങളിലും ദ്രുതഗതിയിൽ മാറ്റം വന്നുകൊണ്ടിരിക്കുകയാണ്, അതിന് നന്ദിപറയേണ്ടത് പ്രാചീന ഡിഎൻഎയോടാണ്. യൂറേഷ്യയുടെ എല്ലാ ഭാഗത്തുനിന്നുമുള്ള

പ്രാചീന ഡിഎൻഎ പരിശോധനകൾക്കായി ലഭിച്ചിട്ടുണ്ട്. ആ പരിശോധനകളിൽനിന്ന് നമ്മുടെ പ്രാഗ്ചരിത്രത്തിന്റെ കൂടുതൽ വ്യക്തമായ ഒരു ചിത്രം തെളിഞ്ഞുവന്നിട്ടുണ്ട്. അതിനാൽ ചരിത്രം എഴുതിത്തുടങ്ങേണ്ട ബിന്ദുവിൽനിന്നുതന്നെ, 65,000 വർഷങ്ങൾക്കുമുൻപ് ആധുനികമനുഷ്യൻ ഇന്ത്യയിലെത്തിയ സമയബിന്ദുവിൽനിന്നുതന്നെ, ആരംഭിക്കുവാനുള്ള സമയമായി. ചരിത്രം, രാജ്യത്തെ ജനങ്ങളുമായി ബന്ധമുള്ളതും അവികലവും ആകണമെങ്കിൽ ശരിയായ ഭാഗം തന്നെ മുകളിൽവരണം: നമ്മുടെ ജനതയുടെ അസ്തിവാരമായ ആദ്യത്തെ ഇന്ത്യക്കാരെ ആധാരപ്പെടുത്തിക്കൊണ്ടുതന്നെ വേണം പണി തുടങ്ങുവാൻ.

ഇത് വലിയ ബുദ്ധിമുട്ടുള്ള കാര്യമാണെന്ന് തോന്നുന്നില്ല. നമ്മുടെ സംസ്കാരം അതിന്റെ ഏറ്റവും മെച്ചപ്പെട്ട കാലഘട്ടത്തിൽ പ്രകടിപ്പിച്ചിട്ടുള്ള പ്രതിഭ ഉൾക്കൊള്ളൽ സ്വഭാവമാണ്, പുറംതള്ളലല്ല. ആദ്യത്തെ ഇന്ത്യക്കാരുടെയും ഇറാനിലെ സാർഗോസ് പ്രവിശ്യയിൽനിന്നുള്ള ആദിമ കർഷകരുടെയും സമ്മിശ്ര വംശപൈതൃകമുള്ള ഒരു ജനതയാണ് ഹാരപ്പൻ സംസ്കാരത്തിന്റെ നിർമ്മാതാക്കൾ. ബുദ്ധമതപ്രചാരകർ ഇന്ത്യയുടെ സാംസ്കാരികമായ ധർമ്മബോധത്തെ അതിർത്തികൾക്കപ്പുറത്തേക്ക്, ചൈനയിലേക്കും തെക്കുകിഴക്കൻ ഏഷ്യയിലേക്കും മദ്ധ്യേഷ്യയിലേക്കും കൊണ്ടുചെന്നപ്പോൾ അവരെ നയിച്ചിരുന്നത് ജാതിമതവർണ്ണചിന്തകൾക്കപ്പുറമുള്ളതും ആഗോളസ്വഭാവമുള്ളതുമായ ഒരു മതപ്രബോധനാസക്തിയായിരുന്നു. അനുഷ്ഠാനങ്ങളെയും മൃഗബലി പോലുള്ള ആചാരങ്ങളെയും ഉച്ചനീചത്വസങ്കല്പങ്ങളെയും വെല്ലുവിളിക്കുമ്പോഴും ഇന്ത്യയുടെ പോയ കാലചരിത്രത്തിന്റെ എല്ലാ ഭാഗങ്ങളിൽനിന്നും, 'ആര്യ'ന്മാരുടേതിൽനിന്നടക്കം, തത്വങ്ങളും ആചാരങ്ങളും അതിൽ സന്നിവേശിപ്പിച്ചിട്ടുണ്ട്. അതുകൊണ്ടുതന്നെ ഉൾക്കാഴ്ചകളും സ്നേഹസന്ദേശവും എല്ലാ മനുഷ്യരുമായും പങ്കുവെക്കുവാനുള്ള–മനുഷ്യനിർമ്മിതമോ പ്രകൃതിദത്തമോ ആയ എല്ലാ സീമകളെയും അവഗണിച്ചുകൊണ്ട്–ഉജ്ജ്വലദാഹം പ്രദർശിപ്പിച്ച ലോകത്തെ ആദ്യത്തെ തത്വശാസ്ത്രം ബുദ്ധമതമാണ് എന്നത് സ്വാഭാവികം മാത്രമാണ്. ലോകത്തെമ്പാടുമായി ബുദ്ധൻ ഉപദേശിച്ച തത്വശാസ്ത്രത്തിനനുസരിച്ച് ജീവിക്കുവാൻ ശ്രമിച്ചുകൊണ്ടിരിക്കുന്ന 488 ദശലക്ഷം അനുയായികളോടെ ബുദ്ധന്റെ സന്ദേശം ഇന്നും പടർന്നുപന്തലിച്ചുനിൽക്കുന്നു എന്നത്, ഉപനിഷത്തുക്കൾ മുളച്ച മണ്ണിൽ തന്നെ വേരൂന്നി അതേ പ്രേരണകളുടെ വളം വലിച്ചെടുത്തു വളർന്ന അനന്യമായ ഒരു ഇന്ത്യൻ തത്വശാസ്ത്രത്തിന്റെ ആഗോളവശ്യതയ്ക്കുള്ള സാക്ഷ്യപത്രമാണ്.

ഇന്ത്യൻ ചരിത്രത്തെക്കുറിച്ചുള്ള പരസ്പരവിരുദ്ധമായ രണ്ടു കാഴ്ചപ്പാടുകളും–മോശപ്പെട്ട ഒരു സ്ഥലത്ത് എങ്ങനെയോ കുടുങ്ങിപ്പോയതും മുൻപോട്ടുപോകുവാൻ വഴിയറിയാത്തതുമായ 'മാറ്റമില്ലാത്ത ഇന്ത്യ' എന്ന് കാറൽ മാർക്സ് കണ്ട ഇന്ത്യയും, 'അനാദികാല'ത്തെ വൈദികശ്രേഷ്ഠതയിൽ നിന്ന് കാലക്രമേണ മൂല്യശോഷണം സംഭവിച്ച ഇന്ത്യയും–തെറ്റായതും തെറ്റിദ്ധാരണകളിൽ ഊന്നിയവയുമാണ്. ഇന്ത്യ എന്നും മാറിക്കൊണ്ടിരുന്നിട്ടേയുള്ളൂ, മാറ്റമില്ലാതിരുന്നിട്ടില്ല, അതിന്റെ കഥ ശോഷണത്തിന്റേതുമല്ല. ഇന്ത്യയുടെ

ചരിത്രം എന്നും ചലനാത്മകമായിരുന്നു, ജൈവമായ ഏതു സമൂഹത്തിന്റേതും പോലെ തന്നെ ഊർജ്ജസ്വലതയും മാത്സര്യങ്ങളും നിറഞ്ഞതുമായിരുന്നു–രണ്ടു സഹസ്രാബ്ദങ്ങളായി നാം ചുമക്കുന്ന ജാതിവ്യവസ്ഥയുടെ എടുത്താൽപൊങ്ങാത്ത കനം ഉണ്ടായിട്ടുപോലും.

അപ്പോൾ നാം ഇന്ത്യക്കാർ ശരിക്കും ആരാണ്?

നമുക്ക് സ്വയം നൽകുവാൻ ഏറ്റവും അനുയോജ്യമായ നിർവചനം നാം ബഹുസ്രോതസ്സുകളുള്ള ഒരു സംസ്കാരമാണ് ഏകസ്രോതസ്സുള്ള ഒന്നല്ല എന്നാണ്; അതിന്റെ സാംസ്കാരികചോദനകൾ, അതിന്റെ പാരമ്പര്യങ്ങൾ, അതിന്റെ ആചാരാനുഷ്ഠാനങ്ങൾ ഇവയെല്ലാംതന്നെ വ്യത്യസ്തങ്ങളായ വംശപാരമ്പര്യങ്ങളിൽനിന്നും കുടിയേറ്റചരിത്രങ്ങളിൽനിന്നും സ്വാംശീകരിച്ചവയാണ്. ഏതെല്ലാമാണ് ആ കുടിയേറ്റങ്ങൾ ? ആഫ്രിക്കയിൽ നിന്നുള്ള കുടിയേറ്റക്കാർ, ഏകദേശം അറുപത്തഞ്ചു സഹസ്രാബ്ദങ്ങൾക്കുമുൻപ് ഈ ഭൂപ്രദേശത്ത് എത്തിച്ചേർന്ന നിർഭയരായ ആ സാഹസികയാത്രക്കാർ, ഇന്നും നമ്മുടെ ജനതയുടെ അസ്ഥിവാരമായിത്തുടരുന്ന പരമ്പരകളുടെ ആ ആദ്യ കണ്ണികൾ; പശ്ചിമേഷ്യയിൽനിന്ന് വന്ന് കാർഷികവിപ്ലവത്തിനും, ഹാരപ്പൻ സംസ്കാരത്തിന്റെ നിർമ്മാണത്തിനും സംഭാവനകൾ നൽകിയവർ–ഹാരപ്പൻ സംസ്കാരം പിന്നീട് പുത്തൻ സമ്പ്രദായങ്ങളും ആശയങ്ങളും നമ്മുടെ സംസ്കാരത്തിന്റെ സമ്പന്നത വർദ്ധിപ്പിച്ച ദ്രാവിഡഭാഷകളും വാർത്തെടുത്തു;;പൂർവേഷ്യയിൽനിന്നു വന്നപ്പോൾ പുതിയ ഭാഷകളും സസ്യങ്ങളും പുത്തൻ കൃഷിരീതികളും കൂടെക്കൊണ്ടുവന്നവർ; മദ്ധ്യേഷ്യയിൽനിന്ന് ഇവിടേയ്ക്ക് കുടിയേറിയപ്പോൾ പിന്നീട് മഹത്തായ ഭാഷയായി വളർന്ന സംസ്കൃതത്തിന്റെ ഒരു പ്രാഗ്‌രൂപവും അതിനോടു ബന്ധപ്പെട്ടുകിടക്കുന്നതും നമ്മുടെ സമൂഹത്തെ അടിസ്ഥാനപരമായി മാറ്റിയെഴുതിയതുമായ വിശ്വാസങ്ങളെയും സമ്പ്രദായങ്ങളെയും കൂടെക്കൊണ്ടുവന്നവർ; അതും കഴിഞ്ഞ് അഭയംതേടിയോ അധിനിവേശകരായോ വന്ന് ഇവിടെത്തന്നെ പാർപ്പുറപ്പിച്ചവർ. ഇവരെല്ലാവരും കൂടിക്കലരുകയും നാം ഇന്ത്യൻ എന്നുവിളിക്കുന്ന സംസ്കാരത്തിന് സംഭാവനകൾ നൽകുകയും ചെയ്തിട്ടുണ്ട്. നാമെല്ലാവരും ഇന്ത്യക്കാരാണ്. നാമെല്ലാവരും ഇവിടേക്ക് കുടിയേറിവന്നവരുമാണ്.

അനുബന്ധം

ഘഗ്ഗർ – ഹക്ര നദീതടം

യൂറേഷ്യൻ സ്റ്റെപ്പിൽനിന്നുള്ള കുടിയേറ്റങ്ങൾ യൂറോപ്പുമുതൽ ദക്ഷിണേഷ്യവരെയുള്ള വിശാലമായ ഭൂപ്രദേശത്തെ ജനസംഖ്യാഘടനയെ മാറ്റിമറിച്ചിട്ടുണ്ടെന്നതിനെ സ്ഥിരീകരിക്കുന്ന പ്രാചീന ഡിഎൻഎ തെളിവുകൾ വർദ്ധിച്ച അളവിൽ ലഭിച്ചുകൊണ്ടിരിക്കുന്നുണ്ടെങ്കിലും 'ആര്യൻ' കുടിയേറ്റമെന്നത് അനേകം തലമുറകളിലും ഭൂഖണ്ഡങ്ങളിലും ശാസ്ത്രശാഖകളിലുമായി വ്യാപിച്ചുകിടക്കുന്ന ഒരു പരന്ന ഗൂഢാലോചനയാണെന്നാണ് ചിലർ ഇപ്പോഴും ഉറപ്പിച്ചുപറയുന്നത്. ഋഗ്വേദത്തിൽ പരാമർശിച്ചിട്ടുള്ള സരസ്വതി നദിയാണ് ശിവാലികിലെ ഉയരംകുറഞ്ഞ മലനിരകളിൽനിന്ന് ഉത്ഭവിച്ച് പഞ്ചാബിലൂടെയും ഹരിയാനയിലൂടെയും രാജസ്ഥാനിലൂടെയും ഒഴുകി പാകിസ്ഥാനിലെ ചോലിസ്ഥാനിലേക്കും സിന്ധിലേക്കും കടക്കുന്ന, മിക്കവാറും മഴകൊണ്ടുമാത്രം വെള്ളം ലഭിക്കുകയും അധികസമയവും വരണ്ടുകിടക്കുകയും ചെയ്യുന്ന ഘഗ്ഗർ നദി എന്നതാണ് അവരുടെ പ്രധാന വാദങ്ങളിലൊന്ന്. ഇന്ത്യയിൽ ഈ നദി ഘഗ്ഗർ എന്നും ഇന്ത്യയിൽനിന്ന് പുറത്തുകടന്നാൽ ഹക്രയെന്നുമാണ് അറിയപ്പെടുന്നത്. നിരവധി ഹാരപ്പൻ ആവാസകേന്ദ്രങ്ങൾ ഹക്ര നദീതടത്തിൽ ഉണ്ടായിരുന്നുവെന്നും ഹാരപ്പൻ സംസ്കാരത്തെ വിവരിക്കുന്നത് സിന്ധു, ഹക്ര എന്നീ രണ്ടു നദീതടങ്ങളെ അടിസ്ഥാനമാക്കിയാണെന്നതും പൊതുവായി അംഗീകരിക്കപ്പെട്ടിട്ടുള്ള വസ്തുതയാണ്.

കുടിയേറ്റം നടന്നിട്ടില്ലെന്നു ശഠിക്കുന്നവരുടെ വാദം ഇങ്ങനെ മുൻപോട്ടുപോകുന്നു: ഘഗ്ഗർ അഥവാ ഹക്ര തീർച്ചയായും പൗരാണികനദിയായ സരസ്വതി തന്നെയാണ്, കാരണം ഋഗ്വേദം നൽകുന്ന ഭൂമിശാസ്ത്രപരമായ വിവരണം, യമുനയ്ക്കും സത്ലജിനും ഇടയിലാണിതെന്നത് ഇതിന് കൃത്യമായി ചേരുന്നുണ്ട്. സരസ്വതി ശോഷിക്കുവാനും ഇന്നുകാണുന്ന രീതിയിൽ ചിലകാലത്തുമാത്രം വെള്ളമുള്ളതാകുവാനും കാരണം ഏകദേശം 2000 BCE അടുപ്പിച്ചുണ്ടായ ടെക്ടോണിക് പാളികളുടെ ചലനംകൊണ്ട് ഹിമാലയത്തിൽ നിന്ന് ഇതിലേക്ക് ഉരുകിയൊലിക്കാറുള്ള മഞ്ഞിന്റെ മാർഗ്ഗം മാറിപ്പോയതാണ്. ടെക്ടോണിക് പ്രവർത്തനങ്ങളിലൊന്ന് സരസ്വതി/ഘഗ്ഗർ അഥവാ ഹക്ര

നദിയിലേക്ക് ഒഴുകിയിരുന്ന സത്ലജിനെ വഴിതിരിച്ചുവിട്ടു. അത് ബിയാസ് നദിയിൽ ചേർന്ന് രണ്ടു നദികളും സിന്ധുവിലേക്ക് ഒഴുകുവാൻ തുടങ്ങി. മറ്റൊരു ടെക്റ്റോണിക് പ്രവർത്തനത്തിന്റെ ഫലമായി ഹിമാലയത്തിൽ ഒരു തട്ട് ഉയർന്നുവരികയും മഞ്ഞുരുകിയുണ്ടാകുന്ന ജലപ്രവാഹങ്ങളെ അത് സരസ്വതിയിൽനിന്ന് യമുനയിലേക്ക് തിരിച്ചുവിടുകയും ചെയ്തു.

സരസ്വതിയുടെ ഈ ശോഷണമാണ് അതിന്റെ തടത്തിലുണ്ടായിരുന്ന അനേകം ഹാരപ്പൻ ആവാസകേന്ദ്രങ്ങളുടെ–ഇന്ത്യയിലെ രാഖിഗഢി, കാലിബംഗൻ എന്നുതുടങ്ങി പാകിസ്ഥാനിലെ ഗൻവേരിവാല വരെ–ക്ഷയത്തിന് കാരണമായത്, അതേത്തുടർന്ന് ഹാരപ്പൻ സംസ്കാരത്തിന്റെ തന്നെ അന്ത്യത്തിനും. എങ്കിലും ഋഗ്വേദം തിളങ്ങുന്ന ഭാഷയിൽ സരസ്വതിയെ വർണ്ണിക്കുന്നുണ്ട് എന്നതുകൊണ്ടും അതിനെ 'മഹാനദി' എന്നും 'പർവ്വത ശിഖരങ്ങളെ തകർത്തെറിയുവാൻ കെൽപ്പുള്ളത്' എന്നും വിശേഷിപ്പിച്ചിട്ടുള്ളതുകൊണ്ടും സരസ്വതിയുടെ പ്രതാപം നശിക്കുന്നതിനുമുൻപ് വൈദികർ സരസ്വതീതടത്തിൽ ഉണ്ടായിരുന്നിരിക്കണം; അതായത് ഹാരപ്പൻ സംസ്കാരത്തിന്റെ സമയത്ത് അവർ അവിടെ ഉണ്ടായിരുന്നിരിക്കണം. അതുകൊണ്ട് വൈദികർ തന്നെയാണ് ഹാരപ്പൻ നിവാസികൾ.

യൂറോപ്പിലേക്കും ദക്ഷിണേഷ്യയിലേക്കും ഉണ്ടായിട്ടുള്ള സ്റ്റെപ്പ് കുടിയേറ്റങ്ങളുടെ സകല തെളിവുകൾക്കും എതിരേ കൊണ്ടുവരുമ്പോൾ ഇതൊരു പൊള്ളയായ വാദമായി തോന്നിയേക്കാം എങ്കിലും സരസ്വതീനദിയുടെ പേരിന്റെ ഐതിഹാസികമായ അനുരണനങ്ങൾകൊണ്ട് ഇതിന് ശ്രദ്ധപിടിച്ചുപറ്റുവാൻ കഴിഞ്ഞിട്ടുണ്ട്. എന്നിരിക്കിലും ഈ വാദത്തിന് ഗൗരവപൂർണ്ണമായ ചില പ്രശ്നങ്ങളുമുണ്ട്. അതിലോരോന്നായി നമുക്ക് പരിശോധിക്കാം.

ആദ്യമായി, ഋഗ്വേദത്തിൽ 'മഹാനദി'യെന്നും 'പർവതശിഖരങ്ങളെ തകർത്തെറിയുവാൻ കെൽപ്പുള്ള'തെന്നും വിവരിക്കുന്ന സരസ്വതി ഇന്ത്യയിലുള്ളതുതന്നെയാണ് അല്ലാതെ 'ആര്യന്മാർ' അഫ്ഘാനിസ്ഥാനിലൂടെ ഇന്ത്യയിലേക്കു വരുമ്പോൾ പരിചയപ്പെട്ട അഫ്ഘാനിസ്ഥാനിലെ ഹരാവൈതി നദിയല്ല എന്നതിന് ഉറപ്പൊന്നുമില്ല. (ഇൻഡോ ആര്യൻ ഭാഷയിലെ 'സ' എന്ന ശബ്ദത്തെ ഇൻഡോ ഇറാനിയൻ ഭാഷയിൽ 'ഹ' എന്ന ശബ്ദവുമായും തിരിച്ചും വെച്ചുമാറാറുണ്ട് എന്നത് സർവസാധാരണമായ സമ്പ്രദായമാണ്. ഇതിന് ഏറ്റവും സുപരിചിതമായ ഉദാഹരണങ്ങൾ 'ഹിന്ദു' മാറി 'സിന്ധു' ആകുന്നതും 'സപ്തസിന്ധു' മാറി 'ഹപ്ത ഹിന്ദു' ആകുന്നതുമാണ്. അതുകൊണ്ട് ഹരാവൈതിയും സരസ്വതിയും യഥാർത്ഥത്തിൽ ഒരേ നാമംതന്നെയാണ്.) ഇന്ന് ഹരാവൈതി അറിയപ്പെടുന്നത് അർഖൻദബ് എന്നാണ്; ഹിമാലയത്തിൽനിന്നുവരുന്ന ഹിമജലംകൊണ്ട് നിറഞ്ഞ ഹെൽമന്ദ് നദിയുടെ കൈവഴിയാണിത്. ഹെൽമന്ദ് വാസ്തവത്തിൽ 'പർവ്വതശിഖരങ്ങൾ തകർത്തെറിയുവാൻ കെല്പുള്ള' നദിതന്നെയാണ്. 'ആര്യന്മാർ' അഫ്ഗാനിസ്ഥാനിൽ ആദ്യംകണ്ട നദിയുടെ പേര്, കുറച്ചുകൂടി ശോഷിച്ചതും മഴപെയ്യുമ്പോൾ മാത്രം നിറയുന്നതും സത്ലജിനും യമുനക്കുമിടയിൽ സ്ഥിതിചെയ്യുന്നതുമായ ഘഗ്ഗർ അഥവാ ഹക്ര നദിക്കു പിന്നീടു നൽകിയതാവാം; ഋഗ്വേദത്തിൽ കാണുന്ന പുതിയ സരസ്വതി ഒരു സമ്മിശ്രസ്മരണയിൽനിന്ന് രൂപമെടുത്തതാകാനും

സാദ്ധ്യതയുണ്ട്. ജനപ്രിയരായ വീരനായകന്മാരുടെയും നദികളുടെയും സ്ഥലങ്ങളുടെയും പേരുകൾ ഇന്ത്യയിൽ പലയിടങ്ങളിലായി ആവർത്തിച്ചുവരുന്നത് പതിവാണല്ലോ. സരസ്വതിയിൽനിന്ന് പേരു കടമെടുത്ത ഏതാനും നദികൾ ഇന്ത്യയിൽ ഇന്നുണ്ടുതാനും.[1]

വേറെയും ചില വൻ പ്രശ്നങ്ങളുണ്ട്: സരസ്വതി അഥവാ ഘഗ്ഗർ -ഹക്ര ഒരു തവണയല്ല, പലതവണ വരണ്ടുപോയിട്ടുണ്ടെന്നു കാണുന്നുണ്ട്. 2000 BCE എന്ന സമയത്താണ് സരസ്വതീനദിയ്ക്ക് 'ശോഷണം' സംഭവിച്ചത് എന്നുപറയുന്നതിൽ ഒരു കൃത്യതയുമില്ല. അന്താരാഷ്ട്രപ്രശസ്തിയുള്ള ഹൈഡ്രോളജിസ്റ്റായ (ജലസംബന്ധശാസ്ത്രത്തിൽ ഗവേഷണം നടത്തുന്നയാൾ) റോബർട്ട് റൈക്സ്–ഹാരപ്പൻ നിവാസികളും വൈദിക കാലഘട്ടത്തിലുള്ളവരും ഒന്നാണെന്നു വാദിക്കുന്നവർ കൂടെക്കൂടെ പരാമർശിക്കുന്ന നാമമാണിത്-പോലും ഇതേ അഭിപ്രായക്കാരനാണ്. റൈക്സ് 1968ൽ ഘഗ്ഗർ -ഹക്രയ്ക്ക് അരികിലുള്ള കാലിബംഗൻ എന്ന സുപ്രധാനമായ ഹാരപ്പൻ ആവാസകേന്ദ്രം പഠനവിധേയമാക്കുകയും ആന്റിക്വിറ്റി (Antiquity) എന്ന പഠനപ്രസിദ്ധീകരണത്തിൽ 'കാലിബംഗൻ: സ്വാഭാവികമരണം' (Kalibangan: Death from Natural Causes) എന്നൊരു പ്രബന്ധം എഴുതുകയുണ്ടായി. നദി വരണ്ടുണങ്ങിപ്പോയതുകൊണ്ടാണ് കാലിബംഗൻ ഉപേക്ഷിക്കപ്പെട്ടത് എന്ന് റൈക്സ് എഴുതുന്നുണ്ട് എങ്കിലും തുടർന്ന് ഇങ്ങനെയും പറയുന്നു: 'ലേഖനത്തിന്റെ ഭാഗമായ കണക്കുകളിൽനിന്ന് രൂപപ്പെടുന്നതും പുരാവസ്തുപരമായ തെളിവുകളുമായി ഇണങ്ങിപ്പോകുന്നതുമായ സിദ്ധാന്തം എന്തെന്നാൽ യമുനയെ ഒന്നിടവിട്ട് സിന്ധുവും ഗംഗയും ഗ്രസിക്കുന്നുണ്ടെന്നതാണ്'. മറ്റൊരുവിധത്തിൽ പറഞ്ഞാൽ, സിന്ധുവിനും ഗംഗയ്ക്കുമിടയിലുള്ള താഴ്ന്ന തടത്തിൽ യമുനയിലൂടെയെത്തുന്ന ജലം ഗംഗയിലേക്ക് ചേരുന്നതും, സരസ്വതിയിലൂടെയും സത്ലുജിലൂടെയും വരുന്ന ജലം സിന്ധുവിലേക്ക് ചേരുന്നതും വ്യത്യസ്തകാലഘട്ടങ്ങളിൽ സംഭവിക്കുന്നതാണ് റൈക്സ് കാണുന്നത്. അതിനുശേഷം, അദ്ദേഹം ഒരു പട്ടിക തയ്യാറാക്കിയിരിക്കുന്നു; 2500 BCEക്കും 500 CEക്കും ഇടയിൽ സിന്ധുവിലേക്കും ഗംഗയിലേക്കും മാറിമാറി ഉണ്ടായിട്ടുള്ള ജലത്തിന്റെ അഞ്ച് വഴിമാറിയൊഴുകലുകൾ അതിലുണ്ട്. കാലിബംഗൻ ഉപേക്ഷിക്കപ്പെടുന്നതിന് കാരണമായ വഴിമാറിയൊഴുകൽ ഈ അഞ്ചെണ്ണത്തിൽ ഒന്നുമാത്രമാണ്. അതുകൊണ്ട്, 'ആര്യന്മാർ' ഋഗ്വേദത്തിൽ വിവരിക്കുന്ന സരസ്വതി ഇന്നത്തെ ഘഗ്ഗർ-ഹക്ര ആണെങ്കിൽപ്പോലും പ്രസ്തുത നിരീക്ഷണങ്ങൾ 2000 BCEക്കു മുൻപ്, ഹാരപ്പൻ കാലഘട്ടത്തിൽ, ഉണ്ടായതാണെന്ന് ഉറപ്പിക്കുവാൻ കഴിയില്ല, കാരണം, ഘഗ്ഗർ- ഹക്ര നദി ഹാരപ്പൻ സംസ്കാരത്തിന്റെ ശിഥിലീകരണത്തിനു ശേഷവും ചില കാലഘട്ടങ്ങളിൽ നിറഞ്ഞൊഴുകിയിട്ടുണ്ടാവാം.

പുരാവസ്തുശാസ്ത്രജ്ഞനായ വി എൻ മിശ്രയും, സരസ്വതീതടത്തിലെ ആവാസകേന്ദ്രങ്ങളുടെ വിതരണത്തെക്കുറിച്ചുള്ള തന്റെ പഠനത്തെ അടി

---

1 പ്രൊഫസ്സർ രാജേഷ് കൊച്ചാർ രചിച്ച ശ്രദ്ധേയമായ കൃതി *ദി വേദിക് പീപ്പിൾ* സരസ്വതിയെയും ഹരാവൈതിയേയും കുറിച്ചുള്ള ഈ തർക്കവിഷയത്തെ വിശദമായി പരിശോധിക്കുന്നുണ്ട്.

സ്ഥാനപ്പെടുത്തി ഇതേ അനുമാനത്തിൽ എത്തിയിട്ടുണ്ട്. 1993ൽ അദ്ദേഹം ഇങ്ങനെ എഴുതിയിട്ടുണ്ട്:

> ഈ സാക്ഷ്യങ്ങളെല്ലാം വ്യക്തമാക്കുന്നത് ഘഗ്ഗർ–ഹക്രയുടെ ജലചരിത്രം അതിസങ്കീർണ്ണമാണെന്നും സത്ലജിന്റെയും യമുനയുടെയും, ഘഗ്ഗർ ഹക്രയിലേക്കും അതിൽനിന്ന് മാറിയും ഉള്ള വഴിമാറിയൊഴുകലുകൾ ഒരിക്കൽമാത്രം ഉണ്ടായതോ ഒരേസമയത്ത് ഉണ്ടായതോ ആയ സംഭവങ്ങളല്ലെന്നു സൂചിപ്പിക്കുന്നതുമാണ്; അനേകം സംഭവങ്ങളുടെ പരമ്പരയാണത്...
>
> പുതിയതായി ലഭിച്ച അറിവുകളുടെ വെളിച്ചത്തിൽ ഉറപ്പിച്ചു പറയാവുന്ന കാര്യം സത്ലജ്ജും യമുനയും പണ്ടുകാലത്ത് ഹാരപ്പൻ സംസ്കാരത്തിന്റെ സമയത്തും അതിനു മുൻപും പിൻപും ഘഗ്ഗർ നദിയിലേക്ക് ചേർന്നിട്ടുണ്ടെന്നതാണ്.

അതായത്, ഏറ്റവും ഒടുവിൽ സരസ്വതി/ഘഗ്ഗർ-ഹക്ര നദി വരണ്ടുപോയ കാലം ഏതാണെന്നത് ഇപ്പോഴും തീരുമാനമായിട്ടില്ല; ആ വാദംകൊണ്ട് ഹാരപ്പൻ സംസ്കാരത്തിന്റെ ശിഥിലീകരണത്തിനു മുൻപാണ് ഋഗ്വേദം ഉണ്ടായതെന്ന് സ്ഥാപിക്കുവാൻ കഴിയുകയുമില്ല-ഹാരപ്പൻ സംസ്കാരം ഇല്ലാതായിട്ട് വളരെക്കാലത്തിനുശേഷമാവാം വൈദിക കാലഘട്ടത്തിലെ മനുഷ്യർ സരസ്വതി എന്ന് അവർ വിളിച്ചിരുന്ന ഒരു നദിയുടെ തീരത്ത് ജീവിച്ചിരുന്നത്.

വൈദിക കാലഘട്ടത്തിൽ ഘഗ്ഗർ–ഹക്ര ഒരു 'മഹാ'നദിയായിരുന്നുവോ ? ഹാർവാർഡ് യൂണിവേഴ്സിറ്റിയിലെ സംസ്കൃതാദ്ധ്യാപകനായ മൈക്കേൽ വിറ്റ്സെൽ അതിനൊരു തടസ്സം ചൂണ്ടിക്കാണിക്കുന്നുണ്ട്. കുടിയേറ്റം നടന്നിട്ടില്ലെന്നു വാദിക്കുന്നവർ വിശ്വസിക്കുന്നത് സരസ്വതീനദി വറ്റിപ്പോകുവാനുള്ള ഒരു കാരണം അതിലേക്ക് വന്നുചേർന്നിരുന്ന സത്ലജ് നദി ഒരു ടെക്ടോണിക് പ്രവർത്തനത്തിന്റെ ഫലമായി ബിയാസിലേക്ക് മാറിയൊഴുകുകയും അവ പിന്നീട് സിന്ധുവിലേക്ക് ചേരുകയും ചെയ്തതുകൊണ്ടാണ് എന്നാണ്. എന്നാൽ ഋഗ്വേദം മൂന്നാം വാല്യത്തിലെ സൂക്തം 33ൽ സത്ലജ് ബിയാസിൽ ചേരുന്നതായും അവിടുന്ന് ഒരുമിച്ച് ഒഴുകുന്നതായും പറയുന്നുണ്ട്. അതിനർത്ഥം ഋഗ്വേദം രചിക്കപ്പെട്ടപ്പോഴേക്കുംതന്നെ സത്ലജിലെ ജലം സരസ്വതിക്കു നഷ്ടപ്പെടുകയും അത് സിന്ധുവിനു ലഭിക്കുകയും ചെയ്തുകഴിഞ്ഞിരുന്നു എന്നാണ്, മുൻപ് അത് സരസ്വതിയിലേക്ക് ചേർന്നിരുന്നുവെന്നത് ശരിയാണെന്നു കരുതിയാൽപ്പോലും. അപ്പോൾ അത് 'പർവ്വതശിഖരങ്ങൾ തകർത്തെറിയുവാൻ കെല്പുള്ള മഹാനദി' ആയിരുന്നിരിക്കുവാൻ ഇടയില്ല. സത്ലജ് ബിയാസിൽ ചേരുന്നതിനെ വർണ്ണിക്കുന്ന സൂക്തത്തിന്റെ ഒരു ഭാഗത്തിന്റെ പരിഭാഷ താഴെ കൊടുക്കുന്നു. (ബിയാസിന്റെ വൈദികനാമം വിപാസ് എന്നും സത്ലജിന്റേത് ശതുദ്രി എന്നുമാണ്):

പർവതവക്ഷസ്സിൽനിന്ന് കടിഞ്ഞാൺ പൊട്ടിക്കുതിയ്ക്കുന്ന രണ്ട് അശ്വങ്ങളെപ്പോൽ,
കിടാങ്ങളെ നക്കിത്തുടയ്ക്കുന്ന, ശോഭതൂകുന്ന രണ്ട് ഗോമാതാക്കളെപ്പോൽ
വിപസ്സും ശതുദ്രിയും കുത്തിയൊഴുകുന്നു.
സ്തുതിയ്ക്കപ്പെട്ട ഇന്ദ്രനാൽ പ്രചോദിതരായി രഥങ്ങളിലെന്നപോലെ നിങ്ങൾ സാഗരോന്മുഖമായി ഒഴുകുന്നു.
ഒന്നിച്ചുചേർന്ന്, അലകളുയർത്തി, ഹേ ശുദ്ധജലപ്രവാഹങ്ങളേ, നിങ്ങൾ ഒന്നൊന്നിനെ തേടുന്നു.

(യമുനയിലെ വെള്ളം ഘഗ്ഗർ-ഹക്രയിലേക്ക് ഒഴുകിയതിനെക്കുറിച്ചു പറയുമ്പോൾ, അങ്ങനെ ഉണ്ടായിട്ടുണ്ടെങ്കിൽത്തന്നെ, ഋഗ്വേദം യമുനയെ ഒരു പ്രത്യേകനദിയായി എടുത്തുപറയുവാൻ വഴിയില്ലല്ലോ. അപ്പോൾ 'യമുന'യെ 'സരസ്വതി' എന്നേ പറഞ്ഞിട്ടുണ്ടാകൂ. സരസ്വതിയിൽനിന്ന് വേറിട്ട് ഒരു പ്രത്യേക നദിയായി യമുനയെ ഋഗ്വേദത്തിൽ വർണ്ണിച്ചിരിക്കുന്നതുകൊണ്ട്, യമുന സരസ്വതിയിലേക്ക് ഒഴുകുന്നത് നിർത്തി ഗംഗയിലേക്ക് ഒഴുകിയ സംഭവം നടന്നിട്ടുണ്ടെങ്കിൽ അത് ഋഗ്വേദം രചിക്കുന്നതിന് മുൻപാണ്.)

പാകിസ്ഥാനിലെ പുരാവസ്തുശാസ്ത്രജ്ഞനായ മുഹമ്മദ് റഫീഖ് മുഗൾ നടത്തിയ സർവേകളിൽ 1500 BCE വരെപ്പോലും പാകിസ്ഥാൻ പ്രവിശ്യയിലുള്ള സരസ്വതിയുടെ തടത്തിൽ ആവാസകേന്ദ്രങ്ങൾ ഉണ്ടായിരുന്നു എന്നതിന്റെ തെളിവുകൾ ലഭിച്ചിട്ടുണ്ടെന്ന് വിറ്റ്സെൽ പറയുന്നുണ്ട്; ഹാരപ്പൻ സംസ്കാരത്തിന്റെ ശിഥിലീകരണത്തിന് ശേഷം വളരെക്കാലം കഴിഞ്ഞും സരസ്വതി ഒഴുകുന്നുണ്ടായിരുന്നു എന്നതിന്റെ സൂചകമാണിത്.[2]

മേൽപ്പറഞ്ഞ അനുമാനങ്ങളെല്ലാം ഭാഷാശാസ്ത്രപരമായും പുരാവസ്തുശാസ്ത്രപരമായുമുള്ള തെളിവുകൾ കൂടാതെ ചുരുക്കം ചില ഭൂതത്വശാസ്ത്രപഠനങ്ങളിൽനിന്നു ലഭിച്ച തെളിവുകളെയുംകൂടി ആധാരപ്പെടുത്തിയുള്ളവയാണ്. അതിനാൽ ഈയടുത്തുനടന്ന രണ്ടു വിശദമായ ശാസ്ത്രപഠനങ്ങൾകൂടി പരിശോധിക്കുന്നത് നന്നായിരിക്കും: 2012 ലെ 'ഹാരപ്പൻ സംസ്കാരത്തിന്റെ ജലഭൂമികകൾ' (Fluvial Landscapes of the Harappan Civilization), 2017 ലെ സിന്ധുനദീതട സംസ്കാരത്തിലെ നഗരസങ്കേതങ്ങളിൽ ഹിമാലയൻ നദിയുടെ മോർഫോഡൈനാമിക്സിന്റെ വിപരീതപ്രേരണാ സ്വാധീനം' (Counter–intutive Influence of Himalayan River Morphodynamics on Indus Civilization Urban Settlements, മണ്ണൊലിപ്പും മണ്ണടിയലും മൂലം ഭൂപ്രദേശങ്ങൾക്കുണ്ടാകുന്ന വ്യതിയാനങ്ങളെക്കുറിച്ചു പഠിക്കുന്ന ശാസ്ത്രശാഖയാണ് മോർഫോഡൈനാമിക്സ്) എന്നീ രണ്ടു പഠനങ്ങൾ. ഇതിൽ ആദ്യത്തേതിന്റെ രചയിതാക്കൾ മസാച്യുസെറ്റ്സിലെ വുഡ് ഹോൾ ജ്യോഗ്രഫിക് ഓഷ്യാനോ

2 ഘഗ്ഗർ-ഹക്ര തടത്തിലുള്ള ചോലിസ്ഥാനിൽ നിരവധി ഹാരപ്പൻ ആവാസകേന്ദ്രങ്ങൾ കണ്ടെത്തിയ പുരാവസ്തുഗവേഷകനാണ് മുഗൾ. ഇൻഡസ്, ഘഗ്ഗർ-ഹക്ര എന്നീ രണ്ടു നദീവ്യവസ്ഥകളെ അടിസ്ഥാനമാക്കിയാണ് ഹാരപ്പൻ സംസ്കാരം രൂപംകൊണ്ടത് എന്ന ആശയത്തെ സ്ഥിരീകരിക്കുവാൻ അദ്ദേഹത്തിന്റെ കണ്ടെത്തലുകളാണ് ഇന്ന് നമ്മെ അനുവദിക്കുന്നത്.

ഗ്രഫിക് ഇൻസ്റ്റിട്യൂഷനിലെ ലിവിയു ജിയോസൻ, ഇംഗ്ലണ്ടിലെ അബെർദീൻ യൂണിവേഴ്സിറ്റിയിലെ പീറ്റർ ഡി ക്ലിഫ്റ്റ് എന്നീ ഭൂതത്വശാസ്ത്രജ്ഞരും പുരാവസ്തുശാസ്ത്രജ്ഞനായ ഡോറിയൻ ക്യു ഫുള്ളറും സഹപ്രവർത്തകരുമാണ്. കാൺപൂരിലെ ഇന്ത്യൻ ഇൻസ്റ്റിറ്റ്യൂട്ട് ഓഫ് ടെക്നോളജിയിലെ ഭൂതത്വശാസ്ത്രജ്ഞരായ അജിത് സിംഗ്, രാജീവ് സിംഗ്, ഡെന്മാർക്ക് ടെക്നിക്കൽ യൂണിവേഴ്സിറ്റിയുടെ സെന്റർ ഫോർ ന്യൂക്ലിയർ ടെക്നോളജിയിലെ ക്രിസ്റ്റിന ജെ തോംസൺ മുതലായവരാണ് രണ്ടാമത്തെ പഠനം നടത്തിയത്.

ആദ്യത്തെ പഠനം പരിശോധിച്ചത് ഹാരപ്പൻ സംസ്കാരത്തിന്റെ കാലത്തുണ്ടായ കാലാവസ്ഥാവ്യതിയാനങ്ങളും നദികളുടെ ഗതിമാറ്റങ്ങളും ആണ്; അതുവഴി സംസ്കാരത്തിന്റെ ശിഥിലീകരണത്തിനുള്ള കാരണങ്ങൾ മനസ്സിലാക്കുവാനാണ് അവർ ശ്രമിച്ചത്–വ്യക്തമായ രണ്ടു നിഗമനങ്ങളിൽ അവർ എത്തിച്ചേരുകയും ചെയ്തു. വെള്ളപ്പൊക്കത്തിന്റെ തീവ്രതയിലുണ്ടായ ക്രമാനുഗതമായ കുറവ് കൃഷിയെ ആദ്യമൊക്കെ പരിപോഷിപ്പിക്കുകയും ഏകദേശം 2500 BCE അടുപ്പിച്ച് നഗരവത്കരണത്തെ പ്രോത്സാഹിപ്പിക്കുകയും ചെയ്തിരുന്നു. എന്നാൽ, കാലവർഷം തുടർച്ചയായി കുറഞ്ഞുവന്നപ്പോൾ നദിയിൽ വെള്ളം ഉയരുന്നതിനെ ആശ്രയിച്ചുള്ള കൃഷിയെയും മഴയെ ആശ്രയിച്ചുള്ള കൃഷിയെയും അത് വിപരീതമായി ബാധിച്ചു. രണ്ടാമത്തെ നിഗമനം ഘഗ്ഗർ-ഹക്രയെ സംബന്ധിച്ചുള്ളതാണ്:

> പുരാണപ്രസിദ്ധമായ സരസ്വതിയെന്ന് ചിലർ പറയുന്നതും മഞ്ഞുരുകിയ ജലം നിറഞ്ഞതുമായ ഒരു ഹിമാലയൻ നദി സിന്ധുവിന്റെയും ഗംഗയുടെയും ഇടയിലുള്ള നദീതടത്തിൽ (interfluve) സ്ഥിതിചെയ്തിരുന്ന ഹാരപ്പൻ സംസ്കരത്തിന്റെ കേന്ദ്രഭൂവിഭാഗത്തെ ജലസമൃദ്ധമാക്കിയിരുന്നു എന്ന പഴയ നിഗമനങ്ങൾക്കു വിപരീതമായി ആ ഭാഗങ്ങളിൽ കാലവർഷംകൊണ്ട് നിറഞ്ഞിരുന്ന പുഴകൾ മാത്രമേ ഹോളോസീൻ കാലത്ത് ഉണ്ടായിരുന്നുള്ളൂ എന്നാണ് ഞങ്ങൾ പറയുന്നത്. കാലവർഷം ദുർബ്ബലമായപ്പോൾ മഴകൊണ്ടുമാത്രം നിറയുന്ന നദികൾ ക്രമേണ വറ്റിത്തുടങ്ങുകയും അവയുടെ തീരദേശങ്ങളിലെ വാസം ദുഷ്കരമായിത്തീരുകയും ചെയ്തു. ഹാരപ്പൻ നാഗരികതയെ പിന്തുണച്ചിരുന്ന കാർഷികോത്പാദനത്തെ ജലസംബന്ധവും കാലാവസ്ഥാസംബന്ധവുമായ സമ്മർദ്ദങ്ങൾ പ്രതികൂലമായി ബാധിച്ചുതുടങ്ങി; അത് ആവാസകേന്ദ്രങ്ങളുടെ വലിപ്പം കുറയ്ക്കുന്നതിലേക്കും വിളകൾ കൂടുതൽ വ്യത്യസ്തമാക്കുന്നതിലേക്കും, പഞ്ചാബിന്റെ മുകൾഭാഗം, ഹരിയാന, ഉത്തർപ്രദേശ് എന്നിവിടങ്ങളിലെ കൂടുതൽ ഈർപ്പമുള്ള കാലവർഷപ്രദേശങ്ങളിലെ ആവാസകേന്ദ്രങ്ങളുടെ എണ്ണത്തിൽ പൊടുന്നനെയുണ്ടായ വർദ്ധനവിലേക്കും നയിച്ചു.

അതായത്, ഏകദേശം 10,000 BCE മുതൽതന്നെ ഘഗ്ഗർ–ഹക്ര മഴകൊണ്ട് നിറയുന്ന നദിയാണെന്നും അതിനാൽ മഞ്ഞുരുകിയ ജലംകൊണ്ട് നിറയുന്ന നദികളെപ്പോലെ 'പർവ്വതശിഖരങ്ങൾ തകർക്കുവാൻ' കഴിവുള്ള 'മഹാനദി' ആകുവാൻ ഇടയില്ലെന്നും വരുന്നു.

അജിത് സിംഗും കൂട്ടരും നടത്തിയ രണ്ടാമത്തെ പഠനവും അത്രതന്നെ ശക്തമായ നിഗമനങ്ങളിലാണ് എത്തിച്ചേർന്നത്: സിന്ധുനദീതടസംസ്കാരം വികാസം പ്രാപിച്ചത് ഉപേക്ഷിക്കപ്പെട്ട ഒരു നദീതടത്തോടു ചേർന്നാണ്, സജീവമായ ഹിമാലയൻ നദിയുടെ തടത്തിലല്ല. പഠനം ഇങ്ങനെ പ്രസ്താവിക്കുന്നു:

> പ്രകാശ ഉത്തേജനത്താൽ (optically stimulated luminescence) മണൽത്തരികളുടെ കാലഗണന നടത്തിയപ്പോൾ സിന്ധുനദീതടത്തിൽ ജനവാസം ഉണ്ടാകുന്നതിന് വളരെ മുൻപുതന്നെ സത്ലജ് ഈ വഴി ഒഴുകാതായിട്ടുണ്ട് എന്നും ഇപ്പോഴുള്ള അതിന്റെ ഗതി ഏകദേശം 8000 വർഷം മുൻപ് പൂർണ്ണമായിട്ടുണ്ടെന്നും ഞങ്ങൾക്ക് തെളിയിക്കുവാൻ കഴിഞ്ഞു. സിന്ധുനദീതടത്തിലെ നഗരസങ്കേതങ്ങൾ ഉപേക്ഷിക്കപ്പെട്ട ഒരു നദീതടത്തിലാണ് വികാസംകൊണ്ടത്, അല്ലാതെ സജീവമായ ഒരു ഹിമാലയൻ നദിയുടെ തടത്തിലല്ല.... ഉപേക്ഷിക്കപ്പെട്ടതും രണ്ടായിമുറിഞ്ഞതുമായ ഈ തടം നഗരവികാസത്തിന് തികച്ചും അനുയോജ്യമായ ഒന്നായിരുന്നു എന്നാണ് ഞങ്ങൾ നിർദ്ദേശിക്കുന്നത്, കാരണം, ദുരന്തം വിതയ്ക്കുന്ന വെള്ളപ്പൊക്കങ്ങളും ഗതിമാറിയൊഴുകലുകളും (lateral channel migration) പതിവായ ഹിമാലയൻ നദികളുടെ തടങ്ങളെ അപേക്ഷിച്ച് ഇത് കുറച്ചുകൂടി സുരക്ഷിതമായിരുന്നു.

സത്ലജ് വഴിമാറിയൊഴുകിയതിനുശേഷവും ഹിമാലയത്തിന്റെ ഉയരം കുറഞ്ഞ മലനിരകളിൽനിന്ന് മഴക്കാലത്ത് രൂപംകൊള്ളുന്ന താത്കാലിക നദികൾ-ഇന്നത്തെ ഘഗ്ഗർ നദി പോലെ-പഴയ തടത്തിലേക്ക് ഒലിച്ചിറങ്ങുകയും സിന്ധുനദീതടത്തിലെ നഗരസങ്കേതങ്ങളുടെ നിലനിൽപ്പിന് സഹായകമാവുകയും ചെയ്തുകൊണ്ടിരുന്നു എന്നും പഠനത്തിൽ പറയുന്നുണ്ട്. 3000 BCE ക്കു ശേഷം നദീതടത്തിൽ അടിമണ്ണുനിക്ഷേപം (sedimentation) കുറഞ്ഞുവരുന്നതായും പഠനം കണ്ടെത്തി; കാലവർഷത്തിന്റെ ശക്തിയിലുണ്ടായ കുറവാവാം ഇതിന്റെ കാരണം.

'സിന്ധുനദീതടസംസ്കാരത്തിനു പോഷണമേകിയിരുന്ന, ഹിമാലയത്തിലെ മഞ്ഞുകൊണ്ടു ഒഴുകിയിരുന്ന, ഒരു നദി ഘഗ്ഗർ- ഹക്ര പാലിയോ ചാനലിൽ (Ghaggar–Hakra palaeochannel) ഉണ്ടായിരുന്നില്ല എന്നു ഞങ്ങൾ ഗവേഷണഫലങ്ങളിൽനിന്ന് അനുമാനിക്കുന്നു. മറിച്ച്, കാലവർഷം കൊണ്ട് ഒഴുകിയിരുന്ന താത്കാലിക നദികളെ കേന്ദ്രീകരിക്കുന്നതിൽ സത്ലജ് ഒഴുകിയിരുന്ന തടം സഹായിച്ചിട്ടുണ്ടെന്ന് തടത്തിന്റെ മേൽപ്രദേശത്തുള്ള മണ്ണിൽ തീരെ തരിയായി കാണപ്പെടുന്ന എക്കലിൽനിന്ന് തെളിയുന്നുണ്ട്.'

ഇന്ത്യൻ ഗ്രീഷ്മകാല മൺസൂണിന്റെ ശോഷണമാണോ സംസ്കാരത്തിന്റെ ശിഥിലീകരണത്തിനു കാരണമായതെന്ന ചോദ്യത്തിന് 2012 ലെ പഠനത്തിൽനിന്ന് വ്യത്യസ്തമായി 2017ലെ പഠനം ഉറപ്പിച്ചൊന്നും പറയുന്നില്ല. അത് ഇങ്ങനെയാണ് പ്രസ്താവിക്കുന്നത്–' സ്വതന്ത്രമായ കാലാവസ്ഥാരേഖകളിൽ 4200 മുതൽ 4000 വരെ വർഷങ്ങൾക്കുമുൻപ് ഇന്ത്യയുടെ വിശാലമായ

ഭാഗങ്ങളിലെല്ലായിടത്തും ഇന്ത്യൻ ഗ്രീഷ്മകാല മൺസൂണിന്റെ ശോഷണം കാണുന്നുണ്ടെങ്കിലും, ഞങ്ങളുടെ ഗവേഷണഫലങ്ങളിൽ 5000 വർഷങ്ങൾക്കുമുമ്പുമുതൽ എക്കൽ അടിയുന്നതിന്റെ തോതിൽ ഗണ്യമായ കുറവ് കാണുന്നുണ്ടെങ്കിലും, ആരോഗ്യപരമായ നിഗമനങ്ങളിലെത്തിച്ചേരുവാൻ ആവശ്യമായ ഉറപ്പ് ഇന്നത്തെ ജലസംബന്ധമായ കാലഗണനകൾ നൽകുന്നില്ല.'

എന്നിരുന്നാലും, നീണ്ടുനിന്ന കാലവർഷശോഷണമാണ് ഘഗ്ഗർ-ഹക്ര നദിയെ വറ്റിച്ചുകളഞ്ഞതെന്ന 2012ലെ പഠനഫലത്തിന് ജൂലൈ 2018ൽ വലിയ കയ്യടി കിട്ടുകയുണ്ടായി; ഭൗമകാലത്തിന്റെ ഔദ്യോഗിക സൂക്ഷിപ്പുകാരായ ഇന്റർനാഷണൽ കമ്മീഷൻ ഓഫ് സ്ട്രാറ്റിഗ്രാഫി (ICS) 2200 BCE മുതൽ ഇന്നുവരെയുള്ള കാലഘട്ടത്തിനെ 'മേഘാലയൻ കാലഘട്ടം' എന്നു വേർതിരിച്ചപ്പോഴായിരുന്നു അത്. വളരെ പ്രാധാന്യമുള്ളതാണ് ഇത്; ലോകത്തെമ്പാടും, അതായത്, ഈജിപ്ത്, മെസൊപ്പൊട്ടേമിയ,ചൈന എന്നുതുടങ്ങി തീർച്ചയായും ഇന്ത്യയിലെയും പല സംസ്കാരങ്ങളെയും തവിടുപൊടിയാക്കിക്കളഞ്ഞ ഒരു വൻ വരൾച്ചയോടെയാണ് മേഘാലയൻ കാലഘട്ടം ആരംഭിക്കുന്നതെന്നാണ് ICS ന്റെ പക്ഷം. സമുദ്രത്തിലെയും അന്തരീക്ഷത്തിലെയും വായുപ്രവാഹങ്ങളുടെ ഗതിമാറ്റം കൊണ്ടാവണം ഈ വൻ വരൾച്ചയുണ്ടായത്.

ഇത്തരത്തിലൊരു വർഗ്ഗീകരണം ICS അംഗീകരിക്കണമെങ്കിൽ ആഗോളസ്വഭാവമുള്ള എന്തെങ്കിലുമൊരു വ്യതിയാനത്തിന്റേതായ വ്യക്തവും നിശ്ശങ്കവുമായ തെളിവുകൾ ഉണ്ടാകാതെവയ്യ. മേഘാലയൻ കാലഘട്ടത്തിന്റെ വിഷയത്തിൽ ലഭിച്ച തെളിവ് മേഘാലയയിലെ മോംലു (Mawmluh) ഗുഹകളിലെ സ്റ്റാലഗ്മൈറ്റ് അടരുകളിൽ കണ്ടെത്തിയ ഓക്സിജൻ ആറ്റങ്ങളുടെ ഐസോട്ടോപ്പുകളിൽ കാണുന്ന ക്രമക്കേടുകളാണ്. പുതിയ കാലഘട്ടം വേണമെന്ന ആശയം മുന്നോട്ടുവെച്ച അന്താരാഷ്ട്ര ഹോളോസീൻ ശാസ്ത്രജ്ഞരുടെ സംഘത്തെ നയിച്ചിരുന്ന ഇംഗ്ലണ്ടിലെ വെയിൽസ് യൂണിവേഴ്സിറ്റിയിലെ മൈക്ക് വാക്കർ ഒരു വാർത്താമാധ്യമത്തോടു പറഞ്ഞത് 'ഐസോട്ടോപ്പുകളിലെ വ്യതിയാനങ്ങളിൽ പ്രതിഫലിക്കുന്നത് 20 മുതൽ 30 ശതമാനം വരെയുള്ള മൺസൂൺ മഴക്കുറവാണ്'.

അതിനാൽ ഇന്ന് ലഭിച്ചിട്ടുള്ള തെളിവുകളുടെ ആധിക്യം വെളിവാക്കുന്നത് ഘഗ്ഗർ-ഹക്രയിലെ ജലം തട്ടിയെടുത്ത് ഗംഗ അഥവാ സിന്ധുവിനു നൽകിയ ഒരു ടെക്ടോണിക് പ്രവർത്തനമല്ല ഘഗ്ഗർ-ഹക്രയെ ശോഷിപ്പിച്ചത്, മറിച്ച് ആഗോളതലത്തിൽ ഇളക്കങ്ങളുണ്ടാക്കിയ ഒരു വൻപിച്ച വരൾച്ചയാണെന്നാണ്. ഒന്നുകൂടി ഉറപ്പിച്ചു പറയട്ടെ, മഴകൊണ്ട് നിറയുന്ന ഒരു നദിയായിരുന്നു ഘഗ്ഗർ, കാലവർഷത്തിലുണ്ടായ കുറവാണ് അതിനെ ദുർബ്ബലമാക്കിയത്; അല്ലാതെ കുടിയേറ്റം നടന്നിട്ടില്ലെന്ന പക്ഷക്കാർ പറയുംപോലെ മഞ്ഞുരുകിനിറഞ്ഞ 'പർവ്വതശിഖരങ്ങൾ തകർക്കുന്ന' സ്വഭാവമുള്ള ഒരു മഹാനദിയായിരുന്നില്ല അത്.

Bibliography

Anthony, David W. *The Horse, the Wheel and Language: How Bronze-Age Riders from the Eurasian Steppes Shaped the Modern World*. Princeton University Press, 2007.

Bellwood, Peter. *First Farmers: The Origins of Agricultural Societies*. Blackwell Publishing, 2005.

——. *First Migrants: Ancient Migration in Global Perspective*. Wiley Blackwell, 2013.

Bellwood, Peter, ed. *The Global Prehistory of Human Migration*. John Wiley & Sons, 2013.

Bisht, R.S. *Excavations at Dholavira: 1989–90 to 2004–05*. Archaeological Survey of India, 2015.

Bronkhorst, Johannes. *Greater Magadha: Studies in the Culture of Early India*. Brill, 2007.

Bronkhorst, Johannes, and Madhav M. Deshpande. *Aryan and Non-Aryan in South Asia: Evidence, Interpretation and Ideology*. Manohar Publishers & Distributors, 2012.

Bryant, Edwin F., and Laurie L. Patton, ed. *The Indo-Aryan Controversy: Evidence and Inference in Indian History*. Routledge, 2005.

Cavalli-Sforza, L. Luca, Paolo Menozzi, and Alberto Piazza. *The History and Geography of Human Genes*. Princeton University Press, 1994.

Childe, Gordon V. *Man Makes Himself.* New American Library, 1951.
——. *The Urban Revolution.* Town Planning Review. Liverpool University Press, 1950.
——. *What Happened in History.* Puffin, 1985/1942.
Danino, Michel. *The Lost River: On the Trail of the Sarasvati.* Penguin Books, 2010.
Gimbutas, Marija. *The Prehistory of Eastern Europe, Part One: Mesolithic, Neolithic and Copper Age Cultures in Russia and the Baltic Area.* American School of Prehistoric Research, Harvard University, Peabody Museum, 1956.
Harari, Yuval Noah. *Sapiens: A Brief History of Humankind.* Penguin Random House, 2015.
Joan, Aruz, ed., with Ronald Wallenfels. *Art of the First Cities: The Third Millennium BC from the Mediterranean to the Indus.* Metropolitan Museum of Art, 2003.
Kochhar, Rajesh. *The Vedic People: Their History and Geography.* Orient Blackswan, 2000.
Korisettar, Ravi, ed. *Beyond Stones and More Stones.* Mythic Society, 2017.
Krishnamurti, Bhadriraju. *The Dravidian Languages.* Cambridge University Press, 1998.
Kuz'mina, Elena E. *The Origin of the Indo-Iranians*, edited by J.P. Mallory. Koninklijke Brill NV, 2007.
Lal, B.B. *The Rigvedic People: Invaders, Immigrants or Indigenous? Evidence of Archaeology and Literature.* Aryan Books International, 2015.
——. *The Sarasvati Flows On: The Continuity of Indian Culture.* Aryan Books International, 2002.
Lal, Pranay. *Indica: A Deep Natural History of the Indian Subcontinent.* Penguin Random House India, 2016.
Liverani, Mario. *Uruk: The First City.* Equinox Publishing Ltd, 2016.
Mallory, J.P. *In Search of the Indo-Europeans: Language, Archaeology and Myth.* Thames & Hudson, 1991.
Oppenheimer, Stephen. *Out of Eden: The Peopling of the World.* Constable & Robinson Ltd, 2004.

Ostler, Nicholas. *Empires of the Word: A Language History of the World*. HarperCollins Publishers, 2005.

Parpola, Asko. *The Roots of Hinduism: The Early Aryans and the Indus Civilization*. Oxford University Press, 2015.

Petraglia, Michael, and Bridget Allchin, eds. *The Evolution and History of Human Populations in South Asia*. Vertebrate Paleobiology and Paleoanthropology Series, edited by Eric Delson. Springer, 2007.

Pollock, Sheldon. *The Language of Gods in the World of Men*. Permanent Black, 2006.

Possehl, Gregory L. *The Indus Civilization: A Contemporary Perspective*. Altamira Press, 2002.

Ratnagar, Shereen.*The End of the Great Harappan Tradition*. Manohar Publishers & Distributors, 2000.

——. *Understanding Harappa: Civilization in the Greater Indus Valley*. Tulika Books, 2001.

Reich, David. *Who We Are and How We Got Here: Ancient DNA and the New Science of the Human Past*. Oxford University Press, 2018.

Renfrew, Colin. *Prehistory: Making of the Human Mind*. Weidenfeld & Nicolson, 2007.

Roberts, Alice. *The Incredible Human Journey: The Story of How We Colonised the Planet*. Bloomsbury Publishing, 2009.

Shulman, David. *Tamil: A Biography*. Harvard College, 2016.

Singh, Upinder. *A History of Ancient and Early Medieval India: From the Stone Age to the 12th Century*. Dorling Kindersley India Pvt. Ltd, 2009.

Southworth, Franklin C. *Linguistic Archaeology of South Asia*. RoutledgeCurzon, 2005.

Thapar, Romila. *The Past as Present: Forging Contemporary Identities through History*. Aleph Book Company, 2014.

——. *The Penguin History of Early India: From the Origins to AD 1300*. Penguin Books India, 2003.

Wells, Spencer. *The Journey of Man: A Genetic Odyssey*. Penguin Books, 2002.

Journal articles and scientific papers

Akhilesh, Kumar, et al. 'Early Middle Palaeolithic Culture in India around 385 to 172 ka Reframes Out of Africa Models'. *Nature*, 2018.

Allentoft, Morten E., et al. 'Population Genomics of Bronze Age Eurasia'. *Nature*, June 2015.

Basu, Analabha, Neeta Sarkar-Roy, and Partha P. Majumder. 'Genomic Reconstruction of the History of Extant Populations of India Reveals Five Distinct Ancestral Components and a Complex Structure'. *PNAS*, February 2016.

Bates, J., C.A. Petrie, and R.N. Singh. 'Approaching Rice Domestication in South Asia: New Evidence from Indus Settlements in Northern India'. *Journal of Archaeological Science*, February 2017.

Bednarik, Robert G. 'Palaeolithic Art in India'. *Man and Environment*, January 1993.

Belfer-Cohen, Anna, and Nigel A. Goring-Morris. 'Becoming Farmers: The Inside Story'. *Current Anthropology*, October 2011.

Boivin, Nicole, et al. 'First Farmers in South India: The Role of Internal Processes and External Influences in the Emergence and Transformation of South India's Earliest Settled Societies'. Paper presented at the 'International Seminar on the First Farmers in Global Perspective' in Lucknow, 2006. Published in *Pragdhara* 18.

Clarkson, Chris, et al. 'Human Occupation of Northern Australia by 65,000 Years Ago'. *Nature*, July 2017.

Constantini, Lorenzo. 'The First Farmers in Western Pakistan: The Evidence of the Neolithic Agro-pastoral Settlement of Mehrgarh'. Paper presented at the 'International Seminar on First Farmers in Global Perspective' in Lucknow, January 2006. Published in *Pragdhara* 18.

Daly, Kevin G., et al. 'Ancient Goat Genomes Reveal Mosaic Domestication in the Fertile Crescent'. *Science*, July 2018.

Damgaard, Peter de Barros, et al. 'The First Horse Herders and the Impact of Early Bronze Age Steppe Expansions into Asia'. *Science*, May 2018.

During Caspers, Elisabeth C.L. 'Sumer, Coastal Arabia and the Indus Valley in Protoliterate and Early Dynastic Eras: Supporting Evidence for a Cultural Linkage'. *Journal of the Economic and Social History of the Orient*, 22(2), 1979.

Fuller, Dorian Q. 'Agricultural Origins and Frontiers in South Asia: A Working Synthesis'. Institute of Archaeology, University College of London, 2006.

——. 'Ashmounds and Hilltop Villages: The Search for Early Agriculture in Southern India'. *Archaeology International*, November 2000.

Gallego-Llorente, M., et al. 'The Genetics of an Early Neolithic Pastoralist from the Zagros, Iran'. *Scientific Reports*, May 2016.

Giosan, Liviu, et al. 'Fluvial Landscapes of the Harappan Civilization'. *PNAS*, 2012.

Goring-Morris, Nigel A., and Anna Belfer-Cohen. 'Neolithization Processes in the Levant: The Outer Envelope'. *Current Anthropology*, October 2011.

Gyaneshwer, Chaubey, et al. 'Population Genetic Structure in Indian Austroasiatic Speakers: The Role of Landscape Barriers and Sex-specific Admixture'. *Molecular Biology and Evolution*, February 2011.

Haak, Wolfgang, et al. 'Massive Migration from the Steppe Was a Source for Indo-European Languages in Europe'. *Nature*, June 2015.

Jarrige, Jean-François. 'Mehrgarh Neolithic'. Paper presented at the 'International Seminar on First Farmers in Global Perspective' in Lucknow, 2006. Published in *Pragdhara* 18.

Joseph, Tony. 'How Genetics Is Settling the Aryan Migration Debate'. *The Hindu*, 16 June 2017.

——. 'How We the Indians Came to Be'. *Quint*, 2 April 2018.

——. 'Who Built the Indus Valley Civilization?' *The Hindu*, 23 December 2017.

——. 'Who Were the First Settlers of India'. *The Hindu*, 5 September 2017.

Karmin, Monica, et al. 'A Recent Bottleneck of Y Chromosome Diversity Coincides with a Global Change in Culture'. *Genome Research*, April 2015.

Kenoyer, Jonathan Mark. 'Changing Perspectives of the Indus Civilization: New Discoveries and Challenges'. *Puratattva*, 2011.

——. 'The Harappan State: Was It or Wasn't It?' *Wisconsin Archaeological Reports*, Volume 3, 1994.

Kristiansen, Kristian, et al. 'Re-theorising Mobility and Formation of Culture and Language among the Corded Ware Culture in Europe'. *Antiquity*, April 2017.

Laziridis, Iosif, et al. 'Genomic Insights into the Origin of Farming in the Ancient Near East'. *Nature*, August 2016.

Librado, Pablo, et al. 'The Evolutionary Origin and Genetic Makeup of Domestic Horses'. *Genetics*, October 2016.

Lipson, Mark et al. 'Ancient Genomes Document Multiple Waves of Migration in Southeast Asia Prehistory'. *Science*, 2018.

Madella, Marco, and Dorian Q. Fuller. 'Palaeoecology and the Harappan Civilization of South Asia: A Reconsideration'. *Quaternary Science Reviews*, 2006.

Mahadevan, Iravatham. 'Dravidian Proof of the Indus Script via the Rigveda: A Case Study'. Indus Research Centre, Roja Muthiah Research Library, 2014.

——. 'Early Tamil Epigraphy: From the Earliest Times to the Sixth Century CE'. Central Institute of Classical Tamil, 2014.

——. 'How Did the Great God Get a Blue Neck? A Bilingual Clue to the Indus Script'. *Journal of Tamil Studies*, December 2008.

——. 'Indus Fish Swam in the Great Bath: A New Solution to an Old Riddle'. Indus Research Centre, Roja Muthiah Research Library, August 2011.

——. 'Interpreting the Indus Script: The Dravidian Solution'. Convocation address at the Dravidian University, Kuppam, Andhra Pradesh, February 2015.

Majumder, Partha P. 'The Human Genetic History of South Asia'. *Current Biology*, February 2010.

——. 'Understanding the Aryan Debate: Population Genetics Concepts and Frameworks'. *Current Science*, March 2018.

Majumder, Partha P., and Analabha Basu. 'A Genomic View of the Peopling and Population Structure of India.' *Cold Spring Harbor Perspectives in Biology*, 2015.

Mathieson, Iain, et al. 'Genome-wide Patterns of Selection in 230 Ancient Eurasians'. *Nature*, 2015.

McAlpin, David W. 'Brahui and the Zagrosian Hypothesis'. *Journal of the American Oriental Society*, July 2015.

——. 'Proto-Elamo-Dravidian: The Evidence and Its Implications'. *Transactions of the American Philosophical Society*, 1981.

McColl, Hugh, et al. 'Ancient Genomics Reveals Four Prehistoric Migration Waves into Southeast Asia'. bioRxiv, 2018.

Mellars, Paul, et al. 'Genetic and Archaeological Perspectives on the Initial Modern Human Colonization of Southern Asia'. *PNAS*, 2013.

Mendizabel, I., et al. 'Reconstructing the Indian Origin and Dispersal of the European Roma: A Maternal Genetic Perspective'. *PLOS One*, January 2011.

Misra, V.N. 'Indus Civilization and the Rgvedic Sarasvati'. Proceedings of the 'Twelfth International Conference of the European Association of South Asian Archaeologists' held in Helsinki University, 5–9 July 1993. Suomalainen Tiedeakatemia, 1994.

——. 'The Role of the Rgvedic Sarasvati in the Rise, Growth and Decline of the Indus Civilization'. Annals of the Bhandarkar Oriental Research Institute, 2011. Speech delivered at the Bhandarkar Oriental Research Institute in Pune, 27 August 1998.

Mishra, Sheila, Naveen Chauhan, and Ashok K. Singhvi. 'Continuity of Microblade Technology in the Indian Subcontinent since 45 ka: Implications for the Dispersal of Modern Humans'. *PLOS One*, July 2013.

Moorjani, Priya, et al. 'Genetic Evidence for Recent Population Mixture in India'. *American Journal of Human Genetics*, September 2013.

Narasimhan, Vagheesh, et al. 'The Genomic Formation of South and Central Asia'. bioRxiv, March 2018.

Pagani, Luca, et al. 'An Ethnolinguistic and Genetic Perspective on the Origins of the Dravidian-Speaking Brahui in Pakistan'. *Man in India*, 2017.

Palanichamy, Malliya Gounder, et al. 'West Eurasian mtDNA Lineages in India: An Insight into the Spread of Dravidian Language and the Origins of the Caste System'. *Human Genetics*, March 2015.

Parpola, Asko. 'A Dravidian Solution to the Indus Script Problem'. Kalaignar M. Karunanidhi Classical Tamil Research Endowment Lecture delivered at the World Classical Tamil Conference, Central Institute of Classical Tamil, 25 June 2010.

——. 'Study of the Indus Script'. Paper read at the '50th ICES' Tokyo Session, 19 May 2005.

Petraglia, Michael, et al. 'Population Increase and Environmental Deterioration Correspond with Microlithic Innovations in South Asia ca. 35,000 Years Ago'. *PNAS*, July 2009.

Pickrell, Joseph K., and David Reich. 'Toward a New History and Geography of Human Genes Informed by Ancient DNA'. *Trends in Genetics*, September 2014.

Poznik, David G., et al. 'Punctuated Bursts in Human Male Demography Inferred from 1,244 Worldwide Y-Chromosome Sequences'. *Nature Genetics*, 2016.

Raikes, Robert. 'Kalibangan: Death from Natural Causes'. *Antiquity*, December 1968.

Rasmussen, Simon, et al. 'Early Divergent Strains of *Yersinia pestis* in Eurasia 5000 Years Ago'. *Cell*, October 2015.

Reich, David, et al. 'Reconstructing Indian Population History'. *Nature*, September 2009.

Robert, Patrick, Nicole Boivin, and Michael Petraglia. 'The Sri Lankan "Microlithic" Tradition c. 38,000 to 3,000 Years Ago: Tropical Technologies and Adaptations of *Homo sapiens* at the Southern Edge of Asia'. *Journal of World Prehistory*, June 2015.

Romero, Irene Gallego, et al. 'Herders of Indian and European Cattle Share Their Predominant Allele for Lactase Persistence'. *Molecular Biology and Evolution*, 2012.

Sengupta, Sanghamitra, et al. 'Polarity and Temporality of High Resolution Y-Chromosome Distributions in India Identify Both Indigenous and Exogenous Expansions and Reveal Minor Genetic Influence of Central Asian Pastoralists'. *American Journal of Human Genetics*, February 2006.

Silva, Marina, et al. 'A Genetic Chronology for the Indian Subcontinent Points to Heavily Sex-biased Dispersals'. *BMC Evolutionary Biology*, 2017.

Singh, Ajit, et al. 'Counter-intuitive Influence of Himalayan River Morphodynamics on Indus Civilisation Urban Settlements'. *Nature Communications*, 2017.

Southworth, Franklin C., and David W. McAlpin. 'South Asia: Dravidian Linguistic History'. In *Encyclopedia of Global Human Migration*, Blackwell Publishing Ltd, 2013.

Tewari, Rakesh, et al. 'Early Farming at Lahuradewa'. Paper presented at the 'International Seminar on First Farmers in the Global Perspective' in Lucknow, January 2006. Published in *Pragdhara* 18.

Thakur, B., A. Saxena, and I.B. Singh. 'Paddy Cultivation During Early Holocene: Evidence from Diatoms in Lahuradewa Lake Sediments, Ganga Plain'. *Current Science*, June 2018.

Thangaraj, Kumarasamy, et al. 'In Situ Origin of Deep Rooting Lineages of Mitochondrial Macrohaplogroup M in India'. *BMC Genomics*, June 2006.

Thangaraj, Kumarasamy, et al. 'Reconstructing the Origin of Andaman Islanders'. *Science*, May 2005.

Underhill, Peter, et al. 'The Phylogenetic and Geographic Structure of Y-Chromosome Haplogroup R1a'. *European Journal of Human Genetics*, January 2015.

Wang, Wensheng, et al. 'Genomic Variation in 3,010 Diverse Accessions of Asian Cultivated Rice'. *Nature*, 2018.

Warmuth, Vera, et al. 'Reconstructing the Origin and Spread of Horse Domestication in the Eurasian Steppe'. *PNAS*, May 2012.

Westaway, K.E., et al. 'An Early Modern Human Presence in Sumatra 73,000 to 63,000 Years Ago'. *Nature*, August 2017.

Witzel, Michael. 'Autochthonous Aryans? The Evidence from Old Indian and Iranian Texts'. *Electronic Journal of Vedic Studies* 7-3 (EJVS), 2001.

——. 'The Languages of Harappa'. February 2000. www.people.fas.harvard.edu/~witzel/IndusLang.pdf

Zeder, Melinda. 'The Origins of Agriculture in the Near East'. *Current Anthropology*, October 2011.

കൃതജ്ഞത

ഈ ഭാഗത്തിന് പതിവിലും കൂടുതൽ നീളമുണ്ട്, കാരണം കഴിഞ്ഞ ആറു വർഷക്കാലത്തിനുള്ളിൽ എനിയ്ക്ക് പല അറിവുകളും പകർന്നുതന്ന വൈജ്ഞാനികരും ശാസ്ത്രജ്ഞരും കൂടാതെ പുരാവസ്തുവിജ്ഞാനീയം, ജനിതകശാസ്ത്രം, ഭാഷാശാസ്ത്രം, പുരാലിഖിതവിജ്ഞാനീയം, ഭാഷാവ്യുത്പത്തിശാസ്ത്രം, ചരിത്രം എന്നിങ്ങനെ പരന്നുകിടക്കുന്ന പല വിജ്ഞാനശാഖകളിലെയും വിദഗ്ധരോടെല്ലാമുള്ള എന്റെ നന്ദി പ്രകാശിപ്പിക്കാതെ വയ്യ. ഈ ആറുവർഷങ്ങൾ കൊണ്ട് അവരിൽ ചിലരുമായി ഞാൻ വ്യക്തിപരമായി അടുത്തിട്ടുണ്ട്, പതിറ്റാണ്ടുകളായി അവർ ചെയ്തുകൊണ്ടിരിക്കുന്ന വിജ്ഞാനസമ്പാദനം വഴി ഔദ്യോഗികമായി എല്ലാവരെയും അറിയുവാൻ കഴിഞ്ഞിട്ടുണ്ട്. ആരുടെയെങ്കിലും പേര് ഇവിടെയുണ്ടാകേണ്ടതാണ്, എന്നാൽ കാണുന്നില്ല എന്നുണ്ടെങ്കിൽ മനഃപൂർവമല്ലാത്ത ആ അസാന്നിദ്ധ്യത്തിന് മാപ്പ്.

ഇന്ന് നമ്മുടെകൂടെയില്ലാത്ത നാലു പ്രഗത്ഭരെ സ്മരിച്ചുകൊണ്ട് ഞാൻ എന്റെ നന്ദിപ്രകടനത്തിലേക്ക് കടക്കട്ടെ. ഇന്ത്യയുടെ ഏറ്റവും പ്രശസ്തനായ പുരാലിഖിതപണ്ഡിതനായ ഡോക്ടർ ഐരാവതം മഹാദേവൻ ഈ പുസ്തകം പ്രസിദ്ധീകരണത്തിന് തയ്യാറെടുക്കുന്ന സമയത്താണ് അന്തരിച്ചത്. അദ്ദേഹത്തിന്റെ ചെന്നൈയിലുള്ള വസതിയിൽ, അദ്ദേഹം കൈകാര്യംചെയ്തുകൊണ്ടിരുന്ന ഇന്ത്യയുടെ പ്രാഗ്ചരിത്രത്തിലെ ഏറ്റവും കഠിനമായ സമസ്യയെക്കുറിച്ച്–ഹാരപ്പയിലെ ലിപി വായിച്ചെടുക്കുന്നതിനെപ്പറ്റി–ചർച്ചചെയ്തുകൊണ്ട് ഞങ്ങൾ ചെലവഴിച്ച സമയം എന്നും അമൂല്യമായ ഓർമ്മയായിത്തന്നെ തുടരും. ഇന്ത്യൻ സംസ്കാരത്തിന്റെ സ്വഭാവത്തെക്കുറിച്ച് അദ്ദേഹത്തിനുണ്ടായിരുന്ന ഉൾക്കാഴ്ചകൾ ശരിയായിരുന്നുവെന്ന് ഏറ്റവും പുതിയ കണ്ടെത്തലുകൾ തെളിയിച്ചുകൊണ്ടിരിക്കുന്ന ദശയിൽത്തന്നെ അദ്ദേഹം നമ്മെ വിട്ടുപോയത് ഏറ്റവും ഹൃദയഭേദകമായി തോന്നുന്നു.

പ്രഗത്ഭരായ പുരാവസ്തുശാസ്ത്രജ്ഞരായിരുന്ന പ്രൊഫസ്സർ എം കെ ധവാലിക്കറുടെയും പ്രൊഫസ്സർ വി എൻ മിശ്രയുടെയും വിയോഗങ്ങളും അത്രതന്നെ ദൗർഭാഗ്യകരമാണ്. അവർ രണ്ടുപേരും വ്യത്യസ്ത കാലയളവുകളിൽ ദക്ഷിണേഷ്യയിലെ ഏറ്റവും പ്രശസ്തമായ പുരാവസ്തുവിജ്ഞാനീയ സ്ഥാപനമായ പുണെയിലെ ഡെക്കാൻ കോളേജിന്റെ ഡയറക്ടർ സ്ഥാനം അലങ്കരിച്ചിരുന്നവരാണ്. മൺമറഞ്ഞ മറ്റൊരു മഹത്‌വ്യക്തി ബനാറസ്

ഹിന്ദു യൂണിവേഴ്സിറ്റിയുടെ വൈസ് ചാൻസലറും ജനിതകശാസ്ത്രജ്ഞനും ആയിരുന്ന പ്രൊഫസ്സർ ലാൽജി സിംഗ് ആണ്. ധവാലിക്കറും മിശ്രയും എന്നെ പുണെയിലുള്ള അവരുടെ വസതികളിലേക്ക് സ്വാഗതം ചെയ്യുകയും ഹാരപ്പൻ സംസ്കാരത്തെക്കുറിച്ചുള്ള അവരുടെ അഗാധമായ അറിവുകൾ പങ്കുവെക്കുകയും ചെയ്തിട്ടുണ്ട്; എത്ര പഠനങ്ങൾ വായിച്ചാലും കിട്ടാത്തത്ര അറിവുകൾ എനിക്ക് അവർ സമ്മാനിച്ചിട്ടുണ്ട്. സിംഗിനെ ഞാൻ ബനാറസ് ഹിന്ദു യൂണിവേഴ്സിറ്റിയിൽവെച്ചാണ് കണ്ടുമുട്ടിയത്. ഇന്ത്യയിൽ ജനിത കശാസ്ത്രത്തിനുള്ള സാധ്യതകളെക്കുറിച്ച് അദ്ദേഹമാണ് ഒരു ദൂരക്കാഴ്ച എനിക്കു സമ്മാനിച്ചത്.

ഇന്ത്യൻ ചരിത്രത്തിന്റെയും പുരാവസ്തുവിജ്ഞാനീയത്തിന്റെയും മേഖലകളിൽ സ്ഥിതപ്രതിഷ്ഠരായ രണ്ടു വ്യക്തികളും–പ്രാചീന ഇന്ത്യൻ ചരിത്രത്തിന്റെ അളവുകോലുകളായി മാറിയ പല കൃതികളുടെയും കർത്താവായ പ്രൊഫസ്സർ റൊമീല ഥാപ്പറും ആർക്കിയോളജിക്കൽ സർവേ ഓഫ് ഇന്ത്യയുടെ (ASI) മുൻ ഡയറക്ടർ ജനറൽ ആയിരുന്ന ഡോക്ടർ ബി ബി ലാലും–ഡെൽഹിയിൽവെച്ച് ഔദാര്യത്തോടെ അവരുടെ സമയം എനിക്ക് അനുവദിച്ചുതരികയുണ്ടായി. എന്റെ ഗവേഷണങ്ങളുടെ ആദ്യഘട്ടങ്ങളിൽ ഥാപ്പർ എന്നെ കൃത്യമായ വഴികളിലേക്ക് തിരിച്ചുവിടുകയും എന്റെ വാദഗതികളെക്കുറിച്ച് പുനർവിചിന്തനം നടത്തുവാൻ അവരുടെ മൂർച്ചയുള്ള അഭിപ്രായങ്ങൾകൊണ്ട് പ്രേരിപ്പിച്ചിട്ടുമുണ്ട്. 'ആര്യൻ കുടിയേറ്റ'ത്തെക്കുറിച്ചുള്ള തർക്കങ്ങളെപ്പറ്റി കൂടുതൽ വ്യക്തമായി മനസ്സിലാക്കുവാൻ ലാൽ ആണ് സഹായിച്ചത്.

ഭാഷതത്വശാസ്ത്രത്തിലും സംസ്കൃതഭാഷയിലും ലോകപ്രശസ്തിനേടിയ ഹാർവാർഡ് സർവകലാശാലയിലെ പ്രൊഫസർ മൈക്കിൾ വിറ്റ്സെൽ, കൊളംബിയ സർവകലാശാലയിലെ പ്രൊഫസർ ഷെൽഡൺ പോളോക്ക് എന്നിവരും ഈ കൃതിയുടെ രചനയിൽ വളരെ സഹായിച്ചിട്ടുണ്ട്. സംസ്കൃത ഭാഷയിൽ പുതുവഴികൾ തെളിച്ച പോളോക്കിന്റെ ശ്രമങ്ങളും അദ്ദേഹവുമായി നടത്തിയ ഇമെയിൽ ചർച്ചകളും പൊതുവർഷത്തിന്റെ ആദ്യനൂറ്റാണ്ടുകളിലെ നമ്മുടെ ചരിത്രത്തിലേക്ക് പുതിയ വെളിച്ചമാണ് വീശിയത്. ഇന്ത്യയിലെ ഏറ്റവും പുരാതനമായ കൃതികളെപ്പറ്റിയുള്ള വിറ്റ്സെലിന്റെ അടിസ്ഥാനപരമായ പഠനങ്ങൾ, ഇന്ത്യയുടെ പ്രാഗ്ചരിത്രത്തിലെ നിർണായക വിഷയങ്ങളെക്കുറിച്ചുള്ള അദ്ദേഹത്തിന്റെ പ്രബന്ധങ്ങൾ, അദ്ദേഹവുമായി ഫോണിലൂടെയും ഇമെയിലിലൂടെയും ഞാൻ നടത്തിയ സംഭാഷണങ്ങൾ ഇവയെല്ലാം എനിക്കു സമ്മാനിച്ചത് വ്യക്തവും നൂതനവുമായ കാഴ്ചപ്പാടുകളാണ്. എന്റെ കൃതിയുടെ കരടുരൂപം വായിച്ചതിനും അതിനെക്കുറിച്ച് വിലപ്പെട്ട നിർദ്ദേശങ്ങളും അഭിപ്രായങ്ങളും നൽകിയതിനും അവർ രണ്ടുപേരോടും ഞാൻ നന്ദി രേഖപ്പെടുത്തുന്നു.

ലോകത്തിന്റെതന്നെ പ്രാഗ്ചരിത്രം തിരുത്തിയെഴുതിക്കൊണ്ടിരിക്കുന്ന പ്രാചീന ഡിഎൻഎ ഗവേഷണങ്ങളിൽ അധികവും നയിച്ചിട്ടുള്ളത് ഹാർവാർഡ് മെഡിക്കൽ സ്കൂളിലെ പ്രൊഫസർ ഡേവിഡ് റെയ്ക്ക് ആണെന്ന് വായനക്കാർ ഇതിനകം ശ്രദ്ധിച്ചുകാണുമല്ലോ. അദ്ദേഹത്തിന്റെ കൃതിയും ഗവേഷണപ്രബ

ന്ധങ്ങളും അദ്ദേഹവുമായി നടത്തിയ ആശയവിനിമയങ്ങളുമെല്ലാം നമ്മുടെ പ്രാഗ്ചരിത്രത്തിലേക്കുള്ള എന്റെ യാത്രയിലെ വഴിത്തിരിവുകളാണ്.

ഈ റിപ്പോർട്ടുകളിൽ ചിലതിന്റെയെല്ലാം സഹ-കർത്താവും സഹ-ഡയറക്ടറും ആയി പ്രവർത്തിച്ചിട്ടുള്ള ഹൈദരാബാദിലെ സെന്റർ ഫോർ സെല്ലുലാർ ആൻഡ് മോളിക്യൂലാർ ബയോളജിയിലെ (CCMB) ഡോക്ടർ കുമാരസ്വാമി തങ്കരാജിനെ അവിടെവെച്ചുതന്നെ കണ്ടുസംസാരിക്കുവാൻ എന്റെ കൃതിയുടെ ആദ്യഘട്ടങ്ങളിൽ അവസരം ലഭിച്ചിട്ടുണ്ട്. ഇന്ത്യൻ ജനസമൂഹ ജനിതകത്തെക്കുറിച്ച് ധാരാളം ശക്തമായ പഠനപ്രബന്ധങ്ങൾ അദ്ദേഹം രചിച്ചിട്ടുണ്ട്.

ഈ കൃതിയുടെ രൂപീകരണത്തിൽ നേരിട്ടും അല്ലാതെയും പങ്കുവഹിച്ച നാലുപേരെ പ്രത്യേകമായി പരാമർശിക്കാതിരിക്കുവാൻ കഴിയില്ല: ഇന്ത്യൻ പ്രാഗ്ചരിത്രത്തിൽ ഏറ്റവും ശ്രദ്ധേയമായ ഗവേഷണങ്ങൾ നടത്തിയിട്ടുള്ള കർണാടക്ക് യൂണിവേഴ്സിറ്റിയിലെ പ്രൊഫസർ രവി കോറിസെറ്റർ; കൊൽക്കത്തയിലെ ഇന്ത്യൻ സ്റ്റാറ്റിസ്റ്റിക്കൽ ഇൻസ്റ്റിറ്റ്യൂട്ടിലെ പ്രഗത്ഭനായ പ്രൊഫസറും ജനിതകശാസ്ത്രജ്ഞനുമായ പാർഥോ മജുൻഡാർ; ഡെക്കാൻ കോളേജിന്റെ ഡയറക്ടറായ പ്രൊഫസർ വസന്ത് ഷിൻഡെ; ഹാരപ്പൻ ചരിത്രത്തെക്കുറിച്ച് പല പ്രശസ്തരചനകളും നിർവഹിച്ചിട്ടുള്ള പ്രൊഫസർ ഷെറീൻ രത്നഗർ.

രത്നഗർ സമയം ചെലവഴിക്കുവാൻ സന്നദ്ധത പ്രകടിപ്പിക്കുകയും തുറന്നു വിമർശിക്കുകയും ചെയ്തിട്ടുണ്ട്. പുണെയിലെ ഡെക്കാൻ കോളേജിന്റെ വിശാലമായ ലൈബ്രറിയിലേക്ക് ഷിൻഡെ എനിയ്ക്ക് പ്രവേശനം നൽകി. ഈ വിഷയത്തെക്കുറിച്ച് ഞാൻ ഗവേഷണം ആരംഭിച്ചപ്പോൾ ഇന്ത്യൻ ജനിതകചരിത്രത്തെക്കുറിച്ചുള്ള മജുൻദാറിന്റെ കൃതിയാണ് എന്റെ കണ്ണുതുറപ്പിച്ചത്. ആന്ധ്രാപ്രദേശിലെ കുർണൂൽ ജില്ലയിലുള്ള ജ്വാലാപുരം, കർണാടകയിലെ ബെല്ലാരി ജില്ലയിലുള്ള സംഗനക്കല്ല് എന്നീ ഉത്ഖനനസ്ഥലങ്ങൾ സന്ദർശിക്കുവാൻ അവസരമൊരുക്കിയത് കോറിസെറ്ററാണ്; അവിടുത്തെ ഉത്ഖനനപ്രവർത്തനങ്ങൾ അദ്ദേഹമാണ് നയിച്ചിട്ടുള്ളത്. കോറിസെറ്റർ ബെല്ലാരിയിൽ പ്രാഗ്ചരിത്രത്തെക്കുറിച്ച് ഒരു മ്യൂസിയം നിർമ്മിച്ചുകൊണ്ടിരിക്കുകയാണ്.

കർണാടകയിലെയും ആന്ധ്രാപ്രദേശിലെയും ഈ സങ്കേതങ്ങളെപ്പോലെ തന്നെ എന്നെ ആകർഷിച്ച ഒരിടമാണ് പ്രൊഫസറും പുരാവസ്തുശാസ്ത്രജ്ഞയുമായ ശാന്തി പപ്പുവിന്റെ ചെന്നൈ നഗരപ്രാന്തത്തിലുള്ള ലാബ്/ഓഫീസ്. ആറ്റിറമ്പാക്കത്ത് പപ്പുവും സംഘവും ചേർന്നു ചെയ്ത പതിറ്റാണ്ടുകൾ നീണ്ട ശ്രമങ്ങൾ തികച്ചും ഫലപ്രദമായിരുന്നു.

ഞാൻ കണ്ടുമുട്ടിയ മറ്റു രണ്ട് പുരാവസ്തുശാസ്ത്രജ്ഞർ കർണാടകയിലെ ഹുൻസ്ഗി–ബൈച്ബാൽ നദീതടം ഉത്ഖനനം ചെയ്ത ഡെക്കാൻ കോളേജിലെ പ്രൊഫസർ എമെറിറ്റസ് കെ പദയ്യയും ധോളാവീരയിലെ ഹാരപ്പൻ സങ്കേതങ്ങളിൽ ഏറ്റവും പ്രാധാന്യമർഹിക്കുന്ന ധോളാവീരയിൽ ഉത്ഖനനം നടത്തിയ ഡോക്ടർ ആർ എസ് ബിഷ്ടും ആണ്.

2017 ജൂണിൽ *ദി ഹിന്ദു* പത്രത്തിൽ 'How Genetics is Settling the Aryan Migration Debate' (ജനിതകശാസ്ത്രം ആര്യൻ കുടിയേറ്റ വിവാദത്തെ എങ്ങനെ തീർപ്പാക്കുന്നു) എന്ന തലക്കെട്ടിൽ എന്റെ ഒരു ലേഖനം പ്രസിദ്ധീകരിച്ചതാണ്

ഈ പുസ്തകത്തിന്റെ രചനയിലെ പ്രധാന വഴിത്തിരിവ്. രണ്ടുപേരാണ് ആ ലേഖനം എഴുതുവാൻ കാരണമായത്–ഒന്ന് ഇംഗ്ലണ്ടിലെ ഹാഡ്ഡേഴ്സ്ഫീൽഡ് യൂണിവേഴ്സിറ്റിയിലെ പ്രൊഫസറും എംടി ഡിഎൻഎയുടെ വിഷയത്തിൽ ലോകം അംഗീകരിച്ച ആധികാരികശബ്ദവുമായ മാർട്ടിൻ ബി റിച്ചാർഡ്സ് ആണ്, Y ക്രോമോസോം വിഷയത്തിൽ ആഗോള ആധികാരികതയുള്ള ഡോക്ടർ പീറ്റർ അണ്ടർഹിൽ, സ്റ്റാൻഫോർഡ് യൂണിവേഴ്സിറ്റി ആണ് അപരൻ. റിച്ചാർഡ് രചിച്ച ഇന്ത്യൻ ഉപഭൂഖണ്ഡത്തിലെ ജനിതക സമയപ്പട്ടികയെ ക്കുറിച്ചുള്ള പ്രബന്ധം പഴയ ഗവേഷണഫലങ്ങളെ പുതിയൊരു വെളിച്ചത്തിൽ എനിക്കു കാണിച്ചുതന്നു. ജനസമൂഹജനിതകശാസ്ത്രത്തിൽ പുത്തൻ വഴികൾ തെളിച്ച പല കണ്ടെത്തലുകളുടെയും മുൻനിരയിൽ തന്നെയാണ് അണ്ടർ ഹില്ലിന്റെ സ്ഥാനം. അവർ രണ്ടുപേരുടെയും ഉദാരമായ സഹായങ്ങൾക്ക് എനിക്ക് പ്രത്യേകനന്ദിയുണ്ട്.

'ദി ജീനോമിക്ക് ഫോർമേഷൻ ഓഫ് സൗത്ത് ആൻഡ് സെൻട്രൽ ഏഷ്യ' എന്ന കൃതിയുടെ മുഖ്യ രചയിതാവായ ഹാർവാർഡ് മെഡിക്കൽ സ്കൂളിലെ വാഗീഷ് നരസിംഹൻ ഏറ്റവും പുതിയ ഗവേഷണങ്ങളുടെ സൂക്ഷ്മവശ ങ്ങളും അവ തമ്മിലുള്ള പരസ്പരബന്ധങ്ങളും മനസ്സിലാക്കുവാൻ എന്നെ വളരെയധികം സഹായിച്ചിട്ടുണ്ട്. ഇപ്പോൾ കാലിഫോർണിയ യൂണിവേ ഴ്സിറ്റിയിലുള്ള പ്രിയ മൂർജാനി, ഇന്ത്യയുടെ ജനിതകസങ്കലനങ്ങളുടെ കാലഗണനയെക്കുറിച്ചുള്ള പഠനത്തിന്റെ മുഖ്യരചയിതാവ്, ഉൾക്കാഴ്ചകൾ സമ്മാനിച്ച മറ്റൊരു വ്യക്തിയാണ്.

ദക്ഷിണ, മദ്ധ്യ ഏഷ്യയിലെ ജീനോമിക രൂപീകരണത്തെക്കുറിച്ചുള്ള പ്രബ ന്ധത്തിന്റെ സഹ രചയിതാവും ജനിതകശാസ്ത്രജ്ഞനുമായ ഡോക്ടർ നീരജ് റായെ ഞാൻ കണ്ടത് ലക്നോവിലെ പാലിയോസയൻസ് ഇൻസ്റ്റിട്യൂട്ടിൽ വെച്ചാണ്; പ്രാചീന ഡിഎൻഎ പരിശോധിക്കുവാൻ ക്ഷമതയുള്ള ഒരു ലാബ് നിർമ്മിച്ചുകൊണ്ടിരിക്കുകയാണ് അദ്ദേഹം. ഇന്ത്യയിൽ പ്രാചീന ഡിഎൻഎ ഗവേഷണവുമായി ഏറ്റവും അടുത്ത് പ്രവർത്തിക്കുന്ന വ്യക്തിയാണ് ഡോക്ടർ റായ്.

ഈ പുസ്തകത്തിന്റെ രചനയിൽ നിർണ്ണായകപങ്കുവഹിച്ച ഭാഷാശാസ്ത്ര ജ്ഞർ പ്രൊഫസർ ഫ്രാങ്ക്ളിൻ സി സൗത്ത്വർത്തും ഡോക്ടർ ഡേവിഡ് ഡബ്ള്യു മാക്ആൽപിനും ആണ്; രണ്ടുപേരും ദക്ഷിണേഷ്യൻ ഭാഷകളിൽ കൃതഹസ്തരാണ്. ഹാരപ്പയിലുള്ളവരെക്കുറിച്ചുള്ള അദ്ധ്യായം അവരുടെ സഹകരണമില്ലാതെ എഴുതുവാൻ കഴിയില്ലായിരുന്നു. ദ്രാവിഡഭാഷകളും എലാമൈറ്റും തമ്മിലുള്ള ബന്ധത്തെക്കുറിച്ചുള്ള ഏറ്റവും സമഗ്രമായ പ്രബന്ധത്തിന്റെ രചയിതാവായ മാക്ആൽപിൻ, ദ്രാവിഡഭാഷയുടെയും എലാമൈറ്റിന്റെയും ഭാഷാശാസ്ത്രങ്ങളുടെ സങ്കീർണ്ണതകളും നൂതന ജനിതക കണ്ടുപിടുത്തങ്ങളുടെ സ്വാധീനവുമെല്ലാം ചർച്ചചെയ്യുവാനായി മണിക്കൂറു കളോളം എനിക്കുവേണ്ടി മാറ്റിവെക്കുകയുണ്ടായി.

പ്രശസ്ത പുരാവസ്തുശാസ്ത്രജ്ഞനായ മൈക്കിൾ പെട്രാഗ്ലിയയാണ് വേണ്ട സമയത്ത് വേണ്ടത്ര സഹായം നൽകിയ മറ്റൊരു ശാസ്ത്രജ്ഞൻ. അറേബ്യയിലൂ

ടെയുള്ള ആഫ്രിക്കൻ ബഹിർഗമന കുടിയേറ്റങ്ങളെക്കുറിച്ച് മനസ്സിലാക്കുവാൻ അദ്ദേഹവുമായുള്ള സംഭാഷണങ്ങളാണ് എന്നെ സഹായിച്ചത്.

ദക്ഷിണേന്ത്യൻ ചരിത്രത്തെക്കുറിച്ചു മെച്ചപ്പെട്ട അറിവു സമ്പാദിക്കുവാൻ അകമഴിഞ്ഞു സഹായിച്ചത് ചെന്നൈയിൽവെച്ച് ഞാൻ കണ്ടുമുട്ടിയ ആർ ചമ്പകലക്ഷ്മിയാണ്–ചരിത്രപണ്ഡിതയും പ്രൊഫസ്സറുമാണ് ചമ്പകലക്ഷ്മി. ഈ പുസ്തകത്തിന്റെ രചനക്കിടയിൽ ആശയവിനിമയം നടത്തുവാനിടയായ പല വ്യക്തികളിൽ രണ്ടുപേരാണ് *ദി വേദിക് പീപ്പിൾ* എന്ന മികച്ച പുസ്തകത്തിന്റെ രചയിതാവും ആസ്ട്രോഫിസിസിസ്റ്റുമായ ഡോക്ടർ രാജേഷ് കൊച്ചാറും ജനിതകശാസ്ത്രജ്ഞനായ ഡോക്ടർ ഗ്യാനേശ്വർ ചൗബെയും.

ഞാൻ കണ്ടുമുട്ടുവാനിടയായ എല്ലാവരും ഒരേ അഭിപ്രായക്കാരല്ലായിരുന്നു എന്ന കാര്യം സുപ്രധാനമാണ്–ഇന്ത്യൻ പ്രാഗ്ചരിത്രത്തെക്കുറിച്ചുള്ള പ്രധാന തർക്കങ്ങളിൽ പലരും പല അഭിപ്രായങ്ങൾ ഉന്നയിച്ചവരായിരുന്നു. അതുകൊണ്ടുതന്നെയാണ് അവരെയെല്ലാം കാണുന്നതും സംസാരിക്കുന്നതും അവരുടെ വാദമുഖങ്ങൾ കേൾക്കുന്നതും എനിക്ക് അത്യന്താപേക്ഷിതമായി തോന്നിയത്.

ഈ മുന്നറിയിപ്പും തുല്യപ്രാധാന്യമുള്ളതാണ്: എന്റെ പുസ്തകത്തിൽ ഏതെങ്കിലും തെറ്റുകൾ കടന്നുകൂടിയിട്ടുണ്ടെങ്കിൽ ഞാൻ കണ്ടുസംസാരിക്കുകയും എഴുതുവാൻ ആശ്രയിച്ചതുമായ വ്യക്തികൾക്ക് അതിൽ ഉത്തരവാദിത്വമൊന്നുമില്ല. തെറ്റുകളുണ്ടെങ്കിൽ അതിന്റെ എല്ലാ ഉത്തരവാദിത്വവും എനിക്കുമാത്രമാണ്.

ഒരു പതിറ്റാണ്ടിലധികമായി ഞാൻ അടുത്തു പ്രവർത്തിക്കുന്ന രണ്ടുപേരുണ്ട്; എന്റെ എഴുത്തുജീവിതത്തിന്റെ വിഷമഘട്ടങ്ങളിൽ അവർ നൽകിയ പിന്തുണയ്ക്ക് ഞാൻ എന്നും കടപ്പെട്ടിരിക്കുന്നു: *ആനന്ദബസാർ പത്രിക* പ്രസിദ്ധീകരണങ്ങളിലെ എമെറിറ്റസ് പത്രാധിപരായ അവീക് സർക്കാരും *ബിസിനസ്സ് സ്റ്റാൻഡേർഡി*ന്റെ ചെയർമാനായ ടി എൻ നൈനാനും ആണ് ആ രണ്ടുപേർ.

ഈ വിഷയത്തെ സംബന്ധിച്ചുള്ള എന്റെ ലേഖനങ്ങൾ കഴിഞ്ഞ രണ്ടു വർഷങ്ങൾക്കിടയിൽ പ്രസിദ്ധീകരിച്ച *ദി ഹിന്ദു, സ്ക്രോൾ, ക്വിന്റ്* എന്നീ മൂന്നു പ്രസാധകരോടും *ഏർലി ഇന്ത്യൻസ്* കടപ്പെട്ടിരിക്കുന്നു. അവയുടെ പത്രാധിപർക്ക് നന്ദി.

ഈ പുസ്തകത്തിന്റെ രചനയുടെ എല്ലാ ഘട്ടങ്ങളിലും *ജഗ്ഗാർനോട്ടി*ലെ ചിക്കി സർക്കാറിന്റെ സഹകരണം സന്തോഷമേകിയിരുന്നു–ലളിതമായ ഒരു ആകർഷണീയതയോടോപ്പം കൃത്യമായ പ്രവർത്തനശൈലിയും പ്രാഗത്ഭ്യവും, വീഴ്ചപറ്റാത്ത വിധികളും ഉറച്ച ലക്ഷ്യബോധവും ഒത്തുചേർന്ന വ്യക്തിത്വമാണ് അവരുടേത്. പത്രത്തിൽ വന്ന എന്റെ ഒരു ലേഖനം വായിച്ചശേഷം അവർ എനിക്കയച്ച ഒരു സന്ദേശത്തോടെയാണ് പന്ത് മുൻപോട്ടുരുളുവാൻ തുടങ്ങിയത്.

നോൺ ഫിക്ഷൻ എഡിറ്ററായ പാർഥ് പി മെഹ്റോത്രയുടെ വിവേകപൂർണ്ണമായ നിരീക്ഷണങ്ങളും ക്ഷമയും ഉദാരമായ പ്രവർത്തനവൈശിഷ്ട്യവുമാണ് ഈ കഥനത്തെ മെച്ചപ്പെടുത്തിയത്.

മാനേജിങ് എഡിറ്റർ ജയശ്രീ റാം മോഹന്റെ ബുദ്ധിപൂർവമായ ഇടപെടലുകൾക്ക് ഞാൻ നന്ദിയുള്ളവനാണ്. നിങ്ങൾ ഈ പുസ്തകം വാങ്ങുവാൻ കാരണമായ ഇതിന്റെ പുറംചട്ടയ്ക്കുള്ള മുഴുവൻ അഭിനന്ദനവും ആർട്ട് ഡയറക്ടർ ഗാവിൻ മോറിസിനുള്ളതാണ്. കോപ്പി എഡിറ്ററായ സിൻസി ജോസിന്റെ സൂക്ഷ്മദൃഷ്ടിയാണ് നിരവധി തെറ്റുകളും പരസ്പരബന്ധമില്ലായ്മകളും കണ്ടെത്തി തിരുത്തുവാൻ സഹായിച്ചത്. കാർട്ടോഗ്രാഫറായ മുഹമ്മദ് ഹസ്സനാണ് ഇതിലുള്ള രസകരമായ ഭൂപടങ്ങൾ വരക്കുക വഴി വായനക്കാർക്ക് കഥ പിന്തുടരുവാൻ എളുപ്പമാക്കിയത്.

ഏറ്റവും ഒടുവിൽ, ഏറ്റവും നിസ്സാരമെന്നല്ല, എന്റെ കുടുംബം.

ദിവംഗതനായ എന്റെ അച്ഛൻ പ്രൊഫസർ കെ എം ജോസഫ് ആണ് പുസ്തകങ്ങളുടെയും ആശയങ്ങളുടെയും ലോകം എനിക്കു കാണിച്ചുതന്നത്.

ഈ പുസ്തകത്തിന്റെ ചില ഭാഗങ്ങൾ ഞാൻ കേരളത്തിലായിരുന്ന ഏതാനും മാസങ്ങളിലാണ് എഴുതിയിട്ടുള്ളത്. അക്കാലത്ത് എന്റെ താമസം സുഖകരവും എഴുത്ത് അനായാസവുമാക്കിയത് എന്റെ അമ്മ ചിന്നമ്മ ജോസഫും സഹോദരി പ്രൊഫസർ തങ്കമ്മ ഇമ്മാനുവലും ആണ്.

ഈ കൃതജ്ഞതാപ്രകടനമെല്ലാം എന്റെ ഭാര്യ ഷീബയെക്കുറിച്ചു പറയാതിരുന്നാൽ പകുതിയേ ആവുകയുള്ളൂ. പതിറ്റാണ്ടുകളായി എന്റെ എഴുത്ത് അവളുടെ സ്വാഭാവികമായ കൃത്യതയും ചിന്തയുടെ തെളിച്ചവുംകൊണ്ട് പുഷ്ടിപ്പെട്ടിട്ടുണ്ട്. എന്റെ ഏത് രചനയുടെ കരടുരൂപം വായിക്കുമ്പോഴും അവൾ വെറും വ്യാകരണവും യുക്തിയും ഉപയോഗിച്ച് ഞാൻ കണ്ടിട്ടേയില്ലാത്ത മുക്കുകളിലും മൂലകളിലും ചെന്നെത്തി വെളിച്ചം വീശാറുണ്ട്. ഈ വിഷയത്തിൽ അവൾക്കുള്ള അചഞ്ചലമായ താത്പര്യവും അതിന്റെ പ്രസക്തിയെക്കുറിച്ചുള്ള ബോധവുമാണ് തീരില്ലെന്നു തോന്നിച്ച വർഷങ്ങളിലൂടെയെല്ലാം ഈ പുസ്തകത്തെ മുൻപോട്ടു കൊണ്ടുപോയത്. ഞാനെഴുതിയതെല്ലാം നിരന്തരം വായിക്കുവാനായി അവൾ നീക്കിവെച്ച എണ്ണമറ്റ മണിക്കൂറുകൾക്ക് ഞാൻ നന്ദിപറയട്ടെ.

എന്റെ മകൾ ഖേംത ചെയ്തത് വിഷമിപ്പിക്കുന്ന ചോദ്യങ്ങൾ ചോദിക്കുകയാണ്–ഈ പുസ്തകത്തിലൂടെ ഞാൻ ശ്രമിക്കുന്നത് ആ ചോദ്യങ്ങൾക്ക് ഉത്തരം നൽകുവാനാണ്.

പരിഭാഷക പറയുന്നു

ശ്രീ ടോണി ജോസഫ് രചിച്ച ആദിമ ഇന്ത്യക്കാർ എന്ന കൃതിയെ ഇംഗ്ലീഷിൽനിന്ന് മലയാളത്തിലേക്ക് പരിഭാഷപ്പെടുത്തുകയെന്നത് ഒരേസമയം രസകരവും ദുഷ്കരവുമായിരുന്നു എന്നു പറയാതെ വയ്യ.

രസകരമായത് എന്തുകൊണ്ടാണെന്ന് വായനക്കാർ പറയട്ടെ; ദുഷ്കരമായതെന്തുകൊണ്ടാണെന്ന് ഞാൻ പറയാം.

ജനിതകശാസ്ത്രം, പുരാവസ്തുവിജ്ഞാനീയം, ഭാഷാശാസ്ത്രം, നരവംശശാസ്ത്രം എന്നിങ്ങനെ നിരവധി ശാസ്ത്ര ശാഖകളിലായി പടർന്നുകിടക്കുകയാണ് ഇതിലെ ഉള്ളടക്കം. ഇംഗ്ലീഷ് ഭാഷയിൽ വളരെ ലളിതമായും എളുപ്പമായും പറഞ്ഞുപോകുന്ന സാങ്കേതിക കാര്യങ്ങൾ പലതും മലയാളത്തിലേക്ക് മാറ്റുമ്പോൾ കടുപ്പമേറിയതും വഴങ്ങാത്തതും ആയി മാറുക പതിവാണ്. പല ശാസ്ത്രമേഖലകളിലും സർവ്വസമ്മതമായ സാങ്കേതികപദങ്ങൾ കുറവുമാണ്. ഭാഷ കഴിയുന്നത്ര സരളമാക്കുവാൻ ശ്രമിച്ചിട്ടുണ്ട്; അർത്ഥം വ്യക്തമായില്ലെന്നു തോന്നുന്ന ഇടങ്ങളിൽ ബ്രാക്കെറ്റിൽ വിശദീകരണങ്ങൾ നൽകിയിട്ടുമുണ്ട്.

എന്റെ കൂടെക്കൂടെയുള്ള തീരെച്ചെറിയ സംശയങ്ങൾക്കുപോലും ക്ഷമാപൂർവം മറുപടി തന്നുകൊണ്ടിരുന്ന ഡോക്ടർ കേശവൻ വെളുത്താട്ടിനോടുള്ള കൃതജ്ഞത രേഖപ്പെടുത്തുന്നു. പരിഭാഷ മുഴുവനും വായിച്ച് അശ്രദ്ധകൊണ്ടും അറിവില്ലായ്മകൊണ്ടും വരുത്തിയ തെറ്റുകളെല്ലാം ചൂണ്ടിക്കാണിക്കുകയും വിലപ്പെട്ട നിർദ്ദേശങ്ങൾ നൽകുകയും ചെയ്ത ടോണി ജോസഫിനോടും പി കെ സതീഷിനോടും നന്ദിയും സ്നേഹവും ഉണ്ട്.

പ്രസന്ന കെ വർമ്മ

പദസൂചിക